தமிழ் சினிமா வரலாறு

பாகம் 2 (1947-1959)

# திராவிட எழுச்சி
# வசன யுகம்

அஜயன்பாலா


வெளியீடு

நாதன்

பதிப்பகம்

ISBN : 978-81-981494-7-3

நாதன்
ப தி ப் ப க ம்

நூல்: **தமிழ் சினிமா வரலாறு (பாகம் -2) திராவிட எழுச்சி வசன யுகம்**
ஆசிரியர்: **அஜயன்பாலா** © **முதற்பதிப்பு - 2024** பக்கங்கள்: **524**
வடிவமைப்பு: **மா.ஜெகதீஷ்குமார்** வெளியீடு: **நாதன் பதிப்பகம் 16/10, பாஸ்கர் தெரு, நேருநகர், தசரதபுரம், சாலிகிராமம், சென்னை-600 093.**

தொடர்புக்கு: **98840 60274** E-mail: **nathanbooks03@gmail.com**

விலை **ரூ.600/-**

Web: **www.nathanbooks.com**

தமிழ் சினிமாவுக்கு புதிய திசை காட்டிய
பேரறிஞர் அண்ணா அவர்களுக்கு

— **அஜயன் பாலா**

என்னுரை

## முதல் பாகத்தின் வெற்றிக்கு உறுதுணையாக இருந்தவர்கள்...

1916 துவங்கி 1947 வரையிலான தமிழ் சினிமா வரலாறு பாகம் ஒன்று நூல் நடராஜ முதலியாரின் கீசக வதம் முதல் பேசும் சினிமாவான காளிதாஸ் 1932 வரையிலான காலத்தை மவுன யுகம் என்றும் பின் 1932 துவங்கி 1947 வரையிலான காலத்தை பாட்டு யுகம் என்றும் பிரித்து தொகுக்கபட்டிருந்தது இப்போது இந்த பாட்டு யுகத்தை பாகவதர் யுகம் என்றும் குறிப்பிட்டிருக்கலாம் என்றே தோன்றுகிறது.

முதல் பாகம் எழுதுவதற்கு நான்கு ஆண்டுகள் தேவைப்பட்டது அடுத்த பாகம் இவ்வளவு நாள் ஆகாது தகவல்களுக்காக ஆவணக்காப்பகம் ஓட வேண்டிய அவசியமில்லை என நினைத்தேன். ஆனாலும் வேலைப்பளு என்னை இந்த நூலுக்கும் நான்கு ஆண்டுகளை செலவிட வைத்துவிட்டது.

முதல் பாகத்துக்கு கிட்டிய அமோக வரவேற்பே இந்த இரண்டாம் பாகத்தையும் எழுத வைத்துவிட்டது. முதல் பாகத்தின் மிகப்பெரிய வெற்றிக்கு காரணமாக அமைந்தது அந்த நூல் வெளியீட்டு விழாவில் கலந்துகொண்ட சிறப்பு விருந்தினர்களின் அபரிதமான் பாரட்டு மழை. குறிப்பாக நடிகர் சிவக்குமார் அவர்களின் உரை நேரடியாக என் மீது பொழிந்த அருள் மழையாகவே உணர முடிந்தது. அருள் இல்லார்க்கு எவ்வுலகும் இல்லை எனும் அய்யன் குறள் இனி எனக்கு பொருந்தாது என்பது போல அன்று உணர்ந்தேன். அவர் மட்டும் அல்லாமல் அன்று விழாவுக்கு வரமுடியாவிட்டாலும் என்னை அலுவலகம் வரவழைத்து பாராட்டுக் கடிதம் எழுதிக்கொடுத்த இயக்குனர் இமயம் பாரதிராஜா அவர்கள் அண்ணன் நக்கீரன் கோபால், நடிகர் ராஜேஷ் , நடிகர் நாசர், நடிகர்-இயக்குனர் பார்த்திபன், இயக்குனர் கோபி இயக்குனர் ஒளிப்பதிவாளர் செழியன் மற்றும் கவிஞர் பாடலாசிரியர்

குட்டிரேவதி என அனைவருக்கும் என் மனமார்ந்த நன்றியை தெரிவித்துக்கொள்கிறேன்.

அது போல அந்த விழாவுக்கு என்னோடு தோளோடு தோள் நின்ற நண்பர்கள் பலர். அவர்களில் சட்டென நினைவுக்கு வரும் ராஜமோகன், தோழர் தமிழ்ச்செல்வன் மற்றும் பாலு மகேந்திரா நூலக நண்பர்கள் திருநாவுக்கரசு, மருது அட்டை வடிவமைத்த இளங்குமரன், நூலை வடிவமைப்பு செய்த பிரகாஷ் ஆகியோருக்கும் என் மனமார்ந்த நன்றிகள்.

அது போல தன்னுடைய நியூஸ்லைட் இணையத்தளத்தில் இந்த இரண்டாம் பாகத்தை தொடராக எழுதச் சொல்லி இந்த நூலை இன்று சாத்தியப்படுத்திய தோழர் தமிழ்ச்செல்வனுக்கும், என்னோடு உடனிருந்து இந்நூலை வெளிவர உதவிய ரோட்டரி சுதாகர் மற்றும் சிவகாசி சேயோன் அகாடமி நடத்தும் ஜெய பாண்டியன் அவர்களுக்கும் நெஞ்சார்ந்த நன்றிகள்.

இந்த நூலுக்கும் தங்களது சிறப்பான முன்னுரைகள் எழுதித்தந்த நடிகர் சிவக்குமார், நடிகர் ராஜேஷ் மற்றும் முன்னாள் பிரண்ட் லைன் ஆசிரியர் விஜயசங்கர் ராமச்சந்திரன் ஆகியோருக்கு என் நன்றி.

இந்நூலை சிறப்பாக வடிவமைத்து கொடுத்த ஜெகதீஷ்குமார் மற்றும் பிழைத் திருத்திய ஸ்ரீ சங்கர் மற்றும் என் உதவியாளர் அருண் கே.பிர்சாந்த் ஆகியோருக்கு என் நெஞ்சார்ந்த நன்றி.

அனைத்துக்கும் மேலாக என் அன்பு மனைவி சுதா மேரி இல்லாமல் என் எந்த எழுத்தும் சாத்தியமில்லை அவருக்கும் மறைந்தும் என் நெஞ்சை விட்டு நீங்காத என் தாய் தந்தையருக்கும் மனமார்ந்த நன்றி... நன்றி...

**அஜயன்பாலா**

**சாலிகிராமம்**

## அணிந்துரை

### கருத்தைக் கவரும் காலப் பெட்டகம்:
### நடிகர் சிவக்குமார்

அஜயன் பாலா தமிழ் சினிமாவின் வரலாறு என்று 1914லிருந்து 1947 வரை பாகம் 1 எழுதியுள்ளார். அதன் வெளியீட்டு விழாவிற்கு நானும் சென்றிருந்தேன். இப்போது 1947 லிருந்து 1959 வரை தமிழ் சினிமா வரலாற்றின் பாகம் 2 நான்கு வருட போராட்டத்திற்கு பிறகு முடித்துள்ளார். விடுதலை காலத்திற்கு முன்பு உள்ள சினிமா நாம் இருவர் படம் எம்.ஜி.ஆருடைய ஆரம்ப கால வாழ்க்கை, கலைஞருடைய துவக்ககால வாழ்க்கை, மேலும் காலமாற்றத்தில் புராண சரித்திர படங்கள் எடுத்த பாகவதர் காலம் போய் சமூக சீர்திருத்தம் பேசும் உரையாடலுக்கு முக்கியத்துவம் தரும் வசன யுகம் எப்படி துவங்கியது என்பதையும் அருமையாக தொகுத்து வழங்கியிருக்கிறார்

குறிப்பாக இந்த புத்தகத்தில் எம் ஜி ஆர் கலைஞர் ஆகியோரது நட்பு அவர்கள் போராடி வெற்றிப் பெற்ற கதை சிறப்பாக தொகுத்து சொல்லப்பட்டிருக்கிறது

எம்.ஜி.ஆர் சதிலீலாவதி என்ற படத்தில் தான் முதன் முதலில் நடிக்கிறார். அந்த படத்தின் இயக்குனர் எல்லீஸ் ஆர் டங்கன் கோட்டு சூட்டு போட்ட வெள்ளைக்காரன் . அதை தயாரித்தவர் எம்.கே.ராதாவுடைய அப்பா கந்தசாமி. முன்னாள் வாத்தியாரான இவரிடம் நடிக்க வாய்ப்புகேட்டு எம். ஜி.ஆர் சொல்ல அவரும் எல்லீஸ் ஆர் டங்கனிடம் எனக்கு வேண்டிய பையன் நல்ல வேஷம் போட்டுக் கொடுங்க என சொல்ல. டங்கனுக்கு எம். ஜி. ஆரை ஏற இறங்க பாக்கிறார். ஒல்லி உருவம் தாடையில ஒரு குழி வேற கேமராவுக்கு செட் ஆவதேன்னு நெனச்சார். ஆனா ரெகமண்ட் பண்ணது தயாரிப்பாளராச்சே தட்ட முடியாதேன்னு எம்.ஜி.ஆருக்கு சின்ன வேஷம் கொடுக்கிறார் பதினேழு நாள் தினமும் எம். ஜி. ஆரும் மேக்அப் போட்டுக் கொண்டு படப்பிடிப்பு தளத்திற்குச் சென்று அமர்ந்துவிடுவார்.

ஆனால் யாருமே அவரை அழைக்கவே இல்லை. அவருக்கு காட்சி இன்றைக்கு இருக்கிறதா? இல்லையா? என்பதைக் கூட யாரும் தெரிவிக்க மாட்டார்களாம்.

பதினேழாவது நாள் தான், “அந்த போலீஸ்காரன் வேஷம் போடுவானே அந்த பையனைக் கூட்டிடு வா” என்று அழைத்தவுடன், எம்.ஜி.ஆர் ஓடிவருகிறார். ஆனால் அந்த காட்சிக்கு சைக்கிள் தேவைப்படுகிறது. அந்த நேரம் பார்த்து அவரிடம் சைக்கிள் இல்லை. ‘அப்போது இந்தக் காட்சியை நாளை தள்ளி வைக்கலாம்” என்று டங்கன் சொல்ல, உடனே எங்கெங்கோ அலைந்து கடைசியாக ஒரு பெட்டிக் கடை யிலிருந்த சைக்கிளை எடுத்து வந்து அந்தக் காட்சியை நடிக்க ஆரம்பித்தார். மூன்றாவது டேக் வரை போனது அதற்குள் அந்த சைக்கிளுக்கு சொந்தக்காரன அங்கு வந்து எம்.ஜி.ஆரைப் பார்த்து, ‘திருடன் திருடன்’ என்று கத்த, உடனே எல்லீஸ் அவரிடம் ஆங்கிலத்தில், “He is acting” என்று சொல்ல அந்த சைக்கிளுக்கு சொந்தக்காரர் அவர் பேசிய ஆங்கிலத்தை புரிந்துக் கொண்டு எனக்கு ஆங்கிலம் தெரியும் என்று பதில் கூறினார். உடனே எம்.ஜி.ஆர் ஓடி வந்து, “தப்பா நெனச்சிக்காதிங்க சார் பதினேழு நாட்கள் ஷாட் வரல இனைக்கு இந்த சைக்கிள் இல்லன்னா இன்னைக்கும் ஷாட் வராது, அதனால சொல்லாம நானே எடுத்துட்டு வந்தேன். இதோ ஷாட் முடிஞ்ச உடனே குடுத்துட்றன்” என்று அவரிடம் சொன்னார். அந்த சைக்கிளுக்கு சொந்தக்காரர் தான் பின்னாளில் சிவாஜியை வைத்து வரலாற்று சிறப்பு மிக்க “பராசக்தி” படத்தை எடுத்த இயக்குநர்களில் ஒருவரான கிருஷ்ணன். இப்படியாக எம்.ஜிஆரின் முதல் படத்தின் அனுபவம் அமைகிறது.

நீதிக் கட்சியிலிருந்த ராமசாமி முதலியார் என்றவர் எழுதிய கதையை சற்று விரிவாக்கம் செய்து சிவாஜி கண்ட இந்து சாம்ராஜ்யம் என்று அண்ணா அதை நாடகமாக எழுதினார். வீர சிவாஜி பாத்திரத்திற்கு இதில் யாரை நடிக்க வைக்கலாம் என்று யோசித்து பின் கடைசியாக எம்.ஜி.ஆரை நடிக்க வைக்க தீர்மானித்திருந்தார்கள். அதே நேரத்தில்தான் ஜூபிட்டர் தயாரிப்பில் முருகன் படம் ஒன்றில் ருத்ர தாண்டவம் ஆனந்தத் தாண்டவம் என்று இரண்டு விதமான நடனப் பயிற்சியை ஆறு மாத காலம் மேற்கொண்டிருந்தார். அப்போதுதான் இந்த வாய்ப்பு எம்.ஜி.ஆருக்கு வந்தது. ஆனால் அண்ணா எழுதிய நாடகம் முற்றிலும் நாத்திகத் தன்மை உடையது. படத்திற்கு முன்பு எங்கே அந்த நாடகம்

வெளியாகி முருகன் படத்திற்கு பாதிப்பை உண்டாக்கும் என ஜூபிட்டர் பிக்சர்ஸ் அவரை அதிலிருந்து விலகும் படி சொல்லி, அடுத்ததாக ராஜக்குமாரி என்ற படத்தில் நடிக்கப் போவதாக அண்ணாவிடம் கூறிவிட்டு அதிலிருந்து வெளியே வரும்படி ஜூபிட்டர் பிக்சர்ஸ் எம்.ஜி.ஆரிடம் கூறியது. நாடகத்திற்கு ஒரு வாரம் முன்பு எம்.ஜி.ஆர் அதிலிருந்து விலகிக்கொள்ள, விரைவில் அந்தப் பாத்திரத்திரத்துக்கு நடிக்க வேண்டிய ஆளை தேர்ந்தெடுப்பதற்கான பொறுப்பு அண்ணாவிடம் வந்து சேர்ந்தது. எலும்பும் தோலும் ஒட்டிப் போன ஒரு பையனை கே.ஆர் ராமசாமி அண்ணாவின் அறிமுகம் செய்து வைக்க ஒரு நான்கு நாட்களில் அனைத்து வசனங்களையும் பேசியதை பார்த்த அண்ணா அந்த பையன் நடிக்க ஒத்துக்கொண்டார். பெரியார் தலைமையில் நாடகம் நடக்க, சிவாஜி கண்ட இந்து சாம்ராஜ்யம் நடித்த அந்த பையன் சிங்கம் போல கர்ஜித்ததை பார்த்த பெரியார் இன்றையிலிருந்து உன் பெயர் சிவாஜி கணேசன் என்று அவருக்கு ஒரு பெயரை கொடுக்கிறார்.

இதே சமயத்தில் சிதம்பரத்தில் கலைஞருக்கு பத்மாவதி என்றவருடன் முதல் திருமணம் நடந்திருந்தது. பத்மாவதியின் சொந்த அண்ணன்தான் சிதம்பரம் ஜெயராமன், குற்றம் புரிந்தவன் வாழ்க்கையில் நிம்மதி ஏது" என்ற பாடலை பாடியவர். அவரிடம் கலைஞர் சினிமாவில் வாய்ப்பு இருந்தால் சொல்லுங்க என்று உதவி கேட்க, எம்.ஜி.ஆர் நடிக்கும் ராஜகுமாரி படத்திற்கு வசனம் எழுத ஆள் வேண்டும் என்ற செய்தி சிதம்பரம் ஜெயராமனுக்கு வந்தது. இந்த வாய்ப்பை கலைஞரிடம் தெரிவிக்க ராஜகுமாரி படத்தில் வசனம் எழுதும் வாய்ப்பு கலைஞருக்கு வந்து சேர்கிறது.

கிடைத்த வாய்ப்பை பயன்படுத்திக்கொண்ட கலைஞர். தன் வசனத்தின் மூலம் அனைவரையும் கவர்ந்தார். எம்.ஜி.ஆருக்கு கன்னத்தில் விழும் குழியை அனைவரும் குறை சொல்லிக் கொண்டிருக்க உடனே கலைஞர்தான் அதை மறைக்கும் வகையில் ஒரு தாடி ஒட்டினால் போதும் என்று யோசனை கூறி எம்.ஜி.ஆருக்கு துணை புரிந்தார். அதன் பிறகு எம்.ஜி.ஆர் படமென்றால் கலைஞர் தான் வசனம் எழுதுவார், கலைஞர் வசனம் எழுதும் படத்தில் எம்.ஜி.ஆர் தான் நடிப்பார் என்று எதிர்ப்பார்ப்பை எம்.ஜி.ஆர் தான் உருவாக்கினார். பின்னாளில் இவர்கள் இரண்டு பேரும் தான் அரசியலில் சரித்திரம் படைத்தார்கள்.

இப்படித் துவங்கி இந்த நூல் முழுக்க ஒரு குறிபிட்ட காலகட்டத்தில் வெளியான முக்கிய திரைப்படங்கள் இன்னும் ஜெமினி எஸ். எஸ்.வாஸன் எப்படி சந்திரலேகா, ஔவையார் போன்ற படங்களை எடுத்தார், உடன் பானுமதி ஜெமினி கனேசன் சாவித்திரி பத்மினி எம். ஆர் ராதா, எஸ் எஸ். ராஜேந்திரன் என இன்னும் பல நடிக நடிகையர் பாடலாசிரியர்கள் இசையமைப்பாளர்கள் நகைச்சுவை குணச்சித்திர நடிகர்கள் முக்கியமான இயக்குனர்கள் தொழில் நுட்பக் கலைஞர்கள் என குறிப்பிட்ட காலகட்ட சினிமா வரலாற்றை அப்படியே அனைத்தையும் தொகுத்து இந்த புத்தகத்தில் சிறப்பாக எழுதியிருக்கிறார்.

இவர் சொல்லும் இந்தக்கதைகள் ஒவ்வொரு தமிழரும் அவசியம் படித்து தெரிந்து கொள்ளவேண்டிய விஷய்ங்கள் இது வெறும் புத்தகம் அல்ல ஒரு கால்கட்டத்தின் வரலாறு. தமிழ் நாட்டின் வர்லாறு . நம் முன்னோடிகளின் வாழ்க்கையில் நம் அனைவருக்கும் பயன்படக்கூடிய ஒரு பாடம் இருக்கிறது பள்ளிப் பாடம் உதவுமோ இல்லையொ இவர்களது அனுபவப் பாடம் ஒவ்வொரு தமிழருக்கும் உதவும்.

இப்படி ஒரு சிறப்பான பங்களிப்பை செய்த அஜயன்பாலாவுக்கு என் நெஞ்சார்ந்த பாராட்டுகள். தொடர்ந்து இந்த வரலாறு அவர் எழுத வேண்டும் என வாழ்த்துகிறேன்.

## மிகச்சிறந்த காலப் பதிவு:
## நடிகர் ராஜேஷ்

தமிழ் சினிமா வரலாறு என்ற புத்தகத்தின் பாகம்-2 பதிப்பை 1947-1959 காலகட்டத்தில் நடந்த முக்கிய நிகழ்வுகளை நண்பர் அஜயன்பாலா எழுதியிருந்ததைப் படித்துப்பார்த்தேன். எத்தனைப் புத்தகங்கள் படித்தும், எவ்வளவு செய்திகளை திரட்டி ஆய்வு செய்திருந்தால் இவ்வலவு சிறப்பாக ஓர் புத்தகத்தை எழுத முடியும் என்பதை உணர்ந்தேன். இந்தப் புத்தகத்தைப் படித்ததன் மூலம் பல சந்தேகங்களும் தீர்ந்தன, பல செய்திகளும் புதியாக எனக்குக் கிடைத்தன.

புகழ்பெற்ற விஞ்ஞானி ஐன்ஸ்டீன் ஒன்றைக் கூறினார். ஒரு மனிதன் இரண்டு விதமான வரலாறு தெரிந்திருக்க வேண்டும். ஒன்று மனித குல வரலாறு இரண்டு அவன் சார்ந் திருக்கும் தொழிலின் வரலாறு. இரண்டும் தெரிந்திருந்தால்தான் அவன் ஒரு முழு மனிதனாவான். அப்போதுதான் முக்காலத்தையும் அவனால் ஓரளவுக்கு கணிக்க முடியும். அவன் செய்த தவறுகளையும், தெரியாத செய்திகளையும் திருத்திக் கொள்ளவும், தெரிந்துகொள்ளவும் முடியும் என்றார். அதன் மூலம் எதிர்கால வாழ்க்கையை சிறந்த முறையில் அமைத்துக் கொள்ளமுடியும் எனவே சரித்டிரப்பாடத்தை பள்ளிகளிலும், கல்லூரிகளிலும் எடுத்துவிடக்கூடாது என்றார். சரித்திரத்தை புறக்கணித்தாலோ அல்லது படிக்காமாலிருந்தாலோ 2000-ஆம்

ஆண்டிற்குப் பிறகு வருகின்ற மனிதர்கள் கணினியை மட்டும் இயக்கக்கூடிய காட்டுமிராண்டி மனிதர்களாகத்தான் இருப்பார்கள் என்றார்.

தமிழ் சினிமா வரலாறு என்கிற புத்தகத்தில் விஞ்ஞான வலர்ச்சியும் அதனுடைய குழந்தைகளான உற்பத்திக் கருவிகளின் மூலம் ஏற்படுகின்ற சமூக மாற்றங்களு,ம், கருத்தியல் ரீதியாக ஏற்பட்ட மாற்றங்களையும் குறிப்பாக திராவிட இயக்க சிந்தனைகளையும், அதனுடைய தாக்கம் மக்கள் மனதில் ஏற்பட்ட மாற்றத்தையும் மிகச் சிறப்பாக எழுதியுள்ளார். அந்த மாற்றங்கள் திரைப்படங்களில் கதையிலும், வசனங்களிலும், கதாபாத்திரங்களிலும் எதிரொலித்தன.

சினிமாவை நேசிக்கின்றவர்களும், சினிமாவில் பணியாற்று கின்றவர்களும் கண்டிப்பாக இந்தப் புத்தகத்தைப் படிக்க வேண்டும். நண்பர் அஜயன் பாலா இதுபோல் பல புத்தகங்களை எழுதவேண்டும் என்று வாழ்த்துகிறேன்.

## அரசியல் சினிமாவும், சினிமாவின் அரசியலும்

**ஆர். விஜயசங்கர்**
**மேனாள் ஆசிரியர், ஃபிரண்ட்லைன்**

ஒரு கொள்கை மக்களின் சிந்தனையைக் கவ்விப் பிடிக்கும் போது அது ஒரு பவூதிக சக்தியாகி விடுகிறது,' என்பார் காரல் மார்க்ஸ். ஆனால் அப்படி நிகழ்வதற்கு சில அடிப்படைகள் தேவை. முதலாவதாக ஒரு கருத்தை வெளியிடுபவர்கள் மக்களின் நம்பிக்கையை பெற வேண்டும் அவர்கள் நம்முடைய வாழ்க்கையின் பொருட்டாகத்தான் நம் விழைவுகளையும், விரக்திகளையும், எதிர்பார்ப்புகளையும், ஏமாற்றங்களையும், இறந்த காலத்தையும், நிகழ்காலத்தையும், எதிர்காலத்தையும் பேசுகிறார்கள் என்பதை மக்கள் உணரும்படி செய்ய வேண்டும் . இரண்டாவது நம் மொழியில் இவர்கள் நம்மைவிடவும் சிறப்பாகப் பேசுகிறார்கள் என அந்த மக்கள் நினைக்கவேண்டும். அதே சமயம் அந்தக் கருத்தைப் பரவலான மக்கள் திரளிடையே கொண்டு செல்லும் வெகுஜன ஊடகத்தை அவர்கள் கைக்கொள்ளவேண்டும் என்பது மூன்றாவது தேவை.

அவ்வகையில் தமிழ்நாட்டில் ஒரு நூற்றாண்டைக் கடந்து பயணித்துக் கொண்டிருக்கும் திராவிட இயக்கம் இதற்குச் சரியான உதாரணமாக இருந்து வந்துள்ளது. அது ஒவ்வொரு காலகட்டத்திலும் இருந்த வலிமையான ஊடகங்களைத் திறமையாகப் பயன்படுத்தி வெற்றி கண்டு வந்துள்ளது. துவக்க காலத்தில் செய்தித்தாள் எனும் ஊடகத்தை பயன்படுத்தி வெற்றிகண்ட திராவிட இயக்கம் தொடர்ந்து நாடகம் என்கிற ஊடக வடிவத்தையும் திறமையாகக் கையாண்டிருக்கிறது. இந்த நூலில் கூட கலைஞர் மு. கருணாநிதி கூறுவதைப் பாருங்கள்: 'நாடகம் போல் விரைந்து மனமாற்றம் உண்டாக்கக் கூடிய ஆற்றல் வேறெதற்கும் இல்லை. அதனால்தான் அரசியல் கருத்துகளை பண்பாடு கெடாமல், தரம் தாழாமல் அள்ளித் தெளிப்பதற்கு நாடக இலக்கியத்தைப் பயன்படுத்திக் கொண்டேன்.' எனக் கூறுகிறார்.. தொடர்ந்து சினிமா எனும் ஊடகத்தில் நுழைந்து

அதுவரை நாடகத் துறையில் பயிற்சி பெற்று தேர்ந்து வந்த இரண்டு மாபெரும் ஆளுமைகளான எம்.ஜி. ராமச்சந்திரன், சிவாஜி கணேசன் ஆகியோரை அந்தக் காலத்து சூப்பர் ஸ்டார்களாக்கியதுதும் திராவிட இயக்கம் தான். . மேஜிக் போன்ற அந்த மாற்றம் எப்படி நிகழ்ந்தது என்பதை அஜயன் பாலா இப்படி விவரிக்கிறார்: "இக்காலத்தில் வெளியான படங்கள் அனைத்துமே ஒன்று, புராண, இதிகாசக் கதைகளாகவும், இசைப்பால்கள் அதிகமாகவும் வசனம் குறைவாகவும் இருந்தன. இதைத் தவிர, கே. சுப்ரமணியம் போன்ற சிலர் எடுத்த 'தியாக பூமி', 'பர்மா ராணி' போன்ற திரைப்படங்கள், இந்திய தேசியத்தைக் கட்டமைக்கும் விதமாகவும், மகாத்மா காந்தி அவர்களைப் போற்றும் படமாகவும், காங்கிரஸ் பேரியக்கத்தை வழிபடும் சினிமாக்களாகவும் இருந்தபோது முற்போக்கான சினிமா என்றால், அதன் நாயகன் நாட்டுக்காக உயிரை விடுபவனாகவோ அல்லது 'காந்தி வந்தார், சாந்தி தந்தார்' என அவர் புகழ்பாடி, அவர் கொள்கைகளைப் பரப்புபவனாக இருப்பான். அதுவரை, நம் மதங்கள் சொல்லும் ஒரு நல்லவனுக்கான அடையாளமாக இருப்பான்."

தேசம், தேச சுதந்திரம், தேசபக்தி ஆகிய கோஷங்களை எழுப்பியவர்கள், சமூகநீதி ஆகியவற்றுக்கான போராட்டங்கள் நாட்டு மக்களின் ஒற்றுமையைக் குலைத்து விடும், விடுதலைப் போராட்ட நோக்கத்திலிருந்து மக்களை திசை திருப்பிவிடும் என்று கூறி வந்த நேரமது. ஆனால், சமூக விடுதலையில்லாத தேச விடுதலை முழுமையற்றதாகி விடும் என்கிற பெரியாரிய சிந்தனையிலிருந்த திராவிட இயக்கம் அந்தச் சிந்தனையை விதைக்கும் பிரச்சாரத்தைத் தீவிரமாக முன்னெடுத்தது. அதற்கு சினிமா ஒரு சிறந்த வாகனமாக இருந்தது. அஜயன் பாலா தேசியத்தைக் கேள்விக்குள்ளாக்கும் இந்த மாற்று சிந்தனையை இப்படி விளக்குகிறார்: '1947க்குப் பின் தமிழ் சினிமாவின் முகம் முழுவதுமாக மாறத் துவங்கியது. அதன் காரணம்: இக்காலகட்டங்களில் வீறுகொண்டெழுந்த திராவிட இயக்கம். நீதிக்கட்சி திராவிடர் கழகமாக மாறிய 1944ஆம் ஆண்டிலிருந்தே, தமிழ் மக்களிடையே பரவலாக தேசிய சிந்தனைக்கு மாற்றாக திராவிட சிந்தனை உருவாகத் துவங்கியது. நாடகங்களில் துவங்கிய இந்த முற்போக்குக் கருத்துகள், சினிமாவையும் தாக்கிவிடுமோ எனச் சில பிராமண காங்கிரஸ் அதிகாரிகள், பிரிட்டிஷ் ஆட்சி விரட்டப்பட்ட உடனே இதற்கு முடிவுகட்ட முடிவுசெய்து, சினிமாவில் சென்சார் ஒன்று கொண்டுவர வேண்டுமென முடிவு செய்தனர்.1948இல் புதிய சென்சார் கொள்கைகள்

வெளியிடப்பட்டன.' 'இப்படியான சட்டதிட்டங்கள் அதிகரித்துவந்த அதே நேரத்தில்தான் அதுவரை மேடைப்பேச்சு, இலக்கியம், நாடகம் என இயங்கி வந்த திராவிட இயக்கம் அதிரடியாக திரைபடத் துறைக்குள் நுழைந்தது. அண்ணா, கருணாநிதி என இருவருமே ஒரே சமயத்தில் அதிரடியாக நுழைந்தனர்.'

பிற அரசியல் இயக்கங்களைப் பின்னுக்குத் தள்ளி தமிழ் நாட்டின் பிரதான அரசியல் சக்தியாக திமுக வளர்ந்த கதையில் சினிமாவின் பங்கு என்ன என்பதின் வரலாற்று விவரணைதான் அஜயன் பாலாவின் இந்த நூல்.

திராவிட சினிமாவின் தாக்கத்திற்கு முக்கியச் சான்றான 'பராசக்தி'யை விரிவாக ஆய்வு செய்து முனைவர் எம்.எஸ்.எஸ். பாண்டியன் எழுதிய நீண்ட கட்டுரை, எம்.ஜி.யாரின் சினிமாவையும் அரசியலையும் ஆய்வு செய்து 'தி இமேஜ் ட்ராப்' என்கிற தலைப்பில் எழுதிய ஆய்வு நூல் போன்றவை திராவிட சினிமாவின் ஒரு அம்சத்தை எடுத்துக் கொண்டு ஆழமான ஆய்வு செய்தவை. தமிழ் சினிமாவைக் குறித்த ஒரு வரலாற்றுப் பார்வையை அளிக்கும் கட்டுரைகளும், நூல்களும் ஏற்கெனவே வந்துள்ள போதிலும் அஜயன் பாலா எழுதியிருக்கும் 'தமிழ் சினிமா வரலாறு: பாகம் 2 (19471959)' என்கிற இந்த நூலில் ஆழமான ஆய்வும், அற்புதமான அரிய தகவல்களை உள்ளடக்கிய விவரணையும் ஒரு சேர அமைந்திருப்பது சிறப்பு. இந்தப் பருந்துப் பார்வையில் நுண்ணிய விவரங்கள் எதுவும் தப்பவில்லை. ஒரு ஆய்வு நூலுக்குரிய கருதுகோளையும் அதை நிறுவத் தேவையான ஏராளமான தரவுகளையும் ஒன்றிணைத்திருக்கும் இந்தப் பணிக்குப் பின் அஜயன் பாலவின் கடுமையான உழைப்பும், விடாமுயற்சியும் இருப்பது தெளிவு. அந்த முயற்சிக்கு நிச்சயம் பலனிருக்கும் என்கிற நம்பிக்கை இந்த நூலின் முன் பிரதியை வாசிக்கும் வாய்ப்புக் கிடைத்த எனக்கு இருக்கிறது. நன்றியும் வாழ்த்துகளும் அஜயன் பாலா!

## உள்ளடக்கம்

### பாட்டு யுகம் எழுச்சியும் முடிவும்
### திராவிட எழுச்சியும் வசன யுகம்
#### i) வசன யுகம் துவக்க காலம் 1947-1949

**1947**
1. விடுதலைக்குப்பின் தமிழ் சினிமா
2. காட்சியில் புதுமை நாம் இருவர்
3. ராஜகுமாரி
4. 'நாயகன் ஆனார்' எம்.ஜி.ஆர்.
5. இயக்குனர் ஏ.எஸ்.ஏ.சாமி

**1948 ஸ்டுடியோ ஆதிக்கம்**
6. ஜெமினி ஆண்டு
7. 'சந்திரலேகா'
8. ஞானசௌந்தரி

#### ii) திராவிட இயக்க எழுச்சி 1949-1954

**1949**
9. தமிழ் சினிமாவில், திராவிட எழுச்சி
10. வேலைக்காரி
11. நாடகத் துறையில் அண்ணாவின் வருகை
12. நடிப்பிசைப்புலவர் கே.ஆர்.ராமசாமி
13. வாழ்க்கை

**1950 புரட்சி**
14. மந்திரிகுமாரி
15. வில்லாதி வில்லன் எஸ்.ஏ.நடராஜன்
16. பொன்முடி
17. பாரதிதாசன்
18. எம்.ஜி.ஆர் வி.என்.ஜானகி ஒரு காதலின் கதை

**1951 எழுத்தின் ஆட்சி**

19. உச்சியில் பறந்த எழுத்தாளர் கொடி
20. ஓர் இரவு
21. ப. நீலகண்டன்

**1952 விடியல்**

22. பராசக்தி
23. நடிகர்திலகம் உருவான கதை
24. கிருஷ்ணன்–பஞ்சு
25. மாருதிராவ்

**1953 பிரம்மாண்டம்**

26. ஒளவையார்

**1954 பொறுத்து போதும்**

27. மனோகரா
28. பி.கண்ணாம்பா
29. மலைக்கள்ளன்
30. 'அஷ்டாவதானி' பானுமதி
31. அந்தநாள்
32. வீணை எஸ்.பாலச்சந்தர்
33. ஜாவர் சீதாராமன்
34. ரத்தக்கண்ணீர்
35. நடிகவேள் எம்.ஆர்.ராதா
36. திருவாரூர் தங்கராசு
37. எஸ்.எஸ்.ராஜேந்திரன்
38. மிஸ் ஆகாத'மிஸ்ஸியம்மா'
39. ஜெமினிகணேசன்
40. சாவித்திரி
41. எல்.வி.பிரசாத்

## iii) தொழில் நுட்ப புரட்சி 1955–1959

### 1956 வண்ணம்

42. ‘அலிபாபாவும் 40 திருடர்களும்
43. மாடர்ன் தியேட்டர்ஸ்
44. மதுரைவீரன்
45. பத்மினி

### 1957 ஹஹ் ஹஹ் ஹஹ் ஹா

46. ’மணந்தால் மகாதேவி’
47. பி.எஸ்.வீரப்பா
48. நீலமலைத் திருடன்
49. அஞ்சலிதேவி
50. சின்னப்பா தேவர்

### 1958. கத்திசண்டை

51. உத்தமபுத்திரன்
52. நாடோடி மன்னன்
53. சந்திரபாபு
54. பட்டுக்கோட்டை கல்யாணசுந்தரம்
55. வஞ்சிக்கோட்டை வாலிபன்
56. வைஜயந்திமாலா

### 1959 மண்

57. வீரபாண்டிய கட்டபொம்மன்
58. பி.ஆர்.பந்துலு
59. சக்தி கிருஷ்ணசாமி
60. சுப்பாராவ்
61. ஓ.ஏ.கே.தேவர்
62. சிவகங்கைச் சீமை
63. கண்ணதாசன்

## இசை மேதைகள்
64. கே.வி.மகாதேவன்
65. விஸ்வநாதன் ராமமூர்த்தி

## பாடலாசிரியர்கள்
66. உடுமலை நாராயணகவி
67. மருதகாசி
68. கவிகா.மு.ஷெரீப்
69. கு.மா.பாலசுப்ரமணியம்

## குணச்சித்திரம்
70. எம்.ஜி.சகரபாணி
71. டி.எஸ்.பாலையா
72. எஸ்.வி.ரங்காராவ்
73. எஸ்.வி.சுப்பையா
74. எம்.என்.நம்பியார்

## நகைச்சுவை
75. வி.கே.ராமசாமி
76. பி.டி.சம்பந்தம்
77. ஏ.கருணாநிதி
78. கே.ஏ.தங்கவேலு

## கானக்குயில்கள்
79. சி.எஸ். ஜெயராமன்
80. பி.லீலா
81. கண்டசாலா
82. ஏம்.எம். ராஜா-ஜிக்கி
83. திருச்சி லோகநாதன்

## உசாத்துணை..

1. தமிழ்நாடுஅரசு ஆவணக் காப்பகம் எழும்பூர் சென்னை
2. ரொஜா முத்தையா ஆவணக் காப்பகம் , தரமணி, சென்னை
3. எம்.ஐ.டி.எஸ், அடையாறு,சென்னை
4. கன்னிமரா நூலகம். எழும்பூர்.சென்னை
5. விடுதலை நூலகம் , திராவிடர் கழகம், சென்னை
6. பாலுமகேந்திரா நூலகம் , சென்னை
7. தி இந்து ஆங்கில நாளேடு
8. இந்து தமிழ் திசை , நாளேடு
9. தினமணி நாளேடு
10. தினத்தந்தி நாளேடு
11. ஆனந்த விகடன் வார ஏடு
12. டூரிங் டாக்கீஸ் . இணைய தளம் சிபிமிஜிபிஸிகி லிகிரிஷிபிவிகிழிகிழி
13. நான் ஏன் பிறந்தேன் பாகம் 1-2
14. நெஞ்சுக்கு நீதி அனைத்து பாகங்களும்
15. அன்று கண்ட முகம் இணைய இதழ்
16. கீற்று இணைய இதழ்
17. எஸ்.எஸ்.வாசன் நூற்றாண்டு மலர்
18. முதலாளி ( மாடர்ன் தியேட்டர்ஸ் டி ஆர்.சுந்தரம்) ஆசிரியர வெங்கடஸ்வாமி
19. ஜூபிடர் பிக்சர்ஸ் ஹபிபுல்லா
20. தமிழ் சினிமாவின் கதை. அறந்தை நாராயணன்
21. சாதனை படைத்த தமிழ் சினிமா வரலாறு பிலிம் நியூஸ் ஆனந்தன்
22. PRIDE OF TAMIL CINEMA -1931-2013- G DHAN ANJEYAN

# பாட்டு யுகத்தின் முடிவும் வசன யுகத்தின் தோற்றமும்

**த**மிழ் சினிமா பேசத்துவங்கிய 1931 இல் வெளியான காளிதாஸில் மொத்தம் ஐம்பது பாடல்கள். மதுரகவி பாஸ்கரதாஸ் தான் அனைத்து பாடல்களையும் எழுதியிருந்தார். இப்படி தமிழில் வெளியான முதல் படத்திலேயே இத்தனை பாடல்கள் இருந்து படமும் வெற்றி பெற்றதன் காரணமாகவோ என்னவோ தொடர்ந்து வெளியான பேசும் சினிமாக்கள் அனைத்துமே பாடும் சினிமாக்களாகவே உருவாகின. அது வரை நாடகங்களில் கச்சேரிகளில் ஏழு கட்டை, எட்டு கட்டையில் உரக்க பாடல்கேட்டு ரசித்து தலையாட்டிக் கொண்டிருந்த தமிழர்களுக்கு சினிமா தியேட்டரில் அருகிலேயே பாடலைக்கேட்டு இன்னும் கூடுதலாக ரசனையை வளர்க்கும் சந்தோஷம் காரணமாகவோ என்னவோ மக்களுக்கு இந்த பாட்டு பாடும் சினிமாக்கள் மீது அளப்பரிய மோகம் ஏற்பட்டது. 1934 ஆம் ஆண்டு வெளிவந்த ஶ்ரீ கிருஷ்ண லீலா எனும் படத்தில் மொத்தம் 62 பாடல்கள் இருந்தன. தமிழ் சினிமாவில் அதிக பாடல்களைக் கொண்டு உருவான் படமும் இதுதான். அந்த அளவுக்கு பாட்டு வெறிபிடித்த சமூகமாக நம் சமூக,ம் இருந்துள்ளது.

இன்று மால்கள், டிவிக்கள், ஓடிடி, பேஸ்புக், மற்றும் வாட்ஸப் வகையறாக்கள் இருந்தும் எஃப்டி எஃப் எஸ் ஷோக்களுக்கு மக்கள் கூட்டம் அலை மோதுகிறது எனும் போது மேற்சொன்ன எதுவுமே இல்லாமல் வெறும் நாடகமும் கச்சேரியும் மட்டுமே பொழுது போக்காக திரிந்தவர்களுக்கு பாடும் சினிமாக்கள் அவர்களை பைத்தியமாக்கியதில் வியப்பேதுமில்லை. இதனாலேயே அக்காலத்தில்

பாடத்தெரிந்தால் மட்டுமே நடிக்க முடியும் என்ற நிலைமையும் உருவானது. இன்று இருப்பது போல துவக்க காலத்தில் பின்னணிக் குரல் பதிவு இல்லாத காலம் அது. இதனாலேயே அக்காலத்தில் மவுன சினிமாவில் கோலோச்சி வந்த பல நடிகர்கள் பாட்டு சினிமா வந்தவுடன் தடுமாறிப் போயினர். பாடு இல்லாவிட்டால் ஓடு என சினிமா ஸ்டூடியோக்கள் அவர்களை விரட்டினர். இவர்களது பரிதாப நிலைமையை வைத்துத்தான் ஹாலிவுட்டில் சிங்கிங் இன் தி ரெயின் என்ற படமே வந்தது.

அதே சமயம் பெரிதாக நடிப்பில் சோபிக்காத பாட்டு பாடி அசத்துபவர்களுக்கு அடித்தது சினிமா யோகம் அப்படித்தான் மவுனப்படத்தில் சிறு வேடத்தில் கூட நடித்திராத காரைக்குடியில் பவளக்கொடி நாடகத்தில் அர்ஜுனன் வேடத்தில் பாடிக்கொண்டிருந்த தியாகராஜ பாகவதரை கையோடு அழைத்துவந்து தன் முதல் படத்தில் நடிகராக்கினார் இயக்குனர் கே. சுப்ரமணியம். அவரோடு சுபத்ரையாக நடித்த பெண் எஸ் டி சுப்புலட்சுமியை அதே படத்தில் நாயகியாக்கினார். பவளக்கொடியின் வெற்றி மூவரின் தலையெழுத்தையும் மாற்றியது. பின் கதைநாயகியை வாழ்க்கைத் துணையாகவும் மாற்றிக்கொண்டார். இயக்குனர். கே.சுப்ரமணியம் .

இப்படித்தான் தொடர்ந்து பி.யூ.சின்னப்பா. டி. ஆர். மகாலிங்கம் ஹொன்னப்பா என பல பாகவதர்கள் மேடையிலிருந்து நேரடியாக சினிமாவுக்கு வரத்துவங்கினர்.

நாடகத்தில ராஜபார்ட் பண்ணுபவனே சில சமயம் ஸ்த்ரீ பார்ட்டும் பண்ண வேண்டி வந்த காரணத்தால் நாடக நடிகன் தோள் வரை முடியை வளர்த்துக்கொள்வது தேவையாக இருந்தது. தோள் வரை முடி தொங்கியிருந்தால் மட்டுமே நாடக நடிகன் என நம்பும் பிம்பம் இன்றும் தொடர்வது இங்கிருந்துதான் துவங்கியது . ஆனால் இவர்கள் சினிமாவில் நடிக்கும் போதும் அப்படியே வளர்ந்த முடியுடன் வரவே அதுவே பாகவதர்களின் மிகப் பெரிய அடையாளமாகவும் ஆனது மேலும் அவர்கள் சினிமாவில் நடிக்க வந்த போதும் நாடகத்தையும் விட்டுவிடவில்லை எனவே இரண்டுக்கும் கூந்தல் பொதுவான தேவையாக இருக்கவே

பயன்படுத்திக்கொண்டனர். இப்படி பாடத்தெரிந்த நாடக நடிகர்கள் சினிமாவில் நடிக்கப் போனதால் அதுவரை உச்சத்தில் கொடிகட்டிப் பறந்த பாய்ஸ் கம்பெனி மற்றும் நாடக கம்பெனிகளுக்கு இது போதாத காலம் ஆகிப்போனது. நாடக முதலாளிகள் துவக்கத்தில் சினிமாவுக்கு போன நடிகர்களை இனி நாடகத்தில் சேர்ப்பதில்லை என்ற முடிவுக்கு வந்தாலும் காலப்போக்கில் அந்த கட்டுப்பாடு எடுபடவில்லை. அது போல சினிமா புகழுடன் நாடகத்தில் நடிக்க வரும் போது நாடக அரங்குகள் கூட்டத்தால நிறைந்து கல்லாகட்டியது. அதுபோல எல்லா நாடக நடிகர்களுக்கும் சினிமாவில் வாய்ப்பு கிடைக்கவில்லை . பாடத்தெரியாத அல்லது குரல் வளம் சரியாக இல்லாத நடிகர்களை சினிமா கமபெனிகள் துணை நடிகர்களாக மட்டுமே சேர்த்துக்கொண்டனர். பல ராஜ பார்ட்டுகள் பாடத் தெரியாத காரணத்தால் பக்க வாத்தியாமாக பரிதாப நிலைக்கு தள்ளப்பட்டனர் .பிற்காலத்தில் தமிழ் சினிமாவின் முடிசூடா மன்னனாக விளங்கிய எம். ஜி. ராமச்சந்திரன் பதிமூன்று வருடங்கள் சினிமாவில் போதிய வாய்ப்பு கிட்டாமல் போனதற்கு முக்கிய காரணங்களில் இதுவும் ஒன்று.

இப்படித் துவங்கிய பாகவதர்களின் கொடி முப்பதுகளின் இறுதியில் உச்சத்துக்கு போனது . தியாகராஜ பாகவதர், பி.யூ சின்னப்பா .ஆகியோர் சூப்பர் ஸ்டார்களாக விளங்கினர் அவர்கள் வெளியில் சென்ற இடமெல்லாம் மக்கள் கூட்டம் மாநாடு போல கூடியது என்பது வரலாறு அதிலும் தியகாராஜ பாகவதர் பற்றி பல அரியக் கதைகள் இன்றும் பேசப்படுவதுண்டு. அதுபோலவே அவருக்கு இணையாக பேசப்பட்டவர் எம். எஸ். சுப்புலட்சுமி. அவர் குரலைக் கேட்க பிரதமர் நேருவே தவம் கிடந்தார் என்பது போல பிம்பங்கள் உருவாக்கப்பட்டன.

அதுபோல அன்று உச்சத்தில் இருந்த தியாகராஜ பாகவத்ர், பி யூ சின்னப்பா என் எஸ்கிருஷ்ணன். மற்றும் எம்.எஸ் சுப்புலட்சுமி ஆகிய நால்வருமே பிராமணரல்லோதராக இருந்தபோதும் தமிழ் சினிமா இக்காலத்தில் முழுவதுமாக அவர்கள் கட்டுப்பாட்டில் இயங்கியது. இதன் காரணமாகவே வெளியான பலப் படங்களும் பக்தி மற்றும் புராண படங்களாக இருந்தன. மேலும் இந்தக் கதைகளை உருவாகக்த் தேவையான

வேத இதிகாச புலமையும் பகதி கதைகளும் அவர்கள் மட்டுமே நன்கு அறிந்தவர்களாக இருந்ததும் ஒரு முக்கிய காரணம் .

இத்தனைக்கும் இதே சம காலத்தில் நீதிக்கட்சி எனும் பிராமணரல்லாதோர் இயக்கம் தோன்றி சமூகத்தில் மிகப்பெரிய மாற்றத்தை உருவாக்கி தேர்தலில் இறங்கி வெற்றிப் பெற்று மெட்றாஸ் மாகாணத்தையே ஆண்டு கொண்டிருந்தது. ஆனாலும் சினிமாவில் நீதிகட்சியால் ஒரு துரும்பைக் கூட கிள்ளி எறிய முடியவில்லை என்பதே எதார்த்தம் அதேசமயம் இந்தியா முழுவதும் இன்னொருபக்கம் காந்தியக் கொள்கையும் விடுதலைப் போராட்ட உணர்வும் பொங்கி எழுந்துகொண்டிருந்தது இதன் தாக்கம் தமிழ் சினிமாவில் பாடல்களில் மதுரகவி பாஸ்கரதாஸ் போன்றவர்களால் உண்டான போதும் திரைப்படக் கதைகளை பெரிதாகப் பாதிக்கவில்லை

ஒரே ஒரு இயக்குனர் மட்டும் அந்த விதியை உடைத்து தன் படங்களில் காந்திய கொள்கையான மது ஒழிப்பு அரிஜன சேவை போன்றவற்றையும் விடுதலை உணர்ச்சியையும் ஊட்டினார்.

அவர் கே. சுப்ரமணியம். அவர் இயக்கி 1939இல் வெளியான தியாக பூமி பல சமூக கருத்துக்களுடன் காந்தியக் கொள்கைகளை உரக்கப்பேசியது. இதனால் இப்படம் ஆங்கில அரசாங்கத்தால் தடை செய்யப் போவதாக அறிவிப்பு வெளிவரப்போகிறது என அறிந்து அவர்களது சதியை முறியடிக்கும் விதமாக மக்கள் அனைவரையும் அதற்குள் படத்தை பார்க்க வைத்து விட வேண்டும் எனும் நோக்கில் தியேட்டர்களில் இலவசக் காட்சி அறிவிக்க. தியேட்டர்களில் கூட்டம் அலைமோதி படத்தை பார்க்க வைத்து புரட்சியை உண்டாக்கியதும் முதல் பாகத்தில் விரிவாக எழுதப்பட்டிருக்கிறது

ஆனாலும் அவரது இன்பசாகரன் படம் முழுவதும் முடிந்த நிலையில் ஸ்டூடியோ தீ விபத்துக்குள்ளாகி படம் முழுவதும் தீயில் எரிந்து சாம்பலானதால் உண்டான நஷ்டத்தின் காரணமாக அவர் திரைப்படத்துறையில் சோபிக்க முடியாமால் போனது. அந்த ஸ்டூடியோதான் பிற்பாடு எம். ஜி. ஆர் அவர்களால் வாங்கப்பட்டு இன்று சத்யா ஸ்டூடியோவாக இருக்கிறது

அதுபோல படத்தின் வசனங்கள் குறைவாக இருந்தாலும் அவையும் நாதா ஸ்வாமி.. என ஹீனஸ்வரத்தில் நாயகன், நாயகி அழைத்துக்கொண்டும் பெரும்பாலும் பிராமண பாஷை பேசிக்கொண்டிருந்தனர். காரணம் முன் சொன்னதுதான் . பெரும்பாலும் பிராமண சமூகத்தினரே முடிவெடுக்கும் இடத்தில் இருந்தனர்.

ஆனால் நாற்பதுகளின் துவக்கத்தில் வந்த கண்ணகியில் ஒரு மாறுதல் அதில் வசனம் எழுதியது நான் படித்த ஊர் செங்கல்பட்டைச் சேர்ந்த இளங்கோவன் வசனம் எழுதி புதிய மாறுதலை உண்டாக்கினார். பாடல்களை மீறி சினிமாவில் வசனமும் ரசிக்கத்தக்கது என்ற புதிய ரசனையை உருவக்கினார்.

அது போல 1841ல் வெளியான சபாபதி எனும் சமூகப் படம் நகைச்சுவை எனும் புதிய ரசனையை உருவாக்கி மக்களின் ரசனையில் மாற்றத்தை உருவாக்கியது என்றபோதும் தொடர்ந்து பகாவதரின் படங்களும் சின்னப்பா பாகவதரின் படங்களும் வெற்றிப் பெற்று வந்த காரணத்தால் தமிழ் சினிமா புராண இதிகாச பக்தி படங்களிலிருந்து விடுபடவில்லை

மேலும் அன்று ஒரு படத்தில் ஐம்பது அறுபது பாடல்கள் எழுதும்போது பாடலாசிரியர்களுக்கு பெரும் தொகை செலவாகிறது என்பதால் ஏற்கனவே புராணத்திலும் பக்தி இலக்கியத்திலும் புகழ்பெற்றவர்களின் கதைகளிலிருந்து சினிமாவாக எடுக்கும் போக்கு துவங்கியது. பட்டினத்தார் பாட்டுக்கு யார் ராயல்டி கேட்கமுடியும் அதற்கு காசு செலவு பண்ண வேண்டிய அவசியமில்லை. இதனாலேயே நந்தனார், அவ்வையார் போன்ற பலரது கதைகளை சினிமாவாக எடுத்து வந்தனர்

இக்காலத்தில் சினிமாவில் நடசத்திரங்களின் அதிகப்படியான வசதி புகழ் ஆகியவை அவர்களுக்குள் பல ஒழுக்க மீறல்களை உருவாக்க இவை கிசுகிசுக்களாக் வரும் போது மக்கள் அந்த செய்திகளுக்கு அதிக முக்கியத்துவம் கொடுத்தனர். பாதி உண்மையும் பொய்யும் கலந்து இருந்தன.

உலகம் முழுக்கவும் சினிமா அசுர வளர்ச்சியுடன் பத்ரிக்கைதுறையும் காலத்தின் இரட்டைக் குழந்தைகளாக வளர்ந்தன. இரண்டும் ஒரே சமயத்தில் போட்டி போட்டு வளர்ந்தன, ஒன்றை ஒன்று சார்ந்தும் இயக்கின இச் சமயத்தில் தமிழ் சினிமாவிலும் பத்ரிக்கைகள் சினிமா நடசத்திரங்களை வைத்து சிவப்பும், மஞ்சளுமாக செய்தி வெளியிட்டது. ஒரு பக்கம் புகழ் போதையால் நடசத்திரங்களின் ஒழுக்க மீறல்கள் இன்னொருபக்கம் அந்த ஒழுக்க மீறல் செய்தியை ரசிக்கும் தேன் குடித்த நரியாக மக்கள் இப்படி சினிமா பத்ரிக்கை இரண்டும் சேர்ந்து மக்களையும் கேளிக்கை உலகத்துக்குள் தள்ளியது. இச் சமயத்தில்தான் லஷ்மிகாந்தன் என்ற நபர் இலங்கையிலிருந்து கப்பல் மூலம் சென்னைக்கு வந்து இறங்கினார். கொண்டு வந்த பணத்தையெல்லாம் குதிரை பந்தயத்தில் இழந்தார். இந்து நேசன் பத்ரிக்கை துவக்கினார் சரியாகப் போகவில்லை கிசுகிசு எழுதினார் பிய்த்துக்கொண்டு போனது. பேனாவில் பொய் ஊற்றிக்கொண்டார் இன்னும் கூடுதலாக பணம் கிட்டியது. கையும் களவுமாக நட்சத்திரங்களை பிடித்தார், மிரட்டினார் . செய்தி போட்டால் மானம் போகும் என்றார், பாகவதர், என். எஸ். கிருஷ்ணன், சின்னப்பா டி. ஆர். ராஜகுமாரி . எம் எஸ் சுப்புலட்சுமி ஒருவரையும் விடவில்லை. சிலர் பயந்து பணம் கொடுத்தனர் சிலர் வெறுத்தனர் சிலர் மறுத்தனர்

8 1 1944 அன்று, சென்னை புரசைவாக்கத்தில் ரிக்ஷாவில் போகும்போது, மிகுந்த போதையுடன் வீடு திரும்பும் போது மர்ம நபர்களால் கத்தியால் குத்துப்பட்டார், வெளியே விழுந்த குடலை வயிற்றில் இழுத்து துணியால கட்டிக்கொண்டு ஒரு கையால் பிடித்துக்கொண்டே வேப்பேரி காவல் நிலையத்தில் புகார் செய்து வாக்குமூலம் கொடுத்தார் அடுத்த நாள் காலை பத்ரிக்கை செய்தியில் தமிழகமே அதிர்ந்தது.

தியாகராஜ பாகவதரும் என். எஸ் .கிருஷ்ணனு, பக்ஷிராஜா ஸ்டுடியோ அதிபர் ஸ்ரீராமுலுவும் கைது செய்யப்பட்டனர்

பாகவதரை நம்பி பணம் போட்டவர்கள் கையைப் பிசைந்தனர். பல படங்கள் பாதியில் நின்றது ஒட்டு மொத்த தமிழ் சினிமாவும் முடங்கியது மக்களுக்கு சினிமா மீது நம்பிக்கை போனது . வெறுப்பில் கசந்தனர். பாட்டு கலை சங்கீதம் அனைத்தின் மீதும் அது பிரதிபலித்தது.

மக்களுக்கு பாகவதர்கள் என்றாலே ஹீரோக்கள் என்ற பிம்பம் உடைந்து சுக்கு நூறாக்கியது சங்கீதம் புராணம் எல்லாம் ஒரு வித ஏமாற்று என உணரத்துவங்கினர் கைதட்டியவர்கள் கையைக்கட்டிக்கொண்டு யோசிக்கத்துவங்கினர் உண்மை எது என யோசித்தனர். சொறிந்து விடுவது கலை அல்ல என உணர்ந்தனர். கலை உண்மையைச் சொல்ல வேண்டும் என எதிர்பார்த்தனர் அதேசமயம் நீதிகட்சி மற்றப்பட்டு திராவிட இயக்கமாக மாறியிருந்தது

திராவிட இயக்கத்தினரின் பாசறை பல புரட்சிக் குயில்களை உருவாக்கியது அவர்கள் தமிழ்நாடு முழுக்க சென்று முழங்கினர். புதிய பூபாளம் இசைக்க துவங்கினர் மாணவர்கள் மத்தியில் சிந்தனை மாற்றம் மொழிப்பற்று ஆகியவை உருவாகத்துவங்கின

பாகவதர்கள் கிராஃப் வெட்டிக்கொண்டனர் ஸ்ரீ வள்ளியில் பாகவதர் கெட்டப்பில் படத்தில் நடித்த டி. ஆர். மகாலிங்கம் 1947 ல் கிராஃப் வெட்டிக்கொண்டார். நாம் இருவர் படத்தில் புது தோற்றத்தில் சமூகப் படத்தில் நடித்தார் கிராஃப் வெட்டிக்கொண்டது அவர் மட்டுமல்ல ஒட்டுமொத்த தமிழ் சினிமாவும் ரசிகர்களும்தான் ஒட்ட வெட்டிய கிராஃப்பும் நறுக்கு மீசையும் காலத்தின் குறியீடாகவும் பின் அதுவே திராவிட இயக்கத்தின் அடையாளமாகவும் மாறியது

சினிமாவின் முகமும் மாறத்துவங்கியது

ஜனவரி 24ல் வெளிவருகிறது
சென்னை பாரகன் & பிராட்வே
மற்றும் தமிழ் நாடெங்கும்
மாடர்ன் தியேட்டர்ஸ்
மந்திரி குமாரி
விநாடிக்கு விநாடி ஆச்சரியத்தை அள்ளி வீசும் அற்புத கருத்துக்கள்
நிறைந்த காதல் சித்திரம்
டைரக்ஷன் :—டி. ஆர். சுந்தரம் & எல்லீஸ் R. டங்கன்
கதை வசனம் :—கருணாநிதி
சங்கீதம் :—ஜி. ராமநாதன்

# திராவிட எழுச்சி வசன யுகம்

i) துவக்க காலம் 1947–1949
ii) திராவிட இயக்க எழுச்சி 1949–1955
iii) தொழில் நுட்ப வளர்சி 1956–1959

# வசன யுகம் துவக்க காலம்

# 1947-1949

# இந்திய விடுதலைக்கு முன்னும், பின்னும் தமிழ் சினிமா

**1945**, மே 8 உலக வரலாற்றில் ஒரு பொன்னாள் அன்றுதான், ஜெர்மனி முழுமையாக வீழ்த்தப்பட்டு இரண்டாம் உலகப்போர் முடிவுக்கு வந்தது. ஐரோப்பாவில் எழுந்த மகிழ்ச்சி அலை, இந்தியாவில் சற்று அதிகமாக எதிரொலித்தது. காரணம்,'இரண்டாம் உலகப் போருக்குப்பின்இந்தியாவுக்கு விடுதலை தருவோம்' என, பிரிட்டிஷ் அரசாங்கம் முன்பே அறிவித்திருந்த காரணத்தால், அனைவரும் 'உடனே அது நடக்கப்போகிறது' என எதிர்பார்த்து மகிழ்ச்சியில் திளைத் திருந்தார்கள். ஆனால் பிரிட்டிஷ் அரசாங்கம், இந்தியாவுக்கு விடுதலைதரக் கூடுதலாக இரண்டு ஆண்டுகள் எடுத்துக் கொண்டு, ஆகஸ்ட் 1947ஆம் ஆண்டு வழங்கியது.

இதற்கு இடைப்பட்ட காலத்தில், மக்களிடையே கோபமும் வருத்தமும் அதிகமாகயிருந்தது. பலவிதமான கொந்தளிப்பான உணர்ச்சிகள் நாடெங்கும் வீசின. ஒருபக்கம், காந்தி அலை. இன்னொருபக்கம், சுபாஷ் சந்திர போஸின் மரணச்செய்தி.

இந்தச் செய்தியானது, இந்தியாவில் இதர பகுதிகளைத் துக்கத்தில் ஆழ்த்தியதோ, இல்லையோ தமிழ் மக்களிடையே பெரும் பாதிப்பை உருவாக்கியது.தமிழர்கள் பலர்,சுபாஷ் சந்திரபோஸின் இந்திய தேசிய ராணுவப் படையில் வீரர்களாக பர்மாவில் சிக்கிக் கொண்டிருந்தனர். அப்போது, அவர்களின் நிலை என்ன ஆனது எனத் தெரியவில்லை.இப்படியான குழப்பமான சூழ்நிலை நிலவிய இந்தக் காலக்கட்டத்தை, தமிழ் சினிமா துல்லியமாகப் பிரதிபலித்ததா என்றால் 'இல்லை' என்றுதான் சொல்லவேண்டும். இதற்கு மிக முக்கியக் காரணம்,

ஆங்கிலேய அரசாங்கத்தின் அப்போதைய கடுமையான கெடுபிடிகள் என்ற போதும், நாடக உலகில் இருந்தளவுக்குக் கூட விடுதலைப் போராட்ட உணர்ச்சி சினிமாவில் இல்லை.

1947ஆம் ஆண்டு வந்த படங்களின் பெயர்களை மட்டும் கொஞ்சம் பாருங்கள்: 'ஆயிரம் தலைவாங்கிய அபூர்வ சிந்தாமணி', 'ருக்மாங்கதன்', 'குண்டலகேசி','ஏகாம்பவாணன்', 'வீர வனிதா', 'தெய்வ நீதி'. இப்படியான காலத்தில்,தமிழ் சினிமா பழைய பஞ்சாங்கமாகவே இருந்து வந்தது. என்றாலும் விதிவிலக்காக 'நாம் இருவர்','தியாகி','தாய் நாடு'போன்ற படங்களும் வெளிவந்தன என்பது ஒரு ஆறுதல் செய்தி. குறிப்பாக, 'நாம் இருவர்'திரைப்படம், முதன் முதலாக பாரதியாரின் பாடல்களைப் பயன்படுத்தி, விடுதலை உணர்வைப் பேசி மிகப்பெரிய வெற்றியும் பெற்றது. ஆனால் இதர படங்கள் ஏதும் பெரிதாகச் சொல்லிக்கொள்கிறார்போல இல்லை. அதுபோல, வேறெந்தப் படமும் வெற்றியும் பெறவில்லை. ஏற்கெனவே, லட்சுமிகாந்தன் கொலை வழக்கின் காரணமாக, தியாகராஜ பாகவதர், என்.எஸ்.கிருஷ்ணன் ஆகியோர் சிறையி லிருந்த காரணத்தால் தமிழ் சினிமா, ஒரு குழப்பமான நிலையில் இருந்தது.

1947, ஆகஸ்ட் 15அன்று, இந்தியா விடுதலை பெற்ற பின்பும்கூட தமிழ் சினிமாவின் இந்தக்குழப்பமான நிலை தீர்ந்தபாடில்லை. காரணம், அன்று மதராஸ் மாகாணமாக இருந்த தமிழக அரசியல் சூழலே அப்படித்தான்

இருந்தது.பெரியார் தீவிரமாக விடுதலையை எதிர்த்தார்.'நமக்கெல்லாம் இனி விடிவுகாலமே இல்லை, நிரந்தர இருள்தான்'என்று கூறினார். 'சமூகத்தில் சாதியும் மதமும் என்று ஒழிகிறதோ அன்றுதான் முழுமையான விடுதலை' என உரக்கக்கூறினார். அதேசமயம், அவரது திராவிடர் கழகத்தைச் சேர்ந்த இன்னொரு முக்கியத் தலைவரான அண்ணாத்துரை அவர்கள், இந்த ஆகஸ்ட் 15 விவகாரத்தில் மாறுபாடான கருத்தைக் கொண்டிருந்தார்.இருவருக்கு மிடையிலான மோதல் மிகப்பெரிய அளவில் முட்டிக் கொண்டிருக்க, திராவிடர் கழகம் இரண்டாக உடைவதற்கான சந்தர்ப்பத்தை நோக்கிப் போய்க்கொண்டிருந்தது. இச்சூழலில், என்.எஸ்.கிருஷ்ணன் சிறையிலிருந்த போது, அவரது கம்பெனி மூலம் தயாரான'பைத்தியக்காரன்'என்னும் படத்தின் தலைப்பானது, அன்றைய காலத்தின்குறியீடாகக் கொள்ளுமளவுக்கு அப்போதைய தமிழ் சினிமாவுக்கும் தமிழ்ச் சூழலுக்கும்கூட பொருத்த மானதாகவே இருந்தது. கிட்டத்தட்ட, திராவிட சினிமா எனும் பெரும்புயல், அடுத்த சில வருடங்களில் வீசி' வேலைக்காரி', 'மந்திரிகுமாரி','பராசக்தி',' இரத்தக்கண்ணீர்', 'மலைக் கள்ளன்',' மனோகரா'எனத் தமிழ் சினிமா, பெரும் பாய்ச்சலை நிகழ்த்தப்போகிறது என்பதை முன்கூட்டிஉணர்த்தவோ என்னவோ, இக்காலக்கட்டத்தில் தமிழ் சினிமாவே இருளடைந்து காணப்பட்டது எனலாம். இப்படியான குழப்பமான நிலையில்,தமிழ் சினிமாவில் அதுவரையிலான புராண, இதிகாச, சரித்திரப் படங்களின் முத்தாய்ப்பான முற்றுப்புள்ளியாகவும் இரண்டு படங்களை விடுதலைக்குச் சற்றுமுன் அதே ஆண்டில் வெளியிட்டது. ஒன்று, 'நாம் இருவர்' தேசியச் சிந்தனை. இன்னொன்று, 'ராஜகுமாரி' திராவிடச் சிந்தனை. 'நாம் இருவர்' வடிவம் மற்றும் தோற்றத்தில் புதுமையுடனும், 'ராஜகுமாரி' கருத்தில், வசனத்தில் புதுமை யுடனும் உருவாகின.

## காட்சியில் புதுமை 'நாம் இருவர்'

**த**மிழ் சினிமாவில் புதிய காற்று வீசத்துவங்கியதன் அறிகுறியாக வந்த முதல் படம் 'நாம் இருவர்'. இந்திய விடுதலைக்குச் சரியாக, ஏழு மாதங்களுக்குமுன் சனவரி 12, 1947ஆம் ஆண்டு வெளியான இப் படம், காலமாற்றத்தை தன் காட்சியிலும் கருத்திலும் விடுதலைக்கு முன்னரே அறிவித்தபடம். படத்தில் வரும் 'கொட்டு முரசே' எனும் பாரதியார் பாடல், தமிழ் சினிமாவின் மாறுதல்களை முன்கூட்டி அறிவிப்பது போலவே இருந்தது

அதுவரை புராண, இதிகாசப் படங்களை மட்டுமே பார்த்துவந்த பழைய பஞ்சாங்க ரசனைகளை அடித்து விரட்டி, நவீனமாக உருவான தமிழின் முதல் சினிமா எனலாம். இது, காந்தியை முன்னிலைப்படுத்தும் ஒரு தேசபக்தி கருத்தைக் கொண்டிருந்த போதும், அடுத்து வரப்போகும் திராவிட சினிமாவின் காட்சி இலக்கணங்களைத் தன்னகத்தே கொண்டு, அதன் முன்னோடிப் படமாகவும் கூறலாம். குறிப்பாக, அக்காலக் கட்டத்தின் அன்றாட வாழ்வியலின் சம்பவங்களை அப்படியே கத்தரித்து ஒட்டியது போன்ற எதார்த்த காட்சியமைப்புகள் இந்தப் படத்துக்கு ஒரு புதிய சினிமாவுக்கான தோற்றத்தைக் கொடுத்திருந்தது.

அஜயன் பாலா

**கதை**

'நாம் இருவர்' இன்றைய 5.ஜிகாலத்திய தமிழ்ச்சூழலின் கதை. மட்டுமல்லாமல் அக்காலத்தைவிட இப்போது இந்தக்கதையை எடுப்பதுதான் அவசியமும் தேவையும்கூட எனலாம்.

நாயகன் சுகுமார், சினிமாவின் மீது தீவிர ஈடுபாடு கொண்டவன். அதுவரை தான், குருவிபோலச் சேர்த்த பணத்தை வைத்து ஒரு படம் எடுக்கிறான். ஒருகட்டத்தில், அவன் படத்தை வெளியிட மோசடிக் கும்பலின் வலையில் விழுகிறான். ஆனால் படத்தை வெளியிட முடியவில்லை. அதனால் அவன் வாழ்க்கையே நிர்மூலமாகிறது. இந்த நெருக்கடியான சூழலில் அவன், என்னவெல்லாம் செய்கிறான் என்பது மீதிக்கதை.

**தயாரிப்பு**

இதைப் படிக்கும் தயாரிப்பாளர்கள், இயக்குனர்கள் 'அட! இது என்னோட கதையாச்சே' எனச்சொல்லி, கதைத்திருட்டு வழக்குப் போட முயற்சிக்க வேண்டாம். 77 வருடங்களுக்குமுன் இந்திய விடுதலைக்கு ஏழு மாதங்களுக்குமுன் ஜனவரி 12 1947 ஆம் ஆண்டு வெளியான படத்தின் கதை என்றால் நம்பமுடிகிறதா?

இன்னும் கூடுதல் ஆச்சர்யம் என்னவென்றால், இப் படத்தின் முக்கியமான திருப்புமுனைக் காட்சியில், சில வருடங்களுக்கு முன் மத்திய அரசாங்கம் ஒரே இரவில் அறிவித்த பண மதிப்பிழப்பும் அதனால் உண்டான பிரச்சனையும் வருகிறது. 'என்னடா, என்ன டைம் டிராவல் படம்!' என நாம் குழம்பலாம். ஆமாம். கலை, சிலநேரம்சில அதிசயங்களைச் செய்யும். 1947இல் எடுத்த இப்படத்தின் ஒரு காட்சியில், நாயகியின் தந்தை தினமணி செய்தித்தாள் வாசிக்கும்போது அதில் '500 ரூபாய் 1000 ரூபாய் அனைத்தும் இனி செல்லாது' என பிரிட்டிஷ் அரசாங்கம்அறிவித்துவிட, அந்த அதிர்ச்சி தாங்காமல் நெஞ்சைப்பிடித்துக் கொண்டு இறந்துவிடுவார். 1947க்கும் 2024க்கும் இடையில் இத்தனை ஆண்டுகளில் எத்தனையோ மாற்றங்கள் நடந்திருக்கின்றன பணமதிப்பீடு எவ்வளவோ மாறியிருக்கிறது. ஆனால் ஆச்சர்யமாக இருக்கிறது அன்றும் இன்றும் இந்த 500 ரூபாய் 1000 ரூபாய் பிரச்சனைமட்டும் மாறவில்லை. இவை இரண்டையும் ஒழித்துவிட்டால் கருப்புச்சந்தையை ஒழித்துவிடலாம் என்பது பிரிட்டிஷ் அரசாங்கத்தின் யோசனை என்பதும், இப் படம் நமக்கு உணர்த்தும் இன்னொரு சேதி. இக்காட்சியில்

இதைப் படித்துவிட்டு நெஞ்சைப்பிடித்துக்கொண்டுசாயும் நாயகியின் தந்தையாக சண்முகம்பிள்ளை பாத்திரத்தில் நடித்தவர், வி.கே.ராமசாமி. இப்படத்தில் நடிக்கும்போது அவருக்கு வயது 18. ஆனால் படத்திலோ, அவர் 68 வயது நபராக நடித்திருப்பார். இந்தக் கதையை எழுதியவர், பிற்பாடு எம்.ஜி.ஆரை வைத்துப் பல படங்கள் இயக்கிய ப.நீலகண்டன். அவர் முதன்முதலாக எழுதிய 'தியாக உள்ளம்' எனும் இக் கதையை, என்.எஸ்.கிருஷ்ணன் நாடகமாக உருவாக்கினார். இதைஏவிஎம் ஸ்டூடியோவுக்காக, மெய்யப்பன் அவர்கள் சினிமாவாக எடுக்க முன்வந்து என்.எஸ்.கிருஷ்ணனிடம் உரிமையும் வாங்கினார்.நாடகத்தில் நாயகனாக நடித்த எஸ்.வி.சகஸ்ஹரநாமத்தையே நாயகனாகவும் ஒப்பந்தம் செய்திருந்தார். இதனிடையே, லஷ்மிகாந்தன் கொலைவழக்குத் தொடர்பாக என்.எஸ்கிருஷ்ணன் சிறைக்குச் செல்ல நேரிட, பட வேலைகள் தடைப்பட்டன. இதனால் நாடகக் கம்பெனியை நிர்வகிக்கும் மொத்தப் பொறுப்பும் சகஸ்ஹரநாமத்தின் கையில் வந்துவிட்டது. நேர நெருக்கடி காரணமாக சகஸ்ஹரநாமம் அவர்களால் ஏவி.மெய்யப்பன் அவர்களுக்குச் சொன்னபடி கால்ஷீட் கொடுக்க முடியவில்லை. அவரும் பார்த்தார். சட்டென ஹீரோவாக டி.ஆர்.மகாலிங்கத்தை ஒப்பந்தம் செய்தார். இன்னொரு பாத்திரத்துக்கு டி.ஆர்.ராமச்சந்திரனை ஒப்பந்தம் செய்தார். படப்பிடிப்பைத் துவக்கினார். ஆறு மாதத்தில் மொத்தப் படப்பிடிப்பையும் முடித்தார்.

நடிகர்கள் தோற்றம் நடிப்பு உடை ஆகியவற்றில் மேற்கத்திய தன்மையை கொண்டு வந்த முதல் படம். அதிலும் குறிப்பாக சினிமா கம்பெனி ஆட்களை சித்தரிக்கும் காட்சியில் அவர்கள் சிகரட் பிடிப்பது மது அருந்துவது போன்ற காட்சிகள் அக்காலத்தில் துணிச்சலான விடயம். வில்லன் ஆட்கள் கறுப்பு உடையில் சிகரட் பிடித்துக்கொண்டு அந்த புகைக்கு நடுவே டி.ஆர் மகாலிங்கத்தை பணத்தை கொண்டு வரும்படி பேசும் காட்சிகள் இன்று பார்க்கும் போது காட்பாதர் திரைப்படத்தில் வரும் காங்ஸ்டர்களை நினைவுபடுத்தியது. இயக்குனர் ஏவி.மெய்யப்பன் அவர்களின் புதுமைக்கும் ரசனைக்கும் ஓர் எடுத்துக் காட்டு

**ஹீரோவாக டி.ஆர். மகாலிங்கத்தை ஒப்பந்தம் செய்தார். இன்னொரு பாத்திரத்துக்கு டி.ஆர். ராமச்சந்திரனை ஒப்பந்தம் செய்தார். படப்பிடிப்பைத் துவக்கினார். ஆறு மாதத்தில் மொத்தப் படப்பிடிப்பையும் முடித்தார்.**

### பாரதியார் பாடல்கள்

இக்காலங்களில் வ.ரா. மற்றும் கல்கி அவர்களால், மறைந்த சுப்ரமணிய பாரதியாரின் புகழ் பரவத்துவங்கியது. அவரது பாடல்களை படத்தில் பயன்படுத்த நினைத்த ஏவி மெய்யப்பன் அவர்கள் பாரதியின் மனைவி செல்லம்மாளை அணுகி அவரிடம் பாரதியின் பாடல்களுக்கான உரிமையை கேக்கப்போக அங்கு அவருக்கோ அதிர்ச்சி . செல்லம்மாள் வறுமை கார்ணமாக பாரதியின் மொத்த பாடல்களையும் அறுநூறு ரூபாய்க்கு சுராஜ் மல் எனும் சேட்டுவிடம் விற்றிருந்தார் . உடனே மெய்யப்பன் அவர்கள் சேட்டுவிடம் அணுக அவர் பிடிகொடுக்காமல் பேச எதற்கும் இருக்கட்டும் என அவர் கையோடு எடுத்துச் சென்றிருந்த பத்தாயிரம் ரூபாயை எடுத்து சேட்டுவிடம் நீட்ட மறுகணம் சேட்டு மொத்த பாடல்களின் உரிமையும் கையோடு எழுதிக்கொடுத்துவிட்டார். அதன் பிறகு பல வருடங்கள் இந்த உரிமையை வைத்திருந்த அவர், பிற்பாடு நாட்டுடைமையாக்க ஆவண செய்து, தமிழக அரசிடம் ஒரு பைசா வாங்காமல் அப்படியே

ஒப்படைத்தார். அன்று பத்தாயிரம் ரூபாய இருந்தால் ஒரு படமே எடுத்துவிடலாம் நாம் இருவர் போன்ற படத்துக்கு பாடல்களுக்கு .மட்டும் பத்தாயிரம் ரூபாய் செலவு செய்தது பெரிய தொகை ஒரு படத்தின் பாட்டுக்கு இவ்வளவு செலவு செய்வதா? என அன்று மட்டும் மெய்யப்பன் அவர்கள் யோசித்திருந்தால் பாரதியாரின் பாடல்கள் சேட்டுவின் லாக்கர் உள்ளேயே பல வருடங்களாக பாடம் படித்திருக்கும். இப்படியான ஆவிச்சி மெய்யப்பன் அவர்களது தமிழ்ப் பற்றும் சமூக அக்கறையும் காலக்கணிதமும்தான் ஏவி எம் என்ற நிறுவனத்தை இன்று நூற்றாண்டு காண வைத்திருகிறது. தேசப்பற்றை முன்னிறுத்தும் படம் என்பதால் அவர், படத்தின் கதையை சுப்ரமணிய பாரதியின் பிறந்த நாளில் துவக்கி காந்தி இறந்த நாளில் முடித்தார். இந்தப் படத்தில் டி.கே.பட்டம்மாள் பாடிய 'ஆடுவோமே பள்ளு பாடுவோமே' என்ற பாடலுக்கு பேபி கமலாவின் நடனம் மிகச் சிறப்பாக அமைய, அதைப் பார்க்கவே மக்கள் கூட்டம் கூட்டமாக தியேட்டரில் குவிந்தனர். அதற்குப்பின் எட்டு மாதத்தில் இந்தியாவுக்குச் சுதந்திரம் கிட்டியவுடன் இப் பாடலுக்கு இன்னும் மவுசு கூடியது. ஏவிஎம் ஸ்டுடியோ என்ற பேனரில் உருவான முதல்படம் இதுதான். இன்று நாம் காணும் வடபழனி ஏவிஎம் ஸ்டூடியோ, இந்தப்படத்தின் வெற்றியால் தான் உருவாகியது. மெய்யப்பன் அவர்கள், இந்த ஏவிஎம் ஸ்டூடியோ வாசலில் 'ஏவிஎம்' இலச்சினையை உருண்டையாகச் சுழலவிட்டு, தமிழ் சினிமாவின் அடையாளமாக அது உருவாகக் காரணம், இந்த 'நாம் இருவர்' படம்தான்.

# ‘ராஜகுமாரி’

**1947**இல் வெளியான ’ராஜகுமாரி’ திரைப்படம்,தமிழ் சினிமா வரலாற்றில்மட்டுமல்ல; தமிழர்களின்,தமிழ்நாட்டின் அரசியல், பண்பாட்டு வரலாற்றில் மிகப்பெரிய திருப்புமுனை திரைப்படம் என்றால் அது மிகையில்லை. பின்னாளில்தமிழகத்தை ஆளப்போகும்இரண்டு ராஜகுமாரர்களை இந்த தமிழ்கூறும் நல்லுலகுக்கு அது ஒருசேர அறிமுகம்செய்து பெரும்பேற்றை தக்கவைத்துக்கொண்டது.

பின்னாளில் அடுத்த 70 ஆண்டுகளுக்கு புரட்சித்தலைவர் என்றும் கலைஞர் என்றும் இரு இமயங்களாக உயர்ந்து மக்கள் செல்வாக்கு பெற்று தமிழகத்தையே இரண்டாகப் பிரித்துகொண்டு நிற்கும் அளவிற்கு சினிமாவைப் போலவே அரசியலிலும் மிகபெரிய வெற்றியைத் தொட்டு இப்போது இறந்த பின்பும் சென்னை மெரினா கடற்கரையில் துயில்கொண்டு, பல லட்சம் தமிழர்களால் நாள்தோறும் வணங்கப்பெறும் அளவுக்கு முக்கியத்துவம் பெற்றார்கள் என்றால், அதற்கு முழு முதல் துவக்கப்புள்ளி, இந்த ’ராஜகுமாரி’ திரைப் படம்தான்.

இராமச்சந்திரன்என்ற பெயருடன் அதுவரை சிறுசிறு பாத்திரங்களில் நடித்துவந்த எம்.ஜி.ஆர்.அவர்கள், நாயகனாக நடித்த முதல் படம் இது. அதேசமயம், அதுவரை அரசியல் மற்றும் நாடக மேடைகளில் மட்டுமே உச்சரிக்கப்பட்டுவந்த கருணாநிதி என்றபெயர், முதல் முறையாக வசன உதவி என்ற பெயருடன் இடம்பெற்றதும் இந்த ’ராஜகுமாரி’யில்தான்.

இந்தப் படத்தில் நடிக்கும் முன் எம்.ஜி.ஆர்.தன் வாழ்க்கையில் எதிர்கொண்ட அனுபவங்கள் தனிக்கதை.

## பூர்வீகம்

எம்.ஜி.ராமச்சந்திரன் அவர்களின் பூர்வீகம், கேரளாவில் உள்ள பாலக்காடு அருகில் இருக்கும் மருதூர் எனும் சிறுகிராமம் என்றாலும், அவர் பிறந்தது இலங்கையில் உள்ள கண்டிபகுதியில் இருக்கும் நாவல்பிட்டி எனும் கிராமம். அவர் தந்தை கோபாலமேனன், பாலக்காட்

டிலிருந்து இலங்கைக்கு இடம் பெயர்வதற்குப் பல கதைகள் சொல்லப்படுவதுண்டு.

19ஆம் நூற்றாண்டின் இறுதியில், கேரளாவையே உலுக்கிய தாத்ரி குட்டியின் விசாரணை வழக்கில், அவளோடு உறவுவைத் திருந்ததாக 64 பேர் கைது செய்யப்பட்டு நாடுகடத்தப்பட்டனர் என்றும், அதில் ஒருவர்தான் எம்.ஜி.ஆரின் தந்தையான மருதூர் கோபாலமேனன் என்றும், அதனால் அவர் இலங்கையில் உள்ள கொழும்பில் ஆசிரியர் பணி செய்தார் என்றும், அங்கு கண்டியில் பிறந்த மகன்கள் இருவரில் ஒருவர்தான் இராமச்சந்திரன் என்றும், ஆலங்கோடு ராமகிருஷ்ணன் என்பவர், மலையாளத்தில் எழுதிய நூலொன்றில் எழுதுகிறார்.

வேறு ஆதாரமற்ற ஒரு குறிப்பில், எம்.ஜி.ஆரின் தந்தை கோபாலமேனன் பிரிட்டிஷ் காலத்தில் அந்தமானில் நீதிபதியாக இருந்தார் என்றும், அவரது மனைவி சத்யபாமாவுக்கு இந்தத் தொழில் பிடிக்கவில்லை என்றும், அதனால் கோபாலமேனன் குடும்பத்தோடு இலங்கை சென்றார் என்றும், இன்னொரு கதை சொல்லப்படுகிறது.

இதில் எந்தக்கதை உண்மையோ, இல்லையோ. ஆனால் கோபாலமேனன் சத்யபாமா தம்பதிக்கு, இலங்கையில் உள்ள கண்டியில் மகன் இராமச்சந்திரன் ஐந்தாவது மகனாகப் பிறந்தார் என்பதும், அவருடன் காமாட்சி, சுமித்ரா என்ற இரு மூத்த சகோதரிகளும் சக்ரபாணி, பாலகிருஷ்ணன் என்ற இரு மூத்த சகோதரர்களும் பிறந்தார்கள் என்பது உண்மை. கண்டியில் இருக்கும்போதே சத்யபாமாவின் கணவரும் எம்.ஜி.ஆர். அவர்களின் தந்தையுமான கோபாலமேனன் மற்றும் மகள் சுமித்ரா மற்றும் மகன் பாலகிருஷ்ணன் ஆகியோர் இறந்துவிட, செய்வதறியாத சத்யபாமா அவர்கள்தன் முன்று குழந்தைகளுடன் கப்பலில் இந்தியா வந்திறங்கினார்.

'கணவரின் சொத்தில் பங்கு கிடைக்கும் பிழைத்துக் கொள்ளலாம்' என்ற ஆவலுடன், நேரே பாலக்காட்டுக்கு குழந்தைகளுடன்வந்திறங்கிய தாய் சத்யபாமாவுக்கு அதிர்ச்சி. அங்கு உறவினர்கள் அவரை அவமானப்படுத்தி விரட்டியடித்தனர்.எங்குபோவது எனத்தெரியாமல் தவித்த சூழலில்,இன்னொரு மகள் காமாட்சியும் இறந்துவிட, அன்னை சத்யா வேறுவழியில்லாமல் அவரது சகோதரர் அழைப்பின் பேரில் அபலையாக அடைக்கலம் தேடி தமிழகத்துக்கு வந்தார். இப்படி, அவர் தாய் ஊர்ஊராக குழந்தைகளுடன் அலைந்த கதையை, பிற்பாடு

எம்.ஜி.ஆர். அவர்கள் ஒரு திரைப்படத்தில் காட்சியாகவே வைத்து,தன் தாய் போல கணவனைப் பிரிந்து குழந்தைகளுடன் வாழும் எண்ணற்ற தாய்மார்கள் உணர்வை பிரதிபலித்திருப்பார்.

கும்பகோணத்தில்ஒரு வீட்டை வாடகைக்கு எடுத்த சத்யபாமா அவர்கள், குழந்தைகள் இருவரையும் ஆனையடிப் பள்ளியில் சேர்த்தார்.பின் குடும்பத்தில் நிலவிய வறுமை காரணமாக, மூன்றாம் வகுப்போடு எம்.ஜி.ஆர். அவர்களின் படிப்பை நிறுத்திய சத்யபாமா, தன் இரண்டு மகன்களையும் நாடகக் கம்பெனியில் சேர்த்துவிட்டார்.

### எம்.ஜி.ஆர் ஒரு முன்கதைச் சுருக்கம்

எம்.ஜி.ஆர். என்றாலே, இன்று நம்பிக்கையின், வெற்றியின் அடையாளம். ஆனால் இந்த வெற்றியின் அடையாளத்தை அடைய, திரையுலகில் அவர்போல தோல்வியோடு போராடியவர்கள் யாரும் கிடையாது.

அவரது 15வது படமாக, 1947இல் வெளியான 'ராஜகுமாரி' கொடுத்த முதல் வெற்றிக்குமுன்பாக, அவர் தோல்வியின் படிக்கட்டுகளில்நடத்திய போராட்டங்கள் அவமானங்கள் இப்படியும் நடக்குமா என யோசிக்க வைப்பவை .

இந்தக் கதைகள் சினிமாவில் மட்டுமல்ல வாழ்க்கையில் வெற்றிபெற வேண்டும் என நினைக்கும் ஒவ்வொருவரும் அவசியம் கற்க வேண்டிய பாடம். எம், ஜி.ஆர் என்ற பிம்பம் எப்படி உருவானது அதன் அறிவியல் என்ன என சமூகவியல் நோக்கில் ஆய்வு செய்பவர்களுக்கும் இப் பகுதி ஒரு பயனுள்ள பொக்கிஷம் .

### பாய்ஸ் கம்பெனி நாடக நடிகர்

ஹாலிவுட்டில் மார்லன் பிராண்டோ, ஜேம்ஸ் டீன், பால் நியுமேன், டஸ்டின் ஹாப்மேன்,ப்ராட்லி ஹூப்பர் மற்றும் அல்பாசினோ போன்ற பல புகழ்வாய்ந்த நடிகர்களை உருவாக்கிய ஆக்டர்ஸ் ஸ்டூடியோ மற்றும்இன்றைய தமிழ் சினிமாவில் பசுபதி, விஜய் சேதுபதி, விமல்,வித்தார்த், டேனியல் பாலாஜி, குரு சோமசுந்தரம் ஆகியோரை உருவாக்கிய கூத்துப்பட்டறைபோல அன்று, இந்த மதுரை ஸ்ரீ சண்முகானந்தா ஒரிஜினல்பாய்ஸ் கம்பெனி பல கலைஞர்களை உருவாக்கியது .பி.யு.சின்னப்பா, என்.எஸ்.கிருஷ்ணன், எம்.கே.ராதா,காளி

என்.ரத்னம் மற்றும் டி.எஸ்.பாலையா உள்ளிட்ட பல நடிகர்களை அது உருவாக்கியது. மேற்சொன்னவர்கள், அங்குசீனியர் நடிகர்களாக நடித்த போதுதான் எம்.ஜி.ராமச்சந்திரன் மற்றும் எம்.ஜி.சக்ரபாணி இருவரும் சிறுவர்களாகப் பயிற்சி எடுத்து வந்தனர். அங்குதான் எம்.ஜி.ஆர். என்ற முழுமையான நடிகர் காளி என்.ரத்னம் போன்ற வாத்தியார்களின் கடுமையான பயிற்சியின் மூலம் கொஞ்சம் கொஞ்சமாக உருவாக்கப்பட்டார். அங்கு, அவர்களுக்குப் பெரிதாக வருமானம் இல்லை. ஆனாலும் மகிழ்ச்சி இருந்தது. பயிற்சிகள் இருந்தன. குதிரை யேற்றம், பாட்டு, நடனம், கத்திச் சண்டை உட்பட அன்றைய நடிகனுக்குத் தேவையான அனைத்துப் பயிற்சிகளும் அங்கு வழங்கப்பட்டன. பயிற்சிக் காலத்தில் வளர வளர எம்.ஜி.ஆர் அவர்களின் கத்திச் சண்டை பயிற்சியைப் பார்க்கவே அனைவரும் கூட்டமாகக் கூடுவர். அவர் வாளைப் பிடிப்பதும் சுழற்றும் லாவகமும் கண்ணைக் கவரும் விதத்தில் இருக்கும். உடன் 'உச்' கொட்டல்களுடன் "அட, அடடே", "பலே பலே", "பிரமாதம்", "சபாஷ்", "அருமை தம்பி" போன்ற வார்த்தைகள் வாட்கள் மோதும் சப்தங்களுக்கு இணையாக விழுந்து கொண்டே இருக்கும்.

### எம்.ஜி.ஆருக்கு'நோ' சொன்ன, எல்லீஸ்ஆர்.டங்கன்

இப்படி, பாய்ஸ் கம்பெனியில் பயிற்சி பெற்றுவந்த காலத்தில்தான், திடீரென டாக்கி சினிமா வந்து, பாடத்தெரிந்த நாடக நடிகர்களுக்குத் திடீர் மவுசு வந்து, அனைவரும் சினிமாவுக்குள் வாய்ப்புப் பெற்று நட்சத்திரமாகப் பிரகாசிக்கத் துவங்கினர். கலைவாணர் என்.எஸ்.கே., எம்.கே.ராதா,பாலையா போன்றவர்களைத் தொடர்ந்து, தானும் சினிமாவுக்குப் போகவேண்டும் என்ற ஆர்வம், அன்று பதின்ம வயதின் இறுதியிலிருந்த எம்.ஜி.ராமச்சந்திரனுக்குள் வரத் துவங்கியது. அப்போதுதான் 'சதிலீலாவதி' படம் துவக்க வேலைகள் நடைபெறத் துவங்கின. மேற்சொன்ன அவரது பாய்ஸ் கம்பெனி கூட்டாளிகள் பலரும் அந்த 'சதிலீலாவதி'யில் நடித்துக்கொண்டிருப்பது அறிந்து எம்.ஜி.ராமச்சந்திரனும், மதறாஸ் கந்தசாமி முதலியாரிடம் வாய்ப்புக் கேட்டார். அவர்தான், அப்படத்தின் தயாரிப்பாளர்.அக்காலத்தில், நாடக உலகில் மிகப்பெரிய திரைக்கதை வசனகர்த்தாஅவர், தன் மகன் எம்.கே.ராதாவை நாயகனாக அறிமுகம்செய்யத்தான் 'சதிலீலாவதி' படத்தை எடுத்துக்கொண்டிருந்தார்.

எம்.ஜி.ராமச்சந்திரன், தன்னிடம் இப்படி வாய்ப்புக் கேட்டபோது அச்சமயம் அருகிலிருந்த சி.டி.ராஜகாந்தம் அவர்களும் "அண்ணே,

ராமச்சந்திரன்நம்ம பையன்னே” எனப் பரிந்துரை செய்ய, அவரும் உடனே அப்படத்தின் இயக்குனர் எல்லீஸ் ஆர். டங்கனிடம் அறிமுகப்படுத்தி, முக்கியப் பாத்திரத்தில் ஒப்பந்தம் செய்யுமாறு பரிந்துரைத்தார். ஆனால் இயக்குனர் எல்லீஸ்ஆர்.டங்கனுக்கு, என்ன காரணத்தாலோ எம்.ஜி.ஆரை பிடிக்கவில்லை. அவர் முகத்தின் தாடையில் இருந்த குழியைக் காரணம்காட்டி நிராகரித்துவிட்டார். வேறு வழியில்லாமல் மணலி கந்தசாமி நிர்ப்பந்திக்கவே, சிறியதாக வந்துபோகும் போலீஸ் பாத்திரத்துக்கு அப்படத்தில் எம்.ஜி.ஆரை நடிக்கவைக்க ஒத்துக்கொண்டார். ஆனாலும் வேண்டாம் என்றவரை தயாரிப்பாளர் நிர்ப்பந்தம் செய்த காரணத்தாலோ என்னவோ, டங்கனுக்கு அப்போதே எம்.ஜி..ராமச்சந்திரனைப் பிடிக்கவில்லை.

’சதிலீலாவதி’ வெளியாகி அந்தப்படம் வெற்றிபெற்றது. எல்லீஸ்ஆர். டங்கன் பெரிய டைரக்டராகவும் படத்தில் நடித்தநாடக நடிகர்கள் பலரும் சினிமா நட்சத்திரமாக அடையாளம் பெற்றனர். ஆனால் துண்டுப் பாத்திரத்தில் வந்துபோன ராமச்சந்திரனை யாருக்கும் தெரியவில்லை.

**இருசகோதர்கள்’**

தொடர்ந்து சினிமா கம்பெனிகளில் வாய்ப்புக் கேட்டு, அண்ணன் சக்ரபாணியுடன் ஏறி இறங்கினார். இச்சூழலில், அவரது நண்பர் கே.பி.கேசவன் நாயகனாக புதியபடம் ஆரம்பிக்கப்போவதை அறிந்து அவரைத் தேடிச்சென்றார்.அக்காலத்தில், நாடக உலகில் கே.பி.கேசவன், சூப்பர்ஸ்டார். அவருக்கென தனி ரசிகப்பட்டாளமே இருந்தது. இதனால் அவருக்கு ’மேடைப்புலி’ என்ற பட்டமும் வழங்கப்பட்டது. அதேசமயம், எம்.ஜி.ஆரும் கே.பி.கேசவனும் நெருங்கிய நண்பர்கள். இருவருக்கும் பூர்வீகம் பாலக்காடு என்பது ஒரு முக்கியக் காரணம். இந்த உரிமையில்,

கே.பி.கேசவன் நாயகனாகநடிக்கப்போகும்'ராஜ்மோகன்' எனும் படத்தில் எம்.ஜி.ஆர், நடிக்க வாய்ப்புக் கேட்டுச்சென்றார். ஆனால் அந்தப் படத்தில் கே.பி.கேசவனால் எம்.ஜி.ஆருக்கு எதுவும் உதவ முடியவில்லை.

அதேசமயம், தான் நடிக்கும் அடுத்த படத்தில் வாய்ப்புத்தருவதாக அப்போதே கேசவன், எம்.ஜி.ஆருக்கு உறுதி கூறினார்.

அதுபோலவே,'இருசகோதர்கள்' எனும் படத்தில் கே.பி.கேசவன் நாயகனாக நடிக்க ஒப்பந்தம் ஆன தகவலறிந்து, அவரைக்காட்டிலும் மகிழ்ந்தார், எம்.ஜி.ராமச்சந்திரன். இந்தப் படத்தில் நடித்து, நாமும் நட்சத்திரம் ஆகிவிடலாம் என நம்பிக்கையுடன் நண்பர் கேசவனைச் சந்திக்கச் சென்றபோது, கேசவனும் மகிழ்ச்சியுடன் தன் நண்பனை இயக்குனருக்கு அறிமுகப்படுத்த அழைத்துச் சென்றார். அங்கே, ராமச்சந்திரனுக்கு அதிர்ச்சி காத்திருந்தது. காரணம், அந்த 'இரு சகோதரர்கள்' படத்தின் இயக்குனராக அப்போது அவர்முன் நின்றுகொண்டிருந்தவர், எல்லீஸ்ஆர்.டங்கன்.

ஏற்கெனவே டங்கனுக்கு தன்னைப் பிடிக்காது என அறிந்துகொண்ட எம்.ஜி.ராமச்சந்திரன், அப்போதைக்கு எதையும் காட்டிக்கொள்ளாமல் அமைதியாக நிற்க, எல்லீஸ்ஆர்.டங்கன் நிச்சயம் நடிக்க வாய்ப்புத்தருவதாக கேசவனிடம் உறுதி கூறினார்.

ஆனால் அந்தப் படத்திலும் அவருக்குக் கிட்டியது, திரையில் வந்து போகும் போலீஸ்காரன் வேடமே. உண்மையில், இந்தப் பகுதியைப் படிக்கும்போது பலருக்கும் எல்லீஸ்ஆர்.டங்கன்மீது கோபம் வரலாம். ஆனால் உண்மையில், எம்.ஜி.ஆர்.வாழ்க்கைக்கு அவர் செய்திருப்பது எல்லாம் மகத்தான உதவிகள். இல்லாவிட்டால், அன்றே எம்.ஜி.ஆரும் முன்னணி நட்சத்திரமாக வந்து பின்புகாணாமல்போயிருக்கவும் வாய்ப்புகள் அதிகம். இதற்கு, கே.பி.கேசவனே உதாரணம்.

'மேடைப்புலி' என வர்ணிக்கப்பட்ட கே.பி.கேசவனுக்கு, திரையிலும் மிகப்பெரிய வரவேற்பு இருந்தது. 'ராஜ்மோகன்' வெற்றியை அடுத்து 'இரு சகோதரர்கள்' படம் வெளியானபோது கூட்டம் முதல் நாள் அலைமோதியது. முதல்நாள், முதல் ஷோ பார்க்க கேசவன், தன் நண்பன் எம்.ஜி.ராமச்சந்திரனையும் அழைத்துச் சென்றார்.

இருவரும் அருகருகே அமர்ந்து காட்சியைப் பார்த்துக்கொண்டிருக்க, படம் முடிந்தவுடன் இருவரும் வெளியேற, ஒட்டுமொத்தக் கூட்டமும்

கேசவனைச்சூழ்ந்து 'அலேக்'காக தூக்கிக்கொண்டு ஆரவாரக் கூச்சல் எழுப்பிக்கொண்டாடியது. அந்தக் கூட்டத்தின் நெரிசலில் இடிபட்டு எம்.ஜி. ராமச்சந்திரன் ஓரமாக ஒதுக்கப்பட்டார். அன்று கேசவனைக் கொண்டாடிய கூட்டம் தன்னையும் கொண்டாட வேண்டும் என்ற ஏக்கம், அவர் மனதில் அன்றுதான் விதையாக விழுந்தது.

**'தட்ச யக்ஞம்'.**

'இரு சகோதரர்கள்' படத்துக்குப்பின், எம்.ஜி.ஆர். துணைப்பாத்திரத்தில் நடித்த மூன்றாவது படம், 'தட்ச யக்ஞம்'. 1938இல் வெளியான இந்தப் படத்தை இயக்கியவர், ராஜா சந்திரசேகர். முதலில், இப்படத்தில் நடிக்க எம்.ஜி.ஆரின்தாயார் சத்தியபாமா ஒத்துக்கொள்ளவில்லை. காரணம், படப்பிடிப்பு கல்கத்தாவில் ஒரு ஸ்டூடியோவில் நடைபெறவிருந்தது. ஆனால் என்.எஸ். கிருஷ்ணன், 'நான் இருக்கிறேன், கவலைவேண்டாம்' என, அன்னை சத்யபாமா அவர்களிடம் வாக்குக் கொடுத்து அழைத்துச்சென்றார்.

பாய்ஸ் கம்பெனி காலத்திலிருந்தே என்.எஸ்.கிருஷ்ணனுக்கு, எம்.ஜி.ஆர்.மற்றும் சக்ரபாணி சகோதரர்களிடம் கூடுதல் அக்கறை இருந்து வந்ததைதாய், சத்யா அம்மையார் நன்கு அறிவார் என்பதால்தான், அவர் கேட்டவுடனேஅனுப்பிவைத்தார்.'தட்சயக்ஞம்' படப்பிடிப்புக்கு கல்கத்தா சென்றபோதுதான் என்.எஸ்.கே. அவர்களுக்கும் தனக்கும் நடந்த சுவையான ஒரு சம்பவத்தை எம்.ஜி.ஆர். தன் சுயசரிதையில் விவரித்துள்ளார்.

ஒருசமயம், தண்ணீரில் இறங்கிச் செல்லவேண்டிய இடத்தில் சுமார் ஆறு அடி

**'சதிலீலாவதி' வெளியாகி அந்தப்படம் வெற்றி பெற்றது. எல்லீஸ்ஆர்.டாங்கன் பெரிய டைரக்டராகவும் படத்தில் நடித்தநாடக நடிகர்கள் பலரும் சினிமா நட்சத்திரமாக அடையாளம் பெற்றனர். ஆனால் துண்டுப் பாத்திரத்தில் வந்துபோன ராமச்சந்திரனை யாருக்கும் தெரியவில்லை.**

அகலமுள்ள பகுதியை, எம்.ஜி.ஆர். அவர்கள் ஒரே தாண்டாக தாண்டிக் குதித்தார். தாண்டிய வேகத்தில் அவரின் செருப்பு ஒன்றின் வார் அறுந்துவிட்டது. செருப்புகளை அங்கேயே வீசி எறிந்துவிட்டு வெறுங்காலோடு தங்குமிடம் வந்து சேர்ந்தார்.

பிற்பகலில், "அண்ணே, புதுசா செருப்பு வாங்கணும், வாங்க கடைக்குப் போகலாம்" என்று என்.எஸ்.கேவை அழைத்தார், எம்.ஜி. ஆர்."நாளைக்குப் போகலாம்" என்றார், என்.எஸ்.கே.மறுநாள் வந்தார் எம்.ஜி. ஆர். "பணம் எடுத்துக்கிட்டியா... போகலாமா... இரு, சட்டைய மாட்டிக்கிட்டு வர்றேன்" என்று உள்ளே சென்ற கலைவாணர், "ராமச்சந்திரா" என்று குரல் கொடுத்தார். உள்ளே சென்ற எம்.ஜி. ஆரிடம், "இந்தச் செருப்பு உன் காலுக்குச் சரியா இருக்கா பாரு" என்று ஒரு பொட்டலத்தைக் கொடுத்தார். பொட்டலத்தைப் பிரித்ததும் திகைத்தார், எம்.ஜி. ஆர். நேற்று வீசியெறிந்த அவரின் செருப்பு தைத்து, மெருகேற்றி புதுப்பிக்கப்பட்டிருந்தது. பேச முயன்றார் எம்.ஜி. ஆர். முந்திக்கொண்டார் என்.எஸ்.கே. "உன்னுடைய பழைய செருப்புத்தான். நீ வீசி எறிந்ததை நான் எடுத்துவந்து தைத்து சரிபண்ணிட்டேன். இதுக்கு என்ன குறை... இன்னும் ஆறுமாசம் வரும். உன்னையும், உன் அண்ணனையும் பிரிந்தறியாத உங்க அம்மா, நீங்க கல்கத்தா வர ஒத்துக்கொண்டது ஏன்? நீங்க சினிமாவுல நடிச்சு நல்லா சம்பாதிப்பீங்க, பணம் அனுப்புவீங்கன்னு எதிர்பார்த்துத்தானே..." என்று சொன்னார்.

'தட்ச யக்ஞம்' படத்துக்குப் பிறகு, ராஜா சந்திரசேகர் இயக்கிய அடுத்தடுத்த படங்களான 'வீர ஜெகதீஷ்','மாயா மச்சீந்திரா','அசோக்குமார்' ஆகிய படங்களில் கிடைத்த வாய்ப்புகளில் எம்.ஜி.ஆர்.நடித்தார்.

இக்காலங்களில், எம் ஜி ஆர், பார்க்க அழகான தோற்றத்துடன் இருந்தபோதும் யாரும் அவரை நாயகனாக ஒப்பந்தம்செய்ய முன்வரவில்லை. அவரும் விடாமல் வாய்ப்புத் தேடி பல ஸ்டூடியோக்கள் ஏறி இறங்கினார். பாகவதர்கள் மட்டுமே நாயகனாக நடித்த அக்காலத்தில், அவருக்குப் போதிய பாடும்திறமை இல்லாதுபோனது ஒரு குறை என்றாலும், சமூக நாடகங்களிலும்கூட அவரை யாரும் பொருட் படுத்தவில்லை. மட்டுமல்லாமல், இவருக்கு இணையாகச் சொல்லமுடியாத நடிகர்கள்கூட அப்போது சமூகப்படங்களில் நாயகனாக நடித்தனர். அப்படி, எம்.ஜி.ராமச்சந்திரனுக்குப் பெரும் தடையாக இருந்தவர், இன்னொரு ராமச்சந்திரன். இவர், டி.ஆர்.ராமச்சந்திரன். இத்தனைக்கும் எம்.ஜி.ஆரோடு ஒப்பிடும்போது அவர் அழகிலோ, உடல் அமைப்பிலோ,

எந்தவகையிலும் ஈடானவர் இல்லை என்றபோதும், அவருக்கு அடுத்தடுத்து வாய்ப்புகள் வந்து விழுந்தன. 1938இல்,'வாயாடி' படத்தில் அறிமுகமான டி.ஆர்.ராமச்சந்திரனுக்கு மூன்றாவது படமாக அமைந்த 'சபாபதி'1941இல் ஏவிஎம் தயாரிப்பில், ஏ.வி.மெய்யப்பன் இயக்கத்தில் வெளியாகி, சக்கைபோடு போட்டு நட்சத்திர அந்தஸ்துக்கு அவரை உயர்த்தியது.

எம்.ஜி.ஆருக்கு போதிய வாய்ப்புகள் கிடைக்காமல் போகப் பேசப்பட்ட பல காரணங்களில் ஒன்று, அவர் மலையாளி என்பதும் வழக்கத்துக்கு மீறிய நிறம் என்பதும் ஒன்று. மேலும் அப்போது அவருக்கு, முகத்தின் தாடைக்கு நடுவில் இருந்த குழியும் லேசாக இருந்த வளைந்த முதுகும் பெரும் தடையாக இருந்தன.

பிற்பாடு சின்னப்பா தேவர் அறிமுகமானபின், அவர்தான் கர்லா கட்டை சுத்துமாறு அறிவுரை செய்ய, அதன்பின் அவருக்கு உருவானதுதான் அந்த வாளிப்பான உடல் அமைப்பு.

'நல்ல தகுதியிருந்தும், இந்தப் பையனுக்கு நாயகனாக வாய்ப்புக் கிடைக்கவில்லையே' என்ற ஏக்கம் எம்.ஜி.ஆரின்மேல் தியாகராஜ பாகவதருக்கு இருந்தது. 1941இல் வெளியான 'அசோக்குமார்' படத்தில், தன்னோடு சிறுபாத்திரத்தில் நடித்த எம்.ஜி.ஆரிடம், தியாகராஜ பாவதர் இப்படி வருத்தப்பட்டதாக எம்.ஜி.ஆரே பிற்பாடு பதிவு செய்துள்ளார்.

இந்த 'அசோக்குமார்' படத்தில்நாயகியாக நடித்தவர், புதுமுக ம்.டி.வி.குமுதினி. இந்த டி.வி. குமுதினியால் எம்.ஜி.ஆர். வாழ்வில் சந்தித்தஒரு நிகழ்வுதான், அவர் எதிர்கொண்ட மிகப்பெரிய உச்சபட்ச அவமானம்.

எனக்குத் தெரிந்து, எம்.ஜி.ஆருக்கு ஏற்பட்ட இதுபோன்ற அவமானம் வேறு எந்த நடிகருக்கும் ஏற்பட்டிருக்காது. அப்படி உண்டாகியிருந்தால் அவர் அப்போதே திரையுலகைவிட்டு ஓடியிருப்பார் அல்லது தற்கொலை செய்திருப்பார்.

**நடிகையின் கணவரால் நின்ற எம்.ஜி.ஆரின் முதல் நாயகத் திரைப்படம்**

சினிமாவில் நாயகனாக நடிக்கத் தகுதியிருந்தும், வாய்ப்புக்கிட்டாமல் இருட்டில் கிடந்த எம்.ஜி.ஆரின் வாழ்விலும் ஒருநாள் சூரியன் உதித்தது.

ஒரு கம்பெனி, எம்.ஜி.ஆரை நாயகனாக நடிக்கவைக்க முடிவுசெய்தது. அந்த நிறுவனத்தின் பெயர்,நாராயணன் கம்பெனி. அவர்கள் தயாரிக்கத் திட்டமிட்ட படத்தின் பெயர், 'சாயா'. படத்தின் நாயகன் வீர்சிங் என்ற பாத்திரத்துக்குஎம்.ஜி.ஆரையும், கதாநாயகியாக அந்நாளில் பிரபல நடிகையாக இருந்த டி.வி.குமுதினியையும் ஒப்பந்தம் செய்தனர்.

தான் துணைப் பாத்திரமேற்ற 'அசோக்குமார்' படத்தின் நாயகியே தனக்கு ஜோடியானதில் எம்.ஜி.ஆருக்கு நிரம்ப மகிழ்ச்சி. திட்டமிட்டபடி, அடுத்த சிலநாட்களில் கோவை சென்ட்ரல் ஸ்டுடியோவில் இதன் படப்பிடிப்பும் வெற்றிகரமாகத் துவங்கியது.

அன்று படப்பிடிப்பில், படத்தின் முக்கியமான ஒரு காட்சி. இயக்குனர் நந்தலால், எம்.ஜி.ஆருக்கு காட்சியை விளக்கினார். கதைப்படி, கதாநாயகன் எதிரிகளுடன் போரிட்டுக் காயங்களுடன் தப்பிவந்து நந்தவனத்தில் தோழிகளுடன் விளையாடிக்கொண்டிருக்கும் கதாநாயகியின் மடியில் மயங்கி விழவேண்டும். கதாநாயகி, அவரின் முகத்தில் தண்ணீர் தெளித்து தெளியச் செய்ய, அப்போது இருவரும் கட்டிப்பிடிக்க வேண்டும். இப்படி அந்தக் காட்சியை விளக்கிவிட்டு நந்தகுமார், காமிராவின் பின்னே சென்று 'ஸ்டார்ட்,காமிரா, ஆக்ஷன்' என்று சொன்னதும், எம்.ஜி.ஆரும் அவர் சொன்னதுபோலவே செய்து, நாயகி டி.வி.குமுதினியின் மடிமீது விழுந்துவிட்டார்.

இருவரும் கட்டிப்பிடிக்கும் காட்சி மட்டும் சரியாக வரவில்லை. பல டேக்குகள் போய்க்கொண்டிருந்தன. என்ன காரணத்தாலோ, எம்.ஜி.ஆரின் முகத்தில் இயக்குனர் எதிர்பார்த்த ஒரு உணர்வு வெளிப் படவில்லை. அப்போது படப்பிடிப்பை பார்த்துக்கொண்டிருந்த கதாநாயகி குமுதினியின் கணவர் கோபமடைந்து, “இந்த ஆள் வேண்டுமென்றே என் மனைவியைக் கட்டிப்பிடிப்பதற்காகவே நடிக்கத் தெரியாததுபோல நடிக்கிறார். இனி, என் மனைவி இப்படத்தில் நடிக்கமாட்டார்” எனக்கூறி, படப்பிடிப்பை நிறுத்தி மனைவியை அழைத்துக்கொண்டு செல்ல, சட்டென அங்குவந்த தயாரிப்பாளர் அவரிடம் ஓடிவந்து, தன் படம் பாதியில் நிற்பதால் உண்டாகப்போகும் இழப்பைப்பற்றிக் கூற, அப்படியும் மனம் இரங்காத கணவர்,'நாயகனை மாற்றினால்தான் என் மனைவி மீண்டும் நடிப்பாள்' எனப் பிடிவாதம் பிடித்தார்.

அன்று டி.வி.குமுதினிக்கு மார்க்கெட்டில் கொஞ்சம் பேர் இருந்தது. அந்தத் திமிர்தான் அவரை இப்படிப் பேசவைத்தது. ஒரு நிமிடம், அந்த நடிகையையும் கணவரையும் நிறுத்திவிட்டு, தன் உதவியாளரை அழைத்து, அதுவரை எடுக்கப்பட்ட மொத்த நெகட்டிவ் பிரிண்ட்டுகளையும் எடுத்து வரச்செய்த தயாரிப்பாளர், அங்கேயே அந்த மொத்த நெகட்டிவையும் எடுத்து வெளியில் போட்டுத் தீயிட்டு, அவர்கள் முன்னாலேயே கொளுத்தினார்.

”இந்தப் படத்தால், எனக்கு எவ்வளவு பணம் நட்டம் ஆனாலும் ஆகட்டும். அதைப்பற்றி எனக்குக் கவலையில்லை. ஆனால் ஒருக்காலும் உனக்காக நாயகனை மாற்றமாட்டேன். ஒருநாள் இந்த ராமச்சந்திரன், ஊரே போற்றும் நாயகனாக வலம்வருவான். அன்று நீ அவனிடம் கையேந்தி நிற்கும் காலமும் வரும்” என்று ஆவேசத்துடன் பேசிவிட்டு, அந்தத் தம்பதிகளை அங்கிருந்து வெளியேறச் சொன்னார். பிற்பாடு, அந்தத் தயாரிப்பாளர் விட்ட சாபம்போல, அதே டி.வி.குமுதினியின் ஏலம் போகவிருந்த வீட்டை மீட்க, எம்.ஜி.ஆரைத் தேடிவந்துசந்தித்து உதவிபெற்றது, வரலாறு.

**எம்.ஜி.ஆர். நிராகரித்த சிவாஜி**

இக்காலத்தில், ஜுபிடர் பிக்சர்ஸ் ’ஸ்ரீமுருகன்’ என்ற திரைப்படத்தைத் தயாரிக்க முடிவுசெய்ய, அதில் சிவன் வேடத்துக்குப் பொருத்தமான நடிகராக எம்.ஜி.ஆரை தேர்வு செய்தனர். அவருக்கு ஜோடியாக பார்வதி வேடத்தில் மாலதி ஒப்பந்தமானார். இந்தப் படத்தில் ஆனந்த தாண்டவம், ருத்ர தாண்டவம்என்ற இரண்டு நடனக்காட்சி இருந்ததால், குமார வாத்தியார் என்பரிடம் சென்று எம்.ஜி.ஆர். ஆறுமாதக் காலம் நடனப்ப யிற்சி எடுத்துக் கொண்டார். இக்காலத்தில், கோவையில் இருந்த எம்.ஜி.ஆருக்குஉடனே காஞ்சிபுரம் வருமாறு அழைப்புவிடுத்தார், டி.வி.நாராயணசாமி என்ற திராவிட இயக்கநாடக நடிகர். அந்த அழைப்பை எம்.ஜி.ராமச்சந்திரன் உடனே ஏற்றுக்கொண்டார் . காரணம் காஞ்சிபுரம் அன்று அரசியல் ரீதியாக் ஒரு புயல் மையம் கொண்ட பூமியாக இருந்தது . திராவிட நாடு என்ற இதழ் அங்கிருந்து தான் அச்சாகி தமிழ்நாட்டு அரசியலில் பல அதிர்வலைகளை உருவககிக்கொண்டிருந்தது . ஆம் அந்த அதிர்வலைகளை உருவாக்கியவர் அண்ணா. நாராயணசாமி அழைப்பு விட்டதும் அண்ணா அவர்களின் புதிய நாடகத்துக்காகத்தான் . 1946இல், சென்னையில் வேப்பேரியில்

திராவிட இயக்க மாநாட்டுக்காகபெரியார் தலைமையில், 'சந்திரமோகன் அல்லது சிவாஜிகண்ட இந்து ராஜ்யம்' என்ற நாடகத்தைப் போட அண்ணா திட்டமிட்டிருந்தார். அந்த நாடகத்தில், நாயகனான சந்திரமோகன் பாத்திரத்தை கே.ஆர்.ராமசாமி நடிக்க விருந்தார், அதில் இன்னொரு, முக்கியப் பாத்திரமான சிவாஜி பாத்திரம் ஏற்று நடிக்க கம்பீரமான தோற்றம்கொண்ட நடிகர் தேவைப்பட்டார். அண்ணா, யாரைப் போடலாம் எனக் குழப்பத்தில் இருந்தபோது, எம்.ஜி.ஆர். அதற்குப் பொருத்தமாக இருப்பார் என டி.வி.நாராயணசாமி அண்ணாவிடம் பரிந்துரை செய்தார். அப்படித்தான் அண்ணாவும் உடனே எம்.ஜி.ஆரை கோவையிலிருந்து காஞ்சிபுரம் அழைத்துவரும்படி உத்தரவிட, அவரும் எம்.ஜி.ஆரை அழைக்க,இதன்காரணமாக 'ஸ்ரீமுருகன்' படத்துக்குநடனப்பயிற்சியில் சிவன் பாத்திரத்துக்குத் தயாராக ஈடுபட்டுவந்தஎம்.ஜி.ஆரும் உடனே புறப்பட்டு காஞ்சிபுரம் வந்தார்.

எம்.ஜி.ஆர்., அண்ணா முதல் சந்திப்பு இப்படியாக நடக்க, அண்ணாவும் உடனே வசனத்தைக் கையில் கொடுத்துப் பேசவைத்து மகிழ்ச்சியுடன் எம்.ஜி.ஆருக்கான உடைகள் தைத்து, நாடகத்துக்கான ஒத்திகைகள் தயார் செய்ய ஆரம்பித்தார். இதேசமயத்தில், எதிர்பாராதவிதமாக ஜூபிடர் பிக்சர்ஸிலிருந்து, பட ப்பிடிப்பு துவங்கிவிட்டது. உடனே கோவை புறப்பட்டு வரும்படி எம்.ஜி.ஆருக்கு அழைப்புவிடுத்தது. அதன் உண்மையான காரணம், எம்.ஜி.ஆர். படத்தில் நடிக்கப்போவதோ சிவன் பாத்திரம். ஆனால் அண்ணாவின் நாடகமோ,நாத்திகக் கருத்துப் பிரச்சாரம். ஒருவேளை, நாடகம் வெளியானபிறகு அது இந்தப்படத்தை பாதிக்குமோ என்ற அச்சம் காரணமாக எம்.ஜி.ஆரை உடனே வரும்படி அழைத்தது, ஜூபிடர் நிறுவனம். எம்.ஜி.ஆருக்கு மிகப்பெரிய நெருக்கடி. சிவாஜியாக நடிப்பதா? இல்லை, முன்பே ஒப்பந்தம்செய்த 'ஸ்ரீமுருகன்' படத்தில் நடிப்பதா...

நாடகம் நடக்க இன்னும் ஒரு வாரமே இருக்கும் சூழலில், அண்ணாவிடம் எம்.ஜி.ஆர்., தன் நெருக்கடியைச் சொல்ல, அண்ணாவும் வேறுவழி யில்லாமல் எம்.ஜி.ஆரை சினிமா படப்பிடிப்புக்குச் செல்ல அனுமதி கொடுத்தார். எம்.ஜி.ஆர். வாழ்வில் அது மறக்கமுடியாத சம்பவம். காரணம், அந்த 'ஸ்ரீமுருகன்' படம்தான் அவருக்குத் தொடர்ந்து அடுத்த படமான 'ராஜகுமாரி'யில் நாயகனாக நடிக்கும் வாய்ப்பைப் பெற்றுத்தந்தது. இன்னும் ஒரு வாரத்தில் நாடகம் போடவேண்டிய நிர்பந்தத்தில், ஒரு நடிகன் வெளியேறுவது எவ்வளவு பெரிய சிக்கலை

அண்ணாவுக்குத் தரும் என எம்.ஜி.ஆரும் அறிந்திருந்தார். ஆனாலும் அண்ணா, அவரை அந்த நெருக்கடியான சூழலிலும் பெருந்தன்மையுடன் அனுமதி கொடுத்த காரணம்தான் பிற்பாடு, எம்.ஜி.ஆர்.தன் உயிருள்ளவரை அண்ணாவை 'இதயக்கனி'யாக ஏற்று நெஞ்சத்தில் வைத்துக் கொண்டாட முழுமுதல் காரணம். அன்று எம்.ஜி.ஆரை சினிமாவுக்கு, அவர் நலனைக் கருத்தில்கொண்டு அனுப்பிவைத்தது, அண்ணாவுக்கு மிகுந்த நெருக்கடி. அதன்பின் யாரை சிவாஜி பாத்திரத்தில் நடிக்கவைப்பது என யோசிக்க, அப்போது வேறுவழியே இல்லாமல் அண்ணாவின்முன், தன் குழுவில் ஒல்லியாக ஒரு நோஞ்சானைப் போலபரிதாபமாக இருந்த இளைஞனைக் கொண்டுவந்துநிற்கவைத்தார், கே.ஆர்.ராமசாமி. அப்போது வந்துநின்ற கணேசனை அண்ணாவால், சிவாஜியாக கற்பனை செய்தே பார்க்க முடியவில்லை. காரணம், அவ்வளவு ஒல்லி. ஆனால் அந்த ஒல்லி கணேசன், வசனத்தை வாங்கி சிவாஜி பாத்திரத்தில் நடித்துக்காட்ட அண்ணா மிரண்டுபோனார். அடுத்த வாரம் நாடகம், சீரும்சிறப்புமாய் நடக்க, அதில் அந்த கணேசனைப்பார்த்து வியந்த பெரியார்,'இனி, நீ சிவாஜிகணேசன்' எனப் பட்டம் சூட்டியது,வரலாறு. அதேசமயம், 'ஸ்ரீமுருகன்' படப்பிடிப்பில் கலந்துகொண்ட எம்.ஜி.ஆரும் படத்தில் அந்தக் காட்சிகளில் சிறப்பாக நடனம் ஆடி நடித்தார். படம் வெளியானபோது அனைவராலும் எம்.ஜி.ஆரின் நடனக்காட்சிகள் சிறப்பாகப் பேசப்பட்டது. உடனே, சூட்டோடு சூடாக அந்தப் படத்தின் கதை ஆசிரியர் எஸ்.ஏ.சாமியை அழைத்து, தங்களுக்கு அடுத்து ஒரு படம் எடுக்க ஜூபிடர் பிக்சர்ஸ் வேண்டுகோள் விடுக்க அவரோ, இப்படத்தை இயக்கும் வாய்ப்பும் எனக்குக் கொடுத்தால் நானே சிறப்பாகச் செய்கிறேன் எனக்கூற, அதற்கு ஜூபிடர் பிக்சர்ஸும் ஒத்துக்கொண்டது. 'ராஜகுமாரி' எனும் கதையும் உருவானது.

# நாயகன் ஆனார், எம்.ஜி.ஆர்.

'ஸ்ரீமுருகன்' படத்தின் எழுத்தாளர், இணை இயக்குனர், ஏ.எஸ்.ஏசாமி அவர்கள் இயக்க்த்தில், தாங்கள் எடுக்கப் போகும் அடுத்த படத்தை பிரமாண்டமாகத் தயாரிக்க முடிவுசெய்த ஜூபிடர் நிறுவனம், நாயகனாக நடிக்க பி.யு.சின்னப்பாவை ஒப்பந்தம் செய்ய முன்வர,ஏ. எஸ்.ஏ.சாமி'வேண்டாம்' எனத் தடுத்துவிட்டார். ஏற்கெனவே, அப்போது பி.யு.சின்னப்பாவை வைத்து எடுத்த 'ஜகதலப்பிரதாபன்'படம் படுதோல்வி அடைந்திருப்பதைச் சுட்டிக்காட்டி,'நாம் புதுமுகம் ஒருவரை நாயகனாகப் போடலாம்' என ஆலோசனை கூறியதோடு, அவர்களது 'ஸ்ரீமுருகன்' படத்தில் நடித்த எம்.ஜி.ஆரைச் சொல்ல, ஜூபிடர் பிக்சர்ஸ் சோமுவும் மொய்தீனும் ஒத்துக்கொண்டனர்.

ஏ.எஸ்.ஏ.சாமி, எம்.ஜி.ஆரை நாயகனாகப் பரிந்துரைக்க முக்கியக் காரணம் முதலாவதாக, தன் முதல்படம் சிறப்பாக வரவேண்டுமானால் நாயகன் தனக்குக் கட்டுப்பட்டவராக இருக்கவேண்டும். பி.யு.சின்னப்பாவாக இருந்தால் அது கஷ்டம். இரண்டாவது காரணம், இருவருமே இலங்கையைச்சேர்ந்தவர்கள். படத்தில் ஒப்பந்தம் செய்யப்பட்ட நடிகை தவமணி தேவி,அக்காலத்தில் கவர்ச்சிக்கன்னியாகக் கொண்டாடப்பட்டவர். அவரும் இலங்கைத் தமிழர். இப்படியாக, ஏ.எஸ்.ஏ.சாமி அவர்கள், தன் முதல் படத்தை சிறிய பட்ஜெட் படமாக எடுக்கத் துவங்கினார்.

கிட்டத்தட்ட, தன் பதிமூன்று வருடப் போராட்டம், அந்தப் படத்தின் மூலமாக முடிவுக்கு வரப்போகிறது என்றதும் எம்.ஜி.ஆர் அவர்கள், அதை முதன்முதலாக தன் தாய் அன்னை சத்யா அவர்களிடம் சொல்லி ஆசி பெற்றார். கூடவே அண்ணன் சக்ரபாணிக்கும் தம்பியின் போராட்டம் ஒருவழியாக முடிவுக்குவந்ததில் மட்டற்ற மகிழ்ச்சி. அதுவும் தாங்கள் மாதச் சம்பளத்துக்கு துணை நடிகர்களாக வேலைசெய்த ஜூபிடர் பிக்சர்ஸ் போன்ற பெரிய நிறுவனத்தின்வழியே இதுநிறைவேறப்போகிறது என்பதுதான் கூடுதல் மகிழ்ச்சி. ஏ.எஸ்.ஏ.சாமி அவரே ஒரு எழுத்தாளர் என்பதால், முழுக்கதையும் எழுதிமுடித்தார். ராஜகுமாரி கதை இதுதான்.

**கதை**

'தன்னைத் திருமணம் செய்தே தீருவேன்' என்று அடம்பிடிக்கும் ஆலகாலனை (டி.எஸ்.பாலையா) அலட்சியப்படுத்துகிறாள், ராஜகுமாரி (மாலதி). ஒருமுறை, வேட்டைக்கு செல்லும்போது சுகுமாரை (எம்.ஜி.இராமச்சந்திரன்) ராஜகுமாரி சந்திக்க நேரிட, அவன்மீது காதல் கொள்கிறாள்.

காதலை தினந்தோறும் இருவரும் வளர்த்தெடுக்கிறார்கள். ஒருகட்டத்தில், சுகுமாரனின் அம்மாவிற்கு இந்த விஷயம் தெரியவர, ராஜகுமாரியை கைவிடச் சொல்கிறாள். அம்மாவின் பேச்சை அப்படியே கேட்கும் சுகுமாரன் ராஜகுமாரியைக் கைவிடத் துணிகிறான்.

ராஜகுமாரியின் நினைவில் வாடிய ஆலகாலன், அவளை எப்படியும் தன்வசப்படுத்த வேண்டும் என்று நினைத்து ஒரு மந்திரவாதியை அணுகுகிறான். ஆனால் அந்த மந்திரவாதியோ, ராஜகுமாரியை கவர்ந்து சென்றுவிடுகிறான்.

ராஜகுமாரியை மீட்பவருக்கு அவளையே பரிசாகத் தரப்படும் என்று உத்தரவு பிறப்பிக்கப்படுகிறது. இந்த விஷயத்தைக் கேள்விப்படும் சுகுமாரன், அம்மாவின் அனுமதியோடு ராஜகுமாரியை மீட்டெடுக்கக் கிளம்புகிறான்.

சர்ப்பத்தீவை அடைந்த சுகுமாருக்கு, பாப்பாட்டியின் பிள்ளைகள் பகு (நம்பியார்), பகுனி (எம்.எஸ்.சிவபாக்கியம்) ஆகியோரின் ஆதரவு கிடைக்கிறது. அவர்களின் துணைகொண்டு அவன் ராஜகுமாரியை மீட்டானா?இல்லையா? என்பதே படத்தின் கதை.

'ராஜகுமாரி' திரைக்கதை, ஜூபிடர் பிக்சர்ஸின் தயாரிப்பாளர்களான மொய்தீன் மற்றும் சோமசுந்தரம் இருவருக்குமே மிகவும் பிடித்துப்போய்தான் படப்பிடிப்பு வேலைகளைத்துவக்கினர். நாயகனாக எம்.ஜி.ஆரை ஒப்பந்தம்செய்த கையோடு, நாயகியாக மாலதிமற்றும் வில்லன் பாத்திரத்துக்கு டி.எஸ்.பாலையா ஆகியோரைத் தேர்வுசெய்தார் ஏ.எஸ்.ஏ.சாமி. பாத்திரத்தேர்வும்கச்சிதம். எஸ்.எம்.சுப்பையாநாயுடு இசையில், உடுமலை நாராயணகவி எழுத, பன்னிரெண்டு பாடல்களும் தயார். ஆனால் யார் கண்பட்டதோ, திடீரென ஒருநாள் 'ராஜகுமாரி' படப்பிடிப்பு பாதியில் நிறுத்தப்பட்டது.

அதற்குக் காரணம் சில வினியோகஸ்தர்கள்.

அப்போதெல்லாம், படம் உருவாகிக் கொண்டிருக்கும்போதே வினியோகஸ்தர்கள், தயாரிப்பாளரைத் தேடிவந்து முன்பணம் கொடுப்பது வழக்கம். அப்படி, ஜூபிடர் அலுவலகத்துக்கு அடிக்கடிவரும் வினியோகஸ்தர்கள் பண்ணும் அலப்பறை தாங்கமுடியாது. ஒரு படம் ஓடிவிட்டால் 'அவனைப் போடு, அவனுக்குத்தான் இன்னைக்கு ராசி' என்றும் 'ஓடாவிட்டால் அவளா, அவ வெளங்கவே மாட்டாளே, அதுக்கு அவங்க அம்மாவையே நாயகியா போடலாமே' எனக் கேலி பேசி அலுவலகத்தில் தரும்பஜ்ஜி, போண்டாவோடு சிலருடைய வாழ்க்கையையும் காலி செய்துவிடுவது வழக்கம். சில வினியோகஸ்தர்கள், கையில் ஜாதகக் கட்டத்துடன் தயாரிப்பு அலுவலகத்துக்கு வருவர். 'அவனுக்கு ஏழுல ராகு,எட்டுல கேது' எனப் பேசி,தானும் கெட்டு அடுத்தவர்களையும் கெடுத்துவந்தனர். 'முன்பணமாக நம்மளை நம்பி பணம் கொடுக்கிறானே' எனசில தயாரிப்பாளர்கள், அவர்கள் பேச்சுக்கு டான்ஸ் ஆடுவதும் உண்டு.

அப்படி, ஜூபிடர் பிக்சர்ஸுக்கு ரெகுலராக வியாபாரம் செய்யும் வினியோகஸ்தர்களில் ஒருசிலர் 'யாரு, ராமசந்தரா... அவனா.. அவன் ராசியில்லாதவனாச்சேப்பாஞ் அவனைப் போட்டு எடுத்த 'சாயா' படம் எடுத்த தயாரிப்பாளர் கதி என்ன ஆச்சு தெரியுமா?' என வம்பளக்க, சோமுவுக்கும்மொய்தீனுக்கும் அது கலக்கத்தை உருவக்கியது. அப்போது, ஜூபிடர் பிக்சர்ஸ் பல வெற்றிகளைக் கொடுத்து முன்னணித் தயாரிப்பு நிறுவனமாக உச்சியில் இருந்த நேரம்.

ஒருவேளை, இவர்கள் சொல்வதுபோல ராசியில்லாத ராமசந்தரினைப் போட்டு படம் எடுத்து, நாமும் நட்டத்துக்குப் போய்விடுவோமோ எனப் பயந்தனர்.அக்காலத்தில், சினிமா தொழிலில் இதுபோன்ற மூட நம்பிக்கைகள் கொடிகட்டிப்பறந்த நேரம். பொதுவாகவே,சினிமா எனும் சூதாட்டத்தில்முதலீடு என்பது, தயாரிப்பாளர்களுக்குச் சேர்த்துவைத்த சொத்தாகவும் நடிகர்கள், இயக்குனர்களுக்குஒட்டுமொத்த வாழ்க்கை யாகவும்இருந்த காரணத்தால் வெற்றி, தோல்விக்கு அதிர்ஷ்டத்தை நம்பினர்.இக்காலத்திலும் இதுதொடர்கிறது என்றாலும், அன்று சற்றுக்கூடுதலாக இருந்தது. இதனால்தான் ஜூபிடர் பிக்சர்ஸ்,அந்த வினியோகஸ்தர்கள் பேச்சைக் கேட்டு உடனடியாக'ராஜகுமாரி' படத்தை பாதியில் நிறுத்திவிட்டனர்.

இப்போது, பணம் முதலீடுசெய்தாச்சே, அடுத்து என்ன செய்வது? அதை எப்படிப் பெறுவது? என, ஜூபிடர் முதலாளிகளுக்குக்குழப்பம்.

இதற்கு, அதேவினியோகஸ்தர்கள் ஒரு மாற்று ஆலோசனைகொடுத்தனர். அது, எம்.ஜி.ராமச்சந்திரனுக்குப் பதில் இன்னொருராமச்சந்திரனைக் களம் இறக்குவது. ஆம், அன்று திரையுலகில் ஏற்கெனவே ஒரு ராமச்சந்திரன் என்ற நடிகர் புகழ் உச்சியில் இருந்தார். சில வருடங்களுக்கு முன், ராமராஜன் எப்படி குறைந்தகால சூப்பர்ஸ்டாராக வலம்வந்தாரோ, அதுபோல. 1941இல் ஏவிஎம்தயாரித்த 'சபாபதி' படம் பெரிய வெற்றிபெற்று அவர், அப்போது நட்சத்திரமாக உயர்ந்தார். அவருக்கு விழிகள் பெரிதாக இருக்கும். அதை அநாயசமாக உருட்டி உருட்டிப் பேசுவது அவரது தனித்தன்மை. இதனாலேயே அவர் காலப்போக்கில் 'முண்டக்கண்' ராமச்சந்திரன் என்ற பெயரால் மக்களால் அழைக்கப் பட்டார். "அவரை நாயகனாகப் போட்டுப்படமெடுங்கள்.அந்தப்படத்தை

விற்கும்போது இதையும் சேர்த்து விற்றுவிடுங்கள், வியாபாரம் ஆகும்" என, அந்த வினியோகஸ்தர்கள்சொன்ன ஆலோசனையை ஏற்ற ஜூபிடர் நிறுவனம்,எம்.ஜி.ராமச்சந்திரன் படத்தை நிறுத்திவிட்டு டி. ஆர்.ராமச்சந்திரனை ஒப்பந்தம் செய்து,'வித்யார்த்தி' எனப் பெயர்சூட்டி,முழுவதும் பிராமணர்களாக் இருக்கும் கூட்டணியைப் போட்டு ஒரு படத்தைத் துவக்கினர்.

பாதியில் நிறுத்தப்பட்ட 'ராஜகுமாரி' படத்தின் இயக்குனரான ஏ. எஸ்.ஏ.சாமிக்கும் அதன் நாயகன்ராமச்சந்திரனுக்கும் இதுபெரும் அதிர்ச்சி. என்ன செய்யமுடியும்?பணம் போட்ட முதலாளி முடிவெடுக்கும்போது இவர்கள்என்ன பேசமுடியும். மேலும் இது, இருவருக்குமேமுதல் படம். இவர்களைப்போட்டு படம் எடுத்தே தீரவேண்டும் என்ற தலையெழுத்து ஜூபிடர் பிக்சர்ஸுக்கு இல்லை.

ஏ.எஸ்.ஏ.சாமியிடம்ஜூபிடர் பிக்சர்ஸ் முதலாளிகள்,'நாங்கள் 'வித்யார்த்தி' யை முடித்துவிட்டு வருகிறோம்.பிறகு பார்க்கலாம்' எனச் சொல்லிவிட இனி, படம் நடக்குமா நடக்காதா என்று தெரியாத சூழல். ஏ.எஸ்.ஏ.சாமிக்கோ, ஜூபிடர் நிறுவனத்தில் மாத ஊழியம்.தினசரி அங்கே இருந்தால்போதும். எம்.ஜி.ராமச்சந்திரனுக்கோ, எந்தவேலையும் இல்லை. இனி, இன்னொரு படத்துக்குப் போகவும் முடியாது. இந்தப் படம், எப்போது துவங்கும் என்று தெரியவும் தெரியாது. மேலும்தன்மீது இருக்கும் 'ராசியில்லாதவன்' என்ற முத்திரைவேறு, அவர் எதிர்காலத்தை நினைத்துப் பெரும்அச்சத்தைக்கொடுத்தது. இந்தப் பயம், அவர் வாழ்நாள்முழுக்க இருந்தது.இதுதான் அவரை பிற்பாடுதிராவிட இயக்கத்தில் ஈடுபாடுகொள்ளக்காரணமாகவும் இருந்தது. எந்தராசியை வைத்து ஒரு கூட்டம் தன்னை அச்சப்படுத்தி,தன்னை வளரவிடாமல் செய்ததோ,அந்தக் கூட்டத்தைஎதிர்க்கவேண்டும்என்ற எண்ணம் அவருக்குள் தீவிரமாக விதையாக அன்றே ஊன்றியது. இக்காலக்கட்டத்தில், அவர் அடைந்த வேதனை சொல்லி மாளா முடியாது. 'இருவர்'படத்தில்கூட ஒரு காட்சிவரும். அதன் நாயகன் ஆனந்தன்,ஸ்டூடியோவுக்கு வந்துபாதியில் நிறுத்தப்பட்ட தன் படம் என்ன ஆனது என விசாரித்துவிட்டுச் சோகத்துடன் திரும்பிப்போவது போல, இயக்குனர் மணிரத்னம் சித்திரித்திருப்பார்.

இப்படியான அவரது வாழ்வின் தொடர் தோல்விகள் நிரம்பிய ஒரு நாளில்தான், தன் வாழ்க்கையின் முக்கியமான நண்பனை எம்.ஜி.ஆர். சந்தித்தார்.

## கலைஞர் ஒரு முன்கதைச்சுருக்கம்

**த**மிழ் சினிமாவில் வசனம் என்றாலே, அதற்கு ஒரு பெயர்தான் என்றால் மிகையில்லை. தொடர்ந்து 60 ஆண்டுகளுக்கும் அதிகமாக அந்த ஒருபெயர், ஒட்டுமொத்த தமிழ் சினிமாவையும் தன் பொறிபறக்கும் வசனங்களால் அதிரவைத்தது.

'பராசக்தி'யின் வசனம் உண்டாக்கிய தாக்கம் ஒன்றுபோதும். இந்திய சினிமாவில் வெறெந்தப் படமும் நிகழ்த்தாத சரித்திரச்சாதனை, அந்த ஒரு பெயரால் உண்டானது.

**கலைஞர்**

திராவிட சினிமாக்கள் எழுச்சி கொண்ட காலத்தில், அண்ணா அவர்களோடு இணைந்து ஒருசேர, தமிழ் சினிமாவில் வசனங்கள் பெரும் கருத்துப் புயலைக் கிளப்பின. அதுவரை சங்கீதம், புராணம் என்று கதாகலாட்சேப சினிமாவாக இருந்த தமிழ் சினிமாவுக்கு, அண்ணா மற்றும் கலைஞரின் வசனங்கள் முகம் கழுவி, பூச்சூடி, பொட்டுவைத்து அழகு பார்த்தன. திருவாரூர் அருகே திருக்குவளை எனும் கிராமத்தில், முத்துவேலர் அஞ்சுகம் ஆகியோருக்கு மகனாகப்பிறந்த தட்சிணாமூர்த்தி எனும் சிறுவனுக்கு, சிறுவயது முதலே அபார தமிழ்ப்பற்று. பள்ளிக் காலத்திலேயே நாடகத்தின் மீதும் கவிதையின்மீதும் ஈடுபாடு கொண்டிருந்தார். 'மாணவ நேசன்' எனும் கையெழுத்துப் பத்திரிகை நடத்துமளவுக்கு அவரது மாணவப்பருவம் தமிழ்ப்பற்றால் தீ கொண்டு அலைந்தது.

நீதிக்கட்சியும் காங்கிரஸும் ஆண்டு கொண்டிருந்த காலக்கட்டம். திராவிட இயக்கம் என்னும் பெயர் கொஞ்சம் கொஞ்சமாக வெளியே தெரிய ஆரம்பித்தத் தருணம். பெரியாரின் கருத்துகளும் பேச்சுகளும் அதுவரை யாரும் கேட்காததாக இருந்தது. நேரடியாக 'கடவுளை நம்புபவன் காட்டுமிராண்டி' என்று சொன்னவர், அவர். சில நோய்களுக்கு வைத்தியம் சற்று கடுமையாகத்தான் இருக்கவேண்டும். அதைத்தான் பெரியார் செய்தார். இதை அண்ணா, முன்னெடுத்துச் சென்றார். ஏற்கெனவே தமிழ்ப்பற்று, நாடக ஈடுபாடு மற்றும் சமூகச்செயல்பாடுகளில் தீவிர முனைப்புக் கொண்டிருந்த மாணவப் பருவத்துக் கலைஞர் அவர்களை பெரியார் மற்றும் அண்ணாவின் திராவிடக்கருத்துகள் ஈர்த்துக் கொண்டன. குறிப்பாக, 1929இல் துவங்கிய இந்தி எதிர்ப்புப் போராட்டம், அவரை திராவிட இயக்கத்தின் பால்ஈர்க்கத்துவங்கி, சிறுவனாக இருக்கும்போதே அவர்களை ஒன்றுசேர்த்து ஊர்வலம் செல்லுமளவுக்கு ஈடுபாடுகொள்ள வைத்தது. மாணவப்பருவத்தில் அவரை மிகவும் ஈர்த்த பேச்சாளர், பட்டுக்கோட்டை அழகிரி அவர்கள். அவரது பேச்சு நடக்கும் கூட்டங்களுக்குத் தவறாமல் சென்று அந்தப் பேச்சை கவனித்துவந்தார். அவரது பேச்சு,கருணாநிதி அவர்களின் அரசியல் பாதைக்குவழிகாட்டியாக இருந்தது.

தொடர்ந்து, 1944இல்நீதிக்கட்சி, 'திரவிட இயக்கமாக' மாற்றம் கண்டபோது நேரடியாக, அன்றைய 'குடியரசு' இதழுக்கும் பெரியாருக்கும் அண்ணாவுக்கும் கடிதத் தொடர்புகொண்டு கட்டுரைகள் எழுதி வந்தவர், அவர்களது அழைப்பின் பேரில் நேரில் சந்தித்ததோடு அல்லாமல் அண்ணாவின் வேண்டுகோளை ஏற்று அங்கேயேசிலகாலம் தங்கவும் செய்தார்.

**"என் மாப்பிள்ளை ஒருவர் இருக்கிறார். திருவாரூரைச் சேர்ந்தவர், தமிழ்ப்பற்று மிக்கவர். கூடவே, திராவிட இயக்கக் களப்போராளி, நாடகங்கள் போடுவதில் ஆர்வம் மிக்கவன். ஈரோட்டில் 'குடியரசு' இல் அறிஞர் அண்ணாவோடு பணி செய்து வருகிறான் அவனை வரச்சொல்கிறேன்."**

ஒருபக்கம் அரசியல், பத்திரிகை, எழுத்துப் பணி எனத் தீவிரமாக இருந்தாலும் நாடகம் இயற்றவும் எழுதியதை மேடை ஏற்றுவதிலும் அவர் சோடை போகவில்லை.

கலைஞர், முதன் முதலில் எழுதி அரங்கேற்றிய நாடகம், 'பழனியப்பன்'. இது, திருவாரூர் பேபி டாக்கீஸில் 1944ஆம் ஆண்டு அரங்கேற்றப்பட்டது. பின்னர் இந்த நாடகம் 'நச்சுக்கோப்பை' என்ற பெயரில் தமிழகம் முழுவதும் அரங்கேற்றம் செய்யப்ப ட்டது.'தூக்கு மேடை', 'பரப்பிரம்மம்', 'சிலப்பதிகாரம்', 'மணிமகுடம்', 'ஒரே ரத்தம்', 'காகிதப்பூ', 'நானே அறிவாளி', 'வெள்ளிக்கிழமை', 'உதயசூரியன்', 'திருவாளர் தேசியம்பிள்ளை', 'அனார்கலி', 'சாம்ராட் அசோகன்', 'சேரன் செங்குட்டுவன்',' நாடகக் காப்பியம்', 'பரதாயணம்' உட்பட 21 நாடகங்களை எழுதி யுள்ளார், கலைஞர்.

நாடகத்தைப் பற்றி கலைஞர் கூறுகையில், "நாடக இலக்கியம்போல விரைந்து மனமாற்றம் உண்டாக்கக்கூடிய ஆற்றல் வேறுஎதற்கும் இல்லை. அதனால்தான், அரசியல் கருத்துகளை பண்பாடு கெடாமல், தரம் தாளாமல் அள்ளித் தெளிப்பதற்கு நாடக இலக்கியத்தைக் கருவியாகப் பயன்படுத்திக் கொண்டேன்" என்றார்.

'தூக்குமேடை', 'மகான் பெற்ற மகான்' போன்றவை, அவரது சமூகச் சீர்திருத்த நாடகங்களுக்கு எடுத்துக்காட்டுகள். அதேபோல் 'நச்சுக்கோப்பை', 'சாக்கிரட்டீசு'போன்ற நாடகங்கள், மூடநம்பிக்கையை எதிர்த்துப் பிரச்சாரம் செய்தன.

"குடிசைதான், ஒருபுறத்தே கூரிய வேல், வாள் வரிசையாய் வைத்திருக்கும்" எனத் தொடங்கும் புகழ்மிக்க வசனம் இடம்பெற்ற நாடகம்,'பரப்பிரம்மம்'. புறநானூற்றுப் பாடலை அடிப்படையாகக்கொண்டு எழுதப்பட்ட இந்த நாடகத்தின்மூலம் வசூலான தொகையை, தஞ்சைப் புயலில் பாதிக்கப்பட்டவர்களுக்குக் கலைஞர் வழங்கினார் என்பது குறிப்பிடத்தக் கதாகும். இதனைத் தொடர்ந்து 'சிலப்பதிகாரம்', 'சேரன் செங்குட்டுவன்', ராமாயணத்தைக் கிண்டல் செய்து எழுதிய 'பரதாயனம்' போன்ற இலக்கிய நாடகங்கள் பலவற்றை கலைஞர், தனக்கே உரிய தனித்தன்மையுடன் எழுதினார்.

கலைஞரின் 'திருவாளர் தேசியம்பிள்ளை' போன்ற நாடகம் தேர்தல் பிரச்சாரத்திற்காக, காங்கிரஸ் கட்சியை நையாண்டியுடன் விமர்சிப்பதாக அமைந்திருக்கும். திமுகவிற்கு 'உதயசூரியன்' சின்னம் கிடைத்தபிறகு

அதனை பிரபலப்படுத்துவதற்காக 'உதயசூரியன்' என்ற பெயரிலேயே நாடகம் ஒன்றை இயற்றினார்.இப்படி, நாடகத்தை சமூக மாற்றம், பகுத்தறிவு, போன்றவற்றுடன் தேர்தல் அரசியல் பிரச்சாரத்திற்கான கருவியாகவும் கலைஞர் திறமையுடன் கையாண்டார். இந்தச்சூழலில், அவருக்குத் திரைப்படத் துறையின் மீது ஆர்வம் வரத் துவங்கியது. ஆனாலும் அதுவொரு எட்டாக்கனி என்றே நினைத்துவந்தார். மேலும்திராவிட இயக்கக் கூட்டங்களுக்குச் செல்வதும்நாடகம் போடுவதும் அவரை, அக்காலத்தில்தீவிரமாக ஆட்கொண்டிருந்த காரணத்தால் அதுபற்றி யோசிக்கக்கூட நேரமில்லாமல் தவித்தவருக்குஒரு நல்அழைப்பு ஒருநாள் அவரது முதுகைத்தொட்டது.

## துருவங்கள் சந்தித்தன

ஒரு சமாதானத்துக்காக ஜூபிடர் நிறுவனம், ஏ.எஸ்.ஏ.சாமியை அழைத்து, 'கதை நன்றாகயிருக்கிறது. திரைக்கதை, வசனம் சரியில்லை. முடிந்தால் இடைப்பட்ட காலத்தில் இன்னும் கொஞ்சம் மெருகேற்றிக் கொள்.'வித்யாபதி'முடிந்தபின் துவக்கலாம்' எனக் கூறியது.

இளங்கோவன், அக்காலத்தில் வசனத்தில் கொடிகட்டிப் பறந்தார். அவரை எழுதவைத்தால் பட்ஜெட் தாங்காது. அதேசமயம்,தனக்குக் கிடைக்கவேண்டிய பெயருக்கும் புகழுக்கும் பங்கம் வரும். சரி ஒரு அறிமுக எழுத்தாளனை வைத்துக்கொண்டால் அவனுக்கும் ஒரு வாய்ப்பு, நமக்கும் பாதகமில்லை என முடிவுசெய்த இயக்குனர் ஏ.எஸ்.ஏ.சாமி, தனக்குத் தெரிந்தவர்களிடம் எல்லாம் 'தமிழில் புலமைமிக்க ஒரு எழுத்தாளர் இருந்தால் சொல்லுங்கள்' எனக் கேட்டார். அப்போது திரையிசையில் முன்னணிப் பாடகராக விளங்கியவர், சி.எஸ். ஜெயராமன்.

மிகச்சரியாக இது நடக்கும் சில தினங்களுக்கு முன்புதான், தன் சகோதரி பத்மாவதியின் திருமணத்துக்காக சிதம்பரம் சென்றபோது அங்கு, தன் மாப்பிள்ளையும் தன்னிடம் திரைப்படத்துறையில் எழுத்தாளராக வாய்ப்புக் கேட்டது, சிதம்பரம் ஜெயராமன் அவர்களுக்கு ஞாபகத்துக்கு வந்தது. உடனே சற்றும் தாமதிக்காமல் 'என் மாப்பிள்ளை ஒருவர் இருக்கிறார். திருவாரூரைச் சேர்ந்தவர், தமிழ்ப்பற்று மிக்கவர். கூடவே, திராவிட இயக்கக் களப்போராளி, நாடகங்கள் போடுவதில் ஆர்வம்மிக்கவன். ஈரோட்டில் 'குடியரசு' இல் அறிஞர் அண்ணாவோடு பணி செய்து வருகிறான். அவனை வரச்சொல்கிறேன் பரிசோதித்துப் பாருங்கள். நிச்சயம் அவன் உங்களுக்கு மிகப்பெரிய உதவியாக இருப்பான். பெயர் கருணாநிதி' எனப் பரிந்துரைத்தார்.

சட்டென இயக்குனர் சாமிக்கு, ஜெயராமன் பரிந்துரைத்த நபர் பிடித்துப்போன காரணம், அப்போது திராவிட இயக்கத்துக்கு இளைஞர்கள் மத்தியில் புதிய கவர்ச்சி இருந்தது. அந்த இயக்கம் சார்ந்தவராக இருந்தால், நிச்சயம் தமிழ் நன்றாக இருக்கும் என ஊகித்து, உடனே வரச்சொல்லி கடிதம் எழுதும்படிச்சொல்ல, சிதம்பரம் ஜெயராமன் அவர்களும்கையோடு, தன் மாப்பிள்ளைக்கு கடிதம் எழுதி உடனே கோவை ஜுபிடர் பிக்சர்ஸுக்கு வந்து ஏ.எஸ்.ஏ.சாமி அவர்களைச் சந்திக்கும்படி அழைப்புவிட்டார்.

**வந்தார் கலைஞர்**

அப்போது ஈரோட்டில் தந்தை பெரியார் அவர்களின் 'குடியரசு' இதழில் வேலை செய்துகொண்டிருந்த இளைஞரானகருணாநிதி அவர்களுக்கு, தன் மாமா பாடகர் சி.எஸ்.ஜெயராமன்உடனே புறப்பட்டுகோவை வந்துஏ.எஸ்.ஏ.சாமியை சந்திக்கும்படி எழுதிய கடிதம் கிட்டியவுடன் கிளம்பி கோவை வந்து, ஜுபிடர் பிக்சர்ஸ் அலுவலகத்தில் இயக்குனர் சாமியை சந்தித்தார். சாமி அவர்களும், திரைக்கதையின் சில காட்சிகளைக்கொடுத்து வசனம் எழுதச்சொல்ல, அவர் எழுதிய வசனம் சாமிக்கு மிகவும் பிடித்துப்போனது. அதுவரை, சனாதன சாமிகளை எதிர்த்த கலைஞருக்கு, இந்த இயக்குனர் சாமிஆதரவுக்கரம் நீட்டினார். திரையுலகில் அடி எடுத்துவைக்க அழைப்பும் கொடுத்தார். அதுவரை எடுத்த காட்சிகளை கருணாநிதிஅவர்களுக்குத் திரையிட்டுக் காட்ட ஏற்பாடானது. திரையிடல் துவங்கியதும்அரங்கிற்குள் வந்த அந்த பிரகாசமான நபரை கருணாநிதிக்கு அறிமுகப்படுத்திய இயக்குனர் சாமி, இவர்தான் ராமசந்தர் என்று சொல்ல இருவரும் கைகுலுக்கிக்கொண்டனர். இந்தப் படத்தின் நாயகன் என அறிமுகப்படுத்தினார். அந்தக் கணம்தான், தமிழர் வரலாற்றின் திருப்புமுனை. பிற்பாடு தமிழக வரலாற்றை எழுதிய இரண்டு முக்கியச் சக்திகளின் எதிர்காலம் அந்தக் கணத்தில் தீர்மானிக் கப்பட்டது. சூரியனும் சந்திரனும் வேறுவேறுதான், எதிரெதிர் துருவங்கள்தான் என்றாலும், இரண்டுமே ஆக்கசக்திகள், ஆகர்ஷன சக்திகள். இயற்கையைத் தாங்கும் இந்த ஈர்ப்பின் விதிதான், அந்த சமபலம் பொருந்திய இருவரை சந்திக்கவைத்து, இருவர் வாழ்விலும் ஒருசேர மாற்றத்தை உருவாக்கி, அடுத்த ஐம்பது ஆண்டு தமிழகத்தின் வரலாற்றை உற்சாகத்துடன் எழுதிக்கொண்டது. அன்று கலைஞருக்கு அதுவரை எடுக்கப்பட்ட 'ராஜகுமாரி' திரைப்படத்தின் காட்சிகளை போட்டுக் காண்பித்தனர். படத்தை பார்த்த கலைஞரிடம் ஏஸ்.எஸ்.ஏ சாமி அணுகி கதை, திரைக்கதையில் என்ன மாற்றம் செய்யலாம் என அலோசனை செய்தார். கலைஞர் தக்க ஆலோசனை தந்தபின்

கூடுதலாக நாயகனாக நடித்த எம்.ஜி.ஆரின் நடிப்பை பாராட்டி சில வார்த்தைகள் சொல்ல அந்த வார்த்தைகள் சாமியின் வயிற்றில் பாலை வார்த்தது ஜூபிடர் முதலாளிகளிடம் ஏஸ்.எஸ்.ஏ சாமி இதைச்சொல்லி படப்பிடிப்பை துவங்கலாமா? எனக் கேட்க முதலில் இவர் சொன்னபடி கதை, வசனத்தை எழுதி முடிங்க அப்புறம் பார்க்கலாம் எனச் சொல்லிவிட்டனர். அடுத்த சில நாட்களில் கலைஞர் கோவையிலிருந்த ஜூபிடர் ஸ்டுடியோவிலேயே தங்கி முழுக் கதை, வசனத்தை திருத்தி எழுதினார். திருத்தி எழுதிய திரைக்கதையும், வசனமும் இயக்குநர் ஏஸ்.எஸ்.ஏ சாமிக்கு பிகவும் பிடித்துப்போனது எம்.ஜி.ஆர் அவர்களை ஏஸ்.எஸ்.ஏ சாமி அழைத்து கலைஞர் எழுதிய வசனத்தைப் படித்துக்காட்டி ஒத்திகை பார்க்க அப்போது கலைஞர் வசனத்தில் இருந்த உணர்ச்சி தெறிப்பும், தமிழ் உணர்வும் எம்.ஜி.ஆர் அவர்களின் உடலில் கலந்து புதிய எழுச்சியை உருவாக்கியது. எம்.ஜி.ஆரின் நடிப்பில் தெரிந்த மாற்றத்தையும், கண்களில் தெரிந்த பிரகாசத்தையும் கண்ட ஜூபிடர் பிக்ஸர்ஸ் சோமுவுக்கும், மொகைதினுக்கும் புதிய நம்பிக்கை பிறந்தது உடனே சாமியிடம் பாதியில் நின்ற படத்தை துவக்குமாறு கட்டளை யிட்டனர் ஒன்றை வருடம் கழித்து ‘ராஜகுமாரி‘க்கு மீண்டும் உயிர் வந்தது தொடர்ந்து கருணாநிதி அவர்கள் எழுதிய புதிய வசனத்துடன் படப்பிடிப்புத் துவங்கி துரிதமாக நடைபெற்றது. படம் வெளியானபோது திருவாரூரில் இருந்த கலைஞர் தியேட்டருக்கு நண்பர்களுடன் சென்று பார்த்த போது படத்தின் டைட்டில் கார்டில் எந்த இடத்திலும் அவருடைய பெயர் இடம்பெறவில்லை அவருடன் வந்த நண்பர்களுக்கும் அதிர்ச்சி இந்த துரோகத்தை அவர் எதிர்பார்க்கவில்லை தனக்கு இழைக்கப்பட்ட அநியாயம் குறித்து எம்.ஜி.ஆர்யை சந்தித்து நியாயம் கேட்டார் கலைஞர். எம்.ஜி.ஆருக்கும் கதாநாயகனாக இது முதல் படம் தயாரிப்பாளர்களை எதிர்த்து எதுவும் செய்ய முடியாத சூழல் அவருக்கு ஆனால் ஒன்று மட்டும் உறுதியாகக் கூறினார். இந்த ஒரு படம் விட்டுவிடுங்கள் அடுத்து நான் நடிக்கப்போற ஒவ்வொரு படத்துக்கும் நீங்கள்தான் வசனம். எம்.ஜி.ஆருக்கு பலப்போராட்டங்களுக்கு பின் தான் நாயகனாக நடித்த முதல் படம் வெற்றிப் படமாக அடைந்ததில் மனதிருப்தி அந்த வெற்றியில் கலைஞருக்கும் பங்கு இருப்பதை எம்.ஜி.ஆரும் நன்கு அறிவார். அதுபோலவே அடுத்தடுத்த படவாய்ப்புகள் வர தயாரிப்பாளர்களிடம் சம்பளம் பேசும் முன் எம்.ஜி.ஆர் வைத்த முதல் கோரிக்கை படத்தில் வசனகர்த்தாவாக நான் சொல்லும் நபரை நியமிக்க வேண்டும். இப்படிதான் ஒருவரது திறமை என்னொருவருக்கு உதவும் வகையில் இருவரது கரங்களையும் காலம் கைது செய்தது. இந்த இணைந்த கைகள் அடுத்த 20 ஆண்டுகளை தமிழ்சினிமாவிலும், அரசியலிலும் ஆட்சி செய்தது வரலாறு.

# இயக்குனர் ஏ.எஸ்.ஏ.சாமி

**பொ**துவாக, திராவிட இயக்கத்துக்கும் சாமிக்கும் ஒத்துவராது என்பது அனைவரும் அறிந்தது. ஆனால் ஒரு சாமியால்தான் தமிழ்நாட்டில் திராவிட இயக்கமே வளர்ந்தது என்பதும் அதுமட்டுமல்லாமல், அந்தச் சாமியால், தமிழ்நாட்டில் மூன்று முதல்வர்கள் உருவானதும் ஆச்சரியமானது.

ஆம், அந்த 'சாமி' இயக்குனர், ஏ.எஸ்.ஏ.சாமி

'ராஜகுமாரி'மூலம் எம்.ஜி.ராமச்சந்திரன் அவர்களை நாயகனாகவும், அதேபடத்தில் கலைஞர் கருணாநிதி அவர்களை வசனகர்த்தாவாகவும், தொடர்ந்து 'வேலைக்காரி' படம் மூலம் அறிஞர் அண்ணா அவர்களை கதை, வசனகர்த்தாவாகவும் திரையுலகில் அறிமுகம் செய்து, அவர்கள் வெற்றிக்கு விதை போட்டவர்தான், இந்த ஏ.எஸ்.ஏ.சாமி.

அவரது முழுப்பெயர், அருள் சூசை ஆரோக்யசாமி. அவரது பூர்வீகம், பாளையங்கோட்டை. ஆனால் அவரது தந்தை அருள்சூசை அவர்கள் பணிசெய்த வணிக நிறுவனத்தில் உண்டான பணி இடமாற்றம் காரணமாக கொழும்புக்குக் குடும்பத்தோடு இடம் பெயர்ந்தார். அங்கு 1915இல் பிறந்தார், சாமி. கொழும்பில் கல்வி பயின்றார். பி.ஏ. (ஹானர்ஸ்) லண்டன் பல்கலைக் கழகத்தில் பட்டம் பெற்றார். அவர் படித்த ஆங்கில இலக்கியமே, அவருக்கு ஷேக்ஸ்பியரின் மீதும் நாடகத்தின்மீதும் அளப்பரிய ஈடுபாட்டைக் கிளறிவிட்டது. தொடர்ந்து, நாடகங்கள்

எழுதவும் துவங்கினார். தமிழில் 'பில்ஹணன்' என்ற நாடகத்தை எழுதினார். அதை, தான் படித்த கல்லூரி ஆண்டு விழாவில் நடத்தி பலரது பாராட்டையும் பெற்றார்.

அடுத்து திரைப்படத்துறையில் சேரலாம் என நினைக்கும்போதே, உலகம் இரண்டாகப் பிளந்து அவருக்கு வழி உண்டாக்கியது. ஆம், இரண்டாம் உலகப் போர்தான், அவர் அப்பாவை இந்தியாவுக்கு மீண்டும் குடும்பத்தோடு கப்பல் ஏற வைத்தது. பாளையங்கோட்டையில் மீண்டும் அவர்

அப்பா குடும்பத்தோடு குடியேற, சாமி சென்னைக்கு டிக்கட் வாங்கும் வழி தேடினார்.

ஏற்கெனவே எழுதிவைத்த தனது நாடகமான 'பில்ஹண'னை, திருச்சி அகில இந்திய வானொலி நிலையத்தில் சமர்ப்பித்தார். திருச்சி வானொலி நிலையம் அவரது நாடகத்தை உடனடியாக ஏற்றுக்கொண்டது. அந்தநேரம் பார்த்து திருச்சி வானொலி நிலையம், பாகவதரிடம் 'ஒரு வானொலி நாடகத்தில் நடிக்கலாமே' எனக் கேட்க அவரும் சம்மதித்தார். நாடகம் ஒலிபரப்பாக இன்னொரு திருப்பமாக, அந்த நாடகத்தைக் கேட்டவர் இன்னொரு நாடக நட்சத்திரமான டி.கே.ஷண்முகம் அவர்கள் கேட்டு வியந்து,'அட... இதை மேடை நாடகமாக எடுத்தால் நன்றாக வருமே' என நினைத்து,'பில்ஹண'னாக அவரே நடிக்க, நாடகத்தின் வெற்றி ஜூபிடர் பிக்சர்ஸுக்கு சிவப்புக்கம்பளம் விரித்துக் கொடுத்தது. தொடர்ந்து, ஜூபிடரின் சோமு மற்றும் மொகைதீன் ஆகியோருடைய நம்பிக்கைக்குப் பாத்திரமாக விளங்கியதால், தொடர்ந்து 1946இல் அவர்கள் தயாரித்த 'வால்மீகி' படத்திற்கு வசனம் எழுதும் வாய்ப்பும் கிட்டியது.

அதே ஆண்டு, ஜூபிடரில் இன்னொரு படமும் தயாரானது. அது, 'ஸ்ரீமுருகன்'. 1946 இல் கன்னட மொழி நடிகரான பிரபல சி. ஹொன்னப்பா பாகவதர் முருகனாக நடிக்க ஒப்பந்தம் செய்யப்பட்ட

அஜயன் பாலா

அந்தப் படத்துக்கு திரைக்கதை,வசனம் எழுதும் வாய்ப்பும் பெற்றார், ஏ.எஸ்.ஏ.சாமி.

இந்தப் படத்தில், மாதச் சம்பளத்தில் நடிக்க வந்தவர்தான் எம்.ஜி.ராமச்சந்திரன். அவர் சிவனாகவும் மாலதி பார்வதியாகவும் நடித்தனர். இந்தப் படத்தின் போதுதான் சாமிக்கும், எம்.ஜி.ஆருக்கும் நெருக்கம் உண்டானது. இருவருமே இலங்கையில் பிறந்தவர்கள் என்பதால் அது பாசத்துக்குப் பசை போட்டது.

'ஸ்ரீமுருகன்' படம், 27.10.1946 அன்று வெளியாகி வெற்றிபெற்றதைத் தொடர்ந்து அதுவரையில் எழுத்தாளராக மட்டுமே இருந்துவந்த ஏ. எஸ்.ஏ.சாமியின் திறமையையும், அனுபவத்தையும் தெரிந்துகொண்ட ஜூபிடரின் அதிபர்கள்,அவரை இயக்குநராகவும் உயர்த்த எண்ணினர். அதுதான் 'ராஜகுமாரி'யாகஉருவாகி சரித்திரம் படைத்தது.

'ராஜகுமாரி'யை அடுத்து 'அபிமன்யூ' எஸ்.எம்.குமரேசன் என்ற நாடக நடிகரையும், அன்றையயு.ஆர்.ஜீவரத்தினத்தையும் அபிமன்யூவாகவும், அவர்மனைவி வத்சலாவாகவும் நடிக்க, அதுவரை எடிட்டராக இருந்த காசிலிங்கம் என்பவரை முதன்முறையாக இயக்குனராக்கினார், ஜூபிடர் சோமு. அந்தப்படத்தின் திரைக்கதையை சாமி எழுத, வசனம் எழுதியவர் கலைஞர்.

அடுத்து ஜூபிடர் பிக்சர்ஸுக்கு, அண்ணாவின் புகழ்பெற்ற மேடை நாடகமான 'வேலைக்காரி'யைப் படமாக்கப் பரிந்துரைத்து, அதை இயக்கி தமிழ் சினிமாவுக்கு மூன்று முத்துக்களை வழங்கி பெருமை சூடினார், சாமி.

'வேலைக்காரி' நாடகத்தைத் திரைப்படமாக்கும் உரிமையை அண்ணாவிடமிருந்து பெற்ற ஜூபிடர் பிக்சர்ஸ் அதிபர்களான எம்.சோமசுந்தரமும், எஸ்.கே.முகையதீனும், அண்ணாவின்பால் கொண்ட பெருமிதமான அன்பின் காரணமாக அவர்களுடைய சென்ட்ரல் ஸ்டூடியோவிற்கே அவர் வரும்படிச் செய்து அங்கு, அவர் அமர்ந்து படத்திற்கு திரைக்கதை, வசனங்களை எழுதுவதற்கு வேண்டிய வசதிகளைச் செய்துதந்து, அவருடனேயே இருந்து கவனித்துக்கொள்ளும் பொறுப்பை ,இயக்குனர் ஏ.எஸ்.ஏ.சாமியிடம் ஒப்படைத்தனர்.

தொடர்ந்து, 'மர்மயோகி', 'தங்கப்பதுமை', 'கடவுளைக் கண்டேன்', 'கைதி கண்ணாயிரம்', 'வழி பிறந்தது', 'துளி விஷம்'', 'நீதிபதி', 'கற்புக்கரசி',

'ஆனந்த ஜோதி', 'முத்து மண்டபம்', 'கல்யாணிக்குக் கல்யாணம்', அரசிளங்குமரி','பொன்னி', 'சுதர்ஸன்', 'விஜயகுமாரி', 'ஆசை அலைகள்' உள்பட,மொத்தம் 25 படங்களை இயக்கியிருக்கிறார்.

இதில் ஆச்சரியப்படும் வகையில் 23 படங்கள் 100 நாட்களைக் கடந்து ஓடியவையாகும். தமிழ் மட்டுமல்லாமல் இந்தி, தெலுங்குப் படங்களையும் இயக்கியுள்ளார்.

அவரால் அறிமுகப்படுத்தப்பட்ட நடிகர், நடிகைகள் ஏராளம். எஸ்.வி.சுப்பையா, எம்.என்.நம்பியார், எஸ்.ஏ.நடராஜன், நகைச்சுவை நடிகை எம்.எஸ்.எஸ்.பாக்கியம் எனப் பெரும்பட்டியல் அது.

ஏ.எஸ்.ஏ.சாமி இயக்கிய 'தங்கப்பதுமை' படத்துக்கு, 1960ஆம் ஆண்டு தேசிய விருது கிடைத்தது. உடன் தமிழக அரசின் 'கலைமாமணி','ராஜா சாண்டோ' ஆகிய விருதுகளும் பெற்றவர் சாமி என்பது குறிப்பிடத்தக்கது.

கலைஞரின் 50ஆம் ஆண்டு திரையுலக விழா, சென்னை சீரணி அரங்கில் நடிகர் விஜயகாந்த் தலைமையில் நடைபெற்றபோது, அதில் பேசிய கலைஞர், தனக்கு சினிமாவில் வசனம் எழுதக் கற்றுக்கொடுத்த சாமி அவர்களை மிகவும் நன்றியுடன் குறிப்பிட்டார். பின், தன் ஆட்சிக்காலத்தில் தமிழ்நாடு திரைப்படக் கல்லூரியில் திரைக்கதை பிரிவுக்கு ஆசிரியராக நியமித்தும், மாதச்சம்பளம் பெறச்செய்தார். அதோடு நில்லாமல், அவர் வயோதிக காலத்தில் வாதம் வந்து கஷ்டப்படும்போது, முரசொலி அறக்கட்டளைமூலம் ஒரு லட்சம் ருபாய் பரிசாகக் கொடுத்து கவுரவப்படுத்தினார். 10 ஆண்டுகளுக்கும் மேலாக பக்கவாதத்தால் பாதிக்கப்பட்டிருந்தார். இதில், இடதுகால் செயலிழந்து ஊன்றி ஊன்றி நடந்துவந்தார். இறுதிக்காலத்தில்,இரண்டு மாதங்கள் நடக்கமுடியாதநிலைக்கு ஆளானவர், 15.10.1998 அன்றுஇறுதி சுவாசம் எய்தினார்.

## 1948 இல் வெளியான படங்கள்

1. அபிமன்யு
2. அஹிம்சாயுத்தம்
3. ஆதித்தன் கனவு
4. இது நிஜமா
5. என் கணவர்
6. காமவல்லி
7. கிருஷ்ண பக்தி.
8. கோகுலதாசி.
9. சக்ரதாரி.
10. சந்திரலேகா
11. சம்சார நௌகா.
12. சம்சாரம்
13. சிகாமணி
14. ஞானசௌந்தரி
15. திருமழிசை ஆழ்வார்
16. தேவதாசி
17. நவீன கிருஷ்ணதுலாபரம்
18. பக்த ஜனாபில்ஹனா
19. பிழைக்கும் வழி
20. போஜா
21. மகாபலி
22. மாரியம்மன்
23. மோகினி
24. ராம்தாஸ்
25. ராஜமூர்த்தி
26. வானவில்
27. வேதாள உலகம்
28. ஸ்ரீ ஆண்டாள்

ஸ்டுடியோ ஆதிக்கம்

## 1948

## ஜெமினி ஆண்டு

ஒரு வியாழக்கிழமையில் துவங்கிய 1948ஆம் ஆண்டு, அடுத்த முப்பதாம் நாளில் இந்தியாவையே அதிர்ச்சிக் குள்ளாக்கியது. ஆம். தேசப்பிதா காந்தியடிகள், டெல்லி பிர்லா மாளிகை தோட்டத்தில் சமூக விரோத சக்திகளால் சுட்டுக் கொல்லப்பட்டார். தமிழ்நாட்டில் பல அதிர்ச்சி அலைகளை உருவாக்கினாலும் முந்தைய ஆண்டான 1947 இல் வெளியான 'நாம் இருவர்' அல்லது அதற்கு முன்பே வெளியான கே.சுப்ரமணியம் அவர்களின் 'தியாகபூமி' போன்ற காந்தியைக் கொண்டாடும் படங்கள் எதுவும் வரக்காணோம்.

இத்தனைக்கும் இவை இரண்டுமே வெற்றிப் படங்கள். சுதந்திரத்துக்கு முன் இருந்த தேசப்பற்றும் காந்தியப்பற்றும் மக்களிடையே இக்காலத்தில் சற்றுக் குறைந்து, அடுத்தடுத்த பிரச்சனைகளை நோக்கி, சமூக மிருகம் நான்கு கால் பாய்ச்சலில் சென்று கொண்டிருந்ததையே இது காட்டுகிறது. ஆனாலும் தமிழ்நாட்டின் காந்தியப் பற்றுக்கு எடுத்துக்காட்டாக, இந்தியாவே திரும்பிப் பார்க்கும் ஒரு படம். அதுவும் இந்தியாவின் முழுமுதல் ஆவணப்படம் ஒன்று இந்தியா முழுக்க வெளியாகியது. ஏ.கே.செட்டியார் அவர்கள் எடுத்த இந்தப் படத்துக்கு 'அஹிம்சா யுத்தம்' எனப் பெயரிடப்பட்டு, நவம்பர் 2ஆம் தேதி வெளியாகி, தமிழர்களுக்கு இன்றுவரை பெருமை சேர்த்து வருகிறது. இந்தப் படம் குறித்தும், இந்தப் படத்தின் இயக்குனர் ஏ.கே. செட்டியார் அவர்கள் குறித்தும் முழுநீளக்கட்டுரை, 'தமிழ்

சினிமாவரலாறு பாகம் ஒன்று' நூலில் வெளியாகியுள்ளது. மற்றபடி, வழக்கமான பக்திப் படங்களுக்குப் பஞ்சமில்லை. 'கிருஷ்ண பக்தி', 'திருமழிசை ஆழ்வார்', 'நவீன கிருஷ்ணதுலாபரம்', 'பக்த ஜனாபில்ஹனா', 'மாரியம்மன்', 'ஸ்ரீ ஆண்டாள்', 'சக்ரதாரி' போன்ற இந்து பக்திப் படங்களுடன் 'ஞானசௌந்தரி' போன்ற கிறிஸ்தவ பக்திப் படங்களும் வெளியாகின. மிக முக்கியமாக படைப்பின் பிரமாண்டம் மூலம் உலகையே திரும்பிப் பார்க்க வைத்த 'சந்திரலேகா' ஒரே சமயத்தில் தமிழிலும் இந்தியிலும் வெளியான ஆண்டு இது. அதுமட்டுமல்லாமல், இதே ஆண்டில் 'சக்ரதாரி', 'ஞானசௌந்தரி' போன்ற படங்களையும் தயாரித்தது. இதில் 'சக்ரதாரி' மிகப்பெரிய வெற்றிப் படமாகும்

சக்ரதாரி

மகாராஷ்டிரப் பின்புலத்தில், ஒரு பானை செய்யும் குயவன் பாண்டுரங்கன் மீதுகொண்ட பக்திப் பரவசத்தில், மழை பெய்யும் ஒருநாளில்பானை செய்ய சேற்றை மிதிக்கிறான். அப்படி மிதிக்கும்போது, பாண்டுரங்கன் மீது இருந்த பக்திஉணர்ச்சியின் காரணமாக 'பாண்டுரங்காஞ் பண்டரிநாதாஞ்' எனச் சொல்லி கொண்டே மண்ணை மிதிக்கும் போது அதில் தன் கைக் குழந்தையும் விழுந்து விட்டது தெரியாமல் அதையும் மிதித்துக் கொன்றுவிடுகிறான். அதன்பிறகு அவன் வாழ்வில் நடக்கும் துன்பமும் துயரமும் பின், கடவுள் அருளால் அவனுக்கு இறந்த குழந்தை, வாழ்க்கை திரும்பக் கிடைப்பதும் மீதிக்கதை. கொடுமை என்னவென்றால், படம் தமிழ்ப்படம். ஆனால் அவர்கள் உடை, பின்புலம் எல்லாம் மகாராஷ்டிர மாநிலப் பின்புலம். படம் பார்க்கும்போது ஒரு டப்பிங் படம் பார்ப்பதுபோல இருக்கும். இது மட்டுமல்லாமல், அன்றைய பல படங்களில் பணக்காரன் தமிழன்போல உடையணிந்திருக்க மாட்டான். கீழ்பாச்சு போல வேட்டிகட்டி, தோளில் அங்கவஸ்திரம்எல்லாம்போட்டுக்கொண்டு இருப்பான். ஒருவேளை, அன்றைய பணக்காரர்கள் எல்லாம் தெலுங்கர்களாகவோ, பிராமணர் களாகவோ மட்டும்தான் இருந்தார்களா என்றும் தெரியவில்லை. இந்தக் கொடுமையெல்லாம்தமிழ் சினிமாவில் பலகாலம் நீடித்தது. நாகையா, எஸ்.வி.ரங்காராவ், வி.கே.ராமசாமி போன்ற ஜமீன் அப்பாக்கள் அறுபதுகளிலும் இப்படித்தான்வந்தார்கள். .பிற்பாடு எம்.ஜி.ஆரே கூட 'உரிமைக்குரல்' போன்ற படங்களில் வேட்டி கட்டும்போதுஇப்படி தமிழர் கலாச்சாரத்தில் இல்லாத கீழ்பாச்சு பாணியில் வேட்டி கட்டிக்கொண்டு வந்தார்.

# சந்திரலேகா

**1948**இல் எஸ்.எஸ்.வாஸன் தயாரிப்பில் வெளியானது, 'சந்திரலேகா' திரைப்படம்.'சந்திரலேகா'வின் சாதனையைப் பார்த்தபின்தான், இந்தியில் 'மொகல் இ ஆசம்', 'மதர் இந்தியா' போன்ற பிரமாண்டமான காவியங்கள் வரத்துவங்கின. அவ்வகையில், இந்தியத் திரையுலகிற்கே முன்னோடியாக விளங்கிய ஒரு தமிழ்த் திரைப்படம், இது.

இப்படத்தை, உலகம் முழுக்கப் பிரபலப்படுத்தியதில் அதன் தயாரிப்பாளர், இயக்குனர் எஸ்.எஸ்.வாசனின் சாதனை அளப்பரியது.

'சந்திரலேகா' என்ற பெயரைக்கேட்டதுமே, பலருக்கும் அந்த ட்ரம்ஸ் காட்சி,நடனத்தின் பிரமாண்டம் மட்டுமே கண்களில் விரியும். ஆனால் இப்படி, காட்சியமைப்பில் மட்டுமல்லாமல் தயாரிப்பு; வெளியீடு என அனைத்திலும் சாதனையை இந்திய அளவில் உருவாக்கியத் திரைப்படம், 'சந்திரலேகா'.

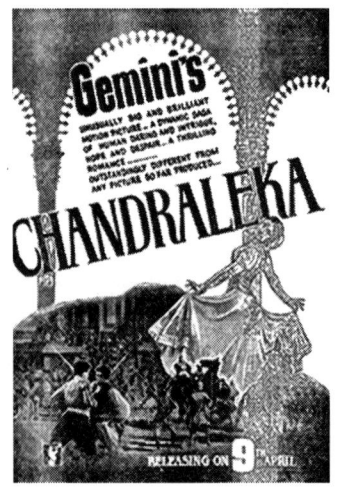

தமிழ் சினிமாவில் அப்போது காலமாற்றம் உருவாகிக் கொண்டிருந்த நேரம் எனலாம். ஒரு பக்கம், தமிழர்களின் எண்ணம்

முழுக்க திராவிட இயக்கம் நோக்கிப் படையெடுக்கத்துவங்கியது, சினிமாவுக்கும் பெரிதாக மவுசு இல்லை. ஆனால் நாடகக் கொட்டகைகள்இன்னும் கூடுதலாய் ஈர்க்கத்துவங்கின.

மேலும் அன்று தியாகராஜ பாகவதர், லஷ்மிகாந்தன் கொலை வழக்கில் கைதாகி சிறைக்குச் சென்ற கையோடு, மக்கள் மத்தியில் பாகவதர்கள் மீதிருந்த கவர்ச்சியும் காலாவதி ஆகிவிட்டிருந்தது. ”சங்கீதம், ஆகா ஓகோ பேஷ் பேஷ்”களுக்கு மக்கள் ”போதும்டா சாமி, உங்க சங்காத்தம்” எனக் கையெடுத்துக் கும்பிடத் துவங்கிவிட்டனர். பாகவதர்கள்மீதுஅசூயையும் பரவியது. மக்களுக்குப் புதுமை தேவைப்பட்டது.ஆனால் அது, எப்படியான புதுமை என்பதை அவர்களால் அப்போதைக்குத் தீர்மானிக்க முடியவில்லை.

கடந்த ஆண்டில் 'நாம் இருவர்' போன்ற சமூகப்படம் ஓடியது என்று பார்த்தால், கூடவே 'ஆயிரம் தலைவாங்கிய அபூர்வ சிந்தாமணி', 'ராஜகுமாரி' போன்ற படங்களும் ஓடின.எனவே, இந்த ராஜாக்கள், குதிரைகள், கத்திச்சண்டை இதையும் விட்டுவிடாமல் காட்சி மற்றும் தொழில்நுட்பத்துக்கு முக்கியத்துவம் கொடுக்கிறார்போலஒரு படம் செய்தால் நன்றாக இருக்கும் என யோசித்தார். ஆனந்தவிகடன் பத்திரிகை மூலம் மக்கள் நாடியை உடனுக்குடன் அறிந்துவைத்திருந்த வாஸன், ஏதாவது புதுமை செய்தால் மட்டுமே பிழைக்கமுடியும் என்று கணக்குப் போட்டார்.

1942இல் 'பால நாகம்மா', 1943இல்'மங்கம்மா சபதம்'என அடுத்தடுத்த இரண்டு படங்கள் கொடுத்த வெற்றிக்குப் பின், ஜெமினி பிக்சர்ஸ் சார்பில் மூன்றாவதாக ஒரு பிரமாண்டமான படத்தை எடுப்பது என, அப்போதே எஸ்.எஸ்.வாஸனுக்கு ஒரு கனவு இருந்தது. அக்காலத்தில், ஹாலிவுட்டில் ரோமானியப் பேரரசை பின்புலமாகக்கொண்ட காஸ்ட்யூம் டிராமா எனப்படும் அரசப் பின்புலம் கொண்ட பிரமாண்ட படங்கள், மிகப்பெரிய வசூலை நிகழ்த்தி சாதனை செய்தன. அந்தப் பாதிப்பில், அதுபோல ஒரு பிரமாண்டமான படம் எடுக்கவேண்டும் என்ற முடிவுக்குவந்தார், வாஸன். 1944இல், 'தாசி அமரஞ்சி' படம் வெளியானபோதே ஒரு அறிவிப்பையும் அதன் பாட்டுப் புத்தகத்தின் கடைசிப்பக்கத்தில் வெளியிட்டிருந்தார். 'கே.எல்.வி.வசந்தா நடிக்கும் 'சந்திரலேகா'இதுதான் அறிவிப்பு.

அப்போதைக்கு பட்டி, விக்கிரமாதித்யன் கதையில் வரும் ஒரு குட்டிக் கதையை படமாகப் பண்ணும் எண்ணம் மட்டுமே ஜெமினி பிக்சர்ஸ் வாஸனுக்கு இருந்தது. பிற்பாடு, அதில் வரும் பாத்திரமான 'சந்திரலேகா' என்ற பெயரை மட்டும் வைத்துக்கொண்டு வேறுகதையை உருவாக்க தன் கதை இலாகா குழுவுக்கு கட்டளையிட்டார், வாஸன். கதை இலாகா குழுவில் வேம்பத்தூர் கிட்டு, கே.ஜே.மகாதேவன், நைனா கொத்தமங்கலம் சுப்பு எனப்பலரும் இருந்தனர். மாதங்கள் ஓடியதே தவிர, கதை இலாகா சொன்ன கதைகள் எதுவும் வாஸனுக்குப் பிடிக்கவில்லை. அதனால், வால்டர் ஸ்காட் உள்ளிட்ட பல ஆங்கில எழுத்தாளர்களின் சரித்திர நாவல்களை கதை இலாகா குழுவில் கொட்டினார். வாஸன், ஆங்கில நாவல்களைத் தழுவி சினிமா கதை செய்வதில் வல்லவர். கடந்தகாலத்தில், ஹென்றி வுட் எழுதிய 'டம்பரி ஹவுஸ்' கதையைத் தழுவி,'சதி லீலாவதி' என்றபடமாக மாற்றியவர் அல்லவா! (இதுபற்றிய விபரங்கள், நான்எழுதிய 'தமிழ் சினிமா வரலாறு' முதல் பாகம் 1916  1947இல் படிக்கலாம்).

இப்படி, வாஸன் வாங்கிக் கொட்டிய பல ஆங்கில நாவல்களைப் படித்தபின், கதாசிரியர் வேம்பத்தூர் கிட்டுவுக்கு ஒரு நாவல் பிடித்துப் போய், அதை படமாகச் செய்தால் 'சந்திரலேகா' அருமையாக வரும் எனக் கூற, உடனே வாஸனும் அதன் முதல் பாகத்தை வாசிக்குமாறு சொன்னார்.

**கதை**

இங்கிலாந்தில், ஒரு கிராமத்தின் அடர்ந்த இரவு நேரத்தில், வெறிச்சோடிய சாலை ஒன்றில் குதிரைகளால் வரையப்பட்ட ஒரு மெயில் கோச் கான்வாய் செல்லும்போது, 'ராபர்ட் மக்கேர்' என்னும் கொள்ளைக்காரன் மற்றும் அவரது உதவியாளர்கள், சுற்றியுள்ள மரங்களிலிருந்து வெளிப்பட்டு அந்த வண்டியை பயங்கர ஆயுதங்களுடன் சூழ்கிறார்கள். காவலர்களுடன் கொள்ளையர்கள் மோத, கொள்ளைக் கூட்டத் தலைவன் ஓடிச் சென்று கோச் வண்டியின் கதவைத் திறக்க, அதனுள் அழகான கண்களுடன் ஒரு பெண் முகம்.

கிட்டு, இப்படி விவரித்த அந்தக் கதை, எச்.டபிள்யூ.வி.ரெனால்ட்ஸ் என்பவர் எழுதிய 'பிரெஞ்சு கொள்ளைக்காரன்' எனும் ஆங்கில நாவல். அந்த முதல் காட்சியே வாசனுக்குப் பிடித்துப்போக, உற்சாகத்துடன் அதை அப்படியே தழுவி திரைக்கதை அமைக்க வாஸன் உத்தரவிட்டார்.

திரைக்கதை முடிந்த கையோடு,'மங்கம்மா சபதம்' படத்தை இயக்கிய டி.ஜி.ராகவாச்சாரியை இயக்குனராகப் பணியமர்த்தினார்.

## படப்பிடிப்பு

படப்பிடிப்பு துரிதமாகத் துவங்கியது. ஒருநாள், கிண்டி ராஜ்பவனில் நடந்த படப்பிடிப்பின் போது வாசனுக்கும் ராகவாச்சாரிக்கும் முட்டிக் கொண்டது. உடனே, இயக்குனர் ராகவாச்சாரியை நீக்கிவிட்டு தானே இயக்குனர் என அறிவித்துக்கொண்டார். இப்படியாக தயாரிப்பு, இயக்கம் என இரண்டிலும் எஸ்.எஸ்.வாசான் பெயரே இடம்பெற்றது. அதுவே, அவருக்கு இயக்குனராக முதல் திரைப்படம்.

இந்தப் படத்தில் ஒளிப்பதிவாளராக, மேதை என அனைவராலும் புகழப்பட்ட கே.ராம்நாத் அவர்களும், கலை இயக்குனராக ஏ.கே.சேகரும் பணியமர்த்தப்பட்டனர். இதில் கே.ராம்நாத் பாதியில் விலக, இன்னொரு ஒளிப்பதிவாளராக கமல் கோஷ் பணியமர்த்தப்பட்டார். அதுபோலவே, இந்தப் படத்தின் நாயகியாக வாசன் முதலில் அறிவித்த கே.எல்.வி.வசந்தா வெளியேற்றப்பட்டு, டி.ஆர்.ராஜகுமாரி ஒப்பந்தமானார். இப்படி, படத்தின் துவக்கத்தில் பணியமர்த்தப்பட்ட பலரும் காலப்போக்கில் மாறிக்கொண்டே இருந்தனர்.

இக்காலத்தில், நடிக்க வாய்ப்புத்தேடி சென்னைக்கு வந்த விழுப்புரம் கணேசன் என்ற ஒல்லி இளைஞர், இந்த 'சந்திரலேகா' படத்தில் எப்படியும் நடிக்கும் ஆர்வத்துடன் ஜெமினி ஸ்டூடியோவுக்கு நடையாய் நடந்தார். என்.எஸ். கிருஷ்ணன் அவருக்கு சிபாரிசு செய்ததன் பேரில் வேப்பத்தூர் கிட்டுவை சென்று பார்க்க, வேப்பத்தூர் கிட்டுவும் இப்படத்தில் நாயகனின்

வாசன். கதை இலாகா குழுவில் வேம்பத்தூர் கிட்டு, கே.ஜே.மகாதேவன், நைனா கொத்தமங்கலம் சுப்பு எனப்பலரும் இருந்தனர். மாதங்கள் ஓடியதே தவிர, கதை இலாகா சொன்ன கதைகள் எதுவும் வாசனுக்குப் பிடிக்கவில்லை.

மெய்க்காப்பாளன் எனும் சிறிய பாத்திரத்தில் நடிக்கவைப்பதாக வாக்களித்து வாஸனிடம், கணேசனை அறிமுகப்படுத்த அவரோ, அவரது நீள சடாமுடி கோலத்தையும் ஒல்லியான தோற்றத்தையும் பார்த்து நிராகரித்துவிட்டார். ஏற்கெனவே அவர், 'மங்கம்மா சபதம்' படத்தில் எம்.ஜி.ஆரை நீக்கிவிட்டு ரஞ்சனை ஒப்பந்தம் செய்தவர் என்பது குறிப்பிடத்தக்கது.

சிவாஜி நிராகரிக்கப்பட்ட இந்த வேடத்தில், அதன்பின்பு நடித்தவர், எழுத்தாளர் ஜாவர் சீத்தாராமன். பிற்பாடு சிவாஜி மிகப்பெரிய நடிகரானபின், அவரை நாயகனாக வைத்து 'இரும்புத்திரை', 'மோட்டார் சுந்தரம்பிள்ளை' போன்ற படங்களை ஜெமினி எஸ்.எஸ்.வாஸன் எடுத்தது வரலாறு.

படத்தில், ஒரு காட்சிக்கு நூற்றுக்கணக்கான யானைகள் தேவைப்பட்டன. இதற்காக வேம்பத்தூர் கிட்டு, தென்னிந்தியா முழுக்க அலைந்தார். சிலோனுக்கும் பயணம் செய்தார். கடைசியில் 'கமால் சர்க்கஸ்', 'பரசுராம் லயன் சர்க்கஸ்' என்ற இரண்டு நிறுவனங்களிடம் ஒப்பந்தம் செய்து யானைகளைப் பயன்படுத்தினார். பிற்பாடு, இதே யனைகளை வைத்துதான் 'ஔவையார்' படத்தில் பயன்படுத்தினாரா, தெரியவில்லை. இரண்டும் சமகாலத்தில் உருவான ஜெமினியின் படங்கள். இப்படி, யானைகளுக்காக உள்ளே கொண்டுவரப்பட்ட சர்க்கஸ் குழுவை அப்படியே திரைக்கதையிலும் சேர்த்துக்கொண்டு புதியதாக மாற்றி எழுதிப் படம்பிடித்தார் ஒரு இரவு. சந்திரலேகா பறக்கும் ட்ரேபீஸில் நிகழ்த்தும்போது, முன்வரிசையில் வில்லனின் ஆட்களைக் கவனிக்கிறாள். இது, கேமிராவில் பெரிதாகக் காட்டப்படுகிறது. இன்று, வேகமான ஜூம் ஷாட்டுகள்மூலம் இதை எளிதாகச் செய்யமுடியும். ஆனால் நாற்பது ஆண்டுகளுக்குமுன்பு இதுபோன்ற லென்ஸ் இல்லை. ராம்நாத், அதை கிரேன் பயன்படுத்திச்செய்தார். அவர், அதை நீண்டநேரம் ஷாட் ஒத்திகை பார்த்தார். அவர் ஷாட்டை 20 முறை எடுத்தபிறகு, சிறந்த டேக்கை தேர்வு செய்தார். படத்தின் புகழ்பெற்ற நடனக்காட்சியை இயக்கியவர், ராகவாச்சாரி. இந்தக் காட்சியில், 400 நடனக் கலைஞர்களுக்கு ஆறுமாத தினசரி ஒத்திகை இடம்பெற்றன. பல லட்சங்கள் செலவு செய்து மிகப்பிரமாண்டமாக எடுக்கப்பட்ட இக் காட்சியில் கதக்களி, பரதநாட்டியம் மற்றும் இலங்கை கண்டியன் நடனம் ஆகியவை பயன்படுத்தப்பட்டன. படத்தின் உச்சக்கட்ட காட்சியில் வரும் முரசு நடனம் போல், இந்தியப் படம் எதிலும் இதுவரை வந்ததில்லை. அந்தக் காட்சியில் ஈடுபட்டவர்கள் மொத்தம் 500 பேர்.

தொழிலாளர்கள் இரவுபகலாக அந்த முரசுகளைப் பலநாட்களாக உருவாக்கினர். அதில் பலரின் உழைப்பு அடங்கியுள்ளது. அதனால்தான் இந்தியத் திரையுலகில் இன்றுவரை அந்தக் காட்சி பேசப்படுகிறது.

இந்தக் காட்சிகளின் படப்பிடிப்பில் ஒளிப்பதிவாளர் கமல்கோஷுக்கு உதவியாளராக இருந்த ஏ.வின்சன்ட் பிற்பாடு மிகச்சிறந்த ஒளிப்பதி வாளராகத் தமிழ்த் திரையுலகில் அறியப்பட்டார்.

அக்காலத்திலேயே, முப்பது இலட்ச ரூபாய் பட்ஜெட்டில் எடுக்கப்பட்ட இப்படத்துக்காக வாஸன், தன் சொத்துகள் அனைத்தையும் விற்றது மட்டுமல்லாமல்,'தி இந்து' ஆசிரியர் கஸ்தூரி சீனிவாசனிடமிருந்தும் கூடுதலான வட்டிக்குக் கடன் வாங்கி படத்தை முடித்தார்.

படத்தில் வசனம் அதிகம் கிடையாது. எனவே, படத்தை அவரே இந்தியில் மொழிமாற்றம் செய்து வெளியிட முடிவுசெய்தார். ஆனால் அதற்காக, அவர் விளம்பரம் செய்வதற்கு செலவுசெய்த பணத்தில் இந்தியில் ஒரு படமே எடுத்துவிடலாம். அதுவரை, சிறு சுவரொட்டிகளையே பார்த்துப் பழகிய வடநாட்டவர்களுக்கு, அவர்கள் பார்த்து மூக்கில்

விரல்வைத்து வியக்கும் வண்ணம் மும்பாயில் பெரிய பெரிய பேனர்கள் வைத்தார். நாளிதழ்கள் அனைத்திலும் முழுப்பக்க விளம்பரம் வந்துகொண்டேயிருந்தது. இந்தியாவிலேயே முதல்முறையாக, சினிமாவுக்கு நியான் விளக்கில் மும்பாயில் விளம்பரம் செய்தார், வாஸன். இந்தப் படத்துக்காக மொத்தம் 609 பிரிண்டுகள் போடப்பட்டன. அன்றைய நாளில் இதுவும் ஒரு பெரும் சாதனை.

முதன்முறையாக, தினசரிகளின் முதல் பக்கங்களில் முழுப்பக்க விளம்பரம் செய்தது மட்டுமல்லாமல், ஒரேநேரத்தில் இந்தியா தாண்டி ரஷ்யா, ஐரோப்பியநாடுகளில் ரிலீஸ் செய்தது, படத்தின் விளம்பர நோட்டீஸ்களை ஹெலிகாப்டரிலிருந்து இந்தியாவின் முக்கிய நகரங்களில் தூவியது, ஒரேநாளில் உலகம் முழுக்க அதிக பிரிண்ட்களை விநியோகம் செய்தது என,படத்தின் காட்சிகளில் இருந்த பிரமாண்டத்துக்குச் சற்றும்குறையாதபிரமாண்டத்தை விநியோகத்திலும் செய்து சரித்திரத்தில் நிலைபெற்ற திரைப்படம் 'சந்திரலேகா'. இன்றைக்கு,அறுபது கோடிரூபாய் எனக் கணக்கிடப்படும்அந்த மதிப்பீட்டில் அன்று, ஹாலிவுட் தவிர வேறுநாடுகள் எதிலும் இதுபோன்ற திரைப்படங்கள் தயாரிக்கப்படவில்லை. தமிழ் சினிமாவில் 'சந்திரலேகா'வின் உருவாக்கம், இந்தியாவையே பிரமிக்கவைத்தது என்றால் ஐயமில்லை.

## 'ஞானசௌந்தரி'

### படச்சுருளைத் தீயிட்டுக் கொளுத்திய எஸ்.எஸ்.வாஸன்

'ஞானசௌந்தரி' என்பது அனைவரும் அறிந்த 'சின்ரல்லா' எனும் கிறித்துவ நாடோடிக்கதையைத் தழுவியதுதான். ஒரு அழகான இளவரசியை பொறாமை காரணமாக, அவளது கொடுமைக்கார சித்தி கை, கால்களை வெட்டிக் கொன்று காட்டில் போட்டுவிட்டு வர, அப்போது மதர் மேரியின் இறையருள் காரணமாக, ஒரு இளவரசன் அவளைக் காப்பற்றுவதும், அவள் எப்படி மீண்டுவந்தாள் என்பதுமான உணர்ச்சி பூர்வமான கதை.

இந்தக் கதையை, நவாப் ராஜமாணிக்கம் பிள்ளை நாடகமாக தமிழுக்குக் கொண்டுவந்தார். அக்காலங் களில், நவாப் ராஜமாணிக்கம் பிள்ளையின் நாடகங்கள், மக்கள் மத்தியில் பெரும் செல்வாக்கைப் பெற்றிருந்தன. மகாத்மா காந்திகூட விடுதலைப்போராட்டக் காலத்தில் பரபரப்பாக சுற்றிக் கொண்டிருந்தபோதும் தமிழ்நாட்டுக்கு வந்தபோது மூன்றுமணி நேரம் அவரது 'நந்தனார்' நாடகத்தைக் கண்டுகளித்ததாக வரலாறு.

அப்படிப்பட்ட புகழ்பெற்ற நவாப் ராஜமாணிக்கம் பிள்ளை, அதுவரை புராண, இதிகாச நாடகங்களை மட்டுமே கண்டுகளித்த மக்களுக்குப் புது அனுபவமாக இருக்கும் என்ற நம்பிக்கையில் 1934இல், இந்த 'ஞானசௌந்தரி' கதையை நாடகமாக எழுதி மேடையேற்ற அது, மக்கள் மத்தியில் மிகப்பெரிய வெற்றியினைப் பெற்றது. உடன், அப்போது பிறந்த பல பெண்

குழந்தைகளுக்கு, ஞானசௌந்தரி என்ற பெயரையும் சூட்டுமளவுக்கு மக்கள் மத்தியில் பெரும்புகழைப் பெற்றது. இந்தப் புகழ், ஒருவரது கண்ணை உறுத்தியது. அவர் திருவனந்தபுரம் நீதியரசர் ஒருவரின் மகன். பெயர், ஜோசப் தளியத். அப்போதே எம்.ஏ., பட்டதாரி. சினிமாவில் தீவிர ஆர்வமிக்கவர். 'ஞானசௌந்தரி'யை சினிமாவாக எடுக்கத்தீர்மானித்து சென்னை வந்தவர். அப்போது நியூடோன் ஸ்டூடியோவில் நல்ல பொறுப்பில் இருந்த எஃப் நாகூர் என்பவருடன் இணைந்தார். இருவரும் சிட்டாடல் ஸ்டூடியோ என்ற பெயரில் தயாரிப்பு நிறுவனம் ஒன்றைத் துவக்கினர். நாஞ்சில்நாடு டி.ஆர்.ராஜப்பா என்பவர் திரைக்கதை எழுத, டி.ஆர்.மகாலிங்கம்நாயகனாக நடிக்க, முதலில் பானுமதி அவர்களை நாயகியாக ஒப்பந்தம்செய்து ஜித்தன் பானர்ஜியின் ஒளிப்பதிவுடன் படத்தைத் துவக்கினர். படப்பிடிப்பு நடக்கும் போதே, நடிகை பானுமதிக்கும் இயக்குனருக்கும் முட்டல் துவங்கியது. அக்காலத்தில், பானுமதி உச்சநட்சத்திரமாக இருந்ததாலும் அவரே பல்கலை வித்தகராக, திறமைகளின் கிடங்காக வலம்வந்த காரணத்தால், புதுமுக இயக்குனர்களின் குறைகளை வெளிப்படையாகச் சொல்லிக் கடிந்து முரண்டுபிடித்தார். பிற்பாடு பத்து வருடங்களுக்குப் பின் இதுபோல எம்.ஜி.ஆரின் 'நாடோடி மன்னன்'படப்பிடிப்பிலும் கூட அவர் ஒத்துழைக்காமல் முட்டல்கள் தொடர்ந்ததும் பிற்பாடு அவர் பாத்திரம் வலுக்கட்டாயமாகக் கொல்லப்பட்டு, சரோஜாதேவி கொண்டுவரப்பட்டதும், வரலாறு. இப்படி, பானுமதியின் பிரச்சனை காரணமாக படம் பாதியில் நின்றது. உடனே படப்பிடிப்புக்குழு அவசரமாக முடிவெடுத்து பானுமதியை முழுவதுமாக நீக்கிவிட்டு, அந்த வேடத்துக்கு எம்.வி.ராஜம்மாள் எனும் கன்னட நடிகையை ஒப்பந்தம் செய்தனர். இப்படி, ஆரம்பத்திலேயே தடங்கல் உண்டான இப்படத்துக்கு அடுத்து இன்னுமொரு தலைவலி காத்திருந்தது.

அந்தத் தலைவலியைக் கொடுத்தவர், ஜெமினி ஸ்டூடியோ அதிபர் எஸ்.எஸ்.வாஸன்.

வாஸன் அப்போதுதான் 'சந்திரலேகா' எனும் பிரமாண்ட காவியத்தைக் கொடுத்து உலகம் முழுக்கப் பெரிய வெற்றியைப் பெற்றிருந்தார். ஏற்கெனவே 'பதிபக்தி' மற்றும் 'சதிலீலாவதி'படத்தின் கதைப் பிரச்சனையில் தலையிட்டு, தன் ஆங்கில நாவல் அறிவுமூலம் 'சதிலீலாவதி'க்கு ஆதரவாக,ஒரு ஆங்கில நாவலைத் தொடராக தன் 'ஆனந்தவிகட'னில் வெளியிட்டுக் காப்பாற்றிக் கொடுத்த சம்பவம் குறித்து 'தமிழ் சினிமா வரலாறு' முதல் பாகத்தில் முழுவதுமாகக்

கொடுத்திருந்தேன். அதுமட்டுமல்லாமல் அவர், இதற்குமுன் எடுத்து வெற்றிக்கொடி கட்டிய 'மங்கம்மா சபதம்', 'சந்திரலேகா' ஆகிய படங்களும் ஆங்கில நாவல்களை அடிப்படையாகக் கொண்டு உருவாக்கிய படங்களே. ஆங்கில நாவல்களைப் படித்து கதைச்சுருக்கம் எழுதுவதற்கென்று தனியாக ஒரு படித்த கூட்டத்தையே, கதை விவாதக்குழுவாக தன் ஜெமினி ஸ்டூடியோவில் வைத்திருந்தார். இதுபோன்ற குழுவில், அறிவுஜீவிகளுடன் வழக்கம்போல சில அற்பப்பதர்களும் கலந்திருந்தனர். சிலசமயம் முதலாளிகளும், விசுவாசிகளைவிட இந்தப் பதர்களைத்தான் அதிகம் நம்பிவிடுவார்கள். வாஸன் கதையிலும் அதுதான் நடந்தது. இந்திய அளவில் 'சந்திரலேகா'உண்டாக்கியஅதிர்வோடு, அடுத்தடுத்த வெற்றியைப் பறிக்கும் ஆவலில் இறங்கியபோது அந்தப் பதர்கள் அவருக்குப் பரிந்துரைத்த கதை, 'ஞானசௌந்தரி'.

ஏற்கெனவே, ஒரு குழு படப்பிடிப்பு நடத்திவரும் சூழலில், இதை நாம் எடுக்கவேண்டுமா என வாசனை யோசிக்கவிடாமல்,'ஜெமினி படம் என்றாலே மக்கள் கூட்டம் நமக்குத்தான் வரும், அவர்கள் ஊர்பேர் தெரியாதவர்கள். எடுபடாது' எனத் தவறான ஆலோசனைகளை அவர்கள் சொல்ல, வாஸனும் களத்தில் இறங்கத் துணிந்தார். உடனே ஓரிஜினல் 'ஞானசௌந்தரி'யின் கதை உரிமையை, நவாப் ராஜமாணிக்கம் பிள்ளையிடமிருந்து வாங்கிய கையோடு, உடனடியாக கொத்தமங்கலம் சுப்புவிடம் திரைக்கதை எழுதச் சொன்னார். அவருடன், அப்போது ஜெமினியில் பல கதை விவாதங்களில் கலந்துகொண்ட கி.ரா. என்பவரும் நைனா என்பவரும் களமிறங்கினர். ஸ்டூடியோவின் ஆஸ்தான இயக்குனரான முருகதாஸா இந்தப் படத்துக்கு இயக்குனராக ஒப்பந்தம் செய்யப்பட்டார். இதில் என்ன விசேஷமென்றால், கதையோ கிறிஸ்தவப் பின்புலம் கொண்ட கதை. ஆனால் படக்குழுவினர் அனைவரும் இந்து. அதுவும், பிராமண வகுப்பைச் சேர்ந்தவர்கள். ஒரேநேரத்தில் இரண்டு 'ஞானசௌந்தரிகள்'வரப்போவது பற்றி, அப்போது தமிழ் சினிமா ஸ்டூடியோக்களில் பேச்சாக இருந்தது. எது நன்றாக இருக்கும் என அனைவரும் ஆவலுடன் எதிர்பார்த்தனர். வாசனின் திறமையையும் வியாபார உத்தியையும் அறிந்த பலரும், சிட்டாடல் பேசாமல் படத்தைப் பாதியில் நிறுத்தினால் கைக்காசாவது மிச்சமாகும் என அறிவுரை செய்தனர். இதைக்கண்டு தளராமல், சிட்டாடல் தயாரிப்புக் குழுவும் படத்தை சீக்கிரமாக வெளிக்கொண்டு வருவதில் போட்டி போட்டது. இவர்களுக்கிருந்த ஒரே நம்பிக்கை, எம்.வி.வெங்கட்ராமின் இசை. அன்று

அவர்,புகழின் உச்சியில் இருந்தார். மட்டுமல்லாமல், அவரது பாடல்கள் அனைத்தும் சிறப்பாக உருவாக்கம்கண்டிருந்தன. ஜெமினி 'ஞானசௌந்தரி'க்கு இசை, எம்.டி.பார்த்தசாரதி.

இச்சூழலில்,அவர்களின் நம்பிக்கையைத் தகர்க்கும் விதமாக ஜெமினியின் வெளியீட்டு அறிவிப்பு வெளியானது. 1948, ஜூன் மாதம் வெளியிடப்போவதாக அந்த அறிவிப்பு சொன்னது. ஆனால் யாரும் எதிர்பாராதவிதமாக சட்டென வேலைகளை முடித்த சிட்டாடல் நிறுவனம், மே மாதமே தங்கள் 'ஞானசௌந்தரி'யை வெளியிட்டு ஜெமினி ஸ்டூடியோவுக்கு அதிர்ச்சி கொடுத்தனர்.

மே 21இல் வெளியான 'ஞானசௌந்தரி'க்குப் பெரும் வரவேற்பு. நாடகத்தில் ரசித்த அதே உணர்வைத் திரையிலும் கண்டு உள்ளம் நெகிழ்ந்தனர். அடுத்ததாக, ஜெமினியின்'ஞானசௌந்தரி'. ஜூன் மாதம் 18ஆம் தேதி வெளியானது. வெளியான முதல் நாளே, வெலிங்டன் அரங்கில் கலவரம் வெடித்தது. நாற்காலிகள் பறந்தன. தியேட்டர் திரை கிழிக்கப்பட்டு வன்முறை வெடித்தது. .

மக்கள் ஏன், அப்படிக் கொந்தளிக்க வேண்டும். அதற்குக் காரணம், இதுதான். ஒரிஜினல் 'ஞானசௌந்தரி' கிறிஸ்தவப் பின்புலம்கொண்டிருந்த காரணத்தால் நாயகி, பொட்டு வைக்காமல் இருப்பார். ஆனால் ஜெமினி 'ஞானசௌந்தரி'யை எடுத்த வாஸன் நிறுவனத்தில் பணிபுரிந்த மொத்தக்குழுவும் பிராமண வகுப்பைச் சேர்ந்தவர்கள். ஆதலால் அவர்கள், நாயகி பொட்டு வைக்காமல் இருந்தால் அமங்கலமாக இருக்கும். விதவைகள் மட்டுமே பொட்டு வைக்கமாட்டார்கள் என்பது இந்து மரபு. இதனால் நாயகிக்கு, ஒரு சிலுவைக்குறியை, பொட்டு இருக்கும் இடத்தில் போட்டுவிட்டனர். மட்டுமல்லாமல், கொத்தமங்கலம் சுப்புவின் வசனத்தில் 'அவா, இவா' போன்ற பிராமண பாஷை அதிகம் வரும். ஏற்கெனவே 'சந்திரலேகா' படத்தில் 'அவா ஊதினா, இவா வருவா' போல வசனங்கள் எழுதியிருந்தது இன்றும் விமர்சனத்துக்கு உள்ளாக்கப்படுவது அறிந்ததே. இது, மிகப்பெரிய தவறு என்பதை வாஸன், 'ஞானசௌந்தரி' வெளியீட்டின் போதுதான் உணர்ந்தார். மேலும் அப்போது பட்டிதொட்டி எங்கும் திராவிட இயக்கம் மிகப்பெரிய எழுச்சியை, பிராமண எதிர்ப்பை, தமிழகம் முழுக்க உருவாக்கியிருந்த காலம். ஒருபக்கம் சாதி, மதங்களை எதிர்த்து, சமூகத்தில் அனல் தெறிக்கும் மாற்றம் நிகழ இன்னொருபக்கம், அதுவரை திரையுலகை ஆட்டிப்படைத்த பிராமணர் ஆதிக்கம் முடிவைநோக்கி நெருங்க,

இரண்டும் சந்தித்த புள்ளியின் விளைவே அன்று, வெலிங்டன் திரையரங்கில் 'ஞானசௌந்தரி' படத்துக்கு எதிராக நடைபெற்ற கலவரம். இத்தனைக்கும், இட்லி விற்றுப் பிழைத்த தாயின் மகனாக, தஞ்சாவூரிலிருந்து கடுமையான உழைப்பின்மூலம் வெற்றிபெற்று அசுர வளர்ச்சிமூலம் உலகையே தமிழ்நாட்டை நோக்கித் திரும்பவைத்தவர், எஸ்.எஸ்.வாஸன். இன்றும், அவர் அடைந்த சாதனையின் உச்சத்தை ஈடுகட்ட எவரும் இல்லை. ஒரு பத்திரிகையாளனாக, கதை ஆசிரியராக, ஸ்டூடியோ முதலாளியாக அவர் வெற்றிமேல் வெற்றிபெற்று இந்தியாவையே வியக்கவைத்தவர். அதீதக்கற்பனை வளமும் வியாபார உத்தியும் நிர்வாகத்திறனும், ஒன்றுக்கொன்று முரண்பட்ட வெவ்வேறு துறைகள். ஆனால் அவர், அதிசயமாக இந்த மூன்றிலுமே வியக்கவைக்கும் திறமைகளைக் கொண்டிருந்தார். அப்படிப்பட்டவர், இந்தச் சிறு நிறுவனத்திடம் போட்டிபோட்டுத் தோற்றது ஒரு ஆச்சர்யமான நிகழ்வு.

அறம் என்பது எல்லா அறிவு நுணுக்கங்களுக்கும் அப்பாற்பட்டது என்பதை வாஸன் 'ஞானசௌந்தரி' மூலம் கற்றுக்கொண்டது மட்டுமல்லாமல், இந்த உலகிற்கும் கற்றுக்கொடுக்கும் வாய்ப்பை 'ஞானசௌந்தரி'மூலம் உருவாக்கிக்கொண்டார். அதன் பலனாக, அடுத்து அவர்செய்த காரியம்தான் இன்றுவரை அவர் பெயரை சரித்திரத்தில் அழுத்தமாகப் பதியவைத்திருக்கிறது.

'ஞானசௌந்தரி' படத்துக்கு இப்படியான கடும் எதிர்ப்பு உருவானநிலையில், அனைத்துத் திரையரங்கிலிருந்தும் படப்பெட்டியை திரும்பக் கொண்டுவரச்செய்தார். பின்,அத்தனை படச்சுருளையும் ஸ்டூடியோவில் கொட்டி பெட்ரோல் ஊற்றிதீவைத்துக் கொளுத்திவிட்டார். மட்டுமல்லாமல், அந்த ஆண்டின் இறுதியிலேயே 'சக்ரதாரி' எனும் படத்தின் வெற்றியின்மூலம் மீண்டும் தான் ஒரு சிங்கம் என்பதை நிரூபித்தார். இனி, பிராமண பாஷை எடுபடாது என உணர்ந்தவர், உடனே கொத்தமங்கலம் சுப்புவிடம் 'ஆனந்த விகட'னில், தஞ்சை வட்டார வழக்கில் ஒரு அருமையான கதை வேண்டும், தொடராக வெளியிடலாம்' என்றார். அந்தத் தொடர் 'ஆனந்த விகட'னில் வெளியாகி, மிகப்பெரிய வெற்றிபெற்றுபிற்பாடு சினிமாவாகவும் வெளிவந்து சரித்திர சாதனை செய்தது.

அந்தக் கதை,'தில்லானா மோகனாம்பாள்'.

## 1949 இல் வெளியான படங்கள்

1. அபூர்வ சகோதரர்கள்
2. இன்பவல்லி
3. கனகாங்கி
4. கன்னியின் காதலி
5. கீத காந்தி
6. தேவ மனோகரி
7. நம் நாடு
8. நல்ல தம்பி
9. நவஜீவன்
10. கிருஷ்ணன் பக்தி
11. நாட்டிய ராணி
12. பவளக்கொடி
13. மங்கையர்க்கரசி
14. மாயாவதி
15. ரத்னகுமார்
16. வாழ்க்கை
17. வினோதினி
18. வேலைக்காரி

# திராவிட இயக்க எழுச்சி

## 1949-1954

# தமிழ் சினிமாவில், திராவிட எழுச்சி

**சி**னிமா பேசத்துவங்கிய 1931 முதல் 1947 வரையிலான காலக்கட்டத்தை, சங்கீத சினிமா அல்லது இந்து பிராமணிய சினிமா அல்லது காங்கிரஸ் சினிமா என வகைப்படுத்திவிட முடியும்.

இக்காலத்தில் வெளியான படங்கள் அனைத்துமே ஒன்று, புராண, இதிகாசக் கதைகளாகவும் இசைப்பாடல்கள் அதிகமாகவும் வசனம் குறைவாகவும் இருந்தன. இவைதவிர, இயக்குனர் கே.சுப்ரமணியம் போன்ற சிலர் எடுத்த 'தியாக பூமி', 'பர்மா ராணி' போன்ற திரைப்படங்கள், இந்திய தேசியத்தைக்கட்டமைக்கும்விதமாகவும், மகாத்மாகாந்தி அவர்களைப் போற்றும் படமாகவும், காங்கிரஸ் பேரியக்கத்தை வழிபடும் சினிமாக்களாகவும் இருந்த போது முற்போக்கான சினிமா என்றால், அதன் நாயகன் நாட்டுக்காக உயிரை விடுபவனாகவோ அல்லது 'காந்தி வந்தார், சாந்தி தந்தார்' என அவர் புகழ்பாடி, அவர் கொள்கைகளைப் பரப்புபவனாக இருப்பான். அதுவரை, நம் மதங்கள் சொல்லும் ஒருநல்லவனுக்கான அடையாளமாக இருப்பான். பாகவதர்போல அவன், சிலபடங்களில் மன்மதலீலையை வென்றாலும் இறுதியில், அது தவறு என உணர்ந்து திருந்தி நல்ல கிரஹஸ்தனாகிவிடுவான்.

ஆனால் 1947க்குப் பின், தமிழ் சினிமாவின் முகம் முழுவதுமாக மாறத் துவங்கியது. அதன் காரணம், இக்காலக்கட்டங்களில் வீறுகொண்டு எழுந்த திராவிட இயக்கம். நீதிக்கட்சி, திராவிடர் கழகமாக மாறிய 1944ஆம் ஆண்டிலிருந்தே, தமிழ் மக்களிடையே பரவலாக தேசிய

சிந்தனைக்கு மாற்றாக திராவிட சிந்தனைஉருவாகத் துவங்கியது. நாடகங்களில் துவங்கிய இந்த முற்போக்குக்கருத்துகள், சினிமாவையும் தாக்கிவிடுமோ எனச் சில பிராமண காங்கிரஸ் அதிகாரிகள், பிரிட்டிஷ் ஆட்சி விரட்டப்பட்ட உடனே இதற்கு முடிவுகட்ட முடிவுசெய்து, சினிமாவில் சென்சார் ஒன்று கொண்டுவர வேண்டும் என முடிவுசெய்தனர். 1948இல், புதிய சென்சார் கொள்கைகள் வெளியிடப்பட்டன. அவற்றுள் சில.

1. சட்டம், நீதி இவற்றுக்கு எதிரான பிரச்சாரத்தையோ, மற்றவர்கள் கற்றுக்கொள்ளக்கூடியபடி சட்டம், நீதி இவற்றை மீறி நடப்பதையோ காட்டக்கூடாது.

2. பிறர் கற்றுக்கொள்ளக்கூடிய வகையில் கொலைசெய்யும் காட்சிகளை விஸ்தாரமாக காட்டக்கூடாது. பழிவாங்குதல் நியாயமானதாய் கருதப்படமாட்டாது.

3. பிக் பாக்கெட், இதர வகையான திருட்டு, கொள்ளையடிப்பது, பணப்பெட்டிகளை உடைப்பது, ரயில், பாலம், சுரங்கம், கட்டிடம் இவற்றிற்கு வெடிவைத்துத் தகர்ப்பது, தீ வைப்பது ஆகியவை எப்படிச் செய்யப்படுகிறது என்று திரையில் காட்டக்கூடாது.

4. சாராயம் முதலான மதுபானங்களைக் கள்ளத்தனமாக தயாரிப்பதைப் பற்றி பேசவேகூடாது.

5. மது அருந்தும் காட்சிகளுக்கு முற்றிலும் தடை. இதற்குமுன் சென்சார் செய்யப்பட்ட படங்களிலிருந்தும் மது அருந்தும் காட்சிகள் நீக்கப்படவேண்டும். ஆனால், மதுவிலக்குப் பிரசாரப் படங்களில் மதுவின் தீமைகளை விளக்குவதற்காக காட்டப்படும் மதுபானக்காட்சிகளுக்கு அனுமதி உண்டு.

6. திருமணம், குடும்பம் போன்றவை புனிதமாகக் கருதப்படும். கீழ்த்தரமான கள்ள நட்பு அனுமதிக்கப்படுவதாகவோ அல்லது அப்படி தொடர்புகள் வழக்கத்தில் இருப்பதாகவோ திரையில் சித்திரிக்கக் கூடாது.

7. கல்வி போதனைப் படங்களைத் தவிர மற்ற படங்களில் சிற்றின்பம், உடல்நலம், கர்ப்பத்தடை மற்றும் காம வியாதிகள் இவற்றை காட்டக்கூடாது.

8 எந்த ஒரு மதத்தையும் பழிப்பதான படமோ, காட்சியோ அனுமதிக்கப்படமாட்டாது. மதகுருக்களை நகைச்சுவைப் பாத்திரங்களாகவோ, வில்லன்களாகவோ அல்லது பரிகாசத்துக்குரிய வகையிலோ காட்டவே கூடாது.

அஜயன் பாலா

**எந்த மதத்தையாவது அல்லது புராணத் தையாவது பரிகசிப்பதாகவோ, பழிப்பதாகவோ,அவமதிப்பதாகவோ, பொதுமக்கள் அதன்மீது கொண்டுள்ள பக்தியையும் மதிப்பையும் குறைப்பதாகவோ உள்ள காட்சிகள், கதைகள், நடிப்பு இவை எதுவும் அனுமதிக்கப்படாது.**

இப்படியான சட்டதிட்டங்கள் அதிகரித்துவந்த அதே நேரத்தில்தான், அதுவரை மேடைப்பேச்சு, இலக்கியம், நாடகம் என இயங்கிவந்ததிராவிட இயக்கம் அதிரடியாக திரைப்படத் துறைக்குள் நுழைந்தது.

அண்ணாத்துரை, கருணாநிதி என இருவருமே கிட்டத்தட்ட, ஒரேசமயத்தில் அதிரடியாக நுழைந்தனர்.

ஆனால் இவர்களுக்கு முன்பிருந்தே திராவிட இயக்கக் கொள்கைகளை, முற்போக்குக் கருத்துகளை தன் படங்களில்வாய்ப்புக் கிடைக்கும் போதெல்லாம் திணித்து வந்தவர், என்.எஸ் கிருஷ்ணன். இதன் காரணமாகவே அவர், அண்ணா அவர்களை திரைப்படத்துறைக்கு வருமாறு அழைப்புவிடுத்ததோடு மட்டுமல்லாமல் அவரை முதன்முறையாக தன் படத்துக்கு வசனமும் எழுதவைத்தார். அந்தத் திரைப்படம் 1948இல்வெளியான, 'நல்லதம்பி'.

Jupiter Pictures

# 'வேலைக்காரி'

'ராஜகுமாரி' படத்தின் வெற்றிக்குப் பிறகு, ஜூபிடர் பிக்சர்ஸ் ஒன்றை நன்றாகப் புரிந்துகொண்டது. விடுதலைக்குப் பிறகு மக்கள் ரசனை மாறிவருகிறது.. இனி, பாடல்களைக் குறைத்து வசனங்களுக்கு முக்கியத்துவம் கொடுக்கப்பட வேண்டும். இதைப் பூர்த்திசெய்யும்வகையில் அடுத்த படைப்பு இருக்கவேண்டும் என முடிவுசெய்து மீண்டும், 'ராஜகுமாரி' இயக்கிய இயக்குனர் ஏ.எஸ். ஏ. சாமியை அணுகியது.

அவர் பரிந்துரைத்தது ஒரு நாடகம். அதன் பெயர் 'வேலைக்காரி'. எழுதியவர் அண்ணா. அப்போது அரசியலில் அறிஞர் அண்ணாவின் பெயர் பட்டி தொட்டிகளில் பரவ ஆரம்பித்தது. பெரியாரின் திராவிடக் கழகத்திலிருந்து அண்ணா பிரிந்து புதிய கட்சியைத் துவங்க இருப்பதாக பேச்சுகள் பத்திரிகையில் அடிபட்டுக் கொண்டிருந்தன. கூடவே, 'வேலைக்காரி' நாடகமும் அப்போது மக்களிடையே பெரும் வரவேற்பைப் பெற்றிருந்தது. கல்கி அவர்கள் அந்த நாடகத்தைப் பாராட்டி, அண்ணா மேனாட்டு அறிஞர் பெர்னாட்ஷாவுக்கு இணையாக இதை எழுதியிருக்கிறார் எனப் புகழ, அதன்படியே அறிஞர் அண்ணா என்ற அடைமொழியும் அவருக்குச் சேர, அந்த நாடகம் காரணமாக அமைந்தது.

இச்சூழலை பயன்படுத்திக்கொள்ளும் விதமாக 'வேலைக்காரி'யைப் படமாக எடுக்க ஜூபிடர் முன்வந்தது. அண்ணா அவர்களிடம் பேசி உரிமையையும் வாங்கிக்கொண்டது.

இந்த நாடகத்தின் உரிமையை வாங்கிய ஜூபிடர் பிக்சர்ஸ், அண்ணாவிடம் சினிமாவுக்கு ஏற்றாற்போல திரைக்கதையை எழுதப் பணிக்க, தனது நாடகத்தில் நடித்த கே.ஆர்.ராமசாமியே நாயகனாக 'ஆனந்தன்' என்ற பாத்திரத்தில் நடிக்கட்டும் என அண்ணா கேட்டுக்கொள்ள, அதற்குச் சம்மதித்த ஜூபிடர் நிறுவனம், கையோடு எம்.வி.ராஜம்மா, வி.என்.ஜானகி மற்றும் சரஸ்வதி ஆகியோரை முக்கியக் பாத்திரத்தில் ஒப்பந்தம் செய்தது. படத்தில், ஆனந்தன் நண்பனாக வரும் 'மணி' பாத்திரத்தில் டி.எஸ்.பாலையாவையும் 'மூர்த்தி' பாத்திரத்துக்கு எம்.என்.நம்பியாரையும் ஒப்பந்தம்செய்து படப்பிடிப்பைத்துவங்கியது.

'வேலைக்காரி' கதையின் சிறப்பே, அதன் திரைக்கதைதான். கதையில் வரும் பாத்திரங்களினூடே நன்மையும் தீமையும் கலந்தே இருக்கும். எந்த ஒரு தனி மனிதனும் குற்றவாளி அல்ல; சமூக அமைப்பின் ஏற்றத்தாழ்வுதான் அனைத்துக்கும் காரணம் என்ற கருத்தை அழுத்தம்திருத்தமாக வலியுறுத்திய தமிழின் முதல் படம்.

வெளியூரில் படித்துவிட்டு மகிழ்ச்சியுடன் ஊருக்குத்திரும்பும் ஆனந்தன், தன்அப்பாவைப் பார்க்க வீட்டுக்கு வர, அங்கு அப்பா தூக்கில் தொங்கி தற்கொலை செய்திருப்பதைப் பார்த்து அதிர்ச்சியாகிறான். அவரது மரணத்துக்குக் காரணம், அந்த ஊர் ஜமீன் வேதாச்சல முதலியாரும் அவரது பந்த ஆசையும்தான் என உணரும் ஆனந்தன், அவரை பழிவாங்கப் புறப்பட அவனை நிறுத்தி,'கத்தியைத் தீட்டாதே, புத்தியைத் தீட்டு' என ஆலோசித்து,அந்த வேலைக்காரி அமிர்தத்தைக் காதலிக்கும் பணக்கார முதலாளியின் மகன் மூர்த்தி. இரண்டு ரவுண்டு மாறுவேட நாடகங்கள் நடத்தி முதலாளிக்கு ஆனந்தன் கொடுக்கும் குடைச்சல்கள். பின் இறுதிக்காட்சியில், கோர்ட்டில் ஆனந்தன் திருமணத்தின் உண்மை ரூபத்தை வெளிக்காட்டி ஆனந்தன், வேதாச்சலம் முதலியாரின் முகத்திரையைக் கிழிப்பதும் அவர் மனந்திருந்துவதும் திரைக்கதை.

சமூகத்தின் வர்க்க வேறுபட்டை கதைக்களனாகக் கொண்டதும் சடங்கு, இந்து மத அக்கிரமங்களுக்கெதிரான சமூகநீதியை உரக்கப் பேசியதிலும் தமிழின் முதல் திரைப்படம் என்ற பெருமை 'வேலைக்காரி'க்கு உண்டு.

அதுபோல, வசனயுகம் ராஜகுமாரியிலேயே துவங்கிவிட்டது என்றாலும் முதல் புரட்சிகர சமூகத் திரைப்படமாக அமைந்த

வேலைக்காரி
பிப்ரவரி 25 வெளிவருகிறது
ஜூபிடர் தயாரிப்பு

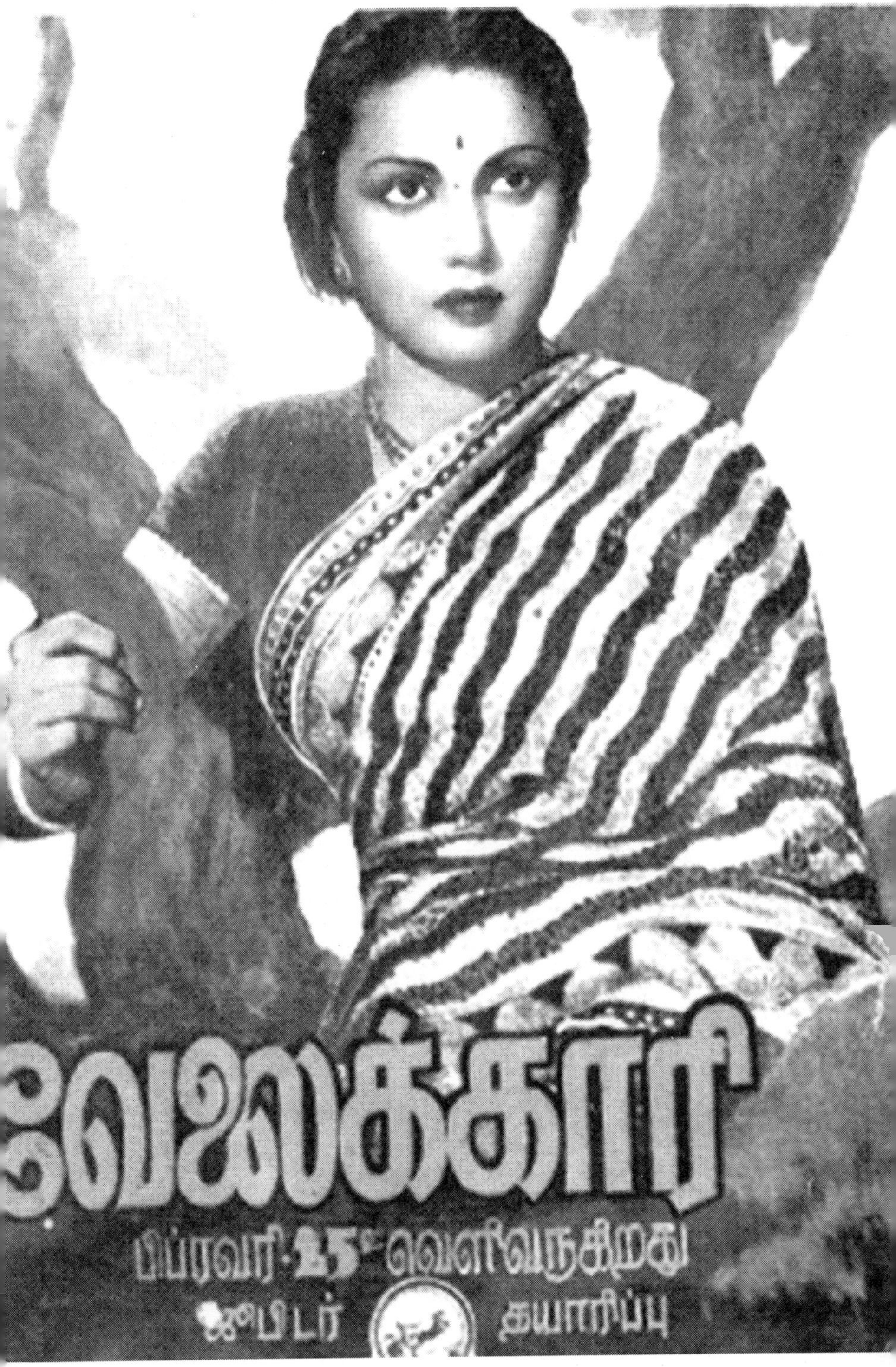

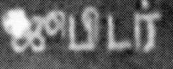

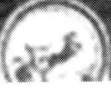

காரணத்தாலோ என்னவோ, 'வேலைக்காரி'தான் வசன யுகத்தை தமிழில் துவக்கிய முதல் திரைப்படம் எனலாம்.

அண்ணாவின் வசனங்களில், சமூகத்தின் சவுக்கடிகள் படம் பார்ப்பவரின் முதுகில் வலிக்கும் அளவுக்குச்சுளீரென இருந்தது.

'கத்தியைத் தீட்டதே புத்தியைத் தீட்டு'.

'சட்டம் ஒரு இருட்டறை, அதில் வக்கீல்கள் வாதமே விளக்கு'.

'பஞ்சவர்ணக் கிளியைப் பிடித்துக் கொஞ்சி விளையாடலாம் என்று எண்ணி பனைமரம் ஏறும்போது பறந்தோடிவிட்டது, ஜாதி பேதமென்கிற கூண்டுக்கு தரித்திரக் கம்பிகள்வேறு; என்ன உலகம் இது?'

ஒரு காட்சியில் காளியைப் பார்த்துக் கோபத்தில் கதாநாயகன் கொக்கரிக்கின்றான்.

'இதோ பார்! ஏழை அழுத கண்ணீர்! எளியோர்களின் துயர்! ஏமாந்தவர்களின் ரத்தம். பக்தா! நீயா இப்படிப் பேசுகிறாய் என்றா கேட்கிறாய் நீ? கேள், தைரியமிருந்தால்! இருதயச் சுத்தியுடன் பதில் கூறுகிறேன் கேள்.'

இப்படி உணர்ச்சி கொந்தளிக்கும் வசனங்கள், தமிழ் சினிமாவின் புதிய மாறுதலைக் கட்டியம்கூறின.

படத்தின் இறுதியில்வரும் கோர்ட் காட்சி உட்பட பாடல் அம்சங்களில் இப்படம், தமிழகத்தின் மகத்தான சாதனைப்படமான 'பராசக்தி'யின் முன்னோடிப் படம் எனலாம்.

நம்பியார் முதன் முதலாக போலிச் சாமியாராகவும் அவனை எதிர்க்கும் நாயகனாகவும் இரட்டை வேடத்தில் நடித்து அசத்தியிருக்கிறார். நாயகன் கே.ஆர்.ராமசாமி, நண்பன் மணியாக வரும் டி.எஸ்.பாலையா இருவருமே நடிப்பில் சிறப்பு.

# நாடகத் துறையில் அண்ணாவின் வருகை

**த**மிழ் சினிமா வரலாற்றின் திருப்புமுனை என்றால் அது, அண்ணா அவர்களின் திரைப்பட அறிமுகம்தான். அதுவரை, திராவிட இயக்கமேடைகளில்தன் அடுக்கு மொழித்தமிழால் அனைவரையும் ஈர்த்து, பெரியாரின் பகுத்தறிவுக் கருத்துகளைநியாயம்பட எடுத்தியம்பி, சமூகத்தில் சூறாவளியைக் கிளப்பி அதிரி புதிரியாக்கிக் கொண்டிருந்தஅண்ணாத்துரை அவர்களின் வரவு, தமிழ் சினிமாவிலும் பல அதிரடியான மாறுதல்களை உருவாக்கியது அல்லது 'பராசக்தி'எனும் படத்தின்மூலம் நடக்கப்போகும் பெரும் பாய்ச்சலுக்குமுதல் உடைப்பை நிகழ்த்தியது எனக் கூறலாம்.

1909ஆம்ஆண்டு, செப்டம்பர்திங்கள், 15ஆம்நாள், காஞ்சிபுரத்தில் உள்ள எளிமையான நெசவுக்குடும்பம் ஒன்றில் நடராசன் பங்காரு அம்மாள் இணையருக்கு மகனாகப் பிறந்தார், அண்ணா. அவரை வளர்த்தவர், அவருக்கு வாழ்க்கையை அமைத்துக் கொடுத்தவர்அவரது சிற்றன்னையான இராசாமணிஅம்மையார்ஆவார்.

தொடக்கக் கல்வியும், உயர்நிலைக்கல்வியும் காஞ்சிபுரம் பச்சையப்பன் பள்ளியில் முடித்த அண்ணா, சென்னை பச்சையப்பன் கல்லூரியில் இன்டர்மீடியேட் படிப்பை முடித்தார். மிகச்சாதாரணக் குடும்பத்தில் பிறந்து, சராசரி மாணவரைப் போலவே பள்ளிப்படிப்பை முடித்த அண்ணாவுக்கு, சென்னை பச்சையப்பன் கல்லூரி, அவரது வாழ்க்கையில் திருப்பு முனையை ஏற்படுத்தியது. அங்கே, அவர் சந்தித்த ஆங்கிலப்பேராசிரியரும். நீதிக்கட்சியில்

செயல்பட்டவருமான வரதராஜன்தான் அரசியலின் பக்கம் அண்ணாவின் கவனத்தைத் திருப்பியவர். மண்ணடியில் இருந்த பேராசிரியர் வரதராஜனின் எளிய, நெரிசலானஅறையில் எப்போதும் மாணவர்கள் மொய்த்துக் கொண்டிருப்பார்கள். அதுதான்,அண்ணாவுக்கு குருகுலம் போல அமைந்த இடம் என்று அண்ணாவின் வாழ்க்கை வரலாற்றை ஆங்கிலத்தில் எழுதிய (Anna: Life and Times of C.N.Annadurai) ஆர்.கண்ணன் குறிப்பிடுகிறார். வரதராஜனோடு சேர்ந்து பேராசிரியர் வேங்கடசாமி என்பவரும், அண்ணாவிடம் அரசியல் ஈடுபாடு ஏற்படக் காரணமாக இருந்தவர் என்கிறார், கண்ணன். அண்ணா, 1931ஆம்ஆண்டு பச்சையப்பன் கல்லூரியில் பி.ஏ. ஆனர்ஸ் படிப்பில் சேர்ந்தார்.

இதற்கு ஓராண்டுக்கு முன்பே, 21 வயதில் அண்ணாவுக்கும் ராணி அம்மையாருக்கும் சம்பிரதாய முறைப்படி திருமணம் நடந்தது. 1935ஆம் ஆண்டு, திருப்பூரில் நடந்த செங்குந்த இளைஞர் மாநாட்டில், பெரியாரை முதன்முதலாகச் சந்தித்தார், அண்ணா.

அந்த மாநாட்டில், அண்ணா பேசுவார் என்று அறிவிக்கப்பட்டதும் ஒரு குள்ளமான உருவம் அழகான தமிழில், அடுக்கு மொழியில், இனிய குரலில் அற்புதமாகப் பேசியதில் அடிக்கடி பலத்த கரவொலியும், மகிழ்ச்சி ஆரவாரமும் ஏற்பட்டன. அண்ணாவுக்கு அது, கன்னிப் பேச்சு. பெரியாருக்கோ வியப்பு. பேசி முடித்ததும் அண்ணாவை அருகில் அழைத்து உட்காரவைத்து, “நல்லாப் பேசுனீங்க. ஊரு காஞ்சிபுரமா? என்ன உத்தியோகம் பார்க்கிறீங்க?” என்று கேட்டார்.அதற்கு, “உத்தியோகத்தைத் தேடிக்கிட்டிருக்கேன் அய்யா” என்று சொன்னார்.

“சரி, என்னோட வந்திடுங்க ஈரோட்டுக்கு” என்றார், பெரியார்.

“ஊருக்குப் போய், வீட்டில் கலந்துபேசி பிறகு வருகிறேன்” என்றார், அண்ணா. இதுவே, பெரியார்அண்ணா முதல் சந்திப்பு. பெரியாரின் கனிவான கவனிப்புக்கு உள்ளானார், அண்ணா.”அன்றுமுதல் அவர், என் தலைவர் ஆனார். நான் அவருக்கு சுவீகாரப் புத்திரன் ஆகிவிட்டேன்”. என பிற்பாடு இந்த சந்திப்பு குறித்து அண்ணா கூறிணார்.

1937ஆம் ஆண்டு ஈரோடு சென்ற அண்ணா, அங்கு பெரியாரின் ’குடியரசு’ மற்றும் ’விடுதலை’ நாளிதழ்களில் துணைஆசிரியராக 60 ரூபாய் சம்பளத்துக்கு வேலைக்குச் சேர்ந்தார். அப்போது அவருக்கு வயது 28. அந்த வயதில், அண்ணாவின் திறமையைக் கண்டு வியந்த பெரியார், அதே ஆண்டு துறையூரில் நடந்த சுயமரியாதை இயக்க

மாநாட்டை தலைமையேற்று நடத்தும் பொறுப்பை அண்ணாவுக்கு அளித்தார்.தொடர்ந்து எழுத்தும் மேடைப் பேச்சுமாக அண்ணா அவர்கள் தீவிரமாகக் களம் கண்டார். தமிழகமெங்கும் அவர்புகழ் பரவத் துவங்கியது. இளைஞர்களிடையே, அண்ணாவின் இனிய தமிழுக்குப் பெரும் வரவேற்பு இருந்தது. அதுவரை சமஸ்கிருதக் கலப்புமிகுந்த தமிழை மட்டுமே கேட்டுவளர்ந்த தமிழ்க் காதுகளுக்கு அண்ணாவின் செந்தமிழ், அருவிபோலக் கொட்டி உள்ளத்தை உற்சாகப்படுத்தி, நாடெங்கும் புதிய மின்சாரத்தைப் பாய்ச்சத்துவங்கியது.

**அன்றையச் சூழலில், திராவிட எழுச்சிக்கு இப்படி பெரியாரும், அண்ணாவும் அடிநாதமாக விளங்கினாலும், அவர்களுக்கு உதவியாக எழுத்திலும் பேச்சிலும் ஆற்றல் மிக்க இளைஞர் கூட்டம் புற்றீசல் போலப் புறப்பட்டு, சூறாவளி போலப் பிரச்சாரத்தில் ஈடுபட்டதும் இன்னொரு காரணம்.**

அன்றையச் சூழலில், திராவிட எழுச்சிக்கு இப்படி பெரியாரும், அண்ணாவும் அடிநாதமாக விளங்கினாலும், அவர்களுக்கு உதவியாக எழுத்திலும் பேச்சிலும் ஆற்றல் மிக்க இளைஞர் கூட்டம் புற்றீசல் போலப் புறப்பட்டு, சூறாவளிபோலப் பிரச்சாரத்தில் ஈடுபட்டதும் இன்னொரு காரணம்.

நெடுஞ்செழியன், அன்பழகன், இரா.செழியன், மதியழகன், டரபிடோ ஜனார்த்தனம், என்.வி.நடராசன் போன்ற புகழ்மிக்க பேச்சாளர்களுடன் இன்னொரு துடிப்புமிக்க இளைஞரும் அவர்களுள் ஒருவராக 'குடியரசு' இதழில், அண்ணாவுக்கு உதவியாகப் பணிபுரிந்து வந்தார்.அந்தத் துடிப்புமிக்க, அன்று கருணாநிதி என்ற பெயரில் திகழ்ந்த அந்த இளைஞரைத்தான் காலம் பின்னாளில் கலைஞர் என்ற பெயர்சூட்டி அண்ணா அவர்களோடு சினிமாவிலும் அரசியலிலும் புகழ்பெறவைத்து, அண்ணாஅவர்களுக்குப்பின் முதல்வராகவும் அமரவைத்தது.

அவருக்கு மட்டுமல்ல; அன்றையச் சூழலில் ஏன், அண்ணா அவர்களுக்கே கூட நாடகத்துறையிலும் சினிமாவிலும் தன்னால் பெரிய மாற்றம் உருவாக்கப் போகிறது என்பதுதெரியாது.

இருபத்து நான்கு மணி நேரமும் எழுத்து, பேச்சு எனப் பெரியாரின் நிழலாகவே வாழ்ந்த அண்ணாவுக்குள், நாடகத்துறையின் மீது எப்படிக் கவனம் வந்தது என்பது சுவரஸ்யமான கதை.

அப்போது நாடக உலகில் புகழ்பெற்று விளங்கியவர்கள் டி.கே. எஸ்.சகோதரர்கள், சங்கரதாஸ் சுவாமிகள், பம்மல் சம்பந்த முதலியார் ஆகியோருக்கு அடுத்து, அன்றைய காலக்கட்டத்தில் இந்த டி.கே. எஸ்.சகோதரர்கள் குழுதான் புகழ்பெற்று விளங்கியது. அவர்கள், ஊர்ஊராகச் சென்று முகாமிட்டு, தமிழகம் முழுக்க நாடகக்கலையை வளர்த்து பேரும்புகழும் பெற்று விளங்கினர். அவர்கள் ஒருமுறை, ஈரோட்டில் நாடகம் போடவந்தனர். வழக்கமாக புராண, இதிகாச நாடகம் போடுவதில் வல்லவர்களான இவர்கள் முதன் முறையாக,' குமாஸ்தாவின் பெண்' எனும் சமூக நாடகத்தை அப்போது நடத்திவந்தனர், வழக்கமான புராண நாடகங்களுக்கு இருக்கும் வரவேற்பு இல்லாத காரணத்தால் அவர்கள், ஈரோட்டில் நடந்த நாடகத்தைப் பார்க்க வரும்படியும், 'விடுதலை'பத்திரிகையில் அதுகுறித்து எழுதும் படியும் பெரியாரிடம் கோரிக்கை விடுத்தனர்.

அப்போது, பெரியாருக்கு நாடகத்தின் மீது வெறுப்பும் அசூயையும் அதிகம். அதனால் வந்தவர்களிடம் சம்பிரதாயமாகப் பேசி விட்டு,'அண்ணாத்துரை வருவான். அவன் பார்த்து விட்டு எழுதினால் நான் எழுதினாற்போல' என்று சொல்ல, அன்றே அண்ணாவும் அந்த நாடகத்தைப் பார்த்துவிட்டு வந்து, அதைப் பாராட்டி ஒருபக்கம் எழுத, அந்த விமர்சனத்துக்குப்பின் அந்த நாடகம் கொடிகட்டிப் பறக்கத் துவங்கியது. இது, டி.கே.ஸ். குழுவுக்கு மிகப்பெரிய மகிழ்ச்சியைத் தந்தது.

இதற்கு நன்றி தெரிவிக்க அவர்கள், பெரியாரைச் சந்திக்க மீண்டும் வந்தபோது,'என்னதான் புதுமை செய்தாலும் உங்கள் நாடகம், புராணக் கதைகளையே மக்களிடம் கொண்டுசெல்கிறது நல்ல திராவிட இயக்கச் சிந்தனைகளைப் பரப்பும் முற்போக்கான கருத்துகளை அடிப்படையாகக் கொண்டு ஒரு நாடகம் போ்டவேண்டும்' எனப் பெரியர் வற்புறுத்த, அதை ஏற்றுக்கொண்டு அண்ணாவிடம், ஒரு நாடகம் எழுதித் தருமாறு அவர்கள் கேட்டுக்கொண்டனர்.

அவர்களுக்காக, அவர் எழுதிய நாடகம் 'சந்திரோதயம்'. அந்த நாடகம் பெரிய வெற்றிபெற, அண்ணாவுக்கு நாடகங்களின்மீது ஆசை வரத்துவங்கியது. அதுவரை, அரசியல் கருத்துகளைப் பரப்ப மட்டுமே தெருவுக்குத் தெரு மேடை போட்ட திராவிட இயக்கம், கலைகளின் மீது திரும்பியது இப்படி யாகத்தான்.

அரசியல்வாதி அண்ணாவுக்குள் இருந்த கலைஞனும், இலக்கியவாதியும் விழித்துக்கொண்டு, நாடகத்தின் மீது பெரிய ஈர்ப்பை உண்டாக்கிவிட்டனர்.

உண்மையில், பெரியாருக்கு இது பிடிக்கவில்லை.

தொடர்ந்து 'சிவாஜி கண்ட இந்து ராஜ்யம்' படத்துக்கு, அப்போது பெரியாரின் அண்ணன் மகன் சம்பத்தை சிவாஜியாக நடிக்கவைக்கப் போக, அது தெரிந்த பெரியார்,கோபத்துடன் அண்ணாவைக் கடிந்து கொண்டு 'இனி, இந்த நாடக கோஷ்டி வேலையெதுவும் வெச்சிக்காத' என நேரடியாக எச்சரித்தார்.

அதுமட்டுமல்லாமல்,'இந்த அண்ணாத்துரை, எந்நேரமும் கூத்தாடி களோடு சகவாசம் வச்சிருக்கிறது சரியில்ல'என்று வெளிப்படையாகப் பேச, பிற்பாடு இதன் காரணமாகவே, அண்ணா ஈரோட்டிலிருந்து காஞ் சிபுரம் வந்து 'திராவிட நாடு'என்ற பெயரில் தனியாக இதழ் துவங்கக் காரணமாக அமைந்தது.

அண்ணா, காஞ்சிபுரம் வந்தபிறகு தொடர்ந்து 'ஓர் இரவு','சிவாஜி கண்ட இந்து ராஜ்யம்','நல்லதம்பி' ஆகிய நாடகங்களை எழுதி மேடையேற்ற, அவரது நாடகங்களுக்கு மக்களிடையே பெரும் வரவேற்பு உண்டானது.

# நடிப்பிசைப் புலவர் கே.ஆர்.ராமசாமி

**தி**ராவிட இயக்க நாயக நடிகர்கள் என்றாலே எம்.ஜி.ஆர்., சிவாஜி,எஸ்.எஸ்.ஆர். என்ற பெயர்கள்தான் நமக்கு ஞாபகத்துக்கு வரும். ஆனால் இவர்களுக்கு முன்பே, திராவிட இயக்கத்தின் கொள்கையைக் குருதியில் ஏற்றி, குன்றாத கொள்கை வீரனாய் கடைசி வரை வாழ்ந்து மறைந்த நடிகர், நடிப்பிசைப் புலவர் கே.ஆர்.ராமசாமி அவர்கள்.

கும்பகோணம் அம்மாசத்திரம் எனும் சிறிய ஊரின் கோவில் வாசலில், பூ வியாபாரம் செய்து வந்த ராமபத்ரன் குப்பம்மாள் ஆகியோரின் மகனாக 1914ஆம் ஆண்டு பிறந்தவர், கே.ஆர்.ராமசாமி.

சிறுவயதிலேயே நாடகத்தின் மீது கொண்ட ஆர்வம் காரணமாக, மதுரை ஒரிஜினல் பாய்ஸ் கம்பெனியில் சேர்ந்தார். பாய்ஸ் கம்பெனி எனப் புகழ்பெற்ற அந்த நாடகக் குழுவில் அப்போது பி.யூ.சின்னப்பா, என்.எஸ். கிருஷ்ணன், எம்.ஜி.ராமச்சந்திரன், அவரது அண்ணன் சக்ரபாணி அனைவரும் ஒன்றாகப் பயிற்சி எடுத்துவந்த காலம் அது.

பிற்பாடு எம்.ஜி.ஆர். திரைப்படத்துறையில் புகழ் உச்சியில் இருக்கும் போது எழுதிய சுயசரிதையில், அந்த பாய்ஸ் கம்பெனி காலத்தில் கே.ஆர்.ராமசாமி, எப்படி தன்னை நன்றாகக் கவனித்துக் கொண்டார் என்றும், அவர் சிறந்த பாடகராக இருந்தும் நாரதர் வேடத்தை தனக்கு விட்டுக்கொடுத்த சம்பவம் பற்றியும் குறிப்பிட்டு, அவரது

நல்ல மனதை வியந்து போற்றியிருக்கிறார். பிற்பாடு, தன் பதினோராம் வயதில் டி.கே.எஸ்.சகோதரர்களின் ஸ்ரீ பால சண்முகானந்த சபாவில் சேர்ந்த ராமசாமிக்கு, கொஞ்ச நாளிலேயே அடித்தது யோகம். அவர்கள் தயாரிப்பில் அப்போது உருவான 'மேனகா'நாடகத்தில் நடிக்கும் வாய்ப்புக்கிட்ட, தன் திறமையை முழுதாக வெளிப்படுத்தினார். தொடர்ந்து அந்தக்கதை, சினிமாவாக அவர்கள் எடுத்தபோது அதில் பைத்தியக்காரனாக நடித்தார். 1935இல் வெளியான இந்தப் படம் மூலம் 'மேனகா'கம்பளம் விரித்து திரை வாழ்க்கையைத் துவக்கிவைத்தது. இதன்பின்னர் சண்முகம் சகோதரர்களின் 'குமாஸ்தாவின் பெண்' படத்தில் 'சினிமா இயக்குனர் வி.பி.வார்' என்ற நகைச்சுவை வேடத்தில் நடித்தார். ராமசாமியை முதன்முதலாக கதாநாயகனாக்கியது 'பூம்பாவை' இவருடன் யூ.ஆர்.ஜீவரத்தினம் இணைந்து நடித்தார்.

பிற்பாடு, கலைவாணர் என்.எஸ்.கிருஷ்ணனின் 'என்.எஸ்.கே. நாடகக் குழு'வில் இணைந்தார். என்.எஸ்.கிருஷ்ணன் சிறை செல்ல நேர்ந்த போது, மதுரம் அவர்கள் தலைமையில் சகஸ்கரநாமம் மற்றும் கே.ஆர்.ராமசாமி இருவரும் அந்த நாடகக் குழுவை வழிநடத்தத் துவங்கினர். இதில் இருவருக்கும் கருத்து வேறுபாடு, மனத்தாங்கல் வர, அந்த நாடக சபையில் இருந்து விலகி கலைவாணர் பெயரிலேயே 'கிருஷ்ணன் நாடக சபா'வைஜூலை 17, 1946 இல் தொடங்கினார். நாடகக்குழு துவங்கியவுடன் முதல் வேலையாக அண்ணாவைத் தேடிச் சென்றார். காரணம், முன்பு டி.கே.எஸ். குழுவினரோடு ஈரோட்டில் 'குமாஸ்தாவின் பெண்' நாடகத்தில் நடிக்கும் போதே அறிஞர் அண்ணாவுடன் பழகத் துவங்கி, அவரது திராவிட இயக்கக் கருத்துகளால் ஈர்க்கப்பட்டு,

அந்தக்கொள்கைகளை நாடகங்களில் பரப்ப விரும்பினார். இப்போது அதற்கான நேரம் வர, நேரே அண்ணாவிடம் உரிமையுடன் தனக்கு நாடகம் எழுதித் தருமாறு கேட்க, அண்ணா அவர்களும் அதை ஏற்று, அவரது புதிய குழுவிற்காகவே 'ஓர் இரவு' ஆகிய நாடகங்களை எழுதிக் கொடுத்தார். அந்த நாடகங்கள், மக்களிடையே பெரிய வரவேற்பைப் பெற்ற அதேசமயம்,,'பில்ஹணா' ஆகிய சினிமாக்களிலும் நடித்துப் புகழ்பெற்றார்.

இதன் தொடர்ச்சியாகத்தான் 'வேலைக்காரி' சினிமாவாக உருவாகத் துவங்கியது. 1949இல் வெளியான 'வேலைக்காரி'யின் மிகப்பெரிய வெற்றியைத் தொடர்ந்து, அதே ஆண்டில் 'விஜயகுமாரி' படத்தில் டி.ஆர்.ராஜகுமாரியுடன் சேர்ந்து நடித்தார். தொடர்ந்து வெளியான அண்ணாவின் 'ஓர்இரவு' திரைப்படமும் இவருக்குப் புகழைத் தேடித் தந்தது. வெறும் நடிப்போடு நில்லாமல் படங்களில் பாடல்களையும் பாடினார். 'எதையும் தாங்கும் இதயம்' திரைப்படத்தில் எஸ்.ஜானகியுடன் இணைந்து, உள்ளம் தேடாதே என்று சொல்லுதே என்ற பிரபலமான பாடலைப் பாடினார்.

'மனோகரா' நாடகமாக உருவாக்கப்பட்ட காலத்தில் இவர், மனோகரனாக நடித்தபோது, அதில் பெண் வேடத்தில் நடித்தவர், சிவாஜி. இப்படி புகழுச்சியில் இருந்த ராமசாமிக்கு, 'பராசக்தி'யில் சிவாஜியின் வருகைக்குப் பிறகு காலம் பின்னுக்குத் தள்ளியது. தொடர்ந்து 'நாடோடி', 'அரசகட்டளை' போன்ற படங்களில் துணைப் பாத்திரங்களில் நடித்தார்.

அப்பழுக்கற்ற திராவிட இயக்கக் கொள்கைக் கதிரவனாக, வாழ்நாள் முழுக்க வாழ்ந்து காட்டிய கே.ஆர்.ராமசாமி, தி.மு.க. ஆட்சிக்கு வருவதற்கு முன்பே மேலை உறுப்பினராகத் தேர்ந்தெடுக்கப்பட்டார். 'அண்ணாவின் நிழல்' எனப் போற்றுமளவுக்கு அரசியலிலும் அவரை அடியொற்றி வாழ்ந்தார். அண்ணா 1969இல் இறந்தபோது, இவரையும் அதே புற்றுநோய் தாக்கியது. அண்ணா மறைந்த இரண்டு வருடங்களில் இவரும் உலக வாழ்வை முடித்துக் கொண்டு, மரணத்திலும் அண்ணாவின் நிழல் என நிரூபணம் செய்தது ஆச்சரியம்தான்.

அஜயன் பாலா

## ‘வாழ்க்கை’

**2020**,மார்ச் 23 அன்று, இந்திய அரசு கொரோனா தடை அறிவிப்புச் செய்தவுடன், பலரும் அலறியடித்தபடி சென்னையைக் காலி செய்து கொண்டு, ராவோடுராவாக சொந்த ஊருக்கு இடம் பெயர்ந்த கதை யாரும் மறந்திருக்க முடியாது. இதேபோல, இரண்டாம் உலகப்போரின் போதும் சென்னையில் நடந்தது. ஹிட்லர், ஏரோப்ளேன் வழியாக குண்டுவீசித் தாக்கப்போவதாக ஒரு வதந்தி பரவியவுடன், குண்டு வீச்சுக்குப் பயந்து சென்னையிலிருந்து மிகப்பெரிய இடப்பெயர்வுகள் நடந்தன.அக்காலத்தில், பல பணக்காரர்கள் குடும்பம் குடும்பமாக தென்பகுதி நோக்கிப் படையெடுத்து ஓட்டம் பிடித்தார்கள்.பல முதலீட்ட ாளர்கள், தங்கள் தொழிலை மதுரை, திருச்சி,சேலம், கோவை போன்ற நகரங்களுக்கு அவசரஅவசரமாக இடம் மாறினார்கள்.

அப்போதுதான்,வளர்ந்து வந்த சினிமா ஸ்டூடியோக்களும் அவற்றின் முதலாளிகளின் சொந்த ஊருக்கு இடமாற்றம் செய்யப்பட்டன. ஜூபிடர் பிக்சர்ஸ், பட்சிராஜா போன்றவை கோவைக்கும், மாடர்ன் ஸ்டூடியோ சேலத்துக்கும், அப்போது சரஸ்வதி ரெக்கார்டிங்காக இருந்த ஏவிஎம் காரைக்குடிக்கும் இடம்பெயர்ந்தன.இதில் ஜெமினி ஸ்டூடியோ மட்டும் சென்னையைவிட்டு நகரவில்லை.

இதில், மாடர்ன் ஸ்டூடியோ மட்டும் சேலத்திலேயே இருந்துவிட, மற்ற அனைவரும் இந்திய விடுதலைக்குப்பின்

சென்னைக்கு வந்து ஸ்டுடியோக்களை நிர்மாணித்துக்கொண்டனர். அப்படி, சென்னைக்கு வந்து வடபழனியில் இன்றிருக்கும் ஏவிஎம் ஸ்டூடியோவைக் கட்டிய ஏவி.மெய்யப்பன் அவர்கள், அதில் துவக்கிய முதல் படம், 'வாழ்க்கை'.

ஹாலிவுட் படங்களான 'பேச்சுலர் மதர்' (1939) மற்றும் 'குன்வாரா பாப்' (1942)ஆகிய படங்களின் தாக்கத்தில், ஏவி.மெய்யப்பன் அவர்கள் ஒரு திரைக்கதை எழுதி அதற்கு, 'வாழ்க்கை' எனப் பெயரிட்டார்.

இதில் வரும் மோகனா பாத்திரத்துக்காக, புதுமுக நாயகியை அறிமுகப்படுத்த வேண்டும் என முடிவு செய்த அவர்,வைஜயந்திமாலா அவர்களின் பாரதநாட்டியத்தைக்காண நேரிட, உடனே அவரைத் தேர்வும் செய்தார். அதுவரை கன்னடப்படங்களில் நடித்து வந்த பண்டரிபாயை மற்றொரு பெண் கதாபாத்திரத்திற்காகத் தேர்வு செய்தார்.இவர்தான், பின்னாளில் எம்.ஜி.ஆர்.,ரஜினி போன்றவர்களுக்கு அம்மாவாக நடித்து, தமிழ் சினிமாவின் 'அம்மா' நட்சத்திரமாக நாற்பது ஆண்டுகாலம் தொடர்ந்து நடித்தார். ஆனால் அன்று, அவரது கன்னடமயமான தமிழ் உச்சரிப்பு, பொதுமக்களுக்கு ஏற்றதாக இல்லை என்பதால் அவர் தவிர்க்கப்பட்டார்.பிற்பாடு எம்.எஸ்.திரௌபதி

என்பவர் அந்தப் பாத்திரத்தில் நடித்துச் சிறப்பித்தார்.நாயகனாக எஸ்.வி.சகஸ்கரநாமம் மற்றும் டி.ஆர்.ராமச்சந்திரன் ஆகியோர் ஒப்பந்தம் செய்யப்பட்டனர்.

கதைச் சுருக்கம்:

மூர்த்தி (S.V.சகஸ்ரநாமம்) ஒரு கிராமத்துக்கு வந்து, மீனாட்சியிடம் (M.S.திரௌபதி) சூழ்ச்சிசெய்து அவளை மயக்கி பாலியல் உறவு கொண்டார்.பின்னர், தனது சொந்த ஊருக்குத் திரும்பிய பின்பு அவர், மோஹனாவை (வைஜயந்திமாலா) திருமணம் செய்ய முயற்சிக்கிறார். ஆனால் மோஹனா, நாதனைக் (ஜி.ஸி.ராமச்சந்திரன்) காதலிக்கிறார். மீனாட்சி, கர்ப்பிணியானதை அறிந்து மூர்த்தியைச் சந்திக்கிறாள். ஆனால் மூர்த்தி, எதையும் அறியாதவராக நடிக்கிறார்.இதனால் சோகமடைந்த மீனாட்சி, கடலில் குதித்து தற்கொலை செய்ய முயல்கிறாள். ஆனால் அவளை, ஒரு வழிப்போக்கர் காப்பாற்றுகிறார்.பின்னர் குழந்தையைப் பெற்றெடுக்கிறார், அதை, நாதனின் காரில் விட்டுச் செல்கிறார். நாதன் குழந்தையை வளர்த்துப் பெரும்பாடுகளை எதிர்கொள்கிறார். குழந்தையைப் பற்றி அறிந்தபின், மோஹனாவிற்கு சந்தேகம் ஏற்படுகிறது.இறுதியில், மூர்த்தியின் செயல்கள் வெளிப்படுகின்றன.மேலும் அவர் மீனாட்சியை, தனது மனைவியாக ஏற்றுக்கொள்கிறார்.

எம்.வி.ராமன் திரைக்கதை எழுதி, படத்தொகுப்பும் செய்ய தி.முத்துசாமி ஒளிப்பதிவில், சுதர்சனம் இசையமைக்க, படம் தயாராகி 23 டிசம்பர் 1949ஆம் ஆண்டு வெளியானது.இப்படம் தமிழில் யாரும் எதிர்பாராத வகையில் மிகப்பெரிய வெற்றி பெற்று 25 வாரங்கள் ஓடி சாதனை செய்தது.தொடர்ந்து 'ஜீவ்தம்' என்ற பெயரில் தெலுங்கிலும்,'பஹார்' என இந்தியிலும் எடுக்கப்பட்டது.அப்போது துவக்கப்பட்ட சினிமா ரசிகர்கள் சங்கம் நடத்திய வாக்கெடுப்பில், இந்தப் படத்தை அந்த ஆண்டின் சிறந்த தமிழ்த் திரைப்படமாகவும், வைஜயந்திமாலா மற்றும் M.S.திரௌபதிக்கு முறையே இரண்டாவது மற்றும் மூன்றாவது சிறந்த தமிழ் நடிகை விருதுகளையும் தந்து கவுரவித்தது.

புரட்சி

# 1950

## 1950 இல் வெளியான படங்கள்

1. இதய கீதம்
2. ஏழை படும்பாடு
3. கிருஷ்ண விஜயம்
4. சந்திரிகா
5. திகம்பர சாமியார்
6. பாரிஜாதம்
7. பொன்முடி
8. மச்சரேகை
9. மந்திரி குமாரி
10. மருதநாட்டு இளவரசி
11. ராஜ விக்கிரமா
12. லைலா மஜ்னு
13. விஜயகுமாரி

## 'மந்திரிகுமாரி'

**த**மிழ் சினிமாவின் முதல் புரட்சித் திரைப்படம் என்றால் அது, 'மந்திரிகுமாரி'தான். அதற்குமுன் நாதா... ஸ்வாமி... எனக்கேட்டுக்கொண்டிருந்த பார்வையாளர்களின் செவிகளுக்குள், தெறிக்கும் அனல் கங்குகளாக ஆண்டான் அடிமை, புரட்சிஎழுச்சி எனப் புதிய தமிழ்ச் சொற்களை ஊட்டி, உள்ளத்திலே உணர்ச்சி அலைகளையும் எண்ணத்திலே தமிழுணர்வையும் பொங்கி எழச் செய்யவைத்திட்ட படம், 'மந்திரிகுமாரி'.

இந்தப் படத்துக்கு வசனம் கலைஞர் என்றால், இன்னொரு பக்கம் அதே ஆண்டில் 'பொன்முடி' மூலம் புரட்சிக்கவி பாரதிதாசன், தன் மங்காத தமிழால் மக்கள் உள்ளத்திலே, திராவிட உணர்வையும் தமிழுணர்வையும் திமிறியெழச் செய்தார். இப்படியாக, சரியாக அரை நூற்றாண்டின் இறுதியில் 1950இல் எழுந்த திராவிட அலையானது, தமிழகத்தின் எதிர்காலத்தையே திரைத் துறைதான் தீர்மானிக்கும் எனுமளவுக்குத் துவக்கப் புள்ளியாக அமைந்தது.

உண்மையில், 1950ஆம் ஆண்டு வெளியான மொத்தப் படங்களின் எண்ணிக்கையைச் சொன்னாலே ஆச்சர்யப்படுவீர்கள். வெறும் 13 தான். முந்தைய ஆண்டுகளில், முப்பது முதல் ஐம்பதுக்கும் மேற்பட்ட படங்கள் வெளியான சூழலில் அதற்குக் காரணம் இரண்டு. ஒன்று, அதுவரை அனைத்துமே பிரிட்டிஷ் ஆட்சியின் கீழ் நடைபெற்று வந்த வணிகப் போக்குவரத்து விவகாரங்கள்

அனைத்தும், இந்தியாவின் நேரடி நிர்வாகத்துக்கு வந்த பின் உண்டான பொருளாதாரத் தடுமாற்றம். இரண்டாவது, நடந்து முடிந்த இரண்டாம் உலகப்போர். போர் முடிவடைந்த சூழலில், உலகம் முழுக்கவே திரைப்படத் துறையில் பிலிம் நெகடிவ்கள் கிடைக்கத் தட்டுப்பாடான சூழலில், சினிமா எடுப்பது பிரம்ம பிரயத்தனமாக இருந்தது. மேலும் ஐரோப்பா முழுவதும், போர் உருவாக்கிய பொருளாதார மந்தநிலை யிலிருந்து விடுபடாத சூழலும், சினிமா தயாரிப்பு எண்ணிக்கை குறைவுக்குக்காரணமாக அமைந்தன.

இந்த பதிமூன்று படங்களில், இன்றும் பல காரணங்களுக்காக சினிமா வரலாற்றில் அழுத்தமாக இடம் பிடித்த படம்,'மந்திரிகுமாரி'.

கருணாநிதி, எம்.ஜி.ஆர். கூட்டணி இதற்குமுன்பே'ராஜகுமாரி'யில் அறிமுகமாகிவிட்டாலும் 'மந்திரிகுமாரி'தான் இருவருக்கும் முழுமையான வெற்றிப்படம். மேலும் 'மீரா' படத்துக்குப்பின் கிட்டத்தட்ட 5 வருட இடைவெளிக்குப்பின் அந்த ஆண்டில்தான் 'மந்திரிகுமாரி','பொன்முடி' என இரண்டு திரைப்படங்கள், ஒரே ஆண்டில் அடுத்தடுத்து வெளியாகி அவருக்குப்பேரும் புகழும் ஈட்டித் தந்தன.

ஐம்பெருங்காப்பியங்களில் ஒன்றான குண்டலகேசிதான், கதை. இந்தக்கதையைத் தழுவி கருணாநிதி அவர்கள் கதை, வசனம் எழுதி, நாடகம் ஒன்றைத் தொடர்ந்து அரங்கேற்றி, அது பரவலான வெற்றியும் பெற்றுவந்தது.இச்சூழலில், படத்தின் தயாரிப்பாளரான மாடர்ன் தியேட்டர்ஸ் சுந்தரம் அவர்கள் கலைஞரை அழைத்து, அதை அப்படியே சினிமாவாக மாற்றி திரைக்கதை, வசனம் எழுதித்தரச் சொல்ல அவரும் எழுதினார். பின் இயக்குனராக எல்லீஸ்ஆர்.டங்கன் ஒப்பந்தம் செய்யப்பட்டார். அடுத்து, நாயகனாக 'வீரமோகன்' எனும் முக்கியப் பாத்திரத்தில் யாரை நடிக்க வைக்கலாம் எனப் பேச்சு எழுந்தது. தனக்கு ஏற்கெனவே 'ராஜகுமாரி' மற்றும் 'மருதநாட்டு இளவரசி' ஆகிய படங்களில் நண்பராகியிருந்த எம்.ஜி..ஆரை கருணாநிதி பரிந்துரை செய்ய, வழக்கம்போல எல்லீஸ்ஆர்.டங்கன் எம்.ஜி.ஆரை 'வேண்டாம்' என்று தவிர்த்தார். ஆனால் கருணாநிதி, படத்துக்கு அவசியமான வாள்சண்டைக் காட்சிகளில் எம்.ஜி.ஆரின் நடிப்பையும் துடிப்பையும் சொல்ல டங்கனோ, பிடிவாதமாக அவரது முகத்தாடையில் இருக்கும் குழி, குளோசப் காட்சிக்குப் பொருத்தமாக இருக்காது என நிராகரித்தார். உடனே கருணாநிதி, தயாரிப்பாளர் சுந்தரத்திடம், 'நாம் ஒரு மேக்அப் டெஸ்ட் செய்து பார்க்கலாம்' எனச் சொல்ல, எம்.ஜி.ஆர். சேலம் மாடர்ன் ஸ்டூடியோவுக்கு சென்னையிலிருந்து வரும்படி அழைக்கப் பட்டார். மறுநாள் ஸ்டூடியோவுக்குள் எம்.ஜி.ஆர். வந்தவுடன் கருணாநிதி அவர்கள்,அவரை மேக்அப் அறைக்கு அழைத்துச்சென்று ஒப்பனையாளரிடம், அவரது தாடைக்குழியை ஒட்டுத்தாடி மூலம் மறைக்கச் சொல்ல, அவரும் அதுபோலவே செய்து, சுந்தரம் மற்றும் டங்கன் ஆகியோர் முன்னே கொண்டு வந்து நிறுத்த, இருவருமே ஒருமனதாக எம்.ஜி.ஆரை ஓ.கே.செய்து படத்துக்கு ஒப்பந்தம் செய்துகொண்டனர்.

கதை

மந்திரிகுமாரியின் கதை, திருப்பங்கள் நிறைந்தது. முல்லை நாட்டின் அரசர் ராஜகுருவின் (எம்.என்.நம்பியார்) சொல்படி நடப்பவர். குருவின் மகன் பார்த்திபன் (எஸ்.ஏ. நடராஜன்), முல்லை நாட்டின் தளபதி ஆகவேண்டும் என்று குரு ஆசைப்பட்டார். மாறாக, வீரமோகனை தளபதியாக (எம்.ஜி.ஆர்.) நியமனம் செய்தார், அரசர். அதில் கோபமுற்ற பார்த்திபன், பகல் நேரங்களில் அரசாங்கத்திலும், இரவு நேரங்களில் வழிப்பறியிலும் ஈடுபடுகிறான். இளவரசி ஜீவரேகாவை (ஜி.சகுந்தலா) பார்த்திபன் மணக்க ஆசைப்படுகிறான். ஆனால் ஜீவரேகா, வீரமோகனை

விரும்பினாள். பார்த்திபன் தன்னைச் சந்திக்க ஜீவரேகாவிற்கு ரகசியத்தூது அனுப்பினான். அந்தத் தூது, தவறுதலாக மந்திரி மகள் அமுதவல்லியைச்(மாதுரிதேவி) சென்றடைந்தது. அவளும் பார்த்திபனை பார்க்கச்செல்ல, இருவரும் காதல் வயப்படுகிறார்கள். ஆனால் பார்த்திபன், அமுதவல்லியை இன்பத்திற்காக மட்டும் பயன்படுத்தினான்.

இந்நிலையில், வழிப்பறிக் கொள்ளையர்களைப் பிடிக்க முல்லை நாட்டு அரசர், வீரமோகனை அனுப்புகிறார். பார்த்திபனைப் பிடித்து அரசபையில் நிறுத்துகிறான், வீரமோகன். கோபமடைந்த ராஜகுரு, தன் மகனைக் காப்பாற்ற பலவழிகளில் முயற்சிக்கிறார். பெண் தெய்வத்தின் முன் வாதிடுகிறார், ராஜகுரு. அப்போது, அச்சிலையின் பின்னால் ஒளிந்திருந்த அமுதவல்லி, 'பார்த்திபன் நிரபராதி' என்று கூறுகிறாள். அது, தெய்வத்தின் குரல் என்று நம்பிய அமுதவல்லியின் தந்தை மந்திரி, 'பார்த்திபன் நிரபராதி' என்று அவரும் கூறிவிடுகிறார். ராஜகுருவுடனும் மந்திரியுடனும் அரசர் கலந்து ஆலோசித்து, பார்த்திபன் நிரபராதி என்றும், வீரமோகனை நாடுகடத்த வேண்டும் என்றும் உத்தரவிடுகிறார். பின்னர் பார்த்திபன், அமுதவல்லியை மணந்துகொள்கிறான். வீரமோகனுடன் ஜீவரேகாவும் சென்றுவிடுகிறாள்.

பார்த்திபனைத் திருந்துமாறு அமுதவல்லி கேட்டுக்கொண்டாலும், அவள் தூங்கும்பொழுது வழிப்பறியில் ஈடுபடுகிறான், பார்த்திபன். வீரமோகனைத்தாக்கி, ஜீவரேகாவைக் கடத்திவிடுகிறான், பார்த்திபன். அமுதவல்லி, தன் கணவரை மாறுவேடத்தில் பின்தொடர்ந்து சென்று, ஜீவரேகாவை காப்பாற்றுகிறாள். அதனால், அமுதவல்லியைக் கொன்று விடத் திட்டம் தீட்டி மலையுச்சிக்கு அழைத்துச் செல்கிறான், பார்த்திபன். மாறாக, அமுதவல்லி பார்த்திபனை தள்ளிக் கொன்றுவிட்டு ஒரு புத்தமதத் துறவியாகிறாள். ஜீவரேகாவைச் சந்திக்க, வீரமோகன் மாறு வேடத்தில் வருகிறான். அப்போது ராஜகுரு, அரசரைக் கொலைசெய்ய முயற்சிக்கும்பொழுது பார்த்துவிடுகிறான். ஆனால் அரசர், வீரமோகன்தான் தன்னைக் கொல்லவந்ததாகத் தவறாக நினைக்கிறார். பின்னர் அந்தச் சூழ்நிலையிலிருந்து வீரமோகன் எவ்வாறு தப்பித்தான் என்பதே மீதிக் கதையாகும்.

### கலைஞரின் அனல் பறக்கும் வசனம்

'மந்திரிகுமாரி' படத்தின் வெற்றிதான், அசல் திராவிட எழுச்சிக்கு வித்திட்ட படம். அதற்குமுன்பே, கலைஞர் பங்களிப்பில் 'ராஜகுமாரி',

அறிஞர் அண்ணாவின் 'நல்லதம்பி' மற்றும் 'வேலைக்காரி' போன்ற திரைப்படங்கள் வெளியாகியிருந்தாலும், திராவிட இயக்கக்கருத்துகளை நெருப்பு வசனங்கள் மூலம், ஒரு புதிய அலையை உருவாக்கிய படம் 'மந்திரிகுமாரி' மட்டுமே. அப்படிப்பட்ட மந்திரிகுமாரி படத்தின் வெற்றிக்குப் பல காரணிகள் இருந்தாலும் முதல் காரணம், கலைஞரின் திரைக்கதையின் புதுமை மற்றும் வசனம்.

**படத்தின் சிறப்பே வசனங்கள்தான்.**

குற்றவாளியாக பார்த்திபன் சிறைக்கு அனுப்பப்படும்போது, பின்னாலே ஓடிவரும் அவரது தந்தையும் ராஜகுருவுமான நம்பியார், பதட்டத்துடன் கைவிலங்குடன் காணப்படும் மகனோடு நடத்தும் உரையாடல் ஒன்றுபோதும், கலைஞரின் எழுத்தாற்றலில் உருகியோடும் தமிழின் அற்புதத்தை உணர.

ராஜகுரு: பார்த்திபா...பார்த்திபா...

பார்த்திபன்: அப்பா கலங்கவேண்டாம். நீங்களே இப்படி சோகத்தில் மிதந்தால்

அஜயன் பாலா

| | |
|---|---|
| ராஜகுரு: | நான் மனிதனல்லவா. நீ என் மகனல்லவா. நீ சிறைக்குச் செல்லும்போது... |
| பார்த்திபன்: | சிறை. சிறைச்சாலை அது என்னசெய்யும்? கேவலம் அது, என் உடலை வேண்டுமானால் பிடித்துவைத்திருக்கும். என் லட்சியத்தை அதுதொடக்கூட முடியாது. அப்பா, உலகமே சிறை... உலக பந்தங்களே சிறைக்கம்பிகள்... இதை தாங்களே பிறருக்கு உபதேசித்தீர்கள். சொந்த விஷயத்தில் மட்டும் வேதாந்தத்தை விலக்கிவிடுவதா? |
| ராஜகுரு: | பார்த்திபா, கொதிக்கும் கொப்பரையை என் இதயத்தில் எடுத்துப்போடாதே. நாளை மரணதண்டனை என நினைக்கும்போது... |
| பார்த்திபன்: | போலி மனிதன் மரணதண்டனை விதித்தான் மன்னன். உலக விடுதலையே எனக்குக் கிடைக்கும்... |
| ராஜகுரு: | உன் தொழிலை விட்டுவிடு, பார்த்திபா.... |
| பார்த்திபன்: | நல்ல கதை இது. தொழிலா இது. கலையப்பா... கலை. அந்தக்கலையை நான் விடமுடியாது. |
| ராஜகுரு: | ஏன், கொள்ளையடிக்காமல் இருக்கமுடியாதா? இருக்கக்கூடாதா? |
| பார்த்திபன் : | இருக்கலாம். புலி ஆட்டைக் கொல்லாமல் இருந்தால்... கொக்கு மீனைக் கொத்தாமல் இருந்தால்... பாம்பு தவளையை விழுங்காமல் இருந்தால்... நானும் கொள்ளையடிக்காமல் இருக்கலாம். |

இப்படிப்பட்ட வசனங்கள் ஒருபக்கம், இன்னொரு பக்கம் படத்தின் பாடல்கள். குறிப்பாக, கடைசிக்காட்சியில் பார்த்திபன் மந்திரிகுமாரியான அமுதவல்லியைக் கொல்ல அழைத்துப்போகும் 'வாராய், நீ வாராய்' பாடலும், காட்சியமைப்பும், திரைக்கதையின் திருப்பமும், மிகப்பெரிய வெற்றிக்கு வித்திட்டன. படத்தின் சண்டைக்காட்சிகளில் எம்.ஜி.ராமசந்தர் என டைட்டிலில் வரும் நாயகனை திரும்பிப் பார்க்கவைத்தது. அதுவரை பாட்டு ,நடனம் என்றே ரசித்து வந்த மக்கள், வாள் சண்டைக்காட்சிகளால் ஈர்க்கப்பட்டனர். அடுத்தடுத்த எம்.ஜி.ஆர். படங்களில், ஒரு சண்டையாவது வைக்குமளவுக்கு 'மந்திரிகுமாரி' எதிர்பார்ப்பைத்

தூண்டியது. அதுபோல, தந்தையும் மகனுமாக வில்லன் வேடத்தில் போட்டிபோட்டு நடித்த நம்பியார் மற்றும் எஸ்.ஏ.நடராஜன் இருவரது நடிப்பும் படத்தின் வெற்றிக்கு முக்கியக்காரணமாக அமைந்தன.

அதுவரை, தமிழ் சினிமாவில் எதிர்நிலை பாத்திரத்துக்குப் பெரிதாக முக்கியத்துவம் தரப்படவில்லை. முதல்முறையாக, நாயகனுக்கு இணையாகக்கைத் தட்டல் பெறுமளவுக்கு எதிர்நிலை பாத்திரத்தை உருவாக்கி, அந்தப்பாத்திரத்துக்கு ஒரு தத்துவப் பின்புலத்தையும் உண்டாக்கிக் கொடுத்த படம், 'மந்திரிகுமாரி'.

புதுமையான இந்தத்திரைக்கதையும் நெருப்புத்தெறித்தாற்போல தெள்ளிய தமிழ் வசனங்களும் உச்சரிப்பும் படத்தின் வெற்றிக்கு முழுமுதல் காரணம். இரண்டாவது, எல்லீஸ்ஆர்.டங்கனின் பிரமிப்பூட்டும் இயக்கம். குறிப்பாக, காட்சிக் கோணங்களில் அவர் காட்டிய புதுமை. இவர்களை இந்த இரண்டு அம்சங்களைக் கடந்து, படத்தின் மிகப்பெரிய வெற்றிக்கு முக்கியக் காரணம், இருவர். படத்தின் எதிர்பாத்திரத்தில் தோன்றி அனைவரையும் வியக்கவைத்த எஸ்.ஏ.நடராஜன். அவரது மனைவியாக நடித்த மாதுரிதேவி.

படத்தின் கத்திச் சண்டைக்காட்சிகளில், வாளை அனாயசமாக சுழற்றி நாயகனாக நடித்த எம்.ஜி.ஆரைப் பார்த்து அனைவரது விழிகளும் ஆச்சர்யத்தில் விரிந்தாலும் அதேசமயம், தன் அசகாய வில்லன் நடிப்பால் அதிகக் கவனம் ஈர்த்தவர், எஸ்.ஏ.நடராஜன்தான். அப்படிப் பட்ட திறமையான நடிகர் பிற்பாடு பெரிதாகச் சோபிக்காமல் போனது ஆச்சரியமான ஒரு துன்பியல் நிகழ்வு.

# வில்லாதி வில்லன் எஸ்.ஏ.நடராஜன்

தமிழ்நாட்டில் நடராஜன்களுக்குப் பஞ்சமில்லை.தமிழ் சினிமாவிலும் அதுபோல பல நடராஜன்கள். தமிழ் சினிமாவின் முதல் படமான 'கீசகவதம்' இயக்குனரே ஒரு நடராஜன்தான். தொடர்ந்து நடிகர்களில் கள்ளபார்ட் நடராஜன், புத்தூர் என்.எஸ்.நடராஜன். பாடக நடிகர் டி.கே.எஸ்.நடராஜன், வள்ளி பட இயக்குனர், வில்லன் நடிகர் நடராஜ். சதுரங்க வேட்டை நட்டி நடராஜன்போல, பல நடராஜன்கள் இருந்தாலும் இன்னும் பல நடராஜன்கள் எதிர்காலத்தில் வந்தாலும், தன் அசத்தல் வில்லன் நடிப்பால் 'மந்திரிகுமாரி' மூலம் மக்கள் மனதில் அழியாப் புகழை உருவாக்கிக் கொண்டவர், எஸ்.ஏ.நடராஜன்.

தாராபுரம் சோமனூத்து என்னும் ஊரில் அப்பாஜி என்பவரின் மகனாக மார்ச் 18, 1918ஆம் ஆண்டு பிறந்த நடராஜனுக்கு இரண்டு சகோதரிகள், இரண்டு சகோதரர்கள். சிறுவயதிலேயே அப்பா இறந்துவிட அம்முலம்மா எனும் பெரியதாயாரால் வளர்க்கப்பட்ட நடராஜன், உடுமலைப்பேட்டையிலும் மேட்டுப்பாளையத்திலும் பள்ளிப் படிப்பைத் தொடர்ந்தார். இக்காலங்களில், நவாப் ராஜமாணிக்கம் கம்பெனி, கோவை எடிசன் அரங்கில் நாடகங்களை நடத்தி வந்தது. அவர்களின் நாடகங்களைப் பார்த்துவந்த நடராஜனுக்கு நாடகங்களில் நடிக்கும் ஆசை ஏற்பட்டது. தாயாரின் அனுமதியின்றி நாடகக் கம்பெனியில் சேர்ந்தார். 1933இல், அவர்களது நாடகங்களில் நடிக்க ஆரம்பித்தார். துவக்கத்தில் பெரும்பாலான நாடகங்களில் இவர், பெண் வேடங்களிலேயே நடித்தார். 1939இல்,

கும்பகோணம் முகாமில்' இன்பசாகரன்' நாடகத்தில், நம்பியாருக்குப் பதிலாக நடித்தார். நடராஜனுக்குத் திரைப்படங்களில் நடிக்கும் ஆசை வந்தது. இதனால் நாடகக் கம்பெனியில் இருந்து விலகினார். ஆனாலும் திரைப்பட வாய்ப்புக் கிடைக்கவில்லை. டி.கே.சம்பங்கி, பி.வி.எத்திராஜ் ஆகியோர் ஆரம்பித்த மங்களகான சபா, எஸ்.டி.சுந்தரத்தின் தமையனார் எஸ்.டி.உலகு ஆரம்பித்த சேலம் பாய்ஸ் கம்பெனி ஆகியவற்றில் சேர்ந்து, சிலகாலம் நாடகங்களில் நடித்து வந்தார். சேலம் மீனாட்சி பிலிம் கம்பெனியின் கோவிந்தசாமி பிள்ளையின் அறிமுகம் கிடைத்தது. அதன் மூலம் டி.ஆர்.சுந்தரம் இயக்கிய 'சதி சுகன்யா' படத்திலும் ஜூபிடர் தயாரிப்பில் கே.ராம்நாத் இயக்கிய 'கன்னியின் காதலி' படத்தில் வசந்தபுரி மன்னனாக நடித்தார். தொடர்ந்து,' மந்திரிகுமாரி'யில் பார்த்திபன் எனும் எதிர்நிலை பாத்திரத்தில் நடித்து, தன் நடிப்பாலும் வசன உச்சரிப்பாலும் அனைவரையும் வியக்கவைத்தார். அதுபோல, கலைஞர் வசனத்தில் அவர் நடித்த இன்னொரு சிறப்பான திரைப்படம்'மனோகரா'. இவைதவிர 'கைதி', 'மர்மயோகி', 'அழகி', 'ஜமீந்தார்', 'மோஹினி' எனத் தொடர்ந்து, முப்பதுக்கும் மேற்பட்ட படங்களில் நடித்ததெல்லாம் இவை எவையுமே 'மந்திரிகுமாரி', 'மனோகரா'ஆகிய படங்களின் நடிப்புக்கு ஈடு செய்யவில்லை.

'நல்ல தங்கை' (1955) என்ற படத்தை, தனது ஃபார்வட் ஆர்ட் பிலிம்ஸ் கம்பெனிமூலம் தயாரித்து இயக்கினார். இந்த முயற்சி வெற்றிபெற்றது. ஆனால் ஏ.பி.நாகராஜனின் கதை வசனத்தில், நடராஜன் தயாரித்த 'மாங்கல்யம்' உள்ளிட்ட சில படங்கள் அவருக்குப் பெரும் இழப்பை ஏற்படுத்தின. அதனால் பொருளாதாரரீதியாக நொடித்துப்போனார். இவர் எப்படி, எந்த வருடம் இறந்தார் என்ற விவரம் தெரியவில்லை.

## பொன்முடி

**1950**ஆம் ஆண்டு, திராவிட இயக்க சினிமாவின் எழுச்சிக்காலம் எனலாம். முன்னதாக, 1949இல் வெளியான அண்ணாவின் 'வேலைக்காரி'யைத் தொடர்ந்து 1950ஆம் ஆண்டு, பொங்கலுக்கு வெளியான 'பொன்முடி', தமிழ் சினிமாவில் திராவிட எழுச்சியை முழுமையாக அறிவித்த படம் எனலாம். இதே ஆண்டு வெளியான 'மந்திரி குமாரி'யோடு மாடர்ன் தியேட்டர்ஸ் நிறுவனம் அடுத்தடுத்து இரண்டு பகுத்தறிவுப் படங்களைத் தயாரித்து வரலாற்றில் இடம் பிடித்துக் கொண்டது. அதுபோல, அந்த இரண்டு திரைப்படங்களையும் இயக்கிய பெருமையுடன், ஒரே ஆண்டில் இரண்டு மிகப்பெரிய படங்களை இயக்கிய இயக்குனர் என்ற பெயரை, எல்லீஸ்.ஆர் டங்கன் பெற்றார்.

இப்படி, சிறந்த தயாரிப்பு நிறுவனம், மிகச்சிறந்த இயக்குனர் ஆகியோர் அமையப்பெற்றாலும் 'பொன் முடி'யின் வெற்றிக்கு, பாரதிதாசனின் கதை, வசனம் முக்கியப் பங்காற்றியிருந்தது. ஏற்கெனவே, மாடர்ன் தியேட்டர்ஸுக்கு 1947இல் மிகப்பெரிய வெற்றியைத் தேடித்தந்த 'ஆயிரம் தலைவாங்கிய அபூர்வ சிந்தாமணி' படத்தின் கதை, வசனத்தில் பிரச்சனை உண்டானபோது, மாடர்ன் தியேட்டர்ஸ் அதிபர் பாரதிதாசனை அழைக்க, அவரும் உடனே வந்து எழுதிக்கொடுத்தார். இந்த நன்றிக்கடனுக்கு, அப்போதே அடுத்த படத்துக்குக் கதை, வசனம் எழுதித் தருமாறு டி.ஆர்.சுந்தரம் கேட்டதற்கிணங்க பாரதிதாசன், 'ரோமியோ ஜூலியட்' கதையை

அடிப்படையாக வைத்து எழுதியிருந்த 'எதிர்பாரா முத்தம்' என்ற நாவலை திரைக்கதை வடிவமாக்கி எழுதிக் கொடுத்தார்.

சிறுவயதில் கூடிப்பழகும் ஒரு ஆணும் பெண்ணும் பெரியவர்களானதும் காதலிக்கத் துவங்க, அப்போது அவர்கள் காதலுக்கு ஏற்படும் தடைகளும் பின், அதை உடைத்து எப்படி இருவரும் சேர்கிறார்கள் என்பதுதான் கதை.

இந்தப் படம், தமிழ் சினிமாவில் 'சந்திரலேகா'வுக்கு அடுத்து வெளியான பிரமாண்ட படைப்பாகவும், நேர்த்தியான தொழில்நுட்பம் மற்றும் காட்சி மொழியோடும் வெளியான தமிழின் முதல் சிறந்தபடம் என்று அறிவிக்கலாம். பொதுவாக, இயக்குனர் எல்லீஸ்ஆர்.டங்கன் படங்கள் அனைத்திலும் ஒளிப்பதிவும் படத் தொகுப்பும் அத்தனை நேர்த்தியாக இருக்கும். இந்தத்தொழில்நுட்ப ஒழுங்கு, அக்காலத்தில் வேறு யார் படங்களிலும் காணப்படவில்லை என்றாலும் இந்தப் படத்தில் ஒளிப்பதிவு கூடுதல் நேர்த்தி. வெளிப்புறக் காட்சிகளில் டங்கன் காமிராவை கையாளும்போது, ஒரு உலகத்தரம் இயல்பாகவே ஒட்டிக்கொள்கிறது.

அஜயன் பாலா

குறிப்பாக, வணிகர்கள் கூட்டமாக வியாபாரம் செய்வதற்குச் செல்லும் காட்சியில், ஹாலிவுட் காவியப்படங்களுக்கு நிகரான கட்டமைவுகள். இப்படி படம் முழுக்க பல புதுமைகள். இந்தப் புதுமை தோரணத்தை படத்தின் டைட்டிலிலேயே துவங்கிவிட்டார். தமிழ் சினிமாவின் வரலாற்றில் புதுமையான பத்து டைட்டில்கள் என்றால், அதில் 'பொன்முடி'க்கு நிச்சயம் இடமுண்டு.

நாயகன், ஒரு முத்து வணிகன் என்பதால் கடற்கரை மணலில் முத்துக்கள் மூலமாக ஒவ்வொரு பெயரையும் எழுதிப் படம் பிடித்துக் கோர்த்திருந்த விதம் அசத்தல். படத்தின் முதல் காட்சியே கடலுக்குள் முத்துக்குளிக்கும் மீனவர்களை, அபாரமாகக் காட்சிப்படுத்திய இயக்குனர் எல்லீஸ் ஆர்.டங்கன் தொடர்ந்து இப்படத்தில் பல புதுமைகளைச் செய்திருந்தார். குறிப்பாக, நாயகி மாதுரிதேவி எழுதிய கடிதத்தை, நாயகன் நரசிம்மபாரதி வாசிக்கும்போது, கடிதத்தின் வரிகளினூடே மாதுரியின் முகத்தை சிறுவட்டமாக கடிதத்தின் மீது ஓட வைத்தது, அசத்தல் டெக்னிக்.

சென்னை கடற்கரையிலிருந்து மணலை லாரியில் எடுத்து வந்து, சேலம் மாடர்ன் தியேட்டரில் கொட்டிப் பரப்பி அதில் காதல் காட்சியையும் இந்த டைட்டில் காட்சியையும் படம் பிடித்ததாக, ராண்டர் கை அவர்கள் 'இந்து'வில் இப்படம் குறித்த கட்டுரையில் குறிப்பிடுகிறார். ஒருவேளை, இந்த டைட்டில் காட்சி அப்படி எடுக்கப்பட்டதாக இருக்கலாம். அதுபோல, கடற்கரையில் இடம் பெறும் காதல் காட்சிகளில், அதுவரை இல்லாத நெருக்கத்தை தமிழ் சினிமாவில் முதலில் காண்பித்த பெருமையும் இந்தப் படத்துக்கே சேரும். குறிப்பாக, கடற்கரைக் காட்சியில் நாயகன் நரசிம்மபாரதியும், நாயகி மாதுரி தேவியும் கன்னத்தோடு கன்னம் வைத்து உரசும் காமத்தீண்டல்களில் இந்தப்படம் வெளியாகி 70 வருடங்களுக்கு மேலாகிவிட்டது என்பதை நம்பமுடியவில்லை.

முதன்முதலாக, தமிழ் சினிமாவில் 'தமிழ்நாடு','தமிழன்' என உரத்துப் பேசிய முதல் படமும் இதுதான். பாரதிதாசனின் எழுச்சிமிக்க வசனங்களில் பல இடங்களில் தமிழ் உணர்வு கொதித்துப் பிரவகிப்பதைக் காணமுடியும். 1947க்குப் பின், தமிழ் சினிமாவில் நடந்த முக்கிய மாற்றங்களில் ஒன்று, பாகவதர்களின் ஜில்பா தலைமுடிகள் சுத்தமாக கிராப்புக்கு மாறியதும், பாடல்கள் குறைந்து சண்டைக்காட்சியும் நடனக் காட்சியும் அதிகம் இடம்பிடிக்கத் துவங்கியதும்தான்.

குமாரி கமலாவைப் போல, அப்போது திருவாங்கூர் சகோதரிகளின் நடனத்துக்கும் மக்களிடையே மிகுந்த வரவேற்பு இருந்தது. 'கல்பனா'வில் அறிமுகமான இந்த திருவாங்கூர் சகோதரிகள் அப்போது பல படங்களில் நடனக்காட்சிகளில் மட்டும் பங்களித்த இவர்கள் கவனம் ஈர்த்தனர்.

இந்தப் படத்திலும் லலிதாவும் பத்மினியும் சிறப்பாக ஒரு நடனக்காட்சியில் மட்டும் பங்களிப்புச் செய்தனர். அதுபோல சண்டைக்காட்சிகள் குறிப்பாக, வாள் சண்டைக் காட்சிகளுக்கு மக்களிடையே அதிக வரவேற்பு இருந்தது. இதனாலேயே, ராஜாராணி கதைகள் அதிகம் இடம்பெறத் துவங்கின.

படத்தில் நரசிம்மபாரதி மாதுரி தேவி, நாயகன் நாயகியாக நடித்திருந்தாலும் வில்லன் பாத்திரத்தில் நடித்த எம்.ஜி.ஆரின் சகோதரர் எம்.ஜி.சக்ரபணி அவர்களும், நகைச்சுவைப் பாத்திரத்தில் நடித்த காளி என்.ரத்னம் ஆகியோருடைய நடிப்பும் குறிப்பிடும்படியாக இருந்தது.

அஜயன் பாலா 127

# பாரதிதாசன்

'**கோ**ரிக்கையற்றுக் கிடக்குதிங்கே வேரில் பழுத்த பலா',

'புதியதோர் உலகம் செய்வோம், கெட்ட போரிடும் உலகத்தை வேரோடு சாய்ப்போம்',

'எங்கள் வாழ்வும் எங்கள் வளமும் மங்காத தமிழென்று சங்கே முழங்கு',

'கொலைவாளினை எடடா மிகக் கொடியோர் செயல் அறவே',

'தமிழுக்கும் அமுதென்று பேர்'

என, தமிழர்களின் உணர்வோடும் வாழ்வோடும் கலந்து விட்ட பல கவிதை வரிகளை எழுதிய பாரதிதாசன், இன்றும் தமிழுணர்வின் அடையாளமாக மாறிப்போனவர். திராவிட இயக்க எழுச்சிக்காலத்தில், பேச்சில் அண்ணா அவர்கள் வடமொழியை தனியாகப் பிரித்து அழகுத்தமிழைப் பேசி உணர்வை வளர்த்தார். அதுபோல், எழுத்தில் அதுவரை தமிழன் முதுகில் ஒட்டிக்கிடந்த வடமொழியை, தனியாக பாம்புத் தோலை உரிப்பது போல உரித்து, கவிதைத் துறையில் அழகுணர்ச்சிமிக்க வரிகளால் தமிழுக்கு விடுதலை வாங்கிக் கொடுத்தவர் என்றால் அது மிகையில்லை.

1942ஆம் ஆண்டு, பேரறிஞர் அண்ணா 'திராவிட நாடு' பத்திரிகையைத் தொடங்கியபோது, 'தமிழுக்கும் அமுதென்று பேர் அந்தத் தமிழ் எங்கள் உயிருக்கு நேர்' என்ற கவிதை வரிகளைத்தான், அதன் முகப்பு வரியாகப் போட்டார்.

தமிழ் சினிமாவில் திராவிட இயக்க எழுச்சி அலையின் போதுஅண்ணா, கலைஞர் ஆகியோரைத் தொடர்ந்து, திராவிட எழுத்தாளர்கள் அலையில் தன்னையும் 'பொன்முடி' படம் மூலம் கைகோர்த்துக் கொண்டார், புரட்சிக்கவி பாரதிதாசன்.

உண்மையில் சொல்லப்போனால் அண்ணா, கலைஞர் ஆகியோருக்கு முன்பே சினிமாவுக்குள் எழுத்தாளராகத் தடம் பதிக்கப் போராடிக் கொண்டிருந்தார், பாரதிதாசன்.1934ஆம் ஆண்டிலேயே சினிமாவில் பாடல் எழுதப் போராடிக் கொண்டிருந்தார்.

அக்காலத்தில் வெளிவந்தவை அனைத்தும் பக்தி திரைப்படங்கள். ஆனால் பாரதிதாசனோ, திராவிட இயக்கத்தைச் சேர்ந்தவர் என்றபோதும் சினிமாவில் எப்படியவாது நுழைந்து மக்கள் மனதில் இடம்பிடித்து, அதன்பின் தன் கொள்கைகளைப் பரப்பவேண்டும் எனப் போராடிக் கொண்டிருந்தார்.

அவரது இந்த முயற்சிக்கு வாய்ப்புகளும் கிட்டின.

1935ஆம் ஆண்டு, 'பாலாமணி' என்ற படத்தில் பாடல்கள் எழுதினார். தொடர்ந்து 'ராமானுஜம்' எனும் பக்திப் படத்துக்கும் எழுதினார். ஒருபக்கம், இப்படிக் கிடைத்த வாய்ப்புகளைப் பயன்படுத்தி கொள்கைக்கு மாறாக பாடல்கள் எழுதிக்கொண்டிருந்தாலும் இன்னொரு பக்கம், நாடகத்துறையிலும் கவிதைத்துறையிலும் தன் பகுத்தறிவுக் கருத்துகளைப் பயன்படுத்துவதில் முனைப்பாக இருந்தார்.

இந்தப்போராட்டக் காலத்தில்தான் அவர் எழுதிய, 'இரணியன் அல்லது இணையற்ற வீரன்' என்கிற அவரின் முதல் நாடகம், சென்னை விக்டோரியா மஹாலில் நடைபெற்றது. நடித்தவர்கள், திராவிடக் கலைஞர்கள் நாடக மன்றத்தினர். தந்தை பெரியார், இந்த நாடகத்துக்குத் தலைமை தாங்கிச் சிறப்பித்தார். பிரிட்டிஷ் ஆட்சிக்காலத்தில் அனுமதிக்கப்பட்ட இந்த நாடகம், இந்திய விடுதலைக்குப்பின் 1948ஆம் ஆண்டு அன்றைய அரசாங்கம் தடை செய்தது. தடையை மீறி நாடகம் நடந்தது. அதனால் நாடகத்தில் நடித்த அத்தனை கலைஞர்களும் சிறையில் அடைக்கப்பட்டனர். மூன்று மாதம், மூன்று வாரம் சிறைவாசத்துக்குப் பிறகு, விடுதலையாகி வெளியே வந்தபோது, அவர்களை முதலில் செய்யாறில் வரவேற்றவர், தந்தை பெரியார். அங்கிருந்து ஊர்வலமாக வந்த நாடகக் கலைஞர்களை காஞ்சிபுரத்தில் வரவேற்றவர், அறிஞர் அண்ணா.

பாரதிதாசன் எழுதிய மொத்த நாடகங்களின் எண்ணிக்கை, நாற்பத் தெட்டு. 'குமரகுருபரர்', 'தமிழச்சியின் கத்தி', 'கற்கண்டு', 'நல்ல தீர்ப்பு', 'லதாக்ருகம்', 'சௌமியன்', 'அமிழ்து எது?','சமணமும் சைவமும்', 'அம்மைச்சி', 'தலைமலை கண்ட தேவர்', 'கோயில்இருகோணங்கள்', 'குடும்பவிளக்கும் குண்டுக்கல்லும்', 'அமைதி' (ஊமைநாடகம்), 'பிசிராந்தையார்' ஆகியவை அவரது நாடகங்களில் குறிப்பிடத்தகுந்தவை. இதில்,'பிசிராந்தையார்' நாடகம் சாகித்திய அகாதமியின் பரிசுபெற்ற நாடகம்.

1944ஆம் ஆண்டில் அவர் 'இன்ப இரவு' என்றபெயரில், ஒரு நாடகக் குழுவைத் துவக்கினார். நாமக்கல் செல்லப்ப ரெட்டியார் என்பவர் அக்குழுவை முன்னின்று நடத்தினார். கவிஞர் சுரதா, ஜனாதிபதி பரிசுபெற்ற ஓவியர் வேணுகோபால சர்மா, இசைமேதை ஞானமணி போன்றவர்களும் வேறுசில நாட்டிய மேதைகளும் அக்குழுவில் இடம்பெற்றிருந்தனர். முதன்முதலாக சேலம் நகரில்தான் 'இன்ப இரவு' அரங்கேறியது. அப்போது இந்த நாடகம்பற்றி அறிந்து, அதைப் பார்க்கவந்த சேலம் மாடர்ன் தியேட்டர்ஸ் அதிபர் டி.ஆர்.சுந்தரம் அவர்கள், அப்போதே 'சினிமாவுக்கும் எழுதுங்கள்' எனச் சொல்லிவிட்டுப் போனார். அதுபோலவே, தன் 'ஆயிரம் தலைவாங்கிய அபூர்வ சிந்தாமணி' படத்தின் திரைக்கதையில் பங்களிக்க பாரதிதாசனை அழைக்க, அவரும் எந்தப் பிரதிபலனும் பாராமல் சிறப்பாக எழுதிக் கொடுத்தார். அதன் பலன், டி.ஆர்.சுந்தரம் அப்போது ஏதாவது திரைக்கதை தருமாறு கேட்க, பாரதிதாசன், தான் எழுதிவைத்திருந்த 'எதிர்பாரா முத்தம்' நாவலைத் தழுவி 'பொன்முடி' படத்தின் திரைக்கதையை எழுதிக்கொடுத்தார்.

'பொன்முடி'யின் வெற்றிக்குப் பிறகு பல படங்களுக்கு திரைக்கதை, வசனம் எழுதினார். ஆனால் அவை எதுவும் பெரிதாகப் பேசப்படவில்லை. கிட்டத்தட்ட 33 திரைப்படங்களுக்குப் பாடல்கள் எழுதினார். 1964இல், பாரதிதாசன் இறந்தபிறகும் அவர் பாடல்கள் பல திரைப்படங்களில் தொடர்ந்து பயன்படுத்தப்பட்டு வந்துள்ளன.

# எம்.ஜி.ஆர். வி.என்.ஜானகி ஒரு காதலின் கதை

ராஜகுமாரி வெற்றிக்குப்பின் கலைஞர் எம்.ஜி.ஆர். கூட்டணியில் வந்த அடுத்த படம். 'அபிமன்யூ' என்றொரு படம், ஜூபிடர் பிக்சர்ஸ் தயாரிப்பில் உருவானது. படம் வெளியானபோது அதன் டைட்டிலில் கலைஞர் பெயர் இடம் பெறவில்லை. 'அபிமன்யூ' படம் வெளியானபோது, தன் குடும்பத்தினரோடு திருவாரூரில் தியேட்டரில் பார்க்கப்போன கலைஞருக்கு பெரும் அதிர்ச்சி. திரைப்பட எழுத்தாளர்கள் வாழ்வில் எல்லோரும் இந்த அதிர்ச்சியை துவக்கத்தில் கடந்தே வருவர். தமிழ்நாட்டில் இன்றும் இந்த விதிகள் தொடர்வது வேதனையிலும் வேதனை.

அன்று கலைஞர் பட்ட வேதனை எத்தனை கொடியது என்பதை இன்னொரு எழுத்தாளரால் தான் உணரமுடியும். இதை எழுதும் எனக்கும் கூட இந்தக் கொடுமை நடந்திருக்கிறது. ஆனல் அந்தப்படத்தின் தயாரிப்பாளர் சோமு. அவர் பெயர்தான் இயக்குனர் என்றும், படத்தில் வரும் அவர் இன்று சரித்திரத்தில் இல்லை. ஏன், அடுத்த ஐந்து வருடத்தில் கலைஞர் உச்சத்துக்குப் போனபொது ஜூபிடர் என்ற நிறுவனமே இல்லை. இப்படி யாக'அபிமன்யூ' படத்துக்குப் பின் மீண்டும் எம்.ஜி.ஆரும் கலைஞரும் ஒன்று சேர்ந்த படம் தான்'மருதநாட்டு இளவரசி'.

'மருதநாட்டு இளவரசி' படத்தைத் தயாரித்த கோவிந்தனின் பெயருக்கு முன்னர் மானில மன்னர் மன்னன் என்ற அடைமொழி டைட்டிலில் இடம் பெற்றிருந்தது. இப்படி ஒரு வினோத பட்டத்துக்கு அர்த்தம்

என்ன என எனக்குத் தெரியவில்லை. பிற்பாடு கட் அவுட் வைத்துக் கொண்ட தயாரிப்பாளர் குஞ்சுமோன கூட போட்டுக்கொள்ளவில்லை

எம்.ஜி.ஆரை நாயகனாக வைத்துப் படமெடுக்கலாம் என்ற எண்ணத்தை தயாரிப்பாளர்களுக்கு ஏற்படுத்தியது, இத்திரைப்படம். இந்தப் படத்தின் படப்பிடிப்பில்தான் எம்.ஜி.ஆர். ஜானகி இருவரும் தீவிரமாக காதலிக்கத் துவங்கினர். அது, சினிமாவை விடவும் சுவாரஸ்யமான காதல் கதை.

## வி.என்.ஜானகி

உலக அரசியலில் ஒரு நடிகை, நாடாண்ட கதை தமிழகத்தில் மட்டுமே முதல் முறையாக நிகழ்ந்தது. அந்த சாதனைக்குரிய முதல் பெண் என்ற பெருமைமிக்கவர், ஜானகி. கேரள மாநிலம், வைக்கம் எனும் ஊரில் நம்பூதிரி குடும்பத்தில், 1924ஆம் ஆண்டு செப்டம்பர் 23ஆம் நாள் பிறந்தவர். வி.என்.ஜானகி. உடன் பிறந்தவர், நாராயணன். சிறுவயதிலேயே மொத்தக் குடும்பமும் சென்னை மயிலாப்பூரில் கேசவப்பெருமாள் கோயில் தெருவில் குடியேறினர். இவர்களுக்கு முன்பே, இவரது பெரியப்பா சென்னைக்கு வந்து அக்காலத்தில் சினிமா துறையில் மிகப்பெரிய பாடலாசிரியராகவும் இசையமைப்பாளராகவும் புகழ் உச்சியில் இருந்தார். அவர் பெயர், பாபநாசம் சிவன்.

இயக்குனர் கே.சுப்ரமணியம் அவர்கள் நடத்தி வந்த நாடகக்குழுவில் சிறுவயதிலேயே நாட்டியக்குழுவில் ஒருவராகச் சேர்ந்து பல நாடகங்களில் நடனமாடியும் சிறுபாத்திரங்களில் நடித்தும் வந்த வி.என்.ஜானகி அவர்களுக்கு, தானும் ஒருநாள் நாயகியாகப் பிரகாசிக்க கனவு கண்டார். ஆனால் அவர் கனவுக்கு ஒரு தடை விழுந்தது. அது கல்யாணம். அப்போது திரைத்துறையில் நடிகரும் ஒப்பனையாளருமாகப் பணிபுரிந்த கணபதிபட் என்னும் கன்னடரோடு அவருக்கு சிறுவயதிலேயே திருமணம் நடந்தது. இவர்களுக்கு அப்பு என்கிற சுரேந்திரன் என்னும் ஆண் குழந்தை பிறந்தது. ஆனாலும் ஜானகிக்கு, தொடர்ந்து படங்களில் நடிக்க விருப்பம். இதனாலோ என்னவோ, கணபதிபட்டுக்கும் பிணக்குகள் தொடர்ந்தது. இச்சந்தர்ப்பத்தில் 'ராஜமுக்தி' என்ற படத்தில் நாயகியாக நடிக்க அழைப்புவந்தது.

அப்படத்தில் தியாகராஜ பாகவதர்தான் நாயகன். அதுவரை சிறுசிறு பாத்திரத்தில் நடித்து, 'சாலிவாகனன்' படத்தில் வில்லனாக நடித்து முன்னேறி வந்த எம்.ஜி.ஆருக்கு, அதில் இரண்டாவது நாயகன் வேடம். செட்டில் முதன்முறையாக எம்.ஜி.ஆரை பார்த்தார், ஜானகி. அதன்பிறகு அண்ணலும் நோக்கினார், அவளும் நோக்கினார். அதன்பிறகு அடுத்தடுத்த படங்கள் தொடர்ந்தது. இருவரது கண்களும் சந்திக்க வாய்ப்புக் கிட்டியது. ஆனாலும் எம்.ஜி.ஆரால் அப்போது ஜானகியின் காதலை ஏற்கமுடியாத சூழல். அப்போதே அவருக்கு இரண்டு கல்யாணம் நடந்திருந்தது. முதல் மனைவி பார்கவி என்னும் தங்கமணி, சொந்த ஊரான பாலக்காட்டுக்குத் தன் தாயுடன் பேறுகாலத்துக்குச் சென்றார். அங்கு உடல் சுகவீனமுற்ற தகவல் தெரிந்து ஊருக்குப்போக, அங்கு

மனைவியை சடலமாகத்தான் பார்த்தார். இரண்டாவது மனைவி சதானந்தவதி. அவருக்கும் உடல் சுகவீனமுற்று படுத்த படுக்கையாக இருந்த சூழலில்தான், ஜானகியின் சந்திப்பு நடந்தேறியது. ஜானகி நாயகியாக நடித்த'ஆயிரம் தலைவாங்கிய அபூர்வசிந்தாமணி' படப்பிடிப்பில் இருவரும் மீண்டும் சந்தித்தனர். ஆனால் அப்போது எம்.ஜி.ஆரால் நெருங்கிப் பேசமுடியாத நிலை. இதனிடையே 'ராஜகுமாரி' வெளியாகி எம்.ஜி.ஆரும் நாயக அந்தஸ்துக்கு உயர்ந்தார்.'ராஜகுமாரி' வெற்றிக்குப்பின் எம்.ஜி.ஆர். நடித்த படம் 'மோகினி'. இதில் எம்.ஜி.ஆருக்கு ஜோடி, ஜானகி. விலகி தூரத்தில் நின்று கண்களால் மட்டுமே கலந்த மனது, இப்போது கைக்கு அருகே வந்துவிட்ட மகிழ்ச்சி இருவருக்கும்.

துவக்கத்தில், தன் இரண்டாவது மனைவி சுகவீனமுற்று இருப்பதைக் குறிப்பிட்டு, தன்னால் இந்தக் காதலை ஏற்கமுடியாத சங்கடநிலையை ஜானகிக்கு எம்.ஜி.ஆர். எடுத்துக் கூறினார். ஆனால் ஜானகி, அதைப்பெரிது படுத்தவில்லை. அவரால் சட்டென அந்தக் காதலை மாற்றிக்கொள்ள முடியவில்லை.

### எம்.ஜி.ஆர். ஜானகி வனவாசம்

துவக்கத்தில் ஜானகியின் காதலை நிராகரித்துவந்த எம்.ஜி.ஆர். அவர்கள், ஒருகட்டத்தில் அவரும் காதலிக்கத் துவங்கினார். இருவரும் மனம் ஒருமித்து திருமணம்செய்ய நினைக்கும்போது, வில்லனாக குறுக்கே வந்தார், நாராயணன்.

### யார் இந்த நாராயணன்?

ஜானகி தன் கணவர் கணபதிபட்டை விட்டு பிரிந்தபின், ஜானகியின் கால்ஷீட்டுகளைப் பார்ப்பது மட்டுமல்லாமல், ஒரு கார்டியனாக இருந்து அவரைப் பாதுகாத்து வந்தவர்தான் இந்த நாராயணன் அவருக்கு தாய்மாமன் முறை வேண்டும்.

அவரது சம்மதமில்லாமல் திருமணம் செய்யமுடியாத நிலை. முறையாக அவரிடம் பெண் கேட்டு வீட்டுக்கு வரும்படி ஜானகி, எம்.ஜி.ஆரிடம் சொல்ல, எம்.ஜி.ஆர் அவர்களும் ஒருநாள், இரவு படப் பிடிப்பு முடிந்து ஜானகி வீட்டுக்குப் போனார்.

ஜானகியை, எம்.ஜி.ஆருக்குத் திருமணம் செய்துதர நாராயணனுக்கு விருப்பமில்லை. காரணம், அன்று ஜானகி வாங்கிக் கொண்டிருந்த

சம்பளத்தில் எம்.ஜி.ஆர். வாங்கும் சம்பளம் மூன்றில் ஒரு பங்குகூட இல்லை. ஜானகியின் சொத்துகளையும் சம்பளத்தையும் அபகரிக்க, எம்.ஜி.ஆர். திட்டமிட்டுக் காதலிப்பது போல நடிக்கிறார் என நினைத்து, நாராயணன் தடை போட்டார். மட்டுமல்லாமல், தங்க முட்டையிடும் வாத்து தன்னைவிட்டுக் கைமாறுவதை அவர் சுத்தமாக விரும்பவில்லை. திருமணம் ஆனபின் எம்.ஜி.ஆருக்கோ, ஜானகி இனி நடிக்கக்கூடாது என்பதும் முழுமையான இல்லற வாழ்க்கைதான் என்பதும் அவர் திட்டம். ஆனால் நாராயணனுக்குத் திட்டம் வேறு. திருமணத்துக்குப் பின் ஜானகி தொடர்ந்து பத்து வருடங்களுக்கு நடிக்கவேண்டும். ஆனால் அப்படி நடிக்கும் படங்களின் தேர்வு, சம்பளம் எல்லாம் தானே முடிவுசெய்வேன் என்றும், தன் கட்டுப்பாட்டில் இருக்கவேண்டும் என்றும், அதற்குச் சம்மதித்து ஒப்பந்தம் போட்டுக் கொண்டால், திருமணத்துக்கு ஓ.கே.என்று சொன்னாராம்.

எம்.ஜி.ஆருக்கோ இந்த ஒப்பந்தம், தன் சுயகவுரவத்துக்குப் பெரும் இழுக்கு. மேலும் தன்னை வீட்டுக்கு வரச்சொல்லி அவமானப்படுத்தும் செயல் என வெகுண்டு எழுந்து வீட்டுக்குப் புறப்பட, ஜானகிக்கோ அதிர்ச்சி. உண்மையில், அன்று எம்.ஜி.ஆரை இன்னொரு பெண்ணும் காதலித்து வந்தார். அன்று இரவே அவர் வீட்டுக்குப் போய் அவரையே திருமணம் செய்யும் முடிவுக்குவர, கடைசிநேரத்தில் நண்பர் சொன்ன அறிவுரையின்பேரில் தவிர்த்துவிட்டு வீட்டுக்குப் போய் உறங்கிவிட்டார்.

மறுநாள், எம்.ஜி.ஆருக்கு ஜானகியிடமிருந்து ஒரு கடிதம் அவசரமாக வந்து சேர்ந்தது. அந்தக் கடிதத்தில், நாராயணன் சில மாற்று நிபந்தனைகள் கோரியிருந்தார். இதுவரை ஒத்துக்கொண்ட படங்களில் நடித்து முடிக்கும் வரை இருவரும்

அன்று ஜானகி வாங்கிக் கொண்டிருந்த சம்பளத்தில் எம்.ஜி.ஆர். வாங்கும் சம்பளம் மூன்றில் ஒரு பங்குகூட இல்லை. ஜானகியின் சொத்துகளையும் சம்பளத்தையும் அபகரிக்க, எம்.ஜி.ஆர். திட்டமிட்டுக் காதலிப்பது போல நடிக்கிறார் என நினைத்து, நாராயணன் தடை போட்டார்.

சந்திக்கவோ, பேசிக்கொள்ளவோ கூடாது என்றும் இதற்குச் சம்மதித்தால் திருமணத்துக்கு உடன்படுவதாகவும், இதற்கு ஒத்துக்கொண்டால் திருமணத்துக்கு நாராயணன் சம்மதிப்பதாகவும் எழுதியிருந்தார்.

இந்தச் சம்பவத்துக்கு சிலநாட்களுக்கு முன்புதான், இருவரும் ஜோடியாக 'மருதநாட்டு இளவரசி' படத்தில் நடிக்க ஒப்பந்தம் ஆகி யிருந்தனர். அந்தப்படத்துக்கு வசனம் கலைஞர். 'ராஜகுமாரி', 'மந்திரிகுமாரி' முந்தைய இரண்டு படங்களில், இருவருடைய காம்பினேஷனுக்குக் கிடைத்த வெற்றியைத்தொடர்ந்து எம்.ஜி.ஆரே, தயாரிப்பாளர்களிடம் பரிந்துரைத்து எழுதவைத்தார். அந்தப் படத்தின் படப்பிடிப்பு முழுவதும் பெங்களூரில் நடந்தது. படப்பிடிப்பின்போது எம்.ஜி.ஆரும் ஜானகியும் தனிப்பட்டமுறையில் பேசாதிருக்க, பல உளவாளிகளை நாராயணன் நியமித்திருந்தார். ஆனாலும் ஜானகி, எம்.ஜி.ஆருக்குத் தொடர்ந்து கடிதங்கள் எழுதி தன் காதலை பலப்படுத்திக் கொண்டு வந்தார். இருவருக்குமிடையே வளர்ந்துவரும் கடிதப் போக்குவரத்தை அறிந்த நாராயணனால் இதைத் தாங்கிக்கொள்ள முடியவில்லை. தன் சுயரூபத்தை வெளிப்படுத்தத் துவங்கினார்.

'மருதநாட்டு இளவரசி' படப்பிடிப்பு முடிந்தவுடன் ஜானகியை வீட்டுச்சிறையில் வைத்து சித்ரவதை செய்யத் துவங்கினார், நாராயணன்.

எம்.ஜி.ஆர்.,அன்று வளர்ந்துவரும் நாயகன். அப்போதுதான் முதல் படம். எங்கேனும், ஏதாவது துணிந்து செய்தால் பெயர் கெட்டுவிடுமோ என அச்சம் ஒருபுறம். இந்தக் காதலுக்கு அண்ணன் சக்ரபாணியின் கடும் எதிர்ப்பு இன்னொருபுறம். ஏற்கெனவே, படுத்தபடுக்கையில் கிடக்கும் இரண்டாவது மனைவி சதானந்தவதியின் நிலை இன்னொருபுறம். இப்படியான திரிசங்கு நிலையில், ஜானகியின் காதலுக்கு எந்த முடிவையும் எடுக்கமுடியாதவராகத் தத்தளித்தபோது, அதைப் பயன்படுத்தி நாராயணன் ஜானகியின் சொத்துகள் அனைத்தையும் தன் பெயருக்குத் தந்திரமாக எழுதி வாங்கிக்கொண்டார். எம்.ஜி.ஆருக்காக எதையும் செய்யத் துணிந்த ஜானகி, எம்.ஜி.ஆர். ஏற்கெனவே பலமுறை எச்சரித்தும் வேறுவழியில்லாமல், நாராயணன் கேட்ட தாள்களில் எல்லாம் கையெழுத்து போட்டுக் கொடுத்துவிட்டு அன்று நள்ளிரவில் எம்.ஜி.ஆரின் இல்லம் தேடி ராயப்பேட்டை வீட்டுக்கு வந்துவிட்டார்.

எம்.ஜி.ஆருக்கோ இது அதிர்ச்சி. ஏற்கெனவே, சதானந்தவதி இந்தத் திருமணத்துக்குச் சம்மதம் சொல்லிவிட, இந்தத் திருமணம் தம்பியின் திரையுலக வாழ்க்கையைக் கெடுத்துவிடுமோ என்ற அச்சம், சக்ரபாணிக்கு. ஆனால் எம்.ஜி.ஆருக்கோ, தன்னை நம்பி வந்துவிட்ட ஜானகியையும் அவள் குழந்தையையும் நடுத்தெருவில் விட மனதில்லை. உடனே, தன் வீட்டின் எதிரேயே ஒரு வீட்டை வாடகைக்குப் பிடித்து இரவோடு இரவாக குடியமர்த்தினார். இருவரும் முறையாகத் திருமணம் செய்ய காத்திருந்தபோது, அரசின் இருதார திருமணத் தடைச்சட்டம் அறிவிப்பு வந்து மிகப்பெரிய அதிர்ச்சியை உண்டாக்கியது.

வேறுவழியில்லாமல், இருவரும் பல ஆண்டுகள் பிரிந்தே வாழ்ந்து வந்தனர். 1957க்குப் பின், எம்.ஜி.ஆரின்'நாடோடி மன்னன்' படம் வெளியாக பெரும் வெற்றிபெற்று நிலைத்த புகழை அடைந்தபின்தான் இருவரும் பதிவுத் திருமணம் செய்துகொண்டு முறையான இல்லற வாழ்வைத் துவங்கினர்

## *1951 இல் வெளியான படங்கள்*

1. அண்ணி
2. அந்தமான் கைதி
3. உண்மையின் வெற்றி
4. ஓர் இரவு
5. கலாவதி
6. கைதி
7. சம்சாரம்
8. சர்வாதிகாரி
9. சத்யாவதாரம்
10. சிங்காரி
11. சுதர்சன்
12. சௌதாமினி
13. தேவகி
14. நடிகை
15. நிரபராதி
16. பாதாளபைரவி
17. பிச்சைக்காரி
18. மர்மயோகி
19. மலைக்கள்ளன்
20. மணமகள்
21. மாயமாலை
22. மாயக்காரி
23. மோகனசுந்தரம்
24. ராஜாம்பாள்
25. லாவண்யா
26. வனசுந்தரி
27. ஸ்திரீ சாகசம்

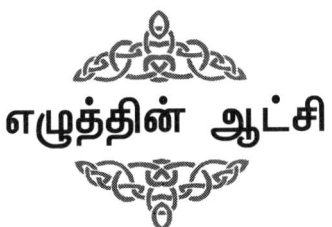

எழுத்தின் ஆட்சி

# 1951

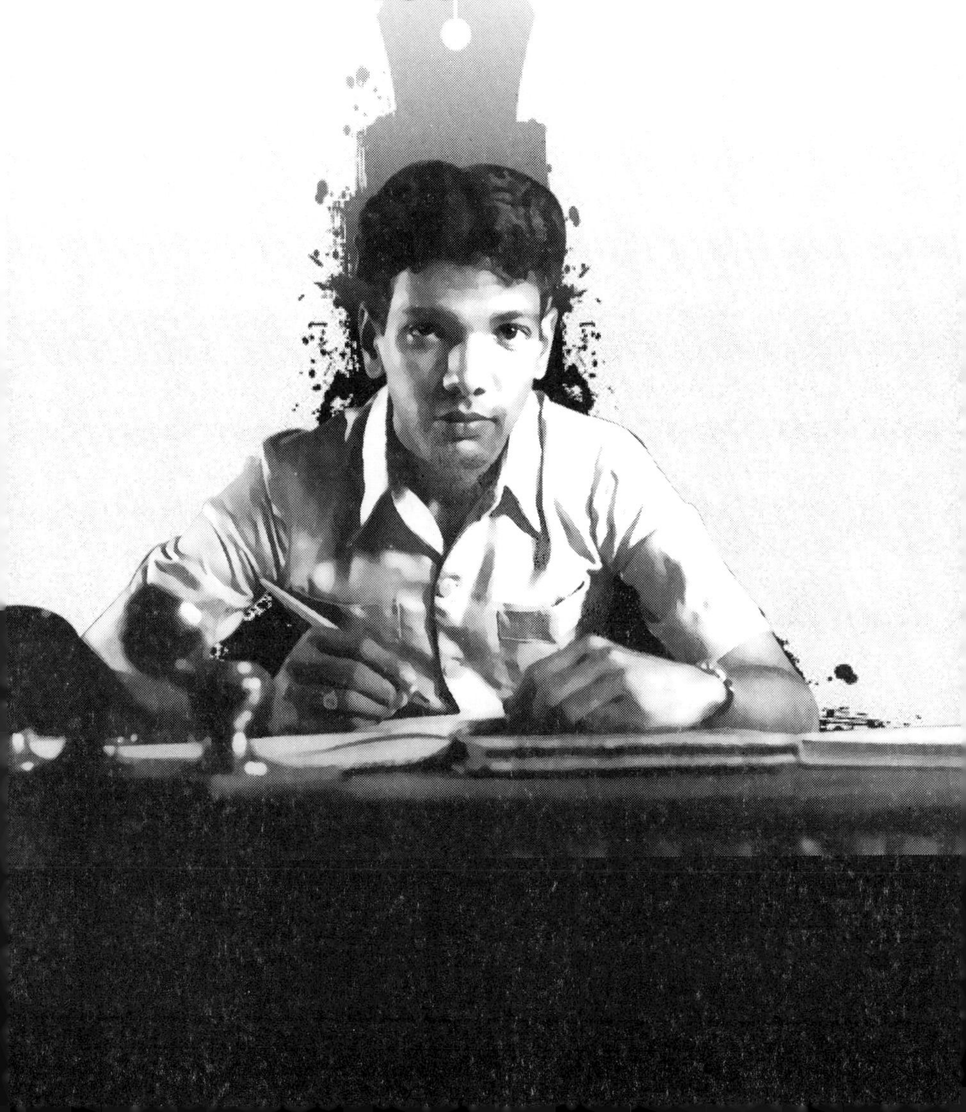

# உச்சியில் பறந்த எழுத்தாளர் கொடி

இருபதாம் நூற்றாண்டின் இரண்டாவது பகுதியாகத் துவங்கிய 1951ஆம் ஆண்டு, பலவகையில் தமிழ்நாட்டிற்கும் தமிழ் சினிமாவிற்கும் அனேக மறுமலர்ச்சிகளை உண்டாக்கிய ஆண்டாக மாறும் என யாரும் ஊகித்திருக்க முடியாது.

30களில் துவங்கிய பாகவதர்களின் பாட்டு யுகம், மிகப்பெரிய எழுச்சியை உண்டாக்கியது. எத்தனை பாட்டு என்ற எண்ணிக்கையை வைத்து தியேட்டரில் கூட்டம் களைகட்டியது. ஆனால் இந்திய விடுதலைக்குப் பின் சமூகத்தில் நிகழ்ந்த உள்ளும்புறமுமான மாற்றங்கள் மக்களின் ரசனைகளையும் மாற்றியது. இந்தி எதிர்ப்பு, மொழிப்பற்று, நீதிக்கட்சியின் ஜமீந்தார் அரசியல்மீதான சலிப்பு ஆகியவை மக்களிடையே புதிய சிந்தனைகளை பாய்ச்சத் துவங்கின. ஏற்கெனவே, 1944 இல் திராவிடக் கழகத்தின் மாணவப் பயிற்சிப்பட்டறையில் உருவான இளம் தலைமுறை பேச்சாளர்கள் வாயிலிருந்து கொட்டிய தமிழ் அருவி, மக்களின் இதயத்திலே செவிவழி புகுந்து, சமூகத்தில் புதிய சிந்தனை மலர்களை பூக்கச் செய்தது. திராவிடர் கழகம் பிரிந்து, திராவிட முன்னேற்றக் கழகத்தின் மூலம் அண்ணா புதிய தலைவராக எழுச்சிபெற்றார். இது, இரட்டைக்குழல் துப்பாக்கியாக மாறி முன்னிலும் வேகமான மாற்றத்தைத் தமிழக மக்கள் மத்தியில் தோற்றுவித்தது. இப்படி பேச்சு ஒரு பக்கம் இருக்க, 'திராவிட நாடு','குடியரசு' போன்ற இதழ்கள் ஒருபுறம் எழுத்திலும் எழுச்சியை உண்டாக்கின. பாரதியைக்

கொண்டாடும் புதிய தலைமுறை இலக்கியத்தில் உருவானது. 'மணிக்கொடி' இலக்கிய இதழ்வேறு, ஐரோப்பிய புதுவகை இலக்கியங்களை மக்களுக்கு அறிமுகப்படுத்தி சிறுகதை, கவிதை, நாவல் எனும் புதிய வடிவங்களில் இலக்கியங்களை உருவாக்கத் துவங்கியது. இதுமட்டு மல்லாமல் பாரதிதாசன், தேவநேயப்பாவணர், நாமக்கல் வெ.ராமலிங்கம் உள்ளிட்ட பலர் தனித்தமிழ் இயகக்கத்தை வளர்த்தெடுப்பதில் முனைப்புடன் களமிறங்கினர்.

இப்படியாக, தமிழகத்தில் உள்ளும் புறமுமாக நடைபெற்று வந்த துரித மாற்றங்கள் மக்களின் ரசனையிலும் புதிய மாற்றங்களை உண்டாக்கின. இப்படி, பாகவதர் காலம் முடிவுக்குவர இன்னொரு முக்கியக் காரணம், இந்த ஆண்டில் ஏற்பட்ட பி.யூ.சின்னப்பா அவர்களின் மரணம், திரையுலகையே பெரும் அதிர்ச்சிக்கு உள்ளாக்கியது. வெறும் பாட்டு, சங்கீதம் மட்டுமல்லாமல் குஸ்தி சண்டையிலும் வல்லவரான புதுக்கோட்டை உலகநாதன் சின்னப்பா அகால மரணமடையும்போது அவருக்கு வயது வெறும் 36 என்பதும், அவரது மரணத்துக்குக் காரணம் மதுப்பழக்கம் என்பதும், நாடக நடிகர்களையும் சினிமா நடிகர்களையும் பெரும் அதிர்ச்சிக்கு உள்ளாக்கியது. அந்த ஆண்டு வெளியான அவரது 'வன சுந்தரி'யே, அவரது கடைசிப் படமாக அமைந்தது. இன்னொரு உச்சநட்சத்திரமாகப் பிரகாசித்த தியகாராஜ பாகவதரின் புகழ் வெளிச்சமும், 51ஆம் ஆண்டு முழுமையாக மங்கிவிட்டது. சிறையிலிருந்து வெளிவந்தபின்அவர் நடித்த படங்கள் அனைத்தும் தொடர் தோல்வியைச் சந்தித்தன.

40களின் இறுதியில் அணிவகுத்த 'ராஜகுமாரி', 'வேலைக்காரி', 'மந்திரிகுமாரி பொன்முடி 'போன்ற படங்களின் தொடர்வெற்றி, இந்த மாற்றத்தை வெளிப்படையாக அறிவித்தன. அதுவரை, கழுத்து வரை நீளமாக முடி வைத்தால் மட்டுமே நாயகர்களாகக் கொண்டாடப்பட்ட பாகவதர் கட்டிங் எம்.ஜி.ராமச்சந்திரன், கே..ஆர்.ராமசாமி ஆகியோருக்குப் பிறகு கிராப்புக்கு மாறத் துவங்கியது. நாதா ஸ்வாமி போன்ற துதிகள் போய் நாயகிகள் மிஸ்டர் போட்டு அழைக்கத் துவங்கினர்.

பல படங்களில் மகிழுந்துகள் எனப்படும் கார்கள் பயன்படுத்தப் பட்டன நாயகிகள் அந்த் கார்களை ஓட்டி வந்து விபத்து உண்டாக்குவது அல்லது அவை பாதியில் ர்ப்பேர் ஆகி நிற்க அங்கு நாயகன் வந்து சரி செய்வது போன்ற காட்சிகள் அதிகம் இடம் பிடித்ன. பிற்பகுதியில் சில படங்களில் மோட்டார் பைக்குகளும் வந்தன. சமூகப் படங்களில்

நாயகியின் அப்பா ஜமின்தாராக அல்லது பிள்ளைவாள் என அழைக்கப்படுபவராக பணக்காரராகவும் நாயகன் ஏழையாகவும் பசிக் கொடுமையில் கஷ்டப் படுபவனாகவும் பெரும்பாலான் படங்களில் இருந்தான் . அதே சமயம் அவன் அநீதியை தட்டிக் கேட்பவனாகவும் ஏழைகள் பக்கம் நிற்பவனாகவும் இருந்தான் . அவன் தியாகராஜ பாகவதர் போல பெண் பித்தனகாவோ அல்லது 2000க்குப் பின் வந்த நாயகனைப்போல பெண்களை அடக்கி ஆள்பவனகவோ அல்லாமல் பெண்களிடம் அடங்கிப் போகிறவனாகவும் ஒழுக்கம் நிறைந்தவனாகவும் இருந்தான் .

இப்படியாக பாகவதர் காலம் ஒருவழியாக முடிவுக்குக் கொண்டுவந்த 1951, தமிழ் சினிமாவில் பல புதுமைகளையும் பூபாளங்களையும் இசைக்கத் துவங்கி அடுத்த யுகத்துக்குக் களைகட்டத்துவங்கியது.

தமிழ்நாட்டின் தலையெழுத்தையே மாற்றப்போகும் மூன்று முதல்வர்களை ஏற்கெனவே உருவாக்கித் தயாராக வைத்திருந்த தமிழ் சினிமா, இந்த ஆண்டில்தான் அவர்களை மிகப்பெரிய உயரத்துக்குத் தூக்கிச்சென்று அடையாளம் காட்டியது.

'வேலைக்காரி 'மூலம் ஏற்கெனவே புரட்சி கதை, வசனகர்த்தாவாகப் புகழ்வாங்கியிருந்த அண்ணா அவர்களுக்கு, இந்த ஆண்டு வெளியான 'ஓர் இரவு'தொடர்ந்து அவரை சிறந்த கதாசிரியராக உயர்த்தியது.

பலவருடமாக, திரையுலகில் கால்பதிக்கப் போராடிக்கொண்டிருந்த எம்.ஜி.ராம்சந்தர், 40 களின் இறுதியில் 'ராஜகுமாரி', 'மந்திரிகுமாரி', 'மருதநாட்டு இளவரசி', 'மோகினி' போன்ற படங்களில் நாயகனாக நடித்து வந்தாலும், அவை அனைத்தும் நாயகிக்கு முக்கியத்துவம் வாய்ந்த படங்கள் என்பதும் கதை, வசனம் முக்கியத்துவம் பெற்ற படங்கள் என்பதும் குறிப்பிடத்தகுந்தது. ஆனால் 1951ஆம் ஆண்டில்தான் 'மர்மயோகி', 'சர்வாதிகாரி' ஆகிய இரண்டு படங்களும் அவரை முழு நாயகனாக ஆக்கியதோடல்லாமல் அவருக்கு மிகப்பெரிய வெற்றியையும் தேடித்தந்தது. இந்தப் படங்களின் வாள்சண்டை காட்சிகளுக்கு மக்களிடையே மிகுந்த வரவேற்பும் உண்டானது. இந்த ஆண்டுதான் அவருக்கென ரசிகர்கள் உருவாகினர் கொஞ்சகாலம் பாகவதர் கையிலும் பின் கொஞ்சகாலம் ஸ்டுடியோக்களின் கையிலும் இருந்த தமிழ் சினிமா, இந்த ஆண்டு முதல்தான் எழுத்தாளர்களின் கையில் வரத்துவங்கியது.

டைட்டிலில் எழுத்தாளர்கள் பெயர் முதலில் போடத் துவங்கி அதன் பிறகுதான் இதர நாயகன் நாயகி பெயர்கள் தொடர்ந்தன என்பது ஒன்றே இதற்கு சரியான சான்று. அந்த ஆண்டு வந்த 'மர்மயோகி', 'சர்வாதிகாரி' ஆகிய இரண்டு படங்களிலுமே கதை, வசனகர்த்தாக்களின் பெயரும் அதன்பிறகு இயக்குனர் பெயரும் தொழில்நுட்பக் கலைஞர்களின் பெயரும் காண்பித்துவிட்டு பிற்பாடு இறுதியாகத்தான் நடிகர்களின் பெயர் வரும்.

அது போல இன்று இருப்பதுபோல நாயகன், நாயகிக்குத் தனி அட்டை அடைமொழி எதுவும் இல்லை. அனைத்து நடிகர்களுக்கும் சேர்த்து கூட்டமாக ஒரே அட்டையில் கும்பலாகப் போட்டுவந்தார்கள் 'மர்மயோகி'யில் கதை, வசனம் எழுதிய ஏ.எஸ்.ஏ.சாமி பெயர் தனியாக முதலில் வரும். அதுபோல 'சர்வாதிகாரி'படத்தில் ஏ.வி.பி.ஆசைத்தம்பி பெயர் முதலில் தனியாகக் காட்டப்படுகிறது. பிற்பாடு இரண்டு படங்களிலுமே எம்.ஜி.ராமச்சந்தர் எனும் நாயகன் பெயர் கடைசியாக, கூட்டத்தோடு கூட்டமாகப் போடுகிறார்கள். இதில் எம்.ஜி.ஆருக்கு இருந்த ஒரே ஆறுதல், அவர் நாயகன் என்பதால் பட்டியலில் அவர் பெயர் முதலில் வரும் மேலும் இக்காலத்தில் 'பராசக்தி' உட்பட கலைஞர் வசனம் எழுதிய பல படங்களுக்கு அவரே திரையில் தோன்றி படத்துக்கான முன்னோட்டத்தைச் சொல்லும் வழக்கமும் இருந்தது. இதுவும் உலக சினிமா வரலாற்றில் அதிசயம்.

கேரளாவில் சமீப காலங்க்ளில் இருப்பது போல முதலில் எழுத்தளரைப் பிடித்து அட்வான்ஸ் கொடுத்துவிட்டாலே போதும் படம் பாதி த்யார் என்ற நிலை அன்று இருந்தது . அதில் முதலிடத்தில் கலைஞர் இருந்தார்.

அவர் பெயர்,போஸ்டரில் இருந்தாலே போதும் வியாபாரம் ஆகிவிடும் என்ற நிலையே அன்று காணப்பட்டது . இப்படி, உலகின் வேறெந்த இடத்திலும் எந்த சினிமாவிலும் இல்லாதளவுக்கு எழுத்தாளர்கள் முக்கியத்துவம் பெற்ற காலக்கட்டம் இது. ஒருவேளை, ஷேக்ஸ்பியர் உயிரோடிருந்தால் அவர் பேசுவதைக் காட்டி படத்தைத் துவக்கி யிருப்பார்கள். அந்தளவுக்குப் பெருமை, தான் திரையுலகில் நுழைந்த ஒரு சில வருடங்களிலேயே கலைஞர் பெற்றதுதான் கூடுதல் சிறப்பு.

கலைஞருக்கும் இந்த ஆண்டில் இரண்டு திரைப்படங்கள் அசைக்கமுடியாத இடத்தை உருவாக்கித் தந்தன. 'மணமகள்', 'தேவகி' ஆகியவையே அந்த இரு திரைப்படங்கள்.

## ஓர் இரவு

**த**மிழ்ச் சமூகத்திலும், தமிழ் சினிமா ரசிகர்களிடத்தும் இக்காலத்தில் திராவிட இயக்க கருத்துகளின் தாக்கம் அதிகமிருப்பதை உணர்ந்துகொண்ட மாடர்ன் தியேட்டர்ஸ், ஜூபிடர் பிக்சர்ஸ் நிறுவனங்கள் துணிந்து படங்கள் எடுக்க முன்வர, அதுபோல ஏவிஎம் நிறுவனமும் களத்தில் இறங்கியது.

இத்தனைக்கும், அன்று ராஜாஜி ஆட்சி. திராவிட இயக்கத்தை வேரோடு வெறுப்பவர். அவர் ஆட்சிக்காலத்தில் அனைவரும் துணிந்து இதுபோன்ற புரட்சிகரப்படங்களை எடுக்க முடிந்தது என்பது ஆச்சரயம்தான்.

அதன் பலன் தான், அறிஞர் அண்ணா அவர்கள் எழுத்தில் ப.நீலகண்டன் இயக்கத்தில் உருவான 'ஓர் இரவு'.

நாடக உலகில் அண்ணாவின் பிரவேசம் உருவாகக் காரணமாக அமைந்தது, 'டி.கே.எஸ்.' என அழைக்கப்படும், டி.கே.சண்முகம் சகோதரர்களின் நாடகங்களே என்றாலும், பக்தி நாடகங்களுக்குப் பதிலாக சமூக நாடகங்கள், முற்போக்குக் கருத்துகளைக் கொண்ட நாடகங்கள் வரவேண்டும் என்ற அண்ணாவின் ஆவல் வெளிப்பட்ட இடம், ஈரோட்டில் நடந்த நாடக நடிகர்கள் மாநாடு. 1937இல் நடந்த இம் மாநாட்டில் பங்கேற்று, தலைமையுரை ஆற்றிய அண்ணா அவர்கள், மேற்குலக நாடகங்களை ஒப்பிட்டுத் தமிழிலும் அதுபோல சமூக சீர்திருத்தக் கருத்துகளைக் கொண்ட நாடகங்கள் வரவேண்டும்

என்றார். மேலும் கும்பாபிஷேகம் செய்பவர்களை நாயகர்களாக்கும் நாடகங்களை நிறுத்திவிட்டு, அவனே எப்படி பொதுமக்கள் பணத்தைக் கொள்ளையடிக்கிறான் என்ற சமூக உண்மையை, சாட்டையடியாக உணர்த்த வேண்டும் என்றும் அந்த உரையில் உணர்த்தினார்.

இதனைத் தொடர்ந்துதான், ஈரோட்டில் நாடகம் போடவந்த ஸ்ரீ பாலசண்முகானந்த சபையின் 'குமாஸ்தாவின் பெண்' நாடகத்தைப் பார்த்துவிட்டு, அண்ணா அவர்கள் விமர்சனம் எழுதி அனைவரையும் வியக்கவைத்தார். தனது நாடக வாழ்க்கை குறித்து டி.கே.சண்முகம் அவர்கள் எழுதும் போது,'தமிழ் நாடக உலகத்திற்கு விமர்சனம் என்ற ஒன்று எப்படி இருக்கும் எனக் காண்பித்தவரே, அண்ணாதான்' எனக் குறிப்பிடுகிறார். மேலும் அண்ணாவின் எழுத்து குறித்து டி.கே.சண்முகம் எழுதும் போது,'அப்போது ஈரோட்டிலிருந்து வெளியாகும் 'விடுதலை' நாளிதழில், அண்ணா எழுதும் தலையங்கத்தை வாசிக்க தமிழ்நாடே காத்துக் கிடந்தது'என எழுதுகிறார். மேலும் 'பட்டாபி சீதாராமையாவை காங்கிரஸ் தலைவர் தேர்தலில் நேதாஜி சுபாஷ் சந்திரபோஸ் தோற்கடித்தபோது, அவர் எழுதிய முன்னுரையை நாங்கள் பலமுறை படித்து வியந்திருக்கிறோம். அப்படிப்பட்டவரே, எங்கள் நாடகத்துக்கு

விமர்சனம் எழுதியது, எங்களை பெருமகிழ்ச்சியில் உந்தித் தள்ளியது' என விவரிக்கிறார்.

தொடர்ந்து அவர்கள் கேட்டுக்கொண்டதற்கிணங்க, அண்ணா எழுதிய முதல் நாடகம் 'சந்திரோதயம்'. 1943இல் இந்த நாடகம் அரங்கேற்றம் செய்யப்பட்ட வரலாறை அவரே அந்நூலில் இப்படி விவரிக்கிறார்.

'1943இல், நாங்கள் ஈரோட்டில் நடித்துக்கொண்டிருந்தபோது, அண்ணா அவர்களின் பிரசித்திபெற்ற 'சந்திரோதயம்' என்னும் முதல் நாடகம் எங்கள் மேடையில் நடிக்கப்பெற்றது. அறிஞர் அண்ணா அவர்களை அந்நாடகத்தின் ஆசிரியராக மட்டுமல்லாமல் முக்கிய நடிகராகவும் காட்சி அளித்தார். எங்கள் நடிகருக்கெல்லாம் ஒரே குதூகலம். அண்ணா அன்றே பிரமாதமாக நடித்தார். பெரியார் அவர்கள் தலைமைதாங்கிப் பாராட்டியபோது, நானும் சிலவார்த்தைகள் பேசியது எனக்கு நினைவிருக்கிறது.

'இப்படியே தொடர்ந்து சில நாடகங்களில் நடித்துவிட்டால், பரம்பரை நடிகர்களான நாங்களெல்லாம் இந்தத் தொழிலை விட்டுவிடும்படியாக இருக்கும்போலத் தோன்றுகிறது' என்று கூறினேன். அவ்வளவு அற்புதமாக நடித்தார், அண்ணா.

'ஒருகட்டம், எனக்கு நன்றாக நினைவிருக்கிறது. 'சந்திரோதய'த்தில் அண்ணா ஜமீன்தாராக வருகிறார். ஜமீன் தரிசனத்தின் ஆணவம், சோம்பேறித்தனம் முழுவதையும் அப்படியே அப்பட்டமாகக் காட்டினார். உட்கார்ந்த நிலையிலேயே சாய்ந்துகொண்டு எதிரே நின்ற வேலையாளிடம் 'என் காலைத் தூக்கி மேலே வை' என்று சொல்லி, காலைத் தூக்குவதற்குக்கூட பணமூட்டைகளுக்குப் பணியாட்கள் வேண்டுமென்ற உண்மையை அழகாக நடித்துக் காட்டினார்.

'சந்திரோதயம்' நாடகம் முடிந்த மறுநாள் உரையாடிக் கொண்டிருந்தபோது, நான் கூறினேன்: சந்திரோதயம் போன்ற நாடகங்களை நாங்கள் நடிக்க இயலாது, எங்களைப் போன்றவர்கள் நடிக்கமுடியாத சில கருத்துகள் இந்த நாடகத்தில் இருக்கின்றன. பொதுவான, சமுதாய சீர்திருத்தக் கருத்துகளின் அடிப்படையில் ஒரு நாடகம் எழுதிக்கொடுங்கள், நடிக்கிறோம்' என்று கூறினேன். அண்ணா, எழுதுகிறேன் என்றார். ஆனால் அந்த வாய்ப்பு எங்களுக்குக் கிட்டவில்லை. நடிப்பிசைப்புலவர் நண்பர் கே.ஆர்.ராமசாமிக்குக் கிடைத்தது'.

டி.கே.எஸ். சகோதரர்களைத் தொடர்ந்து, அண்ணாவிடம் நாடகம் கேட்டு நச்சரித்தவர், அக்காலத்தில் நடிப்பிசைப் புலவராகப் பலராலும் போற்றப்பட்ட கே.ஆர்.ராமசாமி அவர்கள், திராவிட நடிகர்களால் என்.எஸ்.கிருஷ்ணன், எம்.ஆர்.ராதா ஆகியோருக்குப் பிறகு பலராலும் பாராட்டுப்பெற்ற கே.ஆர்.ராமசாமி,'கிருஷ்ணன் நாடக சபா' என ஒன்றைத்தனியாகத்துவங்கி, அதன் முதல் நாடகம் அரங்கேற்ற அண்ணாவிடம் எழுதித் தரும்படிக் கேட்க,அவர்களுக்காக அவர் எழுதிய நாடகம் 'ஓர் இரவு'.

ஒரு மாலை நேரத்திலிருந்து துவங்கும் இந் நாடகத்தில் முதலாவதாக,

ஒரு வீட்டில் சிறுமி தன் தாயிடம், மேல்மாடிக்குச் சென்று நிலாவினைக் கண்டுகளிக்கலாம் என்றுகூற அந்தத் தாய், தன் கணவன் குதிரை ரேசுக்காக அலைவதை நினைத்துக் கவலைகொண்டு சிறுமியுடன் செல்ல மறுக்கிறாள். இன்னொரு வீட்டில், இளம் விதவைப்பெண்ணைத் தனியே வீட்டில் இருக்கச் செய்துவிட்டு ஒரு தந்தை, தன் இளம்மனைவியுடன் சினிமாவிற்குச் செல்கிறார்.

இன்னொரு இடத்தில், ஊர் வம்பாளர்கள் சைவம் பெரிதா? வைணவம் பெரிதா என்று பேசி வம்பளந்து கொண்டிருந்தனர்.

ஒரு சோலையில் சுசீலா, தன் காதலனுடன் பேசி மகிழ்கிறாள். அப்போது வேலைக்காரி, சுசீலாவைத் தேவர் அழைத்துவருவதாகக் கூறி அழைத்துச் செல்கிறாள். இவ்வாறு நாடகத்தின் தொடக்கம் அமைகிறது.

இன்று ஹைப்பர் லிங்க் அல்லது டைம்லைன் எனப்படும், ஒரேகாலத்தில் வெவ்வேறு நிகழ்வுகளைத் தொகுத்து, ஒரு மையத்தில் நிறுத்தும் கதைகள் சினிமாக்களாக அதிகம் வருகின்றன.

**'1943இல், அண்ணா அவர்களின் பிரசித்திபெற்ற 'சந்திரோதயம்' என்னும் முதல் நாடகம் எங்கள் மேடையில் நடிக்கப்பெற்றது. அறிஞர் அண்ணா அவர்களை அந்நாடகத்தின் ஆசிரியராக மட்டுமல்லாமல் முக்கிய நடிகராகவும் காட்சி அளித்தார்.**

பின் நவீனத்துவம் எனப்படும் வகையிலான இந்த வகை காலப்பகுப்புப் படங்கள், 1994க்குப் பிறகுதான் உலக சினிமாவிலேயே வரத்துவங்கின. ஆனால் அண்ணா, இதேவகையில் 'ஓர் இரவு' நாடகம்மூலம் ஒரு இரவில் பல்வேறு வீடுகளில் நடக்கும் நிகழ்வுகளைத் திரைக்கதையாக்கி இருக்கிறார் என்பது, அவருக்குக் கலையின்மீதும் புதுமையின்மீதும் இருக்கிற ஆர்வத்தை வெளிப்படுத்துகிறது. இந்த நாடகத்துக்குக் கிடைத்த வரவேற்பைத் தொடர்ந்து, அடுத்து அவர் எழுதிய நாடகம்,' வேலைக்காரி'.

'ஓர் இர'வில், ஒடுக்கப்பட்ட ஏழை மக்கள்மீதும் விதவைகள்மீதும் செல்வச் சீமான்கள் நடத்தும் அராஜகத்தைத் தோலுரித்துக் காட்டிய அண்ணாவின் சமூகப்பார்வை, இம்முறையும் வேலைக்காரிகளின் அவலநிலையை எடுத்துரைப்பதன்மூலம், ஜமீந்தார்கள் என்ற போர்வையில் உயர்சாதியினர் போடும் அட்டூழியத்தைத் தோலுரித் துக்காட்டியது.

அண்ணா, பிராமணர்களை எதிர்க்காமல் தொடர்ந்து ஜமீன்களை எதிர்க்கிறார் என்ற விமர்சனமும் குற்றச்சாட்டும் அக்காலத்தில் பலராலும் எழுப்பப்பட்டது.

அக்காலத்தில், நீதிக்கட்சி ஆட்சியில் இருந்த பலரும் ஜமீன்தார்களாக, உயர் சாதியினராக இருந்தனர். அவர்களும் துவக்கத்தில் சமூகச் சீர்திருத்தம், சாதி ஒழிப்பு பேசினாலும், அவர்களிடமும் ஒரு பணக்கார மேட்டிமைத்தனமும் அதிகாரத்திமிரும் காணப்பட்டது. இது, அண்ணாவுக்குக் கடும் எரிச்சலையும் கோபத்தையும் உருவாக்கியது.

பெரியாரோடு சேர்ந்து பின், நீதிக்கட்சிக்கு பெரியார் தலைமை ஏற்றது பல ஜமீன்களுக்குப் பிடிக்கவில்லை. ஆரம்பத்திலிருந்தே பெரியார் சுயமரியதை இயக்கத்தில் விபச்சாரிகள், பிச்சைக்காரர்கள், தொழு நோயாளிகள் ஆகியோரையும் சேர்த்துக்கொண்டது அவர்களுக்குப் பிடிக்கவில்லை.

நீதிக்கட்சிக்கு பெரியார் தலைவரானால் அது, ஏழைகளின் கட்சி ஆகிவிடும். பின், நம் நிலத்தைப் பிடுங்கி அவர்களுக்குக் கொடுத்துவிடுவார் என ஜமீன்கள் பயந்தனர். பெரியாருக்கு இதையெல்லம் ஆலோசனையாகத் தருபவர் அண்ணாதான் என்பதால், துவக்கத்திலிருந்தே இந்த ஜமீன்களுக்கும் அண்ணாவுக்கும் முட்டல் மோதல் இருந்துகொண்டே வந்தது.

அதுபோலவே, நீதிக்கட்சிக்கு பெரியார் தலைவராகப் பொறுப் பேற்றவுடன் அதன் பெயரை திராவிடர் கழகமாக மாற்றுவதில் அண்ணா பிடிவாதமாக இருக்கவே, ஜமீந்தார்கள் அண்ணாவை கடுமையாக எதிர்த்தனர்.

இதனாலேயே அண்ணா, உயர்சாதி இந்துக்களை சுய சாதிப்பற்றையும் அவர்களின் உள்அழுக்கையும் தன் நாடகத்தில் தீவிரமாக அக்காலத்தில் வெளிப்படுத்தினார்.

'வேலைக்காரி'யில் ஜமீனாக வரும் வேதாச்சல முதலியார் என்ற பெயரில் அக்காலத்தில், உண்மையிலேயே மிகப்பெரிய செல்வந்தர் ஒருவர் காஞ்சிபுரம் பகுதிகளில் வாழ்ந்துவந்தார். செங்கல்பட்டை அடுத்த மேல மையூரில் பிறந்த அவர், இந்தியாவில் அதிக வருடம் ஒரு நகராட்சிக்குத் தலைவராக இருந்தவர் என்றபெருமை உண்டு. பிரிட்டிஷ் ஆட்சிக்காலம் தொட்டு கிட்டத்தட்ட 29 ஆண்டுகாலம் செங்கல்பட்டு மாநகராட்சிக்கு சேர்மனாக இருந்தவர். செங்கல்பட்டில் மருத்துவக் கல்லூரி, கலைக்கல்லூரி, நான் படித்த இராஜேஸ்வரி வேதாசலம் கலைக்கல்லூரி உட்பட பல கல்வி நிறுவனங்களுக்கு இடம்கொடுத்தவர். மேலும் 1929இல், பெரியாரின் சுயமரியாதை மாநாடு செங்கல்பட்டில் நடந்தபோது அதில் கலந்துகொண்டவர்.

ஆனாலும் அண்ணா அவர்கள், தன் சுயசாதிப் பெருமையை உடைத்து எறியும் நோக்கில், அந்த நிஜப் பாத்திரத்தையே தன் நாடகத்தில் துணிச்சலாகப் பயன்படுத்தி, ஜமீன்களின் இன்னொருபக்கத்தை சமூகத்தில் தோலுரித்துக்காட்டி, தன் நாடகங்கள்மூலம் சமூக மாற்றத்துக்கு வித்திட்டார்.

இந்த நாடகங்கள்,சமூகத்தில் உருவாக்கிய தாக்கம் அதில் இடம்பெறும் சாட்டையடி வசனங்கள்தான், தமிழகத்தில் புதிய ரசனையை, சமூக மாற்றத்தை உருவாக்கி பிற்பாடு அது, திரைப்படத்துறைக்கும் பரவியது.

தமிழ் சினிமாவில் திராவிட சினிமா மிகப்பெரிய தாக்கத்தை உருவாக்கியது என்றால், அதற்கு முன்னோடியாக இருந்து ராஜபாட்டை போட்டுக் கொடுத்தது, அண்ணாவின் நாடகங்கள்தான்.

# ப.நீலகண்டன்

சிவாஜிக்கு பீம்சிங் என்றால் எம்ஜிஆருக்கு நீலகண்டன். தமிழ்த் திரையுலகில், எம்ஜிஆரை வைத்து அதிகப் படங்களைக் கொடுத்தவர் இவரே. கிட்டத்தட்ட எம்ஜிஆரை வைத்து 18 படங்களை இயக்கியிருக்கிறார் ப.நீலகண்டன். 1916ம் ஆண்டு அக்டோபர் 2ம் தேதி, விழுப்புரத்தில் காந்தி பிறந்த நாளில் பிறந்த நீலகண்டன், சிறு வயது தொட்டே காந்தியால் ஈர்க்கப்பட்டு எழுதுவதிலும் படிப்பதிலும் ஈடுபாடுடன் வளர்ந்தார். நாடகங்கள் மீது காதல் வந்தது.

நாடகக்குழுவில் இணைந்தார் பின் தானே நாடகம் எழுதவும் இயக்கவும் துவங்கினார் ., இவர் எழுதிய நாடகங்களில் ஒரு தேச பக்தி நாடகம், மிகப்பெரிய வரவேற்பைப் பெற்றது. அடிப்படையில் அவருக்கு காந்தி மீதும் காங்கிரஸ் இயக்கத்தின் மீதுமிருந்த பற்று அந்த நாடகம் முழுக்க பிரதிபலித்தது. அந்த நாடகத்தை ஒரு நாள் ஏவி.எம். மெய்யப்பன் அவர்கள் பார்த்தார் .. நாடகம் ரொம்பவே பிடித்துப் போனது. ப.நீலகண்டனை அழைத்தார். 'இதை படமாக எடுக்க விரும்புகிறேன். உங்களுக்கு சம்மதமெனில், நாடகத்தை சினிமாவுக்காக மாற்றி எழுதிக் கொடுங்கள்' என்று சொன்னார். நீலகண்டனும் எழுதிக்கொடுத்தார். அந்தப் படம் நாம் இருவர்' 1947ம் ஆண்டு, திரைப்படமாக வந்து மிகப்பெரிய வெற்றியைப் பெற்றது.. இதைத் தொடர்ந்து ஏவி.எம் நிறுவனத்தில் கதை உள்ளிட்ட விஷயங்களில் முக்கியப் பங்கு வகித்தார்

அடுத்து ஏவி.எம் மிம் மிகப் பெரிய வெற்றிப் பட்மான வாழ்க்கை படத்திலும் உதவியக்குனராகப் பணிசெய்தவரை 1951ம் ஆண்டு, வெளியான அண்ணாவின் ‘ஓர் இரவு’ படம் மூலம் இயக்குனராக அறிமுகப் படுத்தினார் ஏவி மெய்யப்பன் அவர்கள்

தொடர்ந்து பத்மினி பிக்சர்ஸ் மூலம் பி.ஆர் பந்துலு அவர்கள் த்யாரிப்பில் . சிவாஜியை வைத்து ‘கல்யாணம் பண்ணியும் பிரம்மச்சாரி’ என்ற படத்தை இயக்கினார். அந்த படம் சுமாரான் வெற்றியைப் பெறவே பந்துலு அடுத்து இன்னொருபடம் இஅய்க்கச்சொன்னார் .அது ’முதல் தேதி’. நாயகன் சிவாஜி

முதல் தேதி ஒரு மாத ஊழியன் படும் அவஸ்தைகளை சொல்லியது . எழுத்தாளர் விந்தன் இந்தக் கதையை எழுதியிருந்தார் . வித்தியாசமான கதை என அனைவரும் பாராட்டினரே ஒழிய இந்த படமும் பெரிதாக ஓடவில்லை . இப்படி ஒரு நல்ல கதை ஓடவில்லையே என்ற ஆதங்கம் அவரை ஒரு முடிவுக்கு கொண்டு வந்தது . இனி சினிமாவில் கதைக்கு முக்கியத்துவம் கொடுப்பதை விட பொழுதுபோக்கு அமசங்களில் தான் அதிகம் கவனம் செலுத்த வேண்டும் என்ற முடிவுக்கு வந்தார் .அதற்கு பொருத்த்மான் நடிகர் எம்,.ஜி ஆர்தான் என முடிவு செய்து அவரை

அணுகினார் எம்ஜிஆரை வைத்து ‘சக்கரவர்த்தி திருமகள்’ படத்தை இயக்கினார். அவர் கணக்கு வெற்றி பெற்றது அடுத்த படமான ’நல்லவன் வாழ்வான்’ படத்தை இயக்கும் போது, எம் ஜி..ஆருக்கும் நீலகண்டனுக்கும் நட்பு பலமானது. ஆனாலும் அவர் இந்த வசனயுகத்தில் இயக்கிய படங்கள் அவருக்கு பெரிய வெற்றிகளை கொடுக்கவில்லை . ஆனலெளம் திறமையான இயக்குனர் தொழில் நுட்பம் அறிந்தவர் என்ற பெயர் மட்டும் அவரால் பெற முடிந்தது மேலும் இக்காலகட்டங்களில் எழுத்தும் சிந்தனைத்தெறிப்பும் கொண்ட இயக்குனர்கள் மட்டுமே கோலேச்சினர் . ஆனாலும் எம் ஜி ஆருடன் அவருக்கிருந்த நெருக்கமான் உறவு அவருக்கு தொடர்ந்து படங்கள் கிடைக்க காரணமாக இருந்தது

ஆனால் வசனம் யுகம் முடிந்து அடுத்து 1960 துவங்கி களத்துர்ர் கண்ணம்மா, கல்யாணப்பரிசு என பீம்சிங் ,ஸ்ரீதர் ஆகியோர் வித்தியாசமான கதை அமசம் கொண்ட படங்களைக் கொண்ட கதையுகம் தமிழ் சினிமாவில் கோலேச்சிய காலக்ட்டத்தில் இதற்கு மாற்றாக நல்ல பொழுதுபோக்கு அமசங்களைக் கொண்ட படங்களை இயக்கி அதில் மிகபெரிய வெற்றியும் பெற்றார்.

பிற்பாடு கம்ர்ஷியல் சினிமா , மசாலா சினிமா என்ற பெயர்களால் பாட்டு சண்டைக் காட்சி ,போன்ற அம்சங்களை குறித்த இடைவெளியில் கலந்து தரும் வெகுஜன சினிமாவாக்களின் சூத்திரத்தை உருவாக்கிய பெருமை இவருக்குண்டு ‘கொடுத்து வைத்தவள்’, ’காவல்காரன்’, ’கண்ணன் என் காதலன்’, ’கணவன்’, ‘மாட்டுக்கார வேலன்’, ‘என் அண்ணன்’, ’குமரிக்கோட்டம்’, ’ஒரு தாய்மக்கள்’, ’நீரும் நெருப்பும்’. ’ராமன் தேடிய சீதை’, ‘நேற்று இன்று நாளை’ என்றெல்லாம் வளர்ந்து, 75ம் ஆண்டு ‘நினைத்ததை முடிப்பவன்’, ‘76ம் ஆண்டு ‘நீதிக்கு தலைவணங்கு’ என்பது வரை தொடர்ந்தது.

திரை அனுபவங்களையும் திரைப்படத்துக்கான இலக்கணங்களையும் ஆங்கிலப் படங்களின் கதை கட்டமைப்புகளையும் ஆராய்ந்து பல நூல்களும் எழுதியிருக்கிற ப.நீலகண்டனுக்கு எழுத்தும் சினிமாவும் மட்டுமே சுவாசம்; வாழ்க்கை எல்லாமே!

இயக்குநர் ப.நீலகண்டன் 92ம் ஆண்டு, செப்டம்பர் மாதம் 3ம் தேதி காலமானார். அவர் மறையும் போது, வயது 76

விடியல்

# 1952

## *1952 இல் வெளியான படங்கள்*

1. அம்மா
2. அமரகவி
3. அந்தமான் காதலி
4. என் தங்கை
5. ஏழை உழவன்
6. கலியுகம்
7. கல்யாணி
8. கல்யாணம் பண்ணிப்பார்
9. காஞ்சனா
10. காதல்
11. குமாரி
12. சின்னத்துரை
13. சியாமளா
14. தர்ம தேவதா
15. தாய் உள்ளம்
16. பணம்
17. பசியின் கொடுமை
18. பராசக்தி
19. புயல்
20. பெண்மனம்
21. மாப்பிள்ளை
22. மாய ரம்பை
23. மாணாவதி
24. மூன்று பிள்ளைகள்
25. ராணி
26. வளையாபதி
27. வேலைக்காரன்
28. ஜமீந்தார்

## பராசக்தி

**நூ**ற்றாண்டு கண்ட தமிழ் சினிமா வரலாற்றில், இரண்டே இரண்டுமுறை உண்டான திருப்பங்கள்தான் மகத்தான மாற்றங்களை உருவாக்கி, அழுத்தமான தடத்தைப் பதித்திருக்கின்றன.

ஒன்று, 'பராசக்தி'. இன்னொன்று, 'பதினாறு வயதினிலே'.

இதில் 1952இல் வெளியான 'பராசக்தி'க்குக் கூடுதல் பெருமை, அது பின்னாளில் தமிழ்நாட்டின் ஆட்சி மாற்றத்துக்கே வித்திட்டு, அரசியல் வரலாற்றிலும் பண்பாட்டிலும் இடம்பிடித்துக்கொண்டது. இந்தப் பெருமை கொண்ட சினிமா, இந்தியாவிலேயே வேறில்லை என்பதால் மக்கள் வாழ்வை பாதித்த இந்தியாவின் ஆகச்சிறந்த 'கல்ட் சினிமா' என்ற பெருமை கொண்ட ஒரே படம், 'பராசக்தி' மட்டும்தான்.

அதுபோல, இந்தப் படத்தின் வசனத்தைவிட சிறந்த வசனம் இடம் பெற்ற படமும் இன்றுவரை இந்தியாவில் வேறெதுவுமில்லை.

அதுபோல, உலகளவில் புத்தகம் மூலம் நாடாண்டவர்கள் உண்டு

விளையாட்டுமூலம் நாட்டை ஆண்டவர்கள் உண்டு

நாடகங்கள் மூலம் நாடாண்டவர்களும் உண்டு

ஆனால் ஒரு படத்தின் வசனத்தின்மூலம் ஒரு தலைமுறைக்கான தத்துவத்தைப் புகட்டி, அந்தப்படம்

அந்த எழுத்தா ளனை நாட்டை ஆளும் அரியாசனத்துக்கே அழைத்துச் சென்ற பெருமை ஒருவருக்கு உண்டு என்றால் உலகிலேயே அது,'பராசக்தி' என்ற படத்துக்கு மட்டுமே உண்டு.

உலகப் படங்கள் அனைத்தும், ஒரு நாட்டின் அரசியல் வரலாற்றைத்தான் படமாக எடுப்பார்கள் .ஆனால் ஒரு சினிமாவே வரலாறான பெருமையும் கொண்ட உலகின் ஒரே படம்'பராசக்தி'தான்.

அதுபோல, முதல் படத்திலேயே'சூப்பர்ஸ்டார்' ஆக உயர்த்தி அப்போது கிடைத்த புகழை வாழ்வின் இறுதிவரை சற்றும் குறையாமல் குன்றிலிட்ட விளக்காக இருக்கும்படி செய்த ஒரே படம், 'பராசக்தி'. அந்தப் பெருமைக்குரிய நடிகர்சிவாஜிகணேசன்அவர்கள்.

**'பராசக்தி'எப்படி உருவானது?**

'பராசக்தி' படத்தின் பெருமையைப் பட்டியலிட்டுக்கொண்டே போகலாம். அப்படிப்பட்ட புகழ்வாய்ந்த இந்தப் பட உருவாக்கத்துக்குப் பின்னால் அரிய கதைகள் உள்ளன.

இன்று 'பராசக்தி' படத்தின் வெற்றிக்குக் காரணம் யார்? என ஒரு பட்டிமன்றமே நடத்தலாம். நடிகர் திலகத்தின் சிறந்த நடிப்பா? கலைஞர் அவர்களின் கூர்வசனமா? கிருஷ்ணன்- பஞ்சு அவர்களின் இயக்கமா? அல்லது படத்தை வெளியிட்ட ஏவிஎம் நிறுவன அதிபர் மெய்யப்பச் செட்டியாரா? எனக் கேட்டால், இவர்களில் யாருமே இல்லை என்று பதில் சொல்லமுடியும்.

அப்படியானால், இந்தப் படத்தின் வெற்றிக்குக் காரணமான முழுமுதல் சொந்தக்காரர் யார் என்றால் அது,'பராசக்தி' எனும் படத்தைத் தயாரித்தவரும் நேஷனல் பிக்சர்ஸ் முதலாளியுமான பி.ஏ.பெருமாள் அவர்கள்தான். அவருக்கிருந்த சமூகப் பற்று, அவருக்கிருந்த ரசனைத் தேர்வு, அவருக்கிருந்த காலத்தை முன்கூட்டி உணரும் அபரிதமான கலைஞானம்மற்றும் சமூக் அறிவு ஆகியவைதான். மேற்சொன்ன புகழுரைகள், வெறும்'பராசக்தி' படத்தை மட்டும் வைத்துக்கொண்டு சொல்லப்பட்டது அல்ல. தமிழகத்தின் 'கல்ட் சினிமா' எனும் கலாச்சார உடைப்புத் திரைப்படங்களின் பட்டியலில் என்றுமே 'பராசக்தி'யோடு முதல் வரிசையில் இடம்பிடிக்கும் இன்னொரு படமான 'ரத்தக்கண்ணீர்' படமும், பி.ஏ.பெருமாளின் ரசனைத்தேர்வில் அவரது நிறுவனமான நேஷனல் பிக்சர்ஸ்மூலம் உருவான படம்தான்.

இந்த இரண்டு படங்களுக்கும் இன்றும் காலத்தில் கிடைத்துவரும் அழியாப்புகழை, ஒருவர் முன்கூட்டி அறிந்து செயல்பட்டதுதான் அவரை இப்படி புகழுரையால் வார்த்தை மாலை சூடி மகிழக் காரணம், இப்படிப்பட்ட பெருமைமிக்கவர், பி.ஏ.பெருமாள்.

**'நேஷனல் பிக்சர்ஸ்' பெருமாள் முதலியார்**

திரு.பெருமாள் அவர்கள்,தமிழின் முதல் மவுனப்படம் 'கீசகவதம்' வெளியான 1916ஆம் வருடம் பிறந்தார். அதுமட்டுமல்ல;'கீசகவதம்' எடுத்த நடராஜ் முதலியார் பிறந்த அதே வேலூரில் பிறந்தார் என்பதும் இதில் ஆச்சர்யமான ஒற்றுமை. இவர், தனது பள்ளிப்படிப்பை வேலூரில் முடித்தார். பின்பு லுங்கி ஏற்றுமதியாளராகத் தொழில்செய்தார். மீனாட்சிஅம்மாள் என்பவரைத் திருமணம் செய்துகொண்டார்.

தனது பால்ய பருவத்திலேயே, பெரியாரின் அணுக்கத் தொண்டரான பி.ஏ.பி. 'கடவுள் இல்லை' என்ற பெரியாரின் சித்தாந்தத்தின் அடியை நடைபயின்றவர். தனது இல்லத்திலும் காலண்டரில்கூட சாமி படங்கள் இருந்தால் மாட்டமாட்டார். பேச்சிலும் செயலிலும் அதனைக் கடைப்பிடித்தார். தூய கதராடை பக்தரான இவர், வாழ்நாள் முழுவதும் கதராடையையே அணிந்தவர். பெருஞ்செல்வந்தராய் மிளிர்ந்தபோதிலும் தனது ஆரம்பக்கால நெசவுத் துறையில், கைலி வியாபாரத்தில் பணியாற்றும் ஊழியர்களிடத்தில் அன்பு பாராட்டி பல உதவிகள் புரிந்தார். தனது குடும்பத்தொழிலான நெசவுத்தொழிலில் தன்னை முழுமையாக ஈடுபடுத்திக்கொள்ளாமல், பால்ய பருவத்திலேயே கலையின்மீது நாட்டம் கொண்டு தன்னை முழுநேரக் கலைஞனாகவே ஆக்கிக்கொண்டவர்.

'நாம் இருவர்' விநியோகஸ்தர் உரிமையைப் பெற்று, தமிழ்நாடெங்கும் திரையரங்குகளில் வெளியிட்டு அக்கால சினிமா ரசிகர்களுக்கு விருந்தளித்தார்.

இவரது இந்த முயற்சி, ஜெமினி ஸ்டுடியோ அதிபர் வாஸனுக்கு வியப்பைத் தந்தது. தொடர்ந்து வெளிவந்த, 'வேதாள உலகம்' தொடங்கி 200க்கும் மேற்பட்ட திரைப்பட விநியோக உரிமைகளைப் பெற்று வெளியிட்டதோடு,அத்திரைப்படங்களின் இயக்குநர்களோடும் தயாரிப்பாளர்களோடும் கலைஞர்களோடும் நட்பு பாராட்டினார்.

கலைத்துறையில் அதிகம் ஆர்வம்கொண்ட இவர், தனது குலத்தொழிலான ஜவுளித்துறையில் சம்பாதித்ததை வைத்து 1948இல்

வேலூரில், நேஷனல் தியேட்டர் என்ற திரையரங்கத்தைக் கட்டினார். கூடவே, சினிமா எடுக்கும் ஆர்வமும் அவருக்கு வந்தது. அக்காலத்தில், ஒரு நாடகத்தைக்கூட விடாமல் பார்த்து வந்த பெருமாள் அவர்களை, சக்தி நாடக சபாவால் நடத்தப்பட்ட 'ரோஜா' எனும் நாடகம் ஈர்த்தது. அதில் நாயகனக நடித்த சிவாஜிகணேசனின் நடிப்பைக் கண்டு வியந்தார்.

அதேசமயம், அவரை இன்னொரு நாடகமும் ஈர்த்தது. அந்த நாடகம் 'பராசக்தி'. அன்று,தேவி நாடக மன்றம் அந்த நாடகத்தை நடத்தி வந்தது. 'ரோஜா'வின் நாயகனும் 'பராசக்தி' கதையும் இணைந்தால் மிகப்பெரிய வெற்றிகிட்டும் என கணக்குப் போட்டார். இப்படி கணக்குப் போட்டு கூட்டணியை உருவாக்கிய எந்தத் தயாரிப்பாளரும் தோற்றதில்லை.

இப்படியாக, சிவாஜிகணேசன் நடிக்க 'பராசக்தி' படம் தயாரிப்பது என்ற முடிவுக்கு வந்தார். படத்தயாரிப்பில் அவருக்கு முன்அனுபவம் குறைவாக இருந்த காரணத்தால், ஏவிஎம் அதிபர் மெய்யப்பச் செட்டியாரை அணுகி, இப்படத்தை தங்கள் கம்பெனி தயாரிப்பிலும் வெளியீட்டிலும் உடனிருந்து உதவுமாறு கேட்க, அவரும் 'சரி' என்றார்.

அதன்பிறகு, முதலில் ஏ.எஸ்.ஏ.சாமி இயக்குனராக ஒப்பந்தம் செய்து, திருவாரூர் தங்கராசுவை வசனம் எழுதப் பணித்திருந்தார். எம்.ஜி.ஆரை உருவாக்கிய இந்த ஏ.எஸ்.ஏ.சாமிதான், முதன்முதலாக சிவாஜியை திருச்சிக்குச் சென்று பார்த்து, அவரை தயாரிப்பாளர் மெய்யப்பனிடம் ஓ.கே. செய்தார். அதன்பின், மறுநாளே ஒரு டகோட்டா விமானத்தில் சிவாஜியை திருச்சியிலிருந்து வரவழைத்து,ஏ.வி.மெய்யப்பன் அவர்களை மேக்அப்டெஸ்ட் போட ஏற்பாடு செய்தனர். ஏ.வி.மெய்யப்பன் அவர்கள் பிற்பாடு சாமிக்கும் மெய்யப்பனுக்கும் உண்டான கருத்து மோதல் காரணமாக, கிருஷ்ணன்-பஞ்சு இரட்டையர்களை இயக்குனராக ஒப்பந்தம் செய்ய, உடன் வசனகர்த்தாவாக கருணாநிதி அவர்களும் ஒப்பந்தமானார். ஏ.வி.மெய்யப்பன் அவர்கள் வாழ்க்கையில் இது ஒரு ஆச்சர்யமான பொருத்தப்பாடு. இதை சினிமா பாஷையில் 'சென்டிமென்ட்' என்றும் சொல்வார்கள். 'பராசக்தி'யில் எப்படி, முதலில் ஒரு இயக்குனரைப் போட்டு பின்பு மாற்றி அது, வெற்றிப்படம் ஆனதோ அதுபோல, பிற்பாடு களத்தூர் கண்ணம்மாவிலும் செய்தார். அதுவும் சரித்திர வெற்றி. முதலில் அந்தப் படத்துக்கு ஒப்பந்தமானவர், கே.எஸ்.பிரகாஷ். சிவாஜி, இரட்டை வேடத்தில் நடித்த 'உத்தமபுத்திரன்' போன்ற படங்களை எடுத்தவர். பிற்பாடு அவருக்கும் மெய்யப்பன் அவர்களுக்கும் பிரச்சனை உண்டாக, பிற்பாடுதான் பீம்சிங் இயக்கினார்.

இப்படி அவரால் திணிக்கப்பட்ட கிருஷ்ணன்பஞ்சு, பீம்சிங் இருவருமே தமிழ் சினிமாவின் ஆகச்சிறந்த இயக்குனர்களாகக்கோலச்சியவர்கள் என்பது கவனிக்கத்தக்கது. அப்படிப்பட்ட துணிச்சலும் மதிநுட்பமும் நிறைந்த தயாரிப்பாளர் ஏ.வி.மெய்யப்பன்அவர்களுக்கே கட்டுப்படாமல் சினிமாவில் அன்று அனைத்துத் துறைகளிலும்முடிவு செய்யும் வல்லமை கொண்டிருந்தவர்கள் உண்டென்றால் அவர்கள், அதுஅந்த ஸ்டூடியோவின் ஒலிப்பதிவு செய்பவர்கள்தான்.

அன்றைய நாளில், ஒலிப்பதிவுப் பொறியியல் செய்பவர்களின் கெடுபிடி அதிகம்.வசன ஒலிப்பதிவு சரியில்லாவிட்டால் குரல் சரி யில்லை எனச்சொல்லி நடிகர்,நடிகையையே மாற்றும் வல்லமை அவர்களுக்கு இருந்தது.இதனால் தயாரிப்பாளர், இயக்குனரையே பயமுறுத்தி தங்களை அதிகாரமிக்கவர்களாக தக்கவைத்துக்கொண்டார்கள்.

முதல்நாள், சிவாஜி சொல்லவேண்டிய முதல் வசனம் 'சக்ஸஸ்'. சிவாஜி இதைச் சொல்ல, டேக் ஓ.கே. ஆனது. ஆனால் ஒலிப்பதிவு செய்த மேதாவிகளுக்கோ அது,'சக்தக்ஞ்"சத்கத்ஞ்'என்று கேட்பதாகச் சொல்லி நிராகரித்தனர். அடுத்ததாக, 'சிவாஜி வாயை மீன்போலக் குவிப்பதாகவும், அது சரியில்லை என்றும்' தயாரிப்பாளரிடம் ஹீரோவை மாற்றச்சொல்லிப் பரிந்துரைத்தனர். உண்மையில், சிவாஜி அக்காலங்களில் பல வறுமைகளைச் சந்தித்துப் போராடிவந்ததால் உண்மையில், அவர் முகம் இதமாகத்தான் இருந்தது.

இதனால் செட்டியார்,'எதற்கு ரிஸ்க், நம் கே.ஆர்.ராமசாமியை ஹீரோவாகப் போடலாம். ஏற்கெனவே, அவர் நடித்த 'ஓர் இரவு', 'வேலைக்காரி' ஆகியவை வெற்றிப்படங்களாக இருந்ததால் இதை மெய்யப்பன், பெருமாளிடம் சொல்ல பெருமாள் அவர்களோ பிடிவாதமாகவே மறுத்து,'சிவாஜிதான் நாயகன்.இரண்டு மாதம் டைம் கொடுங்கள். நான் மாற்றிக் காட்டுகிறேன்' எனச் சொல்லிவிட்டார். அதன்படி சிவாஜியை, வேலூரில் ஒரு வீட்டில் தங்கவைத்து தினசரி போஷாக்கு உணவுகளைக் கொடுத்து, சொன்னதுபோல சிவாஜி முகத்தைப் பளபளவென ஆக்கி அழைத்துவந்தார். இடைப்பட்ட காலத்தில் எஸ்.எஸ்.ராஜேந்திரன் உள்ளிட்ட அன்றைய நாளின் பல நடிகர்களுக்கு இந்தப் படத்துக்கான மேக்அப் டெஸ்ட் எடுக்கப்பட்டது. ஆனாலும் பெருமாள் அவர்கள், 'கணேசன்தான் நாயகன்' என்பதில் பிடிவாதமாக இருந்தார். இறுதியில், கணேசனே முடிவுசெய்யப்பட்டு படப்பிடிப்பு வேலைகளும் துவங்கப்பட்டன.

தஞ்சையில் நடந்த சிவாஜி-கமலா திருமணத்தின் போது கலைஞர், கண்ணதாசன், எம்.ஜி.ஆர்

## 'பராசக்தி' கதை

'பராசக்தி' கதையில், அப்படியென்ன விசேஷம் என்றால் அதன் கதை அமைப்பு. எந்தவொரு திரைப்படமும் காவியமாக, வரலாற்றின் எல்லாக் காலங்களிலும் கொண்டாடப்பட வேண்டுமானால் அது, அந்தச் சமூகத்தின் வரலாற்றைப் பேசவேண்டும். குறிப்பிட்ட காலக் கட்டம், உள்ளடக்கம் இரண்டிலும் பிரதிபலிக்க வேண்டும். அவ்வகை யில்,'பராசக்தி'யின் காலம்கடந்த வெற்றிக்கு அக்கதை அமைப்பு ஒரு முக்கியக் காரணம். அன்றைய தமிழ் சமூகத்தைப் பாதியாக அறுத்தால் அதில் என்ன ரத்தம் கொட்டுமோ, அதே ரத்தம் 'பராசக்தி'யின் திரைக்கதை அமைப்பில் சினிமாவில் கொட்டியது. அதற்குப் பேருதவியாக இருந்தது கருணாநிதியின் வசனம், சிவாஜியின் நடிப்பு.

மதுரையில் நடக்கும் தங்கள், தங்கை கல்யாணியின் திருமணத்துக்காக ரங்கூனிலிருந்து புறப்படுகிறார்கள், மூன்று அண்ணன் தம்பிகள். ஞானசேகரன், சந்திரசேகரன், குணசேகரன். ஆனால் இரண்டாம்

உலகப்போர் நடந்துகொண்டிருந்த காரணத்தால், ஒரே ஒருவர் மட்டும் பயணம் செய்ய வாய்ப்புக்கிட்ட, குணசேகரன் மட்டும் புறப்படுகிறான்.

போர் காரணமாக, பல மாதங்கள் தாமதமாகி சென்னை வந்தடைகிறது, கப்பல். மதுரை ரயிலுக்கு டிக்கெட் கிடைக்காததால் ஹோட்டலில் ஒருநாள் தங்குகிறார், குணசேகரன். அங்கு ஒரு வஞ்சியால் வஞ்சிக்கப்பட்டு, தன் பணம் அனைத்தையும் இழக்கிறார். பணம் இல்லாமல், பட்டினியால் வாடி, பிச்சை எடுத்து, பைத்தியமாக நடித்து தன் பசியைப் போக்கிக் கொள்கிறார், குணசேகரன்.

கடைசியில் ஒருவழியாக, தன் சொந்த ஊருக்குச் செல்கிறார். அங்கே கணவனை இழந்து, தந்தையையும் இழந்து கைக்குழந்தையுடன் குடிசை வீட்டில் தங்கி இட்லி வியாபாரம் செய்து வாழ்ந்துவருகிறாள், தங்கை கல்யாணி.

மாமன் வருவான், நிலைமை மாறும் என்று, குழந்தைக்கு ஆறுதல் சொல்லும் கல்யாணியின் நம்பிக்கையில் மண்ணள்ளிப்போட விரும்பாமல் அவளிடமும் பைத்தியமாக நடித்து, அவளுக்குக் காவலாக இருக்கிறான், குணசேகரன்.

வறுமையைப் பயன்படுத்தி கல்யாணியை நாசமாக்கத் துடிக்கிறான், அந்த ஊர் மைனர். குணசேகரன், அவனை உதைக்கிறான். அவளை வேலைக்கு அமர்த்தி படுக்கைக்கு அழைக்கிறான், நாட்டாமை. அவனிடமிருந்து தப்பித்து தன் அண்ணன் சந்திரசேகரன் வீட்டு விருந்துக்குச் சென்று, தன் பிள்ளை ஆறுநாள் பட்டினி கிடப்பதாகச் சொல்லி உணவு கேட்கிறாள், கல்யாணி. காலைப்பிடிக்கும் அவளைத் தங்கையென்று தெரியாமல் எட்டி உதைக்கிறான், அண்ணன்.

மனம் நொந்து பராசக்தி கோயிலுக்குப் போகிறாள், கல்யாணி. அவளை மானபங்கப்படுத்த முயல்கிறான், கோயில் பூசாரி. அவனிடமிருந்து தப்பித்துச்செல்லும் கல்யாணி, இந்த உலகில் வாழ விருப்பமில்லாமல், தன் குழந்தையை ஆற்றில் வீசிவிட்டு, தானும் தற்கொலை செய்துகொள்ள முயல்கிறாள். ஆனால் காவலரால் காப்பாற்றப்பட்டு நீதிமன்றத்தில் நிறுத்தப்படுகிறாள். அங்கு அவளை இன்னாரென்று அறிகிறான், நீதிபதியான அண்ணன் சந்திரசேகரன். அதேநேரத்தில், தங்கைக்காக கோயில் பூசாரியைத் தாக்கிவிட்டு நீதிமன்றத்தில் குற்றவாளியாக நிற்கிறான், குணசேகரன்.

குணசேகரனின் உணர்ச்சிமிக்க நீதிமன்ற வசனத்தின் முடிவில், கல்யாணியின் குழந்தை குணசேகரனின் காதலியால் காப்பாற்றப்பட்டது தெரியவருகிறது. வழக்கு முடிவுக்குவர, கல்யாணியும் குணசேகரனும் சந்திரசேகரனிடம் சேர்கிறார்கள். பிச்சைக்காரர்கள் மாநாட்டிற்குப் பொருளுதவி கேட்டுவரும் ஞானசேகரனும் அவர்களுடன் வந்து சேர்ந்துவிடுகிறார். பிரிந்தவர்கள் ஒன்றுசேர முடிவில், சுபம்.

படத்தின் வெற்றிக்குக் காரணம் யார்? இயக்குனர்கள் கிருஷ்ணன் பஞ்சுவா? ஒளிப்பதிவாளர் மாருதி ராவ்? அருமையான பாடல்களுடன் இசை அமைத்த ஆர்.சுதர்சனம்? எனப் பெருவிவாதம் எழுந்தது. இறுதியில் சிவாஜியின் நடிப்பு, கலைஞரின் வசனம் எனப் பட்டிமன்றமே நடத்துமளவுக்கு இருவரது திறமையும் படத்தை மிகப்பெரிய வெற்றிக்கு, காலத்தின் அழியாப்புகழுக்கு அழைத்துச் சென்றன.

குறிப்பாக நடிகர்திலகத்தின் நடிப்பு, புதுமுகம் என அனைவருமே மெய்சிலிர்க்கும் அளவுக்கு வெகுஇயல்பாகவும் தேவைப்படும் உணர்ச்சியை பாத்திரத்தின் சுபாவத்துக்கு ஏற்றாற்போல மிகுந்த ஆற்றலோடும் வெளிப்படுத்தியது. சிவாஜியின் ஆகச்சிறந்த நடிப்பில் உருவான படங்களில் 'பராசக்தி'யின் இறுதிக்காட்சி கட்டாயம் இடம்பிடிக்கும் அளவுக்குச் சிறப்பாக இருந்தது.

### கலைஞரின், தீப்பொறி வசனம்

இன்றுவரை தமிழ் சினிமாவில் 90 வருட பேசும்பட வரலாற்றில், எத்தனையோ வெற்றிப்படங்கள் வசனத்துக்காகவே ஓடியிருந்தது. விருதுகளைக் குவித்திருந்த எல்லாவற்றுக்கும் மகுடம்சூட்டும் படமாக அமைந்ததுதான்,'பராசக்தி'. இந்தப் படத்தின் வசனத்தில் இருந்த திராவிட இயக்கக்கருத்துகளும் சமூக அக்கறையும்தான் அவரை நேரடியாகக் கொண்டுபோய் 18 வருடத்தில் தமிழ்நாட்டின் முதலமைச்சராகவே உட்காரவைத்தது என்றால் மிகையில்லை.

திரைத்துறையில் வீசிய பழைய நம்பிக்கைகளை எல்லாம் 'பராசக்தி'யின் பகுத்தறிவு அலை மாற்றியமைத்தது. 'கடவுளைச் சரணடைவதே பிறப்பின் புண்ணியம்' என மக்களை நம்பவைத்துவந்த கட்டுக்கதைகளைக் கொட்டிக் கவிழ்த்தது. இந்த அதிர்ச்சியைத் தாங்கமுடியாதவர்கள் 'பராசக்தி' படத்துக்குத் தடைகேட்டு கொதித்து எழுந்தனர். இந்தச் செய்தி, இன்றைய இளைஞர்களின் உலகம் அறியாத ஒன்று. 'பராசக்தி' படம், மக்களின் மத உணர்வை புண்படுத்துவதாகக் கூறி அதிகாரத்

திலிருந்தவர்கள் படத்துக்குத் தடைபோடச் சொன்னார்கள். தமிழ் சினிமா வரலாற்றில் சென்சார் சான்றிதழ் பெற்ற பிறகும் தடை செய்யக்கோரி துண்டுப்பிரசுரங்கள் வெளியிடப்பட்டன. தமிழ் நாடெங்கும், இந்தப் படத்துக்கு நடந்த போராட்டங்கள், ஊர்வலங்கள் போல எந்தப் படத்துக்கும் நடைபெறவில்லை.. இதுகுறித்து ஆய்வாளர் எம்.எஸ்.எஸ்.பாண்டியன், தன் கட்டுரையொன்றில் இப்படிக் கூறுகிறார்:

*இந்தப்படத்தை எதிர்த்து, அன்றைய தமிழக முதலமைச்சராக இருந்த இராஜகோபாலச்சாரியார் அவர்களின் அலுவலகத்திற்குத்'தமிழன்' எனும் பெயரில் ஒரு 16 பக்க மொட்டைக்கடிதமொன்று வந்தடைந்தது. அதில் "நான் மெட்ராஸ் அசோக் தியேட்டரில் என் வாழ்நாளில் இதுவரை காணாத காட்சியைக் கண்டேன். எனக்கு 25 வயதாகிறது. மனிதர்கள் மிருகங்களைப்போல ஒருவரையொருவர் நெருக்கித் தள்ளி, ஒரு குறுகலான பாதையின் படிகளில் ஏற முண்டியடித்துக் கொண்டிருந்தனர். இத்தனையும் போலீசாரின் தடியடிக்கிடையே. பகீரதன், கங்கையைப் பூமிக்குக் கொண்டுவரஇவ்வளவு பிரயத்தனப்*

168 தமிழ் சினிமா வரலாறு பாகம் 2 (வசன யுகம்)

பட்டிருக்க மாட்டான் என்று அம்மடலில் நீண்டன. இந்தக் கடிதத்தில் மிக நகைப்புக்கு உள்ளான ஒரு விஷயம் என்ன வென்றால், அந்த மொட்டைக்கடிதத்தின் கீழே இருந்த தமிழன் என்ற பெயர்தான். காரணம், அந்தக் கடிதம் சொல்வது போல, பராசக்தி திரைப்படத்தைப் பார்க்கக்கூடியவர்கள் அனைவரும் எண்ணற்ற தமிழர்கள்தான். அனைவருமே திரையரங்குகளில் குவிந்துகிடந்த சமயத்தில் எந்தத் தமிழன் இப்படி ஒரு கடிதத்தை எழுதியிருக்க முடியும்? இதையெல்லாம் தாண்டிய விந்தை என்னவென்றால் தொடர்ந்து அந்தக் கடிதத்தில் "குறிப்பிடப்பட்டிருந்த மற்று செய்திதான். அந்தக் கடிதத்தில் இது கருணாநிதி எனும் முட்டாளின் தனித்துவமிக்க படைப்பு என்பதை நான் தெரிந்து கொண்டேன் இந்தக் கதை 'தூக்குமேடை' என்கின்ற பெயரில் இதற்கு முன்னால் நாடகமாக அரங்கேறியது என்றும் அதை இந்த அரசு தடைசெய்துள்ளது எனக்குத் தெரியவந்தது." என்று எழுதப்பட்டிருப்பது ஆச்சரியத்தில் ஒன்று.

இப்படியான எதிர்ப்புகள் ஒருபக்கம் இருக்க, மக்கள் இதைக் கொஞ் சமும் பொருட்படுத்தவேயில்லை. திரைப்படத்தில் வரும் ஒரு காட்சியில்

அஜயன் பாலா

'எந்தக் காலத்தில் அம்பாள் பேசினாள்?' என பூசாரியை நோக்கி கேட்கப்பட்ட கேள்வியால், ரசிகர்கள் ஆச்சரியத்தில் மூழ்கினர். இந்த வசனம் பல வைதீகர்களைக் கொதிப்படையச் செய்யாமல் இருக்குமா? அதேசமயம் வைதீகத்தில் முழு நம்பிக்கைகொண்ட எழுத்தாளர் கல்கி படத்தைப் பார்த்துவிட்டு, பாராட்டி எழுதினார். 'படம் நியாயமாகவே உள்ளது. அனைவரும் பார்க்கலாம்' என விமர்சனம் செய்தார். அந்தக் காலத்தில் கல்கியே ஆதரித்துப் பேசியதால் மற்ற வலதுசாரிகளால் ஒன்றும் செய்யமுடியவில்லை. படத்தின் கதை நேர்மையாக உள்ளதை உணர்ந்த மக்கள் படத்துக்கு அமோக வரவேற்பைக் கொடுத்தனர்

படத்தின் தொடக்கத்தில், '1942ஆம் ஆண்டில் ஏற்பட்ட போரில் பர்மாவிலும் தமிழ்நாட்டிலும் பல குடும்பங்கள் பாதிக்கப்பட்டன. அந்த வருடத்தில் நடந்த நிகழ்ச்சிகளைக் குறிப்பதாகும்' என அறிவிப்பு செய்யப்பட்டது. போர்க்கால அவலங்களை மிகத் தெளிவாக எடுத்துப் பேசியது இந்தப் படம்

இப்படி 'பராசக்தி' பலவகைகளில் முக்கியத்துவம் பெற்றது. படத்துக்கு பாரதியார், பாரதிதாசன் ஆகியோரின் கவிதை வரிகளும் மு.கருணாநிதி, கு.மு.அண்ணல்தங்கோ, உடுமலை நாராயணகவி, கே.பி.காமாட்சிசுந்தரன் ஆகியோர் பாடல்களை எழுதியிருந்தனர். படத்தின் வசனங்களில் இருந்த கூர்மை குறிப்பாக, அந்தக் கடைசி நிமிட நீதிமன்ற வசனங்கள், தமிழ் சினிமாவின் கல்வெட்டில் பொறிக்கத்தக்கவையாக இருந்தன என்றால் மிகையில்லை.

## படம் உருவாக்கிய தாக்கம்

1952இல் ,தீபாவளிப் பண்டிகையையொட்டி வெளியான 'பராசக்தி' படம், திரையரங்குகளை நிரம்பி வழியச்செய்தது. வரலாறு காணாத வெற்றியை ஈட்டிக் கொடுத்தது. வரலாறாகவும்எழுதப்பட்டது. இத்திரைப் படத்தில், முழுக்க முழுக்க திராவிட இயக்கத்தின் கொள்கைகள் எதிரொலித்தன. இதன்மூலம் தி.மு.க. மக்களிடத்தில் பெரும் செல்வாக் கினைப் பெறத் துவங்கியது.

இதன் வெற்றியின் அடையாளமாய், தந்தை பெரியாருக்கு பிரச்சார வேன் ஒன்றும் வாங்கித் தந்தார்.பராசக்தி படத்தைத் தொடர்ந்து அவர் எடுத்த இரண்டாவது படமும், திராவிட அரசியல் பேசிய ஒரு படம். 'பராசக்தி' போலவே இப்படமும் மிகப்பெரிய வெற்றிப் படம். அதுதான் 'ரத்தக்கண்ணீர்' (1954) எம்.ஆர்.ராதா கதாநாயகனாக நடித்த முதல் படம்.

இப்படத்தின் பிரமாண்ட வெற்றியால் அவர் பட்டிதொட்டியெங்கும் பிரபலம் ஆனார். தொடர்ந்து அவர் 'பெற்றமனம்' (1960) 'தங்கதுரை' (1972) போன்ற படங்களைத் தயாரித்தார். சரியாகப் போகவில்லை. விநியோகஸ்தர்களுக்கும் ரொம்ப நஷ்டம். விநியோகஸ்தர் நஷ்டம் அடையக்கூடாது என்ற நினைப்பில் சில விநியோகஸ்தர்களுக்கும் பணத்தைத் திருப்பிக்கொடுத்த பெருமை, பெருமாள் முதலியாருக்கு உண்டு.

தொடர்ந்து, வெற்றிகரமாகப் பட விநியோகம் செய்துவந்த நிலையில் அவர் இருதய நோயால் பாதிக்கப்பட்டார். அதன்பிறகு சிறிதுகாலம் படங்கள் வாங்கவில்லை. 1978 டிசம்பர் 7ஆம் தேதி இறையருள் அடைந்தார். அவர் மறைவுக்கு, எல்லா சினிமா கலைஞர்களும் கலந்து கொண்டார்கள். சிவாஜிகணேசன் அவர்கள் கடைசி நிகழ்ச்சி வரையிலும் கலந்து கொண்டது எல்லோர் மனதிலும் நின்றது. பெருமாள் முதலியார் மனைவி பி.மீனாட்சி அம்மாள் 9.4.2014இல் மறைந்தார்கள். சிவாஜி அவர்கள், ஒவ்வொரு வருடமும் தயாரிப்பாளர் பெருமாள் ஐயா இருந்தவரை, அவரின் வீட்டுக்குச் சென்று அவர்களது குடும்பத்தாரிடம் நன்றிய தலைத் தெரிவித்துவந்தார்.

அஜயன் பாலா

# நடிகர்திலகம் உருவான கதை

**த**ஞ்சாவூரைச் சேர்ந்த வேட்டைத்திடலை பூர்வீகமாகக் கொண்ட சின்னச்சாமி, பிழைப்புத் தேடி மனைவி ராஜாமணியின் சொந்த ஊரான விழுப்புரத்தில் குடியமர்ந்தார். பிற்பாடு மாமன் உதவியுடன் நாகப்பட்டினம் ரயில்வே பணிமனையில் சாதாரண ஊழியராக வேலைக்குச் சேர்ந்தார். அக்காலத்தில், தீவிரமாக நடந்து வந்த இந்திய விடுதலைப் போராட்டத்தை அடக்கி ஒடுக்க ரயில்வே துறை மிகுந்த உதவி செய்துவந்தது. எங்கு கலகம் வெடித்தாலும் அங்கு, துப்பாக்கி ஏந்திய போலீசாரை ரயிலில் அனுப்பி அவர்களை அடக்கி ஒடுக்கிவந்தது.

இந்தச் சதியை உளவறிந்து செயல்படவும், போராட்டத்தில் பங்கெடுக்கவும் விடுதலைப்போராட்டக் குழுக்கள் பல ரகசியமான முறையில் செயல்பட்டன. தாய்நாட்டின் மீது, தான்கொண்ட அடங்கா பற்றின் காரணமாக அந்தக் குழுவில் ஒருவராக இணைந்து கொண்டவர், சின்னச்சாமி.

மனைவியின் பிரசவத்துக்குக் குறித்த தேதி நெருங்கி விட்டதாக வந்த தகவலை முன்னிட்டு அன்று, சீக்கிரமே அதிகாரிகளிடம் அனுமதி வாங்கிக்கொண்டு மனைவியைப் பார்க்க விழுப்புரத்திற்குப் புறப்பட்டார், சின்னச்சாமி. செல்லும் வழியில், நடக்கவிருக்கும் தேச விடுதலைக் குழுவின் ரகசியக் கூட்டத்தில் பங்கெடுக்கும்படி அழைப்புவர வழியில், நெல்லிக்குப்பத்தில் இறங்கி அந்தக் கூட்டத்தில் கலந்து கொண்டார். அங்கே, வெள்ளைக்கார ரயிலுக்குக் குண்டுவைக்க முடிவானது. இந்த

தீரமிக்கச்செயலை செய்யப்போகும் நபரை திருவுளச்சீட்டு முறையில் தேர்வுசெய்ய முடிவானது. பிரசவ வலியில் துடிக்கும் மனைவியைப் பார்க்கப்போகும் அவசரத்தில் இருந்த சின்னையாவின் நேரம், திருவுளச்சீட்டில் அவர் பெயர் வந்தது.

ஒரு பக்கம், பிரசவ வலியால் துடிக்கும் மனைவி, இன்னொருபக்கம், தேச விடுதலை. இறுதியில், பயணத்தைத் திசைமாற்றி ரயிலுக்குக்

குண்டுவைக்கப் போக, அங்கு பிரிட்டிஷ் போலீசாரால் துப்பாக்கிச் சூடும் அடியும் உதையும்.

அக்டோபர் 1, 1928ஆம் ஆண்டில், ராஜாமணி அம்மாவுக்கு நான்காவது மகனாக கணேசன் பிறந்த நேரம். அவன் அப்பா, போலீசில் அடி உதை வாங்கி சிறைக்குச் சென்றார். ஏழு வருடம் தண்டனையும் பெற்று சிறையில் அடைக்கப்பட்டார்.

இதனிடையே, ராஜாமணியின் அப்பாவும் இறந்துவிட குடும்பத்தோடு திருச்சி சங்கிலியாண்டபுரத்துக்குக் குடிபெயர்ந்தார். அங்கு, கறவை மாடுகள் வைத்து ஒவ்வொரு வீட்டுக்கும் பால் விநியோகம் செய்து, பால்காரி ராஜாமணியாக அறியப்பட்டார். பிற்பாடு சின்னச்சாமியின் ஏழு வருடதண்டனைக் காலம், நான்கரை வருடமாகக் குறைக்கப்பட்டு விடுதலையாகி, திருச்சி பொன்மலை அருலிருக்கும் சங்கிலியாண்டபுரத்துக்கு வந்து மனைவி ராஜாமணியோடும் குழந்தைகளோடும் சேர்ந்துகொண்டார். சிவாஜிக்கு திருஞான சம்பந்தமூர்த்தி, கனகசபாநாதன், தங்கவேலன் என்று மூன்று அண்ணன்கள். தம்பி சண்முகம், தங்கை பத்மாவதி. சிவாஜிக்கு சூட்டப்பட்ட பெயர் கணேசமூர்த்தி. பள்ளி செல்லும் வயதிலிருந்தே கணேசனுக்கு நாடகம் என்றால் ஈடுபாடு. ஒருநாள், தன் வீட்டருகே நடக்கும் நாடகத்தைப் பார்க்கச் சென்றார். நாடகத்தின் பெயர், வீரபாண்டிய கட்டபொம்மன். அந்த நாடகத்தில், பிரிட்டிஷ் ராணுவக் கூட்டத்தில் நடிக்க ஆள் தேவைப்பட்டதால் பார்வையாளர்களாக இருந்த சிறுவர்கள் சிலரை அழைத்துக்கொண்டு போய் மேடையில் நடிக்கவைத்தனர். மகன், போயும் போயும் தாய்நாட்டின் எதிரியான பிரிட்டிஷ் கைக்கூலி வேடத்தில் நடித்ததைக் கண்டு அவரது அப்பாவால் தாங்கிக்கொள்ள முடியவில்லை. வீட்டுக்கு வந்தவுடன் மகனை வெளுத்து வாங்கிவிட்டார். பிறகுதான் மகனுக்கு, வீரபாண்டிய கட்டபொம்மன் அருமை பெருமைகளைச்சொல்ல, அன்றே கணேசனுக்கு வாழ்நாளில் ஒருமுறையாவது அந்த வீரமிக்க வேங்கையின் பாத்திரத்தில் நடிக்கும் ஆசை விதையாக விழுந்தது. அந்த விதை பின்னாளில் விருட்சமாகி, அவருக்கு எகிப்தின் கெய்ரோ நகரத்தில் 'ஆசியஆப்பிரிக்கத் திரைப்பட விழா'வில், சிறந்த நடிகராக விருதுபெறும் அளவுக்கு மிக உயரத்துக்கு அழைத்துச் சென்றது.

அந்தச் சிறுவயதில், சின்னச்சாமியின் மகன் மனதில் ஊன்றிய விதை யின்வீரியம் அத்தகையதாக இருந்தது. எதுவுமே வானத்தில் இருந்து

வந்துவிடாது. எண்ணங்களே வாழ்க்கையாகும். விதைக்கும் எண்ணம் சரியாக இருந்தால், விளைச்சலும் அறுவடையும் மகத்தான சாதனையாக மாறும் என்பதற்கு இந்தச் சம்பவம் ஒரு உதாரணம்.

அதன்பிறகு கணேசன், தன் வீட்டருகே நாடகம் நடத்திக்கொண்டிருந்த நாடகக்குழு ஒன்று முகாமை முடித்துக்கொண்டு வேறு ஊருக்குக் கிளம்ப மூட்டை முடிச்சுகளைக் கட்டிக்கொண்டு கிளம்பப் போக, அங்கு சென்று 'தான் அப்பா அம்மா இல்லாத ஒரு அனாதை' என்றும், நடிக்க ஆசைப்படுவதாகவும், சேர்த்துக்கொள்ள முடியுமா' என, சிறுவன் கணேசன் வாய்ப்புக் கேட்டார்.

அப்போதெல்லாம் நடிக்கவேண்டுமானால் முதல் தகுதி பாடத் தெரியவேண்டும். கணேசனிடமும் அந்தக் கேள்வியைக் கேட்க, உடனே 'பழனிவேல் இது தஞ்சம்' என்ற பாடலை அப்போது பாடினார். நாடகக் கம்பெனிக்காரர்களுக்குப் பிடித்துவிட்டது. உடனே கம்பெனியில் சேர்த்துக் கொண்டார்கள்.

அப்போது, அந்தக் கம்பெனியில் திருச்சி சங்கிலியாண்டபுரம் காக்கா ராதாகிருஷ்ணனும் நடிகராக இருந்தார். அவர், சிவாஜியின் பக்கத்து

வீட்டுக்காரர். நாடகக் கம்பெனி, திருச்சியில் இருந்து திண்டுக்கல்லுக்குச் சென்று முகாமிட்டது. அந்த நாடகக் கம்பெனியில், புது நடிகர்களுக்குப் பயிற்சியளிக்கும் வாத்தியாராக சின்ன பொன்னுசாமி, எதார்த்தம் பொன்னுச்சாமி எனப்படும் அவர்தான், சிவாஜிக்கு நடிப்புச் சொல்லிக் கொடுத்த குரு ஆவார்.

சிவாஜி நடித்த முதல் நாடகம் 'ராமாயணம்' அதில், அவர் போட்ட வேடம் சீதை. 'யாரென இந்தப் புருஷனை அறிகிலேன்' என்ற பாட்டைப்பாடி, அதற்கு ஏற்ற மாதிரி ஆட்டம் ஆடி நடித்தார். முதல்நாளே சிறப்பாக நடித்தார், சிவாஜி. வேஷத்தைக் கலைத்து உள்ளே சென்ற போது, வாத்தியார் பொன்னுசாமி அவர் முதுகில் தட்டிக்கொடுத்து, 'மிகவும் நன்றாக நடித்தாய்' என்று பாராட்டினார். நாட்கள் ஆக ஆக, புதுப்புது வேடங்களை ஏற்று நடித்தார், சிவாஜி. சீதை வேஷம் போட்ட அவர், பிறகு பரதன் வேடம் போட்டார். சூர்ப்பனகை அழகியாக மாறி ராமனை மயக்கும் கட்டத்தில், அந்த அழகு சூர்ப்பனகையாக நடித்தார்.

இப்படி அடுத்தடுத்து நாடகங்களில் சிறப்பாக நடிக்க ஒருகட்டத்தில், எந்த நாடகமானாலும் அதன் வசனங்களை உடனே மனப்பாடம் செய்து உடனே நடித்துக்காட்டும் வல்லமையும் பெற்றார்.

நாடக உலகின் சாபக்கேடு, அது குரலை பெரிதும் நம்பியிருந்தது. பார்வையாளர்களும் பாட்டு ஜோராக இருந்தால்தான் நாடகத்துக்கும் கூட்டமாய் குவிவார்கள். இதனாலேயே சிறுவர்களின் மகரக்கட்டு உடைய குரல் வசீகரம் செய்தது. இதனாலேயே சிறுவர்களை நாடகக் கம்பெனியார் கொத்தடிமைபோல வீட்டுக்கு அனுப்பாமல் சிறைவைத்து நாடகம் நடிக்கவைத்தனர். அதுவும் பார்வையாளர்களுக்குப் பிடித்து விட்டாலோ, அவன் வாழ்க்கை 'தங்கச்சிறை'தான். அப்பா அம்மாவை மறந்துவிட வேண்டும். வீட்டில் இருந்து வரும் கடிதங்களைக்கூட படிக்க விடமாட்டார்கள்.

**சிறுவன்கணேசனை, 'சிவாஜி' எனும் கலைஞனாக்க அடித்தளமிட்ட அனுபவங்கள்**

எதார்த்தம் பொன்னுசாமிப் பிள்ளையின் நாடகக் குழுவில் நடிப்புப் பயிற்சி பெற்றுக்கொண்டிருந்த சிறுவன் கணேசமூர்த்தி, ஊரை விட்டுவந்து ஐந்து வருடங்கள் ஆகிவிட்டன. இந்த நிலையில், அப்போது குழுவில் நடிகராக இருந்த, தன் ஊரைச் சேர்ந்த ராதாகிருஷ்ணன்

பிற்பாடு (காக்கா ராதாகிருஷ்ணன் என அறியப்பட்டவர்) ஊருக்குப் போய்விட்டுத் திரும்ப,அவரிடம், ஆவலுடன் குடும்பநலன் பற்றி விசாரிக்க, காக்கா ராதாகிருஷ்ணன் சொன்ன தகவலைக் கேட்டு சிறுவன் கணேசமூர்த்தி அதிர்ந்தான். காரணம், அது ஒரு இறப்புச்செய்தி. அதுவும் இறந்தது, கணேசனின் மூத்த அண்ணன் ஞானசம்பந்தன்.

தகவல் கேட்டு அதிர்ச்சியடைந்த கணேசன், இனியும் அங்கு இருக்க முடியாது என சண்டை போட்டுவிட்டு, ஐந்து வருடங்களுக்குப்பின் திருச்சி சங்கிலியாண்டபுரம் வீட்டுக்குச் சென்றார். துக்கத்தில் பங்கெடுக்கச் சென்ற அவருக்கு இன்ப அதிர்ச்சியும் காத்திருந்தது. ஆம், அப்போதுதான் தனக்கு சண்முகம் எனும் தம்பியும், பத்மாவதி எனும் தங்கையும் புதிய உறவுகளாகக்கிடைத்திருப்பதை அறிந்தார். இந்த ஐந்து வருட இடைவெளியில், சின்னய்யாவுக்கும் ராஜாமணிக்கும் அவர்கள் பிறந்து வளர்ந்திருந்தனர்.

**எம்.ஆர்.ராதாவுக்கு, பொன்னுசாமி பிள்ளையின் குழுவில் பார்த்த சிறுவன் கணேசனின் ஞாபகம் வந்தது. உடனே திருச்சி யிலுள்ள அவர்கள் வீட்டுக்குமுன் ஜட்கா வண்டியில் இறங்கினார்.**

அதன்பிறகு திரும்ப நாடகக்குழு எனும் சிறை வாழ்க்கைக்குள் செல்ல விரும்பவில்லை. ராஜாமணி அம்மாவும் மகனை விடவில்லை. ஆனாலும் ஆடின காலும், பாடின வாயும் சும்மா இருக்குமா? கணேசனுக்கு, திரும்பவும் அரிதாரம் பூசவேண்டும் என்ற ஆசை எழுந்தது. ஆனால் யாரிடம் போவது?திரும்பப்போனால் பொன்னுசாமி வாத்தியார் சேர்த்துக்கொள்வாரா என்று சந்தேகம்.

ஆனால் தகுதியும் திறமையும் ஒருவனிடம் இருப்பது கலையுலகில் தெரிந்துவிட்டால், அவன் கவலைப்படத் தேவையில்லை, ஒருநாள்,வாய்ப்புகள் வாசலைத் தேடிவரும் என்பதற்கு, சிவாஜியாக பின்னாளில்

அறியப்பட்ட கணேசமூர்த்தியின் வாழ்க்கை ஒரு சிறந்த உதாரணம். அவரைத் தேடி சரஸ்வதியே வந்தார். ஆம், அன்று சரஸ்வதி நாடக சபா எனும் குழுவை நடத்திவந்த எம்.ஆர்.ராதா, சிவாஜியைத் தேடிவந்து திரும்பவும் நாடகத்தில் நடிக்க அழைத்தார்.

அக்காலத்தில் நாடக உலகின் சூப்பர்ஸ்டார், எம்.ஆர்.ராதா. நாடக மேடையில் மோட்டர் பைக்கை ஓட்டிவந்து ஸ்டண்ட்கள் அடிப்பார். கீழே பார்வையாளர்களிடம் விசில் பறக்கும். அவருக்கென்றே தனி ரசிகர் கூட்டம் இருந்தது. அதனால் அவர், தனியாகவே ஒரு குழுவை வாங்கி நடத்தி வருமளவுக்கு முன்னேறினார்.

அப்படி அவர் வாங்கிய சரஸ்வதி நாடகக்குழுவில், பெண் வேடம் போட சரியான ஆட்கள் கிடைக்கவில்லை. அக்காலத்தில், பெண் வேடம் செய்ய பெண்கள் அதிகம் வராததால், ஸ்திரீபார்ட்டை செய்வதற்குக்கென்றே சில ஸ்பெஷல் நடிகர்கள் இருந்தார்கள். அவர்களுக்கு டிமாண்டும் இருந்துவந்தது. அதன்படி, தன் நாடகக் குழுவிலும் அப்படி ஒரு பிரச்சனையைச் சந்திக்க நேர, அப்போது எம்.ஆர்.ராதாவுக்கு, பொன்னுசாமி பிள்ளையின் குழுவில் பார்த்த சிறுவன் கணேசனின் ஞாபகம் வந்தது. உடனே திருச்சியிலுள்ள அவர்கள் வீட்டுக்குமுன் ஜட்கா வண்டியில் இறங்கினார்.

அவர் அழைப்பைக் கேட்டு கணேசன், தன் குரு எதார்த்தம் பொன்னுசாமிக்குத் தெரிந்தால் வருத்தப்படுவாரோ எனத் தயங்கினார். உடன், அவர் அம்மா ராஜாமணியும் மகனை விடுவதாயில்லை. ஆனாலும் எம்.ஆர் .ராதா அவர்கள், ராஜாமணி அம்மாவிடம் 'உங்கள் மகனை நான் சகோதரனைப் போல்பார்த்துக்கொள்கிறேன்' என உறுதிகூறி அழைத்துச் சென்றார்.

அதன்பிறகு கணேசனின் வாழ்க்கையில் துவங்கியது, இன்னொரு புதிய அத்தியாயம். குழுவுடன் ஈரோட்டுக்குச் சென்று முகாமிட்டார். அங்கு 'லட்சுமிகாந்தன்','விமலா அல்லது விதவையின் கண்ணீர்' ஆகிய நாடகங்களை நடத்தலானார். அப்போது ஈரோட்டிலிருந்த பெரியாரின் 'குடியரசு' அலுவலகத்துக்குச் சென்று பார்த்து வருவார். அப்படி ஒருமுறை குழுவுடன் செல்லும்போது சிவாஜியையும் அழைத்துச் சென்றார். அப்போது அண்ணா, ஈ.வெ.கி.சம்பத் ஆகியோரும் அங்கே யிருந்தனர். அப்பவே அண்ணாவுக்கும் சிவாஜிக்கும் ஒரு சந்திப்பு நிகழ்ந்திருந்தாலும் பல வருடங்களுக்குப்பின் காஞ்சிபுரத்தில்தான் அது

வரலாற்றின் திருப்புமுனைச் சந்திப்பாகவும்,'சிவாஜி கண்ட இந்து ராஜ்யம்' நாடகத்தின் வழியாக நடந்தது. உண்மையில், அப்போதே அந்த நாடகத்தை அண்ணா எழுதியிருந்தாலும், அதில் ஈ.வெ.கி.சம்பத்தான் சிவாஜியாக நடிப்பதாக இருந்தது. பெரியார்தான் பின்னால் அண்ணாவிடம், தன் அண்ணன் மகனை கூத்தாடியாக்கினால் கெட்டுப்போவான் எனப் பயந்து, அவனை நடிகனாக்க வேண்டாம் என எச்சரித்து, அண்ணாவின் முடிவை மாற்றினார். இடைப்பட்ட காலத்தில், அந்த சிவாஜி பாத்திரத்துக்கு பல சீட்டுக்கட்டுகள் விழுந்து இறுதியில், சிவாஜியிடம் வந்து விழுந்தது, காலம் எழுதிய திரைக்கதை.

ஒருவேளை, அப்போதே அண்ணாவால் தேர்வு செய்யப்பட்டு 'சிவாஜி'யாக கணேசன் மாறியிருந்தால் ஒன்றும் நடந்திருக்கப்போவதில்லை. வாழ்க்கையில் பசி பட்டினியுடன் 40 மைல்களுக்கு நடந்தே வரவேண்டிய அவலமும், சினிமாவில் நடிகனாகும் வெறியும் அவருக்கு உண்டாகி யிருக்காது. 'பராசக்தி' படத்தில், பசியின் கொடுமையை, இருத்தலுக்காக மனிதன் படும் துயரத்தை, இன்னும் உணர்வுக்கு மிக நெருக்கமாக அவரால் சித்திரித்திருக்க முடியாது.

இடைப்பட்ட காலத்தில், அவர் பெற்ற அனுபவங்கள்தான் சிவாஜி எனும் உன்னதக்கலைஞன் உருவாக அடித்தளத்தை உறுதியாக அமைத்துக் கொடுத்தன.

ஆம். ஈரோட்டில் சிலகாலம் முகாமிட்ட எம்.ஆர்.ராதாவின் 'சரஸ்வதி கான சபா' அடுத்து பொள்ளாச்சிக்குச் சென்று முகாமிட்டபோதுதான் அதற்கு போதாத காலம் துவங்கியது. குழுவுக்குப் பணம் போட்ட முதலாளிகளுடன் ஏற்பட்ட சண்டையைத் தொடர்ந்து எம்.ஆர்.ராதா சென்னைக்குச் சென்றுவிட, அதன்பிறகு குழுவை சரியாக நடத்த ஆளில்லாமல் தடுமாற வறுமை குழுவைச் சூழ்ந்தது. ஒருமுறை, கேரளாவில் பாலக்காட்டில் சென்று முகாமிட்ட போதுதான் முதன்முறையாக கணேசன், 'மனோகரா' நாடகத்தில் மனோகரனாகநடித்தார். ஒருநாள் இந்த நாடகத்தை, கொல்லங்கோடு மகாராஜா பார்த்தார். சிவாஜியின் நடிப்பைப் பாராட்டி, வெள்ளித்தட்டு ஒன்றைப் பரிசளித்தார். நாடகக் கம்பெனியில் உடன் நடித்துக்கொண்டிருந்த தங்கவேலு என்றநடிகர் சிவாஜியின் நெருங்கிய நண்பர். இவரும் திருச்சியைச் சேர்ந்தவர். அவரைப் பார்க்கவந்த அவர் அம்மா, அவனை திருச்சிக்குக் கையோடு அழைத்துப்போக வந்திருந்தார். நாடகக் கம்பெனியில் மகன் கஷ்டப்படுவதைப் பார்க்கச் சகிக்காத அந்த அம்மாள், மகனை வீட்டுக்கு அழைத்துப் போய்விடத்தீர்மானித்தார். "கணேசா! நீயும் என்னுடன் வந்துவிடு" என்று தங்கவேலு அழைத்தார். சிவாஜிக்கும் ஒரு மாறுதல் தேவைப்பட்டது. எனவே, நண்பனுடன் கிளம்பத் தயாரானார். தங்கவேலுவின் உறவினர்கள் பொள்ளாச்சியில் இருந்தார்கள். அங்கு சென்று, அவர்களிடம் உதவி பெற்றுக்கொண்டு, திருச்சிக்குப் போக முடிவுசெய்தார்கள். காட்டுப்பாதை.

கொல்லங்கோட்டில் இருந்து பொள்ளாச்சிக்குநடந்தே சென்றார்கள். காட்டுப்பாதையில் 40 மைல் நடக்கவேண்டும். வழியில் பலத்த மழைபிடித்துக்கொண்டது. மழையில் நனைந்துகொண்டே சென்றார்கள். வழியில், "ஐயோ" என்றுதங்கவேலு அலறினார். சிவாஜி திரும்பிப் பார்த்தார். தங்கவேலுவின் கால் அருகே, ஒருபாம்பு நெளிந்து போய்க்கொண்டு இருந்தது. தங்கவேலுவை பாம்பு கடித்துவிட்டது என்பதை சிவாஜி உணர்ந்து கொண்டார். அலறிக்கொண்டிருந்த தங்கவேலுவைத் தூக்கித் தோளில் போட்டுக்கொண்டார். தங்கவேலுவின் தாயாரையும் அழைத்துக்கொண்டு, ஓட்டமும் நடையுமாக அருகில்உள்ள ஒரு கிராமத்தை அடைந்தார். அங்குள்ளவர்கள், வைத்தியரை அழைத்து, தங்கவேலுக்குதகுந்த சிகிச்சை அளித்தார்கள். தங்கவேலு பிழைத்துக்

கொண்டார். பிறகு கிராமவாசிகளின் உதவியுடன் சிவாஜியும் தங்கவேலும் அவர் தாயாரும் பொள்ளாச்சி சென்று, அங்கிருந்து திருச்சிக்குப் போய்ச் சேர்ந்தார்கள். அந்த 40மைல்கள் மழையிலும் வெயிலிலும் நடந்த, பட்ட துன்பங்கள் அவருக்கு மிகப்பெரிய சொத்து என்பதும் அந்த அனுபவங்கள், நினைவுகள்தான் அவரை ஒரு முழுமையான மனிதனாகவும் கலைஞனாகவும் உருவெடுக்க, சிற்பியாக செதுக்கியெடுத்தது என்பதையும் இன்று நாம் யோசிக்கிறோம். ஆனால் சிவாஜி எனும் அன்றைய பதின்வயதுக் கணேசனுக்கோ எதுவுமே தெரியாது. அவருக்கு அன்று தெரிந்தது எல்லாம் 'பசிக்குச் சோறு, செய்ய ஒருவேலை'. இல்லாவிட்டால், திருச்சிக்கு வந்து ஒரு மெக்கானிக் வேலைக்கு எல்லாம் போய் கஷ்டப் பட்டிருப்பார்.

### 'சிவாஜி'யாக விஸ்வரூபமெடுத்த வி.சி.கணேசன்

பசியும் வறுமையும் விரட்ட, மீண்டும் திருச்சி சங்கிலியாண்டபுரம் வீட்டுக்கு வந்துசேர்ந்த கணேசன் கொஞ்சநாள், திருச்சி ஸ்ரீரங்கம் டிரான்ஸ்போர்ட்டில் மாதம் ஏழு ரூபாய் சம்பளத்துக்கு மெக்கானிக்காக வேலைக்குச் சேர்ந்தார். நாடகத்தில் ராஜாவேஷம் போட்டு மக்களை மகிழ்வித்த மனதுக்கு, இரும்பு தூக்கும் மெக்கானிக் வேலைசெய்ய ஒப்பவில்லை. ஆனாலும் குடும்பக்கஷ்டத்துக்காக வேலை செய்துகொண்டிருந்த சிவாஜியை, அவரோடு எதார்த்தம் பொன்னுசாமி அவர்களின் 'மங்களம் நாடக சபா'வில் நடித்த பையன் ஒருவன் சந்தித்து, மீண்டும் குழுவில் வந்து சேருமாறும் ஸ்த்ரீபார்ட் போட சரியான ஆட்கள் இல்லை என்பதால் வாத்தியார் கஷ்டப்படுவதாகக் கூற, ஆடிய காலும் அரிதாரம் பூசிய கையும் சும்மா இருக்காது எனும் சொல்லுக்கு ஏற்ப அவன் சொன்னபடி, அம்மா ராஜாமணியிடம் சொல்லிவிட்டு மீண்டும் கும்பகோணம் சென்று 'மங்களம் நாடகக்குழு'வில் சேர்ந்துகொண்டார். கும்பகோணத்தில் கொஞ்ச நாட்களும் பின்பு சென்னைக்குச் சென்று அங்கு சிலநாட்களும் நாடகம் நடந்தது. அது, இரண்டாம் உலகப்போர் நடந்து கொண்டிருந்த காலம் என்பதால் பொதுவாகவே, உலகம் முழுக்க வறுமையும் சோகமும் துன்பமும் துயரமும் சூழ்ந்தநிலையில், நாடகக் கொட்டாய்களுக்கும் மவுசு குறைந்து, காலியான இருக்கைகளின் முன் நாடகம் நடத்தும் கொடுமையான நிலை ஏற்பட்டது.

இந்தக் காலக்கட்டத்தில்தான், என்.எஸ்.கிருஷ்ணன் இந்தக் குழுவின் மோசமான நிலையை அறிந்து, தானே வாங்கி நடத்த முன்வந்தார். 'என்.

எஸ்.கே. நாடக சபா' எனப் பெயரையும் மாற்றிக் கொண்டார். அப்போது கே...ஆர்.ராமசாமி, டி.வி.நாராயணசாமி, சகஸ்கரநாமம் போன்ற நடிப்பு உலகின் நட்சத்திரங்கள் அந்தக் குழுவைச் சிறப்பித்தனர்.

யாரும் எதிர்பாராதவிதமாக லட்சுமிகாந்தன் கொலை வழக்கில் தியாகராஜபாகவதர், பட்சிராஜா ஸ்டூடியோ ஸ்ரீராமுலு ஆகியோருடன் என்.எஸ்.கே.அவர்களும் கைதாகி சிறைக்குச் செல்ல நேரிட, அடுத்து நாடகக் குழுவை யார்வழிநடத்துவது என்ற கேள்வி எழுந்தது. இதில் கே.ஆர்.ராமசாமி, சகஸ்கரநாமம் இருவருக்குமிடையே நடந்த அதிகாரப் போட்டியில், மதுரம் அவர்களின் ஆதரவு சகஸ்கரநாமத்துக்கு இருந்த காரணத்தால் கே.ஆர்.ராமசாமி குழுவைவிட்டு வெளியேறினார். அப்போது கணேசன் எனும் சிவாஜிக்கு 18 வயதிருக்கும். ஒல்லியான தேகம். அநேககாலம் பசியோடிருந்த காரணத்தால் ஒட்டிய கன்னம்.

கே.ஆர்.ராமசாமிக்கும் அண்ணா அவர்களுக்கும் திராவிட இயக்க ஈடுபாடு காரணமாக, அண்ணாதுரையிடம் தங்கள் குழுவுக்குத் தனியாக நாடகம் எழுதித்தருமாறு கேட்க, அப்போது அவர் காஞ்சிபுரத்துக்கு அழைத்தார். அப்போது அவர் 'திராவிட நாடு' இதழ் துவங்கிய காலம். மொத்தக் குழுவும் கணேசபுரத்தில் அவர் அலுவலகத்திலேயே தங்கிவிட்டது. சிவாஜியும் அங்கு பிரசுரத்தில் எடுபிடி வேலைகள் செய்து கொண்டிருந்தார். அந்தநேரம் வரை சிவாஜிக்கு இன்னும் சிலநாட்களில், தன் வாழ்க்கையில் மிகப்பெரிய திருப்புமுனை காத்திருக்கிறது எனத் தெரியாது. அதன் மூலகாரணமாக இருந்த நாடகம் 'சந்திரமோகன் அல்லது சிவாஜிகண்ட இந்து ராஜ்யம்'. அதுவரை புராண, இதிகாச பழம்பெருமை பேசும் கதைகளையே நாடகமாக டி.கே.சி. குழுவினர் முதற்கொண்டு அனைவரும் நிகழ்த்திவந்த சூழலில் அண்ணாவுக்கு, பெரியாரின் பகுத்தறிவுச் சிந்தனைகளையும் திராவிட இயக்கக் கருத்துகளையும் நாடகமாக்கும் எண்ணத்தோடுதான் 'சந்திரமோகன் அல்லது சிவாஜிகண்ட இந்து ராஜ்யம்' நாடகத்தை எழுதியிருந்தார். இதில் சந்திரமோகன், காகபட்டர் போன்றவையே பிரதான பாத்திரம் என்றும் சிலகாட்சிகளே வந்துசெல்லும் பேரரசர் சிவாஜிபாத்திரமும் அருமையாக படைக்கப்பட்டது.

துவக்கத்தில், இந்தப் பாத்திரத்தில் பெரியாரின் அண்ணன் மகன் ஈ.வெ.கி.சம்பத் அவர்களும் பிற்பாடு எம்.ஜி.ஆரும் அடுத்தடுத்து ஒப்பந்தமாகி தனிப்பட்ட காரணத்தால் விலகிக்கொண்டனர். இப்படி வேறுவேறு காரணங்களால் அவர்கள் விலகிக்கொள்ள, அந்த வேடத்துக்கு

ஏற்ற ஒரு மாவீரனைப் பிரதிபலிக்கும் வசீகரமான தோற்றத்துடன் பொருத்தமான ஆள்கிட்டாத நிலை. மேலும் அந்த ஆண்டு டிசம்பரில், சென்னை வெப்பேரி பெரியார் திடலில் நடக்கவிருந்த திராவிடர் கழக மாநாட்டில் நாடகம் நடத்த அறிவித்துவிட்ட நிலையில், இன்னும் 'சிவாஜி' பாத்திரத்துக்கு சரியான ஆள்கிட்டாத சூழலில்தான் கே. ஆர்.ராமசாமி,தன் குழுவில் இருந்த கணேசனைக் கொண்டுவந்து நிறுத்த, அண்ணாவும் அவர்மேல் பெரிய நம்பிக்கை இல்லாமல் 90 பக்கம் 'சிவாஜிகண்ட இந்து ராஜ்யம்' நாடக திரைக்கதை, வசனத்தை சிவாஜி யிடம் நீட்டி,'மதியம் சாப்பிட வீட்டுக்குச் செல்கிறேன். மாலை 5.00 மணிக்குத் திரும்பும் போது நடித்துக் காட்டவேண்டும்' எனச் சொல்ல, 18 வயதே ஆன கணேசனும் ஒத்துக்கொண்டார். மாலை, அண்ணா வந்தவுடன் கணேசனை அழைத்து நடிக்கச்சொல்ல, அண்ணாவின் முகம், அடுத்த ஐந்து நிமிடத்தில் விரியத் துவங்கி அதன்பின் முடிவில்லாமல் கணேசனுக்குள் வெளிப்பட்ட 'சிவாஜி'யின் விஸ்வரூபத்தைக்கண்டு வியந்தார். ஏழுமணி நேரத்தில் 90 பக்கங்கள் கொண்ட வசனத்தை அவர் வெளிப்படுத்தியவிதம் அந்தச் சூழலையே பிரமிக்கவைத்தது. திராவிடர் கழக மாநாட்டில், 'சிவாஜிகண்ட இந்து ராஜ்யம்' நாடகம் நடந்தது. இந்த நாடகத்தில் 'சிவாஜி'யாக சிவாஜிகணேசனும், காகபட்டர் வேடத்தில் அண்ணாவும் நடித்தனர். 3 மணிநேரம் நடந்த நாடகத்தை, கடைசி வரை இருந்து பார்த்தார், பெரியார்.

"நான், 10 மாநாடுகளில் சொல்லக்கூடிய கருத்துகளை, இந்த ஒரே நாடகத்தில் சொல்லிவிட்டார், அண்ணா" என்று அவர் பாராட்டினார். சிவாஜிகணேசனை, பெரியார் முன் கொண்டுபோய் நிறுத்தி, "இந்தப் பையன்தான். பெயர் கணேசன்" என்று அறிமுகம் செய்துவைத்தனர். "சிவாஜியாக ரொம்ப நன்றாக நடித்தாய்! இன்றுமுதல் நீ கணேசன் அல்ல; சிவாஜி!" என்று பெரியார் வாழ்த்தினார். பெரியாரின் இந்த வாழ்த்து, பெரிய பட்டமாக அமைந்துவிட்டது. அதுவரை 'வி.சி.கணேசன்' என்று அழைக்கப்பட்டவர், அன்றுமுதல் 'சிவாஜிகணேசன்' ஆனார். "என்னுடைய வாழ்க்கையின் உயர்வுக்கு உறுதுணையாக இருந்தது, சிவாஜி என்ற பெயர்! ஐயாவையும், அண்ணாவையும், அந்த மாநாட்டையும் நான் என்றுமே மறப்பதில்லை. அதற்குப் பிறகுதான் சாதாரண கணேசன், சிவாஜிகணேசன் ஆனேன். 'சிவாஜி' என்ற பெயர், தந்தை பெரியார் அவர்கள் எனக்குப் போட்ட பிச்சை" என்று சிவாஜிகணேசன், தன் வாழ்க்கை வரலாற்றில் குறிப்பிட்டுள்ளார். கலைத்துறையில் வளரும் நிலையில் அதீத திறமையே கூட ஒருவகையில் ஆபத்துதான். அதுவே வளர்ச்சிக்குத் தடையை உண்டாக்கும்.

கணேசனாக இருந்த அன்றைய சிவாஜி, இதை நேரடியாக அனுபவித்தார். 'சிவாஜி கண்ட இந்து ராஜ்யம்' வெற்றிபெற்றாலும், அந்த வெற்றி கே.ஆர்.ராமசாமிக்கு திருப்தியைத் தரவில்லை. காரணம், கதையின் முதன்மைப் பாத்திரமான சந்திரமோகன் பாத்திரத்தில் நடித்தும், துணை பாத்திரமான சிவாஜிக்கு ஒட்டுமொத்த பெயரும் போனதில் ராமசாமிக்குக் கூடுதல் வருத்தம். இதனால் அந்த 'சிவாஜி கண்ட இந்து ராஜ்ய'த்தை முதல் மேடையோடு நிறுத்திக்கொண்டதோடு அல்லாமல் கணேசனையும் கழட்டிவிட்டார். அவரைத் தனியாக விட்டுவிட்டு மொத்தக் குழுவும் திண்டுக்கல்லுக்கு, அண்ணாவின் 'ஓர் இரவு'நாடகம் போட புறப்பட்டுச் சென்றது. அனாதையாக தனித்து நின்ற சிவாஜியை அறிந்த அண்ணாதுரை அவர்கள் ஆறுதல் சொல்லி, கணேசனை தன்னோடு அழைத்துக் கொண்டு காஞ்சிபுரம் வந்துவிட்டார். உலகில் ஒரு சிலருக்குத்தான் பெயர் அப்படிப் பொருந்தும். அண்ணாவும் அதுபோல ஒருவர் பாருங்கள். அவர் வளர்த்த தம்பிகள் எம்.ஜி.ஆர், கலைஞர், சிவாஜி மூன்றுபேருமே அடுத்த ஐம்பது வருடம் தமிழ் நாட்டின் முடிசூடா மன்னர்களாகத் திகழ்ந்தார்கள்.

கொஞ்சநாள்,அண்ணாவின் அரவணைப்பில் காஞ்சிபுரத்தில் காலம்கழித்த கணேசனுக்கு வாய்ப்பு 'சக்தி நாடக சபா'மூலம் வந்தது. 'வீரபாண்டிய கட்டபொம்மன்', 'படகோட்டி','எங்க வீட்டுப்பிள்ளை' எனப் பின்னாளில் பல வெற்றிப் படங்களுக்கு வசனம் எழுதிய, சக்தி கிருஷ்ணசாமிதான், இந்த 'சக்தி நாடகசபா'வை நடத்திவந்தார். அதுவரை அந்தக் குழுவில் நடித்துவந்த எம்.என்.நம்பியார் என்ற நடிகருக்கு சினிமாவில் நடிக்க வாய்ப்பு வரவே, அவர் குழுவை விட்டுப் போக, அந்த இடத்துக்கு ஒரு

பிற்பாடு மேடைக்கு வந்த பெரியார்,'இந்தக் கணேசனுக்கு நான் சிவாஜி பட்டம் குடுத்துருக்கேன். ஏன், யாரும் அதைப் பயன்படுத்த மாட்டேங்குறீங்க' எனத் திட்டிவிட்டு, பின் அனைவரையும் பாராட்டிப் பேசினார்.

சரியான நடிகன் தேவை என்ற நிலையில்தான் பலரும் கணேசனைப் பரிந்துரைத்தனர். உடனே சக்தி கிருஷ்ணசாமி அண்ணாவிடம், கணேசனை தங்கள் குழுவுக்கு அனுப்பும்படி கேட்க, அண்ணாவும் உடனே அனுப்பிவைத்தார்.

'விதி' எனும் நாடகத்தில், சிவாஜிக்கு வில்லன் வேடம். பெங்களூரில் நாடகம் நடந்து கொண்டிருக்கும்போது, அப்போதுதான் முன்வரிசையில் பெரியார் அமர்ந்திருப்பதைப் பார்த்த கணேசனுக்குப் பதட்டம். 'விதி'யின் உணர்ச்சிமிகுந்த கிளைமாக்ஸ் காட்சியில் பெரியார், தேம்பித்தேம்பி குழந்தைபோல அழத் துவங்கிவிட்டார். இறுதிக்காட்சியில், கணேசன் ஹீரோவை துப்பாக்கியால் சுட்டுவிட்டு பின் ஹீரோயின் வந்தவுடன் அவளிடம் நல்லவன் போல நடிக்கவேண்டும். அப்போது ஹீரோயின் கணேசனை எதிர்பாராதவிதமாகச் சுட, கணேசன் சாகவேண்டும். அதுபோலவே, ஹீரோயின் சுட்டுவிட அப்போது கணேசனாக நடித்துக்கொண்டிருந்த சிவாஜி அவர்கள், உடனே விழாமல் கொஞ்சம் உணர்ச்சிகளை வெளிக்காட்டி, நிதானித்துப் பின் ஒரு குட்டிக்கரணம் போட்டு கைத்தட்டலுடன் விழுவார். அவர் இப்படிச் செய்யும்போதே, அதுவரை பதட்டத்துடன் பார்த்துக்கொண்டிருந்த பெரியார்,'டேய் கணேசா, சு[illegible]ாச்சு விழுடாஞ் விழுடாஞ்' எனக் கத்த, அது நடித்துக்கொண்டிருந்த சிவாஜிக்குத் தொந்தரவாகி சட்டென விழவேண்டியதாகிப் போனது. பிற்பாடு மேடைக்கு வந்த பெரியார்,'இந்தக் கணேசனுக்கு நான் சிவாஜி பட்டம் குடுத்துருக்கேன். ஏன், யாரும் அதைப் பயன்படுத்தமாட்டேங்குறீங்க' எனத் திட்டிவிட்டு, பின் அனைவரையும் பாராட்டிப் பேசினார்.

ஒருபக்கம் கணேசனாக, சிவாஜி 'சக்தி நாடகசபா'வில் ஊர்ஊராக முகாமை கலக்க. இன்னொருபக்கம் 'பராசக்தி' என்ற நாடகத்தைப் பார்த்த வேலு நேஷனல் பிக்சர்ஸ் எஸ்.ஏ.பெருமாள் அவர்கள், தயாரிப்பாளர் ஏவி.மெய்யப்பச் செட்டியாரோடு சென்று நாடகத்தைப் பார்த்து கதை உரிமையை வாங்கிக்கொண்டார். அதன்பிறகு நடந்த கதை யெல்லாம், நடிகர்திலகம் என்ற மகத்தான கலைஞனுக்காக வரலாறு விரித்துக்கொடுத்த சிவப்புக் கம்பளம். இப்படியாகத்தான், பல்வேறுநிலையில் வறுமையும் திறமையும் ஒன்றை ஒன்று இறுகக் கவ்வ, சிவாஜி கணேசன் எனும் ஒரு கலைத்தாயின் செல்வப் புதல்வன் படிப்படியாகத் தன்னைச் செதுக்கி உருவாக்கிக் கொண்டான்.

இயக்கம்

## கிருஷ்ணன் - பஞ்சு

**இ**ந்தியாவில், திரைத்துறையில் புகழ்பெற்ற இரட்டையர்கள் அதிகம். இந்தியில், புகழ்பெற்ற திரை எழுத்தாளர்களான சலீம்ஜாவேத் துவங்கி, இசையமைப்பாளர்கள் விஸ்வநாதன்-ராமமூர்த்தி, சங்கர்-கணேஷ், இயக்குனர்கள் பாரதி-வாசு, அப்பாஸ் மஸ்தான், ஒளிப்பதிவில் ராபர்ட்-ராஜசேகர் எனப் பலரைப் பட்டியலிடமுடியும். ஆனால் அனைவருமே இரட்டையர்களாகப் பணிசெய்து புகழ்பெற்றபின், ஏதோ ஒரு காரணத்தால் பிரிந்துவிடுவதுதான் இதுவரை நடந்துவந்துள்ளது. ஆனால் சாகும் வரை பிரியாது இணைந்தே பணிசெய்து, இயக்குனர் தொழிலுக்கும் நட்புக்கும் ஒருசேர பெருமைசேர்த்தவர்கள் என்றால் அது, கிருஷ்ணன்-பஞ்சு இருவர் மட்டுமே.

1944இல், திரைப்பயணத்தைத் துவக்கிய அவர்களது முதல் படமான 'பூம்பாவை' முதல் தமிழ், மலையாளம், இந்தி என 50க்கும் மேற்பட்ட வெற்றிப்படங்களை, பஞ்சு மரணமடைந்த 1984ஆம் ஆண்டு வரை, பிரியாமல் இணைந்தே இயக்கி சாதனை படைத்தவர்கள். மட்டுமல்லாமல், 1960களில் தமிழ் சினிமாவின் போக்கையே மாற்றியமைத்த பெருமைக்குரியவர்கள். இவர்கள் இயக்கத்தில் உருவான 'பராசக்தி','ரத்தக்கண்ணீர்' திரைப்படங்கள்தான், 1950களில் வெளியான மிகச்சிறந்த தமிழ் சினிமாக்களாக இன்றும் கொண்டாடப்படுகின்றன, தமிழ் சினிமாவில், இயக்குனர்கள் யார் என்ற இனத்துக்குப் பெருமைசேர்த்த முதல் படம். அவ்வகையில், தமிழின்

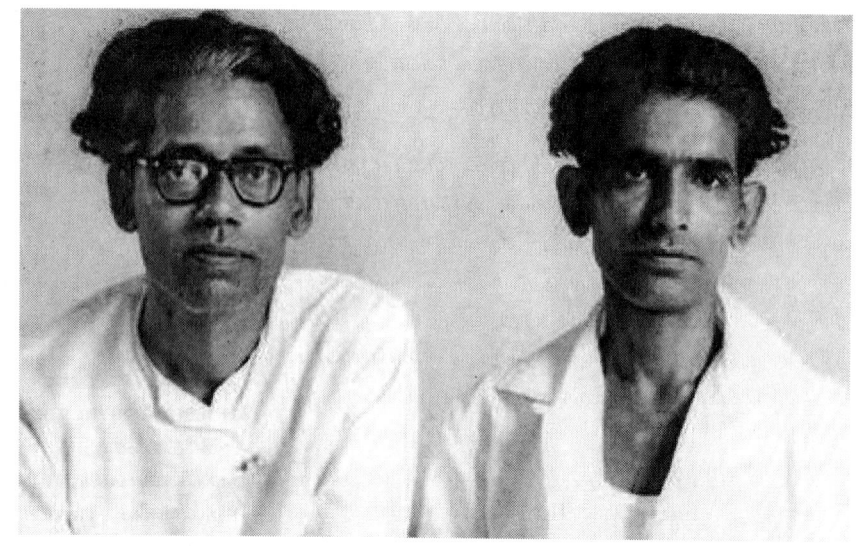

சிறந்த இயக்குனர்கள் பட்டியலைத் துவக்கிவைத்ததில் இவர்களுக்குப் பங்குண்டு. மேலும் 'நல்லதம்பி','பைத்தியக்காரன்', 'தெய்வப்பிறவி', 'சர்வர் சுந்தரம்', 'பெற்றால்தான் பிள்ளையா', 'குழந்தையும் தெய்வமும்' எனத் தொடர்ந்துநல்ல படங்களை இயக்கி,தமிழ்சினிமாவுக்குப் பெருமை சேர்த்தவர்கள் என்றால் அது மிகையில்லை.

இவர்களில், சென்னையில் பிறந்த கிருஷ்ணன், பஞ்சு அவர்களைவிட ஆறு வயது மூத்தவர். கிருஷ்ணனின் பூர்வீகம் தஞ்சாவூர். தந்தை, ராகவேந்திரன். தாய், காமாட்சி பாய். மராட்டிய சமூகத்தைச் சேர்ந்தவர்கள். ரெயில்வேயில் அக்கவுண்டராகவும் காண்ட்ராக்டராகவும் இருந்த ராகவேந்திரன், மனைவியுடன் சென்னைக்குக் குடிபெயர்ந்தார். சென்னையில்தான் இத்தம்பதியாருக்குத் தலைப்பிள்ளையாக, கிருஷ்ணன் 1909ஆம் ஆண்டு பிறந்தார். தொடக்கத்தில், கோவையில் செயல்பட்டு வந்த பட்சிராஜா ஸ்டுடியோவில் (அப்போதைய கந்தன் ஸ்டுடியோ) பணியாற்றினார்.

1915ஆம் ஆண்டு ஜனவரி மாதம் 24ஆம் தேதி, பஞ்சு பிறந்தார். பஞ்சு ஒரு பிராமணர். பெற்றோருக்கு ஒரே பிள்ளை. பஞ்சாபகேசன் என்பது முழுப்பெயர். பிள்ளை செல்வமாக வளர்ந்தது. பிறப்பிலேயே பஞ்சு முன்கோபி. பிள்ளை பிறப்பிலேயே பெற்றோரின் செல்லமானது. அதைத் தூபமிட்டு வளர்த்துவிட்டது. ஆனால் பிள்ளையிடம் பண்புக்குப் பஞ்சமில்லை. துரதிர்ஷ்டவசமாக பஞ்சுவின் தந்தை, பஞ்சுவுக்கு மூன்று

வயதாகும்போதே காலமாகிவிட்டார். பின்னர் சுப்புலட்சுமி அம்மாள் குழந்தை பஞ்சுவுடன், தன் தாத்தா வீட்டில் தஞ்சம் புகுந்தார்.

பள்ளிப்பருவம் வந்த நேரம், படிப்புக்காக பஞ்சு பெரம்பூரிலிருந்த தன் தாய்மாமனிடம் வந்துசேர்ந்தார். பெரம்பூரில் ஸி.ஸி.ஸி. உயர் நிலைப்பள்ளியில் படித்து எஸ்.எஸ்.எல்.சி. தேறினார். பின் பட்டப் படிப்பிற்காக பச்சையப்பன் கல்லூரியில் சேர்ந்து சிலமாதங்கள் மட்டுமே படித்தார். தொடக்கத்தில் பி.கே.ராஜா சாண்டோவிடம் உதவி படத்தொகுப் பாளராகவும், எல்லிஸ் ஆர்.டங்கனிடம் உதவி இயக்குநராகவும் பணியாற்றினார். இவர் 'பஞ் சாபி' என்ற பெயரில் படத்தொகுப்பாளராகவும் பணியாற்றியிருக்கிறார்.இவர்களை இணைத்தது, இவர்களின் புகைப்பிடிக்கும் பழக்கம்தான். அப்போது கிருஷ்ணன், கந்தன் ஸ்டுடியோவில் லேபரட்டரியில் வேலை செய்துகொண்டிருந்தார். இந்த கந்தன் ஸ்டுடியோதான், பிறகாலத்தில் பட்சிராஜா ஸ்டூடியோவாக பெயர்மாற்றம் கொண்டது.

**"நீங்க எதையும் சொல்ல வேண்டாம். இதோ கேமரா, நடிகர்கள் எல்லாம் இருக்காங்க. எப்படி எடுக்கணும்னு சொல்றீங்களோ, அப்படியே எடுத்திடுங்க" என்று பொறுப்பை அவர்களிடம் தந்துவிட்டு அங்கிருந்து சென்றுவிடுகிறார்.**

இந்த நேரத்தில் கந்தன் ஸ்டுடியோ, ராஜா சாண்டோ இயக்கத்தில், மனுநீதிச் சோழனின் கதையைப் படமாக்கியது.'ஆராய்ச்சி மணி (அ) மனுநீதிச் சோழன்' என்ற அந்தப் படம், கன்றைக் கொன்ற தனது மகனை, தேர்க்காலில் வைத்துக்கொன்று நீதியை நிலைநாட்டும் சோழ மன்னனின் கதையைக் கொண்டது. அதில் முக்கியமான கட்டம்: கன்றை இழந்த பசு, ஆராய்ச்சி மணியை அடிப்பது. பசு மணியை அடிப்பதைப் பார்த்தே மன்னன், தனது மகன் செய்த தவறைத் தெரிந்து கொள்வார். பசு,கயிறை இழுத்து மணியை அடிக்கும் காட்சியை, ராஜா சாண்டோ எத்தனை முயன்றும் நினைத்தபடி

எடுக்க முடியவில்லை. பசு, தனது கொம்பில் கயிறைச் சுற்றி மணியை அடிக்க வேண்டும். கடைசி வரை அது நடக்கவில்லை.ராஜா சாண்டோ கோபக்காரர் என்று பெயரெடுத்தவர். அவரிடம் நெருங்கிச் சென்று பேசவே பயப்படுவார்கள்.காட்சி சரிவராத உக்கிரத்தில் இருந்த அவரிடம், அப்போது இளைஞர்களாக இருந்த கிருஷ்ணனும் பஞ்சுவும் தயங்கியபடி, தங்களின் ஐடியாவை சொல்லியிருக்கிறார்கள். கோபத்தில் இருந்த ராஜா சாண்டோ, ”நீங்க எதையும் சொல்ல வேண்டாம். இதோ கேமரா, நடிகர்கள் எல்லாம் இருக்காங்க. எப்படி எடுக்கணும்னு சொல்றீங்களோ, அப்படியே எடுத்திடுங்க” என்று பொறுப்பை அவர்களிடம் தந்துவிட்டு அங்கிருந்து சென்றுவிடுகிறார்.

இது நடக்கும் போது கிருஷ்ணன், லேபரட்டரி அசிஸ்டண்ட். பஞ்சு எடிட்டிங் அசிஸ்டெண்ட். கிருஷ்ணன் பஞ்சு சேர்ந்து அந்தக் காட்சியை எடுக்கிறார்கள். ராஜா சாண்டோ வந்து அதனைப் பார்க்கிறார். பசுவின் கொம்பில் கயிறு மாட்டி மணி அடிப்பதற்குப் பதில் பசு, தனது வாயில் கயிறைக் கவ்வி மணி அடிப்பதுபோல் அவர்கள் எடுத்திருந்தார்கள். ராஜா சாண்டோவுக்கு காட்சி மிகவும் பிடித்துப்போகிறது. கோபம் இருக்கும் இடத்தில்தானே குணமும் கொட்டிக்கிடக்கும். இரண்டு பேரையும் கட்டித் தழுவிக்கொள்கிறார். ”இனிமேல் நீங்க இரண்டுபேர் அல்ல, கிருஷ்ணன்--பஞ்சு இரண்டுபேரும் ஒருவர்தான். என்னுடைய அடுத்த படம் ’பூம்பாவை’யை நீங்கள்தான் இயக்குகிறீர்கள்”என்று சொல்லிவிட்டு, அப்பொழுதே அடுத்த படத்தை இயக்குவதற்கான வாய்ப்பை அவர்களுக்குக் கொடுத்தார். தொடர்ந்து இவர்கள் இயக்கிய படம், ’பைத்தியக்காரன்’.

என்.எஸ்.கிருஷ்ணன் அவர்கள்,லட்சுமிகாந்தன் கொலை வழக்கில் சிறைக்குச் சென்றபோது அவரது துணைவியார் மதுரம் அவர்கள், தங்கள் நாடகக் குழு வளர்ச்சிக்காக ஒரு படம் தயாரிக்க விரும்பினார். அந்தப்படத்துக்குஅவர்கள் சூட்டிய பெயர் ’பைத்தியக்காரன்’. யாரை இயக்குனராகப் போடலாம் எனநினைத்தபோது, கிருஷ்ணன்பஞ்சு பெயரே பரிந்துரைக்கப்பட்டது.

’பைத்தியக்காரன்’ வெளிவந்து நடுத்தர வெற்றியைப் பெற்றது.’மிஸ்டர் டீட்ஸ் கோஸ் டூ டவுண்’ என்ற ஆங்கிலப்படத்தைத் தழுவி ‘நல்லதம்பி’ என்ற திரைக்கதையை, என்.எஸ்.கே. பிலிம்ஸுக்குக் கொடுத்தார்,அறிஞர் அண்ணா. இந்தப்படத்தையும் கிருஷ்ணன்பஞ்சுவே இயக்கி, வெற்றியைத்

தேடித் தந்தனர். இப்படம், 1949ஆம் ஆண்டில் வெளிவந்தது.அதே ஆண்டில், இவர்கள் இயக்கத்தில் பி.யூ.சின்னப்பா, பானுமதி நடித்த 'ரத்தினகுமார்' வெளிவந்தது. 1952ஆம் ஆண்டில் வெளிவந்த நேஷனல் பிக்சர்ஸின் 'பராசக்தி' கிருஷ்ணன்பஞ்சுவை இயக்குனர்கள் வரிசையில் முன்னணியில் நிறுத்தியது. தவிர,நடிகர்திலகம் சிவாஜிகணேசன் இப்படத்தில்தான் கதாநாயகனாகவே அறிமுகமாகி ஒரேநாளில், மாபெரும் நட்சத்திர அந்தஸ்தைப் பெற்றார். இந்தப் படத்தில்,கலைஞரின் வசனம் மேலோங்கி நின்றது. 'பராசக்தி'க்குப் பிறகு 1953ஆம் ஆண்டில் வெளிவந்த 'கண்கள்' திரைப்பட இயக்கத்தில் மட்டுமின்றி தயாரிப்பிலும் கிருஷ்ணன்பஞ்சு பங்குகொண்டனர்.'கண்கள்' சம்பவங்கள் அதிகமில்லாத சிறுகதையாய் இருந்ததால் மக்களிடம் அதிகமாகப் போய்ச் சேரவில்லை. 1954ஆம் ஆண்டில் இந்த இரட்டையர் இயக்கி, எம்.ஆர்.ராதா நடித்து வெளிவந்த 'ரத்தக்கண்ணீர்' பெரும் வெற்றிபெற்றது.கிருஷ்ணன் பஞ்சுவின் திறமையை அறிந்த ஏவி.மெய்யப்பச் செட்டியார், 'குலதெய்வம்' என்ற தங்கள் படத்தை, அவர்களைக் கொண்டு இயக்கி வெற்றிபெற்றார்.

அஜயன் பாலா

இதற்குப் பிறகு கிருஷ்ணன்பஞ்சு இயக்கத்தில் வெளிவந்த வெற்றிப்பட வரிசையில் 'மாமியார் மெச்சிய மருமகள்' (1959), 'தெய்வப்பிறவி' (1962), 'அன்னை' (1962), 'வாழ்க்கை வாழ்வதற்கே' (1964), 'சர்வர் சுந்தரம்', 'பூம்புகார்'(1964), 'குழந்தையும் தெய்வமும்' (1965), 'பெற்றால்தான் பிள்ளையா' (1966), 'உயர்ந்த மனிதன்' (1968), 'எங்கள் தங்கம்' (1970), 'ரங்கராட்டினம்' (1971), 'இதய வீணை' (1972), 'பிள்ளையோ பிள்ளை' (1972), 'பூக்காரி' (1973), 'பூம்புகார்' (1974), 'பத்துமாத பந்தம்' (1974), 'கலியுகக் கண்ணன்' (1974), 'அணையாவிளக்கு' (1975), 'பேர்சொல்ல ஒரு பிள்ளை' (1978), 'அன்னபூரணி' (1978), 'நாடகமே உலகம்' (1979), 'நீல மலர்கள்' (1979), 'வெள்ளிரதம்' (1979), 'மங்கல நாயகி' (1980) முதலான படங்களாகும். எனினும் 1963இல் வெளிவந்த 'குங்குமம்' மற்றும் 1970இல் வந்த 'அனாதை ஆனந்தன்' ஆகிய இரு திரைப்படங்கள் சரியாகப் போகவில்லை.

இவர்கள் தமிழுடன் இந்தி, தெலுங்கு போன்ற பிறமொழிப்படங்களையும் இயக்கினர். இவர்கள் இயக்கிய படங்கள் எண்ணிக்கை சுமார் ஐம்பதாகும். கிருஷ்ணன்பஞ்சு திரை வாழ்க்கையும் நிஜவாழ்க்கையும் இணைந்தே இருந்தது. கிருஷ்ணன்பஞ்சு இருவரும் திருமணம் ஆனவர்கள். கிருஷ்ணன் பெரிய குடும்பஸ்தர். 1925ஆம் ஆண்டு திருமணமான இவருக்கு பத்துக்குழந்தைகள் இருக்கின்றனர்.

கிருஷ்ணனின் உறவுப்பெண்ணான சரோஜாவை, பஞ்சு திருமணம் செய்துகொண்டார். பஞ்சுவுக்கு ஒரு பெண்ணும் மூன்று பிள்ளைகளும் இருக்கின்றனர். கிருஷ்ணனின் இளைய சகோதரர் பட்டு, உதவி இயக்குனராகப் பணிபுரிந்தார். மற்றுமொரு சகோதரர் திருமலை, உதவி இயக்குனராக இருந்ததுடன் சிறந்த ஸ்டில் போட்டோகிராபராகவும் விளங்கினார்.

பஞ்சுவின் உதவியாளராக இருந்த ஏ.பீம்சிங், மாபெரும் இயக்குனராக மாறி 'பாசமலர்', 'பாவமன்னிப்பு', 'பாலும் பழமும்', 'பாகப்பிரிவினை' போன்ற அற்புதமான படைப்புகளை அளித்தார். பீம்சிங்கின் புதல்வர் நரேந்திரனுக்கு, தன் மகள் சவுமித்ராவை பஞ்சு மணம் செய்துவைத்து அவரையும் தங்கள் பாசக்குடும்பத்தில் கட்டிப்போட்டார். பீம்சிங்கின் மற்றொரு மகனான பி.லெனின், புகழ்பெற்ற எடிட்டராக விளங்குகிறார்.

ஒளிப்பதிவு

## மாருதி ராவ்

**த**மிழ்த் திரைப்படங்களில் ஒன்று, பார்வையாளனை மட்டுமல்லாமல் ஒரு வரலாற்றை, கலச்சாரத்தை அதிர்ச்சிக்குள்ளாக்கி மிகப்பெரிய தாக்கத்தை உருவக்கியது என்றால், அந்தப் பெருமை இன்று வரை தக்கவைத்திருக்கும் ஒரே படம் 'பராசக்தி'.குறிப்பாக,படத்தின் நீதிமன்ற இறுதிக்காட்சி தனித்துவமானது. அப்படிப்பட்ட புகழ்மிக்க அந்தக் காட்சியின் வல்லமைக்கு யார் காரணம்? கலைஞரின் அனல் தெறிக்கும் வசனங்களா ? நடிகர்திலகத்தின் அசுர வெறி நடிப்பாற்றலா என இன்றுவரை பெரும் பட்டிமன்றமே நடந்து வருகிறது. ஆனால் இரண்டையும் தாண்டி, அக்காட்சியின் மிகப்பெரிய வெற்றிக்குஅட்டகாசமான ஒளிப்பதிவு செய்த மாருதிராவ் அவர்களும்காரணம் என்பதை

தொழில்நுட்பம் அறிந்த ஒருசிலரால் மட்டுமே அதை உணரமுடியும். குறிப்பாக,அந்தக் காட்சியின்காமிரா அசைவுகளை நினைத்துப்பாருங்கள்.இத்தனைக்கும், இன்று பார்க்கும்போது படத்தொகுப்பில் பல ஒழுங்கின்மைகள் காணப்படும். அந்தக் குறைகளை தெரியாதளவுக்கு நம்மை காமிராகோணங்களாலும் நகர்வாலும் கட்டிப்போட்டவர், மாருதிராவ். அவரது குளோசப் காட்சிகள் கொஞ்சம் சொதப்பியிருந்தாலும் சிவாஜியின் மந்திரத்தன்மைமிக்க நடிப்பு பார்வையாளர்களை இவ்வளவு சென்றடைந் திருக்குமா என்பது சந்தேகமே?

இன்று பலநூறு கோர்ட் காட்சிகள், தமிழ் சினிமாவில் வந்துவிட்டன. ஆனால் சிவாஜி வசனம்பேசும்போது

கையாண்ட காமிரா கோணங்களுக்கு முன் அனைத்தும் தோற்றுத் தோற்று விழுந்துகொண்டேயிருக்கின்றன என்றால் அதுமிகையில்லை. அப்படிப்பட்ட அந்தப் பெருமைக்குரியஒளிப்பதிவாளர், மாருதி ராவ்

ஏப்ரல் 25, 1921 இல் தஞ்சையில் பிறந்த மாருதிராவ், சிறுவயது முதலே காமிரா தொழில்நுட்பத்தின் மேல் ஈர்ப்புக்கொண்டிருந்தார். பள்ளிக் காலத்திலேயே அவர் காமிராவும் கையுமாக அலைந்தவர் என விக்கிபீடியா அவரைப்பற்றி புகழ்கிறது. இவரது திறமையை முதலில் கண்டுபிடித்தவர், அவரது அண்டைவீட்டு நபரான என்.சி.பிள்ளை. அவர் அப்போது, புகழ்பெற்ற 'ப்ளாஷ்' ஆங்கிலப் பத்திரிகை ஆசிரியராகப் பணிபுரிந்துவந்தார். உடனே மாருதிராவை, மெய்யப்பன் செட்டியாரிடம் பரிந்துரைத்து,'இவர், திறமைசாலி. நீங்கள் சேர்த்துக்கொள்ளுங்கள்' என அவர்முன் நிறுத்தினார்.

அப்போது மெய்யப்பன் செட்டியார், தனது 'சரஸ்வதி சவுண்ட்ஸ்' எனும் இசைத்தட்டு விற்பனை நிறுவனத்தைவிட்டு சினிமா தயாரிக்க 'பிரகதி ஸ்டூடியோஸ்' என்றபெயரில் திரைப்படங்கள் எடுத்துவந்தார். அப்போது உலகப்போர் அச்சம் காரணமாக பல நிறுவனங்கள், அதன்

உரிமையாளரின் சொந்த ஊருக்கு இடம்பெயர்ந்தன. அதுபோலவே, காரைக்குடிக்குச் சென்று சிலவருடங்கள் இருந்து படங்களை எடுத்தார். போர் முடிந்தபின் சென்னைக்கு வந்து, வடபழனியில் புதிதாக ஸ்டூடியோ ஒன்றைக்கட்டி, அதற்கு ஏவிஎம் எனப் பெயரும் வைத்தார்.

*1940*இல்'பிரகதி ஸ்டூடியோ'பெயரில் தயாரித்து வந்த'சூடாமணி' எனும் ஒரு தெலுங்குப் படத்தில் பயிற்சியாளராக, புகைப்படக் கலைஞருக்கு உதவியாக மெய்யப்பன் அவர்களால் சேர்த்துக் கொள்ளப்பட்டார், மாருதிராவ். நடிகர்ஜெமினிகணேசன் அவர்களது மனைவிகளில் ஒருவரும், இந்தி நடிகை ரேகாவின் தாயாருமான புஷ்பவல்லிதான் அந்தப் படத்தின் நாயகி. இரண்டாவது படம் 'காளமேகம்'. புகழ்பெற்ற நாதஸ்வர வித்வான் ராஜரத்தினம் பிள்ளை அவரகள் நாயகனாக நடித்திருந்தார். இதனைத்தொடர்ந்து, *1945*இல் 'ஸ்ரீவள்ளி' திரைப்படத்தை ஏவிஎம் தயாரிக்க அதில் மாருதிராவ்,ஆஸ்தான புகைப்படக்கலைஞராக உயர்ந்தார்.தொடர்ந்து ஏவிஎம் நிறுவனம் தயாரித்த படங்களில் பணிபுரிந்தார். இதனிடையே வேல் பிக்சர்ஸ் தயாரித்த படத்துக்காக, மும்பையிலிருந்து சென்னை வந்த ஒளிப்பதிவாளர் மார்க்கஸ் பாட்லேவுடன் பணிபுரியும் வாய்ப்புக் கிடைக்க, இவரது திறமையால் ஈர்க்கப்பட்ட மார்க்கஸ் பாட்லே, இவரை தன்னோடு மும்பைக்கு அழைத்துச்சென்றார். மும்பையில் சிலகாலம் இருந்துவிட்டு மீண்டும் சென்னை வந்து ஏவிஎம் படங்களில் ஸ்டில் போட்டோகிராபராக பணியைத் தொடர்ந்தார், இறுதியாக, ஏவிஎம் தயாரித்த அண்ணாவின்

'ஓர் இரவு' படத்தின் மூலம் ஒளிப்பதிவாளராக தன் லட்சியப்பயணத்தைத் துவக்கினார். தமிழ் சினிமாவில், இவருக்குமுன் புகழ்பெற்ற ஒளிப்பதிவாளர் என்றால் அது, 'காமிரா மேதை' எனப் பலராலும் அழைக்கப்பட்ட கே.ராம்நாத் ஒருவரை மட்டுமே குறிப்பிடமுடியும். 'சந்திரலேகா'என்ற ஒருபடம் போதும், ராம்நாத் அவர்களின் புகழ் உயரம் காண்பிக்க. அவரைத்தொடர்ந்து, தமிழ்சினிமாவில் ஒளிப்பதிவில் அழுத்தமான முத்திரை பதித்தவர் என்று பார்த்தால், மாருதி ராவ் மட்டுமே. 1951இல் ஏவிஎம் தயாரித்த, அண்ணா அவர்களின்'ஓர் இர'வில் துவங்கிய மாருதிராவின் ஒளிப்பதிவுப் பயணம், 1952 'பராசக்தி'யில் உச்சத்தைத் தொட்டது. 'பராசக்தி'யைத் தொடர்ந்து1954இல் வெளியான 'அந்த நாள்' அவரது திறமையை இன்னும் ஒருபடி உயர்த்தியது. வீணை எஸ்.பாலச்சந்தர் இயக்கத்தில், பாடல்களே இல்லாமல் வந்த முதல் திரைப்படம் என்றும், அகிராகுரசேவாவின் புகழ்பெற்ற 'ரோஷமான்' படத்தின் பாணியில் பல்வேறு கோணங்களில் உண்மையைத் தேடும் திரைக்கதையமைப்பு என்றும் மற்றும் தமிழின் முதல் த்ரில்லர் வகைப்படம். எனஇப்படி, பல பெருமைகளைக்கொண்ட திரைப்படம்'அந்த நாள்'.அதேபோல, திரைமொழி மிகச்சரியாகக் கையாளப்பட்ட முதல் படம் என்றும்கூடச் சொல்லலாம். அதற்குக் காரணம், மாருதிராவ் அவர்களது ஒளிப்பதிவில் செறிவான காட்சிக் கட்டமைவு, துல்லியமான காமிர நகர்வு மற்றும் புனைவுக்கேற்ற நாடகீய ஒளியமைப்பு.

ஒளிபுகாத பூட்டிய வீட்டுக்குள் காட்சி நடக்கும்போது, புறவெளிச்ச மற்று அதேசமயம்,கதாபாத்திரங்களுக்குமட்டும்'எங்கிருந்து ஒளி வருகிறது'என்பது தெரியாமல் காண்பிப்பது ஒளிப்பதிவாளருக்கு மிகப்பெரிய சவால். இந்தச் சவாலை ஏற்று, அக்காலத்திலேயே அவர் காட்டிய பிரமிப்பூட்டும் பிம்பங்கள் இன்றுவரை தமிழ் சினிமாவுக்குப் பெருமை. குறிப்பாக, படத்தின் சில்ஹவுட் என அழைக்கப்படும், இருண்மை நிழலுருவக் காட்சிகள்முதன்முறையாக அதிகம் பயன்படுத்தப்பட்ட படம் என்ற கூடுதல் புகழும் இப் படத்துக்கு உண்டு. சமீபத்தில்கூட 'அந்த நாள்' படத்தில், முக்கியக் பாத்திரங்கள் ஐவர் வரிசையாக நின்றபடி, துப்பாக்கியை யாருக்கோ குறிவைக்கும் காட்சி ட்விட்டரில் ட்ரெண்டிங்கில் இடம்பெற்றது.

தொடர்ந்து அவர் 'குங்குமம்', 'அன்னையும் தெய்வமும்' எனப் பல படங்களுக்கு ஒளிப்பதிவு செய்து வந்தாலும் அவருக்கு கறுப்புவெள்ளையில்

புகழ்பெற்றுத்தந்த இன்னொருபடம்,'மேஜர் சந்திரகாந்த்'. கே.பாலசந்தரின் புகழ்பெற்ற அந்த மேடை நாடகத்தை,சிறந்த சினிமா அனுபவத்துக்கு மாற்றித்தந்த பெருமை, மாருதி ராவுக்கு உண்டு. கறுப்பு வெள்ளையில் ஜாலம் காட்டியவர், வண்ணப்படத்தில் என்னபண்ணிவிடுவார் என எல்லோருக்கும் ஒரு ஐயம் இருந்துவந்தது. காரணம், அப்போது இயக்குனர் ஸ்ரீதர், ஒளிப்பதிவாளர் வின்சென்ட்டுடன் இணைந்து 'காதலிக்க நேரமில்லை' உள்ளிட்ட பல வண்ணப்படங்களில் அசத்தி வந்தார். இந்தப் பேச்சுக்கு முற்றுப்புள்ளி வைத்தாற்போல, 1966இல் வந்து அசத்திய படம் 'அன்பே வா'. பேரைச் சொன்னதுமே உங்களுக்கு நினைவுக்கு வரும் அந்தப் பாடல் காட்சியை யாராவது மறக்கமுடியுமா? 'ராஜாவின் பார்வை ராணியின்பக்கம்'. இன்றுவரை வண்ணத்தில் எத்தனையோ பாடல்காட்சிகள் உருவாக்கப்பட்டாலும் அந்தப் பாடல்காட்சி தந்த பிரமிப்பு இன்னும் விலகவில்லை. ஏவிஎம் தயாரித்த இந்தப் படத்தை இயக்கியவர், இயக்குனர் ஏ.சி.திருலோகச்சந்தர்.

இதனைத்தொடர்ந்து, இதே கூட்டணி 1967இல் த்ரில்லருக்குள் களமிறங்கியது. புதுமுக நடிகர் ரவிச்சந்திரன் நடித்த 'அதே கண்கள்' மிகப்பெரிய வெற்றிபெற்றது. 'கறுப்பு வெள்ளைதான் த்ரில்லருக்கு உதவும், வண்ணப்படத்தில் த்ரில்லர் எடுபடாது'என்று சினிமாவில் இருந்த வழக்கமான பேச்சுகளை மாருதி ராவ் இப்படத்தில் மூட்டைகட்டச் செய்தார். ஏவிஎம் ஸ்டூடியோவுடன் இணைந்து எம்.ஜி.ஆரின் 'எங்கள் தங்கம்' சிவாஜியுடன் 'எங்க மாமா' போன்ற படங்களுக்கு ஒளிப்பதிவு செய்தார்.தொடர்ந்து கன்னடம், தெலுங்குப் படங்களிலும் பணிசெய்து வெற்றிவலம் வந்தார். புதுமைகளை எப்போதும் விரும்பும் காலமாற்றம் மாருதி ராவுக்கும் கடுமையான நெருக்கடிகளைக் கொடுத்தது. பி.என்.சுந்தரம், வின்சென்ட் போன்ற திறமையாளர்கள், இவருக்கு இணையாக ஒளிப்பதிவு செய்து வெற்றி வரிசை கட்டினர். அறிஞர் அண்ணா,கலைஞர் கருணாநிதி,எம்.ஜி.ஆர்.மற்றும் ஜெயலலிதா எனத் தொடர்ந்து நான்கு முதல்வர்களின் வெற்றித் திரைப்படங்களிலும், சிவாஜிகணேசன் எனும் மகத்தான கலைஞனோடும் பணியாற்றிய பெருமைமிக்கவர், திரு.மாருதி ராவ். எப்.டி.ஐ. எனப்படும் இந்தியத் திரைப்படம்மற்றும் தொலைக்காட்சிக் கழகத்தின் தேர்வுக்குழுத் தலைவராக சிலகாலம் பணியாற்றியவர்.தொடர்ந்து ஏவிஎம்எனும் மகத்தான ஆலமரத்தின் படங்களுக்கு, வாழ்நாள் முழுக்க ஒளிப்பதிவு செய்ததிலிருந்து இவரது வெற்றியின் ரகசியம், இந்தத் தலைமுறை யினருக்கு எடுத்துக்காட்டு என்றால் மிகையில்லை.

## 1953 இல் வெளியான படங்கள்

1. அன்பு
2. அவன்
3. அழகி
4. ஆசை மகன்
5. ஆனந்த மடம்
6. இன்ஸ்பெக்டர்
7. உலகம்
8. என் வீடு
9. அவ்வையார்
10. கண்கள்
11. குமாஸ்தா
12. சண்டிராணி
13. சத்யசோதனை
14. தந்தை
15. திரும்பிப்பார்
16. தேவதாஸ்
17. நால்வர்
18. நாம்
19. பணக்காரி
20. பரோபகாரம்
21. பூங்கோதை
22. பெற்றதாய்
23. பொன்னி
24. மதனமோகினி
25. மனிதன்
26. மருமகள்
27. மனிதனும் மிருகமும்
28. மனம்போல் மாங்கல்யம்
29. மாமியார்
30. மின்மினி
31. முயற்சி
32. ரோகிணி
33. லட்சுமி
34. வஞ்சம்
35. வாழப்பிறந்தவள்
36. வேலைக்காரி மகள்
37. ஜாதகம்
38. ஜெனோவா

# பிரம்மாண்டம்

# 1953

# ஔவையார்

**1948**இல்,தமிழ்சினிமாவின் முதல் பிரமாண்ட படமான 'சந்திரலேகா'வை எடுத்த அதே வாஸன்தான், இரண்டாவது பிரமாண்ட படமாக ஔவையாரையும் எடுத்து 1953இல் வெளியிட்டார்.அதேசமயம், பல வருட உழைப்பு, பிரமாண்ட செலவு ஆகியவற்றில் 'சந்திரலேகா'வுக்குச் சற்றும் சளைத்ததல்ல,'ஔவையார்'.'சந்திரலேகா'வாவது ஆக்ஷன், மசாலா காட்சிகள் நிறைந்த ஒரு படம். அதற்கு, அவர் செலவழித்த ஆண்டுகளும் பணமும் சரியானது. ஆனால் 'ஔவையார்' ஒரு கவிபாடும் கூன் விழுந்த மூதாட்டிப் பெண்ணின் கதை. இதுக்கு இத்தனை வருடமும் செலவும் தேவையா என்ற கேள்வி, அக்காலத்தில் சினிமா தொழில் சார்ந்த அனைவரிடமும் இருந்தது. ஒருசிலர், வாஸன் பணத்தைக் கொட்டி படம் எடுப்பது வீண்வேலை என்றும் முணுமுணுத்தனர். ஆனாலும் வாஸன் பிடிவாதமாக இருந்தார். 'ஔவையார்' படத்தை மிகப்பெரிய வெற்றிப்படமாக்குவதில் அவர் பிடிவாதமாக இருந்தார். ஒவ்வொருநாளும் திரைக்கதையிலும் பாடல் மற்றும் இசையிலும் படப்பிடிப்பிலும் படத்தொகுப்பிலும் ஒலிச்சேர்க்கையிலும் அங்குலம் அங்குலமாக கண்ணில் விளக்கெண்ணெய் விட்டுக் கண்காணித்தார். அப்படி, அவர் 'ஔவையார்' கதையில் களமிறங்க நேரிடையாக ஒரு காரணமும் இல்லை. அன்று என்னவோ, திரைப்போக்குகளில் நந்தனார், பட்டினத்தார், காரைக்கால் அம்மையார் போன்ற கவிஞர்களின் வாழ்க்கைக்கு சினிமாவில் மவுசு இருந்தது. இதற்குக் காரணம், துவக்கக் காலத்தில் படத்தின் வெற்றியை,

பாட்டுகளின் எண்ணிக்கையே தீர்மானித்தன. அத்தனை பாட்டுக்கும் பாடலாசிரியர்களுக்கும்காசு கொடுத்து எப்படிமாள்வது? அதனால் ஏற்கெனவே காலத்தால் அழியாப் புகழ்வாய்ந்த இந்தத்தமிழ்ப்புலவர்களைப் பற்றிய படமெடுத்தால், இருக்கவே இருக்கிறது அவர்கள் எழுதிய பாடல்கள். ஒன்றுக்கு நூறாக இசையமைப்பாளர்களிடம் அவற்றைக் கொடுத்தால், பாட்டுக்கு பாட்டும் ரெடி, கதைக்கு கதையும் ரெடி. இதுதான் அன்று நந்தனார், பட்டினத்தார், காரைக்கால் அம்மையார் போன்றவர்களைப் பற்றிய திரைப்படங்கள் உருவாக முக்கியக் காரணம். பிற்பாடு அதுவே, ஒரு புதியபோக்காகக் கருதப்பட்ட இந்தச் சூழ்நிலை காரணமாகத்தான் வாஸன்,'ஔவையார்' கதையைப் படமாக எடுக்க 1943 வாக்கில் முன்வந்தார். அவர், இந்த முடிவுக்குவர இன்னொருகாரணம், அவ்வை சண்முகம் அவர்களின் மிகப்பெரிய வெற்றிபெற்ற 'ஔவையார்' நாடகம்.

அவ்வை சண்முகம் அவர்கள் சங்கரதாஸ் சுவாமிகள், பம்மல் சம்மந்த முதலியாருக்குப் பிறகு, தமிழ்நாடக உலகை வளர்த்த மிகப்பெரிய ஆளுமை. அவர் எழுதிய பல நாடகங்களில், பெண் வேடங்களில் அவரே நடிக்கவும் செய்தார். அப்படி, அவர் போட்ட வேடங்களில் பிரசித்திபெற்ற நாடகம், 'ஔவையார்'. அதில் தோற்றம் சிறப்பாக வரவேண்டும் என்பதற்காகவே தனது இரண்டு முன்பற்களை அகற்றி, கீழ்உதட்டை உள்நோக்கி வளைத்து, ஒரு வயதான பெண்ணாகவே மாறினார். இந்த

நாடகத்தின் அபரிமிதமான வெற்றிதான், வெறும் டி.கே.சண்முகமாக இருந்த அவரை 'அவ்வை சண்முகம்' என அழைக்கவைத்தது.

சென்னையில் மட்டும் தொடர்ந்து 96 முறை இந்த நாடகத்தை நடத்தினார்.அது, அவருக்கு நிரந்தர முதுகுவலியைக் கொடுத்தது. 1948ஆம் ஆண்டில், இந்த நாடகம் நடத்தி முடித்த கையோடு, ஆம்புலன்சில் ஏறி முதுகுவலிக்கு மருத்துவமனைக்குக் கொண்டு செல்லப்பட்டார். அப்படியான அவ்வை சண்முகம் நாடகத்தின் வெற்றியும்,வாஸன் அவர்கள் இந்தப் படம் எடுக்கும் முடிவுக்குவர முக்கியக் காரணம். படத்தை எடுக்கும் முடிவுக்கு வந்தவுடன் வாஸன், நேரடியாக கே.சண்முகத்திடம் அணுகி படத்தில் நடிக்கக் கேட்டபோது அவர் மறுத்துவிட்டார். காரணம், ஆண், பெண் வேடம் போட்டால் நாடகத்தில் ரசிப்பார்கள் ஆனால் சினிமாவில் ரசிக்கமாட்டார்கள் எனக்கூறி மறுத்துவிட்டார். 'தடை என்று வந்தாலே அதை உடை' என்பதுதான் வாசனின் மந்திரம். உடனே அவர், ஒளவையாரை எடுத்தே தீர்வது என்ற முடிவுக்கு வந்தார். புராணக்கதைக்கு ஏது உரிமை என நினைத்தாரோ என்னவோ, அவ்வை சண்முகத்தின் திரைக்கதையைக் கோராமல், தன் ஆஸ்தான எழுத்தாளர் கொத்தமங்கலம் சுப்புவை அழைத்து, ஒளவையார் பற்றி இ்ன்னும் கூடுதல் புதிய தகவலுடன் புதிய திரைக்கதை எழுதித் தரும்படி உத்தரவிட்டார். அப்போதே, நாடகத்துக்கும் நம் சினிமாவுக்கும் எந்தத்தொடர்பும் இல்லாதளவுக்கு வித்தியாசமாக இருக்கவேண்டும் என முடிவெடுத்தார். அதற்கேற்ப, காட்சிகளில் பிரமாண்டம் தோன்றும்படி எழுதச் சொன்னார்.

அப்போது அவர்முன் இருந்த சவால், எப்படி அவ்வை சண்முகத்தின் ஒளவையாரை விடவும் பெயர் வாங்குவது என்பதுதான். அப்போது துவங்கிய எழுத்துப்பணிக்கு தமிழகத்தின் முன்னணி எழுத்தாளர்கள் பலரும் அழைக்கப்பட்டனர். இரண்டு வருட கடும் உழைப்புக்குப்பின் திரைக்கதை முழுவடிவம் கண்டது.

இப்போது அவர்முன் இருந்த இன்னொரு சவால், ஒளவையார் பாத்திரம். அந்த ரோலில் யாரை நடிக்கவைப்பது? யார் நடித்தாலும் அவ்வை சண்முகத்தை மிஞ்சும்வகையில் நடிக்கவேண்டும், வியாபாரத் திலும் ஒரு எதிர்பார்ப்பை உருவாக்க வேண்டும். பலமாக மூளையைக் கசக்கிய வாஸன் மனதில், பளிச்சென மின்னல் வெட்டினாற்போல மனதில் தோன்றினார்,கே.பி.சுந்தராம்பாள். கிட்டப்பாவின் மனைவி. கிட்டப்பா இறந்தபிறகு மேடையில் நடிப்பதைத் தவிர்த்துவந்தார். பின்,

சில ஆண் வேடங்களில் நடித்துவந்தவர், பெண் வேடங்களில் நடிக்கவில்லை. கிட்டப்பாவுக்குப் பின் யாருடைய ஜோடியாகவும் அவர் நடிப்பதைத் தவிர்த்துவந்தார்.ஆனாலும் அவர் பாடல்களால், மக்கள் மத்தியில் அவருக்கு மிகப்பெரிய பேரும்புகழும் இருந்தது. இதனால் வாஸன், கே.பி.சுந்தராம்பாளை அணுகினார். ஆனால் கே.பி.சுந்தராம்பாள், இனி நடிக்கப்போவதில்லை என்றுகூறி மறுத்தார். ஆனாலும் வாஸன், பிடிவாதமாக சுந்தராம்பாள் மறுக்கவேமுடியாத வாய்ப்பை வழங்கினார். தனக்கு ஒருவரிடம் காரியம் ஆக வேண்டுமென்றால், அவர்கள் மறுக்கவேமுடியாத வாய்ப்பை அவர்களுக்கு வழங்கு என்பது புகழ்பெற்ற வாசகம். எம்.பி.ஏ. போன்ற வணிகம்சார்ந்த படிப்புகளில் கற்றுக் கொடுக்கப்படும் இந்தப் பிரபல சூத்திரம்,'காட்பாதர்' திரைப்படத் திலிருந்து கையாளப்பட்டுள்ளது. ஆனால் வாஸன் அவர்களோ, எந்த எம்.பி.ஏ. வகுப்பிலும் படிக்காதவர். ஆனால் அவர் மிகப்பெரிய முதலாளியாக தொழிலில் வெற்றிபெற்று இந்தியாவையை அசரவைக்கக் காரணம், அவரிடம் இயல்பாகவே இருந்த வணிகமூளை. அப்படித்தான், கே.பி.சுந்தராம்பாள் அவர்களைச் சம்மதிக்கவைத்தார். அவரைச் சம்மதிக்கவைத்து யாரும் கொடுக்கமுடியாத அன்றைய சூழலில், இந்தியாவில் யாருமே வாங்காத அதிகபட்ச சம்பளமாக அன்று கே.பி.எஸ்ஸுக்கு ஒரு லட்சம் ரூபாய் சம்பளம் பேசினார். அதன்படி, இன்றைய மதிப்புக்கு 15 கோடி ரூபாய்.ஔவையார் போன்ற படத்துக்கு, ஐம்பது வயதைக் கடந்த, நரைதரித்த வயதான பெண்ணுக்கு ரூபாய் 15 கோடி இன்று கொடுத்தால்கூட அவரை அனைவரும் வினோதமாகப் பார்ப்பார்கள். ஆனால் வாஸன், துணிந்து கொடுத்து ஒப்பந்தம் செய்தார். இப்படியாகத்தான், ஒரு லோ பட்ஜெட் கதை பிரமாண்ட மெகா பட்ஜெட்டாக உயர்ந்தது. 1948ஆம் ஆண்டு, விநாயகர் சதுர்த்தி அன்று பூஜை போடப்பட்டு ஔவையாரின் படப்பிடிப்புத் துவங்கியது.

செலவுக்குமேல் செலவுகள் இழுத்துக்கொண்டே போனது. வாசனும் அஞ்சாமல் படம் பிரமாண்டமாக வரவேண்டும் என்று கனவுகண்டார். காரணம், அப்போது அவருக்கு உண்டான திடீர் நெருக்கடி. அதுவரை புராணப்படங்களுக்கு இருந்த மவுசு, இவர் படம் துவங்கிய சிலநாட்களில் மாறத் துவங்கியது. அண்ணாவின் 'வேலைக்காரி', கலைஞரின் 'ராஜகுமாரி', 'மந்திரிகுமாரி', 'பொன்முடி' எனத் தொடர்ந்து, சமூகப் புரட்சி பேசும் படங்களில், திராவிட இயக்கக் கருத்துகளில் நெருப்புப்பொறி பறந்தன. கடவுள் மறுப்புக் கொள்கை உடைய திராவிட இயக்கத்தினருக்குக் கிட்டிய மிகப்பெரிய வெற்றி, வாசனுக்குள் எதிர்பாரா அச்சத்தையும்

மாற்றத்தையும் உண்டாக்கியிருக்க வேண்டும் அல்லது உடனிருக்கும் சினிமா வியாபாரிகள் அவருக்கு 'ஔவையார்' படம் இக்காலத்துக்கு ஒத்துவராது என கருத்துச் சொல்லியிருக்க வேண்டும். இப்படியான சமூக நெருக்கடிகளை மனதில்கொண்டோ என்னவோ 'ஔவையார்' படத்தை வெற்றி பெறவைத்து,தான் யார் என்பதை நிருபிக்கவேண்டும் என வாஸன் முடிவெடுத்தார். இன்னும் சொல்லப்போனால், இந்தியாவின் முதல் பிரமாண்டம் எனப்பெயரெடுத்த 'சந்திரலேகா'வையே அது மிஞ்சவேண்டும் என யோசித்தார். ஆனால் கதையோ, நாயகி ஒரு கிழவி. கதையைவிட்டு விலகாமலும் அதேசமயம், அது கண்ணைக் கவரும் விதத்திலும் அமையவேண்டும் என கொத்தமங்கலம் சுப்புவிடம் குடைய, எதார்த்தம் கெடாத பிரமாண்டம் எப்படி என யோசித்ததின் விளைவுதான், 100 யானைகள் ஒருசேர ஔவையாரின் கட்டளையைக் கேட்டு, கோட்டையைத் தகர்க்கும் காட்சி உருவானது.

சரி. கற்பனையில் 100 யானைகள் யோசித்தாகிவிட்டது. படப்பிடிப்புக்கு 100 யானைகள் கிடைக்க வேண்டுமே. அப்படியே கிடைத்தாலும் அத்தனை யானைகளையும் பராமரித்து, படப்பிடிப்புக்குள் கொண்டு வருவதென்றால் அது இன்னும் பலமடங்கு செலவுகள்பிடிக்கும். இது சாத்தியமா? என வாசனிடம் அனைவரும் கேட்க, அவர் சொன்ன பதில் சாத்தியம். அதுதான் எஸ்.எஸ்.வாஸன்.

100 யானையை வரவழைத்துக் காட்சிப்படுத்திவிட்டால் அதைவிடப்பிரமாண்டம் வேறென்ன இருக்கமுடியும் என வாஸன் முடிவெடுத்து காரியத்தில் இறங்கினார். இதற்கு 100 யானைகளைத் தேடி, ஜெமினி ஸ்டூடியோ குழு அங்குமிங்குமாக அலைந்தபோது, ஒரு தகவல் அந்தக் குழுவுக்குக் கிடைக்க, உடனே குழு, துறைமுகம் விரைந்தது. கூர்க்கில் சும்மா திரிந்துகொண்டிருந்த 100 யானைகளை, சென்னை துறைமுகம் வழியாக கப்பலில் அந்தமானுக்குக்கொண்டு செல்லப் போவதாக வந்த செய்திதான், அது.

இப்படி அந்தமானுக்குக் கொண்டுசெல்லும் யானைகளை படப்பிடிப்புக்குக் கொண்டுவருவது என்பது, மலையைக் கட்டி கேசத்தில் இழுக்கும் விஷயம். ஆனால் வாஸனால் அது சாத்தியப்பட்டது. இன்னும் சொல்லப்போனால்,இப்படி ஒருகாரியத்தை அந்தக்காலத்தில் வேறுஒரு தயாரிப்பாளர் நினைத்துக்கூட பார்த்திருக்கமுடியாது. வாஸனால் மட்டுமே இதை சாத்தியப்படுத்த முடிந்தது என்றால், இதுதான் அவரது யானை பலம். இப்படியாக, 100 யானைகளை ஸ்டூடியோவுக்குக்

கொண்டுவந்து,கோட்டை செட் போட்டு, அதை யானைகள் மோதி உடைப்பதுபோலபத்து நாட்கள் தொடர்ந்து படம்பிடித்தார். அந்த 100 யானைகளை, பத்து நாட்கள் பராமரித்த செலவில் மட்டும் இன்று மூன்று படங்கள் எடுத்துவிடலாம். 100 யானைகளைக் குளிப்பாட்ட செலவான நீர் மட்டுமே ஒரு நாளைக்கு எவ்வளவு கேலன்கள் எனக் கணக்குப்போட்டு அதை பெருக்கிப் பாருங்கள்.அந்த நீரைக் கொண்டுவந்து நிரப்ப போக்குவரத்து ஊழியர்கள் செலவு என ஒவ்வொரு விஷயத்தையும் கணக்குப்போட்டால் மலைத்துப் போய்விடுவோம்.

ஒருகட்டத்தில், படம் முழுவதுமாக முடிந்து இறுதியாக எடிட்டிங் டேபிளில் இரண்டு படங்களுக்கான ரீல்களைக் கொண்டுவந்து வைக்க வாஸன், தான் உருவாக்கியப் படைப்பு என உச்சிமுகராமல், படத்தொகுப்பாளரிடம் ஈவு இரக்கமில்லாமல் தேவையற்ற காட்சிகளை வெட்டி எறிந்து, கச்சிதமான வடிவத்துக்குப் படத்தை வடிவமைக்குமாறு உத்தரவிட்டார். தொழில்நுட்பப் பணிகள் முடிந்தபின், தன் ஸ்டூடியோவில் ஆனந்த விகடன் ஊழியர்கள் அனைவரையும் கூட்டி அவர்களுக்கு எடுத்த படத்தைப் போட்டுக் காண்பித்தார். படம் முடிந்தவுடன்

அனைவர் கையிலும் ஒரு ஊழியர், ஒரு துண்டுப் பேப்பரைக் கொடுத்து ஒளிவுமறைவில்லாமல் படத்தை விமர்சிக்கும்படி கட்டளையிட்டார். அப்படி எழுதப்பட்ட விமர்சனத்தில் ஒன்று, 'உங்கள் படத்தை, அப்படியே தூக்கிக் கொண்டுபோய் வங்காள விரிகுடா கடலில் போட்டுவிடலாம்' எனத் துணிச்சலாக எழுதினார். கதிர் என்ற பெயர்கொண்ட அவரை உடனே அழைத்துவரும்படி வாஸன் கோபத்துடன் உத்தரவிட்டார். பின்பு இயக்குனர் கொத்தமங்கலம் சுப்புவையும் அவர் வரும்போது, தன் அறையில் உட்காரவைத்திருந்தார். பயந்துகொண்டே வந்த கதிர் என்பவரிடம், பொறுமையாக அவர் "ஏன், அப்படி எழுதினீர்கள்" என்று கேட்க, "படம், சுவாரசியமாக இல்லை" என, அவர் வெளிப்படையாக கருத்துக் கூறினார். அதை ஏற்றுக்கொண்ட வாஸன், யோசித்துப் பின் மீண்டும் கொத்தமங்கலம் சுப்புவிடம் மேலும் சில காட்சிகளை சேர்க்கச்சொல்லி மீண்டும் படப்பிடிப்பு நடத்த உத்தரவிட்டார். அதன்படி, பண்டைத் தமிழ்மன்னன் பாரி, ஔவையாருக்கு பிரமாண்ட வரவேற்பை அளிப்பதாக எழுதப்பட்டு ரூ.1.5 லட்சம் செலவில் ஒரு முழுத்தெரு செட் போடப்பட்டது. 10,000 இளைய

கலைஞர்கள் மற்றும் பலவகையான நாட்டுப்புற நடனங்கள் அந்த ஊர்வலத்தில் சேர்க்கப்பட்டன. இந்தப்பிரமாண்டமான காட்சி திரைப்படத்தை உயிர்ப்பித்தது.

படம் வெளியானபோது எழுத்தாளர் கல்கி, தனது பத்திரிகையில் ஒரு சிறந்த விமர்சனத்தை எழுதினார். இது, அவரது முன்னாள் முதலாளி வாசனுடன் நல்லுறவுக்கு வழிவகுத்தது.

வெலிங்டன் திரையரங்கிற்கு 'ஔவையார்' படம்பார்க்கவந்த முதல்வர் ராஜாஜியை விமர்சித்து, கல்கி தாக்கி எழுத அதுவும் சேர்ந்து படத்துக்கு மிகப்பெரிய விளம்பரமானது.

இன்று எல்லோரும் ரிலையன்ஸ் அம்பானியின் வெற்றிச் சூத்திரமாகச் சொல்லும் எல்லாம், அன்று வாஸன் அவர்கள் கடைப்பிடித்து தென்னிந் திய வணிக சாம்ராட்டாக வலம்வந்ததோடு மட்டுமல்லாமல், மும்பை படஉலகையும் மிரளவைத்தார். இல்லாவிட்டால், திராவிட சினிமா பேரெழுச்சி பெற்ற இக்காலகட்டத்தில், எதிர்நீச்சல் போடுமளவுக்கு இப்படி ஒரு படத்தை, இவ்வளவு செலவுசெய்து துணிச்சலாக எடுத்து வெளியிட்டு,அதில் வெற்றியும் பெற்று நிரூபித்தது, அத்தனை சாதாரண விஷயமல்ல. இதுபோன்ற சாகசங்கள் பலவற்றை அவர் வாழ்க்கை முழுக்கச் செய்தார்.இதனால்தான் இன்றும் அவர், சரித்திரத்தில் இடம்பிடித்து விதந்தோதப்பட்டு வருகிறார். இப்படியாக,ஔவையார் படத்துக்கு வாஸன் எடுத்த மெனக்கெடல் இருக்கிறதே அது, இப்பவும் பல வியப்புகளை ஊட்டக்கூடியதாக இருக்கிறது. பொதுவாக, கடும் உழைப்புக்கும் பிரமாண்டத்துக்கும் உலகம்முழுக்க '10 கமென்ட்மெண்ட்ஸ்' எடுத்த சிசிலி பி டெம்லியைச் சொல்வார்கள்.அசுர உழைப்பாளி அவர். இந்திய சினிமாவில் சிசிலி பி டெம்லி என வாஸன் ஒருவரை மட்டுமே சொல்லமுடியும் என்றால் அது ஔவையார் படத்துக்கு எடுத்த மெனக்கெடல். வெகுகாலத்திற்குப் பிறகு, உலகத்தமிழ் மாநாட்டிற்காக கடற்கரையில் ஔவை சிலையை வாஸன் வழங்கினார். தற்செயலாக, சிலைக்குச் செங்குத்தாக உள்ள சாலைக்கு 'அவ்வை சண்முகம் சாலை' என்று பெயர் சூட்டப்பட்டது.

## 1954 இல் வெளியான படங்கள்

1. அந்தநாள்
2. அம்மையப்பன்
3. இருளுக்குப் பின்
4. இல்லற ஜோதி
5. எதிர்பாராதது
6. என் மகள்
7. கல்யாணம் பண்ணியும் பிரம்மச்சாரி
8. கற்கோட்டை
9. கனவு
10. குடும்பம்
11. கூண்டுக்கிளி
12. சந்திரஹாரம்
13. சுகம் எங்கே
14. சொர்க்க வாசல்
15. துளி விசம்
16. நண்பன்
17. நல்லகாலம்
18. பணம் படுத்தும் பாடு
19. பத்மினி
20. புதுயுகம்
21. பெண்
22. பொன்வயல்
23. போன மச்சான் திரும்பி வந்தான்
24. மதியும் மமதையும்
25. மலைக்கள்ளன்
26. மனோகரா
27. மாங்கல்யம்
28. ரத்த பாசம்
29. ரத்தக்கண்ணீர்
30. ராஜி என் கண்மணி
31. விடுதலை
32. விளையாட்டு பொம்மை
33. வீரசுந்தரி
34. வைரமாலை

# பொறுத்தது போதும்

## 1954

### ஒரே ஆண்டில் நான்கு உன்னதத் திரைப்படங்கள்

இந்த ஆண்டை, தமிழ் சினிமாவுக்குத்' தங்க வருடம்' என்று சொல்லலாம். தமிழின் ஆகச்சிறந்த படங்கள் 100 பட்டியலிட்டால் அதில் இடம்பெறக்கூடியநான்கு படங்கள், இந்த ஒரே ஆண்டில் வெளியானது. அதில் இரண்டுபடங்கள், நடிகர்திலகம் சிவாஜி அவர்களுடையது என்பதும், ஒரேயொரு படம் மட்டும் புரட்சித்தலைவர் எம்.ஜி.ஆருடையது என்பதும் குறிப்பிடத்தக்கது. 1. மனோகரா, 2. ரத்தக்கண்ணீர், 3. மலைக்கள்ளன்,4. அந்த நாள்.

மேற்சொன்ன இந்த நான்கு படங்களின் வெற்றிக்குக் காரணமாக அமைந்தது, அதன் அனல்பறக்கும் வசனங்கள் என்பதும், தமிழ் சினிமாவில் ஒருகாலத்தில் பாட்டு இருந்தால் படம் ஓடும் என்ற நிலை தலைகீழாக மாறி, வசனம் சிறப்பாக இருந்தால் அந்தப் படம் நிச்சயம் வெற்றிபெறும் என்றநிலை பத்தே வருடத்தில் மாறியதுகுறிப்பிடத்தக்கது. இதில் இரண்டு படங்கள், கலைஞர் கருணாநிதி அவர்களின் வசனக்கூர்மைக்குச் சான்று. ஒன்று, மலைக்கள்ளன். இன்னொன்று ,மனோகரா. இரண்டிலுமே முக்கிய நடிகர்களான சிவாஜி மற்றும் எம்.ஜி.ராமச்சந்திரன் ஆகியோர்க்கு இணையாக என்பதைக் காட்டிலும் அவர்களைக் காட்டிலும் கூடுதல் கவனம்பெற்றது, கலைஞரின் வசனம் என்றால் அது மிகையில்லை. நடிகர்திலகம் சிவாஜி அவர்களின்' பராசக்தி'க்குப் பிறகு மிகப்பெரிய வெற்றி என்றால் அது,'மனோகரா'தான். அதுபோல, எம்.ஜி.ராமச்சந்திரன் அவர்களுக்கும் 'மந்திரிகுமாரி'க்குப் பிறகு மிகப்பெரிய வெற்றிப்படம் 'மலைக்கள்ளன்' என்பதும் இந்தப் படத்தின்வழியாகத்தான் எம்.ஜி.ஆர் அவர்களுக்குப்'புரட்சி நடிகர்' பட்டம் வந்தடைந்ததும் குறிப்பிடத்தக்கது.அதுபோல, முன்சொன்ன இரண்டு படங்களுக்கும் சற்றும் குறைவில்லாத சரித்திரப் பெருமை வாய்ந்தவை மற்ற இரண்டு படங்களான 'அந்த நாள்' மற்றும் 'ரத்தக்கண்ணீர்'.இன்னும் சொல்லப்போனால், திரைப்பட வரலாற்றில் 'பராசக்தி'க்குப்பிறகு குறிப்பிடத்தக்க படம் எனப்போற்றுமளவுக்கு 'ரத்தக்கண்ணீர்'இந்த நான்கு படங்களில் கூடுதல் பெருமையைத் தக்கவைத்துக் கொண்டிருக்கிறது. அதுபோல, சினிமா எனும் கலையின் பரிணாம வளர்ச்சியில் 'அந்த நாள்'படம் மிகுந்த தனித்துவம்கொண்ட படம். சிறந்த ஒளிப்பதிவு என்று பார்த்தால் அதுவரையிலான தமிழ்ப்படங்களில்'அந்த நாள்' படம், சிறந்த ஒளிப்பதிவில் முதல் இடம் பெற்றிருக்கிறது. அதுபோல, பாடல்களே இல்லாத படம் என்றும்

பன்முகக் கதையாடல் திரைக்கதை என்பதிலும், எதிர்நாயகனை கதைநாயகனாகக் கொண்ட முதல் படம் எனப் பல்வேறு நிலைகளில் 'அந்த நாள்' தமிழ் சினிமா வரலாற்றில் தனித்துவமிக்க படமாக இன்றும் கொண்டாடப்படுகிறது. அவ்வகையில், முன்சொன்ன நட்சத்திர ஆளுமைகொண்ட படங்களைவிட, இந்த இரண்டு தொழில்நுட்ப ஆளுமைகொண்ட, கதை முக்கியத்துவம்கொண்ட படங்கள் கூடுதல் முக்கியத்துவம்பெற்று அழுத்தமான இடத்தைப் பெற்ற 1954ஆம் ஆண்டுக்கு, தமிழ் சினிமாவில் கூடுதல் முக்கியத்துவம் பெற்றுத்தந்துள்ளன.

## மனோகரா

**த**மிழில், சில சொற்கள் சேர்ந்தால் அவற்றுக்கு அதீதசக்தி வந்துவிடும். அப்படி, ஒரு அதீதசக்தி மிகுந்த சொற்களால் ஆன ஒரு வசனம். 'பொறுத்தது போதும், பொங்கி எழு...' இந்த நாலே சொற்களைக் கூறினால்போதும். தமிழ் கலாச்சாரத்தில் புழுப் பூச்சிக்குக்கூட ரத்தம் கொதிக்கத் துவங்கிவிடும். சினிமா, தமிழ் மக்களின் வாழ்வில் எந்தளவுக்கு ரத்தத்தில் கலந்துள்ளது என்பதற்கு இந்த ஒரு வசனம் போதும். அந்தளவுக்கு, தமிழ் மக்களின் வாழ்வில் அழுத்தமான தடத்தை உருவாக்கிய படம் 'மனோகரா'. 1954ஆம் ஆண்டில் வெளியாகி, 68 வருடங்கள் ஆனபின்பும் இன்றும் இந்தப் படம் ரசிகர்களின் மனதில் 'மாணிக்கக்கங்கணம்' கட்டிக்கொண்டிருக்கிறது என்றால் அதற்குக் காரணம், கோடை இடி முழக்கம் போல கலைஞரின் வசனமும், கொட்டும் அருவிபோன்ற நடிகர்திலகம் சிவாஜி அவர்கள் நடிப்பும். இரண்டு வருடங்களுக்கு முன் 'பராசக்தி'யின் மிகப்பெரிய வெற்றிக்குக் காரணமாக இருந்த அதே இரண்டு மகத்தான கலைஞர்கள் 'மனோகரா'விலும் வெற்றிக் கூட்டணி அமைத்து தமிழ் ரசிகர்களுக்கு விருந்துவைத்தனர். 'மனோகரா'விலோ, இன்னும் கூடுதலாக இவர்கள் இருவருக்கும் சளைக்காத இன்னொருவர் நடிப்பும் பார்வையாளர்களைப் பரவசப்படுத்தியது. அவர், கண்ணாம்பா. அவர் நடிப்பு, திரையிலிருந்து அகத்தூண்டல்களை ரசிகர்கள் மீதுவாரியிறைத்தார் போன்ற ஒரு துடிப்பை உண்டாக்கியது என்றால்மிகையில்லை.

பம்மல் சம்மந்த முதலியார் எழுதிய, புகழ்பெற்ற நாடகத்தை ஜூபிடர் பிக்சர்ஸ் முதலில் எடுக்க நினைத்து,கே.ஆர்.ராமசாமியை ஒப்பந்தம் செய்து உடன் இயக்குனர் ஏ.எஸ்.ஏ.சாமியை இயக்குனராகவும் இளங்கோவன் அவர்களை வசனகர்த்தாவாகவும் ஒப்பந்தம் செய்துதயாரிக்கக் காத்திருந்தது.இதனிடையே,'பராசக்தி'யின் மிகப்பெரிய வெற்றி அவர்கள் திட்டத்தை முழுவதுமாகக் கலைத்து ஆடிவிட்டது. கே.ஆர்.ராமசாமிக்குப் பதில் சிவாஜி ஒப்பந்தம் செய்யப்பட்டார் உடன், கலைஞர் அவர்கள் வசனத்துக்குக்காகவும் எல்.வி.பிரசாத்தை இயக்குனராகவும் ஒப்பந்தம் செய்தனர். இந்தியாவின் முதல் பேசும்படமாக 1931இல் வெளியான'ஆலம் அரா'வில், உதவி இயக்குனராகவும் நடிகராகவும் தன் திரைவாழ்வைத் துவக்கிய எல்.வி.பிரசாத்இப்படத்தை இயக்கியிருந்தார்.

**மனோகரா கதை**

கேசரிவர்மன் என்ற கலைஞன், தனது மனைவி வசந்தசேனையுடன் மன்னன் புருஷோத்தமனின் அவையில் இசை நிகழ்ச்சி நடத்த வருகிறான். அரசன் அவள்மீது காதல் கொள்கிறான். கணவனை ஒழித்து அரசனுடன் இருக்க வசந்தசேனை, கேசரியின் பாலில் விஷம் கலக்கிறாள். கேசரி இறந்துவிடுகிறார். ஆனால் ஒரு முனிவரின் உதவியுடன் கண்ணுக்குத்தெரியாத மனிதனாகத் திரும்புகிறார். பழிவாங்க முயல்கிறான். புருஷோத்தமன்,ஏற்கெனவே ராணி பத்மாவதியை மணந்து, மனோகரன் என்கிற ஒரு மகன் இருந்தபோதிலும், மன்னன் புருஷோத்தமன் வசந்தசேனையிடம் ஈர்க்கப்பட்டு அவளுடன் வாழத் தொடங்குகிறான். பத்மாவதி, மன்னன்மீது கோபமடைந்து, வசந்தசேனையைப் பிரியும் வரை அவனை மீண்டும் பார்க்கமாட்டேன் என்று சபதம் செய்தாள். கேசரியின் குழந்தையைக் கர்ப்பமாக இருக்கும் வசந்தசேனை, புருஷோத்தமனின் குழந்தைஎன்று நம்பவைக்கிறார். பிறந்த குழந்தைக்கு வசந்தன் என்று பெயர். வருடங்கள் உருண்டோடுகின்றன. வசந்தசேனை, ஒவ்வொரு முடிவிலும் புருஷோத் தமனைப் பாதிக்கிறது. இது, மனோகரனை எரிச்சலூட்டுகிறது.ஆனாலும் அவன் அம்மா பத்மாவதி அவனைத் தடுக்கிறாள். அவனிடம் தன்னைமீறி வசந்தசேனையைஎதுவும் செய்யக்கூடாது எனச் சத்தியம் வாங்கிக் கொள்கிறாள். வசந்தசேனையும் ஒரு சதித்திட்டம் தீட்டி, பத்மாவதியையும் மனோகரன் மனைவி விஜயாவையும் பொய் வழக்குகளில் சிறையில் அடைக்கிறார். மனோகரனை மரண தண்டனைக்காக தேரில் ஏற்றிச்செல்லும்போது, வசந்தசேனையின் முதல் கணவன் கேசரிவர்மன்

அவனைக் காப்பாற்றுகிறான். மனோகரன், அமைச்சர் சத்தியசீலர் மற்றும் ராஜபிரியன் ஆகியோரின் உதவியுடன்,வைத்தியராக வேடமிட்டு மீண்டும் அரண்மனைக்குள் நுழைந்து, வசந்தசேனையின்கீழ் வேலை செய்கிறார். ஒருகட்டத்தில் மன்னர் புருஷோத்தமனையும் சிறையில் தள்ளுகிறாள், வசந்தசேனை. புருஷோத்தமன், தன் தவறுகளை உணர்ந்து வருந்துகிறான். இதனிடையே, மனோகரானின் மனைவி விஜயா சிறையில் ஒரு குழந்தையைப் பெற்றெடுக்கிறாள். வசந்தசேனை,அந்தக் குழந்தையை கோர்ட்டுக்குக் கொண்டுவந்து கொல்லும்படி உத்தரவிடுகிறார். இதனிடையே, மனோகரனின் மாறுவேடம் கலைந்துவிட அவனையும் சிறைப்பிடிக்கிறாள், வசந்தசேனை. மனோகரனின் குழந்தையை வசந்தசேனை கொல்லஉத்தரவிட உடனே, குடும்பத்தின் மானத்தை மீட்டெடுக்க மனோகரனிடம் 'பொறுத்தது போதும், பொங்கி எழு' எனக்கட்டளையிடுகிறாள், அவன் தாய்.அவன், சுவரில் சங்கிலியால் பிணைக்கப்பட்டிருந்தாலும், அவனது தாயின் வார்த்தைகளைக் கேட்டதும் உணர்ச்சி பீறிட்டு கோபம் கொப்பளிக்க, சங்கிலிகளை உடைத்துக்கொண்டு கிளம்புகிறான். சண்டை ஏற்படுகிறது. மனோகரன், சத்தியசீலர், ராஜபிரியன் மற்றும் அவர்களது படைகள் ராணியின் படையைத் தாக்க, எதிரிகள் அனைவரும் அழிக்கப்படுகிறார்கள். புருஷோத்தமன் விடுதலையாகி குடும்பத்துடன் இணைகிறார். பம்மல் சம்மந்த முதலியாரின் நாடகத்திலிருந்து கச்சிதமான ஒரு வடிவத்தில்திரைக்கதையை உருவாக்கி, இறுதிக்காட்சியை 'சம்சன் அண்ட் டிலைலா'படத்தின் பாதிப்பில்மாற்றி எழுதியது மட்டுமல்லாமல்,அதற்கேற்றாற்போலஉணர்ச்சி தெறிக்கும் கூர்மையான வசனமும் அதை எழுதிய கலைஞரின் எழுத்தாளுமை, இப்படத்தை மிகப்பெரிய வெற்றிக்கு இட்டுச்சென்றது என்றால் மிகையில்லை. இதில் சிவாஜி, கண்ணாம்பா நடிப்புக்கு அடுத்ததாய் அனைவரையும் வசீகரித்தவர், வசந்தசேனையாக நடித்த டி.ஆர்.ராஜகுமாரி. தமிழின் மிகச்சிறந்த நடிகையருள் அவரும் ஒருவர் என்பது, இப்படத்தில் அவர் வில்லாய் வளைக்கும் புருவத்தையும், அம்பாய் துளைக்கும் கூர்விழிகளின்கொடூரத்திலும் உணரமுடியும். வசந்தசேனையின் கள்ளக்காதலனாக வரும் 'உக்கிரசேனா','மந்திரிகுமாரி' வில்லன் நடிகர் எஸ்.ஏ.நடராஜனும்மனோகரனின் நண்பன் ராஜப்ரியனாக எஸ்.எஸ்.ஆர். ராஜேந்திரன், வசந்தசேனையின் மகனாக காக்கா ராதாகிருஷ்ணன் ஆகியோரும் தங்களது சிறப்பான நடிப்பால் படத்தின் மிகப்பெரிய வெற்றிக்கு வழிவகுத்தனர்.

# பி.கண்ணாம்பா

**ம**னோகராவின் மிகப்பெரிய வெற்றிக்கு கலைஞரின் வசனம், சிவாஜியின் நடிப்பு ஆகியவை முக்கியக் காரணி களாக இருந்தாலும், இவர்கள் இருவருக்கும் இணையாக, அனைவராலும் வியப்புடன் பார்க்கப் பட்டவர், கண்ணாம்பா.

தமிழ் சினிமாவில், அம்மா பாத்திரம் என்றாலே பலருக்கும் பண்டரிபாய் (மன்னன்) அல்லது மனோரமாவோ (சின்னக்கவுண்டர், சின்னத்தம்பி) அல்லது தற்காலத்தில் சரண்யாவோ (தென்மேற்குப் பருவக்காற்று, களவாணி) ஆகியோர்தான் நம் நினைவுக்கு வருவர். ஆனாலும் இவர்களைவிடவும் ஒருபடி அதிகமாக, மிகச்சிறந்த தன் நடிப்பாற்றலால் அனைவரது நினைவிலும் நின்று நிழலாடி வருபவர்தான், கண்ணாம்பா.

கண்ணாம்பா, தெலுங்கை தாய்மொழியாகக் கொண்டவர். ஆந்திரப்பிரதேசம், குட்டப்பா என்ற ஊரில் எம்.வெங்கணராசையா, லோகாம்பா ஆகியோருக்கு ஒரே குழந்தையாகப் பிறந்தார். தாயின் பெற்றோருடன் ஏலூருவில் வளர்ந்தார். 1927ஆம் ஆண்டு கண்ணாம்பா,தன் 16 வயதில் நாரலா நாடகி சமாஜன் நாடக மன்றத்தில் சேர்ந்து 'அரிச்சந்திரா' நாடகத்தில் சந்திரமதியாக நடித்துப் பெயர்பெற்றார். அதன்பிறகு, அந்த நாடக மன்றம் மேடையேற்றிய 'அனுஷியா', 'சாவித்திரி', 'யசோதா' போன்ற நாடகங்களில் நடித்தார். இந்நாடக நிர்வாகிகளில் ஒருவரான கே.பி.நாகபூஷணம், 1934இல்

கண்ணாம்பாவைதிருமணம் செய்துகொண்டார். அதே ஆண்டு, இருவரும் 'ஸ்ரீ ராஜராஜேஸ்வரி நாட்டிய மண்டலி' என்ற புதிய நாடகக் கம்பனியை ஆரம்பித்து தென்னிந்தியாவெங்கும் நாடகங்களை நடத்திவந்தார்கள். இவர்களுக்கு குழந்தைகள் இல்லாததால் ஒரு ஆண் பிள்ளையையும், பெண் பிள்ளையையும் தத்தெடுத்து வளர்த்தார்கள். மகள் ராஜராஜேஸ்வரி, பிரபல தெலுங்கு இயக்குனர் சி.புல்லையாவின் மகனைத் திருமணம் செய்துகொண்டார்.

ஸ்டார் கம்பெனியைச் சேர்ந்த ஏ.ராமையா, 'ஹரிச்சந்திரா' திரைப்படத்தில் கண்ணாம்பாவை, சந்திரமதி பாத்திரத்தில் நடிக்கவைத்தார். அதன்பிறகு,சரசுவதி டாக்கீஸ் கம்பெனி தயாரித்த 'துரோமதி' படத்தில் நடித்தார். 1938இல் பி.என்.ரெட்டி தயாரித்த 'கிரலட்சுமி' படத்தில் நடித்தார்.

கண்ணாம்பா நடித்த முதல் தமிழ்த் திரைப்படம், மெட்ராஸ் மோஷன் பிக்சர்ஸ் (பின்னர் ஜெமினி ஸ்டூடியோவாக மாறியது) ராஜகோபாலின் 'கிருஷ்ணன் தூது'. தமிழ் வசனங்களைத் தெலுங்கில் எழுதிப் பேசி நடித்தார். இது, 1940ஆம் ஆண்டு வெளிவந்தது. அடுத்து, அவர் எம்.கே. தியாகராஜ பாகவதருடன் 'அசோக்குமார்' படத்தில் நடித்தார். 1941இல் ஜுபிடர் பிக்சர்ஸ் தயாரித்த 'கண்ணகி' படத்தில் நடித்தார்.

தொடர்ந்து தெலுங்குப் படங்களில் நடித்துவந்தவருக்கு, கண்ணகிக்குப் பிறகு அவர் நாயகியாக நடித்த படங்கள் பெரிதாகப் பேசப்படவில்லை. 1948இல் வெளியான, ஜெமினியின் 'ஞானசவுந்தரி'படத்தில் அவர், நீண்ட இடைவெளிக்குப் பிறகு அதில் ஞானசவுந்தரியாக நடித்தார். ஆனால் அந்தப்படமோ படுதோல்வி அடைந்தது. அதன்பின், அவருக்கு நாயகி வாய்ப்பு வரவில்லை. மாறாக, அம்மா பாத்திரங்களில் நடிக்கத் துவங்கினார்.

இக்காலத்தில்தான்,'மனோகரா'வில் சிவாஜியின் தாயாக நடிக்கும் வாய்ப்புக்கிட்டியது. மனோகராவின் புகழைத் தொடந்து மீண்டும் தமிழ் சினிமாவில் அம்மாவாக பிஸி நடிகையாக மாறினார். சிவாஜியுடன் தொடர்ந்து'உத்தமபுத்திரன்', எம்.ஜி.ஆருடன் 'தாய் சொல்லைத் தட்டாதே' போன்ற படங்களில் நடித்தார்.

அப்போது அவரும், அவரது கணவரும் சேர்ந்து சொந்தமாக படங்கள் தயாரிக்கத் துவங்கினர். எம்.ஜி.ஆரை கதாநாயகனாக நடிக்கவைத்து, 'தாலிபாக்கியம்' என்று ஒரு படத்தைத் தயாரித்தார். இதில் சரோஜாதேவி,

எம்.என்.ராஜம், எஸ்.வி.சுப்பையா, எம்.என்.நம்பியார் ஆகியோர் நடித்தார்கள். இந்தப் படத்திற்கான வசனத்தை ஆரூர்தாஸ் எழுதியிருந்தார். இசையை கே.வி.மகாதேவன் அமைத்தார். இந்தப் படத்திற்கு டைரக்டராக முதலில் எம்.ஏ.திருமுகத்தைப் போட்டார்கள். ஆனால் கண்ணாம்பாவின் கணவர் கே.பி.நாகபூஷணம், தங்களது சொந்தப்படம் என்பதால், தானே இந்தப் படத்தை இயக்கவேண்டும் என்பதில் உறுதியாக இருந்துவிட்டார். அதனால் 'தாலிபாக்கியம்' படத்தை கே.பி.நாகபூஷணம்தான் இயக்கினார்.

ஒரு வயதானவர் (எஸ்.வி.சுப்பையா) தனக்கு இரண்டாம் தாரமாக ஒரு பெண்ணைப் (எம்.என்.ராஜம்) பார்த்து திருமணம் செய்துகொள்ள ஏற்பாடுகள் செய்கிறார். அதற்காக, தனது பக்கத்து வீட்டிலிருக்கும் இளைஞன் (எம்.ஜி.ஆர்.) ஒருவரை உடன் அழைத்துச் செல்கிறார். அங்கே மணப்பெண், உடன்வந்த இளைஞன்தான் மாப்பிள்ளை என்று நினைத்து திருமணத்திற்குச் சம்மதம் தெரிவிக்கிறார். திருமணநாளும் வந்தது. தாலிகட்டும்போதுதான் தெரியவருகிறது மாப்பிள்ளை இளைஞனில்லை, கிழவர் என்று. அவளால் மறுக்கமுடியவில்லை ஊருக்காக கிழவனையும், உள்ளத்தில் இளைஞனையும் கணவனாக ஏற்றுக்கொள்கிறாள். அதற்காக, அவர்களது குடும்பத்தில் சூழ்ச்சிகளைச் செய்கிறாள். அதனால் பலவிதமான பிரச்சனைகள் உருவாகின்றன. இளைஞனுக்கும் மற்றொரு பெண்ணுக்கும் இருந்துவந்த காதலிலும் பிரச்சனைகள் தலைதூக்குகின்றன. இப்படிப் போகிறது, இந்தப்படத்தின் திரைக்கதை. 'தாலி பாக்கியம்' படத்திற்கான அவுட்டோர் படப்பிடிப்பு கர்நாடகாவில் உள்ள முக்கியப் பகுதிகளில் நடந்துகொண்டிருந்தது. அவுட்டோரில் நூற்றுக்கணக்கான தொழிலாளர்கள், நடிகர், நடிகையர்கள் கலந்துகொண்டனர். எம்.ஜி.ஆர்„ சரோஜாதேவி சம்பந்தப்பட்ட காதல் காட்சிகள், எம்.ஜி.ஆர்., எம்.என். ராஜம் சம்பந்தப்பட்ட மோதல் காட்சிகள், எம்.ஜி.ஆர், எம்.என்.நம்பியார் சம்பந்தப்பட்ட சண்டைக்காட்சிகள் வேகமாக படமாக்கப்பட்டன.

ஒருநாள், இதேபோன்று படப்பிடிப்பு நடந்துமுடிந்து அனைவருக்கும் சம்பளமும், பேட்டாவும் கொடுப்பதற்கு ஏற்பாடுகள் செய்தார்கள். அப்பொழுதுதான் தெரியவந்தது, தயாரிப்பாளர் தரப்பில் மொத்தப்படப்பிடிப்பிற்காகக் கொண்டுவந்த பணம் திருடு போயிருப்பது. தயாரிப்பாளர் கண்ணாம்பா, அவரது கணவர் கே.பி.நாகபூஷணம் அவுட்டோரில் வந்து மாட்டிக்கொண்டோம் என்று அதிர்ச்சியடைந்தார்கள். படப்பிடிப்புக் குழுவினரால் பணம் திருட்டுப்போன விஷயம் பரபரப்பாகப் பேசப்பட்டது. யார் யாரையோ

விசாரித்துப் பார்த்தார்கள். திருட்டுப்போன பணம் திரும்பி வரவே யில்லை. இப்பொழுது என்னசெய்வது, தொடர்ந்து படப்பிடிப்பை நடத்துவதா? கேன்சல் செய்துவிட்டு ஊருக்குக் கிளம்புவதா? அப்படி ஊருக்குப் போவதாக இருந்தாலும் அவர்களுக்குத் தரவேண்டிய பணத்தை செட்டில் செய்யாமல் எப்படிப் போவது? இடிந்துபோய் உட்கார்ந்துவிட்டார்கள் இருவரும். இந்தச் செய்தி பொன்மனச் செம்மல் எம்.ஜி.ஆரின் காதுகளுக்குச் சென்றது. தொழிலாளர்களும், நடிகர், நடிகையர்களும் பிரச்சனைகளை அவரிடம் கொண்டுசென்றார்கள். கண்ணாம்பாவும், அவரது கணவர் கே.பி.நாகபூஷணமும் அதிர்ச்சியில் எதுவும் பேசாமல் அமைதியாக அமர்ந்துவிட்டார்கள். எம்.ஜி.ஆர் சூழ்நிலையைப் புரிந்துகொண்டு அனைவரையும் வரவழைத்து அமைதிப்படுத்தினார். தயாரிப்பாளர்களுக்கு தைரியம் சொன்னார். படப்பிடிப்பு நிற்கவேண்டாம் அவுட்டோர் படப்பிடிப்பு திட்டமிட்டபடி நடக்கட்டும். எல்லாப் பிரச்சனைகளையும் நான் பார்த்துக் கொள்கிறேன், பணத்திற்கும் ஏற்பாடு செய்கிறேன் என்றார், எம்.ஜி.ஆர்.உடனடியாக பணத்திற்கான ஏற்பாடுகளைச் செய்தார். தமிழ்நாட்டிலுள்ள சத்யா ஸ்டுடியோவிற்கு டிரங்க்கால் போட்டு எம்.ஜி.ஆர். பிக்சர்ஸ் குஞ் சப்பனிடம் பேசினார். படப்பிடிப்பிற்கான தொகை ரூபாய் ஐந்து லட்சத்தை உடனடியாகக் கொண்டுவரச் சொன்னார். கேட்ட பணம் முழுவதும் படப்பிடிப்பு நடக்கும் இடத்திற்கே வந்துசேர்ந்தது. அனைவருக்கும் சம்பளமும், பேட்டாவும் கொடுக்கப்பட்டது. திட்டமிட்டபடி, அவுட்டோர் படப்பிடிப்பு முழுவதும் நடந்துமுடிந்தது. ‘தாலிபாக்கியம்‘ படத்தின் தயாரிப்பாளர் கண்ணாம்பா, எம்.ஜி.ஆர் அவர்களுக்குத் தனிப்பட்ட முறையில் சந்தித்து நன்றி சொன்னார். ”படம் எடுக்க கால்ஷீட்டும் கொடுத்து, படப்பிடிப்பில் பிரச்சனை வந்ததால் பணமும் கொடுத்து எனக்கு எந்தப் பிரச்சனையும் வராமல் பார்த்துக்கொண்டீர்கள். என்றென்றும் நன்றியோடு இருப்போம்” என்றார். கண்ணாம்பா, தனது இறுதிக்காலத்தில் தியாகராய நகரிலுள்ள தனது வீட்டை விற்க முயற்சிசெய்தார். அந்த வீட்டை எம்.ஜி.ஆர். விலை கொடுத்து வாங்கிக்கொண்டார். உங்களது இறுதிக்காலம் வரை நீங்கள் இந்த வீட்டில்தான் இருக்கவேண்டும் வேறுவீட்டிற்குப் போகக்கூடாது என்று வேண்டுகோள் வைத்தார். கண்ணாம்பாவும், தனது கடைசிக்காலம் வரை அந்த வீட்டில்தான் இருந்தார். அவர் இறந்தபிறகுதான் எம்.ஜி.ஆர். அந்த வீட்டைப் பயன்படுத்திக்கொள்ள ஏற்பாடுகள் செய்தார்.

## மலைக்கள்ளன்

பல வருடப் போராட்டங்களுக்குப்பின் 1948இல்,'ராஜகுமாரி'யில்எம்.ஜி.ராமச்சந்திரன் நாயகனாக ஆனாலும் 'பராசக்தி'யில் சிவாஜிக்குக் கிடைத்ததுபோல ஒரு கச்சிதமான பாத்திரம் அவருக்கு அமையவில்லை.குறிப்பாக,' மந்திரிகுமாரி'க்குப் பிறகு வெளியான 'அந்தமான் கைதி','நாம்', 'சர்வாதிகாரி', 'குமாரி','பணக்காரன்', 'ஜெனோவா' என, அவர் நடித்த அனைத்துப் படங்களும் தோல்விப் படங்களே. இதில்,'என் தங்கை' மட்டும் ஏனோதானோ வெற்றி. அதிலும்கூட அவர் பாத்திரம் சுமார்தான்.

இக்காலக்கட்டத்தில், தமிழ் சினிமாவில் ஏற்பட்ட கதாநாயக வறட்சிகாரணமாக, எம்.ஜி.ராமசந்திரன் அவர்களுக்குக் காலம் ஒருவகையில்சாதகமான சூழலை உண்டாக்கியது. முன்பு, அவர்பட்ட கஷ்டங்கள், வலிகள், அவமானங்களுக்குக் காலம் சமன்செய்ததுபோல இதை எடுத்துக் கொள்ளலாம். இல்லாவிட்டால், இத்தனை தோல்விகளுக்குப் பின்னும் அவர் தொடர்ந்து நடித்துவந்தது ஆச்சர்யம்தான். குறிப்பாக, அக்காலத்தில் உச்சத்தில் இருந்த டி.ஆர்.மகாலிங்கமே தொடர்தோல்வியில் விழுந்தார். கே.ஆர்.ராமசாமி காணாமல்போனார். ஏற்கெனவே, தியாகராஜ பாகவதர்'லட்சுமிகாந்தன் கொலைவழக்கு'க்குப் பின் படுதோல்விகளைச் சந்தித்து முழுவதுமாக ஓரங்கட்டப்பட்டார். இந்தச் சூழலில், தொடர் தோல்வியிலும் எம்.ஜி.ஆர்.மட்டும் காப்பாற்றப்பட்டு வந்தது, கத்திச் சண்டைக்காட்சிகளில் அவர்

காண்பித்த விவேகம் மட்டும்தான். அதற்குமுன், கத்திச் சண்டைக்காகவே பேர் வாங்கியிருந்த பி.யூ.சின்னப்பாவின் மரணம் (1951) ஒரு வெற்றிடத்தை உருவாக்கியிருந்ததும், அவருக்கு நிகழ்ந்த இன்னொரு சாதகம். இப்படி,சினிமா வரலாற்றில் எம்.ஜி.ஆர். விளைவு உருவாவதற்குக் காலம் சாதகமானசூழலை உருவாக்கி, ஒரேஒரு படத்தின் வரவுக்காக அவரை காத்திருக்கச் செய்தது. அந்த ஒரு படம்,'மலைக்கள்ளன்' நிரூபித்தே ஆகவேண்டிய நெருக்கடியான சூழலில் உருவான 'மலைக்கள்ளன்'1954 ஜூலை 22ஆம் தேதி வெளியாகி, எம்.ஜி.ராமச்சந்திரன் அவர்களைஉச்ச நட்சத்திரமாக உயர்த்தியது. மட்டுமல்லாமல், இந்திய அரசாங்கத்தின் சிறந்த படங்களுக்கான தேசிய விருதைப் பெற்ற முதல் தமிழ்ப்படம் என்ற பெருமையையும் இப்படம் தக்கவைத்துக்கொண்டு வரலாற்றில் இடம்பிடித்தது.

**மலைக்கள்ளன் கதை**

விஜயபுரி, ஒரு அழகான அமைதியான மலையடிவார குக்கிராமம். ஆனால் அங்கு நடக்கும் சம்பவங்கள் அனைத்தும் மர்மம். கொள்ளைச் சம்பவங்கள், வழிப்பறிகள் மற்றும் கடத்தல்கள் அனைத்தும் அரங்கேறுகின்றன. இந்தக்குற்றங்களின் பின்னணியில் காத்தவராயன் என்பவனும், அவனுக்கு மறைமுக உடந்தையாக ஊரின் முக்கியஸ்தர்கள், இளம் வேட்டைக்காரன் வீரராஜன் மற்றும் குட்டிப்பட்டி ஜமீன்தார் ஆகியோரும் இருக்கின்றனர். அதேசமயம், அந்த ஊரில் இன்னொருவன் பெயரும் அடிபடுகிறது. அவன் பெயர் மலைக்கள்ளன். ஊரில் ரஹீம் என்ற முஸ்லீம் வியாபாரி ஒருவரும் அடிக்கடி ஊரைவிட்டுக் காணாமல் போகிறார்.

நாட்டில் நல்லவன்போல வேடம்போடும் வேட்டைக்காரன் வீரராஜனுக்கு, உறவுக்காரர் சொக்கேச முதலியாரின் மகள் பூங்கோதைமீது ஒரு கண். பூங்கோதை அழகும் துடிப்பும் மிகுந்த பெண். தாய் இல்லை. வளர்ப்புத் தாய்மூலம் வளர்க்கப்படுகிறாள். அந்த வளர்ப்புத் தாய்க்கோ, காணாமல்போன தம்பி குமாரவீரன் என்ன ஆனானோ என்ற கவலை. இப்படியான சூழலில், பூங்கோதையை எப்படியாவது திருமணம் செய்யத்துடிக்கிறான், வீரராஜன். ஆனால் அவன் குற்றப்பின்னணி கொண்டவன் என்பதால், அவனுக்குத் தன் பெண்ணைத் தர மறுக்கிறார், சொக்கேச முதலியார். இந்தநிலையில்தான், சொக்கேச முதலியார் ஊரில் இல்லாத ஒரு இரவில் பூங்கோதை கடத்தப்படுகிறார். அவள் வளர்ப்புத் தாயும் காணவில்லை. அந்த அமானுஷ்யமான இரவில் நடக்கும்

சம்பவங்கள், அடுத்தடுத்த திருப்பங்களை உருவாக்குகின்றன. பூங்கோதை எங்கே போனாள் என, போலீஸ் தேடுகிறது. ஒருகட்டத்தில், வளர்ப்புத்தாய் கைகள் கட்டப்பட்டநிலையில் காணப்படுகிறாள். பூங்கோதையின் நகை கண்டெடுக்கப்படுகிறது. ஆனால் பூங்கோதை? இச்சமயத்தில்தான் பூங்கோதை, மலைக்கள்ளன் வசம் பத்திரமாக இருக்கும் சேதி வருகிறது. கடத்தப்பட்ட பூங்கோதையை மலைக்கள்ளன் எங்கே பார்த்தான்? எப்படி அவளைக் காப்பாற்றினான்? என அடுத்த திருப்பங்கள்...

பல குழப்பமான திருப்பங்களுக்குப்பின் மலைக்கள்ளன் மற்றும் அப்துல் ரஹீம் இருவரும் நீண்டகாலமாக காணாமல்போன குமாரவீரன் என அனைவரும் ஒரே நபராக மாறுகிறார்கள். பூங்கோதை மற்றும் குமாரவீரனின் மகிழ்ச்சியான திருமணத்துடன் எல்லாம் நன்றாக இருக்கிறது. தமிழுக்கு எம்.ஜி.ஆரையும், தெலுங்குக்கு என்.டி.ஆரையும் தேர்வு செய்த ஸ்ரீராமுலு, இரண்டு மொழிக்கும் பொதுவாக பானுமதியை நாயகியாகத் தேர்வு செய்தார். படத்தில் வரும் இன்ஸ்பெக்டர் பாத்திரத்துக்கு எம்.ஜி.சக்ரபாணியும்அவரோடு போலீசாக வரும் நகைச்சுவைப் பாத்திரத்துக்கு டி.எஸ்.துரைராஜையும் ஒப்பந்தம் செய்கிறார்.

அக்காலத்தில், மு.கருணாநிதி எழுதிய அனைத்துப் படங்களும் வெற்றி மட்டுமல்லாமல், நாயகன் எம்.ஜி.ராமச்சந்திரன்வேறு. அவர் வசனம், இவர் நடிப்பு. இரண்டும் சேர்ந்தால் திரையில் அனல்பறக்கும். இதன்பொருட்டு மு.கருணாநிதி, ஒளிப்பதிவாளராக 'தியாகபூமி', 'சேவா சதன்' ஆகிய படங்களில் பணிபுரிந்த வங்காளி, சைலன் போஸ் அவர்களை ஒப்பந்தம் செய்ததோடு, எஸ்.எம்.சுப்பையா நாயுடுவை இசையமைப்பாளராக ஒப்பந்தம் செய்தார். இப்படியாக சிறந்த கதை, சிறந்த வசனம், சிறந்த தொழில்நுட்பக்கூட்டணியுடன், ஆகச்சிறந்த நடிக நடிகையருடன் களமிறங்கியதால் 'வெற்றி'வேறுவழியே இல்லாமல் அவர் கையில் வெற்றிக்கனியாக விழுந்தது. வெற்றி என்றால் வெறும் வெற்றி அல்ல. பிரமாண்டமான வெற்றி. தொடர்ந்து ஆறேழு மொழிகளில் வெளியாகி அனைத்து மொழிகளிலும் வெற்றி வரலாறு படைத்தது,'மலைக்கள்ளன்'. 'மலைக்கள்ளன்' வெற்றி, புரட்சிநடிகர் எம்.ஜி.ஆர். என்ற பட்டத்தை வாங்கிக்கொடுத்ததோடு மட்டுமல்லாமல், அவர் ஒரு சிறந்த நடிகர் என்பதையும் மக்கள்முன்னே நிரூபித்து, அடுத்த இருபது ஆண்டுகளுக்கு சிவாஜி, எம்.ஜி.ஆர்., என்ற இரு நட்சத்திர யுத்தத்துக்கு தமிழ் சினிமாவை தயார்ப்படுத்தியது.

# ‘அஷ்டாவதானி’ பானுமதி

ஆணாதிக்கம் மிகுந்த சினிமா துறையில், கடைசிவரை கட்டிப்பிடிக்கக்கூடாது,கவர்ச்சிஆடை அணியமாட்டேன் என, எந்த ஒரு நடிகையாவது சட்டாம்பிள்ளை சட்டங்கள் போட்டால், அடுத்த படத்திலிருந்து அவரை அனைவரும் ஓரம்கட்டி ஒன்றும் இல்லாமல் ஆக்குவதுதான் காலகாலமாக சினிமாவின் விதி. காரணம், சினிமா என்பது என்னதான் கலை என்றாலும், இன்னொருபக்கம் அது மிகப்பெரிய வணிகம். அதில் மைய ஈர்ப்பு சக்தியாக இருந்து அனைவரையும் ஆட்டுவிப்பது பெண்ணும் அவளது உடலும். இதைப் புரிந்துகொண்டு ரசிகர்களை மகிழ்விக்கும் நடிகைகளுக்கு நட்சத்திர அந்தஸ்தும், பேரும், பணமும், புகழும் கொட்டும் என்பது ஹாலிவுட், பாலிவுட் முதற்கொண்டு கோலிவுட் வரை எழுதப்படாத விதி.

ஆனால் ’இதை எதையுமே செய்யமாட்டேன், இஷ்டம் இருந்தால் ஒப்பந்தம் செய். இல்லாவிட்டால் ஓட்டமெடு’ எனத் தன்னிடம் பணப்பெட்டியுடன் வந்த தயாரிப் பாளர்களை அலறவிட்டும், தொடர்ந்து இந்திய சினிமாவில் 100க்கு மேற்பட்ட படங்களில் நாயகியாக நடித்து ஒரு பெண் சாதனைசெய்திருக்கிறார் என்றால், அந்தச் சாதனைக்கு இந்தியாவில் இருக்கும் ஒரே பெயர்தான், பானுமதி ராமகிருஷ்ணா.

இப்படி, அவரால் எதற்கும் கட்டுப்படாத முழுச்சுதந் திரத்துடன் நடிக்க ஒரேகாரணம், அவரிடம் அபரிமிதமாகக் கொட்டிக்கிடந்த திறமை. எடுத்தஎடுப்பிலேயே ஆகச்சிறந்த

நடிகை எனப் பெயர்பெற்ற அவரிடம்,' கோலிகுண்டுக் கண்களை உருட்டி அலட்சியமாகப் பேசும் பாணி' இளைஞர் களிடையே பெரும் மயக்கத்தை உண்டாக்கியிருந்தது. அதனால் அவர் நடிக்கும் காதல் காட்சிகளுக்கு மிகுந்த வரவேற்பும் கைத்தட்டலும் இருந்தது. மட்டுமல்லாமல்கர்நாடக இசை,ஹிந்துஸ்தானி இசை, நடனம் எனப் பல்கலை வித்தகராக இருந்த காரணத்தால், தென்னகத் திரையுலகமே

அவரிடம் அச்சம்கலந் தமரியாதையுடன் அணுகியது. இன்று நயன்தாராவுடன் நடிக்க சூப்பர்ஸ்டார்கள் போட்டிபோடுவதுபோல, அவருடன் சேர்ந்து நடித்தால் படம் வெற்றியடையும் என நம்பி அனைவரும் நடித்தனர். தென்னிந்தியாவின் அன்றைய ஆறு 'சூப்பர் ஸ்டார்'களான தியாகராஜ பாகவதர், பி.யூ.சின்னப்பா, என்.டி.ராமாராவ், நாகேஸ்வரராவ், எம்.ஜி.ஆர். மற்றும் சிவாஜிகணேசன்' போன்றவர்களின், ஹீரோயினாக நடித்த பெருமைக்குரிய நடிகை, திருமதி பானுமதி ராமகிருஷ்ணா அவர்கள்.

**அவருக்குப் பிடிக்காது. எதுவும் தனக்குப் பிடித்திருந்தால்தான் செய்வார்; பிடிக்கவில்லை என்றால், பிடிக்கலேதான். இவருக்கு அருகில் சென்று பேச, பெரிய நடிகர்களே தயங்குவர்**

1925செப்டம்பர், 7 அன்று, ஆந்திராவில் உள்ள தோடவரம் என்னும் சிற்றூரில் பொம்மராஜு வெங்கடசுப்பையா அம்மனியம்மா தம்பதியினருக்கு மகளாகப் பிறந்தார், பானுமதி. அவர் சிறுவயதிலேயே இசை ஆர்வம் கொண்டிருந்தார். அவருடைய தந்தை, அவருக்குக் கர்நாடக சங்கீதத்தை முறைப்படி கற்றுக் கொடுத்தார். தன் முதல் படத்திலேயே தியாகராஜ கீர்த்தனைகள் பாடிப் புகழ்பெற்றார், பானுமதி.

1939ஆம் ஆண்டு, மாடர்ன் தியேட்டர்ஸ் தயாரித்த 'சந்தனத்தேவன்' திரைப்படத்தின் மூலம் பானுமதி, தமிழ் சினிமாவில் காலடி எடுத்துவைத்தார். அவருடைய சில படங்கள் தமிழில் மொழிமாற்றம் செய்யப்பட்டன அல்லது தெலுங்குப் படங்களின் தமிழ் ரீமேக் ஆகும்.

1943ஆம் ஆண்டு,'கிருஷ்ண பிரேமா' படப்பிடிப்புக்காக சென்னை வந்தவர், அங்கு உதவி இயக்குனராக இருந்த ராமகிருஷ்ணாவைச் சந்தித்தார். இருவரும் காதல் வயப்பட்டனர். ஆனால் இவர்களின் காதலை பானுமதியின் பெற்றோர் எதிர்த்தனர். படத்தின் தயாரிப்பாளர் ஏ.ராமையாவின் மனைவி கண்ணாமணி மற்றும்

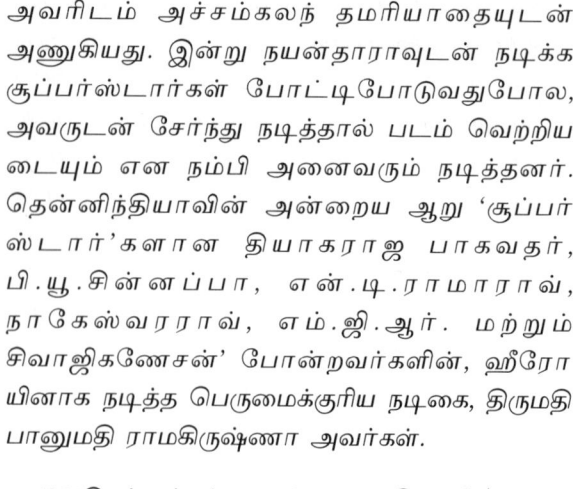

சில நண்பர்களின் உதவியுடன் இருவரும் திருமணம் செய்துகொண்டனர். திருமணத்திற்குப் பிறகு நடிக்கக்கூடாது என்று பானுமதி முடிவெடுத்திருந்த நிலையில், பி.என்.ரெட்டி தன்னுடைய 'ஸ்வர்க்க சீமா'என்னும் படத்தில் பானுமதிதான் நடிக்கவேண்டும் என வேண்டிக்கேட்டுக்கொண்டார். ராமகிருஷ்ணாவும் இதைக் கடைசிப்படமாக நினைத்து நடித்துக் கொடுக்கும்படி கேட்டுக்கொண்டதன் பேரில் பானுமதி சம்மதித்தார். ஆனால் அந்தப் படத்தின் மாபெரும் வெற்றி, பானுமதிக்கு நட்சத்திர அந்தஸ்தை வழங்கியது. தமிழில் 'ரத்னகுமார்' படத்தில் பி.யூ.சின்னப்பாவுடனும், 'முக்தி' படத்தில் தியாகராஜ பாகவதருடனும் இணைந்து நடித்தார். 1947இல் வெளிவந்த 'ரத்னமாலா' பானுமதியும் அவர் கணவரும் இணைந்து தயாரித்த முதல் படம். 1952இல் அவர்கள், பரணி ஸ்டுடியோவை தொடங்கினர். யாராக இருந்தாலும் நேருக்குநேர் பேசவேண்டும். முதுகுக்குப்பின் பேசுவது அவருக்குப் பிடிக்காது. எதுவும் தனக்குப் பிடித்திருந்தால்தான் செய்வார்; பிடிக்கவில்லை என்றால், பிடிக்கலேதான். இவருக்கு அருகில் சென்று பேச, பெரிய நடிகர்களே தயங்குவர். அந்தளவுக்குத் தைரியமான பெண்.

இந்தநிலையில்தான்,'மலைக்கள்ளன்' படத்தில் எம்.ஜி.ஆருடன் முதன்முதலாக ஜோடி சேர்ந்தார். அதுவரை, எம்.ஜி.ஆர். காணாத மிகப்பெரிய வெற்றியை அந்தப் படம் உருவாக்கித் தந்த காரணத்தால், பானுமதியுடன் நடித்தராசி என்ற வழக்கமான சென்டிமென்ட் எம்.ஜி.ஆருக்கும் பலித்துவிட்டதாக, அன்றைய திரையுலகினால் கருதப்பட்டது. தொடர்ந்து சிவாஜி படங்களிலும் ஒப்பந்தம் ஆனார். இத்தனைக்கும் சிவாஜியைவிட மூன்று வயது மூத்தவராக இருந்தபோதும் சிவாஜி அவர்கள், பானுமதியுடன் 'மக்களைப் பெற்ற மகராசி', 'மணமகன்', 'தெய்வம்', 'அம்பிகாபதி', 'அறிவாளி'போன்ற படங்களில், தொடர்ந்து நடித்து வந்ததிலிருந்தே அன்று பானுமதிக்கு திரையுலகில் இருந்த செல்வாக்கை நம்மால் புரிந்துகொள்ளமுடியும். சிவாஜி, எம்.ஜி.ஆர். ஆகியோர் நாயகனாக நடிக்கவருவதற்குமுன்பே அவர் ஒரு சூப்பர்ஸ்டாராக இருந்து, ஸ்டூடியோ முதலாளியாகவும் ஆகிவிட்டதால், அவரிடம் இயல்பாகவே புதுமுக நாயகர்களான எம்.ஜி.ஆர்,, சிவாஜி இருவரிடமும்பழகுவதில் ஒரு உயர்வு மனப்பான்மையும் பொருட்படுத்தாத தன்மையும் அதிகம்இருந்தது.

திரையுலகில் எம்.ஜி.ஆர்., பெயரைச் சொல்லி யாரும் கூப்பிட மாட்டார்கள்; 'சின்னவர்' என்றே அழைப்பர். ஆனால், பானுமதி அப்படியெல்லாம் இல்லை; 'மிஸ்டர் ராமச்சந்திரன்' என்றுதான்

அழைப்பார். பெரும்பாலும் காலைநேரப்படப்பிடிப்புக்கு சிறிதுதாமதமாகத்தான் வருவார்.

ஆனாலும் எம்.ஜி.ஆர்., அவரோடு தொடர்ந்து 'ராஜாதேசிங்கு', 'மதுரை வீரன்',மற்றும் 'அலிபாபாவும் நாற்பது திருடர்களும்' எனத் தொடர்ந்து நடிக்க, அனைத்துமே மிகப்பெரிய வெற்றிபெற்றதால், தமிழ் சினிமாவின் முதல்ராசி ஜோடி எனப் பெயர்பெற்றது.

இந்தச் சமயத்தில்தான் எம்.ஜி.ஆர்., தன் கனவுத் திரைப்படமாக 'நாடோடி மன்னன்' படத்தைத் தயாரிக்க முன்வந்தபோது, பானுமதியை நாயகியாக ஒப்பந்தம் செய்தார். அவர் ஒப்பந்தம் செய்யும்போது படத்தின் இயக்குனராக ராம்நாத் ஒப்பந்தம் ஆகியிருந்தார். ஆனால் அவரின் உடல்நலக்குறைவுகாரணமாக, பிற்பாடு எம்.ஜி.ஆரே ஒருகட்டத்தில் இயக்குனராக மாறினார்.

இதில் பானுமதிக்கு ஒப்பமில்லை. மேலும் 'நாடோடி மன்னன்' மூலக்கதையான 'பிரிஸ்னர் ஆப்ஜெண்டா'வை வைத்துஏற்கெனவே ஒருபடம்தயாரித்தபானுமதி, அதிகப் பொருட்செலவு காரணமாக அதைக் கைவிட்டுவிட்டார். தம்மால் எடுக்கமுடியாத படத்தைவேறு எம்.ஜி.ஆர். எடுத்து அதில் தானும் நடிக்கிறோமே என்கிறம னப்பான்மை வேறுபானுமதிக்கு கொஞ்சம் மனதில் நெருடலாக இருந்திருக்கும்

ஆனாலும் வெளிக்காட்டாமல் நடித்துவந்தார். ஒருநாள் எம்.ஜி.ஆர்., பானுமதியிடம் 'அம்மா, நாளைக்குக் கொஞ்சம் சீக்கிரம் வந்துவிடுங்கள்...' என்று கேட்டுக்கொண்டதால், அவருக்குமுன்னரே வாஹினி ஸ்டுடியோவுக்கு வந்துவிட்டார்.படப்பிடிப்புத் துவங்கவில்லை. காரணம், படத்தின் இயக்குனர் மற்றும் 'ஹீரோ' எம்.ஜி.ஆர். வரவில்லை. வசன பேப்பரும் கைக்கு வரவில்லை.'எவ்வளவுநேரம் காத்திருப்பது, நான் வந்த தகவலைச் சொல்லிவிட்டீர்களா...' என்று தயாரிப்பு நிர்வாகி ஆர்.எம். வீரப்பன்அவர்களிடம்கேட்டதும், 'சொல்லிவிட்டேன்...' என்றார் .எம்.ஜி.ஆரின் கார் உள்ளே நுழைகிறது. காரைவிட்டு இறங்கி, அவர் படப்பிடிப்புத் தளத்திற்குள் வந்தார். உட்கார்ந்திருந்த பானுமதி, "என்ன மிஸ்டர் ராமச்சந்திரன், என்னை சீக்கிரம் வரச்சொல்லிட்டு, நீங்க 'லேட்'டா வர்றீங்க... நடிப்புதானே உங்க தொழில் ஒழுங்கா நடிக்கறதை விட்டுட்டு எதுக்கு டைரக்‌ஷன் அது இதுன்னு இழுத்துப்போட்டுக்கிட்டு எங்க டைமை வேஸ்ட் பண்றீங்கஞ்" என காட்டமாகக் கேட்டுவிட்டார். ஆனால் எம்.ஜி.ஆருக்கு அது பிடிக்கவில்லை. அவரால் இந்த

அவமானத்தைத் தாங்கிக்கொள்ள முடியவில்லை. உண்மையில், எம்.ஜி.ஆர். ஒரு சிறந்த இயக்குனர் என்று பானுமதிக்குத் தெரிந்திருக்க வாய்ப்பில்லை. காரணம்,'நாடோடி மன்னன்' அவருக்கு முதல் படம். இன்னொன்று,பானுமதிக்கு அன்றைய உண்மை நிலவரம் என்னவெனத் தெரியவில்லை. படத்திற்கு கண்ணதாசன் வசனம். அவருக்கு உதவ உடன் ஆளில்லை என்பதால்,எம்.ஜி.ஆர். திருத்தி எழுதித்தரச் சொல்லி யிருந்த வசனத்தைக்கண்ணதாசன் எழுதித்தரத் தாமதமாகிவிட்டது. ஆனால் பிற்பாடு இந்த மோதல், தமிழ் சினிமாவின் அடுத்த நட்சத்திரமான சரோஜாதேவியின் வருகைக்காகவே, இயற்கையால் எழுதிப் போடப்பட்ட திட்டமிட்ட திரைக்கதைபோல் நடக்கும்போது எப்போது யாரால் என்ன தடுக்கமுடியும்? எம்.ஜி.ஆர்., பானுமதியிடம் பதிலுக்குக் கோபப்படாமல்,"தனக்கு முதல் படம்என்பதால் சில சங்கடங்கள் நிகழ்வதைத் தடுக்கமுடியவில்லை என்றும்உங்களால் முடியாவிட்டால் பரவாயில்லை, இப்படத்திலிருந்து விலகிக் கொள்ளுங்கள்" எனச்

சொல்ல, பானுமதியும் விலகிக்கொண்டார். அதுவரை நடித்தமைக்கும் முழுமையான பணம் செட்டில் பண்ணிய கையோடு,'நாடோடி மன்னன்'னின் திரைக்கதையில் பானுமதி பாத்திரம் இறந்துவிட்டதாகத்திருத்தி எழுதினார். இரண்டாம் பாகத்தில், ஒரு புதுமுக நாயகி அறிமுகம் ஆவதாகஎழுதியவர், அந்த நாயகியைத் தேடி அலைந்த வரலாறு தனிக்கதை. (பிற்பாடு எம்.ஜி.ஆர். அவர்கள் முதலமைச்சராக ஆனபின், அஷ்டாவதானி எனபானுமதி அவர்களைப்புகழ்ந்து அவரை இயல் இசை நாடக மன்றதலைவராக ஆக்கி கவுரவப்படுத்தினார் என்பதும். பானுமதி அவர்கள் எம்.ஜி.ஆர். மனிதர் இல்லை, கடவுளுக்கு நிகரான இதயம் கொண்டவர் எனப் புகழ்ந்ததும் வேறுகதை.)

தொடர்ந்து, தமிழ் சினிமாவில் எம்.ஜி.ஆர்,, சிவாஜி ஆதிக்கம் விஸ்வரூபமெடுக்க, பானுமதி பிற்பாடு தெலுங்கில் அதிகக் கவனம் செலுத்தத் துவங்கினார். ஆனாலும் அவ்வப்போது தமிழிலும் முக்கியப்பாத்திரங்களில் நடித்துவந்தார். இறுதியாக, ஆர்.கே.செல்வமணி இயக்கத்தில் அவர் நடித்த 'செம்பருத்தி'யில் அவர் நடிப்பு அனைவரையும் கவர்ந்தது.

வெறும் நடிகையாக மட்டுமல்லாமல், பாடகியாகவும் பல படங்களில் பாடி ரசிகர்களிடையே பாராட்டையும் கவனத்தையும் பெற்றவர், பானுமதி அவர்கள். பானுமதிக்கு இசைக்குறிப்புகளை மிக எளிதாகவும், இனிமையாகவும் வழங்கக்கூடிய அற்புதமான குரல்வளம் இருந்தது. இது, அவரது பாடல்களை மிகவும் இனிமையான பாடல்களாக பார்வையாளர்களின் காதுகளை சென்றடையச் செய்தது. அவரது அற்புதமான டூயட் பாடல்களில் சில 'அம்பிகாபதி'யில் 'மாசிலா நிலவே' மற்றும் 'வாடா மலரே','தாய்க்குப் பின் தாரம்' படத்தில்,'ஆஹா நம் ஆசை நிறைவேறுமா' மற்றும் 'மக்களைப் பெற்ற மகராசி'யில்,'போறவளே போறவளே பொன்னுரங்கம்','அலிபாபாவும் நாற்பது திருடர்களும்' படத்திற்காக, ஏ.எம்.ராஜாவுடன் 'மாசிலா உண்மைக் காதலே', 'அழகான பொண்ணு நான்' போன்ற பாடல்கள் மறக்கமுடியாதவை.

பிற்பாடு,தனது பரணி ஸ்டூடியோஸ்மூலம் பல படங்களைத்தயாரித்தார். 'சண்டிராணி' படத்தை அவரே தயாரித்து, இயக்கி மூன்று மொழிகளில் வெளியிட்டு, அதில் வெற்றியும் பெற்றார். தொடர்ந்து 'காதல்', 'கானல்நீர்', 'சந்திரனி' மற்றும் 'மணமகன் தேவை' போன்ற பல படங்களைத்தயாரித்தார். 11க்கும் மேற்பட்ட படங்களை இயக்கியுள்ளார்.

சினிமாவில் இப்படி நடிகை, இசையமைப்பாளர், பாடகி, தயாரிப் பாளர், இயக்குனர் எனப் பன்முகஆளுமைகாட்டிய பானுமதி அவர்கள், சிறந்த சிறுகதை எழுத்தாளரும் கூட என்பது குறிப்பிடத்தக்கது. அத்தகாரி கதைகளு என்ற அவர் சிறுகதைத் தொகுப்புக்காக, தெலுங்கில் சிறந்த சிறுகதைக்கான சாகித்ய அகாடமி விருதையும் பெற்றார் மற்றும் அவர் எழுதிய சுயசரிதை'நாலோ நேனு'வுக்காக தேசிய விருதும் பெற்றார். ஆந்திர அரசின் நந்தி விருதும், தமிழக அரசின் விருதும் நடிப்புக்காகப் பெற்ற இவர், சிறந்த நடிகைக்காக மூன்றுமுறை தேசிய விருது பெற்றவர். அத்துடன் 'பத்மஸ்ரீ','பத்மபூஷன்' போன்ற விருதுகளையும் பெற்றார்.

நாகேஸ்வர ராவுக்கு'தாதசாகேப் விருது' கொடுக்கப்பட்டபோது, அந்த விருது உண்மையில் சிவாஜிக்குத்தான் முதலில் கிடைத்திருக்க வேண்டுமென வெகுண்டு, மொழிபேதம் கடந்து குரல் கொடுத்தார். வாழும்போது ஒரு கலைஞனை இப்படி அவமானப்படுத்தக்கூடாது என மத்திய அரசை கடுமையாகச் சாடினார். 2005ஆம் ஆண்டு, 24ஆம் தேதி இவ்வுலகை வாழ்வை விட்டு மறைந்த சாதனையாளர் பானுமதிக்கு, இந்திய அரசு இனியாவது தாதாசாகேப் விருது கொடுத்து கவுரவிக்குமா? தெரியவில்லை.

# அந்த நாள்

**1943**ஆம் ஆண்டு அக்டோபர் 11 தான், கதைக்களம். அந்த ஒருநாள்தான், அந்த நாள். குறிப்பாகச் சொல்வதானால், இரண்டாம் உலகப்போரின்போதுஜப்பானியப் படைகள் சென்னைமீது குண்டு வீசிய மறுநாள்.

அன்று காலை, வானொலி பொறியாளரும், தகவல் தொடர்பு ஆய்வாளருமான ராஜன் (சிவாஜி) வீட்டில், துப்பாக்கிச்சூடு சத்தம் கேட்டதாக, ஏதோ அசம்பாவிதம் எனக் காவல்துறைக்கு, பக்கத்து வீட்டுக்காரரான சின்னையா பிள்ளை தெரிவித்த புகாரிலிருந்து கதை துவங்குகிறது. போலீஸ் வந்து பார்க்கும்போது அதிகாரி ராஜன், கைத்துப்பாக்கியால் சுடப்பட்டு இறந்துகிடக்கிறான். அந்த ராஜனைக் கொன்ற கொலையாளி யார்? என போலீஸ் அதிகாரி சிவானந்தம் செய்யும் விசாரணைதான் ஒட்டுமொத்த திரைக்கதையும்.

கொலையாளி, ஒரு திருடனாக இருக்கலாம் என்ற கோணத்தில் யோசித்து,அது இல்லை என்ற முடிவுக்கு வந்தபின், ராஜன் வீட்டைச் சுற்றியுள்ள ஐந்துபேரை விசாரிக்கின்றனர். அவர்களில் பெரும்பாலானோர் அவரது குடும்ப உறுப்பினர்கள் அல்லது நண்பர்கள். இறுதியில், ராஜனின் மனைவி உஷாதான் கொலை செய்தாள் எனத் தெரியவருகிறது. அவள் ஏன்,கொலை செய்தாள் என்பதை ஒத்துக்கொண்டு அழுவதுதான் படத்தின் இறுதிக்காட்சி.

இதில் விசாரணைக்கு உள்ளாக்கும் ஒவ்வொருவரும், அவரவர் சந்தேகத்தை கதையாகச் சொல்வதும், அவர்கள்

கோணங்களில் ராஜன் சுடப்பட்டு இறக்கும்விதம் காண்பிக்கப்படுவதும்தான் இதில் விசேஷம்.

ஜப்பானிய இயக்குனர் அகிரா குரோசாவாவின் 'ரஷோமோன்' *(1950)* திரைப்படம், வெனிஸ் திரைப்பட விழாவின்மூலம் உலகம் முழுக்க சினிமா ரசிகர்களின் கவனத்தை ஈர்க்க, சென்னையிலும் இயக்குனர் வீணை எஸ்.பாலச்சந்தர், அந்தப் படத்தைப் பார்த்து அதிலிருந்து ஈர்க்கப்பட்டு, அதே கதை பாணியில் ஒரு நாடகத்தை எழுதினார்.

அந்த ஸ்கிரிப்ட், அகில இந்திய வானொலியால் நிராகரிக்கப்பட்டது. பின்னர் அவர் ஏவிஎம் புரொடக்ஷன்ஸ் நிறுவனர் ஏவி.மெய்யப்பனை அணுகி அவரிடம் கதையை விவரித்தார். அந்தக் கதையின் விசேஷத்தன்மை மெய்யப்பச் செட்டியாருக்குப் பிடித்துப்போனது. அவருக்குப் பிடிக்க இன்னொருகாரணம், படத்தில் பாடல்களே இல்லை என்பதுதான். படத்தின் தயாரிப்பில் பெருமளவு பாட்டுக்கும் சண்டைக்குமே செலவு செய்துகொண்டிருந்த காலத்தில், பாடல்களே இல்லை என்ற அந்தக் கதை அவருக்குப் பிடித்துப்போனது. அவர் உடனே படமாக எடுக்கச் சம்மதம் தெரிவிக்கிறார். இப்படி துவங்கியதுதான்,'அந்த நாள்'.

'கொலையும் செய்வாள் பத்தினி'. இந்தப் புகழ்பெற்ற தமிழ்ப் பழமொழிதான் கரு. ஒரு மனைவி, தன் தேசத்துக்காகத்துரோகம் செய்யும் சொந்தக் கணவனையே கொல்லத் துணிவதுதான் கதை. ஒரு நாடு, அதன் திறமையான இளைஞர்களின் முயற்சிகளைப் பாராட்டவில்லை என்றால், அவர்கள் தேசத்திற்கு எதிராகத் திரும்பக்கூடும் என்று படம் அறிவுறுத்துகிறது. ராஜன், தனது யோசனையை இந்திய அரசு நிராகரித்ததால், ஜப்பானுக்கு இந்திய ரகசியங்களை விற்றுத் துரோகியாகிறான்.

கதையின் எதிர்நாயகன், வானொலிப் பொறியாளர் ராஜனின் பாத்திரத்தில் நடிக்க முதலில் தேர்வானவர், எஸ்.வி.சஹஸ்ரநாமம். சிலநாட்கள்படப்பிடிப்பிற்குப் பின் அவருக்கு பாத்திரத்தின் வயதைவிடக் கூடுதல் வயது இருப்பதாகத் தோன்ற, திடீரென பாலச்சந்தர் அவரை நீக்கிவிட்டார். பிறகு புதியவரான, கல்கத்தாவைச் சேர்ந்த நாடக நடிகர் என்.விஸ்வநாதன் எனும் தமிழ்ப் பேராசிரியரை ஒப்பந்தம்செய்து படப்பிடிப்புக்குச் செல்ல முழுப்படப்பிடிப்பும் முடிந்தபின், அவரது நடிப்பில் அதிருப்தியடைந்த மெய்யப்பன்,நாயகனாக இப்போது

சிவாஜிகணேசனை வைத்துப் படத்தை ரீஷூட் செய்யச் சொன்னார். தங்கள் கம்பெனி படமான 'பராசக்தி'யில் நடித்த நடிகர் என்பதால், சிவாஜி 'அந்தநாளில்' நடித்தால் படம் பிரமாதமாக வரும் எனமெய்யப்பன் முடிவுசெய்தார். ஆனால் பாலச்சந்தருக்கு இதில் உடன்பாடில்லை. தயாரிப்பாளர் மெய்யப்பனுக்கோ கடும் கோபம். உடனே மெய்யப்பன் அவர்கள்,தன் நிர்வாகி வாசுதேவ் மேனனுக்கு, பாலச்சந்தரின் சம்பள பாக்கியைசெட்டில் செய்துவிட்டு, அதுவரை எடுக்கப்பட்ட மொத்த ரீல்களையும் தீ வைத்துக் கொளுத்தும்படியும் வாசுதேவ்மேனனுக்கு உத்தரவிட்டார். இதைக்கேட்ட எஸ்.பாலச்சந்தர் அதிர்ச்சியடைந்து, மெய்யப்பனின் விருப்பப்படியே சிவாஜிகணேசனை வைத்துப்படப்பிடிப்பைத்தொடரலாம் என ஒத்துக்கொண்டார். ஆனாலும் இப்படியான எதிர்நாயகன் பாத்திரத்துக்கு சிவாஜி ஒத்துக்கொள்வாரா என்ற தயக்கம் பாலச்சந்தரிடம் அதிகம் இருந்தது. ஆனால் சிவாஜி எனும் கணேசனுக்கோ, கதையின் புதிய அணுகுமுறை மிகவும் பிடித்துப்போனது. என்றாலும் மெய்யப்பனுக்கு அவர் கேட்ட சம்பளத்தைக் கொடுக்க விருப்பமில்லை. ஏற்கெனவே,படத்துக்கு நிறையச் செலவாகிவிட்டதால் சம்பளப் பேச்சுவார்த்தையில் இழுபறி நீடிக்க கடைசியில்,முதலாளிக்காக சிவாஜி விட்டுக்கொடுத்தார். ஆனாலும் புது இயக்குனர் நிறைய நாள் கால்ஷீட் கேட்பாரோ என்று சிவாஜிக்கு அச்சம். ஆனால் அவருக்கு அதிர்ச்சியளிக்கும்வகையில், பாலச்சந்தர் 17 நாட்களில் படப்பிடிப்பை முடித்தார். இதன் திரைக்கதையை எழுதியவர், ஜாவர் சீதாராமன். அவர்,அந்தப் படத்தில் சி.ஐ.டி.யாகவும் தோன்றினார். ராஜனின் மனைவியாக நடிக்க பண்டரிபாய் தேர்ந்தெடுக்கப்பட்டார். பி.டி.சம்பந்தம், டி.கே. பாலச்சந்திரன், எஸ்.மேனகா மற்றும் கே.சூர்யகலா ஆகியோர் மற்ற முக்கிய நடிகர்களாக இருந்தனர். பின்னர், முக்தா சீனிவாசன் என்று பிரபலமாக அறியப்பட்ட வி.சீனிவாசன் இத்திரைப்படத்தில் உதவி இயக்குனராகப் பணிபுரிந்தார். 'பராசக்தி'க்கு ஒளிப்பதிவு செய்த எஸ். மாருதி ராவ் இந்தப் படத்தின் த்ரில்லர் தன்மைக்கேற்ப, புதுமையான முறையில் ஒளிப்பதிவு செய்து அனைவரையும் வியப்பில் ஆழ்த்தினார். இன்றுவரை தமிழ் சினிமாவின் மிகச்சிறந்த கறுப்பு வெள்ளை ஒளிப்பதிவு படங்களில் அந்தநாளுக்குத் தனி இடம் உண்டு

## வீணை எஸ்.பாலச்சந்தர்

**1954**இல் வெளியான 'அந்த நாள்' பலவிதங்களில் இன்றும் ஆச்சர்யத்துடன் வியக்கும் தொழில்நுட்பங்களைக் கொண்டது என்றால் மிகையில்லை. அதன் இயக்குனரான எஸ்.பாலச்சந்தர், புதுமைக்குப் பேர்போன புதுமைப்பித்தன். அவர் இயக்கிய 'பொம்மை' படத்தின் இறுதிக்காட்சி சமீபத்தில்கூட இணையத்தில் அதிகமாகப் பகிரப்பட்டது. அந்தப் படத்தின் நடிகர்கள் மற்றும் தொழில்நுட்பக் கலைஞர்களை அறிமுகப்படுத்தும் இறுதிக்காட்சி அது. ஒவ்வொரு பாத்திரத்தையும் நாடக பாணியில் இயக்குனர் பாலச்சந்தர் அறிமுகப்படுத்த, அவர்கள் சாதாரண உடையில் தோன்றி பார்வையாளர்களுக்கு வணக்கம் சொல்லும் புதுமையும் வினோதமுமான ஒன்று. இந்த விசயத்தில் இவருக்கு முன்னோடியாக, தானே தயாரித்து இயக்கிய 'மணமகள்' படத்தில் என்.எஸ்.கிருஷ்ணன், படத்தின் வசனகர்த்தா கருணாநிதி உட்பட அனைவரையும் அவர்கள் உருவத்துடன் அறிமுகம் செய்திருப்பார் என்றாலும் இறுதிக்காட்சியில், இவ்விதமாக படத்தை முடித்திருப்பது இன்றுவரையும் வேறுயாரும் செய்யாதது என்பதுதான் குறிப்பிடத்தக்கது. மட்டுமல்லாமல், இப்படியாகத் தொடர்ந்து புதுப்புது தொழில்நுட்பப் பரிசோதனைகளைத் தன் படங்களில் பயன்படுத்தி, தன் பெயரை நிலைநிறுத்திக்கொண்ட வீணை எஸ்.பாலச்சந்தர் அவர்கள் இசை, நடிப்பு எனப் பல்துறை ஆற்றல்கொண்ட விந்தைக்கலைஞர். தன் ஏழாம் வயதிலேயே, இந்தியா முழுக்கப் பல கச்சேரிகளுக்குப் பயணம்செய்த இசைக்கலைஞர் என்றால், இசையில் அவருக்கிருந்த

ஈடுபாடு பற்றி சொல்லத் தேவையில்லை. பிற்பாடு வீணை இசைப்பதிலும் புகழ்பெற்று 'வீணை எஸ்.பாலச்சந்த'ராகவே நிரந்தரமாக அறியப்பட்டவர்.

*1927*ஆம் ஆண்டு, சென்னை மயிலாப்பூரில் சுந்தரம் ஐயர் செல்லம்மாள் தம்பதிக்கு *5* வது குழந்தையாகப் பிறந்தவர், பாலச்சந்தர். வழக்கறிஞர் பணி செய்துவந்த சுந்தரத்திற்கு, இசையின்மீதும் இசைக் கலைஞர்கள்மீதும் இருந்த ஆர்வம் அளவற்றது. இதனால் மாலைநேரங்களில் அவர் வீட்டில்,

அக்காலத்தின் புகழ்மிக்க இசைக்கலைஞர்களைக் காணமுடியும். இதுவே பாலச்சந்தருக்கு இசையின்மீது ஆர்வம் வரக் காரணமாக இருந்தது. சிறுவயதிலேயே சிதார், கஞ்சிரா, ஹார்மோனியம் போன்ற இசைக்கருவிகளை வாசிக்கக் கற்றுக்கொண்டார். விரைவிலேயே அதில் விற்பன்னராகவும் ஆனார்.

அக்காலத்தில்தான், சினிமா பேசத்துவங்கிய நேரம். பிரபல வங்க இயக்குனர் சாந்தாராம், 'சீதா கல்யாணம்' என்ற படம் தமிழில் எடுக்கவந்து, அதில் நடிகர்கள் யாரும் கிடைக்காமல் கடைசியில், சுந்தரம் வக்கீல் வீட்டுக்கு வர, சுந்தரம் அவர்கள் தன் இரண்டு மகன், மகள், மனைவி என ஒட்டுமொத்தக்குடும்பத்துடன் அப்படத்தில் நடிக்கத் தயார் என்றார். புனேக்குச் சென்று, தான் ஜனகராகவும் மகன் ராஜம் ராமராகவும் மகள் ஜெயலட்சுமிசீதையாகவும் நடிக்க படப்பிடிப்பு நடந்தது. இப்படியாக அண்ணன், தங்கை,ஜோடியாக நடித்த முதலும் கடைசியுமான ஒரே தமிழ்ப்படம் என்ற பெயரையும் இப்படம் பெற்றது. இப்படியான சரித்திரப் புகழ்வாய்ந்த படத்தில்தான், பாலச்சந்தரும் தன் அப்பாவின் வேண்டுகோளுக்கு இணங்க, கஞ்சிரா வாசிக்கும் கலைஞனாக நடித்து அனைவரது கவனத்தையும் ஈர்த்தார்.

'சீதா கல்யாண'த்திற்குப் பின், பாலச்சந்தருக்கு நடிப்பில் ஆர்வமில்லை. அதற்கு வாய்ப்பும் அமையவில்லை. தொடர்ந்து, கஞ்சிரா கச்சேரி நிகழ்த்த ஆரம்பித்தார். இந்தியாவின் பல இடங்களிலும் சிறுவன் பாலச்சந்தர் கச்சேரி நடந்தது. 1942இல், பாலச்சந்தருக்கு ஆல் இந்தியா ரேடியோவில் பணி கிடைத்தது.அந்தக் காலக்கட்டத்தில்தான் இசைக் கருவிகளில், தான் இதுவரை கையாண்டிருக்காத பல கருவிகளை பாலச்சந்தர் கற்றார். தான் கற்ற இசைக்கருவிகளிலேயே பாலச்சந்தர் விரும்பி நேசித்த வாத்தியம், வீணைதான். வீணையைக் கற்க யாரையும் அவர் குருவாக ஏற்றுக்கொள்ளவில்லை என்பது குறிப்பிடத்தக்கது.

பிற்பாடு 1948இல், வெளியான 'இது நிஜமா' மூலம் திரைத்துறையில் உதவி இயக்குனராக,இன்னுமொரு அவதாரம் எடுத்தார். தொடர்ந்து அவரது இயக்கத்தில் முதல் படமாக 'என் கணவர்' வெளியானது. அடுத்து 1951இல்,'தேவகி' இரண்டாவது படம். இப்படி அடுத்தடுத்த வெற்றிகளால் பாலச்சந்தர் சிறந்த இயக்குனர் என்ற அந்தஸ்தைப் பெற்றார்.தொடர்ந்து நடிகராகவும் 'ராஜாம்பாள்', 'கைதி' படங்களில் நடித்தார். 1952ஆம் ஆண்டு ஜுபிடரின் 'ராணி'. இதில் பாலச்சந்தருக்கு கதாநாயகன் வேடம். ஜோடி பானுமதி.

இதனைத் தொடர்ந்துதான் 1954இல் ‘அந்த நாள்’ வெளிவந்தது. தமிழ்த் திரையுலகில் பாடல்கள் இல்லாமல் வெளியான முதல் திரைப்படம் ‘அந்தநாள்’. தொடர்ந்து ’அவன்’,’அமரன்’,’நடு இரவில்’ உள்ளிட்ட பல மர்மக்கதைகளை அவர் இயக்கினாலும் அவற்றில் ’பொம்மை’ திரைப்படம் குறிப்பிடத்தக்கது.

’பொம்மை’ திரைப்படம் வித்தியாசமான கதை அமைப்பைக் கொண்டது. வியாபாரத்தின் நான்கு பங்குதாரர்களில் மூன்றுபேர், முதலாமவனைக் கொலைசெய்ய சதி செய்கின்றனர். அதற்காக, ஒரு பொம்மைக்குள் வெடிகுண்டு வைத்து அவன் பயணிக்கும் விமானத்தில் வைக்கத்திட்டமிடுகின்றனர். அந்த பொம்மை, பலரிடம் கை மாறிச்சென்று இறுதியில்,வில்லன்களே மாட்டிக்கொள்வதுதான், கதை.

இந்த ’பொம்மை’ படத்தில் வரும் ’நீயும் பொம்மை நானும் பொம்மை’ என்ற பாடல்மூலம் திரையுலகுக்குப் பாடகராக அறிமுகமானவர்தான், இன்று பல கோடி இதயங்களைத் தன் குரலால் கட்டிப்போட்டு ஆண்டுகொண்டிருக்கும் கே.ஜே.ஜேசுதாஸ் அவர்கள்.

வெற்றிகரமான இயக்குனராக இருந்த பாலச்சந்தருக்கு ஒருநாள், தான் சினிமாவில் தொடர்ந்து இயங்கவேண்டுமா என்ற சிந்தனை எழுந்தது. ‘நடுஇரவில்’ வெளியாகி பரபரப்பாக ஓடிக்கொண்டிருந்த நேரத்தில், திடீரென தான் திரையுலகிலிருந்து விலகப்போவதாக அறிவித்தார். ‘வீணைதான் இனி என் வாழ்க்கை’ என்றும் குறிப்பிட்டார். ஒட்டுமொத்த திரையுலகமும் அதிர்ந்தது. தொடர்ந்து வாழ்நாளின் கடைசிவரை வீணைக் கலைஞராக வாழ்ந்து, அந்தப் பெயருடனேயே அறியப்படவும் செய்தார். பிற்பாடு 70களில் அவர் கர்நாடக இசைக்கலைஞர் பாலமுரளி கிருஷ்ணா, இசை விமர்சகர் சுப்புடு ஆகியோருடன் கடும் சர்ச்சைகளின்மூலம் மீண்டும் பத்திரிகைகளில் பேசுபொருள் ஆனார்.

இசைப் பணிக்கான நேரத்தைக் குறைத்துக்கொண்டு, வழக்குக்காகவே நேரம் செலவிட்டார். அது, அவரது உடல்நிலையைப் பாதித்தது. வழக்குத் தொடர்பான ஆவணங்களைத் திரட்டுவதற்காக, 1990ஆம் ஆண்டு ஏப்ரல் மாதம் 13ஆம் தேதி பிலாய் சென்றார். இசைக்கலைஞரான, தன் நண்பர் வீட்டில் தங்கிய அந்த இசைமேதை, அன்றிரவு து□க்கத்திலேயே மரணத்தைத் தழுவினார்.

## ஜாவர் சீதாராமன்

பிறப்பிடமாகக்கொண்ட சீதாராமன், நடேசன்அபிராமி ஆகியோருக்கு மகனாகப் பிறந்தார் தந்தையாரின் விருப்பப்படி அவர், எம்.ஏ.,பி.எல்., படித்தார். ஆனால் வழக்குரைஞர் ஆகாமல், கலைஞனாகத் தடம்பதிக்க திரையுலகில் அடியெடுத்துவைத்தார். 1947ஆம் ஆண்டு வெளிவந்த 'மிஸ் மாலினி'என்னும் படத்தில் அறிமுகமானார். விக்டர் ஹீயூகோவின் 'லா மிஸரபில்லா' என்னும் பிரெஞ்சு நாவலை, 'ஏழைபடும் பாடு' என்னும் தலைப்பில், முதன் முதலாக கவியோகி சுத்தானந்த பாரதியார் தமிழில் மொழி பெயர்த்தார். அந்நாவலைப் படமாக்கத் திட்டமிட்டபோது 'ஒளிப்பதிவுத் தந்தை' என்றும், 'உயர்ந்த இயக்குநர்' என்றும் அழைக்கப்பட்ட கே.ராம்நாத், நாவலில் வருகின்ற முக்கியப் பாத்திரமான 'ஜாவர்' என்கிற முரட்டுப் போலீஸ் அதிகாரி வேடத்துக்கு சீதாராமனையே தேர்ந்தெடுத்து நடிக்க வைத்தார். படம் பெரும் வெற்றியடைந்தது. அன்றி லிருந்து சீதாராமன், 'ஜாவர்' சீதாராமன் என்று பிரபல மானார்.

இயக்குநர் எஸ்.பாலச்சந்தர், ஜூபிடர் பிக்சர்ஸுக்காக 'கைதி' என்னும் படத்தின் கதை, இயக்கம், இசை பொறுப்புகளை ஏற்றிருந்தார். கதை விவாதத்துக்கு எஸ். பாலச்சந்தர் தன்னுடன் ஜாவர் சீதாராமனையும் அழைத்துச் சென்றார். ஜூபிடர் முதலாளிகளை ஜாவர் சீதாராமனின் கதை ஆச்சரியப்படவைத்தது. 'கைதி' படத்தின் திரைக்கதை அமைப்பில் ஜாவரின் பங்களிப்பு கணிசமாக இருந்தது; படமும் வெற்றிபெற்றது.

ஏவிஎம். தயாரித்த 'அந்த நாள்' படத்தின் திரைக்கதை, வசனத்தை எழுதியதோடு, துப்பறியும் இன்ஸ்பெக்டர் வேடத்தையும் ஏற்றார். ஏ.வி.மெய்யப்ப செட்டியாரின் முன்னால் ஜாவர் சீதாராமன் கதையை விவாதித்து விவரித்தபோது செட்டியார் பிரமித்துப்போனார். ஜாவரின் படைப்பாற்றலில் செட்டியாருக்கு நம்பிக்கை வளர்ந்ததால், கதையைப் பொறுத்தவரை ஜாவரின் கருத்துதான் இறுதியானது என்பது ஏவிஎம்.மின் முடிவானது. ஏவிஎம். தயாரித்த 'களத்தூர் கண்ணம்மா', 'குழந்தையும் தெய்வமும்', 'ராமு' ஆகிய படங்களுக்கு ஜாவர் சீதாராமன்தான் திரைக்கதை, வசனம் எழுதினார். அந்தப் படங்கள் மாபெரும் வெற்றியடைந்து, தெலுங்கு மற்றும் இந்தி மொழிகளிலும் படமாக்கப்பட்டன. ஏவிஎம். தவிர, வெளி நிறுவனங்களும் ஜாவரை அணுக, 'ஒரே வழி' என்கிற படத்துக்கு ஜாவர் கதை, வசனம் எழுதி, படம் பெரும் வரவேற்பைப் பெற்றது. பி.எஸ்.வீரப்பா தயாரித்த 'ஆலயமணி', 'ஆண்டவன் கட்டளை', 'ஆனந்த ஜோதி' ஆகிய படங்களுக்கும் ஜாவர்தான் திரைக்கதை, வசனம் எழுதினார்.

அக்காலத்திய பிரமாண்ட இயக்குநர் எம்.வி.ராமன், தன்னுடைய இந்திப் படங்களுக்கு ஜாவரையே கதை, திரைக்கதையை எழுதச் சொன்னார். ராஜேந்திரகிஷன் என்பவர், இந்திப்பட உலகின் மிகப்பெரிய வசனகர்த்தா. அவருக்கு ஜாவரின் எழுத்தின்மீது அலாதிப் பிரியம். ஜாவரை 'குருஜி' என்றே அழைப்பார். தன் படங்களின் கதைகளை ஜாவரிடம் விவாதித்து, ஜாவரையே ஆங்கிலத்தில் வசனமெழுதச் சொல்லி அதை இந்தியில் மொழிபெயர்த்துக் கொள்வார். ஜாவரின் புகழ் இந்திப் படவுலகிலும் வேகமாகப் பரவியது. வீனஸ் பிக்சர்ஸுக்காக 'பிராஸ் பாட்டில்' என்கிற ஆங்கில நகைச்சுவைப் படத்தைத் தழுவி, 'பட்டணத்தில் பூதம்' என்ற கற்பனைக்கதையை ஜாவர் உருவாக்கினார். படம் வசூலில் வரலாறு படைத்தது. வீனஸுக்காக ஜாவர் இந்தியில் பங்களித்த படம், 'சூரஜ்'.

சினிமாவில் வெற்றிபெற்ற ஜாவர் சீதாராமன், பிரபல வாரப் பத்திரிகைகளில் தொடர்கதை எழுதினார். குமுதத்தில் அவர் எழுதிய 'மின்னல் மழை மோகினி', 'உடல் பொருள் ஆனந்தி', 'பணம் பெண் பாசம்', 'நானே நான்' ஆகிய தொடர்கதைகள் வெகுஜன ரசனையில் பெரும் பரபரப்பை ஏற்படுத்தியது. ஜாவர் சீதாராமன் திரைப்படம் எடுக்க விரும்பினார்; அதுவும் இந்தியில் எடுக்கத் திட்டமிட்டார். அப்போது கே.எஸ்.கோபாலகிருஷ்ணனின் 'பணமா பாசமா' படம்

அஜயன் பாலா 243

மிகவும் வெற்றிகரமாக ஓடிக்கொண்டிருந்தது. அதன் இந்தி உரிமையை ஜாவர் பெற்றார். 'பணமா பாசமா' படத்தை 'பைசா யா பியார்' என்னும் தலைப்பில், இந்தியில் தயாரித்து ஜாவரே படத்தையும் இயக்கினார்.

சர்க்கரைநோயால் பாதிக்கப்பட்டிருந்த ஜாவர் சீதாராமன், அந்தப் படம் (பைசா யா பியார்) தணிக்கை முடிந்த தினத்தன்று, 1971ஆம் ஆண்டு காலமானார்.

## ரத்தக்கண்ணீர்

இந்திய வரலாற்றில், சமூகத்தை தலைகீழாகப் புரட்டிப் போட்ட அரசியல் படம் என்றால், இரண்டே இரண்டு படங்களைத்தான் சொல்லமுடியும். அந்த இரண்டுமே தமிழ்ப்படங்கள் என்பதுதான் இதில் பெருமைக்குரிய விசயம். அதில் முதலாவது, பராசக்தி (1952) என்றால், இரண்டாவது படம் ரத்தக்கண்ணீர். 1954ஆம் ஆண்டு, தமிழ் சினிமாவுக்குக் கொடுத்த மற்றுமொரு கொடை.

இரண்டு வருட இடைவெளியில், சினிமாமூலம் அடுத்தடுத்து நடந்த கலாச்சார பூகம்பம்தான் பிற்பாடு தமிழக அரசியலில் நடந்த அனைத்து மாற்றங்களுக்கும் விதை. இதர மாநிலங்களில் பிராந்திய உணர்வுகள், பிராந்தியக் கட்சிகள், சமீபமாகத்தான் தலையெடுத்து வரும் சூழலில், ஐம்பது ஆண்டுகளுக்குமுன்பே தமிழகத்தில் நிகழ்ந்துவிட்டது என்றால் அதற்குப்பெரியாரின் திராவிட இயக்கமும் அந்த இயக்கத்தின் கொள்கை களை அடிப்படையாகக் கொண்டு உருவாக்கிய இந்த இரு படங் களும் முக்கியக்காரணம் என்பதை யாரும் மறுக்கமுடியாது.

அப்படியான முக்கியத்துவம்வாய்ந்த இரண்டு படங்க ளுக்கும் பலவிதங்களில் ஆச்சர்யப்படத்தக்க சில பொது மைகள் உண்டு. இரண்டுமே நாடகத்திலிருந்து உருவான சினிமாக்கள். இரண்டு படங்களையும் தயாரித்தவர், நேஷனல் பிக்சர்ஸ் பெருமாள். மட்டுமல்லாமல், இந்த இரண்டு படங்களையும் இயக்கியவர்கள், புகழ்பெற்ற இரட்டை இயக்குனர்களானகிருஷ்ணன்பஞ்சு ஆகியோர்.

பெரியாரின் சீடரும், மு.கருணாநிதியின் சமகாலத்தவருமான திருவாரூர் கே.தங்கராசு எழுதிய மேடை நாடகமான 'ரத்தக்கண்ணீர்', 14 ஜனவரி 1949 அன்று, திருச்சிராப்பள்ளியில் முதன்முறையாக அரங்கேற்றப்பட்டது. அன்றுமுதல் எங்கு நடந்தாலும் இந்த நாடகம் ரசிகர்களின் பலத்த வரவேற்பைப் பெற்று வெற்றிமேல் வெற்றிபெற்றது. அதில் நாயகனாக நடித்த நடிகர் எம்.ஆர்.ராதா, பல வருடமாக நாடகத்துறையில் இயங்கிவந்தாலும் இந்த நாடகம்தான் அவருக்கு மிகப்பெரிய அடையாளத்தைப் பெற்றுத்தந்தது. இந்த நாடகம், தென்னிந்தியாவில் மட்டுமின்றி மலேசியா, சிங்கப்பூர், பர்மா மற்றும்சிலோன் போன்ற நாடுகளிலும் அரங்கேற்றப்பட்டு அங்கும் அது வெற்றி பெற்றது.

'பராசக்தி' வெற்றிக்குப்பின், அதே பாணியில் திராவிடக்கருத்துகளை மையமாகக்கொண்ட இந்த நாடகத்தை, சினிமாவாக எடுக்க நேஷனல் பிக்சர்ஸ் பெருமாள் முதலியார் முன்வந்து, தன் ஆஸ்தான இரட்டை இயக்குனர்களான கிருஷ்ணன்பஞ்சுவை இயக்குனராக ஒப்பந்தம் செய்தார்.

நாயகனாக எம்.ஆர்.ராதாவை நடிக்க ஒப்பந்தம் செய்வதில் சிறிய குழப்பம் உண்டானது. காரணம், அவரது முரட்டு சுபாவத்தால் அந்தக் காலத்துத் திரைப்படத் தயாரிப்பாளர்கள் பலர், எம்.ஆர்.ராதா என்றாலே முகம் சுளித்தனர். முன்பே அவர், சில படங்களில் நடிக்கவந்தபோது பல கம்பெனிகளில் பிரச்சனை உண்டானதே இதற்குக் காரணம். ராதாவும் இனி, சினிமாவே வேண்டாம் என முடிவெடுத்து, நாடகத்தில் முழுக்கவனம் செலுத்தி 'ரத்தக்கண்ணீர்' மூலம் மீண்டும் புகழ் உச்சிக்கு வந்தார். பலரும் பழைய கதைகளைக் கூறி, தயாரிப்பாளர் பெருமாளிடம் ராதாவை ஒப்பந்தம் செய்யவேண்டாம் என்று கூறினாலும்,'பராசக்தி'யில் எப்படி, கணேசன்தான் நடிக்கவேண்டும் எனப் பெருமாள் பிடிவாதமக இருந்தாரோ அதுபோல, இந்தப்படத்திலும் ராதாதான் நடிக்க வேண்டும் எனப் பிடிவாதமாக முடிவெடுத்தார். ஆனால் எம்.ஆர்.ராதா அவர்களோ, சுலபத்தில் பழைய காயங்களை மறக்கவில்லை. தன் வசதிக்கேற்றபடி தயாரிப்புக் கம்பெனி சில விஷயங்களை விட்டுக்கொடுத்தால்தான் நடிப்பதாக இறுதியில் முடிவுக்கு வந்தார். அதில், படத்தின் மையக்கருத்துகளில், வசனங்களில் மாறுதல் எந்தக் காரணம் கொண்டும் தலையீடு இருக்கக்கூடாது. இரவுகளில், தான் தொடர்ந்து நாடகத்தில் நடிப்பதால், பகலில் மட்டுமே படப்பிடிப்பு நடத்த வேண்டும். நாடகத்தில் தன்னோடு நடித்த சிலரை சினிமாவிலும் நடிக்கவைக்க வேண்டும்

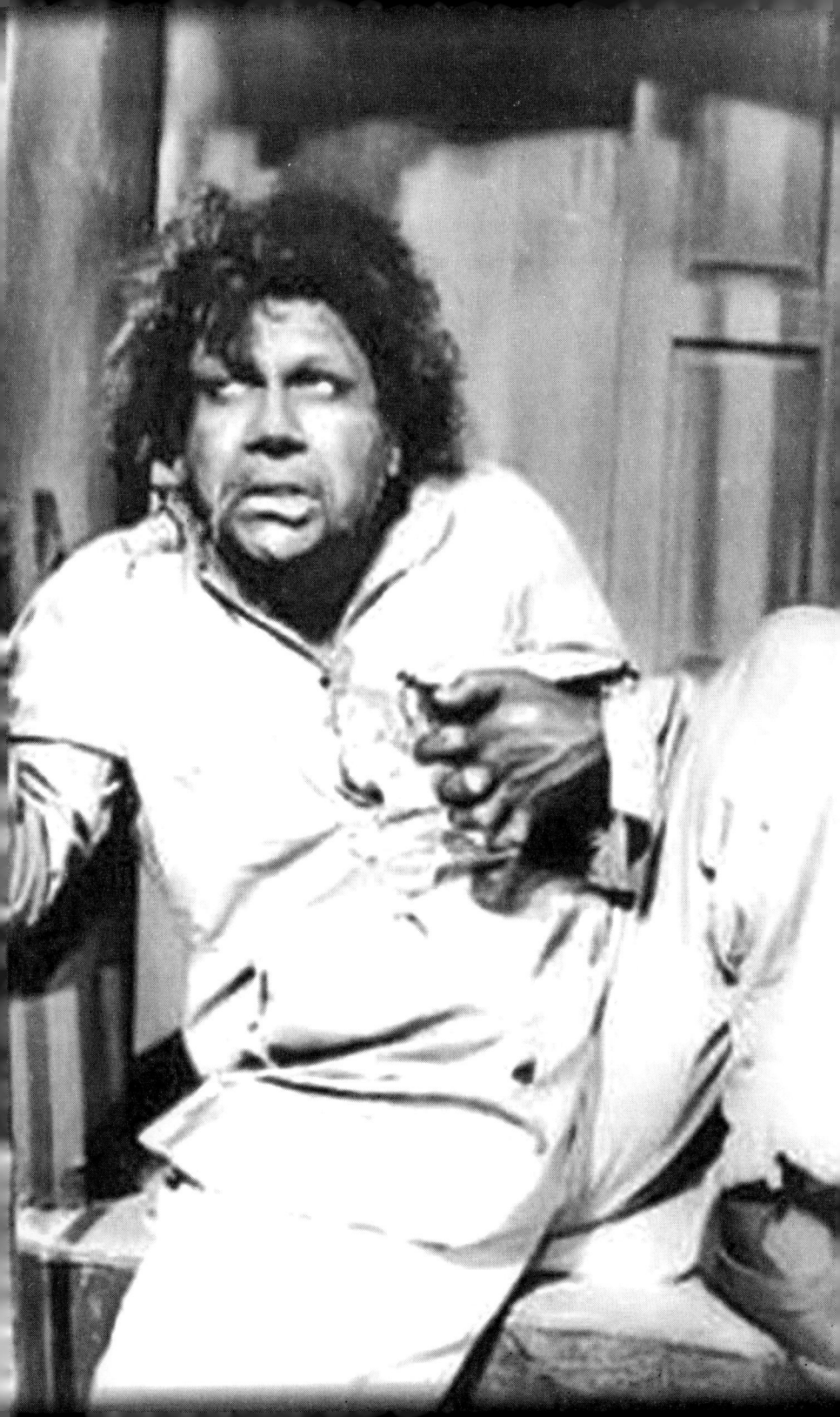

என்பதுபோல சில கோரிக்கைகள் அவர் முன்வைக்க, அவற்றைபெருமாள் ஏற்றுக்கொண்ட பிறகு எம்.ஆர்.ராதாவும் படத்தில் நடிக்க ஒத்துக் கொண்டார்.

இப்படத்தின் கதையானது, பாலு (எஸ்.எஸ்.ராஜேந்திரன்) என்பவர் பார்வையாளர்களிடையே, தனது உரையையும் மற்றும் ஒரு கதையையும் விவரிப்பதன்மூலம் தொடங்குகிறது.

மோகனசுந்தரம் (எம்.ஆர்.ராதா) என்பவர் ஒரு ஊதாரி, புகைப்பவர் மற்றும் குடிகாரர் ஆவார். அவர் பெரியவர்களை, தனது சமூகத்திற்குக்கீழானவர்களை மதிக்காதவர். அவர், ஒரு இரக்கமற்றவர். தனது சொந்தத் தாயை (எஸ்.ஆர்.ஜானகி)கூட அடிக்கும்தன்மை உடையவர். அவர், இந்தியா திரும்பியவுடன் சந்திராவை (ஸ்ரீரஞ்சனி) திருமணம் செய்துகொள்கிறார். அவள் பண்பாடுமிக்க, நல்ல நடத்தை, குணம்கொண்ட பழமைவாய்ந்த ஒரு கிராமத்துப் பெண். மோகனசுந்தரம், காந்தா (எம்.என்.ராஜம்) என்ற ஒரு விபச்சாரியுடன் உறவு வைத்துக்கொள்கிறார். அவரது நண்பர் பாலு, அவருக்கு அறிவுரை

கூறவும், அவரைத் திருத்தவும் முயற்சிகளை மேற்கொள்கிறார். ஆனால் மோகன் அதை காதில் வாங்கவில்லை. காந்தாவின் தாயின் பிறந்தநாள் விழாவில் கலந்துகொள்ள விரும்பும் மோகன், தன் தாயின் மரணத்திற்குப்பின் நடக்கும் இறுதிச்சடங்கில் கலந்துகொள்ளத் தவறி விட்டார். மோகன், காந்தாவின்மீது தன் மனதைத் தொலைக்கிறார். அவனுடைய எல்லாச்சொத்துகளையும் அவளிடம் ஒப்படைக்கிறான். மேலும் தனது வாழ்க்கையில் இருக்கும் ஒவ்வொரு அன்பான நபர்களையும் இழக்கிறான். அவர், தனது கடைசி செல்வத்தையும், நெருக்கமானவர்களையும் இழக்கும்போது தொழுநோயால் பாதிக்கப்படுகிறார். பின்னர் அவரது வாழ்க்கை தலைகீழாக மாறுகிறது. அவரது நோய்க்குச் சிகிச்சை அளிக்கப் பணம் இல்லாததால், காந்தாவும் அவரின் கூட்டாளிகளும் அவரைப் புறக்கணித்து வெறுக்கிறார்கள். அவள், அவனை ஒரு அறையில் வைத்து தீண்டத்தகாதவனைப் போல் நடத்துகிறாள். விரைவில்காந்தா, மோகனைத் தூக்கி வெளியே எறிகிறாள். அவன், தனது பார்வையை இழக்கிறான். அவர், ஏழை குஷ்ட ரோகியாக, உணவுக்காகத் தெருக்களில் பிச்சை எடுக்கிறார். தனது வாழ்க்கையின் கடைசிக்கட்டத்தில், வாழ்க்கையின் மதிப்பையும் மற்றவர்களை எவ்வாறு மதிக்கவேண்டும் என்பதையும் கற்றுக்கொள்கிறார். அவர், தனது மனைவி, தாய் மற்றும் தன்னைச்சுற்றியுள்ளவர்களிடம் நடந்துகொண்டவிதத்திற்காக வருத்தமடைகிறார். அவர், தனது பற்றாக்குறை வாழ்க்கை வாழும் மனைவியைச் சந்திக்கிறார். அவர்கள், ஒருவரை ஒருவர் அடையாளம் காணமுடியவில்லை. ஏனெனில் அவர், ஒரு குருடராக இருக்கிறார். மேலும் அவள், அவரின் சிதைந்த தொழுநோயால் பாதிக்கப்பட்ட முகத்தை மட்டுமே காண்கிறாள். அவர், தனது பழைய நண்பரான பாலுவைச் சந்திக்கிறார். மூவரும் இறுதியாக ஒருவருக்கொருவர் அடையாளம் காண்கிறார்கள். ஒரு வான் விபத்தில் நடக்கும் காந்தாவின் மரணம்குறித்து மோகன், பாலுமூலம் அறிகிறார். மோகன், தன்னுடைய ஒரு சிறந்த மனிதனால் மட்டுமே சந்திராவைப் பாதுகாக்க முடியும் என்ற நம்பிக்கையில், சந்திராவை பாலுவுடன் திருமணம் முடிக்கிறார். அவர் பிரியும்போது, தனது வார்த்தைகளைப் பேசுகிறார். மேலும் ஒரு குஷ்டரோகியின் சிலையை தனது தோற்றத்தில் உயர்த்தும்படி கேட்டுக்கொள்கிறார். தன்னைப்போன்ற ஊதாரிகளுக்கு உதாரணமாக இருக்கும் என்று கூறுகிறார்.

இறுதிக்காட்சியில் பாலு, மோகனின் சிலைக்கு முன்னால் (ஆரம்பத்தில் பார்த்ததுபோல்) தனது கதையை முடித்து, நீதியையும் வாழ்க்கையின் மதிப்பையும் பற்றிய ஒரு பாடலுக்குள் நுழைகிறார்.

ஆர்.ஆர்.சந்திரன் ஒளிப்பதிவு செய்த இப்படத்துக்கு, இயக்குனர்களில் ஒருவரான பஞ்சுபடத்தொகுப்பு செய்ய, பின்னணி இசை விஸ்வநாதன் ராமமூர்த்தியும், பாடல்களை சி.எஸ்.ஜெயராமனும் கவனித்துக் கொண்டனர். பாடல் வரிகளை மகாகவி பாரதியார், பாரதிதாசன், உடுமலை நாராயணகவி மற்றும் கு.சா.கிருஷ்ணமூர்த்தி எழுதினர். 'குற்றம் புரிந்தவன் வாழ்க்கையில் நிம்மதி ஏது' பாடல், படம் வெளியானபின் பட்டிதொட்டியெங்கும் பிரபலமானது.

இப்படத்திற்கு எம்.ஆர்.ராதாவிற்கு ஊதியமாக ரூபாய் 1 லட்சம் வழங்கப்பட்டது. வில்லி காந்தாவாக நடிக்க எம்.என்.ராஜம் தேர்ந்தெடுக்கப்பட்டார். அக்காலத்தில் வேறுயாரும் இந்த எதிர்மறை பாத்திரத்தில் நடிக்க முன்வர மறுத்ததாகவும், பிற்பாடு இயக்குனர் கிருஷ்ணன்பஞ்சு தன்னிடம் வேண்டுகோள் விடுத்தமைக்காக, தான் அந்தப் பாத்திரத்தை ஏற்றதாகவும் எம்.என்.ராஜம் ஒரு பேட்டியில் கூறியுள்ளார். இக் கதாபாத்திரத்திற்காக ராஜம், தனது எடையைக் கூட்டவேண்டியிருந்தது என்றும் ராதாவை படிக்கட்டில் இருந்து கீழே தள்ளவேண்டிய காட்சியில், தான் நடிக்கத் தயங்கியதாகவும் பின்னர் இயக்குனர்கள் கோரியபின்னர்துணிந்து எட்டி உதைத்து நடித்ததாகவும் கூறியுள்ளார்.

மோகன், தனது மனைவி சந்திராவின் கைகளை தனது நண்பர் பாலுவிடம் (எஸ்.எஸ்.ராஜேந்திரன்) இணைக்கும் இறுதிக் காட்சியைப் படமாக்கும்போது, மக்கள் இதை ஏற்றுக்கொள்ளமாட்டார்கள், மிகப்பெரிய சர்ச்சைகள் உண்டாகும் என இயக்குனர்கள் தயங்க, அந்தக் காட்சியை படமாக்காவிட்டால், தான் மேற்கொண்டு இப்படத்தில் நடிக்கமாட்டேன் என்று எம்.ஆர்.ராதா மிரட்டியதால், சில மாதங்கள் படப்பிடிப்பு நிறுத்தப்பட்டு பின்பு, ராதாவின் விருப்பப்படி நாடகத்தில் இருப்பது போலவே படமாக்கச் சொல்லி, பெருமாள் உத்தரவு பிறப்பிக்க, மீண்டும் படப்பிடிப்பு தொடர்ந்து நடைபெற்றது.

1954 அக்டோபர் 25ஆம் நாள், தீபாவளியன்று வெளியான 'ரத்தக் கண்ணீர்' 100 நாட்களுக்குமேல் ஓடி மிகப்பெரிய வெற்றியைப் பெற்றது.

## நடிகவேள் எம்.ஆர்.ராதா

**த**மிழ் சினிமாவில், சிவாஜியின் பாதிப்பில்லாத நடிகர்கள் என எவரையும்குறிப்பிட்டுச் சொல்லமுடியாது. ஆனால் அப்படிப்பட்ட நடிகர்திலகமே வியக்குமளவுக்கு, தன் தனித்த நடிப்பால் புகழ்பெற்றவர்தான், நடிகவேள்எம். ஆர்.ராதா என்று சொன்னால் மிகையில்லை. 'பலே பாண்டியா' படத்தில்வரும் 'மாமா மாப்ளே' எனும் ஒரு பாடல் போதும். அதில் சிவாஜி எம்.ஆர்.ராதா நடிப்பில், யார் பெஸ்ட் என்ற பட்டிமன்றமே நடத்தலாம் அந்தளவுக்கு, தன் தனி நடிப்பால் அனைவரையும் ரசிக்கவைத்து இன்றுவரை அழியாப்புகழை அடைந்தவர், எம்.ஆர்.ராதா அவர்கள். இன்னும் சொல்லப்போனால், அந்த சிவாஜிக்கே நடிப்பில் குருவாக இருந்து, தன்'சரஸ்வதி நாடக சபா'வில் சேர்த்துக்கொண்டதோடு வழிகாட்டியாகவும் இருந்தவர்.

அவரது பலமே, அவரது நடிப்புப் பாணிதான். புருவங்களைச் சுருக்கி வில்லத்தனம் காட்டுவதிலாகட்டும், சட்டென குரலைமாற்றி நக்கல் நையாண்டி செய்வதிலாகட்டும், இந்திய அளவில் ஏன், உலக அளவில்கூட அவருக்கு முன்மாதிரிகள் இல்லை. ஓரளவு குறிப்பிட்டுச் சொல்வதானால்,ஹாலிவுட் நடிகர் ஜேமஸ் காக்னியைச் சொல்லலாம். 'பப்ளிக் எனிமி வொய்ட் ஹீட்' போன்ற கறுப்புவெள்ளை காலப் படங்களில் நடித்துப்புகழ்பெற்றவர். அவரும் சிறுவில்லனாக நடித்து பின் எதிர்நாயகனாக நடிப்பால் கவர்ந்தவர்.

சென்னை சிந்தாதிரிப்பேட்டை சாமிநாயக்கன் தெருவில் வசித்த ராஜகோபால் நாயுடு ராஜாம்பாள் தம்பதிகளின்

2ஆவது மகனாக 1908இல் பிறந்தவர்,எம்.ஆர்.ராதா. மூன்றாம் வகுப்பு வரைதான் படித்தார். நாடகத்தில் நடிக்கும் ஆசை சிறுவயதி லேயே வந்து விட்டதால், மேற் கொண்டு படிக்கவில்லை. “டப்பி” ரங்கசாமி நாயுடு கம்பெனி, சாமண்ணா கம்பெனி, ஜெகந்நாத அய்யர் கம்பெனி என்று பல்வேறு நாடகக் குழுக்களில் ராதா நடித்தார்.

நடிப்புடன் கார் டிரைவர், மெக்கானிக், எலெக்ட்ரீஷியன் ஆகிய வேலைகளையும் ராதா கற்றுக்கொண்டார். நவாப் ராஜமாணிக்கம், சி.எஸ்.ஜெயராமன், கே.சாரங்கபாணி, யதார்த்தம் பொன்னுசாமிப் பிள்ளை, பி.டி.சம்பந்தம் ஆகியோரும், இவருடன் நாடகத்தில் நடித்துவந்தனர். இத்தனைபேர் நடித்தாலும், எம்.ஆர்.ராதா மட்டும்தான் நாடக உலகில் ஒரு சூப்பர் ஸ்டாராக வலம்வந்தார். மேடையில் அவர் தோன்றும் காட்சிகளில் எல்லாம் ரசிகர்களின் கைத்தட்டலில் கூரை எகிறும். ரசிகர்களைக் குஷிப்படுத்தமேடையில் திடீரென புல்லட் பைக்கை ஓட்டி வந்து சாகசங்கள் செய்வார். இப்படி, தன்னை வித்தியாசப்படுத்திக் காண்பிப்பதில் முனைப்பாக இருந்தார்.

பிறகு சொந்தத்தில் நாடகக் கம்பெனி தொடங்கினார். “ரத்தக்கண்ணீர்”, “தூக்கு மேடை”, “லட்சுமிகாந்தன்”, “பம்பாய் மெயில்”, “விமலா”, “விதவையின் கண்ணீர்”, “நியூஸ் பேப்பர்”, “தசாவதாரம்“, “போர் வாள்” போன்ற நாடகங்களை நடத்தினார். இவற்றில் மிகவும் புகழ்பெற்றது “ரத்தக்கண்ணீர்”.3,500 தடவை மேடை ஏறிய நாடகம், இது. இதில், செய்தித்தாளை ராதா படிக்கும் ஒரு சீன் வரும். அன்றாடம் வரும் செய்தித்தாளை கையில் வைத்துக்கொண்டு, அதில் வரும் செய்திகளைப் படித்து “கமெண்ட்” அடிப்பார்.இதற்காகவே, ’ரத்தக்கண்ணீர்’ நாடகத்தைப் பலமுறை பார்த்தவர்கள் ஏராளம். ராதா நாடகங்களில் பிரமாண்டமான காட்சிகள் எதுவும் கிடையாது. ஒரு கறுப்புத்திரை, ஒரு வெள்ளைத்திரை. இதை வைத்துக்கொண்டே, தன் நடிப்பு ஆற்றலைக்கொண்டு நாடகத்தை வெற்றிகரமாக நடத்திவிடுவார்.

ஈ.வெ.ரா.பெரியார்மீதும், அவருடைய கொள்கைகள்மீதும் மிகுந்த பற்றுடையவர், ராதா. தன் நாடகங்கள்மூலம் சீர்திருத்தக் கருத்துகளைப் பரப்பினார். நாடகத்தில் ராதாதான் ராமர்! ஒரு கையில் மதுக்கலயம், இன்னொரு கையில் மாமிசம்! நையாண்டி வசனங்கள் ஏராளம். இப்படி,தொடர்ந்து பெரியாரின் கருத்துகளை நாடகமாகப் போடுவதால் ஆட்சியாளர்களின் கோபத்துக்கு ஆளானார். அவரது நாடகங்கள் என்றாலேபோலீசுக்குத் தலைவலி. பல நாடகங்களைப் பாதியில் நிறுத்திக்

கைது செய்யப்பட்டுள்ளார். மொத்தமாக அவரது 6 நாடகங்கள் தடைசெய்யப்பட்டுள்ளன. திருச்சியில் "போர்வாள்" என்னும் நாடக நடத்தியபோது, ராதாவுக்கு "நடிகவேள்" என்ற பட்டத்தை, பட்டுக்கோட்டை அழகிரி வழங்கினார். 1962இல் "கலைமாமணி" பட்டம், தமிழ்நாடு இயல் இசை நாடக மன்றத்தினரால் வழங்கப்பட்டது.

சினிமாவில் அவருக்கு முதல் படம், "ராஜசேகரன்" 1937இல் வெளியானது. இதில் மாடியில் இருந்து, கீழே குதிரைமீது குதிக்கும் காட்சியில் நடித்தபோது, கால் எலும்பு முறிந்துவிட்டது. குணமடைந்த பிறகு "பம்பாய் மெயில்" என்ற படத்தில் நடித்தார். பிறகு சினிமாவில் இருந்து ஒதுங்கி, நாடகங்களில் நடித்து வந்தார். இதன்பிறகுதான் 'பராசக்தி' வெற்றியைத் தொடர்ந்து, நேஷனல் பிக்சர்ஸ் பெருமாள்

முதலியார் தயாரிக்க 1954இல் 'ரத்தக்கண்ணீர்' வெளியாகி அவருக்கு மிகப்பெரிய பேரும் புகழையும் பெற்றுத்தந்தது.

மூன்று ஆண்டுகளுக்குப்பின் லட்சுமி பிக்சர்ஸ், எம்.ஆர்.ராதாவை கதாநாயகனாக நடிக்கவைத்து "நல்ல இடத்து சம்பந்தம்" என்ற படத்தைத் தயாரித்தது. இதில் ராதாவுக்கு ஜோடியாக சவுகார்ஜானகி நடித்தார். 1959இல், சிவாஜி கணேசனுடன் எம்.ஆர்.ராதா இணைந்து நடித்த "பாகப்பிரிவினை" மகத்தான வெற்றிபெற்றதுடன், எம்.ஆர்.ராதாவின் வாழ்க்கையில் பெரிய திருப்புமுனையை ஏற்படுத்தியது. சிவாஜியுடனும், எம்.ஜி.ஆருடனும் இணைந்து ஏராளமான படங்களில் ராதா நடித்தார். குறுகிய காலத்தில் 150 படங்களில் நடித்து முடித்தார்.

**நவாப் ராஜமாணிக்கம், சி.எஸ்.ஜெயராமன், கே.சாரங்கபாணி, யதார்த்தம் பொன்னுசாமிப் பிள்ளை, பி.டி.சம்பந்தம் ஆகியோரும், இவருடன் நாடகத்தில் நடித்துவந்தனர். இத்தனைபேர் நடித்தாலும், எம்.ஆர்.ராதா மட்டும்தான் நாடக உலகில் ஒரு சூப்பர்ஸ்டாராக வலம்வந்தார்.**

1967 தேர்தலுக்குமுன், எம்.ஜி.ஆரை துப்பாக்கியால் சுட்டுவிட்டு, தன்னைத் தானே சுட்டுக்கொண்டார். இந்தச் சம்பவம், தமிழ்நாட்டையே குலுக்கியது. சிகிச்சைக்குப்பின், இருவரும் குணமடைந்தனர். எம்.ஆர்.ராதாமீது தொடரப்பட்ட வழக்கில் அவருக்கு 7 ஆண்டு ஜெயில் தண்டனை விதிக்கப்பட்டது.பிறகு 5 ஆண்டாகக் குறைக்கப்பட்டது. 1974இல் விடுதலையானார்.மீண்டும் சினிமா.

விடுதலையாகி வெளிவந்ததும் மு.க.முத்துவுடன் "சமையல்காரன்" படத்தில் நடித்தார். தொடர்ந்து "டாக்சி டிரைவர்", "பஞ்சாமிர்தம்", "வண்டிக்காரன் மகன்", "ஆடு பாம்பே" ஆகிய படங்களில் நடித்தார். மேலும் சில படங்களில் நடித்துக்கொண்டிருந்தார்.

1979 செப்டம்பரில், திருச்சி சங்கிலியாண்டபுரத்தில் உள்ள வீட்டில் ராதா தங்கியிருந்தார். அந்தச் சமயத்தில், அவர் மஞ்

சள்காமாலை நோயால் பாதிக்கப்பட்டு தனியார் ஆஸ்பத்திரியில் அனுமதிக்கப்பட்டார். சிகிச்சை பலனின்றி 1791979 காலை, 71வது வயதில் ராதா காலமானார்.

எம்.ஆர்.ராதா, இளமைப்பருவம் முதலே தந்தை பெரியாரின் கொள்கையில் ஆழ்ந்த பற்றும் பிடிப்பும் கொண்டவர். அதனால்தான் என்னவோ, தந்தைபெரியாரின் பிறந்த நாளான செப்டம்பர் 17ஆம் தேதி மரணமடைந்தார்.

## திருவாரூர் தங்கராசு

"இந்தமாதிரி கூட்டங்களைப் பார்த்தாலே எனக்குப் பிடிப்பதில்லை. எப்பொழுது பார்த்தாலும்பஞ்சம், பசி, பட்டினி. ஊருக்கொரு லீடர். ஆளுக்கொரு கொள்கை. அவனவனுக்கு, ஒரு டஜன் பட்டினிப் பட்டாளம். நான்சென்ஸ்! மேலைநாட்டுத் தொழிலாளிகள் அப்படி வாழ்கிறார்கள், இப்படி வாழ்கிறார்கள் என்று பாலு சொன்னான். மேலைநாட்டுத் தொழிலாளிகள், அமெரிக்காவிலும் ஐரோப்பாவிலும் பிறந்தவர்கள். அப்படித்தான் வாழ்வார்கள். அவர்கள் தலைவிதி அப்படி. நீங்கள் இந்த நாட்டிலே பிறந்தவர்கள்.இப்படித்தான் வாழ்வீர்கள். உங்களுடைய தலைவிதி இப்படி!"

1954இல் வெளிவந்த 'ரத்தக்கண்ணீர்' படத்தின் வசனம், இது.சிறந்த பேச்சாளரும் எழுத்தாளருமான திருவாரூர் தங்கராசு, 6.4.1927ஆம் நாள்நாகப்பட்டினத்தில் பிறந்தார். தன் 17ஆம் வயதில் திராவிடர் கழகத்தில் இணைந்தார். இவர், தொடக்கக் காலங்களில் தனியார் வணிக நிறுவனங்களில் எழுத்தராகவும் காசாளராகவும் பணியாற்றி யிருக்கிறார். ஆனாலும் இயக்கப்பணிகளில் அவரின் நாட்டம் குறையவில்லை. இவர், ஒரு நகைக்கடையில் பணியாற்றியபோது ஒருநாள் மாலையில், இயக்கப் பணிக்காகச் செல்லும் அவரசத்தில், தான் பணியாற்றிவந்த கடையைப் பூட்டாமல் சென்றுவிட்டார்.நல்லவேளை,அந்தக் கடையில் திருட்டுப் போயிருக்கவில்லை.

இதையறிந்த கடை உரிமையாளர், தங்கராசுவிடம்"நீ, இயக்க வேலையைப் பார்" என்றுவேலையிலிருந்து

நீக்கிவிட்டார். இவரது இயக்கப்பணிக்கு இதுவொரு சான்றாகும். தொடக்கத்தில் காங்கிரஸ்மீது பற்றுக்கொண்டிருந்த இவர், தந்தை பெரியாரின் கொள்கை யால் ஈர்க்கப்பட்டு இளமையிலேயே திராவிடர் கழகத்தில் இணைந்தவர்.

கலைஞர், திருவாரூர் சிங்கராயர், தண்டலம் ரங்கராசு, ஆகியோர், பெரியார் தொண்டர்களாக அணிவகுத்த சமகாலத்தவர், திருவாரூர் தங்கராசு. இவர் தமிழ், ஆங்கிலம், சமஸ்கிருதம் ஆகிய மொழிகளில் புலமைபெற்றவர். சமஸ்கிருதத்தில் 'வால்மீகி இராமாயணம்' உட்பட பிற இராமாயணங்களையும் மலையாள இராமாயணம், கம்ப இராமாயணம் ஆகியவற்றைநன்கு படித்து ஆய்வுசெய்தார். அதன்விளைவாக, அவர் எழுதிய இராமாயணம் குறித்த நூல் மக்களிடையே அதிர்வை ஏற்படுத்தியது. வழக்கம்போல் காங்கிரஸ் அரசு, அந்த நூலை தடை செய்தது.

இந்த இராமாயணத்தை, நடிகவேள் எம்.ஆர்.இராதா நாடகமாக அரங்கேற்றினார். இந்நாடகமும் காங்கிரஸ் அரசால் தடை செய்யப்பட்டது. உடனே 'இராமாயணம்' என்ற பெயரை 'கீமாயணம்' என்று மாற்றி மேடை ஏற்றினார், நடிகவேள். தமிழக வரலாற்றில் ஒரு நாடகம் தடைசெய்யப்பட்டது இதுவே முதல்முறையாகும். இன்னொருமுறை, தங்கராசுவின் 'இராமாயணம்' நாடகம், அரசுப் பொறியாளர் ஒருவரின் தலைமையில் நடைபெற்றது. உடனே அவர்மீது நடவடிக்கை எடுக்கவேண்டும் என்று மதவாதப் பேர்வழிகள், துறை அடிப்படையில் ஒரு கோப்பு தயாரித்தார்கள். திருவாரூர் தங்கராசுவின் இன்னொரு நாடகம் 'ரத்தக்கண்ணீர்'. 1949ஆம் ஆண்டு, பொங்கல் விழாஅன்று திருச்சியில் அரங்கேற்றப்பட்ட இந்நாடகம், 1954ஆம் ஆண்டு திரைப்படமாக வெளியானது. நாடகங்கள் கொடிகட்டிப் பறந்த காலத்தில், எம்.ஆர்.ராதாவுக்கு ஆஸ்தான கதை, வசனகர்த்தாவாக இருந்தகலைஞர் விலகிவிட, அந்த வாய்ப்பு தங்கராசுவிற்கு வருகிறது. அவருக்காகவே எழுதியதுதான் 'ரத்தக்கண்ணீர்'. 1949ஆம் ஆண்டு, அரங்கேறிய நாடகம் பிறகு பலமுறை மேடையேற்றப்பட்டு பலத்த வரவேற்பைப் பெற்றது. இன்றைக்கும் சிந்தித்துப் பார்க்கமுடியாத,

*ஒன்லைனர்! 'பொண்டாட்டியை விட்டுவிட்டு தாசி பின்னேசென்றவன், நோய்வந்து வாடி, கிளைமாக்ஸில் தன் நண்பனையும் பொண்டாட்டியையும் சேர்த்துவைக்கும்' கதை.*

*67 வருடங்களுக்கு முன்னரே, மறுமணத்தை வலியுறுத்திய கிளைமாக்ஸ். தமிழகம் மட்டுமல்லாமல் சிங்கப்பூர், மலேசியா, பர்மா, இலங்கை என்று சென்ற இடமெல்லாம், எம்.ஆர்.ராதாவின் அசால்டான நடிப்பாலும், தங்கராசுவின் வசனத்தாலும் பெரும் வெற்றிபெற்றது. நாடகத்தைப் பார்த்த இரட்டை இயக்குநர்களான கிருஷ்ணன்பஞ்சு, இதை முழுநீளத் திரைப்படமாக்க எண்ணினார்கள். 'பராசக்தி' படம் தயாரித்த 'நேஷனல் பிக்சர்'ஸால் தயாரிக்கப்பட்டு 1954இல் இந்தப் படம் வெளிவந்தது.*

*ஒருசில வசனங்களைப் பாருங்கள்...*

எம்.ஆர்.ராதா: 'எனக்கு வரவேற்பு கொடுக்கிறார்கள் என்று சொன்னவுடன் கொடுக்கக்கூடிய, தகுதி யோக்கியதை உள்ளவர்கள் பெரிய சீமான்களும் சீமாட்டிகளும் வந்திருப்பார்கள் என்று நினைத்தேன். வந்த இடத்தில் எல்லாம் லேபர்ஸ் கூட்டமாகத் தெரிகிறது'

எஸ்.எஸ்.ஆர்: நம்மூர் நகரசுத்தித் தொழிலாளர்கள் ஒரு கூட்டம் நடத்த ஏற்பாடு பண்ணீருக்காங்க

எம்.ஆர்.ராதா: அதுல கூட்டறதுக்கு என்னையும் கூப்ட்டாங்களா?

எஸ்.எஸ்.ஆர்:நமது தொழிலாளர்கள் மத்தியில் குவிந்திருக்கும் முட்டாள்த்தனமும் மூடநம்பிக்கையும் அகற்றமுடியாத குப்பைகள்தானே? நீவந்து மேல்நாட்டிலே நகரசுத்தித் தொழிலாளர்கள் எப்படி வேலை செய்கிறார்கள் என்பதையாவது சொல்லக்கூடாதா?

எம்.ஆர்.ராதா:மேல்நாட்ல இருக்கறவன் நின்னுக்கிட்டு கூட்டறான். இங்க இருக்கறவன் குனிஞ்சுகிட்டுக் கூட்றான். ஜாதிக்கட்சி, சாமியார்கட்சிஞ் இந்தியாவுல க்ரோர்ஸ் கணக்கா வெச்சுகிட்டிருக்கான் கட்சிய. எல்லா கட்சியும் பிஸினஸூல புகுந்து சம்பாதிக்கறான். வேற ஒண்ணுத்துக்கும் லாயக்கில்ல.

நோயுடன் இருக்கும் எம்.ஆர்.ராதாவிடம், எஸ்.எஸ்.ராஜேந்திரன் 'சோறு போடறேன் வீட்டுக்கு வா' என்று அழைத்துப் போவார். ராஜேந்திரனுடன், ஒரு போர்ட்டர் பெட்டியைத் தூக்கிக்கொண்டு வந்து வீட்டில் வைத்துவிட்டு, 'ரெண்டு அணா சேர்த்துக் குடு' என்று கேட்பார். 'குடுக்கறத வாங்கிட்டுப்

போடா' என்று சொல்லுவார், எம்.ஆர்.ராதா. உடனே அந்தப் போர்ட்டர், 'நீ சும்மாக் கெடடா பிச்சைக்காரப் பயலே' என்று சொல்ல, இவர் பதில் சொல்லுவார்.

'இவன் குபேரன் மச்சான்! பொட்டியத் தூக்கிட்டு வந்து எட்டணா வாங்கறவன் பிச்சக்காரப்பய. நான் ஒண்ணும் தூக்காமயே சோறு வாங்கப்போறேன். நான் உன்னைவிடப் பெரியவன்தான் போடா!'

'ரோடு போட மூணுவருஷம் ஆகுது. கல்லைக் கொண்டு ரெண்டு பக்கமும் கொட்றானே'ஞ்

இதுபோன்று, படம் முழுவதும் வசன சாட்டையடிகள்தான்.

ரத்தக்கண்ணீருக்குப் பிறகு, 'தங்கதுரை', 'பெற்ற மனம்' ஆகிய படங்களுக்கும் கதைவசனம் எழுதியிருக்கிற தங்கராசு, பெரியாரின் தொண்டனாகவே கடைசிவரை இருந்தார். சினிமாவுக்காக தன் கருத்துகளை என்றும் மாற்றிக்கொள்ளவில்லை. தன்னை முன்னிலைப் படுத்திக்கொள்ளாமல், தன் கருத்துகளை மட்டுமே முன்னிலைப்படுத்துவார், தங்கராசு.

பெரியாருக்குப் பிறகு எம்.ஜி.ஆர், கருணாநிதி என்று எல்லாருடனும் நட்புடன் இருந்தாலும் தன் கருத்தைத் துணிச்சலாகப் பேசக்கூடியவர். எழுத்துச் சீர்திருத்தத்தில் இவருக்குப் பெரும் பங்குண்டு. அதற்காக எம்.ஜி.ஆர். அமைத்த குழுவில் தங்கராசுவும் ஒருவர்.

பாலுமகேந்திரா, மகேந்திரன், சிவக்குமார், வைரமுத்து என்று தொடங்கி விஜய் சேதுபதி வரை, அவர்களது மிக விருப்பப் படங்கள் என்று எடுத்துக்கொண்டால் அதில் 'ரத்தக்கண்ணீ''ரைக் குறிப்பிடத்தவறியதில்லை. 1954இல், தமிழில் வெளியான இப்படம், 2003ஆம் ஆண்டு 'ரத்தக்கண்ணீரு' என்று உபேந்திரா நடிக்க, கன்னட மொழியில் திரைப்படமாகி பெரும் புரட்சியைச்செய்துள்ளது. பகுத்தறிவுப் பாசறை திருவாரூர் தங்கராசு 2014ஆம் ஆண்டு சனவரி 5ஆம் நாள், தன் 89ஆம் வயதில், வாழ்நாள் ஓய்வை எடுத்துக்கொண்டு மரணத்தைத் தழுவினார்.

## எஸ்.எஸ்.ராஜேந்திரன்

**இ**ன்று தமிழ் சினிமாவில், நடிப்புக்கு இலக்கணம் என்றால் சிவாஜி என்றாகிவிட்டது. அவரைப்போல வசன உச்சரிப்பிலும் உடல் மொழியிலும் இனி ஒருவர் வரவில்லை என்பதுதான் தமிழ் சினிமாவின் மாற்றமில்லாத பேச்சு. ஆனால் சிவாஜி அறிமுகமான 'பராசக்தி' காலத்தில், அப்படி யாரும் சொல்லவில்லை. சொல்லத்துணியவுமில்லை. காரணம் யார் தெரியுமா? எஸ்.எஸ்.ராஜேந்திரன் அவர்கள்.

'எஸ்.எஸ்.ஆர்.' என அனைவராலும் சுருக்கமாக அழைக் கப்பட்ட ராஜேந்திரனின் துடிப்பான நடிப்பும் முகபாவமும் அவரை சிவாஜிக்கு மாற்றாகவே யோசிக்கவைத்தன. அதிலும் தெளிவான தமிழ் உச்சரிப்புடன்கூடிய அவரது 'கணீர்' குரலுக்கு ஈடாக இன்றுவரை திரையுலகில் வேறு குரல் வரவில்லை என்றே சொல்லலாம்

இன்றைய தலைமுறையில், நடிப்பின்மீது ஆசையிருப் பவர்கள் ஒரே ஒருமுறை யூட்யூபில் இருக்கும் 'சிவகங் கைச் சீமை'யின் கடைசி தூக்குமேடைக் காட்சியைப் பார்க்கவேண்டும். அதில், முத்தழகு சேதுபதியாக அவர்வெளிப்படுத்திய உணர்ச்சிததும்பும் நடிப்பு, படத்தின் எதிர்பாரா தோல்வியால் அன்று கவனிக்கப்படாமல்போனது, அவர் வாழ்வில் இயற்கை செய்தபெரும் சதி எனலாம்.

எஸ்.எஸ்.ராஜேந்திரனின் சொந்த ஊர், மதுரை மாவட்டம் உசிலம்பட்டி அருகில் உள்ள சேடப்பட்டி கிராமம். இவருடைய தந்தை சூரியநாராயணத்தேவர். கல்வி அதிகாரியாக பதவி வகித்தவர். தாயார் ஆதிலட்சுமி.

எஸ்.எஸ்.ஆர்., 1928ஆம் ஆண்டு ஜனவரி மாதம் பிறந்தார். எஸ்.எஸ். ஆருக்கு ஒரு சகோதரி உண்டு. அவர் பெயர், பாப்பம்மாள். சிறுவயதிலேயே 5ஆவது வகுப்பை முடித்த எஸ்.எஸ்.ராஜேந்திரன் 6ஆவது வகுப்பில் சேர்வதற்கு மேலும் ஒரு வயது தேவைப்பட்டதால், ஒரு ஆண்டு வீட்டில் சும்மா இருக்கவேண்டிய நிலை ஏற்பட்டது. அப்போது தந்தையின் நண்பரின் வேண்டுகோளால், புளியமா நகரில் பாய்ஸ் கம்பெனி நாடகத்தில் நடிப்பதற்காக அழைத்துச் செல்லப்பட்டார்.

'வீர அபிமன்யு' நாடகத்தில் நடித்தார். அதன் பின்னர் மீண்டும் பள்ளிப்படிப்பைத் தொடர்ந்தார். எப்படியாவது தனது மகனை தன்னைப்போல அரசாங்க அதிகாரியாக ஆக்கிவிடவேண்டும் என்று எஸ்.எஸ்.ஆரின் தந்தை லட்சியமாகவே வைத்திருந்தார். 1937இல், எம்.கே. தியாகராஜ பாகவதர் நடித்த 'சிந்தாமணி' படம், சக்கைபோடு போட்டது. எஸ்.எஸ்.ஆர். மனதில் அப்படம் பெரிய தாக்கத்தை ஏற்படுத்தியது. 'சிந்தாமணி' கதையை, பள்ளியில் நாடகமாகப் போட்டபோது எஸ்.எஸ். ஆர். கதாநாயகனாக நடித்தார்.

அவர் நன்றாக நடித்ததால், அவருக்கு அப்போது முதல் பரிசு கிடைத்தது. இந்த நாடகத்தை நடத்திய ஆசிரியர், 'நீ அழகாக இருக்கிறாய். நடிப்பும் நன்றாக வருகிறது. எனவே, சினிமா உலகிற்கு நீ சென்றால் புகழ் பெறமுடியும்' என்று எஸ்.எஸ்.ஆரிடம் கூறினார். 'நீ இனி படிக்க வேண்டாம். நடிக்கப் போ' என்றுகூறி, நாடகக் கம்பெனியில் சேர தன் செலவில் மதுரைக்கு அனுப்பிவைத்தார். மதுரைக்குச் சென்ற எஸ். எஸ்.ஆர்., டி.கே.எஸ். நாடக சபாவில் சேர்ந்தார். அங்கு 'சிவலீலா' நாடகத்தில் காவலாளி வேடமே கிடைத்தது. அதன்பிறகு 'மகாபாரதம்' நாடகத்தில் சகாதேவனாக நடிக்கத் தொடங்கினார்.

இதில், திரவுபதியாக (பெண் வேடத்தில்) நடித்தவர், ஏ.பி.நாகராஜன். தன் மகன் நாடக நடிகனாகிவிட்டானே என்ற வெறுப்பில் இருந்த எஸ்.எஸ்.ஆரின் தந்தை, எஸ்.எஸ்.ஆரின் நடிப்பைப் பார்த்துப் பாராட்டினார். இது,எஸ்.எஸ்.ஆருக்கு மேலும் ஊக்கத்தைக் கொடுத்தது. நாடகத்தில் நடித்துக் கொண்டிருந்தபோதே, தந்தை பெரியாருடனும் அறிஞர் அண்ணாவுடனும் பழகும் வாய்ப்பு அவருக்குக் கிடைத்தது. 19111943இல் ஈரோட்டில் 'சந்திரோதயம்' நாடகத்தை நடத்த அண்ணா வந்தார்.

அப்போது, அந்த நாடகத்தில் அண்ணாவும் நடிக்கவேண்டியிருந்தது. ஏற்கெனவே, அங்கு நாடகம் நடத்திவந்த குழுவில் இருந்த எஸ்.எஸ்.ஆர். அண்ணாவுக்கு 'மேக்கப்' போட்டார். தொடர்ந்து எஸ்.எஸ்.ஆர். நாடகத்தில் நடித்துவந்தாலும் சினிமாவில் நடிக்கவேண்டும் என்ற ஆசை தீவிரம் அடைந்தது. எனவே, நாடகக் கம்பெனியில் இருந்து விலகி, சினிமா வாய்ப்புத்தேடிச் சென்னைக்கு வந்தார். சென்னைக்கு வந்த நாளில் 'அபிமன்யு' படத்தில் 'அபிமன்யு'வாக நடிக்க எஸ்.எஸ்.ஆருக்கு வாய்ப்புக் கிடைத்தது. 'மேக்கப் டெஸ்ட்' முடிந்தநிலையில், 'எஸ்.எஸ்.ஆர். எங்கள் நாடகக் குழுவில் இன்னும் 7 மாதம் நடிக்கவேண்டும் என்று ஒப்பந்தம் உள்ளது' என்று, டி.கே.எஸ். நாடகக் குழுவினர் தெரிவித்தனர்.

இதனால், 'அபிமன்யு' படத்திலிருந்து எஸ்.எஸ்.ஆர். விலக நேரிட்டது. இதைத்தொடர்ந்து, 'அபிமன்யு' படத்தில் எஸ்.எம்.குமரேசன் நடித்தார். அர்ச்சுனனாக எம்.ஜி.ஆர். நடித்தார். அதன்பிறகு, சேலம் மூர்த்தி பிக்சர்சின் 'ஆண்டாள்' படத்தில் எஸ்.எஸ்.ஆர். பின்னணிப் பாடகரானார். 'இன்ப உலகிலே மன்மதன் பூங்கணை' என்ற பாடலைப் பாடினார்.

கலைவாணர் சிறையிலிருந்தபோது,டி.ஏ.மதுரம் தயாரித்த' ஒருசில காட்சிகளில் தோன்றி நடித்த இத் திரைப்படத்தில், ராஜேந்திரன் ஒரு சிறிய பாத்திரத்தில் நடித்திருந்தார். நேஷனல் பிக்சர்ஸ் பெருமாள் முதலியார், ஏவிஎம்.முடன் கூட்டுச் சேர்ந்து 'பராசக்தி' படத்தைத் தயாரித்தார். கலைஞர் கருணாநிதி திரைக்கதை வசனத்தை எழுதிய இந்தப் படத்தில் சிவாஜிகணேசனுடன், எஸ்.எஸ்.ராஜேந்திரன் புதுமுகமாக அறிமுகமானார்.

சிவாஜிகணேசனின் அண்ணனாக 'ஞானசேகரன்' என்ற வேடத்தில் எஸ்.எஸ்.ஆர். சிறப்பாக வசனம் பேசி நடித்தார். குறிப்பாக, சிவாஜிகணேசனைப் போல் தெளிவாகவும், உணர்ச்சியுட னும் வசனம் பேசும் ஆற்றல் ராஜேந்திரனுக்கு இருந்தது. 1952ஆம் ஆண்டு தீபாவளித் திருநாளில் வெளிவந்த 'பராசக்தி' கருணாநிதி, சிவாஜி ஆகியோரோடு எஸ்.எஸ்.ராஜேந்திரன் எனும் புதிய திரவிட இயக்க நடிகரையும் அறிமுகப்படுத்திய சிறப்பை தக்கவைத்துக்கொண்டது.

அந்த ஒரு படத்தின்மூலம் வெளிச்சத்துக்கு வந்த எஸ்.எஸ்.ஆர்., அதன்பின்னர் கருணாநிதியின் 'அம்மையப்பன்'திரைப்படத்தில்

கதாநாயகனாக நடித்தார். ஆனால்இப்படம் பெரிதாக வெற்றிபெறவில்லை. தொடர்ந்து அவர்'ரத்தக்கண்ணீர்' படத்தில், பாலு எனும் பாத்திரத்தில் தோன்றி, தன் குணச்சித்திர நடிப்பால் அனைவரையும்கவர்ந்தார். படத்தின் துவக்கக் காட்சியிலும் இறுதிக் காட்சியிலும் தோன்றி, மோகன் பாத்திரத்தில் நடித்த எம்.ஆர்.ராதாவின் சிலையைத் திறந்துவைத்து, அவர் வாழ்க்கையைச் சொல்லி விழிப்புணர்வை உண்டாக்கும்அந்தப் பாத்திரம்மூலம் 'பராசக்தி' படத்துக்குப்பிறகுமீண்டும் ஒரு அழியாப்புகழை அடைந்தார். மக்கள் மனதிலும் 'புரட்சிநடிகர்' என்ற பட்டத்தைப் பெற்றார். தொடர்ந்து 1957ஆம் ஆண்டில் வெளிவந்த 'முதலாளி' திரைப்படமும்இவருக்கு வெற்றிப்படமாக அமைந்தது.இத்திரைப்படத்தில் இடம்பெற்ற 'ஏரிக்கரை மீது போறவளே பெண்மயிலே...' என்ற பாடல் பெரும் வரவேற்பைப் பெற்றது. 1958இல் இவர் நடித்த 'தை பிறந்தால் வழி பிறக்கும்' வெற்றிகரமாக ஓடியது.கண்ணதாசன் தயாரிப்பில் உருவான 'சிவகங்கைச் சீமை'யில் இவரது நடிப்பு, முன்னே சொன்னதுபோல அனைவராலும் பேசப்பட்டது.

எம்.ஜி.ஆருடன் சிறந்த நட்பினைப் பேணிவந்தார். எம்.ஜி.ஆர். இரண்டு வேடங்களில் தோன்றி நடித்த 'ராஜா தேசிங்கு'(1960) படத்தில் முக்கிய வேடத்தில் நடித்தார். 'சாரதா' என்னும் திரைப்படத்தை இயக்கும் வாய்ப்பை கே.எஸ்.கோபாலகிருஷ்ணன் எனும் புதுமுகத்திறமையாளருக்குஉருவாக்கிக் கொடுத்தார்.

தொடர்ந்து'தலைகொடுத்தான் தம்பி','எதையும் தாங்கும் இதயம்', 'குமுதம்','கை கொடுத்த தெய்வம்', 'பச்சை விளக்கு', 'குலதெய்வம்', 'தை பிறந்தால் வழிபிறக்கும்', 'தெய்வப்பிறவி', 'ராஜாராணி', 'காஞ்சித்தலைவன்', 'ரங்கூன் ராதா' எனப் பல படங்கள் அவருக்குப்பெரும் புகழைத் தந்தன.

அவர்,கருணாநிதி கதை வசனத்தில் உருவான 'பூம்புகார்' அவரது சிறந்த திரைப்படவரிசையில் ஒன்று.

பொதுவாக, திரையுலகில் பிரபலமடைந்தபின் தனித்துவமான கதாநாயகனாக நடிப்பதையே பிரபலங்கள் விரும்புவார்கள். ஆனால் புகழ்பெற்ற கதாநாயகனாக விளங்கிய அதே காலகட்டத்தில், தன் சக நடிகர்களான சிவாஜி, எம்.ஜி.ஆருடன் இணைந்து நடித்தார். அந்தப் படங்களில் தமிழ் உச்சரிப்பாலும், கணீர் குரலாலும் தனித்துத் தெரிந்தார். எஸ்.எஸ்.ஆர்.வீரம், சோகம், அழுகை, நகைச்சுவை என எந்தப் பாத்திரமானாலும் தன் தனித்த நடிப்பால் மற்றவர்களிலிருந்து வேறுபட்டு

வரவேற்பைப் பெற்றார்,ராஜேந்திரன். அவரைப்போன்று தமிழைத் தெளிவாக உச்சரித்தவர்கள் அன்றைய திரையுலகில் சொற்பமே. இயல்பில், திராவிடக் கொள்கையில் ஈர்ப்புக்கொண்டிருந்த அவர், திரையுலகில் பிரபலமாக விளங்கிய காலக்கட்டத்தில் அரசியலிலும் புகுந்தார்.பேரறிஞர் அண்ணாவின்மீது அளவற்ற அன்புகொண்டிருந்தஎஸ். எஸ். ராஜேந்திரன், அவரையே தன் அரசியல் குருவாக ஏற்று, அவரது தலைமையிலான தி.மு.க.வில் தன்னை இணைத்துக் கொண்டார். தன் இல்லத்தில் எந்த நிகழ்வு நடைபெற்றாலும் அதில் அண்ணா இல்லாமல் நடத்தமாட்டார். தான் கட்டிய இல்லத்திற்கு அண்ணாதுரை பெயரைச் சூட்டி மகிழ்ந்தார். அண்ணாவின்மீதும், பகுத்தறிவுக் கொள்கையில் தீவிரப் பற்றின் காரணமாக புராண, இதிகாசப் படங்களில் இனி நடிப்பதில்லையென ஒருநாள் அறிவித்தார். இது, அப்போது பரபரப்பை ஏற்படுத்திய அறிவிப்பு. காரணம், அப்போது புகழின் உச்சத்தில் அவர் இருந்தார் என்பதே.

அஜயன் பாலா

50களில், திராவிட இயக்கத்தின் தாக்கத்தில் புரட்சிக் கருத்துகளுக்கும் பகுத்தறிவுச் சிந்தனைகளுக்கும் வழிவிட்ட தமிழ் சினிமா, 60களில் புராண,இதிகாசப் படங்கள் பக்கம் அப்படியே தலைகீழாக ரசனையை மாற்றிக்கொண்டது, ஆச்சர்யம். இக்காலத்தில் தொடர்ந்து பலரும் புகைமூட்டமான செட்போட்டு சிவன், பார்வதி, முருகன், வினாயகரை திரையில் கொண்டுவந்தபோதுஏ.பி.நாகராஜன், இதுபோன்ற படங்களை எடுத்துப் புகழுச்சிக்குப் போனார். லட்சிய நடிகரான எஸ்.எஸ். ராஜேந்திரன் பிடிவாதமாக இருந்தார் என்பதால்தான், இன்றும் அவர் பெயர் நிலைத்து நிற்கிறது.

திரையுலகில் 50களில் துவங்கி 60களின் இறுதிவரை இருபெரும் ஆளுமைகளின் மத்தியில், தன்னிகரில்லாத நடிகனாகத்திகழ்ந்த ராஜேந்திரன், 1962இல் தேனி தொகுதியில் போட்டியிட்டு சட்டமன்ற உறுப்பினரானார். இந்தியாவில் சட்டமன்ற உறுப்பினராகப் பொறுப்புவகித்த முதல் நடிகன் என்ற புகழும் அவருக்குக் கிடைத்தது. திரையுலகில் தன்னோடு இணைந்து பல படங்களில் நடித்தபிரபல நடிகை விஜயகுமாரியுடன் காதல் வயப்பட்டு அவரைத் திருமணம் செய்துகொண்டார். ஆனால் என்ன காரணத்தாலோ இந்தத் திருமணம் நிலைக்கவில்லை. சில வருடங்களில்குழந்தை பிறந்த கையோடு, இருவரும் மனமொத்துப் பிரிந்தனர். மீண்டும் தன் முதல் மனைவி பங்கஜத்துடன் இணைந்து இறுதிக்காலம் வரை வாழ்ந்தார்.

திரையுலகில் பிரபலமாகியிருந்தபோதே தனது பெயரில் நாடக மன்றம் ஒன்றைத் துவக்கி, அதில் திறமையான நடிகர்கள் பலருக்கும் வாய்ப்பளித்தார். எஸ்.எஸ்.ஆர். நாடக மன்றம், பல பிரபலமான கதைகளை நாடகமாக அரங்கேற்றியது. இதுவரை ஏராளமான பேருக்குதிரையுலகில் வாழ்வளித்தவர். மனோரமா அதில் குறிப்பிடத்தக்கவர். அண்ணாவின் மறைவிற்குப்பின் தி.மு.க.வில் அவருக்கு எதிராக எழுந்த சிக்கல்களால் ஒருகட்டத்தில் அதிலிருந்து விலகி எம்.ஜி.ஆர். துவங்கிய அ.தி.மு.க.வில் இணைந்தார். 1980 தேர்தலில், ஆண்டிபட்டி தொகுதியில் வென்றார். அந்தத் தேர்தலில், அதிக வாக்குகள் பெற்ற வேட்பாளர் என்ற பெருமையைப் பெற்றார், எஸ்.எஸ்.ஆர்.எம்.ஜி.ஆர். மறைவுக்குப்பின் அவருக்கான அரசியல் களம் தெளிவற்றநிலையில் தி.மு.க., அ.தி.மு.க. என இரு கழகங்களிலும் தனக்கான இடத்தைத் தக்கவைக்க முடியாமல் வேறுவழியின்றி அரசியலிலிருந்து ஒதுங்கினார்.

திரையுலகில், அடுத்த தலைமுறை நடிகர்களாலும் நேசிக்கப்பட்ட எஸ்.எஸ்.ஆர். அவர்களை விரும்பி அழைத்தபோது, அவர்களின் படங்களிலும் நடித்தார். தம் இறுதிநாளில் ஞாபகமறதி நோயால் சிரமப்பட்ட அவர், எம்.ஜி.ஆர். ரசிகர்கள் ஏற்பாடுசெய்த ஒரு மேடையில் கருணாநிதியைப் புகழ்ந்து பேசி சங்கடப்பட்டுப்போனார். காரணம், எல்லாக் காலங்களிலும் தனக்கு எதிரிகளாக யாரையும் வரித்துக்கொண்டு அரசியல் செய்யாமல் தனித்துவமாக விளங்கியதுதான். திரையுலகில் பந்தா இல்லாமல் சகநடிகர்களுடன் போட்டி மனப்பான்மையின்றி இணைந்து பணியாற்றியது, அவரது சிறந்த குணத்திற்குச் சான்று. ஒருவகையில், அரசியலில் அவர் முழுவெற்றி பெறாததற்கும் அதுவே காரணம் எனலாம்.

எஸ்.எஸ்.ராஜேந்திரன், 2014ஆம் ஆண்டு, அக்டோபர் 24 அன்று, தனது 86ஆவது வயதில் மரணமடைந்தார்.

## *1955 இல் வெளியான படங்கள்*

1. அனார்க்கலி
2. ஆசை அண்ணா அருமை தம்பி
3. உலகம் பலவிதம்
4. எல்லாம் இன்பமயம்
5. ஏழையின் ஆஸ்தி
6. கள்வனின் காதலி
7. கல்யாணம் செய்துக்கோ
8. கணவனே கண் கண்ட தெய்வம்
9. கதாநாயகி
10. காதல் பரிசு
11. காவேரி
12. கிரகலட்சுமி
13. குலோபகாவலி
14. குணசுந்தரி
15. கோமதியின் காதலன்
16. கோடீஸ்வரன்
17. செல்லப்பிள்ளை
18. டவுன் பஸ்
19. டாக்டர் சாவித்திரி
20. நல்ல தங்கை
21. நல்லவன்
22. நம் குழந்தை
23. நாட்டிய தாரா
24. நீதிபதி
25. பெண்ணரசி
26. போர்ட்டர் கந்தன்
27. மகேஸ்வரி
28. மங்கையர் திலகம்
29. மனோரதம்
30. மாமன் மகள்
31. மிஸ்ஸியம்மா
32. முல்லைவனம்
33. முதல் தேதி
34. மேனகா
35. மேதாவிகள்
36. வள்ளியின் செல்வன்
37. ஜெயகோபி
38. ஜெயசிம்மன்
39. ஜோதி

## மிஸ் ஆகாத 'மிஸ்ஸியம்மா'

ஐம்பதுகளில்,தமிழ் சினிமா மிகப்பெரிய பாய்ச்சலை நிகழ்த்திக் கொண்டிருந்தகாலத்தில், தெலுங்கு சினிமாவும் மிகப்பெரிய மாறுதல்களைச்சந்தித்துக் கொண்டிருந்தது. இங்கு எம்.ஜி.ஆர்,சிவாஜிபோல அங்கு என்.டி.ஆர்,நாகேஸ்வர ராவ் என்ற இருவர் தோன்றினர். இங்கு பத்மினிபோல அங்கு பானுமதி என சரிக்குச்சரியாக நட்சத்திரங்களை உருவாக்கிக் கொண்டிருந்தனர்.

அதேசமயம், தமிழ்நாட்டில் அப்போதிருந்த இயக்குனர் களைவிட,யாரோடும் ஒப்புமையே செய்யமுடியாத மிகச்சிறந்த இயக்குனர் ஒருவர், ஆந்திர சினிமாவுக்குப் பெருமை சூட்டிக்கொண்டிருந்தார்.. அவர், எல்.வி.பிரசாத்.

பிற்காலத்தில் பிரசாத் ஸ்டூடியோ எனும் மிகப்பெரிய சாம்ராஜ்யத்தை சென்னையில் நிறுவி, தென்னிந்தியாவின் மிகப்பெரிய சினிமா சாம்ராஜ்யத்தைக் கட்டி ஆண்டவர்தான், எல்.வி.பிரசாத்.

அவர் தயாரிப்பு, இயக்கத்தில் தெலுங்கு தமிழில் ஒரேசமயத்தில் வெளியாகிஇரண்டு மொழிகளிலும் மிகப்பெரிய வெற்றிபெற்ற படம் 'மிஸ்ஸியம்மா'.

இதில் நாயகன் நாயகியாக நடித்த ஜெமினிகணேசன், சாவித்திரி இருவருக்குமே ஒருவகையில் இது, அறிமுகப்படம் எனலாம். இந்த இருவரும், முன்பே ஒருசில படங்களில் நடித்து தமிழில் அறிமுகமாகியிருந்தாலும், இந்தப் படம்தான்

இருவரது தனிப்பட்ட வாழ்க்கைக்கும் திரையுலக வாழ்க்கைக்கும் துவக்கப்புள்ளியாக அமைந்தது.

**கதை**

நாயகி மேரி (சாவித்திரி) வறுமையான கிறிஸ்தவப் பெண். வீட்டில் கஷ்டம்,பிரச்சனை, நெருக்கடி காரணமாக ஒரு பணக்கார வீட்டில் டியூஷன் சொல்லித்தரச் செல்கிறாள். அங்கு பாலு என்ற இளைஞன் அறிமுகமாகிறான். அவனும் ஆசிரியர். இருவரும் ஒரே வீட்டில் டியூஷன் எடுக்கிறார்கள். அதனால் இருவருக்கும் பழக்கம். அவர்கள் டியூஷன்

எடுத்துவந்த முதலாளிக்கு வேறு ஊருக்கு மாற்றலாகிவிட்டதால் இருவரும் ஒரேநேரத்தில் வேலையிழக்கிறார்கள்.

வேறு வேலை தேடிக்கொண்டிருக்கும் நேரத்தில், மகாலட்சுமி ஆரம்பப்பள்ளி சார்பாக அறிவிப்பு ஒன்று நாளிதழில் வெளியாகிறது. பி.ஏ. படித்த இருவர் ஆசிரியர் வேலைக்குத் தேவை என்றும், அவர்கள் தம்பதியாக இருக்க வேண்டும் என்றும், கணவனுக்கு ஊதியம் ரூ.200, மனைவிக்கு ரூ.250 என்றும் அந்த அறிவிப்பு தெரிவிக்கிறது. இதைக்கண்ட பாலு, மேரியிடம் இதுகுறித்து நயந்து பேசுகிறான்.

முதலில் கோபப்படும் மேரி, ஓரிரவு முழுவதும் யோசித்துவிட்டுக் கணவன் மனைவியாக நடிக்கச் சம்மதிக்கிறாள். எப்படியும் ஓ.சி.டேவிட்டிடம் வாங்கிய ரூ.400 கடனை அடைக்கவேண்டும் என்பதாலும், எம்.டி.பாலு ஓரளவு மட்டுமரியாதை தெரிந்தவன் என்று நம்புவதாலும் இதற்கு ஒப்புக்கொள்கிறாள்.

மேரி, கிறிஸ்தவ மதத்தில் மிகுந்த பற்றுக்கொண்டிருக்கிறாள். அவளுக்கு கிறிஸ்துமேல் மட்டுமே நம்பிக்கை இருக்கிறது. பாலுவுக்கோ சாதி, மதம் போன்ற எதன்மீதும் மரியாதையோ, மதிப்போ இல்லை.

தந்தையின் பெயரில் ஒட்டிக்கொண்டிருக்கும் சாதியின் பெயரைத் தன் பெயரின்பின்னே அணிந்துகொள்ள விரும்பாமல் உதறித்தள்ளிய பாலு,பிறப்பால் இந்து. இந்து ஆணான பாலுவும் கிறிஸ்தவப் பெண்ணான மேரியும் ஒரே வீட்டில் கணவன்மனைவியாகத் தங்கி, மகாலட்சுமி ஆரம்பப் பள்ளியில் பணிக்குச் செல்கிறார்கள். கிட்டத்தட்ட, 'லிவிங் டுகெதர்' என்பதுபோன்ற வாழ்க்கை.

### வியப்புத் தரும் கதாபாத்திரம்

'மிஸ்ஸியம்மா' படத்தைப் பொறுத்தவரை, மகாலட்சுமி என்ற மேரியின் கதாபாத்திரச் சித்திரிப்பு முன்னோடிப் பண்புகள் நிறைந்தது. பொதுவாக, பிழைப்புக்காக கிராமத்திலிருந்து நகரத்துக்குச் செல்வதுதான் வழக்கம். ஆனால், இந்தப் படத்தில், குயின் மேரிஸ் கல்லூரியில் படித்த மேரி, பணிக்காக ஆண்டிப்பேட்டை என்னும் கிராமத்துக்குச் செல்ல நேர்கிறது. இன்றும்கூட பெரும்பாலான பணியிடங்களில் ஆண்களுக்கு நிகராகபெண்களுக்கு ஊதியம் வழங்கப்படுவதில்லை. ஆனால் இந்தப் படத்தில் பாலுவைவிட மேரிக்கு ஐம்பது ரூபாய் அதிகமாக ஊதியம் வழங்கப்படுகிறது. பள்ளி மேலாளர் சம்பளப் பணத்தையும் கணவனிடம் தராமல் மனைவியிடமே தருவார்.

தங்க நகைகள் போட்டுக்கொள்வதில் பிரியமற்ற பெண்ணாகவே மேரி இருப்பார். அர்த்தமில்லாமல் தன்மீது பாசம்காட்டும் மனிதர்களை 'காட்டுப்பூச்சிகள்' எனும் கடுமையான சொல்லால் குறிப்பிடுமளவுக்குத் தனது விருப்பங்களிலும் உரிமைகளிலும் மதிப்புவைத்திருக்கும் பெண், அவர். ஆனால், நெருக்கடியான சூழல் காரணமாக, தனது மதத்தை மறைத்து, தான் இந்துப்பெண் என்று நடிக்குமளவுக்கு இங்கிதம் தெரிந்தவராகவும் இருக்கிறார், பொட்டு வைத்துக்கொள்கிறார்.

சீமந்தம் என்றால் என்னவென்றே தெரியாதளவுக்குச் சடங்குகளின் அறிமுகமே இல்லாமல் 20 வயதை அடைந்திருக்கும் ஒரு பெண் கதாபாத்திரத்தை வியக்காமல் எப்படி இருக்கமுடியும்? பெண் முடியும் என்றால் முடியாது; முடியாது என்றால் முடியும் என்பது போன்று இந்தப் படத்தில் இடம்பெற்றிருக்கும் ஓரிரு கருத்துகளைத் தவிர்த்து விடலாம். இந்தக் கருத்து, தவறு என்பதைக் காலம் நிரூபித்திருக்கிறது.

கிறிஸ்தவப் பெண்ணும் இந்து ஆணும் ஒரே வீட்டில் வசிப்பதில் தனக்கு உடன்பாடு இல்லை என்று சொன்னதால்தான், இந்தப் படத்தில் முதலில் நாயகியாக நடிக்கவிருந்த பானுமதி விலகிக்கொண்டார் என்று ஒரு தகவல் உலவுகிறது. அது உண்மை என்றால், ஒருவகையில் பானுமதி திரையுலகுக்கு நல்லதுதான் செய்திருக்கிறார்.

இல்லையென்றால், இரண்டாம் நாயகியாக நடிக்கவிருந்த சாவித்திரி, கதாநாயகி அந்தஸ்தை அடைந்திருக்கமாட்டார். தமிழ்நாடும் ஒரு நல்ல நடிகையைப் பெற்றிருக்காது. ஆனால், இந்தப் படத்தில் கதாநாயகியாக உயர்ந்த சாவித்திரி, இந்தப் படத்தால் வாழ்க்கையில் பெற்ற ஸ்தானத்தை நினைத்தால் வருத்தமே மிஞ்சுகிறது.

இந்தப் படத்தின் கதையை எழுதியவர், தெலுங்கு சினிமா கதை ஆசிரியர் அல்லூரி சக்ரபாணி. தமிழில் வெளியான 'மனிதன் மாறவில்லை' என்ற படத்தை இயக்கியவர் என்பது குறிப்பிடத்தக்கது. இந்தப் படத்தின் அருமையான பாடல்களை எழுதியவர், தஞ்சை ராமையாதாஸ். இசை ராஜேஸ்வர ராவ்.

# ஜெமினிகணேசன்

சில பட்டப்பெயர்கள் வெறும் பெயர்களாக ஒட்டிக்கொண்டிருக்கும் அவர்களுக்கும் அந்த பட்டப் பெயருக்கும் துளியும் தொடர்பு இருக்காது.ஆனால் 'காதல் மன்னன்' என்ற பட்டம்பெற்ற ஜெமினிகணேசன், நிஜவாழ்விலும் காதல் மன்னன் என்றால் அது மிகை யில்லை. ஏற்கெனவே சாவித்திரி உட்பட மூன்று திருமணம் ஆன நிலையில் 70 வயது காலத்தில் மருத்துவமனையில் சிகிச்சைக்குச் சென்ற இடத்தில் நான்காவதாக ஒரு பெண்ணைகாதல் வலையில் வீழ்த்தி திருமணம் செய்து கொண்டு தனக்கு தமிழ்ச்சமூகம் கொடுத்த பட்டத்தைநூறு சதவீதம் பொருத்தமானதாக ஆக்கிக் கொண்டவர் ஜெமினிகணேசன் அவர்கள்

எம்.ஜி.ஆர். சிவாஜி ஆகிய இருபெரும் துருவங்கள் ஆட்சிசெய்தசூழலில், தனக்கென ஒரு தனித்தன்மையான பாதையை வகுத்து அதில் வெற்றியும் பெற்றவர். முன் சொன்ன இருவரும் மிக நடிப்பில் வல்லவர்கள். அதை ரசிக்க இருவருக்கும் கோடிக்கணக்கில் ரசிகர்கள் இருந்த போது, நடிக்கவே செய்யாமல் எதார்த்த பாணியில் கை, கால், உடலசைவுகளைச் செய்து இயல்பாக வசனம் பேசி, அனைவரையும் கவந்தவர்ஜெமினிகணேசன் அவர்கள்.

குறிப்பாக, அன்றைக்கு இயல்பான கதைகளை, இன்னும் மக்களுக்கு நெருக்கமாகச் சொன்ன இயக்குநர்கள் அனைவரும் ஜெமினிகணேசனைதங்கள் கதைகளுக்குள் பொருத்திக்கொண்டார்கள்.

1920ஆம் ஆண்டு,புதுக்கோட்டையில் பிறந்த கணேசன்,சிறுவயதிலேயே அப்பா இறந்துவிட, சித்தப்பாவின் பராமரிப்பிலும் வளர்ந்து, நன்றாக படிக்கவும் செய்தார் சென்னைக்கு வந்து வேலை தேடியபோது நண்பர் ஒருவர் பரிந்துரையின்படி, ஜெமினி ஸ்டூடியோவில் எழுத்தராக வேலை கிடைத்தது. பின் சிறிதுநாட்களிலேயே நடிகர் நடிகைகளைத் தேர்வுசெய்யும் பணிக்குஉயர்த்தப்பட்டார். 'இவர் ஓ.கே.,சொல்லி பலர் வாழ்க்கை ஓ.கே. ஆனது உண்டு. அவ்வகையில், ஓ.கே. ஆன ஒருவர் பிற்பாடுபிரபலமானதும் அந்த நன்றியை காதலாக மாற்றி, கணவனாக ஜெமினியைத் திருமணமும் செய்துகொண்டார். அவர்தான், நடிகையர் திலகம் சாவித்திரி அவர்கள்.

இப்படி, பலரது வாழ்க்கையில் வெளிச்சம் உண்டாக்கும் வேலைசெய்த கணேசனின் தலைக்கும் ஒருநாள் வெளிச்சம் வந்தது.ஆம்.ஜெமினி ஸ்டுடியோவில்'மிஸ் மாலினி' என்றபடம் தயாரானபோது அப் படத்தில்நடிக்க ஒரு புதுமுகம் தேவைப்பட்டது. வாஸன் பார்த்தார். 'ஏன், நீயே நடிக்கலாமேஞ்' எனச் சொல்லியதோடு, கையோடு மேக் அப் டெஸ்டுக்கும் உத்தரவிட்டார். ஏற்கெனவே வசீகரமான முகத்துடன் இருந்த கணேசன், இயல்பான நடிப்பிலும் அனைவரையும் கவரஅங்கீகரிக்கப்பட்டார். படத்தில் சிறிய வேடம்தான். அடுத்துக் கிடைத்த வாய்ப்புகளும் வில்லன் வேஷம்தான். கொடூரமான வில்லனாக நமக்குள் கிலி ஏற்படுத்திய ஆர்.எஸ்.மனோகர் நாயகனாக நடித்த படத்தில், அட்டகாசமான வில்லன் ரோல் செய்தார் கணேசன். அப்போதெல்லாம் ஆர்.கணேசன் என்றுதான் திரையில் இவர் பெயரை போட்டுக்கொண்டிருந்தார்கள். 1952ஆம் ஆண்டு, 'பராசக்தி' படத்தின் மூலம் வி.சி.கணேசன் என்கிற சிவாஜிகணேசன் வந்தாரல்லவா. இப்போது பெயர்க் குழப்பம் ஏகத்துக்கும் உருவானது. அப்போது இந்த கணேசன், சிவாஜிகணேசன் ஆனார். அந்த கணேசன், ஜெமினிகணேசன் என்று அழைக்கப்பட்டார். இருவருக்கும் இந்தப் பெயர் இன்றுவரைக்கும் நிலைத்து நிமிர்ந்து கம்பீரம் சொல்லிக்கொண்டிருக்கிறது.

1953ஆம் ஆண்டு,'பெண்' என்ற படத்தில் நாயகனாக ஜெமினிகணேசன் நடித்தார். அதற்கு அடுத்த வருடம் 'மனம்போல் மாங்கல்யம்' படத்தில் நடித்தார். இந்த இரண்டு படங்களும் கவனம் ஈர்த்தன. 'மனம்போல் மாங்கல்யம்' படத்தில் இரட்டைவேடம் செய்தார். வில்லன் கேரக்டர் பண்ணும்போதே, இவர் செய்த வில்லத்தனங்களையெல்லாம் மறந்து, இவரின் அழகையே பேசிக்கொண்டிருந்தது தமிழ் ரசிகர்கூட்டம்.

கொஞ்சம் கொஞ்சமாக, அன்றைக்கு இருந்த பெரிய இயக்குநர்களெல்லாம் ஜெமினிகணேசனைத் தேர்ந்தெடுத்தார்கள்.

கறார் பண்ணமாட்டார். காசு அதிகம் கேட்கமாட்டார். கால்ஷீட் சொதப்பமாட்டார். சிவாஜிக்கோ அல்லது வேறொரு ஹீரோவுக்கோ முக்கியத்துவம் என்றாலும் சண்டைபோடமாட்டார். படமே நாயகி சப்ஜெக்ட்தான். நாயகன் என்பது அடுத்தகட்டம்தான் என்றாலும் காட்சிகளைத் திருத்துங்கள், மாற்றுங்கள், கூடுதலாக்குங்கள் என்றெல்லாம் வம்படி செய்யமாட்டார். எந்தக் கதாபாத்திரமாக இருந்தாலும், ஜெமினிகணேசன் அங்கே பார்ப்பது... 'நாம் இந்தக் கதைக்கு ஓரளவேனும் பயன்படுகிறோமா, இல்லையா' என்பதைத்தான்!

எல்.வி.பிரசாத், ஏ.பீம்சிங், பி.ஆர்.பந்துலு என்று ஜாம்பவான்கள் ஜெமினியை வைத்து இயக்க ஆசைப்பட்டார்கள். அடுத்துவந்த திரையுலகின் போக்கையே மாற்றிய ஸ்ரீதர், கே.எஸ்.கோபாலகிருஷ்ணன் முதலானோர் ஜெமினியை நாயகனாகக் கொண்டு பல படங்கள் கொடுத்தார்கள்.

ஸ்ரீதரின் முதல் படமே, ஜெமினி நாயகனாக நடித்த 'கல்யாணப் பரிசு'தான். சொல்லப்போனால், ஜெமினியை ஒருபக்கமும் சிவாஜியை இன்னொரு பக்கமும் கொண்டு நிறையப் படங்களை எடுத்தார், ஸ்ரீதர். அதேபோல, இயக்குநர் திலகம் கே.எஸ்.கோபாலகிருஷ்ணன், ஜெமினிகணேசனை வைத்து பல படங்களைக் கொடுத்தார். 'சித்தி' படத்தில் பத்மினியும் எம்.ஆர்.ராதாவும்தான் பிரதானம். ஆனாலும் ஜெமினி, தன் தனித்துவ நடிப்பால் கவர்ந்திருப்பார். 'கற்பகம்' படத்திலும் 'பணமா பாசமா' படத்திலும் அப்படித்தான். ஆக, அடுத்தடுத்த கட்டங்களில் வந்த இயக்குநர்கள் ஜெமினியையே அணுகினார்கள். நல்ல நல்ல கதாபாத்திரங்களைக் கொடுத்தார்கள். காதலில் மனம் கனத்து உருகினார். அவருடன் சேர்ந்து ரசிகர்களும் உருகினார்கள். காதலில் அவர் ஜெயித்தால், அதைத் தங்கள் கொண்டாட்டமாகவே பார்த்தார்கள். ஜெமினியை எல்லோருக்குமே பிடித்தது. எல்லா ஆண்களுக்கும் அவரைப் பிடித்தது. குறிப்பாக ஜெமினியின் அழகு, மிரட்டலில்லாத இயல்பான அழகு. ஆகவே எல்லாப் பெண்களுக்கும் பிடித்தது. நாயக பிம்பமில்லாமல், ஹீரோயிஸ ஜிகினாக்கள் இல்லாமல், ஜெமினிகணேசனை பலரும் கொண்டாடினார்கள். என்ன... சத்தமில்லாமல் ரசித்து, வியந்து, கொண்டாடினார்கள்.

'சுமைதாங்கி' படம் மாதிரியும் நடிப்பார். 'மிஸ்ஸியம்மா' மாதிரியான படத்திலும் நடிப்பார். 'வஞ்சிக்கோட்டை வாலிபன்' மாதிரியும் பண்ணுவார். 'கொஞ்சும் சலங்கை'யிலும் அற்புதம் பண்ணுவார். 'பார்த்தால் பசி தீரும்' படத்தில் அவருக்காக நாமே நொந்துகொள்வோம். 'மாமன் மகள்' படத்தில் 'இப்படியொரு அப்பாவியா' என இரக்கப்படுவோம்.

எல்லாவிதமான கதாபாத்திரத்துக்குள்ளேயும் கதைக்குள்ளேயும் தன்னைப் பொருத்திக்கொள்கிறவரை இதற்கு அடுத்த தலைமுறை இயக்குநராக வந்து, தமிழ் சினிமாவின் அடுத்தக்கட்டத்துக்கு அழைத்துச்சென்ற இயக்குநர் சிகரம் கே.பாலசந்தர், ஜெமினியை தன் பல படங்களில் பயன்படுத்திக்கொண்டார்.

"ஜெமினி, நாகேஷ், கமல்... இந்த மூவரும் என் வாழ்வில் மறக்கமுடியாத கலைஞர்கள்" என்று பல பேட்டிகளில் சொல்லிப் பூரித்திருக்கிறார், கே.பாலசந்தர். 'இரு கோடுகள்' படத்தில் ஜெமினியின் மிகச்சிறந்த நடிப்பைப் பார்க்கலாம். 'காவியத்தலைவி'யில் அற்புதமான ஜெமினியைக் காணலாம். 'பூவா தலையா' படத்தில், மாமியாருக்கு அடங்கிப்போகிற அப்பாவி மருமகனை அப்படியே அச்சுஅசலாக இவரின் ரூபத்தில் பார்க்கலாம். சத்தியமும் நேர்மையும் உண்மையும் ஒழுக்கமுமே முக்கியம் என்பதை 'புன்னகை' படத்தில் சத்யா எனும் கேரக்டராகவே வாழ்ந்து காட்டிய மகா கலைஞனாகத்தான் பார்க்கிறேன், ஜெமினிகணேசனை!

'ஜாடிக்கேத்த மூடி' போல ஜெமினியின் அழகிய குரலுக்கு பி.பி.ஸ்ரீநிவாஸ், ஏ.எம்.ராஜா அட்டகாசமாகப் பொருந்தினார்கள். இவர்கள் கூட்டணியில் அமைந்த பாடல்கள் அனைத்துமே இரவை நீளமாக்குவதற்கான பாடல்கள். அதேசமயம், 'மதுரையில் பறந்த மீன்கொடியை' என்று டி.எம்.எஸ்ஸும் ஜெமினிக்கென ஜாலம் காட்டி யிருப்பார். 'களத்தூர் கண்ணம்மா'வில் இருந்தே கமல்மீது அத்தனை பிரியம். இவர்கள் இருவரும் விளையாட்டு செய்துகொண்டார்கள். அதாவது, 'காதல் மன்னனெல்லாம் யாருமில்லை; நான்தான் காதல் இளவரசன்; இனி காதல் மன்னன்' என்று கமல், ஜெமினியை திட்டி வாரப்பத்திரிகை ஒன்றில் எழுதினார். அடுத்த வாரம், அதற்கு ஜெமினி காரசாரமாக, கமல்ஹாசனைக் கிண்டலடித்து எழுதினார். மூன்றாவது வாரத்தில், இருவரும் சந்தித்துக் கட்டித்தழுவிக்கொண்டிருக்கும் புகைப்படங்கள் மற்றும் கட்டுரையும் உரையாடலுமாக வந்து சர்ச்சைக்கு முற்றுப்புள்ளி வைக்கப்பட்டது. இப்படியான ஜாலியும் கேலியுமாக,

ரசனையும் ரகளையுமான மனிதர்தான் ஜெமினிகணேசன். ஜெமினிகணேசன் தயாரிப்பில், கே.பாலசந்தர் இயக்கிய 'நான் அவனில்லை' படத்தை நிறையப்பேர் மிஸ் பண்ணியிருப்பார்கள். அந்தப் படத்தைப் பார்த்தால், ஜெமினியின் இன்னொரு நடிப்புச் சாகசம் புரியும். ஏன் இதை ரீமேக் செய்தார்கள் என்பதும் தெரியும். நீண்டகாலம் கழித்து, தன் 'வாடா போடா' நண்பனான ஜெமினிகணேசனை, 'உன்னால் முடியும் தம்பி' படத்தில் அற்புதமான கதாபாத்திரத்தில், பிலஹரி மார்த்தாண்டம் பிள்ளை கேரக்டர் கொடுத்து அற்புதம் பண்ணவைத்திருப்பார், கே.பி. தெலுங்கு 'ருத்ரவீணா'விலும் இதே கேரக்டரில் ஜெமினி நடித்தார்.

மாடர்ன் தியேட்டர்ஸின் 'வல்லவனுக்கு வல்லவன்' உண்மையிலேயே வித்தியாசமான படம். அதுவரை வில்லனாக நடித்த அசோகன் நாயகன்.

வில்லனாக நடித்த ஆர்.எஸ்.மனோகர் போலீஸ். நாயகனாக, மென்மையான நாயகனாக நடித்த ஜெமினிகணேசன் கொள்ளைக்கூட்ட பாஸ்! கோட்டும்சூட்டுமாக, சிகரெட் பற்றவைத்துக்கொண்டு, அதிக வசனம் பேசாமல், பார்வையால் மிரட்டும் வில்லனைப் பார்த்தால், அசந்து போவீர்கள்!

நகைச்சுவைக்கும் காமெடிக்கும் முக்கியத்துவம் கொடுத்து படமெடுக்கும் இயக்குநர் சுந்தர்.சி., 'மேட்டுக்குடி' படத்தில் கவுண்டமணியையும் சேர்த்துக்கொண்டு ஜெமினியை ரகளை பண்ணவிட்டிருப்பார். 'அவ்வை சண்முகி' படத்தில், சண்முகி மாமிக்கு அடுத்து ஸ்கோர் செய்பவர் ஜெமினி கணேசன்தான்! இதுவே, அவரின் கடைசிப்படமாகவும் அமைந்ததுதான் சோகம். நான் ஐந்தாவது படித்துக்கொண்டிருக்கும்போது, கோடை விடுமுறையில் என் தாத்தா ஊரான கோட்டையூருக்குச் சென்றிருந்தேன். அப்போது திருமண விழாவுக்கு என்னையும் அழைத்துச் சென்றார், தாத்தா. 'டேய்...' என்று என் தாத்தாவின் பெயரைச்சொல்லி அழைத்தார், யாரோ ஒருவர். அப்படி அழைத்தவர் ஜெமினிகணேசன். இருவரும் தோளிலும் முதுகிலும் செல்லமாக அடித்துக்கொண்டார்கள். 'சிகரெட் இருக்காடா' என்று தாத்தாவிடம் கேட்டவர், இருவரும் பற்றவைத்துக் கொண்டு பழகியதையெல்லாம் பேசிக்கொண்டார்கள். இருவரும் நல்ல நண்பர்களாம்! ஜெமினிகணேசன் குறித்தும் சினிமாக்கள் குறித்தும் என்னிடம் நிறையச் சொல்லியிருக்கிறார், தாத்தா.

'இவன் யாரு தெரியுமாடா?' என்று ஜெமினிகணேசனைக் காட்டி தாத்தா என்னிடம் கேட்டார். 'தெரியுமே... ஜெமினிகணேசன்' என்று சொன்னேன். 'எங்கே பாத்துருக்கே?' என்று கன்னம் தடவிக் கேட்டார் ஜெமினிகணேசன். 'நிறைய தியேட்டர்ல பாத்தேன். உங்க தோள்ல ஒரு பை இருக்குமே. அதைக் காணோம். ராமு எங்கே? அந்த நாயைக் கூட்டிட்டு வந்திருக்கீங்களா?' என்று கேட்டேன். 'ராமு' படம் அந்தளவுக்கு எனக்குள் தாக்கத்தை ஏற்படுத்தி இருந்தது. ஜெமினிகணேசனை எழுதும்போது இவையெல்லாம் நினைவுக்கு வருகின்றன. 1920 நவம்பர் 17ஆம் தேதி பிறந்த ஜெமினி கணேசன், 2005 மார்ச் 5ஆம் தேதி காலமானார். அவரின் நூற்றாண்டைத் தாண்டி இரண்டு ஆண்டுகள் கடந்தும் ஜெமினிகணேசனை நினைவுகூர்கிறோம் என்றால், அவர் வெறும் காதல் மன்னனா? காவிய மன்னன்! மிக மிக எளிமையான கதாபாத்திரங்களால் நம் நெஞ்சம்தொட்ட 'வஞ்சிக்கோட்டை வாலிபன்'!

# சாவித்திரி

நூற்றாண்டு கண்ட தமிழ் சினிமாவில் சிறந்த நடிகர் என்றால் எப்படி சிவாஜி என்ற பெயர் நிலைத்து விட்டதோ அது போல சிறந்த நடிகை என்றால் அது சாவித்திரி மட்டும் தான் என்றும் இன்று நிலைபெற்று விட்டது. . அவரது சமகாலத்திய வட இந்திய நடிகையர்களான நர்கீஸ் நூத்தன் மதுபாலா போன்ற சிறந்த நடிகையர்கள் போன்ற எவருக்கும் இவர் சளைத்த்வர் அல்லர் இன்னும் சொல்லப்போனால் அவர்களை விடவும் அவர் சிறந்த நடிப்பை வழங்கக் கூடிய ஆற்றல் மிக்கவராக இருந்தார் என்பதில் சந்தேகமில்லை . அதனால் தான் நடிகர் திலகம் சிவாஜி போல இவருக்கும் தெசிய விருதுகள் எதுவும் கொடுக்கப்படவில்லை . இது ஒன்றே அவரது தகுதிக்கும் திறமைக்கும் முழு வெளிச்சம் .

இதில் கூடுதல் முரண் நகை என்ன வென்றால் பிற்காலத்தில் அவர் வாழ்க்கையை சினிமாவாக எடுத்த போது அவரை போலவே நடித்த கீர்த்தி சுரேஷ் அவர்களுக்கு தேசிய விருதைக் கொடுத்து சிறப்பித்திருந்தது. உண்மையில் மகாநடி எனும் அப் படத்தில் கீர்த்திசுரேஷ் சாவித்திரி யாகவே வாழ்ந்து காட்டியிருந்தார் என்பது வேறு விடயம் ஒரு வேளை என்னடா இப்படி ஒரு நடிகைக்கு கொடுக்காமல் விட்டுவிட்டோமே என்ற குற்ற உணர்ச்சி கூட இதற்கு காரணமாக இருக்கலாம் அவ்வகையில் ஒரு நடிகையரின் வாழ்க்கை திரைப்படமாக எடுக்கும் அளவுக்கு பெருமை மிக்கதாக இருந்து அது பார்வையாளர்களால் ம்முழுமையான் வரவேற்பும் பெற்றது என்றால் ஹாலிவுட்டில் மர்லின்

மன்றோ ஆட்ரெஹெப்பர்பன் போன்றவர்களுக்கு மட்டுமே நிகழ்ந்துள்ளது. .

சந்தேகமில்லாமல் நடிகையர் திலகம் சாவித்திரி அவர்கள் அவர்களுக்கு இணையான தகுதியும் திறமையும் கொன்அ ஒப்பற்ற நடிகையர் என்பதில் நாம் அனைவரும் பெருமையும் பூரிப்பும் கொள்ளலாம் சாவித்திரி ஆந்திரப் பிரதேசத்தில் குண்டூரில் சிறாவூர் என்ற இடத்தில் 1936 ஆம் ஆண்டு நிசங்கர குருவையா , சுபத்திரம்மா ஆகியோருக்குப் மகளாகப் பிறந்தவர்.. பிறந்த போது 'சரசவாணி தேவி, சரசவாணி தேவி, சரசவாணி தேவி' என மூன்று முறை அவர் காதில் சொல்லி கல்விக்கு பேர் போன சரஸ்வதியின் பெயரை சூட்டினார். ஆனால் அவரோ கலைக்கு பேர் போன கலைணியாக வளர்ந்தார் . சிஸ்டா பூர்ணய்யா சாஸ்திரிகளிடம் இசையும் நடனமும் கற்றுக்கொண்டார். மேடையேறினார். நடனத்தில் நளினமும் நடிப்பும் ஒளிர்ந்து ஜொலித்தன. இயக்குநர் எல்.வி.பிரசாத் இயக்கத்தில், நாகிரெட்டியின் தயாரிப்பில், என்.டி.ராமாராவுடன் 'கல்யாணம் பண்ணிப்பார்' எனும் படத்தில் அறிமுகமானார் சாவித்திரி. தமிழிலும் தெலுங்கிலும் மிகப்பெரிய வரவேற்பு அவருக்குக் கிடைத்தது.

மிகப்பெரிய எழுத்தாளரான சரத் சந்திர சட்டர்ஜியின் தேவதாஸ் கதையை, மிகப்பிரபல இயக்குநர் வேதாந்தம் ராமையா தெலுங்கில் இயக்கினார். நாகேஸ்வர ராவ் நாயகனாக நடித்தார். சாவித்திரிதான் நாயகி. 1953ம் ஆண்டு முதலில் தெலுங்கிலும் பின் தமிழிலும் வெளிவந்த இப் படம். சாவித்திரிக்கு சிறந்த துவக்கமாக அமைந்தது. சாவித்திரியை எல்லோரும் பார்வதி எனும் கதாபாத்திரமாகவே பார்த்தார்கள். அவருடைய நடிப்பைப் பார்த்து கண்ணீர்விட்டார்கள். இன்றும் காதலில் தோல்வியடைந்தால் அவனை தேவதாஸ் என அடையாளப் படுத்தப்படும் அளவுக்கு அந்தப் படம் பன்பாட்டில் ஊடுருவி கடந்த எழுபத்தைந்து ஆண்டுகளாக கலாச்சார பிரதிமையாகி விட்டது இப்படத்தின் தனிச்சிறப்பு . .

அன்று ரசிக மனதில் பார்வதியாக அமர்ந்த சாவித்திரியின் முகம் தொடர்ந்து .'கல்யாணம் பண்ணிப்பார்', ப்டத்தில் நடித்தார் இந்தப் படத்தில்தான் ஜெமினி கணேசனும் சாவித்திரியும் ஜோடி சேர்ந்தார்கள். பிறகு வரிசையாக படங்கள் வந்துகொண்டே இருந்தன. 'குணசுந்தரி' படம் இன்னொரு வகையில் பெயர் வாங்கிக் கொடுத்தது. 'மாமன் மகள்' கலகல நடிப்பிலும் அசத்துவார் என்று பாராட்டின பத்திரிகைகள்.

‘மிஸ்ஸியம்மா’ வந்தது. அந்தக் கதாபாத்திரத்துக்கு அப்படியொரு ஜீவனைக் கொடுத்தார் சாவித்திரி. இந்த தருணங்களுக்கு முன்னதாகவே ஜெமினிக்கும் சாவித்திரிக்கும் மனம் ஒருமித்தது. காதலானார்கள். திருமணமும் செய்துகொண்டார்கள். திருமணத்துக்குப் பிறகும் நடிப்பைத் தொடர்ந்தார் சாவித்திரி.

எம் ஜி ஆருடன் முதன் முதலாக் அவர் ஜோடி சேர்ந்த மகாதேவி அவருக்கு மிகப் பெரிய வெற்றிப் படமாக அமைந்தது.

1957ம் ஆண்டு வெளியான ‘மாயாபஜார்’ எஸ்.வி.ரங்காராவுக்கும் ‘கல்யாண சமையல் சாதம்’ பாடிய திருச்சி லோகநாதனுக்கும் மட்டும் பெயர் பெற்றுத்தரவில்லை. சாவித்திரியின் நடிப்பைக் கண்டு மிரண்டு போனார்கள் ரசிகர்கள். தெலுங்கிலும் தமிழிலும் வந்த இந்தப் படத்தில், அப்படியொரு மாயாஜால நடிப்பை வழங்கியிருப்பார் சாவித்திரி.

ஐம்பதுகளைப்போலவே இன்னும் சொல்லப்போனால் அறுபதுகளில் அவர் நடிப்பில் வெளியான படங்கள் அனைத்துமே வெற்றி மேல் வெற்றொயைக் குவித்தன .

குறிப்பாக 1960ம் ஆண்டு வெளியான ஏவி.எம்மின் ‘களத்தூர் கண்ணம்மா’ 1961ல் வெளியான் பாசமலர் தொடர்ந்து பானை பிடித்தவள் பாக்கியசாலி’ படத்திலும் கலைஞரின் வசனத்தில் உருவான ‘குறவஞ்சி’ பார்த்தால் பசி தீரும் , பாவ மன்ன்ப்பு, பாத காணிக்கை கற்பகம் என அவர் நடித்த அனைத்து படங்களுமே அவரது சிறந்த நடிப்பால் அவருக்கும் த்யாரிப்பாளர்களுக்கும் இயக்குனர்களுக்கும் நீடுத்த புகழையும் பெருமையையும் பெற்றுத்தந்த்ன என்றால் அது மிகை யில்லை . தொடர்ந்து வேட்டைக்காரன் கர்ணன் கொஞ்சும் சலங்கை என அவர் நடித்த படங்க்ள் அனைத்தும் அவரை புகழின் உச்சிக்கு அழைத்து சென்றன. அதிலும் குறிப்பாக கை கொடுத்த தெய்வம் படத்தில் அவரும் எஸ் வி,. ரங்காராவ் அவர்களும் நடித்த காட்சிகள் இன்றும் தமிழ் சினிமாவின் சிறந்த நடிப்புக்கு பாடமாக இருக்கின்றன. சிவாஜி அவர்களின் நூறாவது படமான் நவரத்திரியில் சிவாஜிக்கு இணையாக தன் சிறந்த நடிப்பின் முத்திரையை வழங்கி இருப்பார் சாவித்திரி அவர்கள் . இவருடைய நடிப்பையும், குணங்களையும் உணர்ந்த கவிஞர் கண்ணதாசன் அவருடைய சிந்தனையில் இவருக்காக பாடல் வரிகள் கூட எழுதி இருந்தார். ‘ஆயிரத்தில் ஒருத்தியம்மா நீ,

உலகம் அறிந்திடாத பிறவியம்மா நீ, பார்வையிலே குமரியம்மா பழக்கத்திலே குழந்தையம்மா' என்ற பாடலை பாடியிருந்தார்.

வெறுமனே நடிகையாகவெொ பத்திரமாகவோ மட்டுமல்லாமல் எதார்த்த வாழ்விலும் சாவித்திரி ஒரு சிறந்த பெண்மணியாக வாழ்ந்தார் ஒரு முடிவெடுத்துவிட்டால் அதை யோசிக்காமல் சட்டென செய்வது அவரது சுபாவம் அறுபதுகளில் ஏபி. நாகராஜன் அவர்களின் பக்தி படங்களில் நடித்த போது பலரும் செட்டில் அவரை கடவுளாகவே பார்த்து வணங்கினர் . அனத் அளவுக்கு அனத வேட பொருத்தம் அவருக்கு சிறப்பாக அமைந்தது என சொல்வார்கள் .சரஸ்வதி சபதம் படத்தில் சரஸ்வதி வேடத்தில் சாவித்ரி நடித்தபோது அவர் கர்ப்பமாக இருந்தார். மேக்கப் முடித்து ஆடை அலங்காரத்துடன் ஸ்டூடியோவுக்குள் சாவித்திரி வந்த போது அவரை பலரும் பார்த்து மெய்சிலிர்த்து தீபாராதனைகள் காட்டி வணங்கியதாக சொல்வார்கள்

பண விடயத்தில் அவர் த்யாரிப்பாளர்களுக்கு விட்டுக்கொடுத்து வாழ்ந்தார். ஆனால் பிற்பாடு அத்ன் காரணமாக்வேமிகுந்த நெருக்கடிக்கு ஆளாகி வறுமை சூழ்ந்த நிலையில் அவருக்கு யாரும் உதவ முன் வர்வில்லை என்பது பெரும் வேத்னை அந்த வறுமை நிலையிலும் தன் நீண்ட நாள் ரசிகர் ஒருவர் திடீரென தன்னிடம் கையெந்தி உதவி கேட்டு நின்ற போது சற்றும் யோசிக்காமல் தான் பெற்ற ஷீல்ட்களை எல்லாம் சேர்த்து கடையில் 10,000 ரூபாய்க்கு விற்று அவரிடம் கொடுத்து உதவியிருக்கிறார் . இப்படி ரசிகர்களுக்காக் எதையும் செய்யும் இளகிய மனம் கொண்டவர். அதோடு விலை உயர்ந்த பட்டு சேலையை விற்று டிரைவரின் மகள் திருமணத்திற்கு உதவினார். வலது கை கொடுப்பது இடது கைக்கு தெரியக்கூடாது என்பது சொல்வார்கள். அதற்கு உதாரணமாக திகழ்ந்தவர் சாவித்திரி.

1981ம் ஆண்டு, டிசம்பர் மாதம் 26ம் தேதி சாவித்திரி காலமானார். அப்போது அவருக்கு 45 வயது. 1936ம் ஆண்டு. சாவித்திரியின் திறமையைப் போற்றும் வகையில் தபால்தலை வெளியிட்டு கௌரவித்திருக்கிறது இந்திய அரசு

## எல்.வி.பிரசாத்

இந்திய சினிமாவில், வணிகரீதியாகவும் கலை மதிப்பிட்டிலும் ஒருசேர வெற்றிபெற்று, மிகப்பெரிய சாம்ராஜ்யத்தைக் கட்டி ஆண்ட ராஜ்கபூர், ஒரு நடிகராகவும் இயக்குனராகவும் தயாரிப்பாளராகவும் வெற்றிபெற்ற ஆளுமை. ராஜ்கபூர்போல,அதுபோல,தென்னிந்தியாவில் மூன்று துறைகளிலும் வெற்றிபெற்று, தன் இறப்புக்குப்பிறகும் தன் பெயரை அழுத்தமாக உச்சரிக்கவைத்த பெருமைக்குரிய ஆளுமைதான், எல்.வி.பிரசாத்.

19 வயதில், சினிமாவில் சிறுபாத்திரத்தில் தோன்றிய ஒரு இளைஞன் பிற்பாடு பிரசாத் படத்தயாரிப்பு நிறுவனத்தை உருவாக்கி, இன்று சென்னையின் பெருமைமிகு பிரசாத் ஸ்டூடியோவாகவும், எல்.வி.பிரசாத் அகாடமி திரைப்படக் கல்லூரியாகவும் உலகின் மிக முக்கியமான கணினி வரைகலை நிறுவனமாகவும் தனக்குப்பிறகு ஒரு சாம்ராஜ்யத்தையே உருவாக்கிய பெருமைக்குரிய சாதனை மனிதர், அவர்.

அக்கினேனி லக்ஷ்மி வர பிரசாத ராவ், 1907ஆம் ஆண்டு ஜனவரி 17ஆம் தேதி ஆந்திரப்பிரதேசத்தின் மேற்கு கோதாவரி மாவட்டத்தில் உள்ள எலுரு தாலுகாவில் உள்ள சோமவரப்பாடு என்ற தொலைதூரக் கிராமத்தில் அக்கினேனி ஸ்ரீராமுலு மற்றும் அக்கினேனி பசவம்மா ஆகியோருக்கு இரண்டாவது மகனாகப் பிறந்தார். மிகவும் புத்திசாலிக் குழந்தையான பிரசாத்,படிப்பில் போதிய ஆர்வம் காட்டவில்லை. சிறுவயதிலேயே நாடகம், சினிமா

ஆகியவற்றில் ஈடுபாடு. மௌனப்பட காலம் அது. இச்சமயத்தில், அவருக்கு கல்யாணம் பண்ணவேண்டிய சூழல். 17வது வயதில் மாமன் மகள் சௌந்தர்யா மனோரமாவை திருமணம் செய்தார்.

இச்சமயத்தில், அவர் அப்பா விவசாயத்துக்காக வாங்கிய கடன்கள் நெருக்கடி கொடுக்க மும்பைக்கு ஓடிச்சென்ற அவர், அங்கு வீனஸ் ஃபிலிம் கம்பெனியில் எடுபிடியாக வேலைக்குச் சேர்ந்தார். தொடர்ந்து, இந்தியா பிக்சர்ஸில் சேர்ந்தார். அங்கும் எடுபுடிதான் என்றாலும், அங்கு அவரைப் பார்த்த அக்தர் நவாஸ், 'ஸ்டார் ஆஃப் தி ஈஸ்ட்' என்ற மௌனப்படத்தில் ஒரு சிறுதோற்றத்தில் நடிகனாக அறிமுகப்படுத்தினார். இக்காலத்தில் மௌனப்படங்களின் காலம் முடிந்து ஹாலிவுட்டில் பேசும் படங்கள் வர, இந்தியாவின் முதல் பேசும்படமான 'ஆலம் ஆரா'வை வீனஸ் பிலிம் கம்பெனி எடுக்கத் துவங்க, அதில் நடிக்கும் பெருமைமிகு வாய்ப்பைப் பெற்றார். தொடர்ந்துதமிழில் வெளியான முதல் பேசும்படம் 'காளிதாஸ்', தெலுங்கில் வெளியான 'பக்த பிரகலாதா' என மூன்று மொழிகளின் முதல் பேசும் படத்தில் நடிக்கும் வாய்ப்பைப் பெற்று, பெருமைமிக்க தன் திரை வரலாற்றைத் துவக்கினார்.

தொடர்ந்து பல படங்களில் துணை நடிகராகவும், உதவி இயக்குனராகவும் மூன்று மொழிகளிலும் வெவ்வேறு படங்களில் நடித்துக்கொண்டிருந்தார். 1946இல் 'க்ருஹபிரவேசம்' தெலுங்குப் படம் மூலம் இயக்குனராக மாறினார்.தொடர்ந்து, அவர் இயக்கிய 'மன தெசம்' 1949, படம் மூலம் ஆந்திர சினிமாவின் உச்ச நட்சத்திரமான என்.டி.ஆரை அறிமுகப்படுத்தினார். அடுத்து,அவர் இயக்கிய 'சம்சாரம்' தெலுங்குப் படத்தில், என்.டி.ராமராவ் மற்றும் நாகேஸ்வரராவ் இருவரையும் இணைத்து முதல்முறையாக இயக்க, அந்தப் படமும் மிகப்பெரிய வெற்றியைப் பெற்றது. தொடர்ந்து அவர் இயக்கிய படங்கள் தமிழிலும் கவனம்பெறத் துவங்கின. 'கல்யாணம் பண்ணிப் பார்', 'ராணி' என,

அவர் இயக்கிய படங்கள் தமிழிலும் வரவேற்பைப் பெறவே, ஜுபிடர் பிக்சர்ஸ் அவரை முதன்முறையாக நேரடித் தமிழ்ப்படம் இயக்க அழைப்புவிடுத்தது. அந்தப் படம்தான், கலைஞரின் அனல்பறக்கும் வசனத்திலும், சிவாஜி அவர்களின் காட்டாற்று நடிப்பிலும் கண்ணாம்பாவின் கனல்தெறிக்கும் வசன உச்சரிப்பிலும் 1954இல் வெளியான 'மனோகரா'. இன்றுவரை தமிழ் சினிமாவின் சிறந்த படங்களின் வரிசையில் முத்திரை பதித்து நிற்கும் அழிக்கமுடியா காவியம். இந்த வெற்றியைத் தொடர்ந்து அடுத்து அவர் இயக்கத்தில் வெளியான 'மிஸ்ஸியம்மா'வும் மிகப்பெரிய வெற்றி. தமிழில் ஜெமினிகணேசன் மற்றும் சாவித்திரி எனும் நட்சத்திர ஜோடி அறிமுகமாகி, தமிழ் சினிமாவில் கலாச்சார விளைவாகிப்போனது அனைவரும் அறிந்த கதை.

இப்படியாக, தமிழில் அவருக்குக்கிட்டிய வரவேற்பு தமிழ் சினிமாவில் நிலைத்துநிற்கும் ஆவலை உருவாக்க, அதன்விளைவாக 1956இல் சென்னையில் பிரசாத் பட நிறுவனத்தைத் துவக்கினார்.

தொடர்ந்து தமிழ், தெலுங்கு, கன்னடம், மலையாளம் மற்றும் இந்தி மொழிகளில் பல வெற்றிப் படங்களைத் தயாரித்து, இயக்கி மிகப்பெரிய வெற்றிபெற்றார். தமிழில் அவர் தயாரித்து இயக்கிய 'மங்கையர் திலகம்', தமிழ்நாடு அரசின் சிறந்த படத்துக்கான விருதைப் பெற்றது.

1981இல் கமல், தன் ராஜ்கமல் புரொடக்ஷனில் நடித்து, தயாரித்த 'ராஜபார்வை'யில், மாதவியின் தாத்தாவாக நடித்திருந்தார். தொடர்ந்து 1981இல் பாலச்சந்தர் இயக்கத்தில் கமல் நடிக்க, இவர்கள் உருவாக்கிய 'ஏக் துஜே கேலியே' இந்தியாவின் மிகப்பெரிய வெற்றிபெற்ற படமாக உருவானது அனைவரும் அறிந்ததே...

1980இல், தெலுங்கு சினிமாவுக்கு அவர் ஆற்றிய பங்களிப்பிற்காக 'ரகுபதி வெங்கையா' விருது வழங்கப்பட்டது., இந்தியாவின் திரைப்படங்களுக்கான உயரிய விருதான 'தாதாகேப் பால்கே' விருது 1982ஆம் ஆண்டு இவருக்கு வழங்கப்பட்டது. எல்.வி.பிரசாத் 1980இல் புதுதில்லியில் நடைபெற்ற 27வது தேசிய திரைப்பட விருதுகள் தேர்வுக் குழுவின் தலைவராகவும் இருந்தார்.

# தொழில் நுட்ப முயறசிகளும் வண்ண சினிமா வருகையும்

**1931** ல் பேசத்துவங்கிய தமிழ் சினிமா விடுத்லைக்குப் பின் ஒருபக்கம் புராண இதிகாச பழைய பஞ்சாங்க சங்கீத சினிமாக்களுக்கு மூட்டை கட்டி வசன சினிமாவாக உயிர்த்து சமூகத்தில் மிகப் பெரிய மாறறத்தையும் புரட்சியையும் உண்டாக்கியது . எழுத்துக்களின் மூலம் உருவான ரஷ்ய புரட்சி போல சினிமா மூலம் திராவிட இயக்கம் உண்டாக்கியதாக்கமும் விளைவாக தொடர்ந்து அவர்கள் ஆட்சி மாற்றத்தை உண்டக்கியதும் மதிப்பிடத்தக்கது.

இன்னும் சொல்லப் போனால் இந்தியாவில் மட்டுமல்ல உலக அளவிலேயே இப்படி சினிமா மொழியுணர்வோடு ஒரு கால கட்டத்தில் சமூக மாற்றத்துக்காக போராடியாதா என்றால் வேறு எங்குமே இல்லை என்று தான் சொல்ல முடியும் இது தான் தமிழரின் கலாச்சார தனித்த்ன்மை ஆனால் அதேசமயம் நாம் சினிமா எனும் கலையை நிறையவே இழந்திருந்தோம் பெரிதாக தொழில் நுட்ப முயறசிகளையும் மேற்கொள்ளவில்லை ஜெமினி ஸ்டூடியோ எஸ் எஸ். வாசன் அவர்களின் முயற்சிகள் கூட காட்சி பிரம்மாண்டத்தை முன்னிறுத்தி புதுமைகள் செய்தது . ஆனால் அது புராண இதிகாசம் எனும் பழமையை போற்றும் முயற்சிகள் என்ற அளவில் மட்டுமே இருந்தன. 1954 இல் வெளியான அந்த நாள் மட்டும் விதிவிலக்காக பாட்டே இல்லாமல் தொழில் நுட்ப நேர்த்தி மற்றும் காட்சி மொழி இலக்கணத்துடன் அமைந்திருந்தது,

இப்படி கலை நேர்த்தி காட்சி மொழி ,மற்றும் எதார்த்த சினிமா போன்ற சில அமசங்களை தமிழ் சினிமா இக்காலத்தில் இழந்திருந்தாலும் தொழில் நுட்பத்திலும் பரிசோதனை முயறசிகளையும் அது கைக்கொள்லாமல இருக்கவில்லை ஐம்பதுகளின் இடைப்பகுதியில் குறிப்பாக ஹாலிவுட்டில் எடுக்கப் பட்ட பென்ஹர் போன்ற திரைக்காவியங்கள் உலகம் முழுக்க தாக்கத்தை உருவாக்கியதன் விளைவாக தமிழ் சினிமாவும் மெல்ல சுதாரித்துக்கொண்டது

தொடர்ந்து தமிழிலும் தொழில் நுட்பம் சார்ந்த முயற்சிகள் மெல்ல கவனம் செலுத்தத் துவங்கினர்,குறிப்பாக மாடர்ன் தியேட்டர்ஸ் பல புதுமையான முயறசிகளை மேற்கொள்வதில் ஆர்வத்துடன் களமிறங்கியது அதன் விளைவு 1956 இல் வெளியான அலிபாபாவும் நாற்பது திருடர்களும் இந்த படத்தின் குகை திறக்கும் காட்சிகளை கையாண விதம் இன்றும் வியப்பூட்டும் வகையில் அமைந்திருந்தது சிறப்பு .குகைக்குள் சண்டைக்காட்சியில் அகழியும் தானாக் திறக்கும் பாலமும் இப்பவும் வியப்பூட்டும் வகையில் அமைந்திருந்தன .

இவற்றை விடவும் இப் படத்தின் கூடுதல் சிறப்பு இதுதான் தமிழ் சினிமாவின் முதல் முழு நீள வண்ணப் படம் என்ற போதும் தமிழ் சினிமாவில் வண்ண சினிமாவுக்கான முயற்சிகள் பல நடந்துள்ளன அவற்றை சுருக்கமாக பார்த்துவிடுவோம்

வண்ணப் படங்களின் வரலாறு

கை வண்ணத் தொழில் நுட்பம்

சினிமா கண்டு பிடிக்கப்பட்ட காலத்திலேயே வண்ண சினிமாவுக்கான் முயற்சிகள் நடந்ன. பிரான்சின் ஜார்ஜ் மிலி பொன்றவர்கள் பல புதுமைகளை முயறசி செய்தார் . ஆனாலும் எதுவும் ம்முமையாக வெற்றி பெறவில்லை . மவுன சினிமா காலத்தில் கைவண்ணம் முறையை பலரும் முயற்சித்து பார்த்தனர். துவக்கத்தில் கறுப்பு வெள்ளையில் எடுக்கப்ட்ட நெகட்டிவின் ஒவ்வொரு பிரேமையும் வண்ணங்களை கைகளால் தடவி அதை பிரின்ட் எடுத்து திரையிடத்துவங்கினர் . இந்த முயறசி ரஷ்யாவில் 1932இல் துவங்கி பின் ஹாலிவுட்டிலும் பரவத்துவங்கியது .தமிழ்ல் இயக்குனர் கே. சுப்ரமணியம் 1940 இல் இயக்கிய பகத் சேதா எனும் படத்தில்தான் சில பகுதிகள் இந்த கை வண்ந்த்தில் உருவாக்கப்பட்டு பரி சோத்னை செய்யப்பட்டது. .

தொடர்ந்து மங்கம்மா சபதம் (1943) படத்திலும் கையால் வண்ணமிடப்பட்ட காட்சிகள் இடம்பெற்றுள்ளன.

சாலிவாகனன் (1945) படத்தில் ரஞ்சன் மற்றும் டி. ஆர். ராஜகுமாரியின் ஒரு காதல் காட்சி கையால் வண்ணமிடப்பட்டது. ஆனால் இன்றுவரை அந்தப் படம் ப்டத்தின் ஓரிஜினல் பிரிண்ட் கிடைக்கவில்லை

ஏ.வி.எம். புரொடக்சன்ஸ் தயாரித்த நாம் இருவர் (1947) மற்றும் வேதாள உலகம் (1948) ஆகியவற்றிலும் கையால் வண்ணமிடப்பட்ட காட்சிகள் இடம் பெற்றன. வேதாள உலகம் படத்தின் இறுதி காட்சியில் கையால் வண்ணமிடப்பட்டதன் மூலம் பெரிய அளவில் பார்வையாளர்களை ஈர்த்தது. இப்படி கைகளால் வண்ணமிடும் டெக்னிக் அங்கொன்றும் இங்கொன்றுமாக முயற்சிகள் மேற்கொண்டு வரும் போது தான் ஹாலிவுட்டில் கேவா கலர் எனும் புதிய தொழில் நுட்பம் வந்தது

கேவா கலர்

நம்மூரில் இதை கோவா கலர் என்பார்கள் . ஆனால் இதன் உண்மையான பெயர் கேவா தான் .1947 இல் பெல்ஜியத்தைச் சேர்ந்த நிமீஸ்ணீக்ஷீ எனும் கம்பெனிதான் முதன் முதலாக கறுப்பு வெள்ளையில் படம் பிடிக்கபட்ட பிரதிகளை ஒரே வணணத்தில் முக்கி எடுத்து பிரிண்ட் போடும் உத்தியை கண்டு பிடிக்க அதற்கு அந்த கம்பெனியின் பெயரான கேவா என்பதே இந்த தொழில் நுட்பத்துக்கு பெயராக மாறி பயன் படுத்தபட்டது

தமிழுக்கு இந்தடெக்னிக் 1952இல் வெளியான கல்யாணம் பண்ணிப்பார் (1952) படத்தில் ஒரே ஒரு காட்சியில் பரிசோதனை நிமித்தமாக முயற்சி செய்யப் பட்டது .தொடர்ந்து . கணவனே கண்கண்ட தெய்வம் (1955) படத்திலும் அஞ்சலி தேவியின் சில நடனக்காட்சிகளில் பயன் படுத்தப் பட்டாலும் முதல் முறையாக முழுமையான கேவா கலர் படம் என்றால் அது 1956ஆம் ஆண்டு மாடர்ன் தியேட்டர்ஸின் உருவாக்கத்தில் எம்.ஜி.ஆர் பானுமதி நடிப்பில் உருவான அலிபாபாவும் 40 திருடர்களும் தான் ஆனா; அதைத் தொடர்ந்து யாரும் பயன்படுத்த முடியவில்லை காரணம் . அப்போது வண்ணத்தின் விலை அதிகமாக இருந்தது. ஆனாலும் சில படங்களில் பாடல்கள் மற்றும் நடனக் காட்சிகள் வண்ணத்தில்

இருந்தன, அவற்றின் படத்தின் சென்சார் சான்றிதழில் "ஓரளவு வண்ணம்" என்று குறிப்பிடப்பட்டிருந்தது

*1957* இல் வெளிவந்த சிவாஜி கணேசன் நடித்த தங்கமலை ராகாசியம் படத்தில் இருந்து பி.லீலா மற்றும் டி.எம். சௌந்தரராஜன் இசையமைத்த "எழலோகமே" என்ற பாடல் இப்படி ஓரளவு வண்ணத்தில் வெளியானது .. [ அம்பிகாபதி திரைப்படத்தின் மூன்று டூயட் பாடல்கள் வண்ணத்தில் படமாக்கப்பட்டன; அதன் நிமீஸ்ணீநீஷ்றீஷ்கூ காட்சிகளை கீஸி சுப்பா ராவ் ஒளிப்பதிவு செய்துள்ளார்,

தொடர்ந்து நாடோடி மன்னன் *(1958)* திரைப்படத்தின் இரண்டாவது பகுதி கேவா கலர் முறையில் எடுக்கப்பட்டிருந்தது. *1958* இல் வெளியான வீரபாண்டிய கட்டபொம்மன் படம் முழுக்க முழுக்க கெவா கலரில் படமாக்கப்பட்டு டெக்னிகலரில் வெளியிடப்பட்டது .

## 1956 இல் வெளியான படங்கள்

1. அமரகீதம் -
2. அமரதீபம்
3. அலிபாபாவும் 40 திருடர்களும்
4. ஆசை
5. ஒன்றே குலம்
6. எது நிஜம்
7. கண்ணின் மணிகள்
8. காலம் மாறிப்போச்சு
9. குடும்பவிளக்கு
10. குலதெய்வம்
11. கோகிலவாணி
12. சதாரம்
13. சந்தானம்
14. தாய்க்குப்பின் தாரம்
15. தெனாலிராமன்
16. நல்ல வீடு
17. நன்னம்பிக்கை
18. நாகபஞ்சமி
19. நானே ராஜா
20. நான் பெற்ற செல்வம்
21. படித்தபெண்
22. பாசவலை
23. பிரேம பாசம்
24. பெண்ணின் பெருமை
25. புண்ணியவதி (மலையாள மொழிமாற்று)
26. மகாகவி காளிதாஸ் (கன்னட மொழிமாற்று)
27. மதுரை வீரன்
28. மந்திரவாதி
29. மர்ம வீரன்
30. மறுமலர்ச்சி
31. மாதர் குல மாணிக்கம்
32. மாயமோகினி (இந்தி ஹதீம் தாய் மொழிமாற்று)
33. மூன்று பெண்கள்
34. ரங்கூன் ராதா
35. ரம்பையின் காதல்
36. ராஜா ராணி
37. வானரதம்
38. வாழ்விலே ஒரு நாள்
39. வெற்றி வீரன்
40. வெறும் பேச்சz

# தொழில் நுட்ப புரட்சி

## 1956

அஜயன் பாலா 295

# அலிபாபாவும் நாற்பது திருடர்களும்

'**ம**லைக்கள்ளன்' கொடுத்த மிகப்பெரிய வெற்றிக்குப் பிறகு வெளியான 'கூண்டுக்கிளி', 'குலேபகாவலி' இரண்டும், அதை ஈடுசெய்யும்வகையில் அமையவில்லை. 'கூண்டுக்கிளி' அன்றைய இரண்டு நம்பிக்கை நட்சத்திரங்களான எம்.ஜி.ஆர்., சிவாஜி இருவரும் சேர்ந்து நடித்திருந்தனர். படத்துக்கு மிகப்பெரிய எதிர்பார்ப்பு இருந்தபோதும் படம் தோல்வியைத்தழுவியது. எழுத்தாளர் விந்தன் எழுதிய இக்கதையை டி.ஆர்.ராஜகுமாரி, தன் தம்பி டி.ஆர். ராமண்ணாவை இயக்குனராக்கும்பொருட்டு அன்றைய இரண்டு மிகப்பெரிய நட்சத்திரங்களையும் சம்மதிக்கவைத்து நடிக்கவைத்தார்.

சண்டைக்காக பேர்பெற்ற எம்.ஜி.ஆரை, கோழையாகக் காண்பித்தவிதம் பலருக்கும் பிடிக்கவில்லை. அதேபோல, சிவாஜி ரசிகர்களுக்கு,அவரை வில்லனாக படத்தில் சித்திரித்தவிதம் கோபத்தைஉண்டாக்கிவிட்டது. இதனால் திரையிட்ட முதல்நாளே பல இடங்களில் இரண்டு ரசிகர்களும் அடித்துக்கொண்டனர் . பல இடங்களில் திரையிடல் நிறுத்தப்பட்டது.பல இடங்களில் கலவரம் உண்டாகுமோ என்ற அச்சம் உண்டாக, முதல்நாளே படம் நிறுத்தப்பட்டு வேறுபடங்கள் திரையிடப்பட்டன.இதுவே, படத்தின் தோல்விக்குக் காரணம்.இத்தனைக்கும் சிவாஜி அறிமுகமாகி இரண்டே வருடம்தான் ஆகியிருந்த சூழல். இப்படி ரசிகர்கள் சண்டை பல வருடங்களுக்குப்பின்ரஜினி, கமல் படங்களான 'தளபதி','குணா' படம் வெளியாகும்போது உண்டானது. சிலஆண்டுகளுக்குமுன் விஜய், அஜீத் படங்களுக்கும்கூட இதேபோல நிலை உண்டாகியது.

இச் சம்பவத்தால், எம்.ஜி.ஆரை வீரனாகக் காண்பிக்க முடிவெடுத்து, சூட்டோடுசூடாக 'குலேபகாவலி' படத்தைத் துவக்கி அதில் எம்.ஜி.ஆரின் கத்திச்சண்டை காட்சிகள் வைத்து, அவரின் வீரதீரபராக்கிரம சூரனாகக் காண்பிக்கும்வகையில் திரைக்கதையை எழுதினர். உடன், அதில் வில்லியாக தன் அக்கா டி.ஆர்.ராஜகுமாரியையும் நடிக்கவைத்தார். படம் சுமாரான வெற்றி என்பது மட்டுமல்லாமல் 'கூண்டுக்கிளி' தோல்வியிலிருந்து ராமண்ணாவைக்காப்பாற்றியது எனலாம். ஆனாலும் எம்.ஜி.ராமச்சந்திரன் அவர்களுக்கு 'மலைக்கள்ளன்' வெற்றியை 'குலேபகாவலி' ஈடுசெய்யவில்லை. அதற்கு முக்கியக் காரணம்,'மலைக்கள்ள'னில் இருந்த திரில்லான திரைக்கதை மற்றும் பிரமாண்டம். மட்டுமல்லாமல், இன்னொரு முக்கியக்காரணம், ஜோடி. அதுவரை, எம்.ஜி.ஆருக்கு ஜோடியாகப் பலரும் நடித்திருந்தாலும், திரையில் அவரும் பானுமதியும் இணைந்து தோன்றும் காட்சிகளில் ஒரு மாஜிக் நிகழ்ந்தது. அந்த மாஜிக்குடன் கத்திச்சண்டையும், நல்ல கதையும்சேர்ந்தால் வெற்றி நிச்சயம் என எம்.ஜி ஆர் கணக்குப் போட்டுக் காத்திருந்தார். அப்படி ஒரு மாஜிக்கான திரைக்கதையுடன், மாடர்ன் தியேட்டர்ஸ் டி.ஆர்.சுந்தரம் அவர்கள் எம்.ஜி.ஆருக்கு அழைப்புவிட்டார். அப்படி நிகழ்ந்த அதிசயப் படம்தான் 'அலிபாபாவும் 40 திருடர்களும்'ஏற்கெனவே 'மந்திரிகுமாரி'க்கு ஒப்பந்தம் செய்யும்போதே மூன்று படங்களுக்குச் சேர்த்து ஒப்பந்தம் செய்திருந்தார், டி.ஆர்.சுந்தரம். அடுத்து, 'சர்வாதிகாரி' படம் சரியாகப் போகவில்லை. இடைப்பட்ட காலத்தில் எம்.ஜி.ஆரின் சந்தை மதிப்பு கிடுகிடுவென ஏறிவிட்டதால், அதில் பயன்படுத்தும்வகையில் கொஞ்சம் பிரமாண்ட கதையாகத் தேடினார். அப்போது அவர் மனதில் உதித்த எண்ணம்தான் 'அலிபாபாவும் 40 திருடர்களும்'.

கதை

ஆயிரத்தோரு அரேபிய இரவுகள் தொகுதியில் இடம்பெற்ற கதைகளில் ஒன்று 'அலிபாபாவும் 40 திருடர்களும்'. மரம் வெட்டுதலைத் தொழிலாகக் கொண்ட அலிபாபா, நடனப் பெண்ணான மார்ஜியானாவை சில கயவர்களிடம் இருந்து காப்பாற்றி வீட்டுக்கு அழைத்துவருகிறார். தனித்துவம் நிறைந்த அலிபாபாவின் இயல்பு, அவர்மீது மார்ஜியானாவை காதல்கொள்ளச் செய்கிறது. ஒருநாள், காட்டுக்கு மரம்வெட்டச்செல்லும் அலிபாபா, அபு ஹுசேன் எனும் கொடூர கொள்ளைக்காரன் தலைமையில் திருடர்கள், குகையொன்றில் இருந்து வெளியே வருவதைப் பார்க்கிறார். பாறையினால் மூடப்பட்ட குகையைத் திறக்க அவர்கள்

பயன்படுத்திய சொல்லைத் தெரிந்துகொண்டவர், உள்ளே நுழைகிறார். தங்கமும் வைரமும் அங்கு கொட்டிக்கிடப்பதைப் பார்த்தவுடன், அவையனைத்தும் கொள்ளையடிக்கப்பட்டவை என்பதை உணர்கிறார், அலிபாபா. சில மூட்டை களில் அவற்றை எடுத்துக்கொண்டு வெளியேறுகிறார். திடீரென்று பணக்காரர் ஆனவுடன், தன்னிடம் இருக்கும் செல்வத்தைத் தானங்களில் செலவழிக்கிறார், அலிபாபா. இதனைக் கேள்விப்படும் காசிம், அவரை விருந்துக்கு அழைத்து நடந்த உண்மையைக் கேட்டறிகிறார். அலிபாபா சொன்னபடி, குகைக்குள் நுழைந்த காசிமுக்கு, அங்கிருக்கும் செல்வத்தைப் பார்த்தவுடன் வெளியேறுவதற்கான கடவுச்சொல் மறந்துவிடுகிறது. இதனால் குகை திரும்பும் கொள்ளையர்களிடம் மாட்டி உயிரைவிடுகிறார். இதன்பிறகு, காசிம் பிணத்தை அலிபாபா மீட்டெடுப்பதும், வந்தது யார் என்ற உண்மையை அறிய கொள்ளையர்கள் அலிபாபாவின் வீட்டைத் தேடுவதும் பின்பாதி திரைக்கதையை சுவாரஸ்யமானதாக மாற்றுகிறது. இந்தக்கதை, 1941இல் என்.எஸ்.கிருஷ்ணன், டி.ஏ.மதுரம் நடிப்பில் இதே பெயருடன் தமிழில் ஒரு படம் தயாரிக்கப்பட்டிருக்கிறது. ஆனால் அப்படம் பெரிதாக மக்கள்

கவனத்தை ஈர்க்கவில்லை. 1954ஆம் ஆண்டு, ஹோமி வாடியா இயக்கத்தில் இந்தியில் வெளியான 'அலிபாபா அவர் 40 சோர்'திரைப்படத்தின் ஆக்ஷன் காட்சிகள் சுந்தரத்தை ஈர்க்க, அவர் இதனைத் தமிழில் தயாரிக்க முடிவு செய்தார். படத்தின் மிகப்பெரிய

வெற்றிக்கு எம்.ஜி.ஆர்., பானுமதி, டி.ஆர்.சுந்தரம் ஆகிய மேதைகள் சங்கமம் ஒரு காரணமாக இருந்தாலும், இத்தோடு இன்னபிற காரணங்களையும் அடுக்கலாம். அதில் ஒளிப்பதிவு, பிரமாண்ட செட்டுகள், விறுவிறு திரைக்கதை, அட்டகாசமான பாடல்கள், ஆக்ஷன் காட்சிகள், நடன அமைப்பு மற்றும் ஆடை வடிவமைப்பு எனப் பட்டியலிட்டுக்கொண்டே போகலாம். 'சந்திரலேகா', 'அந்த நாள்', 'மலைக்கள்ளன்' ஆகிய படங்களுக்குப் பிறகு,இதை தமிழ் சினிமாவில் தொழில்நுட்பத்தில் மிகச்சிறப்பாக உருவான படம் எனலாம். குறிப்பாக, குதிரையில் 40 திருடர்கள் குகையை நோக்கி வரும் காட்சியில் காமிராவின் கட்டமைவும், நகர்வும் அதுவரையில் தமிழ் சினிமாவில் அப்படி ஒரு பிரமாண்டம் வெளிப்புறப் படப்பிடிப்பில் அதுவே முதல்முறை. டபிள்யூ.ஆர்.சுப்பாராவ் எனும் ஒளிப்பதிவு மேதையின் திறமை அதிகம்கொண்டாடப்படாமல்போனது, ஒரு துயரம். அதுபோல, இப்படத்தின் இன்னொரு மேதை, கலை இயக்குனர் ஏ.ஜே.டொமினிக். ஒவ்வொருமுறையும் குகை திறக்கப் பயன்படுத்தப்பட்ட தொழில்நுட்பமும் செயல்படுத்திய விதமும் அபாரம். இன்று வரையும் அப்படி ஒரு மிரட்சியை யாரும் தமிழ் சினிமாவில் உருவாக்கவில்லை எனலாம்.

இந்தக் குகையின் வெளிப்புறப்பகுதி மைசூரிலும், உட்புறப்பகுதி சேலத்திலும் வடிவமைக்கப்பட்டுப் படமாக்கப்பட்டன. அதேபோல, அலிபாபா மற்றும் காசிம் வீடுகள், மார்ஜியானா நடனமாடும் விடுதி, கடைத்தெரு, அதில் இருக்கும் நடைப்பாலம் போன்றவை, கதை நடக்கும் அரேபிய உலகத்துக்கே நம்மை அழைத்துச்சென்றது என்றால் மிகையில்லை. கிளைமாக்ஸில் இடம்பெற்ற சண்டைக்காட்சியும்கூட, கொதிக்கும் நீரோடையின்மேல் அமைக்கப்பட்ட தொங்கு பாலத்தின்மீது நடப்பதாகக் காட்டியதாலேயே விறுவிறுப்பைக் கூட்டியிருந்தது. அந்தக் காட்சியின் ஒளிப்பதிவும் இசையும் ஆர்ட் டைரக்ஷனும் சேர்ந்து நிகழ்த்திய மாயாஜாலம், டி.ஆர்.சுந்தரம் அவர்களின் மேதமைக்கு எடுத்துக்காட்டு. அதுபோல, பாடல்கள் 'அழகான பொண்ணுதான் அதுக்கேத்த கண்ணுதான்', 'மாசிலா உண்மைக் காதலே', 'சின்னஞ்சிறு சிட்டே என் சீனா கற்கண்டே', 'உல்லாச உலகம் எனக்கே சொந்தம்' பாடலும், 'அன்பினாலே ஆளவந்த அழகு பூபதி' என, அனைத்தும் ஹிட். இசையமைப்பாளர் தட்சிணாமூர்த்தி. இந்தப்பாடல்களை பெரும்பாலும் இந்தி மூலப்படத்தைத் தழுவியே மெட்டமைத்திருந்தார் என்றாலும் தமிழில் இன்றுவரை தலைமுறை தாண்டியும் கேட்கும்வகையில் அமைந்தது சிறப்பு. இப்படத்தின் துவக்கத்தில் வரும் 'சலாம் பாபு சலாம்

பாபு என்னைப் பாருங்க' என்ற பாடலுக்கு நடனம் ஆடிய பெண்தான் பிற்பாடு இந்திக்குப் போய், வஹிதா ரஹ்மான் எனும் புகழ்பெற்ற நடிகையாக கொடிகட்டிப் பறந்தார். அந்த சலாம் பாபுவுக்குப் பிறகு, கமலஹாசனின் 'விஸ்வரூபம்' படத்தின் மூலம்தான் தமிழுக்குத் திரும்பிவந்தார். இப்படத்தில் எம்.ஜி.ஆர் நடிக்கவிருந்த ஒரு பாடலையும் சண்டைக் காட்சியையும் அவர் இல்லாதபோது டூப் கொண்டு சுந்தரம் படமாக்கியதாகச் சிலதகவல்கள் இணையத்தில் உண்டு. 'என் ஆட்டமெல்லாம்' பாடலில் மட்டுமே பி.எஸ்.வீரப்பாவும் எம்.ஜி.ஆரும் சேர்ந்திருப்பது போன்ற ஷாட்கள் பெரிதாக இராது. அதனைத் தொடர்ந்துவரும் குதிரைச்சவாரி காட்சியிலும் டூப் பயன்படுத்தப் பட்டிருப்பது தெரியவரும். வேறெங்கும் இதற்கான சுவடுகூடத் தெரியாது. இப்படத்துக்குப் பிறகு, எம்.ஜி.ஆர் மாடர்ன் தியேட்டர்ஸ் தயாரிப்பில் நடிக்கவில்லை. அந்தக் காலக்கட்டத்தில் ஸ்டூடியோ தயாரிப்பாளர்களின் படங்களில் நடிப்பதை அவர் குறைத்துக்கொண்டார் என்பதையும் இங்கு குறிப்பிட்டாக வேண்டும். இப்படத்தில், காசிம் வேடத்தில் நடித்தவர் எம்.ஜி.ஆரின் சகோதரர் சக்ரபாணி. அவரது மனைவியாக நடித்தவர் வித்யாவதி. (இவர் முன்னாள் முதல்வர் ஜெயலலிதாவின் சித்தி ஆவார்) மாடர்ன் தியேட்டர்ஸ் கதை இலாகா என்றே, திரைக்கதை வசனத்துக்கான கிரெடிட் டைட்டிலில் குறிப்பிடப்பட்டிருக்கும். இப்படத்துக்கு வசனம் எழுதியவர் முரசொலி மாறன் என்றும், ஏ.எல்.நாராயணன் என்றும் இருவேறு தகவல்கள் உண்டு. தமிழின் முதல் வண்ணப்படம் என்ற பெருமையைஇப் படத்தின்மூலம் தக்கவைத்துக் கொண்டது மாடர்ன் தியேட்டர்ஸ். கருப்பு வெள்ளைப் படத்தை சிவப்புச் சாயத்தில் முக்கியெடுத்தது போன்றிருக்கும் இதற்கு, அப்போது கேவா கலர் என அழைத்தார்கள். இப்படத்திற்குஒளிப்பதிவு செய்ததன்மூலம் ஒளிப்பதிவாளர் டபிள்யூ.ஆர்.சுப்பாராவ் அவர்கள் பெயர், தமிழ் சினிமா வரலாற்றில் இடம்பெற்றது. 1956ஆம் ஆண்டு பொங்கலையொட்டி வெளியான 'அலிபாபாவும் 40 திருடர்களும்' திரைப்படம், தமிழகமெங்கும் பெரும் வரவேற்பைப் பெற்றது. இப்போதுவரை இத்திரைப்படம் உருவாக்கிய சாதனையை வேறுபடம் முறியடிக்கவில்லை. இதன் தொடர்ச்சியாக, 'அரசிளங்குமரி', 'பாக்தாத் திருடன்' போன்ற பல்வேறு திரைப்படங்களில் நடித்தாலும், இதுபோன்ற ஒருபடத்தை எம்.ஜி.ஆரால்கூட திரும்பத் தரமுடியவில்லை. அந்தப் படம் பலவகையில்சாதனை நிகழ்த்தினாலும், தமிழ் சினிமா வரலாற்றில் முதல் முழுநீள வண்ணப்படம் என்ற பெருமையுடன் அழிக்கமுடியாத தடத்தை தக்கவைத்துக்கொண்டது என்பதும் உண்மை.

# மாடர்ன் தியேட்டர்ஸ்

அண்ணா அவர்களின் 'வேலைக்காரி' படம் துவங்கி 'நாடோடி மன்னன்' வரையிலானபத்து ஆண்டுகள், திராவிட இயக்கக் கருத்துகள், தமிழ் சினிமாவில் ஒரு அலையாக உருவெடுத்தபோதுஅவர்களுக்கு உறுதுணையாக இருந்து, அவர்கள் விரும்பும் சினிமாவை உருவாக்க துணிச்சலாக முதலீடு செய்து, திட்டமிட்டு அதை மிகச்சிறந்த வெற்றிப் படமாகவும் ஆக்கிய பெருமை ஜூபிடர் பிக்சர்ஸ்,ஏவிஎம், பட்சிராஜா போன்ற நிறுவனங்களுக்கும் பங்குண்டு என்றாலும்,மாடர்ன் தியேட்டர்ஸ் நிறுவனத்துக்கு இவையனைத்தைக் காட்டிலும் கூடுதல் பங்குண்டு

காரணம் அது, காலமாற்றத்தை கருத்தியலாகப் பிரதி பலிக்கும் முனைப்புத் தாண்டி,தொழில்நுட்ப மாற்றத்தையும் இணைத்து கூடுதல் விளைவுகளைஉண்டாக்கக் காரணமாக இருந்தது. குறிப்பாக 'மந்திரிகுமாரி','திகம்பர சாமியார்','அலிபாபாவும் நாற்பது திருடர்களும்' போன்ற படங்கள், மாடர்ன் தியேட்டர்ஸ் என்ற தலைப்புக்கு மிகப் பொருத்தமான படங்களாக அமைந்தன.

புரட்சித்லைவர், கலைஞர், கவியரசர் என வெறும் அடைமொழிகளைச்சொன்னாலே,அவயம் ஏற்கும் தமிழ்நாட்டின் மூன்று தலைசிறந்த மனிதர்களுக்கும்,துவக்க காலத்தில் சிவப்புக் கம்பளம் விரித்துக் கொடுத்து பிற்பாடு அவர்கள்சினிமாவையும் தமிழர் இதயங்களையும் ஆட்சிசெய்ய வழி செய்துகொடுத்த பெருமையும்மாடர்ன் தியேட்டர்ஸ் நிறுவனத்துக்கு உண்டு.

அப்படிப்பட்ட பெருமைமிக்க நிறுவனத்தை உருவாக்கியவர், 'முதலாளி' எனத் தன் ஊழியர்களால் அன்புடன் அழைக்கப்பட்ட, திருச்செங்கோடு ராமலிங்கம் சுந்தரம்.

இன்றைய சேலம் மாவட்டம், திருச்செங்கோட்டில் 1907ஆம் ஆண்டு ஜூலை மாதம் 16ஆம் தேதியன்று, செல்வச் செழிப்புமிக்க குடும்பத்தில் பிறந்தவர், டி.ஆர்.சுந்தரம் என அழைக்கப்படும் திருச்செங்கோடு ராமலிங்கம் சுந்தரம். இவருடைய தந்தை ராமலிங்கம், பருத்திநூல் வியாபாரி. நூற்பையும் நூல்களில் சாயம் ஏற்றும் நுட்பத்தையும் முறையாகக் கற்றுவரவேண்டும் என்று எண்ணி, பி.ஏ.முடித்திருந்த மகனை இங்கிலாந்தின் லீட்ஸ் பல்கலைக்கழகத்துக்கு அனுப்பினார்.

பிறகு அவருக்கு சினிமா தொழிலின்மீது ஆர்வம் உண்டாக, அதைக் கற்க முடிவுசெய்தார். சுப்பராய முதலியார், வேலாயுதம் பிள்ளை ஆகியோர் நடத்திவந்த 'ஏஞ்சல் பிலிம்ஸ்' நிறுவனத்தில் பங்குதாரர் ஆன

டி.ஆர்.சுந்தரம், அந்த நிறுவனத்துக்காக கல்கத்தா சென்று பல படங்களைத் தயாரித்தார். படத்தயாரிப்பில் தனக்கு ஏற்பட்ட அலைச்சல், பணவிரயம், படத் தயாரிப்பில் ஏற்பட்ட காலவிரயம் ஆகியவற்றைக் கண்ட சுந்தரம், ஏஞ்சல் பிலிம்ஸில் இருந்து வெளியேறி 1936இல்,சேலத்தில் 'மார்டன் தியேட்டர்ஸ்' என்ற பிரமாண்ட ஸ்டூடியோவைத் தொடங்கினார்.

1936இல் உதயமான. மாடர்ன் தியேட்டர்ஸ்நிறுவனத்தின் முதல் படம்,'சதி அகல்யா'. அந்த நாளில் ரசிகர்களை கிறங்கடித்த சிங்களத்துக் குயில், தமிழ் சினிமாவின் முதல் கவர்ச்சிக்கன்னி எனக் கூறப்பட்ட தவமணி தேவி, இந்தப் படத்தில் நடித்தார். நீச்சல் உடையில் தவமணி தேவி தோன்றும் புகைப்படத்தை வைத்து, அந்தக் காலகட்டத்திலேயே இந்தப் படத்தை பப்ளிசிட்டி செய்தனர்.

தமிழின் முதல் ஸ்டண்ட் படமான 'மாயா மாயவன்', 1938இல் மலையாளத்தில் முதலில் தயாரிக்கப்பட்ட 'பாலன்' என்ற படம், முதல் சிங்களப் படம், 1940இல் தமிழில் எடுக்கப்பட்ட முதல் இரட்டைவேடப் படம் 'உத்தமபுத்திரன்',1956இல் தமிழில் முதலில் வெளியான 'அலிபாபவும் 40 திருடர்களும்' போன்ற தமிழ் சினிமாத் துறை சார்பில் நிகழ்த்தப்பட்ட பல்வேறு அறிமுக, முதல் நிகழ்வுகளுக்கு விதை போட்டவராகத் திகழ்ந்தவர், டி.ஆர். சுந்தரம்.

இன்றைக்கு தமிழ்த் திரைப்படங்களில் தொழில்நுட்பக் கலைஞர்களாகப் பணிபுரிய, ஹாலிவுட் திரைப்படக் கலைஞர்களை அழைத்துவருவது பெரிய செயலாகக் கருதப்பட்டுவரும் சூழலில், அன்றே தனது படங்களுக்கு ஹாலிவுட் கலைஞர்களைப் பயன்படுத்தினார்,டி. ஆர்.சுந்தரம். ஜெர்மனியில் இருந்து வாக்கர், பேய்ஸ் என்ற இரு ஒளிப்பதிவாளர்களை தனது படத்திற்கு ஒளிப்பதிவாளராகப் பயன்படுத்தினார். தமிழ்த் திரையுலகின் முதன்முதலில் ஹாலிவுட் தொழில்நுட்பக் கலைஞர்களைப் பயன்படுத்தியவரும் டி.ஆர்.சுந்தரமே.

ஜெர்மனி ஒளிப்பதிவாளர்களிடம் பயிற்சிபெற்ற டபிள்யூ. ஆர்.சுப்பாராவ் மற்றும் ஜே.ஜி.விஜயம், பிற்காலத்தில் புகழ்பெற்ற ஒளிப்பதிவாளர்களாகத் திகழ்ந்தனர். அதுமட்டுமின்றி, தொழில்நுட்பக் கலைஞர்கள் மட்டுமின்றி ஹாலிவுட் இயக்குனரையே தமிழ்த் திரைப்படத்தை இயக்கவைத்த பெருமையும் 'மாடர்ன் தியேட்டர்ஸ்' சுந்தரத்திற்கு உண்டு. விறுவிறுப்பான கதைக்களங்களைக் கொண்ட திரைப்படங்களை உருவாக்குவதில் மிகுந்த ஆர்வம்கொண்ட டி.

ஆர்.சுந்தரம், நம்பியாரை நாயகனாக வைத்து 1950லேயே 'திகம்பர சாமியார்' என்ற துப்பறியும் திரைப்படத்தை உருவாக்கினார்.

ஹாலிவுட்டில் திரைக்கதை எழுத்தாளர்கள் தனி, இயக்குநர்கள் தனி என்ற முறைதான், அங்கிருந்து ரசிக்கும்படியான படங்கள் வருதற்கு இன்றளவும் முக்கியக் காரணமாக இருக்கிறது. ஹாலிவுட்டின் இந்த முறையை, சுந்தரம் இறுகப் பிடித்துக்கொண்டதால் கண்ணதாசன், மருதகாசி, கலைஞர் மு.கருணாநிதி, கா.மு.ஷெரீப் தொடங்கி, பல புகழ்பெற்ற எழுத்தாளர்களைத் திரைக்கதாசிரியர்களாகவும் பாடலாசிரியர்களாகவும் அறிமுகப்படுத்தினார். பல ஆங்கிலப் படங்களையும் ஆங்கில நாவல்களையும் தமிழுக்கு ஏற்பத் தழுவி, பல வெற்றிப்படங்களைத் தயாரித்தார். அசல் திரைக்கதைகளுக்கும், தமிழ் இலக்கியத்தில் புகழ்பெற்ற கதைகளுக்கும் முழுமையான ஆதரவளித்தார். இவை எல்லாவற்றுக்கும் உச்சமாக, தனது நிறுவனத்தின் பெயரால் பங்குகளை ஷேர் மார்க்கெட்டில் வெளியிட்டு, ரூபாய் ஐந்து லட்சம் திரட்டி பிரமாண்ட படங்களை எடுத்தவர் என இவரது சாதனைகள் அடங்க மறுப்பவை. தமிழ் சினிமாவின் அடுத்தக்கட்ட வளர்ச்சியாக, தமிழில் முதல் கலர் திரைப்படத்தை டி.ஆர்.சுந்தரம் தயாரித்தார். எம்.ஜி.ஆர். நாயகனாக நடிக்க தமிழில் முதல் கலர் திரைப்படமாக வெளியானதுதான் "அலிபாபாவும் நாற்பது திருடர்களும்" திரைப்படம். கொள்ளையர்களின் பணத்தை கொள்ளையடிக்கும் ஒரு நல்லவன் என்ற மையக்கருத்தைக் கொண்டு உருவான இந்தப் படத்தை, மாடர்ன் தியேட்டர்ஸ் நிறுவனத்தின் உரிமையாளர் டி.ஆர்.சுந்தரமே இயக்கியிருந்தார். இந்தத் திரைப்படம் எம்.ஜி.ஆரின் புகழை மக்கள் மத்தியில் மேலும் உயரச்செய்தது. இந்தப் படத்தின் வசனமான "அண்டாக கசும், அபூக்காககுகும் திறந்திடு சீசேம்" இன்றளவும் மிகவும் பிரபலம்

1936இல் தொடங்கிய மாடர்ன் தியேட்டர்ஸ் நிறுவனத்தின் பயணம், 1960களுக்குள் 100 படங்களை எட்டியது. இந்திய சினிமாவின் முதல் அறிவியல் புனைகதையாக விளங்கிய ஜிகூஹீவீஜீ □ஷீ விஷீஷீஸீ படத்தை இவர் தயாரித்துள்ளார்.

தமிழ் திரையுலகின் நகைச்சுவை ராணியாக வலம்வந்த மனோராமாவை முதன்முதலில் தமிழில் கதாநாயகியாக 1963ஆம் ஆண்டு அறிமுகப்படுத்தியவரும் டி.ஆர். சுந்தரம்தான். தமிழ்நாட்டின் 'ஜேம்ஸ்பாண்ட்' என்று நடிகர் ஜெய்சங்கர் புகழப்படுவதற்கும் மாடர்ன் தியேட்டர்ஸ் நிறுவனமே

காரணம். ஜெய்சங்கரை நாயகனாக வைத்து மாடர்ன் தியேட்டர்ஸ் சார்பில் 'சி.ஐ.டி. சங்கர்', 'வல்லவன் ஒருவன்', 'நான்கு கில்லாடிகள்', 'காதலித்தால் போதுமா?' போன்ற துப்பறியும் படங்களை டி.ஆர்.சுந்தரம் தயாரித்தார். இந்தப் படங்கள் அனைத்தும் வசூலில் மாபெரும் வெற்றியைக் குவித்தன.

இப்போது, தமிழ் சினிமாவுக்கு அடையாளமாக கோடம்பாக்கம் இருந்தாலும், ஆரம்பகாலத்தில் சேலத்தை மையமாகக் கொண்ட டி.ஆர். சுந்தரத்தின், மாடர்ன் தியேட்டர்ஸ்தான் இருந்துவந்தது. தற்போது மாடர்ன் தியேட்டர்ஸ் இருந்த இடம், குடியிருப்புப் பகுதியாக மாறினாலும் வரலாற்றுச் சிறப்புமிக்க அதன் நுழைவுவாயில் அப்படியே உள்ளது.

இருமுறை தென்னிந்திய திரைப்பட வர்த்தக சபையின் தலைவராகப் பொறுப்பு வகித்து, தமிழ் சினிமாவுக்கும் தென்னிந்திய சினிமாவுக்கும் இவர் ஆற்றிய பணிகள் பல. அவரது திரைத்துறைப் பங்களிப்பைப் போற்றும்வண்ணம், அவரது சிலை சென்னை அண்ணாசாலையில் அமைந்திருக்கும் தென்னிந்திய திரைப்பட வர்த்தக சபை வளாகத்தில் நிறுவப்பட்டிருக்கிறது. சேலம் 'மாடர்ன் தியேட்டர்ஸ்' ஸ்டூடியோ வளாகம் தற்போது, அடுக்குமாடிக் குடியிருப்பு வளாகமாக மாறிவிட்டது. அந்தச் சரித்திர சாம்ராஜ்யத்தின் நினைவுச் சின்னமாக, அதன் நுழைவாயில் மட்டுமே அங்கே தற்போது எஞ்சியிருக்கிறது.

அஜயன் பாலா

# மதுரை வீரன்

**த**மிழில் சாதியைப் பற்றியும் சாதியக் கொடுமைகளையும் முதன்முதலாகப் பேசிய படம் என்ற பெருமைமிக்க திரைப்படம், மதுரை வீரன்.

'மலைக்கள்ளன்', 'அலிபாபாவும் 40 திருடர்களும்' வரிசையில் வெற்றியைத் தொடர்ந்து, எம்.ஜி.ஆர் அவர்கள் நடிப்பில் அடுத்து வெளியான மிகப்பெரிய வெற்றிப் படம்,'மதுரை வீரன்'. லேனா செட்டியார் தயாரிக்க, தாசரி யோகானந்த் இயக்கிய இத்திரைப்படத்தின் கதையை கண்ணதாசன் எழுத, மதுரைவீரனாக எம்.ஜி.ஆரும் அவருக்கு ஜோடியாக பானுமதியும் பத்மினியும் நடித்திருந்தனர். ஜி.ராமநாதன் இசையில் கண்ணதாசன், உடுமலை நாராயணகவி மற்றும் தஞ்சை ராமையாதாஸ் ஆகியோர் எழுதிய பாடல்கள் அனைத்தும் மிகப்பெரிய வெற்றிபெற்று இன்றும் அனைவராலும் கேட்கப்பட்டு வருவது, இப்படத்தின் தனிச்சிறப்பு. தமிழ் சினிமாவில் வெற்றிபெற்ற முதல் இரட்டை நாயகி படம் என்ற பெருமையும் இதற்கு உண்டு.

### வரலாற்று நாயகன்

தமிழ்நாட்டில், பலவருடமாக வாய்வழி நாட்டுப்பாடலாய் பலரும் அறிந்த நல்லதங்காள், காத்தவராயன் போன்ற நாட்டுப்புறக் கதைகளின் வரிசையில்மதுரை வீரனுக்கென தனிச்சிறப்பும் புகழும் உண்டு. 'கல்ட் ஹீரோ' என இன்றைய வார்த்தையில் அடையாளப்படுத்தப்படும், அதிகாரவர்

க்கத்துக்கு எதிராகக் கலகம்செய்து முதல் தமிழ்வீரனாக இன்றும் கொண்டாடப்படும்நாயகன், மதுரை வீரன். ஆண்டுதோறும், ஆவணி 17ஆம் நாள் மதுரைவீரன் வழிபாடு தமிழர் மத்தியில் பல கிராமங்களில் இருந்துவருகிறது. மதுரைவீரனை தமிழர் பலர் குலதெய்வமாகக் கொண்டுள்ளனர். மதுரை வீரன் வழிபாடு மலேசியா, ரியூனியன் மற்றும் கரிபியன் தீவுகளில் வாழும் தமிழர் மத்தியிலும் பரவலாக இருக்கின்றது. மதுரை வீரன் வழிபாட்டை, சிறுதெய்வ வழிபாடு என்று சமய ஆய்வாளர் குறிப்பிடுவதுண்டு. அருந்ததியர் இனத்தைச் சேர்ந்த சின்னான், செல்லி தம்பதிகளின் மகனாக கி.பி.1608ஆம் ஆண்டில் பிறந்தார், மதுரை வீரன். திருச்சிப் பகுதியை ஆட்சி செய்து கொண்டிருந்தநாயக்கர் இனத்தைச் சேர்ந்தபொம்மையா நாயக்கர் என்பவரின் மகள் பொம்மி வயதுக்கு வருகிறாள். அதே கம்பளத்து நாயக்கர் சமுதாயத்தின் வழக்கப்படி, வயதுக்கு வந்த அந்தப் பெண்ணை காட்டில் குடில் அமைத்து ஒரு மாதம் காவல் செய்யவேண்டும். காவல் பொறுப்பை தந்தையின் உடல்நலக்குறைவால் மதுரைவீரன் ஏற்றார். பொம்மி, இவரின் வீரம் மற்றும் அழகில் மயங்க, இருவரும் காதல்கொண்டு ஊரைவிட்டு வெளியேறுகின்றனர். இது, பொம்மையா நாயக்கருக்குத் தெரிந்தவுடன் மிகுந்த கோபத்தில் இருந்தார். அவருடைய மகன்

பெரும்படையுடன் மதுரைவீரனை எதிர்க்கின்றார். அவர் அருந்ததியர்கள் படையுடன் கடுமையாகப் போரிட்டு வெற்றிகொள்கின்றார். மதுரையில் திருமலைநாயக்கர் மன்னரிடம் விஷயத்தைத் தெரிவிக்கின்றார். அன்றைக்கு கள்வர்களால் மதுரை மற்றும் அதன் சுற்றுவட்டார ராஜ் ஜியங்கள் மிகவும் பாதிப்புக்குள்ளாகின. அவர்களை அடக்கமுடியாமல் ராஜ்ஜியங்கள் மிரண்டிருந்தன. அந்த நேரத்தில், மதுரைவீரனின் வீரத்தை அறிந்து திருமலை நாயக்கர் கள்வர்களின் அட்டூழியங்களை அடக்க மதுரைவீரனை பயன்படுத்திக்கொண்டார். மதுரைவீரனின் அருந்ததியர் படை மதுரை சுற்றுவட்டாரப் பகுதியில் இருந்த கள்வர்கள் கொட்டத்தை ஒடுக்கி, மதுரை மக்களைக் காத்தது. இந்நிலையில் திருச்சி, புதுக்கோட்டை பகுதிகளில் கள்வர்களால் மக்கள் பாதிக்கப்பட்டிருந்தனர். இவரின் வீரத்தை அறிந்த புதுக்கோட்டை மன்னர் தொண்டைமான் கேட்டுக்கொண்டதற்கிணங்க திருச்சி, புதுக்கோட்டை உள்ளிட்ட சுற்றுவட்டாரப் பகுதிகளில் அருந்ததியர்கள் படையுடன் சென்று போரிட்டு மக்களுக்குப் பெரும்துன்பத்தை கொடுத்துக்கொண்டிருந்த கள்வர்கள் கூட்டத்தை ஒடுக்கி, மக்களை பாதுகாத்தார். அதனாலேயே தென்மாவட்டங்களில் மதுரைவீரனை அனைத்து இனத்தவரும் குலதெய்வமாக வழிபட்டு வருகின்றனர். இவரின் வீரத்தைக் கண்ட கள்ளர் இனப் பெண் வெள்ளையம்மாள், மதுரைவீரனைக் காதலித்து திருமணம் செய்துகொள்கிறார். இந்நிலையில், சூது செய்து மதுரை மீனாட்சி அம்மன் ஆலயத்திற்குள் மதுரைவீரனைப் பிடித்து மாறுகால், மாறுகை என்னும் முறையில் கொலை செய்துவிடுகின்றனர். இதுதான் வாய்வழி சொல்லப்பட்ட உண்மைக்கதை. மதுரைவீரன் மாறுகால் மாறுகை வாங்கப்பட்டதை அறிந்த அருந்ததியர் படை மதுரையை துவம்சம் செய்தது. அவர்களிடமும் மதுரைவீரன் சாமியாக வந்து கேட்டுக்கொண்டதற்கு இணங்கி அருந்ததியர்கள் போரைக் கைவிட்டனர் என்பது வரலாறு. கள்வர்களிடம் இருந்து மக்களைப் பாதுகாத்ததினால் தென்மாவட்டங்களில் மதுரைவீரனை அனைத்து இனத்தவரும் குலதெய்வமாக வழிபட்டு வருகின்றனர். மேலும் மதுரை வீரன் கொல்லப்பட்டதை அறிந்து மதுரை மீனாட்சியம்மன் நேரடியாக தரிசனம் வழங்கி மதுரையை அழிக்க முற்பட்டாள். மதுரைவீரன் கேட்டுக்கொண்டதற்கு மனமிறங்கி அவரை ஆட்கொண்டு கிழக்குக் கோபுரவாசலில் கம்பத்தடி வீரனாக வைத்துக்கொண்டார் எனும் கட்டுக்கதைகளும் உண்டு. இன்று வரை முதல் பூஜை அவருக்கு நடந்தபின்புதான் மீனாட்சிக்கே பூஜை நடக்கும். இந்தக் கதையை, கண்ணதாசன் திரைக்கதையாக எழுதும்போது சில மாற்றங்களைச்

செய்துகொண்டார். அருந்ததிய குலத்தில் பிறந்த மதுரை வீரனை, மன்னர் குலத்தில் பிறந்தவராகத் திரித்து எழுதினார். இது, அன்றைய பார்வையாளர்களின் ஏற்புத்திறனை முன்வைத்து எழுதியதாக சமாதானம் கூறப்பட்டாலும், இன்றளவும் கண்ணதாசன்மீது இது குற்றச்சாட்டாகவே கருதப்படுகிறது. மற்றபடி, மக்கள் மத்தியிலே மதுரை வீரன் ஒரு நாயகனாக முன்னிறுத்தி அதிலும் சுவாரசியமான திரைக் கதையாக அதை மாற்றி எழுதியதிலும் கண்ணதாசன் பங்கு அளப்பரியது.

முக்கியக் கதாபாத்திரத்தில் நடித்த எம்.ஜி.ராமச்சந்திரன், ஆரம்பத்தில் இந்தப் படத்தில் புராணக் குறிப்புகள் இருந்ததால் நடிக்க மறுத்துவிட்டார். ஆனால் ஆர்.எம்.வீரப்பன் வற்புறுத்திய பின்னர் இப்படத்தில்இணைந்தார். அசல் புராணத்தில், வெள்ளையம்மாவின் பாத்திரம் 'மோசமாக சித்திரிக்கப்பட்டுள்ளது' என்று ராமச்சந்திரன் உணர்ந்தார். மேலும் அவரது திரைச்சித்திரிப்பில் மாற்றங்களைப் பரிந்துரைத்தார். அதற்கு தயாரிப்பாளர் ஒப்புதல் அளித்தார். இந்தப் பாத்திரத்தை ராமச்சந்திரனின் ஜோடியாக தனது முதல் படத்தில் பத்மினி நடித்தார். டி.எஸ்.பாலையா நரசப்பனாகவும் மற்றும் பானுமதி ராமகிருஷ்ணா அவரது மருமகள் பொம்மியாகவும்நடித்தார். கணவன் மற்றும் மனைவி நகைச்சுவை இரட்டையர்களாக என்.எஸ்.கிருஷ்ணன் மற்றும் டி.ஏ.மதுரம், வீரனின் வளர்ப்புப் பெற்றோர்களாக நடித்தனர். குசலகுமாரி, ஒரு பரதநாட்டியக் கலைஞராகத் தோன்றினார். ராமச்சந்திரன், அதை எதிர்த்ததால் பத்மினி யின்மீது படமாக்கப்பட்ட 'பார் கடல் அலைமேல்' பாடலை செட்டியார் அகற்றினார். ஆனால் அதன் நாடக வெளியீட்டிற்குப் பிறகு, அதை மீண்டும் படத்தில் சேர்த்தார். படத்தின் இறுதி வெட்டு 165 நிமிடங்கள் ஆகும். மதுரை வீரன் ஏப்ரல் 13, 1956 அன்று தமிழ் புத்தாண்டு அன்று வெளியிடப்பட்டது. இந்தப்படம், ஒரு பெரிய வணிக வெற்றியாக அமைந்தது. இறுதிக்காட்சியில், மதுரை வீரன் மாறு கால் மாறு கை வாங்கப்பட்டு இறக்கும் காட்சியைப் பார்த்த ரசிகர்கள், தியேட்டரில் மிகவும் உணர்ச்சிவசப்பட்ட நிலையில் எதிர்கொண்டனர். தமிழகம் முழுதும் பல திரையரங்கில் 200 நாட்கள் ஓடி மகத்தான வெற்றியை இப்படம் பெற்றது பலராலும் வியக்கப்பட்டது. இந்தப் படம் கொடுத்த வெற்றிதான் எம்.ஜி.ஆருக்கு 'நாடோடி மன்னன்' படமெடுக்க மிகப்பெரிய துணிச்சலையும் தன்னம்பிக்கையையும் கொடுத்தது. எனவேதான் கண்ணதாசனிடம் உடனடியாக தனக்காக திரைக்கதை எழுதுமாறு கட்டளையிட்டார்.

# பத்மினி

தமிழ் சினிமாவை எம்.ஜி.ஆர்., சிவாஜி இருவரும் எப்படி ஐம்பதுகளில் உச்சத்துக்கு அழைத்துச் சென்றனரோ, அதற்குச் சற்றும்குறைவில்லாத புகழைத் தேடித்தந்தவர்களுள் பானுமதி, பத்மினி, சாவித்திரி, சரோஜாதேவி ஆகிய நால்வருக்கும் சமபங்கு உண்டு. வெறும் அழகுப்பதுமைகளாக இல்லாமல், நால்வருமே நடிப்பில் சூரப்புலிகளாக விளங்கினர்.இன்னொருவகையில் சொன்னால், ஐம்பதுகளின் சினிமாவை ஆட்டிப்படைத்தனர். சாவித்திரியும், சரோஜாதேவியும்50களின் பிற்பகுதியில் புகழ்பெற்றாலும் இவர்களுக்கு முன்னரே தம் காந்தக் கண்களால் தமிழ் மக்களின் இதயத்தைக் கொள்ளையடித்தவர்கள், பானுமதியும் பத்மினியும்தான்.

திரையுலகில் பத்மினி நட்சத்திரமாக அறிமுகமாவதற்கு முன் அவர், தன் அக்காள் லலிதா, தங்கை ராகினி ஆகியோருடன் திருவிதாங்கூர் சகோதரிகள் என்றே பெயருடன் நாட்டிய மங்கைகளாக அறிமுகமானார்.

திருவனந்தபுரம் அரண்மனையில், ஆஸ்தான வித்வானாக இருந்தவர் குரு கோபிநாத்.அவரிடம் நாலு வயது பத்மினியும் அக்கா லலிதாவும் கதக்களி நடனம் கற்றுக்கொள்ளத் தொடங்கினர்.கடைக்குட்டி ராகினி, அப்போது குழந்தை. இவர்களுள் சிறுவயதிலேயே தன் அடவுகளாலும் நிருத்தங்கள் மற்றும் கண், இடுப்பு அசைவுகளாலும் அனைவரையும் சுண்டி இழுத்தவர்,பத்மினி. இச்சமயத்தில், ஒருமுறை இயக்குனர் கே.சுப்ரமணியம், மனைவி எச்.டி.சுப்புலட்சுமியுடன் திருவிதாங்கூர் அரண்மனைக்குச்

சென்றபோதுஇவர்களது நிகழ்ச்சியைப் பார்த்த அவர்,"இவர்களுக்கு உடனே பரத நாட்டியம் கற்றுக்கொடுங்கள், இன்னும் புகழ்பெறுவார்கள்" எனச் சொல்ல, அதன்படி திருவிடைமருதூர் பிள்ளையை வரவழைத்து அவரிடம் பரதம் கற்றுக்கொண்டார்.

அவருக்குப் பத்து வயது ஆனபோது, அரங்கேற்றம் ஆனது.ஒன்பது கெஜம் சேலையில் பாலகி பத்மினி ஆடிய ஆட்டத்தைக் கண்டுவியந்த சிறப்பு விருந்தினர் ஜோத்பூர் மகாராஜா, ஆச்சர்யத்தில் அசந்துபோனார்."என்ன திறமை, என்னே திறமை, இந்தப் பெண் வருங்காலத்தில் மிகப்பெரிய நட்சத்திரமாக நாட்டிய உலகில் முடிசூடி வருவார்" என அன்றே ஆருடம் சொன்னார்.தொடர்ந்து அக்கா லலிதாவோடு, பத்மினி இணைந்து தர்பார் நாட்டியங்களில் பங்கேற்றார்.அக்கா, தங்கை மூவருமாக நடனம் ஆடும் அழகு பட்டிதொட்டி முழுக்கப் பரவத் துவங்கியது.

அன்றைக்கு 'பாரிஜாத புஷ்பகரணம்' நாடகம்.அதில், பத்மினிக்கு நாரதர் வேடம்.அன்றைய நிகழ்ச்சிக்குத் தலைமை கலைவாணர். மூவரையும் பார்த்த கலைவாணருக்கு, அவர்கள் அழகிலும் நடனத்திலும் ஆச்சர்யம்.'தேவலோகத்தில் எல்லாரும் அழகாக இருப்பாங்கன்னு இப்பத்தான் தெரியுது.நாரதர்கூட ரொம்ப அழகாக இருக்கிறார்' எனப் பத்மினியைப் பாராட்டினார். அத்தோடு நில்லாமல்,"இந்தப் பெண் வருங்காலத்தில் மிகச்சிறந்த நடிகையாகவருவார்" எனவும் வாழ்த்தினார்.

பத்மினியின் மாமா, பம்பாயில் கடற்படையில் கமாண்டராகப் பணிபுரிந்து வந்தார்.அவரது வீட்டுக்குப் பக்கத்துவீட்டில் தங்கியிருந்தவர், உலகப் புகழ்பெற்ற நாட்டியக் கலைஞர் உதயசங்கர்.விடுமுறைக்கு மும்பையில் மாமா வீட்டுக்கு வந்திருந்த திருவிதாங்கூர் சகோதரிகளை, உதயசங்கரிடம் மாமாஅறிமுகப்படுத்தினார்.மூவரது நடனத்தையும் பார்த்த அவருக்கு மிகப்பெரிய அதிசயம்.காரணம், அவர் நடத்தப்போகும் 'கல்பனா' எனும் நாட்டிய நிகழ்ச்சிக்கும் இதுபோன்ற பெண்கள்தான் தேவை.அவர்களை உடனே தன் குழுவில் சேர்த்துப் பயிற்சி கொடுக்கத் துவங்கினார்.'கல்பனா'நாட்டிய நாடகத்துக்குக் கிட்டிய புகழ் காரணமாக அதை, சினிமாவாக எடுக்க முன்வந்தார், தயாரிப்பாளர் ஜெமினி ஸ்டூடியோ அதிபர் எஸ்.எஸ்.வாஸன் அவர்கள்.அதிர்ஷ்டத்தை என்ன சொல்ல?அப்படி நடித்த முதல் படமான 'கல்பனா', இந்தியாவிலிருந்து ஆஸ்கார் கமிட்டியின் கதவைத் தட்டும் அளவுக்குச் சிறப்பைப் பெற்றது.

சாதனையாளர்களை சவப்பெட்டிக்குத் தள்ளிவிட்டு இறுதியில், போனால் போகிறது என எட்டிப்பார்க்கும் ஆஸ்கார், மூன்று சகோதரிகளின் முதல் படத்துக்கே முத்தமிட்டது, அதிசயம்தான். பின் அதில் கிடைத்த இந்தப் புகழை வீணாக்காமல், காலத்தை விரயம் செய்யாமல் 'டான்ஸ் ஆஃப் இந்தியா' எனும் நாட்டியக்குழுவைத் தொடங்கினார்கள், திருவிதாங்கூர் சகோதரிகள்.

எட்டுப்பேர் கொண்ட சொந்தக் குழு அமைந்தது.பாம்பாட்டி நடனம், சிவ பார்வதி, ராதாகிருஷ்ணன் போன்ற சின்னச்சின்ன அயிட்டங்களை தாங்களே உருவாக்கி ஆடினர்.சென்னைக்கு வந்தால் படஅதிபர் ஏ.வி.மெய்யப்பச் செட்டியாரின் கவனத்தில் நின்றவை லலிதா பத்மினியின் நாட்டிய நிகழ்ச்சி விளம்பரங்கள்.ஒருநாள், எழும்பூர் மியூசியம் தியேட்டரில் அவர்களது நடனத்தைப் பார்த்தார்.அவர்களை, அன்றே தன் புதிய படத்தில் நாயகியாக ஒப்பந்தம் செய்யப்போன மெய்யப்பச் செட்டியாருக்கு ஏமாற்றமே மிஞ்சியது.

'கல்பனா' படம், தன் மாமாவுக்காக செய்தது.மத்தபடி, எங்களுக்கு நடனம்தான் உயிர்.சினிமாவுக்கு நடிக்க விரும்பவில்லை, விருப்பமும் இல்லை" என மறுத்துவிட்டனர். "உங்களுக்கு இஷ்டம் இல்லையென்றால் நீங்கள் நடிக்கவேண்டாம்.ஆனால் ஒரு பாட்டுக்கு வந்து ஆடினால்போதும்" எனக் கேட்க, ஒருவழியாக சகோதரிகள், நடனம்தானே என ஒத்துக்கொண்டனர். 1948 ஆகஸ்டு 11இல், 'வேதாள உலகம்'படம் வெளியானது.லலிதா பத்மினி ஆடிய 'பவளக்கொடி', 'பாம்பாட்டி' நடனக்காட்சிகளுக்கு தடபுடலாக பிரமாதமாக விளம்பரம் செய்திருந்தார், ஏ.வி.எம்.ஒட்டுமொத்த கோடம்பாக்கத்தின் பார்வையும் பத்மினிமீது பதிந்தது. தொடர்ந்து 'வாழ்க்கை', 'சந்திரலேகா','காஞ்சனா', 'பொன்னி' என இருபதுக்கும் மேற்பட்ட படங்களில் மூவரும் நடனம் ஆட, அந்த நடனங்களுக்கு மிகுந்த வரவேற்பும் பாராட்டும் கிடைத்தது. தொடர்ந்து என்.எஸ்.கே.அவர்கள், பத்மினியை 'மணமகள்'படத்தில் நாயகியாக ஒப்பந்தம்செய்ய, தொடர்ந்து சிவாஜியுடன் முதல் படமாக 'பணம்' படத்தில் ஜோடி சேர்ந்தார்.அதன்பிறகு 'கல்யாணம் பண்ணியும் பிரம்மச்சாரி', 'தூக்குதூக்கி', எம்.ஜி.ஆருடன் 'மதுரைவீரன்' என அவர் நடித்த அனைத்துப் படங்களும் அவரை புகழ் உச்சிக்கு அழைத்துச் சென்றன. தொடர்ந்துஎம்.ஜி.ஆர், சிவாஜி, ஜெமினி என அந்தக்காலத்தின் முன்னணி நடிகர்களுடன் ஜோடிபோட்டு நடித்த படங்களெல்லாம் சூப்பர் ஹிட்.எம்.ஜி.ஆருடன் நடித்தாலும் சரி, சிவாஜியுடன் நடித்தாலும்

சரி,ஞ் அந்தப் படத்தில் பத்மினி நடிக்கிறார் என்றால், அப் படத்தில், அவரின் நடனம் இடம்பெறும், பாட்டு கட்டாயம் இருந்தாகவேண்டும் என்பது அக்காலத்தில் எழுதப்படாத விதி.

‘வஞ்சிக்கோட்டை வாலிபன்’ படத்தில், பத்மினியும் வைஜயந்தி மாலாவும் நடனமாடுவார்கள். அந்தப் போட்டி நடனத்தின்போது சொல்லப்படும் வசனம்தான்ஞ் ‘சபாஷ் சரியான போட்டி’.இருவரில் யார் சிறந்த நடனம் என இன்றுவரை பெரிய பட்டிமன்றமே நடத்துமளவுக்கு அந்த நடனக்காட்சி இன்றும் தமிழ் சினிமாவின் ஐகானிக் நடனங்களில் ஒன்றாக இருந்துவருகிறது.இந்திய சினிமாவிலேயே, இன்று வரை இதனை மிஞ்சிய போட்டி நடனம் வரவில்லை. சிவாஜியுடன் நடித்த ‘தெய்வப்பிறவி’ மாதிரியான படங்களில் இருவருக்கும் நடிப்பில்

போட்டியே இருக்கும். அதேபோல், எம்.ஜி.ஆருடன் 'ராணி சம்யுக்தா', 'மன்னாதி மன்னன்' முதலான படங்களிலெல்லாம் இருவரில் யார் அழகு என்று ரசிகர்கள் பட்டிமன்றமே நடத்துவார்கள். அறுபதுகளில் சரோஜா தேவி, தேவிகா, ஜெயலலிதா, வாணிஸ்ரீ போன்ற இளமையும் புதுமையும்கொண்ட பல நடிகைகளின் வரத்து பத்மினியை துளிகூட அசைக்கவில்லை. அவருக்கென்று தனி ரசிகர்கூட்டம் இருந்து கொண்டேதான் இருந்தது. திருமணம் ஆனபின்பும் கொஞ்சநாள் கழித்து மீண்டும்நடிக்கவந்தார். பத்மினியின் கவர்ச்சி இனி யாருக்கு வேணும் என்று, ரசிகர்கள் அந்தப் படங்களுக்கு வரமாட்டார்கள் என நினைத்தபோது, தன்தனிச்சிறப்புமிக்க நடிப்பற்றலால் மீண்டும் நட்சத்திரமாக கொடிகட்டிப் பறந்தார். இக்காலத்தில் உருவான இரண்டு படங்கள், அவரது சிறந்த நடிப்புக்கு இன்றும் உதாரணம். கே.எஸ்.கோபாலகிருஷ்ணனின் 'சித்தி' படத்தில்எம்.ஆர்.ராதாவுக்கு மனைவியாக, அந்தக் குடும்பத்தை சரிசெய்யும் அன்னையாக, சிற்றன்னையாக தன் நடிப்பால் அசத்தியிருப்பார்.

அவருக்கு நிலைத்த புகழைத்தேடித்தந்த இன்னொரு படம், கொத்தமங்கலம்எழுதி, ஏ.பி.நாகராஜன் இயக்கத்தில் உருவான 'தில்லானா

மோகனாம்பாள்'.இதில் மோகனாவாகவே புதுப்பிறப்பெடுத்து அசத்தியிருப்பார், பத்மினி.அந்தக் கதாபாத்திரத்தை, பத்மினியைத்தவிர வேறுஎவரும் நடிப்பதற்கு நினைத்துக்கூட பார்க்கமுடியாது.நாகஸ்வரக் கலைஞராக சிக்கல் சண்முகசுந்தரமாக சிவாஜியும், மோகனாம்பாளாக பத்மினியும்வாழ்ந்திருப்பார்கள்.இத்தனை வருடங்களாகியும், பத்மினியின் அழகும் ஆட்டமும் அசைவுகளும் உணர்ச்சிப்பிரவாகமும் நம்மைப் பரவசப்படுத்தத்தான் செய்கின்றன.

தொடர்ந்து, இந்தியில் ராஜ்கபூருடன் ஜோடி சேர்ந்து 'மேரே நாம் ஜோக்கர்' படத்தில் நடித்தார்.கே.ஏ.அப்பாஸின் அழுத்தமான கதையுடன், நாயகியின் கவர்ச்சியையும் தூக்கலாகப் பயன்படுத்துவது ராஜ்கபூர் பாணி.ஆனால் பத்மினியோ, இங்கு அழகுப்பதுமையாக நடித்து அனைத்துரசிகர்களிடமும் நல்லபெயர் வாங்கியவர்.அதனால் படத்துக்கு எதிர்பார்ப்பு அதிகம்.எதிர்பார்த்ததுபோல அப் படத்தில்பத்மினியின் காட்சிகளில் கவர்ச்சிஅதிகம் இருந்தது. அப்போது அவருக்கு வயது 38.இந்தியில் அவர் அழகைக் கொண்டாடினாலும் தமிழ் ரசிகர்கள் இதை ஏற்கவில்லை. இந்தப்படத்துக்குப்பின் அவர், வயதுக்கு ஏற்ற பாத்திரத்தில் நடிக்கத்துவங்கினார். எம்.ஜி.ஆருடன் 'ரிக்ஷாக்கார'னில் நடுவயதானவராக நடித்தபோது, அவர் அழகைக் கொண்டாடிய சிவாஜி ரசிகர்களின் இதயங்களில் நிச்சயம் ரத்தம் வடிந்திருக்கும்.பிற்பாடு அமெரிக்காசென்று நடனப்பள்ளி துவக்கி கலைக்காக வாழ்வை அர்ப்பணித்தவர்பின் நடிப்புஆசை தொடர, எண்பதுகளில் 'பூவே பூச்சூடவா' படத்தில், பாட்டி வேடத்தில் நடித்துப் பலரையும் நெகிழ்ச்சியடைய வைத்தார்.

'பப்பிம்மா' என்றும் 'நாட்டியப்பேரொளி' என்றும் எல்லோரும் கொண்டாடிய அந்த மகோன்னதமான நடிகை, இன்றைக்கு இல்லை. கடந்த 2006ஆம் ஆண்டு, செப்டம்பர் மாதம் 24ஆம் தேதி இறந்தார். ஆனாலும் இன்னும் நூறாயிரம் ஆண்டுகளானாலும் பத்மினியின் புகழை, ரசிகர்கள் சொல்லிக்கொண்டே இருப்பார்கள்.

இன்னும் பலநூறுஆண்டுகள் கழித்து, யார் வீட்டிலாவது, எந்தச் சிறுமியாவது, 'நான் டான்ஸ் கத்துக்கணும்பா' என்று சொன்னால், 'அப்படியா, பத்மினிமாதிரி வரப்போறியா' என்று அப்போதும் கேட்கத்தான் போகிறார்கள்.

## 1957 இல் வெளியான படங்கள்

1. அம்பிகாபதி
2. அன்பே தெய்வம்
3. அலாவுதீனும் அற்புத விளக்கும்
4. ஆண்டி பெற்ற செல்வன்
5. ஆரவல்லி
6. இரு சகோதரிகள்
7. எங்கள் வீட்டு மகாலட்சுமி
8. எம். எல். ஏ. (மொழிமாற்றுப் படம்)
9. கற்பின் ஜோதி
10. கற்புக்கரசி
11. சக்கரவர்த்தி திருமகள்
12. சத்தியவான் சாவித்திரி
13. சமய சஞ்சீவி
14. சௌபாக்கியவதி
15. தங்கமலை ரகசியம்
16. நீலமலைத்திருடன்
17. பக்த மார்க்கண்டேயா
18. பத்தினி தெய்வம்
19. பதியே தெய்வம் (மொழிமாற்றுப் படம்)
20. பாக்யவதி
21. புது வாழ்வு
22. புதுமைப்பித்தன்
23. புதையல்
24. மகதலநாட்டு மேரி
25. மக்களைப் பெற்ற மகராசி
26. மணாளனே மங்கையின் பாக்கியம்
27. மணமகன் தேவை
28. மல்லிகா
29. மகாதேவி
30. மாயா பஜார்
31. முதலாளி
32. யார் பையன்
33. ராஜ ராஜன்
34. ராணி லலிதாங்கி
35. வணங்காமுடி

# ஹஹ் ஹஹ் ஹஹ் ஹா

**1957**

# ‘மணந்தால் மகாதேவி’

இந்திய சினிமாவில், 1975ஆம் ஆண்டுவெளியான ’ஷோலே’தான் வில்லன்களும் சினிமாவில் சிறந்த நடிப்பைத் தரமுடியும். அவர்களும் சினிமாவின் வெற்றிக்கு உறுதுணையாக ரசிகர்களிடயே வரவேற்பைப் பெற்ற படம் என்பார்கள். ஆனால் அதற்கு இருபது வருடங்களுக்கு முன்பு, தமிழ் சினிமாவில் வில்லன்கள் ஆதிக்கம்துவங்கி ரசிகர்களிடையே வரவேற்பைப் பெற்றுவிட்டது என நிரூபித்த படம் ’மகாதேவி’.

இன்றுவரை வில்லன் என்றாலே பி.எஸ்.விரப்பா எனச் சொல்லுமளவிற்கு, வசன உச்சரிப்பும் சிரிப்பும் அவரது நடிப்பும் அப் படத்தில் பலரையும் ஈர்த்தது என்றால் மிகையில்லை. அதேபோல,பிற்பாடு சிறந்த பாடலாசிரியராக மக்கள் மனதில் நீங்கா இடம்பெற்ற கண்ணதாசன் அவர்கள்,தன் திரையுலக வாழ்வில் வசனகர்த்தாவாகவும் பாடலாசிரியராகவும் ஒருசேர தடம்பதித்த படம், ’மகாதேவி’.

படத்தின் கதை

இரண்டு நாடுகளுக்கிடையே போர். போரில் வெற்றி பெற்றதும் அந்த நாட்டு ராஜாவையும் இளவரசியையும் கைது செய்து, தங்கள் நாட்டுக்கு அழைத்து வருகிறான், தளபதி. அங்கே நடக்கிற உரையாடலில், கைது செய்யப்பட்ட ராஜாவின் நல்ல குணத்தைப் புரிந்துகொண்டு, அவளின் மகளையும் ஏற்றுக்கொண்டு, தங்கள் தேசத்தின்

விருந்தினர்களாக, அரண்மனையில் முழுச் சுதந்திரத்துடன் உலவவிடுகிறார், ஜெயித்த ராஜா.

ராஜாவுக்கு வளர்ப்பு மகள் உண்டு. சொந்த மகனோ சிறுவன். படையின் தலைமைத் தளபதி கருணாகரன் (பி.எஸ்.வீரப்பா),

தோற்றுப்போன ராஜாவின் மகள் மகாதேவியை (சாவித்திரி) அடைய விரும்புகிறான். அடுத்த தளபதியாக இருக்கிறான், வல்லபன் (எம்ஜிஆர்).

கருணாகரனுக்கு மகாதேவிமீது ஆசை. மகாதேவிக்கோ, வல்லபன்மீது பிரியம். இன்னொரு தளபதியும் (ஓ.ஏ.கே.தேவர்) மகாதேவியை அடைய விரும்புகிறார். போட்டி நடக்கிறது. சண்டையில் யார் ஜெயிக்கிறாரோ அவருக்கு மகாதேவி மணம் முடித்துத் தரப்படுவாள் என்று அறிவிக்கிறார், மகாராஜா. ஓஏகே.தேவருக்கும் பி.எஸ்.வீரப்பாவுக்கும் சண்டை. வீரப்பா ஜெயித்துவிடுகிறார். இந்தச் சண்டையைப்பற்றி கவலைப்படாமல், ஒதுங்கியிருக்கும் வல்லபனை (எம்ஜிஆர்) சிறிய பையனான இளவரசன் மூலம் தூண்டிவிடுகிறார், மகாதேவி. இப்போது ஜெயித்த வீரப்பாவுக்கும் எம்.ஜி.ஆருக்கும் போட்டி. இதில் எம்.ஜி.ஆர். வென்றுவிடுகிறார். மகாதேவிக்கும் அவருக்கும் திருமணம் நடக்கிறது. ஆனாலும் பி. எஸ்.வீரப்பாவுக்கு மகாதேவியை அடையும் ஆசை மாறவே இல்லை. சந்திரபாபுவையும் ஆட்களையும் விட்டு தூக்கிவரச் சொல்லுகிறார். பார்த்தால்... அது மகாதேவி இல்லை. ராஜாவின் வளர்ப்புமகள் (எம்.என். ராஜம்). சட்டென்று ''உன் மீதுதான் காதல்'' என்று புது நாடகம் போட, அதை நம்பி, வீரப்பாவுக்கும் எம்.என்.ராஜத்துக்கும் திருமணம் நடந்தேறுகிறது. இப்போதும் மகாதேவிமீது இருக்கும் மோகத்தை எள்ளளவும் மாற்றிக்கொள்ளவே இல்லை.

ராஜாக்கள் இருவரும் தேசாந்திரம் செல்கிறார்கள். சிறிய பையனான இளவரசனுக்கு முடிசூட்டிவிட்டு, அவனுக்கும் தேசத்துக்கும் பாதுகாவலனாக வல்லபனை(எம்.ஜி.ஆர்) நியமித்துச் செல்கிறார், ராஜா. இரண்டு ஜோடிக்கும் குழந்தை பிறக்கிறது. ஆனாலும் 'அடைந்தால் மகாதேவி இல்லையேல் மரணதேவி' என்று பித்துப்பிடித்ததுபோல் சொல்லிக்கொண்டே இருக்கிறார், வீரப்பா.

சூழ்ச்சி. சதி. இளவரசனை மகாதேவி விஷம் கொடுத்துக் கொன்றுவிட்டாள் என்றொரு நாடகமாடுகிறார், வீரப்பா. மகாதேவியைச் சிறையில் அடைக்கிறார். வெளியூர் சென்றிருக்கும் எம்.ஜி.ஆரைக் கொல்லவும் ஆள் அனுப்புகிறார். அந்த ஆள், எம்.ஜி.ஆருக்கு விசுவாசியாகிறான். இறப்புக்குப் போராடிக்கொண்டிருக்கும் இளவரசனை உயிர்பிழைக்க வைக்கிறார், எம்.ஜி.ஆர். வீரப்பாவின் எதிரியாக இருக்கும் ஓ.ஏ.கே.தேவர், எம்ஜிஆருக்கு உதவுகிறார். பிறகு மகாதேவியைக் காப்பாற்ற எம்.ஜி.ஆர். போராடுவதும் எம்.என்.ராஜம்

உதவுவதும் பி.எஸ்.வீரப்பாவை இறுதியில் வீழ்த்தி, ராஜாங்கத்தைக் கைப்பற்றி, நல்லாட்சி செய்வதுமாக நிறைவு பெறுகிறது, 'மகாதேவி'.

எம்ஜிஆர்., சாவித்திரி, எம்.என்.ராஜம், பி.எஸ்.வீரப்பா, ஓஏகே.தேவர், சந்திரபாபு, டி.பி.முத்துலட்சுமி, ஏ.கருணாநிதி முதலானோர் நடித்த இந்தப் படம், ஆர்.ஜி.கட்கரி என்பவரின் 'புண்ய பிரபவ்' எனும் நாவலைத் தழுவி சில மாற்றங்கள் செய்து, திரைப்படமாக எடுக்கப்பட்டது. பிரபல இயக்குநர் சுந்தர்ராவ் நட்கர்னி தயாரித்து இயக்கிய இந்தப் படத்துக்கு திரைக்கதை, வசனம் மற்றும் சில பாடல்களை கவியரசு கண்ணதாசன் எழுதினார். 'மணந்தால் மகாதேவி இல்லையேல் மரணதேவி' என்கிற வசனம், இன்றைக்கும் பிரபலம். 'அத்தான்' என்று எம்.என்.ராஜம், வீரப்பாவை அழைப்பார். 'இந்த ஒற்றைவார்த்தையைக் கேட்டு இந்தக் கருணாகரன் செத்தான்' என்பார் வீரப்பா. தெறித்துச் சிரித்தார்கள் தமிழக மக்கள். படத்தில் எஸ்.எஸ்.விஸ்வநாதன் ராமமூர்த்தியின் இசையில் பல பாடல்கள் இன்றும்ரசிக இதயங்களில் நிலைத்திருக்கின்றன. பட்டுக்கோட்டையின் வரிகளில்'குறுக்கு வழியில் வாழ்வு தேடிடும் குருட்டு உலகமடா தம்பி/ இது கொள்ளையடிப்பதில் வல்லமை காட்டும் திருட்டு உலகமடா/ தம்பி தெரிந்து நடந்து கொள்ளடா இதயம் திருந்த மருந்து சொல்லடா' என்ற பாடல் மற்றும்'தாயத்து தாயத்து/ பலர் சந்தேகம் தீர்ந்துவிட சந்தோஷமான ஒரு சங்கதியை சொல்ல வரும் தாயத்து/ சில சண்டாளர் வேலைகளை ஜனங்களின் மத்தியிலே/ தண்டோரா போட வரும் தாயத்து' ஆகிய பாடல்கள் இன்றும் பிரபலம். இப்படி, கதையும் சிறப்பு. திரைக்கதையும் அழகு. வசனங்களும் அபாரம். பாடல்களும் தேன் சுவை. பி.எஸ். வீரப்பாவின் வெறித்தனமான 'ஹாஹாஹாஹாஹா' சிரிப்பு, எம்ஜிஆரின் வாள்வீச்சு எனக் கலந்துவந்து நம்மை மயக்கினாள், 'மகாதேவி!' 1957ஆம் ஆண்டு நவம்பர் 22ஆம் தேதி வெளியாகி சக்கைப்போடு போட்டது, இந்தப்படம்.

# பி.எஸ்.வீரப்பா

வில்லன்களுக்கென தனி ரசிகர்கள் இருப்பதும் அவர்களைக் கொண்டாடுவதும் தமிழ்நாட்டில் எழுபதுகளில் அசோகனில்தான் துவங்கியது. தொடர்ந்து ரஜினிகாந்த், சத்யராஜ், பிரகாஷ்ராஜ் என வில்லானக நடித்து நாயகனாகவும் மக்கள் மனதில் இடம்பிடித்னர். மலையாள சூப்பர்ஸ்டார் மோகன் லால், தெலுங்கில் சிரஞ் சீவி ஆகியோரும்துவக்கத்தில் வில்லனாக நடித்தே பின் நாயகனக ஆனார்கள். ஆனால் எம்.ஜி.ஆர்., சிவாஜி காலத்தில் அது மிகவும் சிரமம் என்பது மட்டுமல்ல; அது துன்பமானதும்கூட. அக்காலத்தில், வில்லனகளைப் பார்த்தேலே 'வந்துட்டான் பாரு, படு பாவிப் பய' என, மகக்ள் அவர்களை கரித்துக் கொட்டினர்.சொல்லப் போனால், ஒரு எம்.ஜி.ஆர். நல்லவனாக, மக்கள் மனதில் வில்லனாகநடித்துக் கெட்டபெயர் வாங்கின தியாகிகள் இவர்கள்.

இப்படியான காலத்தில், வில்லனையும் ரசிக்கவைத்த பெருமைக்குரியவர் பி.எஸ்.வீரப்பா. அவரதுசிரிப்பு, இன்றும் தமிழ் சினிமாவில்தனிச்சிரிப்பு. அவர்போலச் சிரித்தாலே 'என்ன ஒரு வில்லத்தனம்'என, வடிவேலு பாணியில் மக்கள் கொண்டாடும் அளவுக்கு அவர்முத்திரைச் சிரிப்பைக் கொண்டிருந்தார்.

வில்லன்களுக்கு நட்சத்திர அந்தஸ்து அளித்தவர் பி.எஸ். வீரப்பா என்றால் மிகையல்ல. உடல்மொழியிலும், காத்திரமான குரல் வழியிலும், தான் நடித்த

கதாபாத்திரங்களுக்கு உயிர்தந்து பார்வையாளர்களைக் கவர்ந்த அழகான வில்லன் நடிகர், அவர். தன் உடலைக் கட்டுக்கோப்பாக வைத்திருக்கும் இயல்பினர், வீரப்பா. அவரது தனித்தன்மையே அசலான உடல்மொழி, குரல் வளம் மற்றும் தமிழை மிகவும் அழுத்தம்திருத்தமாக உச்சரிக்கும் பாங்கு. எல்லாவற்றுக்கும் மேலாக, அந்த வில்லத்தனமான சிரிப்பு.

1911ஆம் ஆண்டு, காங்கேயத்தில் பிறந்த வீரப்பா, பொள்ளாச்சியில் உள்ள தனது தாத்தாவின் வீட்டில் வளர்ந்தார். இளம்வயதில் படிப்பின்மீது ஆர்வம் இருந்தாலும், வீட்டின் வறுமைச்சூழல் காரணமாக படிப்பைத் தொடரவில்லை. முரட்டு சுபாவம், எளிதில் உணர்ச்சிவசப்படக்கூடிய குணம் என்று வளர்ந்த அவரது குடும்பம் மிகவும் கட்டுக்கோப்பானது. குடும்பப் பிரச்சனையால் இளம்வயதிலேயே பணத்தேவைக்காக சிறுவியாபாரம், தொழில்களில் ஈடுபட்டார். சென்னைக்கு வரும்முன்னர் கோயில் திருவிழாக்களில் நடைபெறும் நாடகங்களில் நடித்துவந்தார். அப்படி ஒரு தடவை சிவன்மலையில் நடைபெற்ற ஒரு மேடை நாடகத்தில் இவரைப் பார்த்த கே.பி.சுந்தரபாம்பாளுக்கும்,அவரது சகோதரருக்கும் வீரப்பாவின் நடிப்பு பிடித்ததால், அழைத்து மனதாரப் பாராட்டினர். அது, அவரது வாழ்வில் திருப்புமுனையாக நிகழ்ந்த சம்பவம்.

அச்சமயத்தில், வீர்ப்பாவுக்கு குறுகிய வட்டமான நாடகத்தில் நடிப்பதில் உடன்பாடில்லாமல் போனது. பெரிய திரையில் தோன்ற ஆசைப்பட்டார். சினிமாவில் எப்படியாவது நடிக்கவேண்டும் என்று உறுதிபூண்டார். ஆனால் வழியறியாது திகைத்தார். மதராஸுக்கு வந்து சினிமாவில் நடிக்க ஆலோசனை கூறியகே.பி.சுந்தராம்பாளிடமே சரண் அடைந்தார், வீரப்பா. 'மணிமேகலை' படத்தை இயக்குனர் எல்லீஸ் ஆர்.டங்கன் இயக்கிக் கொண்டிருந்தார். அப்படத்தில் கே.பி.சுந்தராம்பாளுக்கு முக்கியமானதொரு வேடம். ஒருவருக்கு உதவுகிறேன் என வாக்களித்துவிட்டால் அதை முடிக்காமல் வேறுவேலை செய்து பழக்கமில்லாதவர், கே.பி.சுந்தராம்பாள். வீரப்பா கேட்ட உதவி, அவர் மனதில் உறுத்திக்கொண்டிருக்கவே, எல்லீஸ் ஆர்.டங்கனிடம், படத்தில் ஏதாவது ஒரு வேடத்தில் வீரப்பாவை நடிக்கவைக்க முடியுமா என்று உதவிகோரி, ஒரு கடிதத்துடன் டங்கனைச் சந்திக்க வீரப்பாவை அனுப்பிவைத்தார். அச்சமயத்தில் 'மணிமேகலை'யில் ஒரு வேடம் அவருக்காகவே காத்திருந்ததைப்போல் இருக்க, திரைவானில் மற்றுமொரு

நட்சத்திரமானார், வீரப்பா. அதன்பின், திரைப்படங்களில் நடிக்கும் வாய்ப்பைத் தொடர்ந்து பெற்றார்.

வீரப்பாவின் முத்திரைச் சிரிப்பான உரத்த ஹா ஹா ஹா என்ற அதிரடி சிரிப்பு முதன்முதலில் வெளிப்பட்டது,'சக்ரவர்த்தி திருமகன்' என்ற படத்தில்தான். வாய்விட்டு ஓங்கி ஒலித்தது அந்த வித்தியாசமான சிரிப்பு. வில்லத்தனத்தின் ஒட்டுமொத்தத்தையும் ஒரே சிரிப்பில் வெளிப்படுத்த முடியும் என நிருபித்த, அட்டகாசமான அந்தச் சிரிப்புக்கு திரையரங்கில் நிறைய கைதட்டல் கிடைத்தது. அவரது நடிப்பையும்

சிரிப்பையும் பார்ப்பதற்கே ரசிகர்கள் மீண்டும் மீண்டும் அப்படத்தைக் கண்டு மகிழ்ந்தனர். அந்நாட்களில் வீரப்பாவின் சிரிப்பை வைத்து குழந்தைகளை அச்சுறுத்துவார்களாம். அந்தளவிற்கு வீரப்பா திரையில் சிரித்தால், அரங்கிலுள்ள குழந்தைகள் அலறி அழுதுவிடுமாம்.

எம்.ஜி.ஆர். நடித்த 'சக்கரவர்த்தி திருமகள்' படத்தில்தான் முதன் முதலாக இந்த இடிச்சிரிப்பை அவர் வெளிப்படுத்தினார். அதற்கு கிடைத்த பலத்த வரவேற்பால், பின்னர், அதுவே அவரது தனி முத்திரை ஆனது. அந்த சிரிப்புக்கு சொந்தக்காரர் பி.எஸ்.வீரப்பா.

1939ஆம் ஆண்டு வெளியான 'மணிமேகலை' என்ற படத்தில் வீரப்பா அறிமுகமானார். 1946ஆம் ஆண்டு, ஜுபிடர் பிக்சர்ஸின் 'முருகன்' படத்தில் எம்.ஜி.ஆர். நடித்திருந்தார். அந்தப் படத்தில் வீரப்பாவும் நடித்துள்ளார். அப்போது இருவருக்கும் ஏற்பட்ட நட்பு இறுதிவரை நீடித்தது. எம்.ஜி.ஆரின் கடைசிப்படமான 'மதுரையை மீட்ட சுந்தரபாண்டியன்' உட்பட பல படங்களில் வீரப்பா நடித்துள்ளார்.

எம்.ஜி.ஆர். நடித்த 'நாம்' படத்தை ஜுபிடர் பிக்சர்ஸுடன் சேர்ந்து மேகலா பிக்சர்ஸ் நிறுவனம் தயாரித்தது. மேகலா பிக்சர்ஸ் நிறுவனத்தில் கருணாநிதியும் எம்.ஜி.ஆரும் பங்குதாரர்களாக இருந்தனர். படத்துக்கு திரைக்கதை, வசனம் கருணாநிதி. படத்தில் வரும் வில்லன் பாத்திரத்துக்கு

வீரப்பாவை எம்.ஜி.ஆர். சிபாரிசு செய்தார். 'நாம்' படத்தில் எம்.ஜி.ஆருக்கு முற்போக்கான இளைஞர் வேடம். படத்தில் எம்.ஜி.ஆரின் வீட்டுக்கு வீரப்பா தீ வைத்துவிடுவார். இதில் எம்.ஜி.ஆரின் முகம் உருக்குலைந்து விடும். முகம் பாதிக்கப்பட்டாலும் கண்கள் தெரியும். தீயில் வெந்த முகத்தோடு இரவில் நடமாடும் அவரைப் பார்த்து, பேய் நடமாடுவதாக ஊரில் வதந்தி பரவும். எம்.ஜி.ஆரின் அழகான முகத்தைப் பார்க்கவே ரசிகர்கள் விரும்புவார்கள் என்பதை இந்தப் படம் உணர்த்தியது. படம் நல்ல கதையம்சத்துடன் எம்.ஜி.ஆரின் சிறப்பான நடிப்போடு அமைந்திருந்தாலும், அவரை வெந்துபோன முகத்தோடு பார்க்க ரசிகர்கள் விரும்பவில்லை. வீரப்பாவின் தமிழ் உச்சரிப்பும் ஏற்ற இறக்கத்துடன் அவர் பேசும் பாங்கும் மக்களைக் கவர்ந்தன. எம்.ஜி.ஆர். நடித்து 1957ஆம் ஆண்டு வெளியாகி, அமோக வெற்றிபெற்ற 'மகாதேவி' படத்தில் "வீரப்பாவின் பெயர் கருணாகரன். சந்தர்ப்பவசத்தால், வீரப்பாவின் விருப்பத்துக்குமாறாக, இளவரசியாக வரும் நடிகை எம்.என்.ராஜத்தை அவருக்கு கட்டாயமாக திருமணம் செய்துவைத்து விடுவார்கள். திருமணம் முடிந்து வீரப்பாவை "அத்தான்..." என்று எம்.என்.ராஜம் அழைப்பார். ஆத்திரத்தை அடக்கியபடி வேதனை கலந்த சிரிப்போடு வேண்டா வெறுப்பாக, "இந்த வார்த்தையிலே கருணாகரன் செத்தான்" என்று வீரப்பா கூறும்போது, தியேட்டரில் எழும் சிரிப்பலை அடங்க சில நிமிடங்கள் பிடிக்கும்.

படங்களில் வாள்வீச்சில் எம்.ஜி.ஆருக்கு ஈடுகொடுத்து வீரப்பா சண்டையிடுவார். எம்.ஜி.ஆரிடம் உள்ள ஒரு விசேஷகுணம், எந்தப் பாத்திரத்தில், எந்தக் காட்சியில் நடித்தாலும் சரி, சுற்றிலும் நடப்பவற்றில் ஒருகண் வைத்திருப்பார். 'ஜெனோவா' படத்தில் ஒரு காட்சியில் எம்.ஜி.ஆருக்கும் வீரப்பாவுக்கும் ஆக்ரோஷமான வாள்சண்டை. இந்தக் காட்சியில் நடித்துக் கொண்டிருக்கும்போது, பள்ளத்தில் உருண்டுவிழ இருந்த வீரப்பாவை, எம்.ஜி.ஆர். பிடித்து இழுத்து, சரியான நேரத்தில் காப்பாற்றியதால் அவர் உயிர்பிழைத்தார். இதை வீரப்பா பலமுறை நன்றியோடு கூறியுள்ளார்.

'விக்கிரமாதித்தன்' படத்தில் வீரப்பாவைக் கொல்லவரும் கூட்டத்திடம் இருந்து அவரை எம்.ஜி.ஆர். காப்பாற்றுவார். அதற்கு நன்றி தெரி வித்துவிட்டு எம்.ஜி.ஆரைப் பற்றி வீரப்பா விசாரிப்பார். விவரங்களைத் தெரிந்துகொண்டபின், அவர் சொல்லும் வார்த்தைகளால் தியேட்டரில் எழும் கரவொலியால் காது கிழியும். எம்.ஜி.ஆர். பற்றி வீரப்பா சொல்வார்... "உலகத்துக்குத் தேவையான மனிதர்!"

# நீலமலைத்திருடன்

**தே**வர் பிலிம்ஸ் படம் என்றாலே கதாநாயகன், நாயாகிக்குப் பெரிதாக வேலை இருக்காது. பாட்டு,நடனம் மற்றும் சண்டை போட்டால் போதும். மற்றபடி,நடிக்கிற வேலையை பாம்பு, புலி, யானை, சிங்கம் மற்றும் நாய் ஆகியவை பார்த்துக்கொள்ளும் என, தமிழ் சினிமாவில் காலம்காலமாக ஒரு நகைத்துணுக்கு பிரபலம்.

அப்படிப்பட்ட மிருகங்கள் சகிதம், ஒரு ஜனரஞ்சகமான படம் என்ற வகைமாதிரியை,தேவர் பிலிம்ஸ் உருவாக்கித்தந்த படம் 'நீலமலைத்திருடன்'. தேவர் பிலிம்ஸுக்கு இது, இரண்டாவது படம்.

1957இல் வெளியான 'நீலமலைத்திருடன்' தமிழின் முதல் ராபின் ஹூட் திரைப்படம் எனலாம். ஒருவகையில், இப்படத்தைத் தயாரித்த தேவர் பிலிம்ஸ் சாண்டோ சின்னப்பா தேவருக்கு 'மலைக்கள்ளன்'தான் ஒரு தூண்டுதல் என்றாலும் அந்தப் படம்கூட முழுமையான ராபின் ஹூட் வகை எனச் சொல்லிவிட முடியாது. அன்று வெளியாகி வந்த ஆங்கிலப் படங்களுக்கு இணையான ஆக்ஷன் சாகசகாட்சிகளுடன்,குதிரைச்சண்டை, கத்திச்சண்டை என ராபின் ஹூட் படத்துக்கான காட்சி அமைப்புகளுடன் உருவான படம் என்றால் அது, 'நீலமலைத்திருடன்'தான்.

'சந்திரலேகா' படத்துக்குப்பின் இந்திக்குப் போய்விட்ட ரஞ்சன், வெகுநாட்களுக்குப் பிறகு தமிழில் அவரை ஒரு கணக்குப்போட்டு தேவர் அழைத்துவந்தார். அவர் போட்ட கணக்கு வீண் போகவில்லை.

அந்தக் கணக்கைஅவர் போடஎம் ஜிஆரும் ஒரு காரணம். ஆமாம். இந்தப் படத்தில் நடிக்க வேண்டியவர்எம்.ஜி.ஆர் தான். எம்.ஜி.ஆருக்கும், தேவர் அவர்களுக்கும் ஜூபிடர் காலத்திலிருந்து பழக்கம்.என்பதை முந்தையபகுதிகளில்எழுதியிருக்கிறேன் .

அப்படி நெருக்கமான நண்பர்களாக இருந்த இருவருக்கும், முதல் படமான 'தாய்க்குப்பின் தாரம்' படப்பிடிப்பிலேயே எதிர்பாராமல் முட்டிக்கொண்டது. இதனால் அடுத்த படமாக'நீலமலைத்திருடன்' படத்துக்கு கால்ஷீட் கேட்டு தேவர், எம்.ஜி.ஆரை சந்திக்கச் சென்றபோது அவர், கொஞ்சம் காத்திருக்கச் சொன்னார். அப்போது அவர் 'நாடோடி மன்னன்' தயாரிப்பில் இருந்ததும்ஒரு முக்கியக் காரணம். ஆனால் தேவருக்கு வழக்கம்போல சட்டென கோபம் சுர்ரென ஏறிக்கொண்டது.

அன்று 'ரிஷ்யசிருங்கர்' படத்தில்வில்லனாக நடித்த எம்.ஜி.ஆர்.,நாயகனாக நடித்த ரஞ்சன்,தன்னை வேண்டுமென்றே இயக்குனருடன் சேர்ந்துகொண்டு சித்திரவதை செய்கிறார் எனப் புலம்பியபோது, அவருக்கு ஆறுதல்சொல்லி ஆசுவாசப் படுத்தியவர், துணைநடிகராக இருந்த சின்னப்பா தேவர்தான்.இப்போது பெரிய ஸ்டாராகிவிட்ட எம்.ஜி.ஆர். தன்னை மறந்துவிட்டாரே என எண்ணிய தேவர்,உடனே எம்.ஜி.ஆரைகாயப்படுத்த சரியான வழி, மீண்டும் ரஞ் சனை தமிழ் சினிமாவுக்கு அழைத்து அவரை நாயகனாகப் போட்டு படம் எடுப்பதுதான்.

தேவர் பற்றி அறிந்தவர்களுக்கு அவர் சுபவம் தெரியும். அவர் உணர்ச்சியின் அடிப்படையில் முடிவெடுக்கும் முருகபக்தர்,முரட்டுச்சித்தர். அப்படிப்பட்டவர் மும்பையிலிருந்து ரஞ்சனை மீண்டும் சென்னை வரவழைத்து'நீலமலைத்திருட'னில் நாயகனாக ஒப்பந்தம் செய்தார்.

படத்தில் எம்.ஜி.ஆரை நினைத்துஅவர் செய்த அனைத்தையும் அப்படியேஎதையும் மாற்றாமல் ரஞ்சனுக்காக செய்தார்.படம் வெளியானபோது, அவை அனைத்துமே அப்படத்தின் வெற்றிக்கு மிகப்பெரிய காரணமாக அமைந்துவிட்டன.

குறிப்பாக, படத்தின் முதல் காட்சியில் ரஞ்சன் குதிரையின்மீது ஏறியபடிபாடும் லட்சிய பாடல். 'சத்தியமே லட்சியமாய் கொள்ளடா' எனும் பாடல்மிகப்பெரிய வெற்றிபெற்றது. இந்தப் பாடலை மருதகாசி எழுத டி.எம்.சௌந்தரராஜன்பாடியுள்ளார்.

படத்தை இயக்கியவர்,தேவரின் சகோதரார்எம்.ஏ.திருமுகம். அவரே, இப் படத்துக்கானபடத்தொகுப்பும்செய்துள்ளார், வாகினி ஸ்டுடியோவில் படமாக்கப்பட்ட 'நீலமலைத்திருடன்' படத்தின் கதை, இதுதான்.

குடும்பச்சொத்தை தானே அபகரிக்க நினைக்கும்பி.எஸ்.வீரப்பா,தன் அண்ணன் ராதாவையும் தங்கை கண்ணம்மாபாவையும் கொல்ல ஆட்களை ஏவ, அவர்கள்தப்பித்துகாட்டுக்குச் சென்று, பின் குடும்பம் ஆளுக்குகொரு திசைசென்று பிரிகிறது. பல வருடங்களுக்குப் பிறகு அண்ணன் மகன் பணக்காரர்களுடன்கொள்ளையடித்துமக்களுக்குநல் லதுசெய்யும் ராபின் ஹூட் ஆகமாறுகிறான். அவன்தான், நாயகன் ரஞ்சன். பின் ஒருபெண்ணைச் சந்தித்து காதல் வயப்படுகிறான். பிறகு அவள், வேறுயாருமல்ல தன் அத்தை மகள் தன் எனத் தெரியவந்து மீண்டும்பிரிந்தவர்கள்எப்படிச் சேர்கிறார்கள்என்பது கதை. இந்தக் கதையைஎஸ்.அய்யாப்பிள்ளைஎழுத, கே.வி.மகாதேவன் இசையமைக்க, பாடல்கள் அனைத்தும் ஹிட். தஞ்சை ராமையாதாஸ், மருதகாசி மற்றும் புரட்சிதாசன்ஆகியோர் பாடல்கள் எழுத,பிரபல பாடகர்களான டி.எம். சௌந்தரராஜன், ஜிக்கி, எஸ்.சி.கிருஷ்ணன், ரத்னமாலா, கஸ்தூரி ஆகியோர்பாடல்களைப் பாடியுள்ளனர்.

பாம்பேயைச் சேர்ந்த ஒளிப்பதிவாளரும் திரைப்படத் தயாரிப்பாள ருமான வி.என். ரெட்டி கேமராவைக் கையாண்டார். சி.வி.மூர்த்தி ஒளிப்பதிவு ஏ.கிருஷ்ணன் மற்றும் பி.வி.கோட்டேஸ்வர ராவ் ஆகியோர் ஒலிப்பதிவு செய்துள்ளனர்.

# அஞ்சலிதேவி

இன்று, நடிகர் சங்கத்தலைவர் பதவி என்பது எத்தனை சவாலானது, சிக்கல் நிறைந்தது என்பதை பாமர மக்களும் அறிவர்.அப்படிப்பட்ட சிக்கலான நடிகர் சங்கத் தலைவர் பதவியில் ஒரு நயன்தாராவோ அல்லது த்ரிஷாவோ அமர முடியுமா, அப்படி அமர்ந்தாலும் அதன் பிரச்சனைகளைப் பொறுமையாக நிர்வகிக்க முடியுமா?ஆனால் இன்று முடியவே முடியாது என நாம் நினைக்கும் அந்தக் காரியத்தை, 1959இல் முடித்துக்காட்டிய நடிகையரின் பெயர்தான், அஞ்சலிதேவி.

ஆம். எம்.ஜி.ஆரின் வேண்டுகோளை ஏற்று, ஏறக்குறைய ஒருவருட காலத்துக்கு நடிகர்சங்கத் தலைவர் பதவியை வகித்துவந்தார், அஞ்சலிதேவி. வெறும் அழகுப்பொம்மையாக இராமல், நடிப்பற்றலுடன் தயாரிப்பாளராகவும் இருந்து பல வெற்றிப் படங்களை உருவாக்கிய பெருமை இவருக்குண்டு. அஞ்சலிதேவியின் இயற்பெயர் அஞ் சலிகுமாரி.தந்தையின் பெயர் நோக்கய்யா. அம்மா பெயர் சத்தியவதி. ஆந்திராவில் பெத்தாபுரம் என்ற இடத்தில் பிறந்த இவர்,காக்கிநாடாவில் வளர்ந்தார்.

இவர், நாலாவது படித்துக் கொண்டிருக்கும்போது, இவருடைய தந்தை இவரை ஹரிச்சந்திரா நாடகத்திற்கு அழைத்துச் சென்றார். அந்த நாடகத்தில் திடீரென்று ஒரு பிரச்சனை. லோகதாசனாக நடிக்கவேண்டிய பையனுக்கு திடீரென்று உடல்நிலை சரியில்லை. அதனால் நடிக்க முடியவில்லை. அந்த வாய்ப்பு அஞ்சலிதேவிக்குக்

கிடைத்தது. பரபரவென்று தலைமுடியை வெட்டி, ஆண்பிள்ளை போல கிராப் செய்தார்கள். மளமளவென்று வசனங்களைச் சொல்லிக் கொடுத்தார்கள்.

நாடகத்தில் ஒரு காட்சி, அதுவும் உச்சக்கட்டம். லோகிதாசன் இறந்துவிடுவான். சந்திரமதி சுடுகாட்டில் ஈமச்சடங்குகள் செய்ய வேண்டும். லோகிதாசன் தரையில் படுத்திருப்பான். அவனுடைய இரு உள்ளங்கைகளிலும் வறட்டிவைத்து அதன்மீது கற்பூரம் ஏற்றப்பட்டது. கற்பூரம் தொடர்ந்து எரிந்துகொண்டிருக்க, வசனங்களும் பாடல்களும் அரங்கேறிக் கொண்டிருந்தன. கற்பூரம் மெல்ல மெல்ல எரிந்து கையைச் சுட ஆரம்பித்தது. நாடக அனுபவமே இல்லாத அஞ்சலிதேவி, கை சுட ஆரம்பித்தும் சற்றும் அசைவில்லாமல் பிணம்மாதிரியே படுத்திருந்தார். நாடகம் முடிந்து அனைவரும்பாராட்டினார்கள். அதன்பிறகு அஞ் சலிதேவிக்கு நடிப்பின்மீது ஆர்வம் வரவேநடனம், பாட்டு, நடிப்பு என்று அனைத்தும் கற்றுத்தேற யங்மேன்கிளப் என்ற கலைக்கூடத்துக்கு அழைத்துச் சென்றார், அவரது தந்தை.

அங்கு இசை ஆசிரியராய் இருந்த ஆதிநாரயணராவ் காதல் வலையில் அஞ்சலி வீழ, பின் அவரையே இளவயதில் திருமணமும் செய்துகொண்டார். இன்று நாற்பது நெருங்கியும்உச்சநாயகியர் பலர்நடிக்கும் வாய்ப்புக்காகதிருமணமே செய்துகொள்ளாமல் இருக்கும் சூழலில் இவருக்கோ, தலைகீழ். திருமணம் ஆகி குழந்தை பெற்றபின்தான் முதல்பட வாய்ப்புத் தேடிவந்தது. அதுவும், மகவை ஈன்ற இரண்டாவது மாத்திலேயே முகப்பூச்சு அணிந்து முன்நிற்க, காமிரா வாய்ப்புக் கொடுத்தது.ஆம். அது கிடைக்கக் காரணம், இன்னொரு பிரபல நடிகரான. எஸ்.வி.ரங்காராவ். அவர், ஆதி நாரயணராவுக்கு நெருக்கமான நண்பர்.எஸ்.வி.ரங்காராவின் மாமா ஒரு திரைப்படம் தயாரிப்பதாக இருந்தது. அதற்கு இசையமைக்க, ஆதி நாராயணராவை அழைத்தார், ரங்காராவ். அதற்காக சேலம் போகவேண்டியதாக இருந்தது. பிரசவமாகி இரண்டு மாதங்களே ஆகியிருந்தநிலையில் அஞ்சலிதேவியும் உடன்சென்றார். அந்தப் படத்தின் இயக்குனர் சி.புல்லய்யாவுக்கு அஞ் சலிதேவியைப் பார்த்ததும்மின்னல் தெறிப்பு.சட்டென யோசிக்காமல 'சினிமாவில்நடிக்கச் சம்மதமா' எனக் கேட்க, அவர் கணவரைப் பார்க்க, அவரும் உடனே 'உன் விருப்பம்' எனச் சொல்ல,அஞ்சலிதேவிக்குப் படபடப்பு. நிமிடத்தயக்கத்திற்குப் பிறகு நடிக்கச் சம்மதித்தார்,அஞ்சலி. அந்தப் படத்தில் நடன மங்கையாக நடித்தார்.யதார்த்தம் ராகவய்யா

அஜயன் பாலா

டான்ஸ் மாஸ்டர். மிக அழகாக நுணுக்கமாக நடனம் சொல்லிக் கொடுத்தார். உடன் ஆடியது வசுந்தராதேவி. வைஜயந்திமாலாவின் தாய்அஞ்சலிதேவி முதலில் நடித்த தமிழ்ப்படம் 'மகாத்மா'. டி.பி.சுந்தரம் அவர்கள் இயக்கியது. அடுத்ததாக, இவர் நடித்த தமிழ்ப்படம் மாடர்ன் தியேட்டர்ஸ் டி.ஆர்.சுந்தரம் இயக்கிய படம். அதில் நடிக்கும் விஷயமாக அஞ்சலிதேவியைக் காணவந்தார்,டி.ஆர் சுந்தரம். அஞ்சலியைப் பார்த்தவுடன்“மூன்று மாதம் கால்ஷீட் கொடுத்தால் போதும் மாதம் பத்து நாள்தான் வேலை இருக்கும். சம்பளம்20 ரூபாய்” என்று கூறிச் சென்றார். அஞ்சலிதேவிக்கும் அவர் குடும்பத்தாருக்கும் ஷாக். முதல் படத்திலேயே பத்தாயிரம் ரூபாய் கொடுத்தார்களே. இதென்ன வெறும் இருபது ரூபா? மாடர்ன்தியேட்டர்ஸ் எவ்வளவு பெரிய கம்பெனி.வெறும் 20 ரூபாய் சம்பளமா என்று குழம்பிக் கொண்டிருந்தார்கள். அன்று மாலை இருபதாயிரம் ரூபாய்க்கு செக் வந்ததும்தான் சமாதானமானார்கள். இருபதாயிரம் ரூபாயைத்தான் 'இருபது ரூபாய்' என்று சொல்ல யிருக்கிறார்கள் என்பதைப் பிறகு புரிந்துகொண்டார்கள்.

அடுத்த படம்'மர்மயோகி'. அதில் எம்.ஜி.ஆர். சேனாதிபதியாகவருவார். சாண்டோ சின்னப்ப தேவர்தான் சண்டைப் பயிற்சி.தொடர்ந்து 'மாயக்குதிரை' என்ற படத்தில் நடிக்கும் வாய்ப்பு வந்தது. அதில் என்னடாவென்றால், ராட்சசி வேடம். கேட்கவே பிடிக்கவில்லை. அஞ் சலிதேவியோ முகத்தில் அடித்தாற்போல் வேண்டாம் என்று சொல்ல, அதன் தயாரிப்பு நிர்வாகிகள் அதிர்ந்துபோனார்கள். அவர்கள் மட்டுமா? அஞ்சலிதேவியின் கணவர் ஆதி நாராயணராவும்தான்.

'மாயக்குதிரை' படத்தில், ராட்சசி வேடத்தில் நடிக்கமாட்டேன் என்று சொன்னதும், அதிர்ச்சியடைந்தார் நாராயணராவ். தன் மனைவி யிடம் சென்றார், “நீ ஒரு நடிகை, எந்தக் கதாபாத்திரமானாலும் நடிக்க வேண்டியது உன் கடமை. நடிகர்களில் வேண்டுமானால் சின்னவர், பெரியவர் என்று இருக்கலாம், ஆனால் கதாபாத்திரங்களில் சின்னது, பெரியது என்று எதுவும் கிடையாது. உனக்குத் திறமை இருக்கிறது என்று நம்பினால் துணிந்து எந்தக் கதாபாத்திரத்திலும் நடித்து உன் திறமையைக் காட்டு, அங்கீகாரம் தானாக கிடைக்கும்” என்று அறிவுரை கூறினார்.

அதன்பிறகு 1950இல் துவக்கப்பட்டதுதான், அஞ்சலி பிக்சர்ஸ். முதல் படம் ‘பூங்கோதை’. அதை தமிழ், தெலுங்கு என்று இரு மொழிகளிலும் தயாரிக்க முடிவுசெய்தார்கள். தெலுங்கில் நாகேஸ்வரராவ் கதாநாயகன் என்று முடிவாயிற்று. தமிழில் யார் கதாநாயகன்?அச்சமயம், பக்கத்து

அரங்கத்தில் 'பராசக்தி' என்று பட ஷூட்டிங் நடந்துகொண்டிருந்தது. அந்தப் படத்தின் வினியோகஸ்த்தர்தான் 'பூங்கோதை'க்கும் வினியோகஸ்தர். அவர்,அஞ்சலிதேவியிடம் 'பராசக்தி'யில் புதியதாக ஒரு இளைஞர் கதாநாயகனாக நடித்துக்கொண்டிருக்கிறார். நீங்கள் வந்து பாருங்கள். உங்களுக்குப் பிடித்திருந்தால், அவரையே கதாநாயகனாக தமிழில் போட்டுவிடலாம் என்று கூறியிருக்கிறார்.

அஞ்சலிதேவியும் 'பராசக்தி' ஸூட்டிங் ஸ்பாட்டிற்குச் சென்று அந்த இளைஞனின் நடிப்பைப் பார்த்திருக்கிறார். அவருக்கு பிரமிப்புதான் ஏற்பட்டதாம். அவர் நடிப்பில், புதியதாக ஏதோ ஒன்று இருப்பதாக அவர் மனதிற்குப்பட்டதாம். உடனே அவரையே கதாநாயகனாக ஒப்பந்தம் செய்தாராம். அவர்தான் நடிகர்திலகம் என்பது சொல்லாமலேயே தெரிந்திருக்கும். 'பராசக்தி' ரிலீஸ் ஆவதற்குமுன்பே தனக்கு அஞ்சலிதேவி அட்வான்ஸ் கொடுத்த காரணத்தால் கடைசி வரை 'முதலாளியம்மா' என்றுதான் அழைப்பாராம்.

'சக்கரவர்த்தி திருமகள்' படம். எம்.ஜி.ஆர். கதாநாயகன்.

அந்தப் படத்தில், ஆண் வேடத்தில் அஞ்சலிதேவி குதிரையில் செல்ல பின்னால் எம்.ஜி.ஆர். குதிரையில் வருவதுபோல் காட்சி. ஆனால் டேக்கின்போது அஞ்சலிதேவி அமர்ந்திருந்த குதிரை திடீரென்று கட்டுக்கடங்காமல் ஓட, எம்.ஜி.ஆர். வேகமாக வந்து அஞ்சலிதேவியைக் காப்பாற்றினாராம். அஞ்சலிதேவி, ஜெமினிகணேசன் அவர்களுடன் நிறைய படம் நடித்துக் கொண்டிருந்தார். அதில் 'கணவனே கண்கண்ட தெய்வம்' மிகப்பெரிய வெற்றிப்படம். அந்தப் படத்தின் படப்பிடிப்பு நடக்கும் போதுதான் ஜெமினிகணேசன் சாவித்திரியை மணந்து கொண்டதாக ஒரு பேட்டியில் குறிப்பிடும் அஞ்சலிதேவி அவர்கள், அந்தக்கால நட்சத்திரங்கள் பற்றிச் சொல்லும்போது, "அந்தக் காலங்களில் ஸ்டூடியோவில் பல அரங்குகள் இருக்கும். அவைகளில் சிவாஜி, எம்.ஜி.ஆர், ஜெமினி போன்றவர்கள் நடித்துக் கொண்டி ருப்பார்கள். உணவு இடைவேளையின்போது அனைவரும் சந்தித்துக் கொள்வது வழக்கம். அன்பும், நட்பும் பாசமும் நீக்கமற நிறைந்திருந்த காலம்" என்று பெருமையுடன் சொல்கிறார். இவர் 'மணாளனே மங்கையின் பாக்கியம்' என்ற சொந்தப் படம் தயாரித்து, அதில் கதாநாயகியாகவும் நடித்துவந்தார். அந்தப் படத்திற்கு ஒரு வினோதமான பிரச்சனை வந்தது. பிரச்சனை என்னவன்றால், அதேசமயத்தில் சிவாஜி பத்மினி நடித்த ஒரு படம் தயாராகிவந்தது. இரண்டு படத்திற்கும் கிட்டத்தட்ட ஒரேமாதிரி

கிளைமாக்ஸ். இது எப்படி வெளியே தெரிந்ததென்றால், இரண்டு படத்திற்கும் ஒரே கேமராமேன். அவர் ஓடிவந்து ஆதிநாராயணராவிடம் சொல்லவே, அவர் திகைத்துப் போய்விட்டார். இதனால் வசூல் பாதிக்கப்படுமே என்ற பயமும் வந்தது. ஆகவே கௌரவத்தைப் பார்க்கமால் அந்தப் படத்தயாரிப்பாளரைச் சந்தித்து விஷயத்தைக் கூறியிருக்கிறார். அவரும் பிரச்சனையை புரிந்துகொண்டு 'நீங்கள், உங்கள் படத்தை முதலில் ரிலீஸ் செய்யுங்கள். ஆறுமாதம் கழித்து நான் என் படத்தை ரிலீஸ் செய்துகொள்கிறேன்' என்று பெருந்தன்மையுடன் கூறி யிருக்கிறார். அவர் சொன்னதுபோலவே, இரண்டு படங்களுமே ஆறுமாத வித்தியாசத்தில் ரிலீஸாக வசூலில் ஏமாற்றாமல் இருந்தது.

'டவுன் பஸ்' படத்தில், லேடி கண்டக்டராக நடித்திருக்கிறார், அஞ்சலிதேவி. அந்தப் படத்தில் 'சிட்டுக்குருவி சிட்டுக்குருவி சேதி தெரியுமா' என்ற பாடல் மிகவும் பிரபலம்.. இவருடைய சொந்தப் படம் 'அடுத்த வீட்டுப் பெண்'. அதில் ஒரு பாடலில் கிளியோபாட்ராவாக நடனம் ஆடியிருப்பார் அஞ்சலிதேவி. ஆனால் சென்சாரில் இருபத்தியிரண்டு கட். கொடுத்துவிட்டார்கள்காரணம், கவர்ச்சியான உடை. ஆனால் அந்தப் படம்'அடுத்த வீட்டுப் பெண்' சிங்கப்பூரிலேயே 100 நாட்கள் ஓடிசாதனை செய்தது. தொடர்ந்து நடிகையாகவும் தயாரிப்பாளராகவும் இயங்கிய அஞ்சலிதேவி அவர்கள், தன் 84ஆம் வயதில் 2024 ஜனவரி மாதம் 13ஆம் தேதிவிண்ணேகி நட்சத்திரக் கூட்டத்தில் கலந்தார்.

# சின்னப்பா தேவர்

மருதமலை மருதாசலமூர்த்தி அய்யாவு தேவர் சின்னப்பா தேவர் என்பதன் சுருக்கமே எம்.எம்.ஏ.சின்னப்பா தேவர் ஆகும். இதில் மருதமலை மருதாசலமூர்த்தி என்பது மருதமலை முருகனின் பெயராகும். சின்னப்பா தேவர் கோவையில் உள்ள ராமநாதபுரத்தில் 1915 ஜூன் 28 ஆம் தேதி பிறந்தார். பெற்றோர் ய்யாவு தேவர்ராமாக்காள். தம்பதியருக்கு இரண்டாவது மகனாகப் பிரந்த சின்ன்ப்பாதேவருக்கு ஒரு அண்ணன் 'பயில்வான்' எம்.ஏ.சுப்பையா தேவர். மற்றும் மூன்று தம்பிகள் எம்.ஏ.நடராஜன் தேவர், எம்.ஏ.ஆறுமுகம் தேவர் எம்.ஏ. மாரியப்பன் தேவர் ஆகியோர் ஆவர்.

இவர்களில் ஆறுமுகம்தான் பிற்காலத்தில் திரைப்படத் துறையில் எடிட்டராகி, எம். ஏ. திருமுகம் என்ற பெயரில் இயக்குநராக விளங்கினார். குடும்பத்தின் பொருளாதார நிலை காரணமாக சின்னப்பா தேவர் ஐந்தாவது வகுப்பு வரைதான் படித்தார். பின்னர்,கோவை பங்கஜா மில்லில் மாதம் ஒன்பது ரூபாய் சம்பளத்தில் சம்மட்டியால் இரும்பு அடிக்கும் வேலையில் வாழ்க்கையைத் தொடங்கினார். அக்காலத்தில் கோவையில் புகழ்பெற்று விளங்கிய நிறுவனமாக "ஸ்டேன்ஸ் மோட்டார் கம்பெனி"யில் தொழிலாளியாகப் பணியில் சேர்ந்தார்.அதன் பின் பால் வியாபாரம், அரிசி வியாபாரம் ஆகியவற்றில் ஈடுபட்டார். சோடா தயாரித்து விற்பனை செய்தார். சின்னப்பா தேவரும் அவர் நண்பர்களும் சேர்ந்து, "வீரமாருதி தேகப் பயிற்சி சாலை" என்ற உடற்பயிற்சி நிலையத்தைத் தொடங்கினார்கள்.

சின்னப்பா அங்கு உடற்பயிற்சிகள் செய்து கட்டுடல் பெற்றார் மல்யுத்தம், கத்திச்சண்டை, கம்புச்சண்டை முதலியவற்றையும் கற்றார். இந்த காலத்தில் கோவையில் ”ஜுபிடர் பிக்சர்ஸ்” என்ற நிறுவனம் திரைப்படங்களைத் தயாரித்து வந்தது. அந்நிறுவனத்தில் எம்.ஜி.ஆர், எம். என். நம்பியார், எஸ். வி. சுப்பையா ஆகியோர் ஒப்பந்த நடிகர்களாக மாத ஊதியத்தில் வேலை பார்த்து வந்தனர். திரைப்படங்களில் சண்டைக் காட்சிகளில் நடிக்கவும், புராண கதாபாத்திரங்களில் நடிக்கவும் கட்டுடல் பெற்ற நடிகர்கள் தேவைப்பட்டனர். அப்போது, சின்னப்பா தேவருக்கு அந்த வேடங்களில் நடிக்கும் வாய்ப்பு கிடைத்தது. சின்ஹா என்னும் இயக்குநரின் பார்வையில் பட்டுத் துணை நடிகரானார். 20 படங்கள் வரை பல வேடங்களில் நடித்தார்.

திரைப்படத்தில் நடித்ததன் காரணமாக எம்.ஜி.ஆருடனும், மற்ற நடிகர்களுடனும் தேவருக்கு நட்பு ஏற்பட்டது. எம்.ஜி.ஆரும், தேவரின் “வீர மாருதி தேகப்பயிற்சி சாலை”க்கு வந்து உடற்பயிற்சி செய்வது உண்டு. எம்.ஜி.ஆருக்கு ஏற்கனவே கத்திச்சண்டை அறிந்திருந்தார். கம்புச்சண்டையில் தேர்ந்தவரான சின்னப்பா தேவர், அதுபற்றிய நுட்பங்களை எம்.ஜி.ஆருக்குக் கற்றுத்தந்தார். இவர்களின் நட்பு சிறு சிறு சர்ச்சைகளுக்கிடையேயும் இறுதி வரைத் தொடர்ந்தது.

அக்காலத்தில், புராணப் படங்கள் தயாரிப்பதில் புகழ் பெற்ற சி. வி. ராமன் என்ற இயக்குநர் கோவையில் இருந்தார். அவரிடம் தயாரிப்பு நிர்வாகியாகத் தேவர் பணியாற்றினார். சினிமாத் தயாரிப்பு நுட்பங்களைக் கற்றுக்கொண்டார். இதற்கிடையில், தேவரின் தம்பி திருமுகம் படத்தொகுப்பு துறையில் பெயர் பெற்றார். ஜுபிடர் தயாரித்த “வேலைக்காரி”, “மனோகரா” முதலிய படங்களுக்கு எடிட்டராகப் பணியாற்றினார்.

சொந்தமாகத் திரைப்படம் எடுக்க வேண்டும் என்று தேவருக்கு ஆசையில் நண்பர்களிடம் பணம் சேகரித்து 10 ஆயிரம் ரூபாயுடன் சென்னைக்கு வந்தார். ஜீலை 7, 1955 “தேவர் பிலிம்ஸ்” படக் கம்பெனியை தொடங்கினார். முதல் படத்தையே, பெரிய நட்சத்திரங்களை வைத்து தயாரிக்க வேண்டும் என்று தேவர் விரும்பினார். கோவையில் நண்பராகப் பழகியிருந்த எம்.ஜி.ஆரை அணுகி, தன் படத்தில் நடிக்க வேண்டும் என்று கேட்டுக் கொண்டார். எம்.ஜி.ஆர். சம்மதித்தார். அதன் பின்னர் பானுமதி மற்றும் பாலையா, கண்ணாம்பா, ஈ.ஆர்.சகாதேவன் ஆகியோரும் ஒப்பந்தம் செய்யப்பட்டனர்.

தன் தம்பி எம்.ஏ. திருமுகம் இயக்க “தாய்க்குப்பின் தாரம்“ என்ற திரைப்படம் தயாரிக்கப்பட்டது. இந்தப்படத்துக்கு முதலில் ஏ.பி.நாகராஜன் வசனம் எழுத ஏற்பாடாகியிருந்தது. பின்னர், கண்ணதாசன் எழுதுவார் என்று கூறப்பட்டது. இறுதியில் கண்ணதாசனின் உதவியாளராக இருந்த அய்யாப்பிள்ளை எழுதினார். பாடல்களை கோவை லட்சுமணதாஸ், மருதகாசி ஆகியோர் எழுத, கே.வி.மகாதேவன் இசை அமைத்தார். தேவரின் நேர்மை, நாணயம், திறமை பற்றி அறிந்திருந்த நாகிரெட்டி, படத்தயாரிப்புக்கு தேவையான பணத்தைக் கொடுக்க முன்வந்தார். படத்தின் நெகடிவ் உரிமையை வாங்கிக்கொண்டு, பணம் தந்தார். இப்படத்தில் முரட்டுக்காளை ஒன்று நடித்தது. 491956ல் வெளிவந்த “தாய்க்குப்பின் தாரம்“ பெரு வெற்றிப் படமாக அமைந்தது. முதல் படமே வெற்றிப்படமாக அமைந்ததால், தேவர் உற்சாகம் அடைந்தார். அடுத்த படத்தையும் எம்.ஜி.ஆரை வைத்துத் தயாரிக்கத் திட்டமிட்டார்.. ஆன்பால் அப்போது நாடோடி மன்னன் ப்டப்பிடிப்பில் எம் .ஜி.ஆர் தீவிர்மாக இருந்ததால் கால்ஷீட் கொடுக்க முடியவில்லை ஆனால் அது இயலாமல் போனது.

எனவே ரஞ்சனை ஒப்பந்தம் செய்து நீலமலைத்திருடன் படத்தை எடுத்தார். அதில் நாய் குதிரை போன்ற படங்களை பயன்படுத்தியிருந்தார். படம் வெற்றி பெறவே அடுத்து ‘கொங்கு நாட்டுத் தங்கம்‘ படத்தை அடுத்தார் அது தோல்வி. எனவே , மீண்டும் எம்ஜி ஆர் கூட்டணி அமைந்தது. தேவர் பிலிம்ஸ் படங்களில் தொடர்ந்து நடிக்க எம்.ஜி.ஆர். சம்மதித்தார். ‘தாய் சொல்லை தட்டாதே’ படத்தில் எம்.ஜி.ஆரையும், சரோஜாதேவியையும் நடிக்க வைக்க தேவர் தீர்மானித்தார். எம்.ஜி.ஆருக்கு ஏற்றபடி, கதை வசனத்தில் சில மாற்றங்கள் செய்யப்பட்டன.’தாய் சொல்லை தட்டாதே’ படம் ஒரே மாதத்தில் தயாராகியது. 7111961ல் வெளியான இப்படம் நூறு நாள் ஓடியது.

இக் காலகட்டங்களில் தமிழ் சினிமா எம். ஜி.ஆர் சிவஜி என்ற இரண்டு நட்சத்திரங்களை மையப் படுத்தி இயங்கியது . சிவாஜியை வைத்து பீம்சிங் தொடர்ந்து ப வரிசை படஙக்ள் எடுத்து வெற்றிபெற்று வந்த போது எம். ஜி.ஆரை வைத்து 100 ப்டங்கள் எடுப்பேன் என அறிவுத்த தேவர் அவர்கள் பீம்சிங்கின் ப வரிசைக்கு ப் போட்டியாக தா வரிசையில் படங்களாக எடுத்தார். அனைத்தும் வெற்ரிப் படங்கள்

‘தாயைக் காத்த தனயன்’, குடும்பத்தலைவன், தர்மம் தலைகாக்கும், நீதிக்குப்பின் பாசம், வேட்டைக்காரன், தொழிலாளி, கன்னித்தாய்,

முகராசி, தனிப்பிறவி, தாய்க்குத் தலைமகன், விவசாயி, தேர்த்திருவிழா, காதல் வாகனம், நல்ல நேரம் எஅன எம் ஜிஆரை வைத்து அவர் எடுத்தனைஅத்து படங்களும் சொல்லி வைத்தார் போல் வ்சூல் மழை பொழிந்தன்.

எம்ஜிஆரும் தேவரும் நகமும் சதையும் போல. அப்படியொரு நட்பு இருவருக்கும். ஆனாலும் உடம்பு முழுக்க சந்தனமும் நெற்றி நிறைய விபூதியும் பூசிக்கொண்டிருக்கும் தேவர், எம்ஜிஆரை, ‘ஆண்டவரே’ என்றுதான் அழைப்பார். எத்தனையோ பேருக்கு வள்ளலென வாரிவாரிக் கொடுத்த எம்ஜிஆர், சின்னப்பா தேவரை ‘முதலாளி’ என்றுதான் கூப்பிடுவார்.

தேவர் பிலிம்ஸில் எம்ஜிஆர் நடிக்கிறார் என்றாலே, விநியோகஸ்தர்களும் தியேட்டர் அதிபர்களும் ரசிகர்களும் குஷியாகிவிடுவார்கள். அந்த அளவுக்கு இந்தக் கூட்டணி மிகப்பெரிய நம்பிக்கையைக் கொடுத்தது. இவர்களின் கூட்டணியில் படுதோல்வியைச் சந்தித்த படம்... ‘தேர்த்திருவிழா’வாகத்தான் இருக்கும்

தேவர் பிலிம்ஸ் படங்களின் வெற்றிக்கு கதை தான் அடிப்படைக் காணம் . கதை நல்லா இருந்தா போதும் ஆடு மாடு பாம்பு பல்லி வைத்துகூட ஓட வைப்பேன் என்று சொன்ன ஒரே த்யாரிப்பாளர் அவர்தான் .

எம். ஜி ஆர் கால்ஷீட் இருக்கிறது என கண்ணை மூடிக்கொண்டு அவர் அடுத்த வேலைகளில் இறங்குவதில்லை . முதலில் கதை இலாகாமூலம் கதையை நன்றாக செதுக்குவர . அந்த கதை இலாகா என்பது மிகப் பெரிய ஜாம்பவனகளின் பட்டறையாக இருக்கும் பிற்பாடு எழுபதுகளில் தமிழ் சினிமாவில் கோலேச்சிய கலைமணி கலைஞான்ம் , தூயவன் பொன்ற பல எழுத்தாளர்கள் அந்தப் பட்டறையில் உருவானவர்கள் தான் .

கதை விவாதம் மூலம் திரைக்கதையை உருவாக்கும் பாணியை தேவரின் கதை இலாகாதான் துவக்கியது

இதுபற்றி கலைஞானம் சாய் வித் ச்த்ரா பேட்டியில் கூறும் போது தேவர் அன்று வெற்றிபெறும் ஆங்கிலப்படத்தை அனைவரும் சென்று பார்க்க சொல்லி டிக்கட் எடுத்து கொடுப்பார் . மறுநாள் வட்டமாக அனைவரும் உட்கார்ந்து அந்த க்கதை பற்றி பேச ஆரம்பிப்போம் .

ஒவ்வொருவருக்கும் நேரம் கொடுப்பார் . அப்படி பேசும் போது ஒருவர் எவ்வளவுதூரம் சுய சிந்தனையாக பேசுகிறார்கள் என கவனிப்பார். அது போல அவரிடம் துணிச்சலாக எதிர் கருத்துக்களையும் பேசச்சொல்வார். அப்படி பேசும் போது அவருக்கு கோபமும் வரும் . அதற்கு பயந்துகொண்டு சிலர் பேசாமல் இருந்து விடுவார்கள் . ஆனால் யார் அத்ற்கு பயப்படாமல் துணிந்து கருத்து சொல்கிறார்களோ அவர்களைத்தான் அவர் தொடர்ந்து பயன்படுத்துவார் . அப்போது கோவப்ப்பட்டாலும் அவன் சொன்னது சரிதான்யா நான் தான் கோவப் பட்டுட்டேன் என சொல்லி அவர்களை வர்ச்சொல்லி உரிய மரியாதை செய்வார் அதுதான் எங்களை அவரிட தொடர்ந்து கட்டிப்போட்டது என கூறியிருக்கிறார்

தேவரின் படங்கள் குறைந்த செலவில், குறுகிய காலத்தில் (பொதுவாக 40 நாட்களுக்குள்)தயாரிக்கப்பட்டு பெரும் வெற்றி பெற்றன.நடிகர் நடிகைகளுக்கு பேசிய பணத்தை, படப்பிடிப்பு தொடங்குவதற்கு முன்பே ஒரே தவணையில் மொத்தமாக கொடுத்தார். மற்ற கலைஞர்கள், ஊழியர்களுக்கும் குறிப்பிட்ட தேதியில் ஊதியம் கிடைத்தது. இதன் காரணமாக ஒரு படத்தின் படப்பிடிப்பு ஆரம்பம் ஆகும் அன்றே, அது வெளியாகும் தேதியையும் தேவர் அறிவித்து விடுவார். அதே தேதியில் படம் நிச்சயம் வெளியாகும்.

சிறந்த முருக பக்தராக விளங்கிய தேவர் ஒவ்வொரு படத்திலும் கிடைக்கும் லாபத்தை நான்காகப் பிரிப்பார். இதில் ஒரு பங்கு முருகனுக்கு வழங்குவார். முருகன் அருளால்தான் தனக்கு வெற்றி மேல் வெற்றி கிட்டுவதாக தேவர் எண்ணினார். அதனால், லாபத்தில் கால் பகுதியை, முருகன் கோவில் திருப்பணிகளுக்கு வழங்கினார். பழனி கோவில், மருதமலை முருகன் கோவில் உள்பட பல கோவில்கள் இதனால் பலன் அடைந்தன. ஒரு பங்கை தனக்கு வைத்துக் கொண்டு, மற்றொரு பங்கை, தனக்கு ஆயிரம், இரண்டாயிரம் என்று பணம் கொடுத்து, திரை படம் எடுக்க 10 ஆயிரம் ரூபாயுடன் சென்னைக்கு அனுப்பி வைத்த பழைய நண்பர்களுக்கு பிரித்துக் கொடுத்தார். மற்றொரு பங்கை நன்கொடைகளாக வழங்கினார். தேவர், காலையில் அலுவலகம் வந்ததும் முருகனை வணங்கிவிட்டு வேலை தொடங்குவார். உதவி கேட்டு வருகிறவர்களுக்கு 'இல்லை' என்று கூறாமல் உதவி செய்வார்.

. நல்ல நேரம் வெற்றிபெற்ற உடன் அதை இந்தியில் ராஜேஷ் கண்ணாவை வைத்து எடுக்க அவர் திட்டமிட்ட போது அனைவரும் பயந்தனர் . காரணம் இவரோ சட்டை போடாமல் சந்தனம் பூசிய உடலுடன் முரட்டுத்தொற்றத்தில் இருப்பவர் ,ராஜேஷ் கண்ணாவோ தலைகீழ் இருவருக்கும் சுத்மாக ஒத்துவராது என கணக்கு போட்டனர்

ஆனால் நடந்ததோ வேறு. ராஜேஷ் கண்னாவுக்காக அவர் எந்த மாற்றமும் மேற்கொள்லவில்லை மும்பையில் ஓட்டலில் தேவருக்காக அன்றைய இந்தி சூப்பர்ஸ்டார் ராஜேஷ் கண்னா காத்திருக்க அவரது சம்பளம் மொத்த பணத்தையும் ஒரு துனி மூட்டையில் கொண்டு போய் தேவர் தன் உதவியாளர் மூலம் கவிழ்த்து . இந்தாங்க நீங்க கேட்ட சம்பளம் என சொன்ன போது ராஜேஷ் க்ன்னா வாயடைத்துப் போய்விட்டாராம். அந்நம்பிக்கைக்கு சற்றும் பிசகாமல் ராஜேஷ் கண்ண ஜ்கால்ஷீட் சொத்ப்பாமல் ம்ழு படமும் முடித்துக்கொடுத்தார்

ஹாத்தி மேரே சாத்தி இந்தியில் வெற்றி பெற்று புதிய வரலாறு படைத்தது

1977இல் முதலமைச்சர் ஆனபின், எம்.ஜி. ஆர் படங்களில் நடிக்கவில்லை. எனவே, நடிகர் ரஜினிகாந்த்தை வைத்து 'தாய் மீது சத்தியம்' படம் தயாரிக்க தேவர் முடிவு செய்தார். வசனங்களை தூயவன் எழுதினார். ரஜினிகாந்த்தின் ஜோடியாக ஸ்ரீபிரியா நடித்தார்.சங்கர் கணேஷின் இசையில் தேவரின் மருமகன் ஆர்.தியாகராஜன் இப்படத்தை இயக்கினார்.

இந்தப் படத்தின் படப்பிடிப்பு ஊட்டியில் நடந்தது. 691978ல் தேவர் ஊட்டி சென்று படபிடிப்புகளில் கலந்துகொண்ட போது தேவருக்கு நெஞ்சு வலி ஏற்பட்டது. மருத்துவர்கள் வந்து சிகிச்சை அளித்தனர். ரத்த அழுத்தமும் அதிகமாக இருந்தது. ஊட்டியில் கடும் குளிர் இருந்ததால், கோவைக்கு சென்று சிகிச்சை பெறுவது நல்லது என்று கருதப்பட்டது. எனவே, தேவர் கோவைக்கு அழைத்துச் செல்லப்பட்டார். அங்கு தனியார் மருத்துவமனையில் அனுமதிக்கப்பட்டார். அங்கு சிகிச்சைகள் தொடர்ந்தன. மறுநாள் 791978 இல் மீண்டும் மாரடைப்பு ஏற்பட்டது. சிகிச்சை அளித்தும் பலன் இன்றி, காலை 10 மணி அளவில் மரணமடைந்தார். அப்போது அவருக்கு வயது 63. தேவரின் உடல் கோவை ராமநாதபுரத்தில் உள்ள வீட்டுக்குக் எடுத்துச் செல்லப்பட்டு, பொதுமக்கள் அஞ்சலிக்கு வைக்கப்பட்டது. அங்கு திரையுலகப் பிரமுகர்களும், பொதுமக்களும் பெருந்திரளாக வந்து மரியாதை செலுத்தினார்கள். சின்னப்பா தேவரின் உடல் அடக்கம் கோவை யிலேயே நடந்தது. இறுதி ஊர்வலத்தில் எம்.ஜி.ஆர். நடந்து சென்று கலந்து கொண்டார்.

## 1958 இல் வெளியான படங்கள்

1. அன்பு எங்கே
2. அன்னையின் ஆணை
3. அதிசய திருடன்
4. அவன் அமரன்
5. இல்லறமே நல்லறம்
6. உத்தம புத்திரன்
7. எங்கள் குடும்பம் பெரிசு
8. கன்னியின் சபதம்
9. கடன் வாங்கி கல்யாணம்
10. காத்தவராயன்
11. குடும்ப கௌரவம்
12. சபாஷ் மீனா
13. சம்பூர்ண ராமாயணம்
14. சாரங்கதாரா
15. செங்கோட்டை சிங்கம்
16. செஞ்சுலட்சுமி
17. திருமணம்
18. திருடர்கள் ஜாக்கிரதை
19. தேடிவந்த செல்வம்
20. தை பிறந்தால் வழி பிறக்கும்
21. நல்ல இடத்து சம்பந்தம்
22. நாடோடி மன்னன்
23. நான் வளர்த்த தங்கை
24. நீலாவுக்கு நெறஞ்ச மனசு
25. பக்த ராவணா
26. பதிபக்தி
27. பானை பிடித்தவன் பாக்கியசாலி
28. பிள்ளைக் கனியமுது
29. பூலோக ரம்பை
30. பெரிய கோவில்
31. பெற்ற மகனை விற்ற அன்னை
32. பொம்மை கல்யாணம்
33. மணமாலை
34. மனமுள்ள மறுதாரம்
35. மாலையிட்ட மங்கை
36. மாங்கல்ய பாக்கியம்
37. மாய மனிதன்
38. வஞ்சிக்கோட்டை வாலிபன்
39. ஸ்ரீ ராம பக்த ஹனுமான்

# கத்திசண்டை

# 1958

# உத்தமபுத்திரன்

**1957**இல், ஒரே நாளில்'உத்தமபுத்திரன்' என்ற பெயரில் இரண்டு விளம்பரங்கள் வெளியானது. ஒன்று, சிவாஜி இரட்டை வேடத்தில் என்றும் இன்னொன்றில், எம்.ஜி.ஆர். இரட்டை வேடத்தில் என்றும், வேறுவேறு விளம்பரங்கள் வர, அன்று உச்சத்தில் இருந்த இரண்டுபேரின் ரசிகர்களுக்கும் அதிர்ச்சி.

காரணம்,' தி மேன் இன் தி அய்னா மாஸ்க்' என்ற ஒரு ஆங்கிலப் படத்தின் அசுரவெற்றி. ஒரே கதையை, ஒரே சமயத்தில் ஒருவருக்கொருவர் அறியாமல், வீனஸ் பிக்சர்ஸ் மற்றும் எம்.ஜி.ஆர்.பிக்சர்ஸ் இருவரும் எடுக்க முடிவு செய்து, இருவரும் ஒரே தலைப்பையும் சூட்டி ஒரேநாளில் அறிவிப்புச் செய்தது கொஞ்சம் அதிசயம்தான்.இருவருமே 'உத்தமபுத்திரன்'என்ற பெயரை வைக்கக் காரணம் இதற்குமுன், இதே தலைப்பில்டபுள் ஆக்ஷனில் பி.யூ.சின்னப்பா 1948இல் கொடுத்த அட்டகாசமான வெற்றிதான். ரஜினியின் 'பில்லா'தலைப்பைஅஜீத் வைக்க ஆசைப்பட்டதுபோல அன்று பி.யூ.சின்னப்பா தலைப்பை இருவரும் வைக்க முயற்சிசெய்தனர். ஏற்கெனவே 'ஞானசவுந்தரி' பட விவகாரத்தில் இதுபோல் நடந்து கடைசியில், எஸ்.எஸ்.வாஸன் வீம்புக்காக படத்தை எடுத்து, அப்படம் படுதோல்வி பெற்றது. குறித்து முன் பகுதி ஒன்றிலேயேஎழுதியிருந்தேம். திரும்ப இதுபோன்ற பிரச்சனைகள் வரக்கூடாது என நினைத்தோ என்னவோ, வீனஸ் பிக்சர்ஸ்கிருஷ்ணமூர்த்தி அவர்கள் என்.எஸ். கிருஷ்ணன் அவர்களைத் தூதுவிட்டுஎம்.ஜி.ஆரை

சமாதானம் செய்து, தலைப்பை மாற்றிக்கொள்ளச் சொல்லி நிர்ப்பந்தித்தார். அன்று எம்.ஜி.ஆர். வளர்ந்துவரும் காலக்கட்டம். மேலும் ஒட்டுமொத்த திரைப்பட உலகமும் ஐந்தாறு ஸ்டூடியோ முதலாளிகள் கட்டுப்பாட்டில் இயங்கியது என்பதால், என்.எஸ்.கிருஷ்ணன் ஆலோசனையை ஏற்று எம்.ஜி.ஆர். தலைப்பை மாற்ற முடிவு செய்துகொண்டார். அப்படி மாற்றிய தலைப்புடன் வந்த படம்தான் 'நாடோடி மன்னன்'. இரண்டு படங்களும் ஒரேசமயத்தில் தயாரானது.

உத்தமபுத்திரன் கதை இதுதான்

மலர்புரி மகாராணி, ஒரு ஆண் குழந்தையைப் பெற்றெடுக்கிறார். அவளது சகோதரன் நாகநாதன், அந்தக் குழந்தையை ஒரு இறந்த குழந்தையுடன் மாற்றி, பிறந்த குழந்தை இறந்துவிட்டதாக மன்னன் வரகுண பாண்டியனுக்குத் தகவல் தருகிறார். நாகநாதன் ஆச்சரியப்படும்படி, மகாராணி பின்னர் மற்றொரு ஆண் குழந்தையைப் பிறப்பிக்கிறார். அமைச்சரான குணசீலர் அப்போது வர, ஒரு குழந்தை இறந்ததையும் மற்றொன்று உயிரோடு இருப்பதையும் மன்னரிடம் தெரிவிக்கப்படுகிறது. எப்படியாவது ஒரு குழந்தை உயிரோடு இருப்பதால் அனைவரும் மகிழ்ச்சியடைகின்றனர். நாகநாதன், அந்த முதல் குழந்தையைக் கொல்ல முடிவுசெய்து, தனது வேலைக்காரன் சோமப்பாவிடம் கொடுக்கிறார். ஆனால் சோமப்பா மற்றும் அவரது மனைவி அந்த இளவரசனை காட்டில் வளர்க்கிறார்கள்.

அரண்மனையில் வளரும் இளவரசன் பெயர், விக்ரமன். காட்டில்வசிக்கும் மூத்தவன் பெயர், பார்த்திபன்.

மன்னர் மரணப் படுக்கையில் இருந்தபோது, நாகநாதனை விக்ரமனின் பாதுகாவலராக நியமித்து உத்தரவு விடுத்தார். நாட்டின் ஆட்சியைப் பிடிக்க முடியுமென்ற நோக்கத்தில் நாகநாதன், விக்ரமனை கெட்ட பழக்கங்களுடன் வளர்த்து, அவன் தாயுடன் இணைவதைத் தடுக்கிறார். மற்றொருபக்கம் பார்த்திபன், சோமப்பாவின் வழிகாட்டுதலில் காட்டில் வளர்ந்து, மக்களின் நலனுக்காகப் போராடும் வீரராக மாறுகிறார்.

மன்னரின் இறப்புக்குப்பிறகு விக்ரமன் அரசாட்சியை ஏற்க, நிர்வாகப் பொறுப்புகளை நாகநாதனுக்கு ஒப்படைக்கிறார். நாகநாதன், அனைத்து வகையான கொள்ளையையும் செய்ய, கூடுதல் வரிகளை விதிக்கின்றார். பார்த்திபன் காட்டில் இருந்து வெளியேவந்து, அமைச்சரின் மகளான அமுதாவல்லியின் உயிரைக் காப்பாற்றுகிறார். இருவரும் காதலிக்கிறார்கள்,

மற்றும் இரவில் அவளது அரண்மனைக்கு வரத் தொடங்குகிறார். அமுதா விக்ரமனை சந்திக்கிறார், ஆனால் பார்த்திபன்போன்ற தோற்றத்துடன் இருக்கின்றார், ஆனால் இதை யாருக்கும் தெரிவிக்கவில்லை. விக்ரமன் அவளைக் கவர்ந்துவிட, நாகநாதனிடம் தனது திருமணத்தை அமுதாவுடன் அமைக்கச் சொல்கிறார். விக்ரமனின் தாயார் திருமணக் கோரிக்கையைச் சொல்லவந்தபோது, அமுதா அதை ஏற்கவில்லை.

அஜயன் பாலா

ஒரு இரவு, பார்த்திபன் அரண்மனைக்குள் செல்வதை ராணுவ வீரர்கள் பார்த்துவிட, அவர்கள் அமுதாவின் அறைக்குத் தேடிவரும்போது அவள் பார்த்திபனுக்கு, விக்ரமனின் உடையை அணியச்செய்து தப்பிக்க வைக்கிறாள். பார்த்திபன் அரண்மனையை விட்டு வெளியேறும்போதுதாயைச் சந்திக்கிறான். ஆனால் விக்ரமனாக நடித்துக்கொள்கிறான். அவளிடம் பேசும்போது, விக்ரமன் வந்துவிட இருவரும் சண்டையிடுகின்றனர். பார்த்திபன் தப்பிக்கிறார். ஆனால் மீண்டும் அமுதாவைச் சந்திக்க வந்தபோது, அவனை சிறையில் அடைக்கின்றனர்.

அந்தச் சேவகரின்மூலம், ராணியாக இருக்கும் தாய்க்குசிறையில் இருக்கும்பார்த்திபன், தன் மகன் என்பதைத் தெரிந்துஅவர் சிறைக்குச்சென்று, அவனை விடுவிக்க உத்தரவிடுகிறார். அப்போது, நாகநாதனுடன் விக்ரமன் அங்கு வர, இருவரும் சகோதரர்கள் என்பதைக் கண்டறிகின்றனர். ஆனால், இரண்டு சகோதரர்கள் ஆட்சிக்குப்

போராடமுடியாது என்று நாகநாதன் கூறுகிறார். விக்ரமனுக்கும், தனது அதிகாரத்தைப் பகிர விரும்பவில்லை, யாரும் அவனை அடையாளம் காணவேண்டாம் என்பதற்காக, பார்த்திபனை முகமூடி அணிவித்து சிறையில் அடைக்க உத்தரவிடுகிறார். பார்த்திபன், தனது முகத்தில் ஒரு இரும்பு முகமூடியை பூட்டிக்கொள்ள, அதன் சாவி விக்ரமனிடம் உள்ளது. அமுதா மற்றும் பார்த்திபனின் நண்பர் பொன்னன், பார்த்திபனை மீட்க ஒரு திட்டத்தை அமைக்கிறார்கள். அமுதா, விக்ரமனை ஆடலின்போது மயக்கத்துக்கு ஆளாக்கி சாவியை எடுத்துவிடுகிறாள். பார்த்திபனின் நண்பர்கள் சிறைக்குச் சென்று, அவரை விடுவித்து, அதே முகமூடியை விக்ரமனின் முகத்தில் அணிவித்து, அவனைச் சிறையில் தள்ளுகிறார்கள். பார்த்திபன் அரசாட்சியை ஏற்க, மக்கள் உழைப்பிற்கு நல்ல விதிகள் கொண்டுவருகிறான், அவற்றை மக்கள் வரவேற்கின்றனர்.

நாகநாதன், ஏதோ மோசம் நடந்திருக்கிறது என சந்தேகிக்கிறார். அவ்வப்போது விக்ரமன், தனது உணவுத்தட்டில் எழுதுவதன்மூலம் பார்த்திபன், தனது வேடத்தை மாற்றி நடிப்பதை நாகநாதனுக்கு அனுப்புகிறார். நாகநாதன் விக்ரமனை விடுவித்து, அவனை சபையில் கொண்டுவந்து, பார்த்திபனின் முடிசூட்டு விழாவைநிறுத்துகிறார். நாகநாதனின் படை மற்றும் பார்த்திபனின் ஆதரவாளர்கள் இடையே நடந்த சண்டையில், நாகநாதன் உயிரிழக்கின்றார். பார்த்திபன் மற்றும் விக்ரமன், தாயின் வேண்டுகோளுக்கு அப்பாற்பட்டு போராடுகின்றனர். விக்ரமன் தோல்வியடைந்துவிட, அவன் ஒரு தேரில் முகமூடி அணிந்து தப்பிக்கிறார். பார்த்திபன், அவனை நிறுத்த முயற்சிக்கின்றான், ஆனால் அவன் வேகமாக ஓடுகிறான். விக்ரமன் தேர் முறிந்துஒரு பாறையிலிருந்து விழுந்து இறக்கிறார். பார்த்திபன், மலர்புரியை நல்லாட்சியுடன் ஆட்சி செய்ய, அமுதாவுடன் மற்றும் தாயுடன் வாழ்கிறார்.

செய்தியைக் கொண்டுசெல்லும் வீரனை மறைந்திருந்து அம்பெய்திக் கொல்லும் முதல் காட்சியிலேயே தொற்றிக்கொள்கிற பரபரப்பு, படம் முடியும்வரை தொய்வின்றித் தொடர்கிறது. இரண்டேகால் மணிநேரத் திரைப்படத்தில், முதல் இருபது நிமிடங்களிலேயே படத்தின் மொத்த முன்கதைச் சுருக்கத்தையும் சொல்லிமுடித்து, அரைமணி நேரத்தில் படத்தின் உச்சக்கட்டச் சிக்கலுக்குள் அழைத்துச்சென்றுவிடுகிறது இப்படம். முதல் காட்சியிலேயே திரைப்படம் தொடங்கிவிட வேண்டும் என்ற திரைக்கதையின் வெற்றிச்சூத்திரம் சரியாகப் பொருந்திவந்த மிகச்சில தமிழ்த் திரைப்படங்களில் இதுவும் ஒன்று.

அஜயன் பாலா

படத்தில் இடம்பெறும் முதல் பாடல், ஒரு தாலாட்டு. தாய்மாமனின் தவறான வழிநடத்தலில் வளரும் விக்கிரமனையும் அரண்மனைப் பணியாளரின் பொறுப்பில் தலைமறைவாக காட்டில் வளரும் பார்த்திபனையும் அந்த ஒரே பாடலில் அடுத்தடுத்து காட்சிப்படுத்தியிருப்பார்கள். இப்படி, பாடல்மூலம் கதை நகர்த்துவது இன்று பலரும் பயன்படுத்தும்திரைக்கதையின் சிறந்த உத்தி. இதை அன்றே செயல்படுத்தி வெற்றியும் பெற்றிருப்பது ஆச்சர்யப்படுத்துகிறது. அரண்மனை இளவரசன் பொம்மைக் குதிரையில் ஆடிக்கொண்டிருக்கும் போது, கானகத்தில் வளரும் அவனுடைய சகோதரன் உண்மையான குதிரையிலேயே பவனிவந்துகொண்டிருக்கும் காட்சியே இரண்டுபேரையும் ஒப்பிட்டுக்காட்டும் ஒரு சிறந்த குறியீடுதான். ஸ்ரீதர் எனும் 25வயது இளைஞன்தான் திரைக்கதை வசனம். ஆனால் 75 வயது அனுபவ முதிர்ச்சி வசனத்தில் தெறித்தது. உத்தமபுத்திரன் வெற்றிக்குஸ்ரீதரின் புதுமையான அணுகுமுறையும் வசன உத்தியும் ஒரு காரணம்

'செங்கோல் அவனுக்கு, சர்வாதிகாரம் எனக்கு' என்று ஸ்ரீதர் எழுதிய நறுக்குத் தெறித்தாற்போன்ற வசனம், படத்தின் முழுக்கதையையும் ஒரே வாக்கியத்தில் சொல்லிமுடிக்கிறது. முடிசூட்டும் விழா மண்டபத்துக்கு சிவாஜிகணேசன் நடந்துவரும் காட்சியும், தாய்மாமன் நாகநாதனை நிர்வாகப் பொறுப்பில் அமர்த்திவிட்டு, அவையினரிடம் 'சம்மதம்தானே' எனக் கேட்டு, இல்லையா? என ஒரே வார்த்தையில் அதை உறுதிப்படுத்திக்கொள்ளும் விதமும் இன்னமும் ரசிக்கவைக்கின்றன.

'முல்லை மலர் மேலே' என்று கனிந்துருகும் காதலும், 'யாரடி நீ மோகினி' என்று நடனமிடவைக்கும் கொண்டாட்டமும், 'காத்திருப்பான் கமலக்கண்ணன்' என்று காதலின் ஏக்கமும் பாடல்களை இன்னமும் முணுமுணுக்கவைத்துக்கொண்டிருக்கிறது. பாடல்களுக்கான முக்கியத்துவம், படம் முழுக்கத் தொய்வே இல்லாமல் விறுவிறுப்பாக நகர்வது, கவனம் ஈர்க்கும் ஒளிப்பதிவு என்று ஸ்ரீதர் பின்னாட்களில் இயக்கிய படங்களில் இந்தக் கூறுகளைப் பார்க்க முடிகிறது. வின்சென்ட்டின் ஒளிப்பதிவும் இந்தப் படத்துக்கு மேலும் செழுமை சேர்த்தன. இந்தப் படத்தில் அறிமுகமான வின்சென்ட் ஸ்ரீதர் கூட்டணிதான் அறுபதுகளில் தமிழ் சினிமாவுக்கு சில அற்புதமான படைப்புகளைக் கொடுத்தன.

ஜி.ராமநாதனின் இசையில் 'யாரடி நீ மோகினி' பாடல் இன்றும் பிரசித்தம். இப்பாடலுக்கு மேற்கத்தியக் கருவிகளைப் பயன்படுத்தியது

விமர்சனமாக எழுந்தது. ஆனாலும் பாடலை அனைவரும் கேள்வி யில்லாமல் ரசித்துக் கொண்டாடினர். அந்தப் பாடலைப் பார்ப்பதும் அழகு; கேட்பதும் இனிமை. ஒவ்வொரு சரணத்திலும் நடனம் மட்டுமல்ல, இசையும் வெவ்வேறாக இருப்பது சிறப்பு. 'ஹா' என சிவாஜி ஆரம்பித்துவிட்டு, கையைத் தட்டி அழைக்கும்போதே பாடல் சூடுபிடிக்கத் தொடங்குகிறது. மூன்று சரணங்கள் கொண்ட இப்பாடல், வழக்கமான பாடல்களைவிடச் சற்று நீளமானது.

சிவாஜி இரு வேடங்களில் நடிக்க, உடன் பத்மினி, எம்.என்.நம்பியார், கண்ணாம்பா, தங்கவேலும் ராகினி நம்பியார், ஓ.ஏ.கே.தேவர் ஆகியோருடன் பார்த்திபன் அம்மா பொன்னியாக எம்.எஸ்.எஸ்.பாக்யம் மற்றும் செல்லம்மாவாக செல்லம் ஆகியோர் நடித்திருந்தார்கள். எதிலுமே எந்தக் குறையும் சொல்லமுடியாத நேர்த்தியான படைப்பு எனச் சொல்லலாம்.

தோழிகள் இருவர் பாடும் சோடிப் பாடலாகவும் பாடல்கள் வருகின்றன. பத்மினி, ராகினி அறிமுகப்படுத்தும், 'மண்ணுலகெல்லாம் பொன்னுலகாக' என்கிற ஜிக்கி, பி.சுசீலா இருவரும் இணைந்து பாடும் பாடல் கேட்க அவ்வளவு இனிமையானது. மிகச் சிறந்த பெண்குரல் சோடிப் பாடல்களில் இதுவும் ஒன்று. 'காத்திருப்பான் கமலக்கண்ணன்' பாடல், பத்மினி, ராகினி இருவரும் பரத நாட்டியம் ஆடுகிறார்கள்.

மன்னரை மயக்கும்விதமாக உள்ள 'உன்னழகைக் கன்னியர்கள் சொன்னதினாலே' என்கிற பாடலில், இருவரில் யார் அழகு, யாரின் முகபாவனை சிறப்பு என நம்மால் தீர்மானிக்க முடியாத அளவிற்கு நடிகர்திலகமும், நாட்டியப் பேரொளியும் வருகிறார்கள். இவ்வாறு பத்மினி, ராகினி என்கிற சகோதரிகளின் நடனத்திறமையின்மீது கதை அழகியவிதமாகக் கட்டப்பட்டுள்ளது எனச் சொல்லலாம்.

## நாடோடி மன்னன்

இன்று ஒரு படம் நன்றாக ஓடிவிட்டால், யூட்யூபில் வண்டிவண்டியான பொய்களுடன் வசூல் கணக்கை அள்ளிவிடுகிறார்கள். ஆனால் ஒரு 'ஷோலே', ஒரு 'டைட்டானி'க் ஒரு 'பாகுபலி'போன்றவை அசலான வெற்றியாகவும் படத்தின் கதையிலும் காட்சி அமைப்பிலும் தொழில்நுட்பத்திலும் வசனத்திலும் இசையிலும் என அனைத்திலும் நம்மை திருப்திப்படுத்தும் படத்தை நிஜமாகவே பிரமாண்ட வெற்றி என்றே ஏற்கிறோம். அப்படி அனைத்து அம்சங்களிலும் மேற்சொன்ன படங்களுக்கு நிகரான ஒரு வெற்றிப்படம் தமிழில் என்றால் அது, 'நாடோடி மன்னன்' என்ற ஒரே ஒரு படத்திற்கு மட்டுமே பொருந்தும்.

ஏனென்றால், அது வெளியாகி கிட்டத்தட்ட ஐம்பது வருடங்கள் கழிந்தபின்னும், திரையிட்ட இடங்களில் எல்லாம் நூறுநாட்கள் ஓடி சாதனை செய்தது என்றால் அது மிகையில்லை.

இச்சூழலில், தொடர்ந்து ஐம்பது ஆண்டுகள் வினியோகஸ்தர்களுக்கும் திரையரங்கு உரிமையாளர்களுக்கும் லாபத்தை அள்ளிக்கொடுத்த ஒரே படம் என்றால் அது,'நாடோடி மன்னன்' மட்டுமே. தமிழின் இதர அசாத்திய வணிக வெற்றிப்படங்களான 'கரகாட்டக் காரன்','சின்னத்தம்பி', 'நாட்டாமை','பாட்ஷா', 'எந்திரன்','விக்ரம்'மற்றும் 'ஜெயிலர்'போன்ற எந்தப் படத்தையும்விட சிறந்த படமாக காலம்தோறும் கொண்டாடப்பட்டு தமிழர்கள் இதயத்தில் ஆட்சி செய்துள்ளது.

ஆகஸ்ட் 22
ஸ்ரீகிருஷ்ண · பாரகன் · உமா
தென்னகமெங்கும்..
எம்ஜியார்
நாடோடி
மன்னன்
டைரக்ஷன்...எம்·ஜி·ஆர்

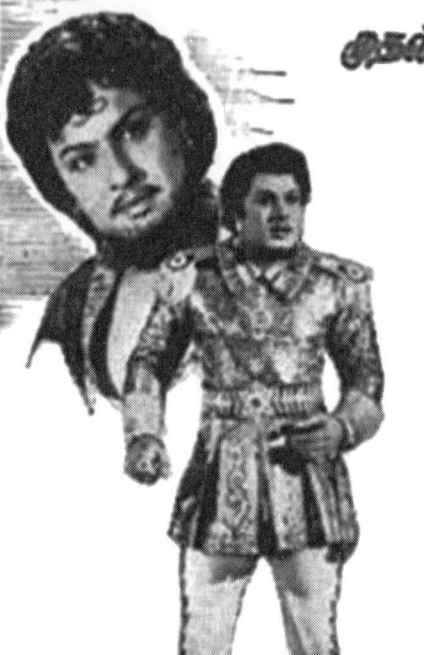

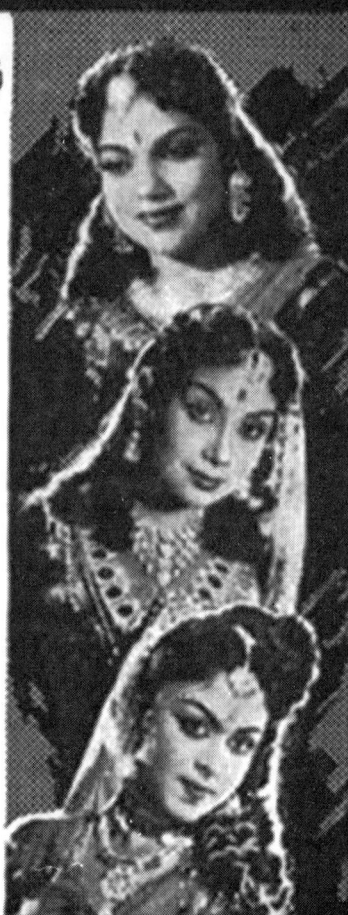

முன்சொன்னது போலவே,'நாடோடி மன்னன்' வெறுமனே பொழுதுபோக்குப்படமாக அல்லாமல் தொழில்நுட்பத்திலும் கதை அமைப்பிலும் திரைக்கதையிலும் இசையிலும் பாட்டிலும் நடிப்பிலும் என அனைத்து அம்சங்களிலும் பல புதுமைகளை தன்னகத்தே கொண்டுஒரு முழுமையான வெற்றிப்படமாக அமைந்தது என்பதை யாரும் மறுக்க முடியாது.

எம்.ஜி.ஆர். அவர்கள், இப்படி ஒரு படத்தை உருவாக்கினார் என்றால் அது ஏதோ, அவருக்கு அதிர்ஷ்டத்தால் கிட்டிய வெற்றி அல்ல. கடும் முனைப்புடன் மிகப்பெரிய திட்டமிடல் மற்றும் உழைப்புடன்'ஜெயித்தால் மன்னன்,தோற்றால்நாடோடி' என்ற இக்கட்டான சவாலை எதிர்கொண்டு,தானே தயாரித்து இயக்கி வெற்றிக்கொடியை நாட்டினார். அத்தோடு நில்லாமல்,இந்த வெற்றியையே தன்எதிர்கால அரசியலுக்கும் கடைக்காலாகமாற்றி, எதிர்காலத்தில் தமிழகத்தின்முதல்வர் கனவையும் நிறைவேற்றிக்கொண்டார்.

எனவே 'நாடோடி மன்னன்' பலவகைகளில் எம்.ஜி.ஆருக்கு மட்டுமல்லாமல் தமிழ் அரசியல் மற்றும் சினிமா வரலாற்றில் முக்கியத் திருப்புமுனைகளை உருவாகிய படம் எனலாம்.

'நாடோடி மன்னன்'படத்தை அவர் உருவாக்கினார் என்பதைவிடவும், அன்று அவருக்கிருந்த சினிமா சூழல்தான் இப்படியானஒரு படத்தை உருவாக்கவேண்டிய நெருக்கடியை உண்டாக்கியது.

'பராசக்தி'யில் சிவாஜியின்அழுத்தமான,பிரமாண்ட வரவுக்குப் பின்,அதே கலைஞர் கூட்டணியுடன் எம்.ஜி.ஆர்.' மலைக்கள்ளன்' வெற்றிமூலம் தானும் ஒரு நட்சத்திரநாயகனாக அடையாளம் பெற்றாலும் .'குலேபகாவலி', 'மகாதேவி', 'புதுமைப்பித்தன்' என வரிசையாக சுமார் படங்கள். ஆனால்'அலிபாபாவும் 40 திருடர்களும்','மதுரை வீரன்' இந்த இரண்டுபடங்கள் மட்டுமே அவருக்கு வெற்றியைத்தந்தன என்றபோதும், அவரது படத்தில் இருக்கும் சண்டைக்காட்சிகளுக்கு என மிகப்பெரிய ரசிகர் கூட்டம் இருந்தது. அதேசமயம்,சிவாஜிக்கோ'அந்தநாள்', 'மனோகரா','தங்கமலை ரகசியம்'போன்றவெற்றிப்படங்கள் வரிசைகட்டின. மேலும் சிவாஜி, அப்போதுதிராவிடக் கொள்கைகளை திரையில் பரப்பியதால் அவருக்குதிமுக இளைஞர்களின் ஆதரவு அதிகமிருந்தது. சிறந்த நடிகர். நல்ல நல்லகதைகளைத் தேர்வு செய்கிறார் என்ற பெயரும் இருந்தது.

எனவே இனி, காமாஞ் சோமாஞ் படங்களை நடிப்பதைவிட, தனக்கேற்ற வாட்சண்டைகளும் 'மலைக்கள்ளன் போல புரட்சி வசனங்களும் கூடிய படம் ஒன்றை பிரமாண்ட பொருட்செலவில்தானே எடுப்பதென முடிவு செய்துகொண்டார். அதில் திராவிட இயக்க முற்போக்குக்கருத்துகளும், சமூக மாற்றம்குறித்த அக்கறையும், ஏழை,எளிய பாட்டாளி மக்களுக்கு நம்பிக்கையூட்டும் வசனங்களும் அமையவேண்டும் எனவிரும்பினார்.

இக்காலத்தில் 'பிரிஸனர் ஆப் ஜெண்டா' என்ற பிரெஞ்சு படம் வெளியாக, அதில் வருவது போல இரட்டை வேடத்தில், தான் நடித்தால் நல்ல நடிகன் என்றும் பெயர் வாங்கமுடியும் என முடிவுசெய்தார். .அதன்படி, தன் காரியதரிசியாக இருந்த ஆர்.எம்.வீரப்பனையும் உடன் வித்வான் வே.லட்சுமணன் மற்றும் எஸ்.கே.டி.சாமி ஆகிய மூவரையும் அந்தப்படத்தையும், உடன் அப்போது வெளியாகி வெற்றிகரமாக ஓடிக்கொண்டிருந்தமார்லன் பிராண்டோவின் 'விவா சபாட்டா' படத்தையும் பார்த்து மேற்சொன்ன படங்களை எல்லாம் கலந்து திரைக்கதை வரும்படியும் எழுதச் சொன்னர். அவர்களும் வெகுசீக்கிரமாக ஒரு கதையை உருவாக்க, அதில் எம்.ஜி.ஆரும் சில திருத்தங்களைச்செய்துமுழு வடிவத்துக்குக் கொண்டுவந்தார்.

**கதை இதுதான்**

ஒரு புரட்சிகரமான இளைஞர், மன்னர் ஆட்சியை ஒழித்து மக்களாட்சியைக்கொண்டுவர வேண்டும் என்று போராடுவார். அவர், தனக்கென ஒரு கூட்டத்தைச் சேர்த்துக்கொண்டு போராடும்நிலையில் சிறையில் அடைக்கப்படுவார். அவரது சிறை அருகிலேயே நாயகியும் இருப்பார்.

இந்தநிலையில், மன்னருக்கு திடீரென மயக்கம் ஏற்பட மன்னரின் முகச்சாயலில், சிறையில் இருக்கும் நாடோடியிடம் ஒரே ஒருநாள் மன்னனாக நடிக்கும்படி மந்திரி கேட்டுக்கொள்வார்.நாட்டின் மன்னனாக அவர் நடிக்கும்போது திடீரென உண்மையான மன்னனாகவே மாறிவிடுவார் என்பதுதான், கதையின் டுவிஸ்ட்.

இந்தநிலையில், மன்னரை கன்னித்தீவுக்கு வில்லன்கள் கடத்திவிட, இளவரசி ரத்னாவையும் அதே வில்லன்கள் கடத்திவிட, மன்னரையும் இளவரசியையும் ஹீரோ எப்படி மீட்டார் என்பதுதான் இந்தப் படத்தின் கதை.

**கூப்பிடு கண்ணதாசனைஞ்**

கதை முடிவானவுடனே,தனது நண்பர்கண்ணதாசனை அழைத்தார், எம்.ஜி.ஆர்.இந்த இருவரும்,இதற்குமுன் 'மதுரைவீரன்','மகாதேவி' போன்ற படங்களில் வேலைசெய்திருந்த காரணத்தால் அவரை அழைத்து,அவரிடம் கதையைச்சொல்லிமுழுப்படத்துக்கும் வசனம் எழுதச்சொன்னார்.

உண்மையில் அவர்,தன் நெருங்கிய நணபர் கருணாநிதியிடம்தான் எழுதக் கேட்டிருக்கவேண்டும். ஆனால் எம்.ஜி.ஆர். அதைச் செய்யவில்லை. காரணம், அவரிடம்தன் கருத்துகளைச்சொல்லி திருத்தி எழுதவைக்க முடியாது. மேலும் படத்தில் அவர் முன்பே இப்படித்தான் வரவேண்டும் எனச்சில வசனங்களை பல வருடங்களுக்கு முன்பாகவே திட்டமிட்டு வைத்திருந்தார். ஆம், அப்போது அவரிடம் கதை இல்லை, பணமில்லை, இத்தனைக்கும் நாயகனாகக்கூட அவர் நடித்திருக்கவில்லை. ஆனாலும்'நாடோடி மன்னன்' படத்தில் குறிப்பிட்ட காட்சியில் வரும் வசனங்களை எம்.ஜி.ஆர்., இருபது வருடங்களுக்குமுன் 1937லேயே உருவாக்கிவிட்டிருந்தார்.

**இஃப் ஐ வேர் எ கிங்**

ஆம். 1937ஆம் ஆண்டில், கல்கத்தாவில் 'மாயமச்சிந்திரா' படப்பிடிப்பின் போது ஓய்வு நாளொன்றில், அவர் பார்த்த ஆங்கிலப் படம் 'இஃப் ஐ வேர் எ கிங்'. இந்தப் படத்தில், ரொனால்ட் கால்மேன் என்பவர் நடித்திருந்தார். இதில் ஒரு காட்சியில்,'நான் மன்னன் ஆனால்' என்று நாயகன் மிகநீண்ட வசனம் ஒன்றைப் பேசுவான்.அதில் ஏழை, எளிய மக்களுக்கு என்னென்ன நன்மைகள் செய்வேன், அவர்களை எப்படி முன்னேற்றப் பாதையில் அழைத்துச் செல்வேன் என்ற நலத்திட்டங்களைப் பட்டியல் இடுவான்.அந்த வசனங்கள்ஒவ்வொன்றும் அன்றே எம்.ஜி.ஆரின் மனதில் பசுமரத்தாணி போல பதிந்தன. நாம் ஒரு படத்தை இயக்கினால் அதில், இப்படி ஒரு காட்சி கண்டிப்பாக அமையவேண்டும் என முடிவு செய்துகொண்டார். இப்படி அவர், எல்லாவற்றையும் முன்பே நன்கு யோசித்துத் திட்டமிட்டு உருவாக்கிவிட்டதால்,வசனத்தை கண்ணதாசனிடம் எழுதி வாங்கி அதை தனக்கேற்றாற் போல ரவீந்திரன் என்பவரை வைத்துத் திருத்திக்கொண்டார்.

### வீரப்பன் எனும் விவேகி

ஒருவழியாக, எழுத்துப் பணி முடிந்தவுடன்தயாரிப்புப் பணியில் களமிறங்கினார், எம்.ஜி.ஆர்.தன்னுடன் நடிக்க இதரப் பாத்திரங்களுக்கு பானுமதி,எம்.என்.ராஜம், எம்.என்.நம்பியார், பி.எஸ்.வீரப்பா,சகுந்தலா, சந்திரபாபு,முத்துலட்சுமி, கே.ஆர்.ராம்சிங், எம்.ஜி.சக்ரபாணி, ஈ. ஆர்.சகாதேவன், எஸ்.அங்கமுத்து என மிகப்பெரிய திரைப் பட்டாளத்தையேதேர்வு செய்துகொண்டார் ஒளிப்பதிவளராக ஜி.கே. ராமு,படத்தொகுப்புக்கு பெருமாள் மற்றும் இசையமைப்பாளராக எஸ்.எம்.சுப்பையா நாயுடு என்று ஒப்பந்தம் செய்துகொண்டார்.

தனது அண்ணன் சக்ரபாணியை பங்குதாரராகக் கொண்ட,எம்ஜிஆர் பிக்சர்ஸ்நிறுவனத்தில் தன்காரியதரிசியாகச்செயல்பட்டஆர்.எம். வீரப்பனுக்கு பத்துப் பங்குகளையும் கொடுத்திருந்தார்.'நாடோடி மன்ன'னுக்கு வேண்டிய பணத்திற்கான ஏற்பாடுகளை வீரப்பனே முழுமையாய்ச் செய்தார். பட்டுக்கோட்டை கல்யாணசுந்தரத்தை எம்.ஜி.ஆரிடம் அழைத்துவந்தவரும் வீரப்பன்தான். மூத்த இயக்குநர் கே.சுப்பிரமணியத்தின் அலுவலகத்திற்குச் சென்றிருந்தபோது, அங்கே தரையிலமர்ந்து பட்டுக்கோட்டையார் ஒரு பாடலை பாடிக்காட்டிக்கொண்டிருந்தாராம். “வீரப்பா... இவரை நல்லாப் பார்த்துக்க... அருமையாகப் பாட்டெழுதுகிறார்” என்று, அவர் அறிமுகப்படுத்தி வைத்தார். அங்கே பட்டுக்கோட்டையார் பாடிக்காட்டிய “காடு வெளஞ்சென்ன மச்சான்...” என்ற பாடல் வீரப்பனுக்குப் பிடித்துப்போயிற்று. அவரை அழைத்துவந்து எம்ஜிஆரிடம் அறிமுகப்படுத்திவைக்க, அந்தப்பாடல் 'நாடோடி மன்ன'னில் இடம்பெற்றது.

### உத்தமபுத்திரன் உண்டாக்கிய அச்சம்

இதனிடையே, அதிர்ச்சியூட்டும் செய்தி ஒன்று வந்தது. அது, இதேபோன்ற கதை அமைப்பில் சிவாஜி இரட்டை வேடத்தில் நடிக்க,புகழ்பெற்ற இயக்குனர் பிரகாஷ் ராவ் இயக்கத்தில் 'உத்தமபுத்திரன்' படம் வீனஸ் கிருஷ்ணமூர்த்தி தயாரிப்பில் உருவாகிவருகிறது என்றும் ஜி.ராமனாதன் இசையில் பாடல்கள் அட்டகாசம் என்றும்மதுராந்தகத்தைச் சேர்ந்த புதிய பையன் ஒருவன் வசனம் எழுதுகிறான். பெயர்கூட ஸ்ரீதர் என்றும் 'உத்தமபுத்திரன்' படம் பற்றி தகவல்கள் வந்தது.

எம்.ஜி.ஆருக்கு நெருக்கமானவர்கள்,'நாடோடி மன்னன்' படத்தை எம்.ஜி.ஆர். பாதியில் கைவிடுவார்' என எதிர்பார்த்தனர். காரணம், படப்பிடிப்பின்போது உண்டான பல தடுமாற்றங்கள்.சிலர் 'எம்.ஜி.ஆருக்கு டைரக்ஷன் தெரியவில்லை,எதற்கு இந்தப்பொழப்பு' எனப் பேசிக்கொண்டனர்

**பானுமதி அவுட் சரோஜாதேவிஇன்**

நாயகியாக நடித்த பானுமதிக்கு, ஒருகட்டத்தில் கோபம்வந்தது. "மிஸ்டர் ராமச்சந்திரன், நடிப்பதுதானே உங்க வேலை. எதுக்கு தெரியாதடைரக்ஷன் வேலையை தலையில் போட்டுக்கொண்டு எங்களை கஷ்டப்படுத்தறீங்க" எனக் கேட்க, எம்.ஜி.ஆர் அடுத்தநாளே சற்றும் யோசிக்காமல் பானுமதி அவர்களை படத்திலிருந்து நீக்கிவிட்டார். தகவல் கேட்டு அனைவரும் அதிர்ந்தனர் . இனி, படம் அவ்வளவுதான் என கையைப்பிசைந்தனர். ஆனால் எம்.ஜி.ஆர். கவலையேபடாமல் புதிய நாயகியைத் தேடினார். மட்டுமல்லாமல், இதையொட்டி புதுநாயகிக்காக கதையையும் மாற்றிக்கொண்டார். காலம் ஒரு கனவுக்கன்னிக்காகக் காத்திருந்தது. ஆம், எம்.ஜி.ஆர் அவர்கள் எதிர்பார்த்ததுபோல ஒரு நடனப்பெண் அனைத்து அம்சங்களும் கொண்டு, ஒத்திகையின்போது தன் முகபாவங்களால் அசத்தினார்.

சரோஜாதேவி எனும் அந்தப் பெண்தான், அடுத்த பத்துவருடங்கள் தமிழ் சினிமாவின் பல லட்சம் ரசிகர்களின் கனவுகளில் இடம்பிடித்து பல அற்புதமான படங்களில் நடித்து இமாலய உச்சம் பெற்றார்.

ஒரு நட்சத்திரம் உருவாக, காலம் எப்படியெல்லாம் சதிகள் செய்து சூழலை அந்த நட்சத்திரத்திற்கு ஏற்றார்போலஉருவாக்கித்தருகிறது என்பதை இதன்வழி புரிந்துகொள்ளலாம்.

'நாடோடி மன்ன'னுக்குப் பல்வேறு வெளியீட்டு நாள்கள் அறிவிக்கப்பட்டன. ஆனால்ரிலீஸ்தேதி அறிவிக்கப்பட்ட நாள்களில் எல்லாம் படப்பிடிப்பு நடந்துகொண்டேயிருந்தது.தவிர, தேதிகள் ஒவ்வொருமுறையும் மாற்றப்பட்டுக்கொண்டே இருந்தன.தனக்கு திருப்தி ஆகும் வரை காட்சிகளை மாற்றி மாற்றி எடுத்துக்கொண்டிருந்தார்.

**ஆர்.எம்.வீ.சொன்ன திருத்தம்**

இதற்கிடையில்,'உத்தமபுத்திரன்' வெளியாகிவிட்டது. எம்ஜிஆரும் வீரப்பனும் முதல்நாள் முதற்காட்சியைப் பார்த்தார்கள். படம் அருமையாக எடுக்கப்பட்டிருந்தது. ஆனால், செலவிட்ட தொகைக்கு நிகரான வரவேற்பு இருக்கவில்லை. இது, எம்.ஜி.ஆரை கவலைகொள்ளச் செய்துவிட்டது. தம் படத்திற்கும் அவ்வாறு நேர்ந்தால் என்ன செய்வது என்று முதன்முறையாக அஞ்சினார். அதனால் பிறத்தியாரின் ஆலோசனைகளை ஏற்கும் மனநிலைக்கு எம்ஜிஆர். வந்தார். 'நாடோடி மன்னன்'னில் இரண்டு எம்.ஜி.ஆர்.களும் சண்டையிட்டுக்கொள்ளும் காட்சி எடுக்கப்படவிருந்தது. அக்காட்சிக்கு அளவிற் பெரிய அரண்மனை அரங்கு வேண்டும். குதிரையிலமர்ந்தபடி சண்டையிட்டவாறே படிகளில் ஏறி இறங்கவேண்டும். அது சரியாகவும் வராது, தேவையற்ற செலவும்கூட என்று வீரப்பன் கருதினார். ஆனால், எம்.ஜி.ஆர். அக்காட்சியை எடுப்பதில் உறுதியாக இருந்தார். "எம்ஜிஆரும் எம்ஜிஆரும் சண்டையிட்டுக்கொள்வதைப் பார்வையாளர்கள் விரும்பமாட்டார்கள். எம்.ஜி.ஆர். தீயவர்களோடு மோதுவதைத்தான் விரும்புவார்கள்" என்று வீரப்பன் கூற அதை ஏற்றுக்கொண்டார். அதன்படி,நம்பியாரோடு சண்டையிடும் காட்சியாக அது மாற்றப்பட்டது.

**பட்டையைக் கிளப்பும் பாடல்கள்**

அந்தக் காலத்தில், தி.மு.க. கட்சியின் சின்னம், அடையாளம் ஆகியவற்றை பல சர்ச்சைகளுக்கு நடுவே, நீதிமன்றத்தில் போராடி எம்.ஜி.ஆர். அறிமுகப்படுத்தினார். தமிழின் பெருமையை உணர்த்தும்வகையில், 'செந்தமிழே வணக்கம்ஞ்' என்ற பாடல், உழைப்பின் சிறப்பை வெளிப்படுத்தும்வகையில் 'உழைப்பதிலா உழைப்பை, பெறுவதிலா இன்பம்'என்ற பாடல்,முற்போக்குச் சிந்தனையுடன்கூடிய சமுதாயக்கருத்துகள் அடங்கிய பட்டுக்கோட்டை கல்யாணசுந்தரத்தின் 'தூங்காகே தம்பி தூங்காதே'என்ற பாடல்தமிழ், தெலுங்கு, மலையாளம், கன்னடம் என ஆறு மொழிப் பாடல், மக்களுக்கு விழிப்புணர்வை ஏற்படுத்தும் 'காடு வெளௌஞ்சென்ன மச்சான்' என்ற பாடல். 'காதல் கனிரசமான','சம்மதமா','கண்ணில் வந்து மின்னல்போல்' ஆகிய பாடல்கள், நகைச்சுவைக்குத்'தடுக்காதேஞ்' என்கிற சந்திரபாபுவின் பாடல்,'பாடுபட்டா தன்னாலே, பலனிருக்குது கைமேலே'என்கிற தத்துவப் பாடல் ஆகியன படத்திற்குப் பலம் சேர்த்தன.

இப்படி பல்வேறு சிக்கல்கள், பிய்த்தல்களுக்கு நடுவே. ஒருவழியாக, 1958ஆம் ஆண்டு ஆகஸ்டு திங்கள் 22ஆம் நாள் 'நாடோடி மன்னன்' வெளியானது. திரையிட்ட இடமெங்கும் கூட்டம் குவிந்தது. படம் வெற்றிபெற்றது. தமிழ்த் திரைப்பட வரலாற்றில் 'நாடோடி மன்னன்' பெற்ற இடத்தை இன்னொரு படம் இதுகாறும் பெறவில்லை என்பதே உண்மை.

இந்தப்படத்தில் என்னென்ன சிறப்பம்சங்கள் என்று பார்ப்போம். தமிழில் இதுவரை வந்த படங்களிலேயே இதுதான் மிக நீளமான படம். 220 நிமிடம் ஓடக்கூடியது. கிட்டத்தட்ட மூணே முக்கால் மணி நேரம். இதற்குமுன் வெளியான 'ஆயிரம் தலைவாங்கிய அபூர்வ சிந்தாமணி' 214 நிமிடம். 'சம்பூர்ண ராமாயணம்' 204 நிமிடம் என்றவகையில்தான் வந்துள்ளது. கிறீ□ஷீ ஸிமீணீபீ இந்தப் படத்தில் நடிக்காமப் போ யிட்டோமே! என்று, வாழ்நாள் முழுவதும் ஜெமினியை வருத்தப்படவைத்த படம். இவ்வளவு பெரிய படமாக இருந்தாலும், கொஞ்சம்கூட போரடிக்காமல் எடுத்திருப்பார், எம்ஜிஆர். இந்தப் படத்தைத் தயாரித்து இயக்கியவரும் அவர்தான். அந்தக்காலத்தில், இந்தப் படத்திற்கு 2 இடைவேளை விடுவார்களாம். இன்றைய காலக்கட்டத்தில், இந்த ஒரு படம் 2 படம் பார்ப்பதற்குச் சமம்.

'நாடோடி மன்னன்' படத்தை 10க்கும் மேற்பட்ட பத்திரிகைகள், சிறப்பு மலர் வெளியிட்டு புகழ்மாலை சூட்டின. கவிஞர் கண்ணதாசன், அந்தக் காலத்திற்கு ஏற்றாற்போல அரசியல் பன்ச் வசனங்கள், காதல், வீரம், அன்பு, தாய்மை, பாசம், மக்கள் நலம், நகைச்சுவை, மன்னராட்சியின் அவலங்கள், மக்களாட்சியின் தத்துவங்கள் ஆகியவற்றை, மக்களுக்கு எளிதில் உணர்த்தும்வகையில் மிகச்சிறப்பாக எழுதியிருந்தார். திரைப்படத்தின் நடுவே, பானுமதி இறக்கும் காட்சியை சிம்பாலிக்காக,'ஒரு ஆண் மான் நிற்க,பெண் மான் அம்பால் வீழ்த்தப்பட்டு இறந்துகிடக்கும் காட்சி', சிறந்த இயக்குனர் எம்.ஜி.ஆர். என்றபாராட்டையும், கைத்தட்டல்களையும் பெற்றுத்தந்தது.

# சந்திரபாபு

**ச**ந்திரபாபுவின் அப்பா ரோட்ரிக்ஸ், தூத்துக்குடியை பூர்வீகமாகக்கொண்ட மீனவர். சுதந்திரப்போராட்டத்தியாகி. அவரது தாயார் ரோஸ்லினும் சுதந்திரப் போராட்டத் தியாகிதான். இதனால், இத்தம்பதி இலங்கைக்கு நாடு கடத்தப்பட்டனர். சந்திரபாபு 16 வயதுவரை இலங்கை யில்தான் படித்து வளர்ந்தார். பின்னர் தமிழகம் திரும்பிய அவர்கள் திருவல்லிக்கேணியில் வசித்தனர். படம் நடிக்க தடைபோட்ட தந்தையைப் பகைத்துக்கொண்டு வீட்டைவிட்டு வெளியேறினார், சந்திரபாபு.

அங்கு இங்கு திரிந்து, பிளாட்பார்மில் படுத்துறங்கி வாய்ப்புத் தேடி அலைந்துள்ளார். பெரும்பாலும் சாந்தோம் கடற்கரையில் மறைந்த இசையமைப்பாளர் வேதா(மாடர்ன் தியேட்டர்ஸ் ஆஸ்தான இசையமைப்பாளர்), தபேலா தாமுவுடன் பாடல் பாடி வருமானம் ஈட்டியுள்ளார். இதுவே, அவர் திரையில் பாடல் பாட உதவியாக இருந்தது.

1950களிலேயே,தமிழ்த் திரையுலகில் ஒரு லட்சம் ரூபாய் சம்பளம் பெற்று ராஜவாழ்க்கை வாழ்ந்து, பிற்காலத்தில் வறுமையில் வாடியவர். பரபரப்புக்குப் பஞ்சமில்லாதவர், 46 வயதில் மரணமடைந்தது சோகம். ஜெமினி ஸ்டுடியோவில் வாய்ப்புக்கிடைக்காத சோகத்தில் கடிதம் எழுதிவைத்துவிட்டு அங்கேயே தற்கொலைக்கு முயன்ற இளைஞர், அடுத்த சிலஆண்டுகளில் ஒருவார கால்ஷீட்டுக்கு ரூ. 1 லட்சம் (அப்போது தங்கம் ஒரு சவரன் 100 ரூபாய் இருந்தது, கணக்குப்போட்டுக்கொள்ளுங்கள்) சம்பளம் வாங்கும் நிலையை அடைந்தார். அவர்தான், சந்திரபாபு.

1943ஆம் ஆண்டு, ஜெமினி எஸ்.எஸ்.வாஸனைச் சந்திக்க அந்நிறுவன ஸ்டுடியோவில் நுழைந்த அந்த இளைஞன், தற்கொலை முயற்சியில் ஈடுபட அவனை கைதுசெய்த போலீசார் நீதிபதிமுன் நிறுத்தினர். அப்போது நீதிபதியிடம் அந்த இளைஞர் வைத்த வாதம், நீதிபதியை வெகுவாகக் கவர, அவனுடைய பிரச்சனை என்னவென்று கேட்டார். வாஸனைச் சந்திக்க இயலாமல்போனதையும், சினிமாவில் வாய்ப்புக் கிடைக்காமல் போனதையும் குறிப்பிட்டுக்கூறிய அந்த இளைஞன்,தற்கொலை செய்துகொள்ள முடிவு எடுத்தது உங்களுக்கெல்லாம் செய்தி.ஆனால் எனக்கு அதுக்கு வலி என்றுகூறி, ஒரு சிறு உதாரணம்மூலம் நீதிபதியைக் கவர்ந்தார். பின்னர் அவர் செய்த சேட்டைகளை, சந்திரபாபுவின் நடிப்புத் திறமையைப் பார்த்து ஈர்க்கப்பட்ட நீதிபதி, அவரை சிறையில் அடைக்காமல் நிபந்தனை ஜாமீனில் விடுவித்தார். இதன்பின்னர் அவருக்கு சினிமாவில் வாய்ப்புகள் கிடைத்தது. அதன்பின்னர் 1947ஆம் ஆண்டு திரைப்படத்தில் அறிமுகமாகி அடுத்த 6,7 ஆண்டுகளில் உச்சத்துக்குச் சென்றார், சந்திரபாபு. எம்ஜிஆர், சிவாஜி, ஜெமினி என அனைவரின் படங்களிலும் அவர்தான் நகைச்சுவை நடிகர்.

பாடல், நடிப்பு, நடனம் என வித்தியாசமாக நடித்து தமிழ் ரசிகர்களைக் கவர்ந்து உச்சநட்சத்திரமானார், சந்திரபாபு. அந்தக் காலத்திலேயே அவரது ஆங்கிலம் கலந்த வித்தியாசமான நடனம், நடிப்பு, மேனரிசம் மிகுந்த வரவேற்பைப் பெற்றது. ஆங்கிலம் சரளமாகப் பேசுவார், மேற்கத்திய பாணி உடை அணிவது, மேற்கத்திய நடனமான ராக் அன் ரோல் பாணி நடனம் அதுவரை சினிமாவில் யாரும் பார்க்காத ஒன்று. நின்ற இடத்தில் கால்களை மட்டும் அசைத்து ஆடுவது அவரது புகழ்பெற்ற நடனமாகும்.

நடிப்புக்காக எதையும் செய்வார், சந்திரபாபு. அதுவும் டூப் போடாமல் அவர் செய்யும் சாகசங்கள் பிரமிப்பாகவும் நகைச்சுவையாகவும் இருக்கும். மாடியிலிருந்து குதிப்பது, பல்டி அடிப்பது, பாய்ந்து விழுவது என அவர் காட்டிய வித்தைகளை ரசிக்காத ஆட்களே இல்லை எனலாம். ஒரு படத்தில்,முட்டையை விழுங்கி கோழிக்குஞ்சுகளை வாயிலிருந்து எடுப்பார். 'அன்னை'படத்தில், பெருச்சாளியை மேலேவிட்டு அது முகத்துக்கு அருகில் வரும்போது தூக்கிப்பிடித்துப் பார்த்துவிட்டு அலறியடித்து அந்தப் பகுதியையே ரணகளமாக்கும் நகைச்சுவை பிரபலமானது.இவர் பின்னணி பாடிய 'கல்யாணம், ஆஹா கல்யாணம்'

அஜயன் பாலா 373

என்கிற பாடலுக்கு வீணை பாலச்சந்தர் ஆடி நடித்திருப்பார். இன்றளவும் அந்தப்பாடல் பிரபலம். நடிப்பில் மட்டுமல்ல; தமிழ்த் திரைப்படத்தில் மெட்ராஸ் பாஷையை அறிமுகப்படுத்தியதும் சந்திரபாபுவே. 'சகோதரி' படத்தில் பால்காரராகவும், 'சபாஷ் மீனா'வில் குடிகார கைரிக்ஷாகாரராகவும் வந்து கலக்குவார். திருவல்லிக்கேணியில் இளம்வயதிலேயே வளர்ந்ததால் அவருக்கு மெட்ராஸ் பாஷை இயல்பாக வந்தது. அதுவரை அப்படி ஒரு தமிழ், சினிமாவில் பேசப்பட்டதில்லை. பிற்காலத்தில் சோ, லூஸ் மோகன், சுருளிராஜன், கமல்ஹாசன், தேங்காய் சீனிவாஸன், எம்.எஸ்.பாஸ்கர் போன்றோர் பேசினாலும் முதலில் விதைபோட்டது இவரே.

தமிழ் சினிமாவில் பாடல்களுக்காகப் புகழ்பெற்ற நகைச்சுவை நடிகர் சந்திரபாபு மட்டுமே. அவரது 'கல்யாணம் ஆஹா கல்யாணம்' 'பொறந்தாலும் ஆம்பளையா பொறக்கக் கூடாது', 'நான் ஒரு முட்டாளுங்க', 'குங்குமப் பூவே கொஞ்சும் புறாவே', 'உனக்காக எல்லாம் உனக்காக', 'பம்பரக் கண்ணாலே காதல் சங்கதி சொன்னாலே', 'நானொரு முட்டாளுங்க', 'பிறக்கும்போது அழுகின்றான்', 'சிரிப்பு வருது சிரிப்பு வருது', 'ஒண்ணுமே புரியல உலகத்துல', 'புத்தியுள்ள மனிதரெல்லாம் வெற்றி காண்பதில்லை', 'என்னைத் தெரியலையா இன்னும் புரியலையா' ஆகிய பாடல்கள் இன்றும் எவர் கிரீன் பாடல்கள்தான்.

சந்திரபாபுவின் அப்பா காங்கிரஸ்காரர் என்பதால், காமராஜர் அவரது குடும்ப நண்பர். சந்திரபாபுவுக்கும் அவர் நண்பர். அதேபோல் எதிர் துருவமான ஜெயகாந்தனுக்கும் அவர் நண்பர். இருவரும் அடிக்கடி சந்தித்து விவாதம் செய்வது வழக்கம். சந்திரபாபு போலி புகழ்ச்சி அறியாதவர். அப்போதைய புகழ்பெற்ற நடிகர் எம்.ஜி.ஆரை 'மிஸ்டர் எம்.ஜி.ஆர்.' என்று அழைத்த ஒரேஆள் இவர்தான், சிவாஜிகணேசனுடன் 'வாடா, போடா' நட்பு இருந்தது.

'என் நடிப்பு மற்றவர்களுக்கு ஒரு சவால்தான். யாராவது இதைப்போல நடித்துக்காட்டுங்கள்' என்று சவால்விடுவாராம், சந்திரபாபு. உண்மைதான். 50 ஆண்டுகள் ஆனாலும் அவர்போல் நடிக்க பாடல், நடனம் ஆட யாரும் வரவில்லை. 'புகழ்பெறுவதற்காக விளம்பரம் அடையும் வரை தொழிலில் அக்கறை காட்டுவது இயற்கை. ஆனால், புகழ்பெற்றபிறகும் நடிப்பில் சந்திரபாபுவைப் போல அக்கறை காண்பிப்பவர்கள் குறைவு' என்று சொன்னவர், எம்.ஜி.ஆர்.

சந்திரபாபு நடிப்பின் உச்சத்தில் இருந்தபோது, அவர் ஒருவாரத்திற்கு ஒரு லட்சம் ரூபாய்சம்பளம் வாங்கினார். மந்தைவெளியில் அவர் வீடு ஒன்றைக்கட்டினார். அது கண்ணாடி மாளிகை. காரில், நேராக அவரது படுக்கை அறை வரை செல்லும்வகையில் நவீனமாகக் கட்டியிருந்தார். ஆனால் அந்த வீடு கட்டி முடிக்கப்பட்டபோது, அவர்பட்ட நஷ்டத்தால் அதை விற்கநேர்ந்தது.

அப்போதைய சினிமா வட்டாரமே மெச்சும்படி நடந்த இவரது திருமணத்தில், முதல்வர் காமராஜ் உட்பட பிரபல திரையுலகப் பிரமுகர்களும் அரசியல்வாதிகளும் கலந்துகொண்டு இவர்களை வாழ்த்தினர். திருமணத்திற்குப் பின்னர் தன்னுடைய மனைவி ஷீலா வேறொருவரை காதலித்ததாகக் கூறியதும், அவரது ஆசையை நிறைவேற்ற, அவரது காதலனுடனேசேர்த்துவைத்தார்.

ஷீலாவின் காதலர் லண்டனைச் சேர்ந்தவர் என்பதால், அவர் லண்டன் செல்லும் வரை சந்திரபாபு தொடர்ந்து, தன்னுடைய ஆதரவை அவருக்குக்கொடுத்துவந்தார். சிலநாட்களுக்குப் பிறகு, முறையாக இருவரும் விவாகரத்துப் பெற்று பிரிந்தபின்னர், சந்திரபாபுவின் ஒப்புதலுடன் லண்டனைச் சேர்ந்த, தன்னுடைய காதலரான மருத்துவர் ஒருவரை ஷீலா திருமணம் செய்துகொண்டார்.

திருமண வாழ்க்கை கொடுத்த வலியை அவர் வெளிக்காட்டிக் கொள்ளவில்லை என்றாலும் அது, அவரை அதிகம் பாதித்தது.தனது திரையுலக வாழ்க்கையில் இருந்து தற்காலிக ஓய்வு எடுக்க முடிவுசெய்த அவர், தனது நெருங்கிய நண்பர்களிடம்கூட தெரிவிக்காமல் டெல்லி சென்றார். அந்த நாட்களை அவர் மது அருந்திக்கொண்டே இருந்தார். பின்னர் அவர் காதல் மற்றும் திருமணம் தோல்வியுற்றபோதிலும் தொழிலில் தனது வாழ்க்கையை மீண்டும் தொடங்கினார். தொழில்ரீ தியாகவும் சில தோல்விகளைச் சந்தித்தார், சந்திரபாபு.

எப்போதும் வெளிப்படையான வாழ்க்கையையே சந்திரபாபு வாழ்ந்தார். மனதில் பட்டதைப் பேசினார்.'என் திறமையை நினைத்து நானே அடைந்துகொள்ளும் பெருமை எனது பலவீனம். அடுத்தது, என்னுடைய குடிப்பழக்கம். நான் பெண்களைத் தேடி அலைபவன் அல்ல', அவர்கள் என்னைத் தேடிவரும்போது கதவைத் தாழிட்டுக் கொள்பவனும் அல்ல' என்று சொன்னதாகச் சொல்வார்கள். தீவிர மதப்பற்றாளரான சந்திரபாபு, புனித பாத்திமாமீது பக்தி கொண்டவர்.

தனது முதல் சம்பளத்தில் அவர் வாங்கிய புனித பாத்திமா படத்தை எப்போதும் தன்னுடனேயே வைத்திருந்தார். அவர் உயிரிழந்தபோது, அவருடனேயே அப்படத்தை வைத்துப் புதைத்தனர்.

1960க்குப்பிறகு, அவரது திரையுலக வாழ்வில் சறுக்கல் ஏற்பட்டது. மது, பெத்தடினுக்கு அடிமையானார். இரண்டு படங்களில் கதாநாயகனாக நடித்தது தோல்வியைக் கொடுத்தது. 'மாடிவீட்டு ஏழை' என சொந்தப்படம் எம்.ஜி.ஆரை வைத்து எடுக்கும் முயற்சியும் தோல்வியில் முடிந்தது. 'தட்டுங்கள் திறக்கப்படும்' அவர் இயக்கிய படம் சரியாகப் போகவில்லை. அதன்பின்னர் அவரது திரையுலக வாழ்க்கையில் இறங்குமுகம் ஆரம்பித்தது. கடன் பிரச்சினையில் சிக்கினார். காலம் தந்த அற்புதமான கலைஞன் சந்திரபாபு தனக்கு ஏற்றம் தந்த சினிமாவில் எப்படி வாழவேண்டும் என்று புரியாமல் நஷ்டப்பட்டுக்கொண்டார். அவரது கடைசிக்காலம் வறுமையான காலக்கட்டமாக அமைந்தது. பட வாய்ப்புகள் குறைந்துபோய் வறுமையில் வாடியுள்ளார். கடைசிக்காலத்தில் அவர், தன்னைப் பார்க்கவரும் நண்பர்களிடம் 'பிரியாணியும், குவார்ட்டரும் வாங்கிட்டு வா' என்று கேட்டதை சிலர் வருத்தத்தோடு பதிவிட்டிருந்தனர். வறுமையில் வாடி சினிமாவில் நுழைந்து உச்சம் தொட்டு, வாழத் தெரியாமல் வந்ததை இழந்து, மீண்டும் வறுமையில் வாடிய சந்திரபாபுவின் வாழ்க்கை ஒரு எடுத்துக்காட்டு. ஆனால் தமிழ்த் திரையுலகில் அவரது பங்களிப்பு மறக்கமுடியாதது. 'புத்தியுள்ள மனிதரெல்லாம் வெற்றி காண்பதில்லை' எனப் பாடியவர், 'ஒன்னுமே புரியல உலகத்திலே' என்று அனைவருக்கும் புரியாத புதிராகவே மறைந்துபோனார். அவர் மறைந்தபோது, அவருக்கு வயது 46 மட்டுமே என்பது கூடுதல் சோகம்.

## பட்டுக்கோட்டை கல்யாணசுந்தரம்

வேப்பமர உச்சியில் நின்று
பேயொன்று ஆடுதுன்னு
விளையாடப்போகும்போது சொல்லி வைப்பாங்க
உன் வீரத்தை கொழுந்திலேயே கிள்ளிவைப்பாங்க
வேலையற்றவீணர்களின்
மூளையற்றவார்த்தைகளை
வேடிக்கையாகக்கூட நம்பிவிடாதே
நீ வீட்டிற்குள்ளே பயந்துகிடந்து வெம்பிவிடாதே.
நீ வெம்பிவிடாதே

**வா**னொலியில் இதைக் கேட்கும்போதெல்லாம், பகுத்தறிவுக் கருத்துகள் கேட்பவரின்இதயத்தில் ஊசியாகஇறங்கி, தானாக மூளைக்குள்சென்றுகல்வெட்டாய் பாமரர்களுக்கும் பதியுமளவுக்குவேறு யாராவதுசினிமா பாடல்களை எழுதியுள்ளார்களா என்றால், இல்லை என்றுதான் சொல்ல வேண்டும்.

பாட்டென்றாலேபட்டுக்கோட்டைதான் எனச் சொல்லு மளவுக்கு, அவரது பாடல் வரிகள்இந்தத் தலைமுறைக்கும் தேவையான பல செய்திகளைச் சொல்லிக்கொண்டே இருப்பதுதான் அவரது சிறப்பு

29 ஆண்டுகள் மட்டுமே இந்த பூமியில் வாழ்ந்து, தன் எழுத்துகளால் நூறாண்டு காலம்வாழ்ந்துவரும் பட்டுக்கோட் டையாரின் வாழ்க்கையையும் அவர்எழுதிய சினிமா பாடல்களையும்கூடபள்ளிகளில் பாடமாக வைக்கலாம்.

.அந்தளவுக்கு எளிமையாக, நேரடியாகஎழுதும் ஆற்றல் பெற்றிருந்தார். எழுதும்ஒவ்வொரு வரியையும் எதிர்காலச் சமூகத்துக்கு விதையாகவே இருக்கவேண்டும் என்று தன் வியர்வையைச் சிந்தி பாடல்களை எழுதியவர்,பட்டுக்கோட்டையார்.

தமிழ்நாட்டின் தஞ்சை மண்ணில், பட்டுக்கோட்டை அருகே உள்ள சங்கம்படைத்தான்காடுஎன்னும் குக்கிராமத்தில், அருணாச்சலனார்

விசாலாட்சியின் இளைய மகனாக 13.04.1930இல் பிறந்தார். அது, ஓர் எளிய விவசாயக் குடும்பம். இவர் தந்தையும் கவிபாடும் திறன்பெற்றவர். 'முசுகுந்த நாட்டு வழி நடைக்கும்பி' எனும் நூலையும் அவர் தந்தை இயற்றியிருக்கிறார். தந்தை கவிஞராக இருந்ததால், மகன்களான கணபதிசுந்தரமும், கல்யாணசுந்தரமும் கவிபாடும் திறத்தை வளர்த்துக் கொண்டனர்.

சிறுவயதில் பாடுவதில் மட்டுமல்லாமல் நாடகம், திரைப்படம் பார்ப்பதில் ஆர்வம்மிகுந்தவராக பட்டுக்கோட்டையார் வளர்ந்துவந்தார். கற்பனை வளமும் இயற்கை ரசனையும் நிறைந்தவராக இருந்த காரணத்தால், இயல்பாகவே கவிதை புனையும் ஆற்றலும் கூடவே வளர்ந்தது. 1946இல், தனது 15வயதில் ஏற்பட்ட அனுபவத்தை அவரே கூறுகிறார்.

'சங்கம்படைத்தான்காடு என்ற எங்கள் நிலவளம் நிறைந்த சிற்றூரைச் சேர்ந்த துறையான்குளம் என்ற ஏரிக்கரையில் நான், ஒருநாள் வயல் பார்க்கச் சென்று திரும்பும்போது வேப்பமரநிழலில் அமர்ந்தேன். நல்ல நிழலோடு குளிர்ந்த தென்றலும் என்னை வந்து தழுவவே, எதிரிலிருக்கும் ஏரியையும் கண்டு ரசித்துக் கொண்டிருந்தேன். தண்ணீரலைகள் நெளிந்து நெளிந்து ஆடிவர, தாமரை மலர்கள் "எம்மைப் பார், எம் அழகைப் பார்" என்று குலுங்க, ஓர் இளங்கெண்டை பளிச்சென்று துள்ளிக் கரையோரத்தில் கிடந்த தாமரை இலையில் நீர் முத்துக்களைச் சிந்தவிட்டுத் தலைகீழாய்க் குதித்தது. அதுவரை மௌனமாக இருந்த நான் என்னையும் மறந்தவனாய்ப் பாடினேன்" என்றார். இளம் பிராயத்திலேயே விவசாய சங்கத்திலும், பொதுவுடைமைக் கட்சி(கம்யூனிஸ்ட் கட்சி)யிலும் ஈடுபாடுகொண்டிருந்தார். தான் பின்பற்றிவந்த கட்சியின் இலட்சியத்தை உயரத்தில் பறக்கும்வகையில் கலை வளர்ப்பதில் சலியாது ஈடுபட்டார்.நாடகக் கலையில் ஆர்வமும், விவசாய இயக்கத்தின்பால் அசைக்கமுடியாத பற்றும் கொண்டிருந்தார். தஞ்சையைச் சேர்ந்த வீரத்தியாகிகள் சிவராமன், இரணியன் ஆகியோருடன் சேர்ந்து விவசாய இயக்கத்தைக் கட்டி வளர்க்க தீவிரமாகப் பங்கெடுத்தார்.

பட்டுக்கோட்டையார், புரட்சிக்கவிஞர் பாரதிதாசன்மீது அதீத பற்றுடையவர். பாவேந்தர் பாரதிதாசனை நேரிலே பார்க்காமலே அவரை தனது மானசீக குருவாக ஏற்றுபின், பாரதிதாசனே வியந்து பாராட்டும் கவிஞராகத் திகழ்ந்தார்.

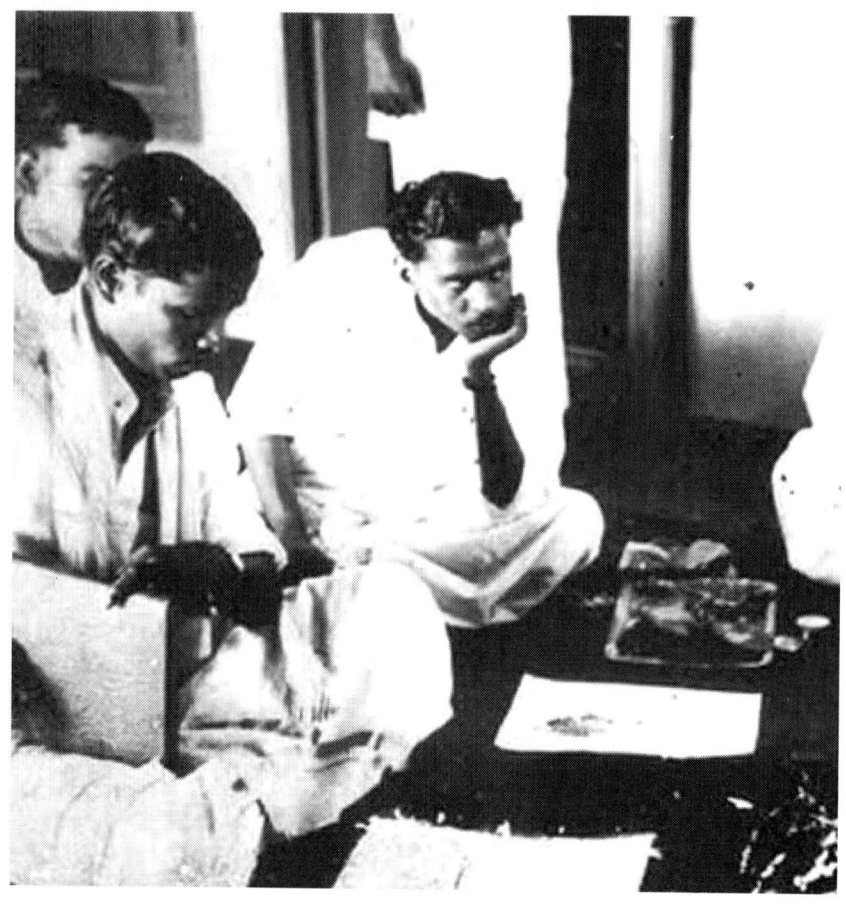

பட்டுக்கோட்டையாரின் திருமணம், பாரதிதாசன் தலைமையில்தான் நடந்தது. மனைவி பெயர் கௌரவம்மாள்.

பட்டுக்கோட்டையார், தான் கவிதைகள் எழுதுவதற்குமுன்பு 'பாரதிதாசன் வாழ்க' என்று எழுதிவிட்டுதான் ஆரம்பிப்பாராம். இதில் சுவாரஸ்யம் என்னவென்றால், தன் மனைவிக்கு எழுதும் கடிதங்களிலும் இந்த நடைமுறையைக் கடைப்பிடித்தார். கோயம்புத்தூர் தொழிற் சங்கத்தால் பட்டுக்கோட்டை கல்யாணசுந்தரம் 'மக்கள் கவிஞர்' என்றழைக்கப்பட்டார். பொதுவுடைமை எழுத்துகளைத் தாண்டி தன் எழுத்துகளால் குழந்தைகளையும் சிந்திக்கவைத்தவர்.

தமது 29 ஆண்டு வாழ்வில் விவசாயி, மாடு மேய்ப்பவர், உப்பளத் தொழிலாளர், நாடக நடிகர், என 17 வகைத் தொழில்களில் ஈடுபட்டவர்.

இவருக்கிருந்த நடிப்பாசையின் காரணமாக ‘சக்தி நாடக சபா’வில் இணைந்தார். இந்த சக்தி நாடக சபாவில்தான் பின்னாளில் திரையில் பிரபலமான சிவாஜிகணேசன், எம்.என்.நம்பியார், எஸ்.வி.சுப்பையா ஆகியோர் நடிகர்களாக இருந்தனர்.

திரையுலகில் நுழைய பட்டுக்கோட்டையார் சென்னைக்கு வந்து, ராயப்பேட்டை பொன்னுசாமி நாயக்கர் தெருவில் 10ஆம் நெம்பர் வீட்டில் ஒரு அறையை 10 ரூபாய்க்கு வாடகைக்குப் பிடித்தார். சிறிய அறை. அதில் அவரது நண்பர்களான ஓவியர் கே.என்.ராமச்சந்திரனும், நடிகர் ஓ.ஏ.கே.தேவரும் தங்கியிருந்தனர். பட்டுக்கோட்டையார், துவக்கக் காலத்தில் பணத்துக்குக் கஷ்டப்பட்டாலும் துணிச்சல்காரராகவும் தைரியசாலியாகவும் இருந்தார்.

1955ஆம் ஆண்டு, ‘படித்த பெண்’ திரைப்படத்திற்காக முதல் பாடலை இயற்றி அந்தத் துறையில் அழுத்தமான முத்திரையைப் பதித்தார்

சினிமா கம்பெனி ஒன்றுக்கு அவர் பாட்டெழுதிக் கொடுத்தார். பணம் வந்து சேரவில்லை. பணத்தைக் கேட்க பட அதிபரிடம் சென்றால், ‘பணம் இன்னிக்கு இல்லே! நாளைக்கு வந்து பாருங்கோ’ என்று பதில் வந்தது. ஆனால் கல்யாணசுந்தரமோ, பணம் இல்லாமல் நகர்வதில்லை என்ற உறுதியுடன் நின்றார். ‘நிக்கிறதா இருந்தா நின்னுண்டே இரும்‘ என்ற பட அதிபர் வீட்டிற்குள் போய்விட்டார்.உடனே கல்யாணசுந்தரம் சட்டைப்பையில் இருந்த ஒரு தாளையும், பேனாவையும் எடுத்து சில வரிகள் எழுதி மேஜை மீது வைத்துவிட்டுச் சென்றுவிட்டார். கொஞ் சநேரத்தில் படக்கம்பெனியைச் சேர்ந்த ஆள் பணத்துடன் அலறியடித்துக் கொண்டு கல்யாணசுந்தரத்திடம் வந்து பணத்தைக் கொடுத்தார். அப்படி என்னதான் அந்தச் சீட்டில் எழுதினார் பட்டுக்கோட்டை? இதோ ‘தாயால் வளர்ந்தேன்; தமிழால் அறிவு பெற்றேன்; நாயே! நேற்றுன்னை நடுத்தெருவிலே சந்தித்தேன்; நீ யார் என்னை நில் என்று சொல்ல?’இதைப் படித்துப் பார்த்த பட அதிபர் அசந்துபோனார். பணம் வீடுதேடிப் பறந்து வந்தது. பட்டுக்கோட்டை கல்யாணசுந்தரத்தின் அற்புதமான கவியாற்றலில் மனதைப் பறிகொடுத்தவர், கவியரசு கண்ணதாசன். அதுபோலவே பட்டுக்கோட்டை கல்யாணசுந்தரமும் கண்ணதாசனிடம் மிகுந்த அன்புகொண்டவர்.புகழின் உச்சியில் இருந்து.ஓய்வு ஒழிச்சல் இல்லாமல் படங்களுக்குப் பாடல் எழுதிவந்த பட்டுக்கோட்டையை, கண்ணதாசன் நேரில் சந்தித்து, ஒரு பாடல் எழுதித்தருமாறு கேட்டதிற்கு அவர், மிகுந்த பற்றுதலோடு பாடல் எழுதித்தர இசைந்ததை கண்ணதாசன்

ஒருசமயம் நெகிழ்ச்சியோடு குறிப்பிட்டுள்ளார்.மனிதநேயமும், துணிச்சலும், தன்னம்பிக்கையும் உள்ள மாமனிதர், பட்டுக்கோட்டையார்.அந்தக் காலத்தில், சினிமா பத்திரிகை ஆசிரியர் ஒருவர் திரைப்பட கவிஞர்களை ஏளனமாகவும் கேலியாகவும் விமர்சித்தார். கவிஞர் கண்ணதாசனும் அதற்குப் பலியானார். ஒரு விழாவில், பத்திரிகை ஆசிரியரை பட்டுக்கோட்டையார் சந்தித்தபோது, கண்ணதாசனைக் குறிப்பிட்டு, "என்னடா கவிஞர்கள் என்றால் உனக்கு ஏளனமா? கருவாட்டு வியாபாரம் செய்கிற உனக்கு கவிதையைப் பற்றி என்னடா தெரியும்?" என்று கேட்டு உதைக்கப் போனார்.

"உங்க வாழ்க்கை வரலாற்றை பத்திரிகையில எழுதணும்" என்று பாட்டாளி கவிஞர் பட்டுக்கோட்டை கல்யாணந்தரத்திடம் ஒரு நிருபர் கேட்டுக்கொண்டாராம். அந்த நிருபரை, ராயப்பேட்டையிலிருந்த தம் வீட்டிலிருந்து அழைத்துக்கொண்டு, தெருவில் சிறிதுதூரம் நடந்திருக்கிறார், பட்டுக்கோட்டையார். பிறகு இருவரும் ரிக்ஷாவில் ஏறி மௌண்ட் ரோட்டுக்கு வந்திருக்கிறார்கள். அப்புறம் பஸ்ஸைப் பிடித்து கோடம்பாக்கம் ரயில்வே கேட்டில் இறங்கினர். கேட்டைக் கடந்து ஒரு டாக்ஸி பிடித்து வடபழநியில், தம் பாடல் பதிவான ரெக்கார்டிங் ஸ்டூடியோவில் போய் இறங்கினார்கள். கூடவே வந்த நிருபர், "கவிஞரே, வாழ்க்கை வரலாறுஞ்" என்று நினைவூட்டி இருக்கிறார். உடனே பட்டுக்கோட்டையார், "முதலில் நடையாய் நடந்தேன், ரிக்ஷாவில் போனேன், பிறகு பஸ்ஸில் போக நேர்ந்தது. இப்போது டாக்ஸியில் போகிறேன். இதுதான் என் வாழ்க்கை. இதுல எங்கே இருக்குது வரலாறு?" என்று சிரித்துக்கொண்டே போய்விட்டாராம். இந்த எளிமைதான் பட்டுக்கோட்டைகல்யாணசுந்தரம்.

### வேடிக்கையும் விவேகமும் மிக்க கவிஞர்

ஒருசமயம், சென்னையில் நகரப் பேருந்தில் அவர் பயணம் செய்துகொண்டிருந்தபோது, வழியில் ஒரு இடத்தில் சாலையில் பள்ளம் தோண்டப்பட்டு, அங்கே பழுது பார்க்கும் வேலை நடப்பதை அறிவிக்க வாகனங்களுக்கு எச்சரிக்கையாக சிவப்புக்கொடி கட்டப்பட்டிருந்தது. அதைப் பார்த்துக்கொண்டே வந்த பட்டுக்கோட்டையார், தன் அருகிலே இருந்த நண்பரிடம், "எங்கே எல்லாம் பள்ளம் விழுந்து அது மேடாக நிரப்பப்பட வேண்டுமோ, அங்கே எல்லாம் சிவப்புக்கொடி பறந்துதான் அந்தப் பணிகள் நடக்கவேண்டும்போலும்"என்றார்.

ஒருசமயம், பொதுவுடமை இயக்கத்திற்காக நாடகம் நடத்தச் சென்றிருந்த பட்டுக்கோட்டையார், நாடகத்திற்குச் சரியான வசூல் இல்லாமல் தங்கள் குழுவினருடன் பசி, பட்டினியுமாக சென்னை திரும்ப பேருந்தில் ஏறினார். பேருந்தில் அமர்ந்திருந்த தங்கள் குழுவினர் அனைவரும் சோர்ந்த முகத்துடன் காணப்பட்டார்கள். அவர்கள் சோகத்தை மாற்றி அவர்களுக்கு குதூகலத்தைத் தர, அங்கேயே ஒரு பாடல் எழுதி, அதனை சத்தமாகப் பாட ஆரம்பித்தார், பட்டுக்கோட்டையார். அந்தப் பாடலைக் கேட்டதும் நாடகக் குழுவினருக்குப் பசி பறந்துவிட்டது. அனைவரும் குதூகலமாக கைகளைத் தட்டி பாட ஆரம்பித்தார்கள்.

'சின்னக்குட்டி நாத்தனா
சில்லறைய மாத்துனா
குன்னக்குடி போற வண்டியில்
குடும்பம் பூரா ஏத்துனா!'

இந்தப் பாட்டு,'ஆரவல்லி' படத்தில் இடம்பெற்றது.

பட்டுக்கோட்டையார், சிறந்த தத்துவப் பாடல்கள் மட்டுமின்றி, நகைச்சுவைப் பாடல்களைஎழுதுவதிலும்வல்லவர்.

'ஆறறிவில் ஓரறிவு அவுட்டு சிலருக்கு
ஆறறிவில் ஓரறிவு அவுட்டு இருக்கும்
ஐந்தறிவும் நிலைக்குமுன்னா
அதுவுங்கூட டவுட்டு!'

'திருடாதே' திரைப்படத்தில் குழந்தைகளுக்குச் சொல்வதுபோல பெரியவர்களுக்குப் பொதுவுடமை போதித்தல்.

'கொடுக்கிற காலம் நெருங்குவதால் இனி
எடுக்கிற அவசியம் இருக்காது
இருக்கிறதெல்லாம் பொதுவாய்ப் போனால்
பதுக்குற வேலையும் இருக்காது
ஒதுக்குற வேலையும் இருக்காது.
உழைக்கிற நோக்கம் உறுதியாயிட்டா
கெடுக்கிற நோக்கம்வளராது'

மனம்

என, இவரது வரிகளின் திறமைக்கு அவர் எழுதிய 180 பாடல்களிலிருந்தும் உதாரணங்கள் கொடுத்துக்கொண்டேஇருக்கலாம். கருத்தாழமும் அறிவுக்கூர்மையும் சமூகசமத்துவம் பற்றிய வேட்கையும் விடுதலை உணர்வும் ஆத்மநேயத் துடிப்பும் இயற்கை மனிதர்கள்மீதான நேசிப்பும் என விரிவுகொண்டதாகவே பட்டுக்கோட்டையாரினது கவிதைவெளி இருந்தது. அவரது திறமைக்கும் ஆற்றலுக்கும் அவரின் ஆயுள் மிகக் குறுகியது. 29 ஆண்டுகள் மட்டுமே. ஆனால் அவர் விட்டுச்சென்றுள்ள தடம் ஆழமானது. 1959ஆம் ஆண்டு, பட்டுக்கோட்டை கல்யாண சுந்தரத்துக்கும் கௌரவாம்பாளுக்கும், குமரவேல் என்றஒரு குழந்தை பிறந்தது. அதே ஆண்டில் 08.10.1959 அன்று, பட்டுக்கோட்டை அகால மரணம் அடைந்தார்.

## பட்டுக்கோட்டையாரின் துணைவியின் பதிவு

“எனக்கு, பட்டுக்கோட்டை பக்கத்துல ஆத்திக்கோட்டைதான் சொந்த ஊர். எங்க அண்ணன் சின்னையனும், ’அவுக’ளோட அண்ணனும் சிங்கப்பூர்ல வேலை பார்க்கும்போது சிநேகிதமானவங்க. ‘எனக்கு ஒரு தங்கச்சி இருக்கா. அவளுக்கு கல்யாணம் பண்ணணும்னு எங்க அண்ணன்தான் சொல்லிருக்காக. அப்ப அவுக அண்ணன் ஒண்ணும் சொல்லலையாம். சிங்கப்பூர்லேர்ந்து லீவுல ஊருக்கு வரும்போது, தம்பியைக் கூட்டிட்டு என்னைப் பொண்ணு பார்க்க வந்துட்டார். அப்ப அவுக, ’அண்ணனுக்குதான் பொண்ணு பார்க்கப் போறோம்’னு நினைச்சுக்கிட்டு வந்தாகளாம். பொண்ணு பார்த்துட்டு ஊருக்குத் திரும்பும்போது, ‘பொண்ணு எப்படிடா இருக்கு’ன்னு அண்ணன் கேட்க, ’அழகாதான் இருக்கு’ன்னு இவுக சொல்லிருக்காக.‘உனக்குத்தான்டா இந்தப் பொண்ணு’னு அண்ணன் சொன்னதும், இவுகளுக்கு ரொம்ப சந்தோஷமாப் போச்சாம். அப்போ வீட்டுல வந்து எழுதுனதுதான், ’ஆடைகட்டி வந்த நிலவோ, கண்ணில் மேடைகட்டி ஆடும் எழிலோ’பாட்டு. இப்போ தெரிஞ்சுக்கோங்க நாந்தான் ஆடைகட்டி வந்த நிலவு”என்று மலர்ந்து சிரிக்கிறார் கௌரவம்மாள்.“அன்னைக்கு அவுக அண்ணன் பொஞ்சாதிக்கு வளைகாப்பு. அப்போ நான் கிண்டலா, ‘அக்காளுக்கு வளைகாப்பு. அத்தான் மொகத்துல பொன் சிரிப்பு’ன்னு சொன்னேன். இதை, ‘கல்யாணப் பரிசு’படத்துல, அவுக பல்லவியா போட்டு பாட்டா எழுதிட்டாக. ‘இது, நீ எழுதுன பாட்டு. இந்தா பிடி

சன்மானம்'னு அந்தப் பாட்டு எழுதுனதுக்குக் கிடைச்ச பணத்தை என் கையில கொடுத்தாக.

## இறுதிக்காலம்

08.10.1959ஆம் ஆண்டு, தனது 29ஆம் வயதில் காலமானார். திமுகவின் மேடைப் பாடகர். அவர் நடித்த நாடகம் "என் தங்கை, கவியின் கனவு".1959ஆம் ஆண்டு கோயம்புத்தூர் தொழிலாளர் சங்கம் அவருக்கு 'மக்கள் கவிஞர்' என்று அளித்த பட்டம் மிகப் பொருத்தமாய் நிலைத்தது. 1981ஆம் ஆண்டு தமிழக அரசு, கவிஞருக்கு 'பாவேந்தர் விருது' வழங்கியது. மறைந்த முன்னாள் முதல்வரும் மக்கள் கவிஞரின் நெருங்கிய நண்பருமான எம்.ஜி.ஆர். அவர்களிடமிருந்து கவிஞரின் மனைவி கௌரவம்மாள் 'பாவேந்தர் விரு'தைப் பெற்றுக்கொண்டார். 1993ஆம் ஆண்டு அப்போதைய முதல்வர் ஜெயலலிதா அவர்கள் அறிவித்தவாறு, கவிஞரின் அனைத்துப் பாடல்களும் தமிழக அரசால் நாட்டுடைமை ஆக்கப்பட்டன.

## மணி மண்டபம்

தமிழ்நாடு அரசு, பட்டுக்கோட்டை கல்யாணசுந்தரம் நினைவைப் போற்றும்வகையில் 2000ஆம் ஆண்டில் அப்பேதைய முதல்வர் கருணாநிதி அவர்களால், தஞ்சாவூர் மாவட்டம் பட்டுக்கோட்டையில் 'பட்டுக்கோட்டை கல்யாணசுந்தரம் மணிமண்டபம்' திறந்து வைக்கப்பட்டது. இந்த மணிமண்டபத்தில் பட்டுக்கோட்டை கல்யாணசுந்தரம் அவர்களின் மார்பளவு சிலை, அவரது வாழ்க்கை வரலாறு தொடர்பான புகைப்படங்கள், கையெழுத்துப் பிரதிகள் மக்கள் பார்வைக்காக வைக்கப்பட்டுள்ளது.

# வஞ்சிக்கோட்டை வாலிபன்

தமிழ் சினிமாவின் சிறந்தபெயர்கள்எனப் பட்டியல் போட்டால், இந்தப் படத்துக்குத்தான் முதலிடம் கொடுப்பேன். பொதுவாக, ஜெமினி எஸ்.எஸ்.வாஸன் அவர்கள் தயாரிக்கும் படங்களுக்குப் பெயர்கள் மிகக் கச்சிதமாகவும் காலம் உள்ளவரை நினைவில் நிற்கும் படியாகவும் இருக்கும். 'மங்கம்மா சபதம்','சந்திரலேகா', 'இரும்புத்திரை' என, அவர் உருவாக்கிய தலைப்புகள், நடிகர்கள், கதை ஆகிய அம்சங்களைத் தாண்டி பார்வையாளர்களைச்சுண்டியிழுக்கும். படத்தைப் பார்த்தே தீரவேண்டும் என்ற எண்னத்தை உருவாக்கிவிடும். இதற்குக் காரணம் அவர், தன் ஊழியர்களின் ரசனையை நம்புவதுதான். எடுத்த படத்தை அவர்களுக்குப் போட்டுக்காண்பித்து, தலைப்பை அவர்களே சூட்டும்படி துண்டுச்சீட்டில் எழுதி வாங்கி பின், அதில் பலருக்கும் பிடித்த ஒன்றைத் தேர்வுசெய்வாராம்.

அவ்வகையில், அவரல் தேர்வு செய்யப்பட்டு இன்று66 ஆண்டுகள் கழிந்தபின்னும் இந்தப் புத்தகத்தில் இதைப்பற்றியே நான் எழுதுமளவுக்குவரலாற்றில் இடம்பிடித்துள்ளது'வஞ்சிக்கோட்டை வாலிபன்' என்றால், ஜெமினி எஸ்.எஸ்.வாஸன் என்பது ஒரு பெயர் அல்ல; ஒரு சினிமா பல்கலைக்கழகம் என்பதை நாம் உணரவேண்டும்.

எங்காவது இருவர், ஒரு விஷயத்துக்குப்போட்டி போட்டுக்கொண்டால் அதைப் பார்க்கும் நாம்,'சபாஷ், சரியான போட்டி'

ஜெமினியின்
வஞ்சிக்கோட்டை
வாலிபன்

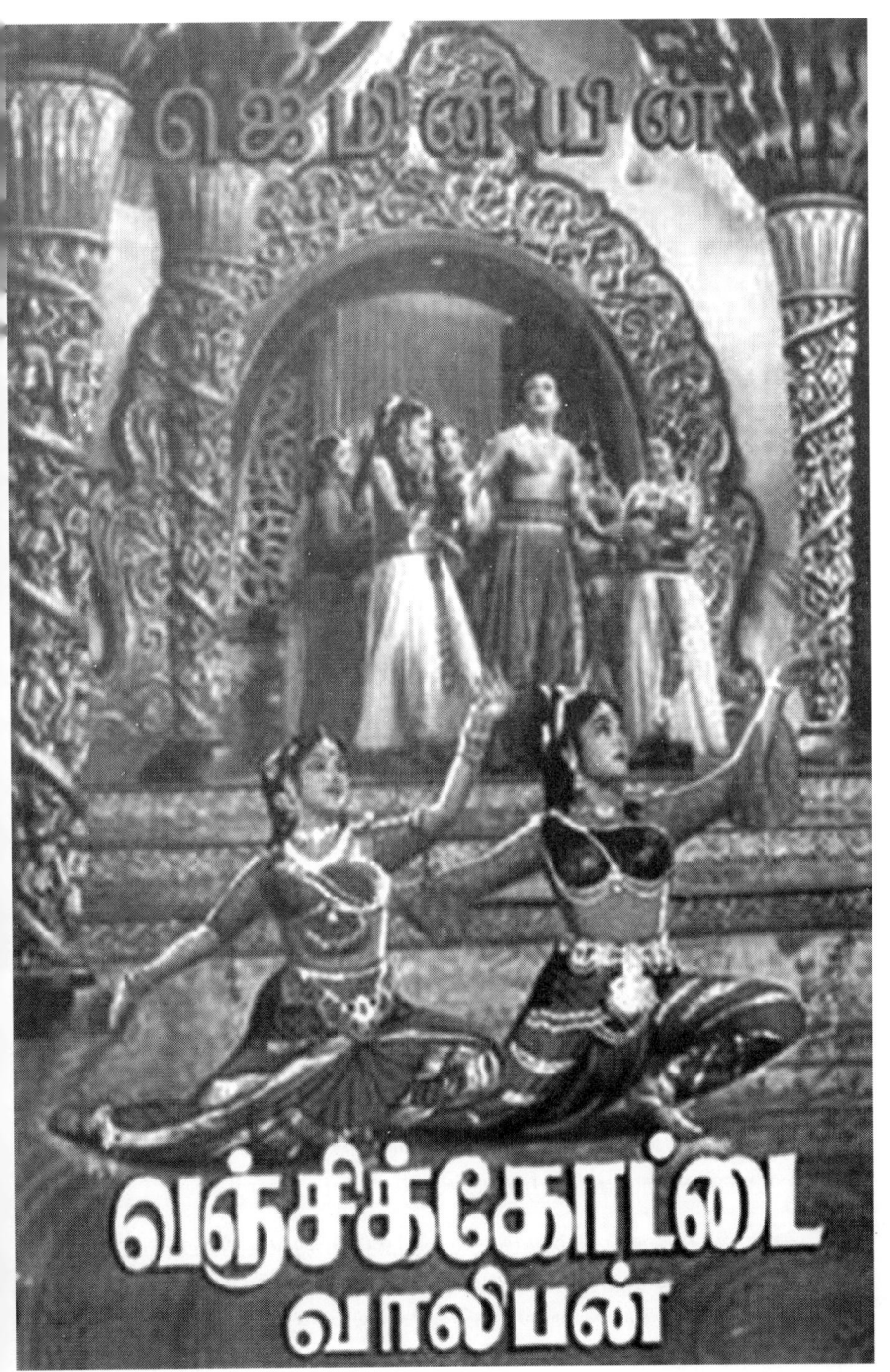

என்ற இப் படத்தில் பி.எஸ் வீரப்பா தன் வழக்கமான ஹஹ் .. ஹ.ஹ. ஹ்ஹாஹா. சிரிப்புடன் பேசும் வசனத்தை பேசுவது இயல்பு. ஒரு பண்பாட்டுத்தாக்கத்தை உண்டாக்கியது இப்படத்தின் கூடுதல் சிறப்பு

*1958* ஆம்ஆண்டில், வசூலில் முதலிடத்தை 'நாடோடி மன்னன்' பிடிக்க, இரண்டாமிடத்தைத் தனதாக்கிக் கொண்டது, 'வஞ்சிக்கோட்டை வாலிபன்'. காதல், வீரம், வன்மம், நகைச்சுவை, சோகம் என்றுமசாலா சினிமாவுக்கான அனைத்து விஷயங்களும் இப்படத்தில் உண்டு.

வஞ்சிக்கோட்டை அரசின் திவான் சொக்கலிங்க நாவலர் (டி.கே.சண்முகம்), அரசருக்கு விசுவாசமாக இருப்பவர்.அரசரின் மைத்துனரான சேனாதிபதி (பி.எஸ்.வீரப்பா), தனது தங்கை அரியணை ஏற வேண்டுமென்ற எண்ணத்தில் கைக்குழந்தையாக இருக்கும் இளவரசரைக் கொல்லத் திட்டமிடுகிறார்.

இதனை அறிந்த நாவலர் அரசருக்குத் தெரியப்படுத்த, வீரர்களைத் தன்பக்கம் இழுத்துக்கொண்டு அரண்மனைக்குத் தீ வைக்கிறார், சேனாதிபதி. தீயில் இருந்து அரசரின் மகனையும் மகளையும் காப்பாற்றிப் படகில் ஏறித் தப்புகிறார், நாவலர்.

கணவரைத் தேடிவரும் நாவலரின் மனைவி (கண்ணாம்பா), தன் குழந்தைகளைப் படகில் ஏற்றுகிறார். அதில் ஏறும் முன்பாக, சேனாதிபதியின் ஆட்கள் அவரைப் பிடித்துவிடுகின்றனர். படகில் சென்ற நாவலரின் மகன் சுந்தரலிங்கம் (ஜெமினிகணேசன்) மகள் கவுரியுடன் (விஜயகுமாரி) ஒரு கப்பலைச் சென்றடைகின்றனர். இருவரும் வளர்ந்து அதிலேயே பணிபுரிகின்றனர். சில ஆண்டுகளுக்குப் பிறகு, கை நிறையப்பொன்னுடன் கவுரியை அழைத்துக்கொண்டு வஞ்சிக்கோட்டைக்கு வருகிறார், சுந்தரலிங்கம். வந்த இடத்தில் சேனாதிபதியின் கொடுங்கண்ணுக்கு கவுரி ஆட்பட, அவரது உயிர் பறிபோகிறது. 'பழிக்குப் பழி' என்றிறங்கும் சுந்தரலிங்கம், சேனாதிபதியின் வீரர்களிடம் பிடிபட, நடுக்கடலில் இருக்கும் தீவுச் சிறைச்சாலைக்குக் கொண்டு செல்லப்படுகிறாா. சிறையில் அவர், தன் தாயைச் சந்திக்க, எல்லா உண்மைகளும் தெரியவருகிறது.

சேனாதிபதியைப் பழிவாங்கும் வெறியில் அவர் சிறைச்சாலையில் இருந்து தப்பிக்க, அதன்பின் நிகழ்வதெல்லாம் கற்பனையின் எல்லைக்கு அப்பாற்பட்டவை. கடலில் நீந்திச்செல்லும் சுந்தரலிங்கம் ரத்தினத் தீவுக்குள் நுழைவதும், அதன் இளவரசி மந்தாகினி (வைஜயந்திமாலா)

அவர்மீது காதல் வயப்படுவதும், அவரது ஆதரவுடன் வஞ்சிக்கோட்டைக்கு மீண்டும் செல்வதும் வளைந்தோடும் நதிபோலப் பார்வையாளர்களின் கவனத்தை ஈர்க்கக்கூடியது. ஆங்கிலேயர் காலத்தில் வழக்கத்தில் இருந்த பீரங்கிகள், துப்பாக்கிகள் மட்டுமல்லாமல், வீரர்களுக்கான உடையும் அக்கலாசாரத்தைக் காட்டுவதாக அமைந்திருக்கும்.

அதேநேரத்தில் பாளையக்காரர்கள் மற்றும் சமஸ்தானங்களை ஆண்டவர்களின் அடையாளம் எதுவும் படத்தில் இடம்பெற்றிருக்காது. இது, கதைநிகழும் காலம் வரையறைக்கு உட்படாதது என்பதை வெளிக்காட்டும்.

அலையாடும் திரைக்கதை

தாயிடம் பேசும் சுந்தரலிங்கம், தந்தை இருக்குமிடம் தேடிச் செல்வோம் என்று உறுதியளிப்பார். அதன்பின்னரே நாவலர் எங்கிருக்கிறார், அவரிடம் வளர்ந்துவரும் இளவரசி பத்மாவும் (பத்மினி) இளவரசரும் எவ்வாறு இருக்கின்றனர் என்பது திரையில் விரியும்.

சுந்தரலிங்கத்தின் தாய், தங்கை இருவரும் படம் தொடங்கி அரை மணி நேரத்துக்குள் மடிந்துவிட, 'அடுத்தது என்ன பழிக்குப் பழி தானே' என்ற எண்ணம் ரசிகர்களிடம் ஏற்படும். அவர்களது கவனத்தைத் திசை திருப்பும்வகையில் ரத்தினத் தீவுக் காட்சிகள் இருக்கும். அடிமையாக ரத்தினத் தீவுக்குள் நுழையும் சுந்தரலிங்கம் 'ரோபோ' போல இருப்பதும், அவர்மீது மையல்கொள்ளும் மந்தாகினி, வம்புக்கு இழுப்பதுமாகக் கலகலப்பாகச் செல்லும் திரைக்கதை 'ராஜா மகள் புது ரோஜா மலர்' பாடலின்போது அருவியாகப் பெருகும்.

ரத்தினத் தீவிலிருந்து வெளியேறி, வஞ்சிக்கோட்டைக்குள் வணிகராக ஊடுருவும் சுந்தரலிங்கம், தன் தந்தை இருக்குமிடத்தை அறிய முற்படுவதும், சேனாதிபதியின் ஆட்களிடமிருந்து பத்மாவும் அவரைச் சார்ந்தவர்களும் தப்புவது, கதையில் காற்புள்ளிகளைப் பெருகச் செய்யும்.

இப்படி பல அடுக்குகள் காட்டப்பட்டு, முடிவில் அவை ஒரு புள்ளியை நோக்கிப் பயணிக்கும்போது ரசிகர்கள் மனதில் பரவசம் ததும்பும். கிளைமேக்ஸ் நெருங்கும்போது,'எங்கே ரத்தினத் தீவு இளவரசியைக் காணோமே' என்று ரசிகர்கள் யோசிக்கையில், அவரது ரீஎண்ட்ரி தாண்டவமாக அமையும்.

இப்படத்தின் கதை, டைட்டிலில் 'ஜெமினி கதை இலாகா' என வந்தாலும் கொத்தமங்கலம் சுப்பு மற்றும் கே.ஜே.மகாதேவன், சி. சீனிவாஸன், கி.ரா.ஆகியோர் பெயர் திரைக்கதை உருவாக்கத்தில் இடம்பெற்றுள்ளது.

இக்காலத்தில்மொழிமாற்றம் செய்யப்படும்போது கதை உரிமையாருக்கோ, அவர்களுக்குத்தான் பெரும்பங்கு பணம் சேரவேண்டும் என்பதால்,யார் கதை எழுதினாலும் அந்தந்த ஸ்டூடியோக்கள் கதை உரிமையை தங்கள் பெயரில்போட்டுக்கொளவது வழ்க்கம். இதே திரைப்படம், இந்தியில் 'ராஜ்திலக்' என்ற பெயரில் வெளியானது. ஆனால், தமிழில் இப்படம்பெற்ற வெற்றிக்குமாறாக படுதோல்வியைத் தழுவியது. அங்கு கதாசிரியராகப்புகழ்பெற்ற, இராமாயணம் தொடரை இயக்கிய ராமானாந்த் சாகர் பெயர் இடப்பட்டிருந்தது. பத்மினி, வைஜயந்திமாலா இருவரும் போட்டி போட்டுக்கொண்டு ஆடும் 'கண்ணும் கண்ணும் கலந்து உள்ளம் கொண்டாடுதே' பாடல் நடன அமைப்பு, இந்திய அளவில் பிரசித்தம். நடனத்தில் இந்தியாவின் சிறந்த நடிகையர்கள் போட்டி போட்டுக்கொண்டு

ஆடுவதை இப்போதும் யூட்யூபில் வெளிநாட்டவரும் ரசித்து வியக்கின்றனர்.

இப்பாடலில்,பத்மினியின் பரத அசைவுகளும், வைஜயந்திமாலாவின் காமரசம் ததும்பும் தாண்டவமும் முடிந்தவரை முழுமையாக வெளிப்படுத்தப்பட்டிருக்கும். ஆடை, அணிகலன்கள், நடன அசைவுகள், கேமிரா கோணங்கள் என்று பல விஷயங்கள், பத்மினி மற்றும் வைஜெயந்தி மாலாவின் அழகை, ரசிகர்கள் மனதில் பதிய வைக்கும்படி வடிவமைக்கப்பட்டிருக்கும். ஹீராலால் கொரியோகிராபி செய்த இப்பாடல் ஒரு மாதம் படமாக்கப்பட்டது என்றும், வைஜயந்திமாலா மற்றும் பத்மினியை தனித்தனியாக முறையே 13, 12 நாட்கள் படம்பிடித்தனர் என்றும், இருவரும் சேர்ந்தாற்போன்ற பகுதிகளை 5 நாட்கள் படம்பிடித்தனர்.

'வஞ்சிகோட்டை வாலிபன்' படத்தில், வாள்கொண்டு சண்டையிடும் காட்சிகள் அதிகமிருந்தன. ஷியாம்சுந்தர், பலராம் அமைத்த சண்டைக் காட்சிகளில் தீரத்துடன் தன்னை வெளிப்படுத்தினார், ஜெமினி. இதுவே 'பார்த்திபன் கனவு', 'வீரக்கனல்', 'எல்லாரும் இந்நாட்டு மன்னர்', 'கொஞ்சும் சலங்கை' உட்பட பல்வேறு படங்களில் அவர் ஆக்ஷன் கதாபாத்திரங்களில் நடிக்கக் காரணமானது.ஆனால், 'ராஜ்திலக்' படத்தின் தோல்விக்குப் பின்னர் ஜெமினி இந்திப்படங்களில் கவனம் செலுத்தவில்லை.

இப்படத்தில், வீரப்பாவுக்கு ஏற்ற கையாள்போல 'கொத்தவால்' எனும் வேடத்தில் டி.கே.ராமச்சந்திரன் நடித்திருப்பார். இவர்கள்தவிர தங்கவேலு, முத்துலட்சுமி, எஸ்.வி.சுப்பையா, சுந்தரி பாய் என்று அனைவருமே தங்கள் பங்கை சரியாகச் செய்திருப்பர்.உடன்கவுரி பாத்திரத்தில் வெகுஇளமையான தோற்றத்தில் விஜயகுமாரி வந்துபோவார். பின்னாட்களில்அவர், நாயகியாக உருமாறி வெற்றி நட்சத்திரமனது வரலாறு. இப்படத்தில், ஒளிப்பதிவு இயக்குனராக பி.எல்லப்பாவும் ஆபரேட்டிவ் கேமிராமேனாக என்.பாலகிருஷ்ணனும் பணிபுரிந்தனர். இதேபோல ஒலிப்பதிவு இயக்குநராக சி.ஈ.பிக்ஸூம் ஒலிப்பதிவை மேற்கொள்பவராக எஸ்.சி.காந்தியும் பணியாற்றினர்.. 'தென்மலை தேக்கு வெட்டி திருநாகை கப்பல் கட்டி' என்று பாடலுடன் தொடங்கும் 'வஞ்சிக்கோட்டை வாலிபன்' திரைக்கதை தொடங்கும். அப்போது, கப்பலில் கவுரியும் அவரது சகோதரர் சுந்தரமும் பணியாற்றுவது காட்டப்படும்.

அப்பாடலின் முடிவிலேகப்பல் புயலில் சிக்கிக்கொள்ள, பாய்மரத்தை வெட்ட தீரத்துடன் மேலேறி வெற்றியை நாட்டுவார், சுந்தரம். அதிலேயே, அவர் அசகாய சூரர் என்பதும் வெளிப்படுத்தப்பட்டுவிடும். இக்காட்சிகள் அனைத்திலும் கேமிரா அசைந்துகொண்டே இருக்கும். அதோடு, புயலில் சிக்கிய கப்பலின் மினியேச்சரும் கடலும் அற்புதமாகக் கோர்க்கப் பட்டிருக்கும். இதே ஜெமினி ஸ்டூடியோவின் 'சந்திரலேகா'வுக்காகப் படம்பிடிக்கப்பட்ட, குதிரைகள் வந்துபோகும் காட்சி, திரளும் மக்கள்கூட்டம், மலைப்பாதையில் பயணிக்கும் சாரட் வண்டி போன்ற சில ஷாட்கள்,இந்தப் படத்துக்கும் பயன்படுத்தப்பட்டதாகுற்றச்சாட்டுகள் உண்டு.

எஸ்.எஸ்.வாஸன் படங்கள் என்றாலே அரங்க அமைப்புகளில் பிரமாண்டம் காட்டும் ஏ.கே.சாரின் கடுமையான உழைப்பு, இந்தப் படத்திலும் உண்டு (ஏ.கே.சேகர் பற்றி,'தமிழ் சினிமா வரலாறு' பாகம் ஒன்றில்' தனிப்பகுதியே உண்டு) மேலும் அவர், இப்படத்தின் அறிவிக்கப்படாத புரொடக்ஷன் டிசைனராகப் பணியாற்றினார். இப்படத்தின் துணைத் தயாரிப்பாளராகவும் அவர் வேலை செய்தார்.

'வஞ்சிக்கோட்டை வாலிபன்' படத்துக்கு இசையமைத்தவர், சி. ராமச்சந்திரா. 'அன்னாசாஹேப்', 'ராம் சிதல்கர்', 'ஷியாமோ' ஆகிய பெயர்களிலும் சில படங்களுக்கு இசையமைத்திருக்கிறார். இவர், ஒரு பாடகரும்கூட. 1940களில் வெளியான 'ஜெயக்கொடி', 'வனமோகினி' படங்களுக்கு இவர் இசையமைத்திருக்கிறார். படத்தின் மிகப்பெரிய வெற்றிக்கு பத்மினி, வைஜயந்திமாலா இருவரின் நடிப்பும் அழகும்காமம் ததும்பும் கண் அசைவுகளும் சிறு சிறு உடலசைவுகளும் ஒரு முக்கியக் காரணம். இப் படம் வெளிவந்தபின், தொடர்ந்து20 வருடமாவது'யார் அழகு? பத்மினியா, வைஜயந்திமாலாவா?' என்ற பட்டிமன்றம்டீக்கடை, தையல் மற்றும் முடிவெட்டும் கடைகளில் பேசுபொருளானது. சிறுவயதில் நான் வசித்ததிருக்கழுக்குன்றத்தில், ஒரு தையல் கடையில் இந்த விவாதம் முற்றி அடிதடி வரைக்கும் சென்றது. அப்போது, இந்தப் படம் வெளியாகி 25 வருடம் ஆகியிருக்கும் என்றால், இந்த இருவரும் இந்தப் பாடல்மூலம் தமிழர் நெஞ்சங்களை எப்படியெல்லாம் ஆட்டிப் படைத்திருப்பார்கள் என்பது ஒரு எடுத்துக்காட்டு. சேனாதிபதியாக படம் முழுக்க வில்லனாக வரும் பி.எஸ்.வீரப்பாவின் குரலும் வசனமும் 'மகாதேவி'யைத்தொடர்ந்துஇதிலும் பிளஸ்.

# வைஜயந்திமாலா

வடக்கர்கள், இன்று கூட்டம்கூட்டமாக நம் தமிழ்நாட்டை நோக்கி படையெடுப்பதெல்லாம் இருபது, முப்பது வருடத்துக்கு முன் யாராவது சொன்னால், அன்று நம்மை “ங்கே”எனப் பார்ப்பார்கள். காரணம்,அன்று அவர்கள் 'மதராஸி'களைப் பார்த்த பார்வைக்கும், இன்றுஅவர்கள் பார்க்கும் பார்வைக்கும் ஆயிரம் மடங்கு வித்தியாசம்.

ஆனால் அவர்கள், அப்படி வெறுப்புப்பார்வை பார்த்த காலத்திலேயே இங்கிருந்து மும்பைக்குச் சென்று, வடஇந்தியாவையே ஆக்கிரமித்து அதோடு நில்லாமல் ,இந்திய சினிமாவின் முதல் பெண் சூப்பர்ஸ்டார் என்ற வாகையும் சூடியவர் என்றால், அத்தகைய மதிப்புக்குரிய பேறுபெற்றவர்தான்.வைஜயந்தி மாலா. அவரைத் தொடர்ந்துதான் வஹீதா ரஹ்மான், ஹேமமாலினி, ஸ்ரீதேவி, மீனாட்சி சேஷாத்ரி போன்றவர்கள் இங்கிருந்து சென்று, அந்த 'கனவுக்கன்னி' பட்டத்தைத்தொடர்ந்து தக்கவைத்துக் கொண்டார்கள். வைஜயந்திமாலா, இந்திப் படங்களில் நடிக்கத் துவங்கியபோதுஅங்கே மீனாகுமாரி, மதுபாலா, நர்கீஸ், நூத்தன்போன்ற பேரழகிகளும் பெருநடிப்பு ராட்சசிகளும் உச்சத்தில் ஜொலித்த காலம். அவர்களோடு போட்டி போட்டு 1949 துவங்கி 1970 வரை, 21 ஆண்டுகள் உச்ச நாயகியாகவே நடித்துப் புகழ் வெளிச்சத்தில் ஜொலித்தார் என்றால் அது மிகையில்லை. மட்டுமல்லாமல், அப்படிஉச்சத்தில் இருக்கும்போதே ஓய்வையும் அறிவித்து, கச்சிதமாக தன் திரைப்பயணத்தை முடித்துக்கொண்டவர்.

அதோடு நில்லாமல்,தொடர்ந்து சிறிய இடைவெளிக்குப்பின் காங்கிரஸ் கட்சி சார்பாகதென்சென்னைநாடாளுமன்ற உறுப்பினராகத் தமிழகத் திலிருந்து தேர்வுசெய்யப்பட்டு அரசியலிலும் அங்கீகாரம்பெற்று பின், இந்தியாவின் உயர்ந்தவிருதுகளான பத்மபூஷன், பத்மவிபூஷன்மற்றும் சங்கீத் நாடக அகாதமி விருதுபோன்றஉச்சங்களையும்அடைந்து, இன்றுவரை நாட்டியத்தின்மீது அயராத காதலுடன் 90 வயதைக் கடந்துவாழும் முழுமையான நடிகையர் என்றால், அந்தப் பெருமை இந்தியாவிலேயேவைஜயந்திமாலாஒருவருக்கு மட்டும்தான் உண்டு என்றால் மிகையில்லை.

1936ஆம் ஆண்டு ஆகஸ்ட் 13 அன்று, தமிழ்நாட்டின் தலைநகரான சென்னையில் உள்ள திருவல்லிக்கேணியில், எம்.டி.ராமன் மற்றும் வசுந்தராதேவி இணையரின் மகளாக, வைஜயந்திமாலா பிறந்தார்.

பள்ளிச்சிறுமியாக இருந்தபோதே இவர், போப்ஆண்டவர் முன் நடனமாடியவர். 1959ஆம் ஆண்டு, ஐக்கிய நாடுகள் சபையில் பரதநாட்டியம் ஆடிய முதல் பெண்மணி என்ற பெருமையும் இவருக்குண்டு. நடனம்தவிர, கர்நாடக இசையை முறையாகப் பயின்றவர். இவரது தாய் வசுந்தராதேவியும், பிரபல நடிகையாக தமிழ்த் திரையுலகில் 1940களில் நடித்துவந்தார்.

ஏவிஎம் நிறுவனம், அப்போது 'வாழ்க்கை' என்றபடத்துக்காக புதுமுகநாயகி ஒருவரைத் தேடிக்கொண்டிருந்தனர்.அந்தப் படத்தின் இயக்குனர் எம்.வி.ராமனிடம் யாரோவொருவர்,"நடிகை வசுந்தராதேவியின் மகளைப் பரிந்துரைத்து, அவர் இன்று சென்னை கோகலேஹாலில்பாரதநாட்டியம்அரங்கேற்றம் நிகழ்த்துகிறார். வந்து பாருங்கள்" எனச் சொல்ல, அவரும் கோகலே ஹாலுக்கு சென்று பார்த்துவிட்டுப் பிடித்துப்போய் தயாரிப்பாளர் ஏவி.மெய்யப்பன் அவர்களுக்குச் சொல்ல, அவரும் வந்து பார்த்துப் பிடித்துப்போய், வசுந்தராதேவியிடம் கேட்க, அதற்கு அவர் "நோ,நோ', அவளுக்கு 13 வயசுதான் ஆவுது. இன்னும் இரண்டு வருஷமாவது போகட்டும்" என நிராகரித்துவிட்டார். பிற்பாடு மெய்யப்பன் அவர்கள் பிடிவாதமாக இருக்க, வேறுவழியில்லாமல் வசுந்தராவும் சம்மதிக்க, 1949இல் 'வாழ்க்கை' படம்மூலம்வைஜயந்திமாலாவின் நடிப்பு வாழ்க்கை துவங்கியது . அப்படத்தில்மோகனா என்ற கல்லூரி மாணவியாக நடித்தார்.இப் படத்தின் வெற்றியைத் தொடர்ந்து, இதே கதை1950இல் 'ஜீவிதம்' என்ற பெயரில் தெலுங்கில் மீண்டும் உருவாக்கப்பட,

அதிலும்தொடர்ந்து 'பஹார்' என்ற பெயரில் 1951இல் ஏவி.எம்நிறுவனம் இந்தியில்உருவாக்க அதிலும் வைஜயந்திமாலா நாயகியாக நடித்தார். இப்படியாகத் தொடர்ந்து மூன்று மொழியிலும் முதல்படமே அவருக்கு அடுத்தடுத்து வெற்றிப்படமாக அமைந்து,அவரது எதிர்காலம் சிவப்புக்கம்பளம் விரித்தது.

1954இல், வைஜயந்திமாலா 'நாகின்' படத்தில் நடித்தார். இந்தப் படம் பெரிய வெற்றியடைந்தது.இப் படத்தில் வரும் "மன் டோல், மேரா டன் டோல்" என்ற பாடலுக்கு அவர் ஆடியநடனம் மிகப்பெரிய ஹிட் ஆனது.இதன்மூலம் அவர் ஹிந்தி சினிமாவின் முன்னணி நடிகையாக மாறினார்.

இதனைத் தொடர்ந்து 1953இல், பின்னணிப் பாடகரும், நடிகருமான கிஷோர் குமாருடன் இணைந்து இவர் நடித்த "லட்கி" திரைப்படமும் இவருக்கு ஒரு மாபெரும் வெற்றியைத் தேடித்தர, பிஸியான நடிகையானார். இத்திரைப்படமே பின்னர் தமிழில், நடிகர் ஜெமினிகணேசன் மற்றும் 'வீணை' எஸ்.பாலச்சந்தருடன் இவர் இணைந்து நடித்து "பெண்" என்ற பெயரில் வெளிவந்துதமிழிலும் வெற்றிபெற்றது.

இவரது நடிப்பில் "நாகின்", "யாஸ்மின்", "தேவ்தாஸ்", "நியூ டெல்லி", "நயா தௌர்", "சாத்னா", "மதுமதி", "பைகாம்" போன்ற திரைப்படங்கள் இவருக்கு தொடர்வெற்றியைத் தந்து, இவரை ஹிந்தி திரையுலகில் ஒரு தவிர்க்கமுடியாத உச்சநட்சத்திர நாயகியாக்கியது.

195கூ இல்,பி.ஆர்.சோப்ரா அவர்கள் தயாரித்து,இயக்கிய 'நயாதர்' படத்தில், திலீப்குமாருடன் முதலில் ஒப்பந்தமானவர், மதுபாலாதான். படப்பிடிப்புக்கு அனைவரும் லொகேஷனுக்குப்போனபின் மதுபாலாமட்டும் வரவில்லை. மதுபாலாவை பி.ஆர்.சோப்ரா தொடர்புகொண்டு கேட்க, தன் மகள் இப்படத்தில் நடிக்கமாட்டார் என அறிவித்துவிட்டார். காரணம்,காதல். ஆம். அப்போது மதுபாலா, திலீப்குமார் இடையே உண்டானகாதலுக்கு எதிர்ப்புத் தெரிவித்த மதுபலாவின் அப்பா, படப்பிடிப்பை மும்பையில் செட்டில் நடத்தவேண்டும் எனக் கோரிக்கைவைக்கஆனால் பி.ஆர்.சோப்ராவோ, கதைக்கு ஏற்ப வெளியூரில் ஒரு கிராமத்தில் வைத்துவிட்டார். வெளியூருக்கு அனுப்பினால் அங்கு வைத்து திலீப்குமார் மகளை தூக்கிக்கொண்டுபோய் கல்யாணம் செய்துவிடுவார் என்ற பயத்தில், மதுபலாவின் அப்பா ஒரேயடியாக மகளை அனுப்ப மறுத்துவிட்டார்.

மேலும் அட்வான்ஸ் பணத்தையும் தான் வாங்கவே இல்லை எனச் சாதித்துவிட்டார். அப்போது இந்த அக்ரிமெண்ட் இத்யாதி எதுவும் இல்லாமல் வாய் வார்த்தைகளை மனிதர்கள் நம்பிய காலம்.

இதனால்ம் அடுத்து என்னசெய்வது எனத் தெரியாமல் லொக்கேஷனில் மொத்த யூனிட்டும் காத்துக்கிடக்க,வைஜயந்திமாலா தனக்கு இருந்த மற்ற படப்பிடிப்புத் தேதிகளை எல்லாம் பேசிஒதுக்கிவிட்டு, உடனே புறப்பட்டுவந்துபி.ஆர்.சோப்ராவின் பிரச்சனையைத் தீர்த்தார். பிற்பாடுஇந்த வழக்கு கோர்ட்டுக்குப் போனதும்,அப்போதுதிலீப்குமார் காதலிக்காக நிற்பாரா அல்லது தயாரிப்பாளர் பக்கம்சாட்சி சொல்வாரா என எதிர்பார்க்க,திலீப்போ காதலையும்விட உண்மை பெரிது என்ற அடிப்படையில், தயாரிப்பாளர் பக்கம் சாட்சி சொல்லி, மதுபாலாவின் அப்பாவுக்கு எதிராகத் தீர்ப்பைப் பெற்றுத்தந்தார். இதை எதற்குச் சொல்கிறேன் என்றால், வைஜயந்திமாலாஅவர்களின் வெற்றிக்குப் பின்னால், இப்படிப்பட்ட பிரச்சனைக்கு ஈகோ பார்க்காமல் ஓடிவந்து உதவும்தன்மையும் ஒரு காரணம். மேலும் மதுபாலாபோல இல்லாமல் துவக்கக்காலத்தில்,தன் தொழிலுக்கு முட்டுக்கட்டைகளைத்தன் தாய் வசுந்தராதேவியே நின்றபோது, துணிச்சலுடன் அவரைவிட்டு விலகி, தன் பாட்டி யதுகிரி அம்மாளுடன் சேர்ந்து தன்வாழ்க்கையைத் தானே தீர்மானித்துக்கொண்டார். இதுபோல, இந்தியில் ஒருபக்கம் கோலேச்சினாலும் அவ்வப்போதுதமிழிலும் ஓரிரு திரைப்படங்களில் நடிக்கத் தவறியதில்லை. 1956இல், நடிகர் ஸ்ரீராமுடன் இணைந்து 'மர்மவீரன்', 1959இல் அக்கினேனி நாகேஸ்வரராவுடன் 'அதிசயப் பெண்', 1960இல் எம்ஜிஆருடன் 'பாக்தாத் திருடன்', சிவாஜி கணேசனுடன் 'இரும்புத்திரை', 'ராஜபக்தி', மற்றும் 'சித்தூர் ராணிபத்மினி' என மூன்று திரைப்படங்கள்,தொடர்ந்து, 'பெண்', 'வஞ்சிக்கோட்டை வாலிபன்', 'பார்த்திபன் கனவு' மற்றும் 'தேன்நிலவு' என நடிகர் ஜெமினிகணேசனுடன் இணைந்து நான்கு திரைப்படங்களிலும் நடித்திருக்கிறார்.

வெற்றிபெற்ற தமிழ்த் திரைப்படங்களில் சில, ஹிந்தி திரையுலகிற்குச் சென்று மீண்டும் தயாரானபோது, அத்திரைப்படங்களுக்காக தெரிவு செய்யப்பட்ட ஒரே நடிகை வைஜயந்திமாலா. 'கணவனே கண்கண்ட தெய்வம்', 'தேவதா' என்ற பெயரிலும், 'கல்யாணப்பரிசு', 'நஸ்ரானா' என்ற பெயரிலும், 'கைராசி', 'ஜுலா' என்ற பெயரிலும், 'பாலும் பழமும்', 'ஸாதி' என்ற பெயரிலும், 'அமரதீபம்', 'அமர்தீப்' ஆனபோதும் அத்தனை திரைப்படங்களிலும் நாயகியாக நடித்திருந்தவர், வைஜெயந்திமாலா.

தனது திரையுலகப் பயணத்தில் ஹிந்தி, தமிழ், தெலுங்கு என அனைத்து மொழிகளிலும் ஏறத்தாழ 65 திரைப்படங்களுக்குமேல் நடித்திருக்கின்றார். நடித்த அத்தனை திரைப்படங்களிலும் நாயகியாகவே நடித்த பெருமையும் இவருக்கு உண்டு. வைஜயந்திமாலாவின் 14 திரைப்படங்கள் ரஷ்ய மொழியில் மொழிபெயர்ப்பு செய்து அங்கும் வெளியாகி இருக்கின்றன. தனது 32வது வயதில், வடஇந்தியரான சமன்லால் பாலி என்பவரை கரம்பற்றி இல்லறம் புகுந்தார். இந்த இணையருக்கு சுசீந்திர பாலி என்ற மகன் ஒருவரும் உண்டு. இவர் 2007ஆம் ஆண்டு வெளிவந்த 'நினைத்தாலே' என்ற படத்தில் நாயகனாகவும் நடித்திருக்கிறார். திருமணத்திற்குப்பின் முற்றிலுமாக திரைத்துறையிலிருந்து விலகிய வைஜயந்திமாலா, அரசியலில் தடம் பதித்தார். இந்திரா காங்கிரஸ் சார்பில், தமிழ்நாடு பொதுத்தேர்தலில், தென்சென்னை வேட்பாளராக 1984 மற்றும் 1989 தேர்தல்களில் போட்டியிட்டு வெற்றிவாகை சூடிய ஒரே நடிகை என்ற பெருமையும் இவருக்குண்டு. தொடர்ந்து 1993ஆம் ஆண்டு மாநிலங்களவை உறுப்பினராகத் தேர்ந்தெடுக்கப்பட்டார். வைஜயந்தி மாலாவின் கணவர் பாலி, 1986 ஏப்ரல் 21ஆம் தேதி, மூளையில் ரத்தக்கசிவு ஏற்பட்டதன் காரணமாக இயற்கை எய்தினார். வைஜயந்திமாலாவின் ஒரே மகன் சுசீந்திர பாலி. மாடலிங், சினிமா என்று வளர ஆரம்பித்தார். திரைத்துறையில் எதிர்பார்த்த வாய்ப்புகள் அமையாமல் போனது.

மண்

# 1959

## *1959 இல் வெளியான படங்கள்*

1. அவள் யார்
2. அமுதவல்லி
3. அல்லி பெற்ற பிள்ளை
4. அழகர்மலை கள்வன்
5. அன்னையும் பிதாவும் முன்னறி தெய்வம்
6. அபலை அஞ்சுகம்
7. அதிசயப் பெண்
8. அருமை மகள் அபிராமி
9. உத்தமி பெற்ற ரத்தினம்
10. உலகம் சிரிக்கிறது
11. உழவுக்கும் தொழிலுக்கும் வந்தனை செய்வோம்
12. எங்கள் குலதேவி
13. ஒரே வழி
14. ஓடி விளையாடு பாப்பா
15. கலைவாணன்[1]
16. கல்யாணப் பரிசு
17. கண் திறந்தது
18. கல்யாணிக்கு கல்யாணம்
19. காவேரியின் கணவன்
20. கூடி வாழ்ந்தால் கோடி நன்மை
21. சகோதரி
22. சபாஷ் ராமு
23. சர்க்கஸ் சுந்தரி (சர்க்கஸ் குயீன் தமிழாக்கம்)
24. சிவகங்கை சீமை
25. சுமங்கலி
26. சொல்லு தம்பி சொல்லு
27. தங்கப்பதுமை
28. தலை கொடுத்தான் தம்பி
29. தாமரைக்குளம்[2]
30. தாய் மகளுக்கு கட்டிய தாலி
31. தாயைப்போல பிள்ளை நூலைப்போல சேலை
32. திலகம்

33. தெய்வபலம்
34. தெய்வமே துணை
35. நல்ல தீர்ப்பு
36. நாலுவேலி நிலம்
37. நான் சொல்லும் ரகசியம்
38. நாட்டுக்கொரு நல்லவள்
39. பத்தரைமாத்து தங்கம்
40. பாகப்பிரிவினை
41. பாக்யதேவதை
42. பாஞ்சாலி
43. பாண்டித் தேவன்
44. பிரசிடெண்ட் பஞ்சாட்சரம்
45. புதுமைப்பெண்
46. பெண்குலத்தின் பொன் விளக்கு
47. பொன்னான குடும்பம்
48. பொன்னு விளையும் பூமி
49. மஞ்சள் மகிமை
50. மரகதம்
51. மணிமேகலை
52. மனைவியே மனிதனின் மாணிக்கம்
53. மாதவி
54. மாலா ஒரு மங்கல விளக்கு
55. மாமியார் மெச்சின மருமகள்
56. மின்னல் வீரன்
57. யானை வளர்த்த வானம்பாடி
58. ராஜ சேவை
59. ராஜமகுடம்
60. ராஜாமலைய சிம்மன்
61. வண்ணக்கிளி
62. வாழவைத்த தெய்வம்
63. வாழ்க்கை ஒப்பந்தம்
64. வீரபாண்டிய கட்டபொம்மன்

# வீரபாண்டிய கட்டபொம்மன்

**உ**லகமெங்கும் பல்வேறு நாடுகளில் சுதந்திரப் போராட்டங்கள் நிகழ்ந்துள்ளன.ஒவ்வொரு தேசமும் தங்களின் போராட்ட வரலாற்றை, அதன் வலிகளை, இழப்பை, கண்ணீரை அடுத்த தலைமுறைக்குக் கொண்டு செல்லும் விதத்தில் திரைப்படங்களாக எடுத்து, உலக சினிமாக்களில் மிகப்பெரிய கவனத்தையும் ஈட்டியுள்ளனர்.இவற்றில் ரஷ்ய விடுதலைப் போராட்டத்தைச் சொல்லும்'பேட்டில் ஷிப் பொட்டாம்கின்', அல்ஜீரிய விடுதலைப் போராட்டத்தைச் சொல்லும் 'பேட்டில் ஆஃப் அல்ஜியர்ஸ்' போன்ற படங்கள், இன்றும் சினிமா பயிலும் மாணவர்களுக்குப் பாடமாக வைக்குமளவுக்குக் கொண்டாடப்பட்டு வருகின்றன.

அதேசமயம், இந்தியா விடுதலையடைந்து இத்தனை ஆண்டுகள் ஆகியும் இந்தியமொழிகளில் விடுதலை உணர்வைப் போற்றக்கூடிய படம் என்றால் பெரிதாக எதுவும் இல்லை. ஒரே படமான'காந்தி'திரைப்படம்கூட, அட்டன்பரோ எனும் ஆங்கிலேயர் எடுத்ததுதான். பிற்பாடுவந்த 'லாகான்' கூட கிரிக்கெட்டுக்குத்தான் முக்கியத்துவம் கொடுத்ததே தவிர, அதில் வரலாறு, விடுதலை உணர்வு என்பது துளிக்கூட இல்லை. மங்கள் பாண்டே, சுபாஷ் சந்திரபோஸ் தொடங்கி வீரசாவர்க்கர் வரை வெளியான எதுவும் மககளிடையே கோபத்தையும் வெறுப்பையுமே பெற்றுவந்துள்ளன.

இச்சூழலில், இந்தியாவில்மிகச்சிறந்த படமாக மக்களிடையேயும் விமர்சகர்களாலும் கொண்டாடப்பட்டு, உடன்உலகப் படவிழாவிலும்மிகச்சிறந்த படமாகஅங்கீகாரம்

பெற்ற ஒரேபடம்என்றால் அது,'வீரபாண்டிய கட்டபொம்மன்' மட்டும்தான் என்பதில் தமிழ் சினிமாவுக்கு மிகப்பெரிய பெருமை உண்டு. 1960ஆம் ஆண்டு,எகிப்தின் கெய்ரோ பட விழாவில் சிறந்த படமாகவும், சிறந்த நடிகராக சிவாஜிகணேசன் அவர்களும் தேர்வு செய்யப்பட்டு,இந்திய சினிமாவின் சரித்திரத்தில் முத்திரை பதிக்கப்பட்டது, இப் படத்தின் தனிச்சிறப்பு. அப்படிப்பட்ட பெருமைமிக்க 'வீரபாண்டிய கட்டபொம்மன்' திரைப்படமாக உருவாக மிக முக்கியக் காரணம், நடிகர்திலகம்சிவாஜி அவர்கள்தான். பாய்ஸ் கம்பெனியில் ஏழுவயதில் முதன்முதலாக கட்டபொம்மன் வரலாற்றைக் கேள்விப்பட்ட காலத் திலிருந்தேசிவாஜி அவர்களுக்கு,தான் கட்டபொம்மனா

கநடிக்கவேண்டும்என்றும், இதை மேடையேற்ற வேண்டும் என்ற எண்ணமும்தீப்பொறியாக அவர் உள்ளத்தில் கனன்றுகொண்டிருந்தது. இதற்காகவே,சினிமாவில் நடிகராக பேரும்புகழும் பெற்றபின், சிவாஜி நாடக மன்றம் என்ற நாடகக் குழுவைத் தொடங்கி 1954இல் நாடகாசிரியரும் கதை, வசனகர்த்தாவுமான சக்தி கிருஷ்ணசாமியை சந்தித்து,'கம்பளத்தார் கூத்தினையும் கட்டபொம்மன் வரலாற்றினையும் தழுவி 'வீரபாண்டிய கட்டபொம்மன்' நாடகத்தை சிவாஜி எழுதச் சொன்னார். இரண்டு ஆண்டுகள் ஒத்திகை நடத்தியபின் 1957, ஆகஸ்ட் 28ஆம் நாள், சேலம் நகராட்சியில் நடந்த அரசுப் பொருட்காட்சியில், அறிஞர் மு.வரதராசனார் தலைமையில் 'கட்டபொம்மன்' அரங்கேற்றம் செய்யப்பட்டது. அன்று மக்களிடையே நாடகத்துக்குக் கிடைத்த கைத்தட்டல்களையும் ஆரவாரங்களையும் தொடர்ந்து தமிழகம் முழுக்கமேடையேற்றப்பட்ட ஒவ்வொரு இடங்களிலும் வரவேற்பு கிடைத்துக்கொண்டே இருந்தது. அடுத்த சிலநாட்களில், சென்னையில் நடந்த நாடகத்துக்குத் தலைமையேற்ற அறிஞர் அண்ணா, "உலகில் மிகச்சிறந்த நடிகராக சிவாஜியைக் கருதலாம். மேல்நாட்டு நடிகர்களில் மார்லன் பிராண்டோ ஒருவர் மட்டும் முயன்றால் கணேசனைப் போல் நடிக்கமுடியும்" என்று பேசியது, அதுவரை சிவாஜி அவர்களுக்குக் கிட்டிய புகழ்மாலையில் ஒரு மணிமகுடமாக போற்றப்பட்டது. பம்பாயில் நாடகத்தைப் பார்த்த நடிகர் ராஜ்கபூர், "நானும் என் குடும்பத்தினரும் நாடக மேடையிலேயே வாழ்பவர்கள். என் தந்தை நடிக்காத நாடகம் இல்லை. ஆனால், சிவாஜியின் நாடகம் என் உள்ளத்தை உலுக்கிவிட்டது. இந்தியாவில் எல்லாக் கலைஞர்களையும் சிவாஜி வென்றுவிட்டார்" என்று பேசினார்.

சென்னை ராஜா அண்ணாமலை மன்றத்தில், அந்த நாடகத்தைக் காண சிவாஜி அனுப்பிய காரில் வந்து முதல் வரிசையில் அமர்ந்து பார்த்துக்கொண்டிருந்தார், மூதறிஞர் ராஜாஜி. இறுதிக்காட்சியில் கட்டபொம்மனைத் தூக்கிலிடும்போது "தூக்கில் போடாதீர்கள்ஞ் தூக்கில் போடாதீர்கள்ஞ்" என்று தன்னைமறந்து கத்திவிட்டாராம். "ராஜாஜியின் உணர்வுநிலையை மதித்து அந்தக் காட்சியில்,"கட்டபொம்மனை நாங்கள் தூக்கில் போடவில்லை" என்று அவரிடம் சொன்னார், சிவாஜி. நாடகம் முடிந்ததும் சிவாஜியிடம் "திப்புசுல்த்தான் கதைக்கு உன்னால் மட்டும்தான் உயிர்கொடுக்க முடியும். முயற்சி செய்" என்று வாழ்த்திவிட்டுச் சென்றார். நாடகத்துக்குக் கிடைத்த மிகப்பெரிய வெற்றியின் விளைவாக, வசூலான தொகை 12

இலட்சரூபாயை சிவாஜி அவர்கள், குழந்தைகள் காப்பகத்துக்கு வழங்கிட, இதுவும் சேர்ந்து அந்த நாடகத்தை மிக உயர்ந்த வெற்றிக்கு அழைத்துப்போனது. இதனைத்தொடர்ந்து, இயக்குனர்பி.ஆர்.பந்துலு இதைத் திரைப்படமாக எடுக்க முடிவுசெய்தார்.இதுகுறித்து,அப்படத்தில் பணிபுரிந்த சின்ன அண்ணாமலை அவர்கள் தன்வாழ்க்கைக் குறிப்பில்,கன்னடரான பந்துலுவுக்கு'தங்கமலைரகசியம்' படப்பிடிப்பின்போது,தான் சொல்லி இந்தப் படத்துக்கான விதையை ஊன்றியதாகச்சொல்கிறார்.அப்போதுமா.பொ.சி.அவர்கள் நடத்திய 'தமிழரசு' கட்சியில் உறுப்பினராக அவர் இருந்ததாகவும் மா.பொ.சி.,கட்டபொம்மன் பற்றிஅப்போது தமிழகமெங்கும் மக்களிடையே புகழ் பரப்பிவருவதாகவும்எனவே, இதுகுறித்து ம.பொ.சி. அவர்களைச் சந்திக்கசின்ன அண்ணாமலை பந்துலுவை வலியுறுத்தியிருக்கிறார்.

இச்சூழலில், சிவாஜி அவர்கள் நடித்த 'கட்டபொம்மன்' நாடகத்தைப் பார்த்த பி.ஆர்.பந்துலு அவர்களுக்கு நாடகம் மிகவும் பிடித்துப்போனது. இதற்கிடையே சிவாஜியோடு, பந்துலு இணைந்து பணியாற்றிய'சபாஷ் மீனா'போன்ற படங்கள் மிகப்பெரிய வெற்றிபெற, பந்துலு அவர்கள், தனது பத்மினிபிக்சர்ஸ் தயாரிப்பில்'வீரபாண்டிய கட்டபொம்மன்' படத்தை எடுக்கமுன்வந்தார். இச்சமயம்,எம்.ஜி.ஆர். நடித்த 'அலிபாபாவும் 40 திருடர்களும்' முதன்முதலாகசேவாகலரில் வெளிவந்த காரணத்தால்,'கட்டபொம்ம'னையும் கலரில் உருவாக்கும் எண்ணம் அவருக்கு ஏற்பட்டது. தொடர்ந்து ம.பொ.சி. அவர்களையும் சந்தித்து ஆலோசனைகள் பெற்று,சக்தி கிருஷ்ணசாமியின்உணர்ச்சிபொங்கும் வசனத்தில் 'வீரபாண்டிய கட்டபொம்மன்' படப்பிடிப்புக்குத்தயாரானது ஜீ.ஸி.சுப்பராவ் ஒளிப்பதிவாளராக ஒப்பந்தமாகி, ஸி.தேவராஜன் தொகுப்பாளராக இருந்தார். இசையமைப்பாளராகஜி.இராமனாதனை ஒப்பந்தம் செய்துகொண்டார். இதேசமயம்,ஜெமினி அதிபர் எஸ்.எஸ். வாஸன்,'ஜெமினியின் அடுத்த தயாரிப்பு,'கட்டபொம்மன் வரலாறு' என்ற விளம்பரத்தை வெளியிட்டார். சிவாஜிகணேசன், வாஸனைச் சந்தித்து அத்திட்டத்தைக் கைவிடுமாறு கேட்டுக்கொண்டார். ஒருவழியாக, சென்னை கோல்டன் ஸ்டுடியோவில் முருகன் கோவில் செட் போட்டு, கட்டபொம்மன் படப்பிடிப்பு. விளக்கேற்றி வைத்து ஆரம்பமானது. 'கட்டபொம்மன்' படப்பிடிப்புத் துவங்கியதை அறிந்த பலர் அதற்கு எதிர்ப்புத்தெரிவித்தனர். காரணம், கட்டபொம்மன் தமிழரல்லர் என்றும் அவர் கொள்ளைக்காரர் என்றும் படத்துக்கு

எதிர்பிரச்சாரம்கிளம்பியது. மேலும் கட்டபொம்மனைவிட மருது சகோதரர்களே சிறந்த வீரர்கள் என்றுகூறி,கவிஞர் கண்ணதாசன் அவர்கள் 'சிவகங்கைச் சீமை' என்ற படத்தை போட்டியாகத் துவக்கினார்.'கட்ட.பொம்மன்' படப்பிடிப்புக்காகபந்துலு அவர்கள் ஜெய்ப்பூரைத் தேர்ந்தெடுத்தார்.படப்பிடிப்புக்கு அனைவரும் ஜெய்ப்பூர் சென்றுவிட, படத்தில்வெள்ளயத்தேவனாக நடிக்கத் தேர்வு செய்யப்பட்டஎஸ்.எஸ்.ராஜேந்திரன் மட்டும் வரவில்லை. 'சிவகங்கைச் சீமை' படத்தில் நடிக்கச் சென்றுவிட்டார். உடனே சிவாஜி அவர்கள்,சாவித்திரியை தொலைபேசியில் தொடர்புகொண்டு, வெள்ளையத்தேவனாக நடிக்க ஜெமினிகணேசனை அனுப்பிவைக்கும்படி கேட்டுக்கொண்டார். அதன்படி,ஜெமினிகணேசன் ஜெய்ப்பூர் வந்துசேர்ந்தார்.

ஒரேசமயத்தில், இரண்டு படங்களும் துரிதமாக வளர்ந்தன.இந்த இரண்டு படங்களில், .மக்களின் மனங்களை வெல்லப்போவது 'வீரபாண்டிய கட்டபொம்ம'னா அல்லது 'சிவகங்கைச் சீமை'யா என்று அனைவரும் எதிர்பார்க்கத் துவங்கினர். 'சிவகங்கைச் சீமை' படத்தைப்

பார்த்த நாடகக் கலைஞர் ஔவை சண்முகம், “வீரபாண்டிய கட்டபொம்மன் படத்தை சிவகங்கைச் சீமை முறியடித்துவிடும்” எனக் கூறினார். ஏவி.மெய்யப்பச் செட்டியார், “இரண்டு படங்களையும் பார்த்தேன். ஒன்றுக்கொன்று போட்டிப் படங்களல்ல, ஒரே வரலாற்றின் தொடர்ச்சி. எனவே, 'வீரபாண்டிய கட்டபொம்மன்' வெளிவந்து 50 நாட்கள் ஆனபின் 'சிவகங்கைச் சீமை'யை வெளியிட்டால், இரு படங்களுமே வெற்றிபெறும்” என்றார். ஆனால் கண்ணதாசன் இதை ஏற்கவில்லை.இரண்டையும் ஒருசேரவெளியிடும் முடிவுக்கு வந்தார். 'வீரபாண்டிய கட்டபொம்மன்' 1959, மே 6ஆம் தேதி வெளிவர, ‘சிவகங்கைச்சீமை’ அதே வருடம், அதே மாதம் 19ஆம் தேதி வெளிவந்தது.

ஆனால்கண்ணதாசன் கணக்குத் தவறாகி, பந்துலுவின் கட்டபொம்மன் மாபெரும் வெற்றிபெற்றது, இதற்கு மிக முக்கியக் காரணம், கட்டபொம்மன் கலரில் வெளியானது.சிவகங்கைச் சீமைகறுப்பு வெள்ளையில் வெளியானது என்று பரவலாகப் பேசப்பட்டாலும் உண்மையில், சிவாஜி அவர்களின் நடிப்பும் சக்தி கிருஷ்ணசாமியின் காலத்தை விஞ்சிநிற்கும் வசனங்களும்தான் காரணம் என்பதை பிற்பாடு நாடும் ஏடும் தானே அறிந்துணர்ந்துகொண்டது, வரலாறு.

1960ஆம் ஆண்டு, ஆப்ரோஆசிய திரைப்பட விழா,எகிப்து தலைநகர் கெய்ரோவில் நடைபெற்றது, அங்கு 'வீரபாண்டிய கட்டபொம்மன்', 'சிறந்த படம்', 'சிறந்த நடிகர்' மற்றும் 'சிறந்த இசையமைப்பாளர்' ஆகிய மூன்று விருதுகளை வென்றது. பிற்பாடு, தமிழ்நாட்டுக்கு வந்துதன்னைச் சந்தித்த ரஷ்யரசிகர்களிடம், இப் படவிழாவை நினைவுகூர்ந்து பேசிய சிவாஜி அவர்கள், "எந்தக் காட்சியில் எல்லாம் நம் சொந்தங்கள் கைதட்டி, கண்ணீர் சிந்தி, வெகுண்டு எழுந்து ரசித்தார்களோ... அங்கேல்லாம் கெய்ரோவின் ரசிகர்களும் அழுதார்கள், சிரித்தார்கள் தங்கப்பா" என்றவர், இன்னொன்றையும் பெருமைபொங்கச் சொன்னார். "சிறந்த நடிகருக்கான விருதுக்கு நான் தேர்ந்தெடுக்கப்பட்டதும் அந்த அறிவிப்பை, விழா ஏற்பாடுகளுக்கு நடுவில் அங்கும்இங்கும் துருதுருவென ஓடிக்கொண்டிருந்த ஒரு இளைஞன் மேடையில் கம்பீரமாக அறி வித்தான்.அவன்தான்... மன்னிக்கனும்... அவர்தான் பின்னால் எகிப்திய, ஐரோப்பிய சினிமாவில் மாபெரும் நடிகனாக புகழ்பெற்ற ஓமர் ஷெரிஃப்" என்றார். உண்மைதான், 'லாரன்ஸ் ஆஃப் அரேபியா' தொடங்கி ஓமர் ஷெரிஃப் எத்தனை சிறந்த படங்களில் உச்சம்தொட்டு நின்றார். கட்டபொம்மனை அறியாத தலைமுறைக்கு உயிருடன் எழுப்பிக் காட்டினார். சிவாஜி என்ற நடிகன், படத்தின் எந்த இடத்திலும் முகம் காட்டவில்லை. படத்தின் வெற்றிக்குக் காரணம் சிவாஜி மட்டுமே என்று பத்திரிகைகள் புகழாரம் சூட்டியபோது, சிவாஜி சொன்னார்: "அதெல்லாம் கட்டபொம்மன் எனக்குக் கொடுத்த சிறப்பு. ஏழுவயதில் என்னுள்ளே புகுந்து, நான் கட்டபொம்மன் ஆகவேண்டும் என்ற ஆர்வத்துக்கும் அதை வளர்த்துக்கொள்ள நான் எடுத்துக்கொண்ட முயற்சிக்கும் கிடைத்த பரிசு" என்றார். இன்றும், பள்ளி மாறுவேடப் போட்டிகளில் கட்டபொம்மன் வேடம் போட்டு குழந்தைகள் 'வானம் பொழியுது பூமி விளையுது' என உணர்ச்சிபொங்கப் பேசும் அந்தக் காட்சி ஒன்றேபோதும். நம் பண்பாட்டிலும் கலாச்சாரத்திலும்ஒரு அங்கமாகவேஇந்தத் திரைப்படம் ஊறிவிட்டதை நம்மால்உணரமுடியும்.

# பி.ஆர்.பந்துலு

தென்னிந்தியசினிமாவில்இன்று பிரமாண்ட இயக்குனர்கள் என்று மணிரத்னம், ஷங்கர், எஸ்.எஸ். ராஜமௌலி என்று பலரைச் சொல்லலாம். ஆனால் இவர்கள் இயக்கிய படங்கள்,வருங்காலத்தில்காவியமாக வரலாற்றில் உயர்ந்து நிற்கப்போவதுஎத்தனை என்பது கேள்விக்குறிதான். ஆனால் இயக்குனர் பி.ஆர்.பந்துலுவின் 'வீரபாண்டிய கட்டபொம்மன்', 'கர்ணன்', மற்றும் 'ஆயிரத்தில் ஒருவன்' போன்ற படங்கள் வெளியாகி ஐம்பது ஆண்டுகளுக்கும் மேலாகின்றன. ஆனால் அவை, இன்று 2கேபோய் ஜென் சி யுகத்திலும்தமிழ் சினிமாவின் காவியங்களாகமக்கள் மனதை ஆழ ஊடுருவி, பண்பாட்டு அடையாளத்தைப் பெற்றுள்ளன.வெறுமனே தொழில் நுட்பத்தில் மட்டும் பிரமாண்டத்தைக் காட்டாமல் கதைக்கருவிலேயே அதற்கான தேவையை உருவாக்கி திரைக்கதையில் செதுக்கி, அதன்பிறகு வடிவரீதியாகத் தொழில்நுட்பத்தில் அதைக் கொண்டுவர மிகுந்த மெனக்கிடலுடன் பிரயாசை மேற்கொண்டு அதைச் செய்துகாட்டினார்.

கர்நாடக மாநிலம், கோலார் எனும் ஊரில், 1910இல் ஜூலை 26ஆம் தேதி. பூதகூர் ராமகிருஷ்ணய்யா பந்துலு பிறந்தார் .இந்தப் பெயர்தான்பிற்பாடு பி.ஆர்,பந்துலுவாக .சுருக்கம் பெற்றது.சிறுவயதிலிருந்தே சினிமாவில் அதிக ஆர்வமும் நாட்டமும் கொண்டிருந்தார்.பணத்துக்குக் குறைவில்லை. வேலைக்குப் போகவேண்டும் என்கிற கட்டாயமும் இல்லை.எனவே சினிமாவில், தன் தேடுதலைத் தீவிரப்படுத்தினார்.

1937இல், 'ராஜபக்தி' எனும் படத்தில் நடிக்க வாய்ப்புக் கிடைத்தது. சிறிய கதாபாத்திரம்தான் என்றபோதும், படத்தைப் பார்த்த பலரும் இவரின் நடிப்பை மெச்சினார்கள். 'தானசூர கர்ணா', 'திலோத்தமா' என்றெல்லாம் படங்கள் வெளிவந்தன. தொழில்நுட்பம் பெரிதாக வளராத அந்தக் காலகட்டத்தில், இவருக்கு நடிப்பதற்கான ரோல் என்பது சிறியதுதான். ஆனால் படம் முழுக்க அங்கேயே இருப்பார். எல்லா வேலைகளையும் கூர்ந்து கவனித்துக்கொண்டே வந்தார். ஒரு படம் ஆரம்பமாகி, தயாரிப்பு முழுவதும் நிறைவடைந்து ரிலீஸ் செய்கிற ஏ டூ இஸட் முழுவதையும் கற்றறிந்தார்.

இந்தச் சமயத்தில், கன்னடத்திலும் பந்துலுவுக்கு நடிக்க வாய்ப்புகள் கிடைத்தபடி இருந்தன. 1952இல், கலைவாணரின் 'பணம்' படத்தில் சிவாஜி நடித்தார். அதே படத்தில், பி.ஆர்.பந்துலுவும் சிறிய கதாபாத்திரத்தில் நடித்தார். அப்போது இருவரும் பேசிக்கொண்டார்கள். அதே ஆண்டில் 'பராசக்தி' வெளியாகி, தமிழகம் முழுவதும் சிவாஜிபற்றிய பேச்சுகள் பட்டாசாய் சரவெடியென வெடித்துக்கொண்டிருந்த நேரம். அதன்பிறகு சிவாஜிக்கு மளமளவென படங்கள். 1954இல் 'கல்யாணம் பண்ணியும் பிரம்மச்சாரி' எனும் சிவாஜி படத்திலும் பி.ஆர்.பந்துலு நடித்தார். இருவருக்கும் இடையிலான நட்பு வளர்ந்தது. 1957இல், சிவாஜியை அணுகினார். படம் இயக்குவது குறித்தும் தயாரிப்பது குறிப்பதும் தெரிவித்தார். "நான் என்ன செய்யணும் பந்துலுண்ணே?" என்றார்,சிவாஜி. 'உங்களோட தேதி வேணும். நீங்கதான் நடிக்கணும்" என்றார். "அதுக்கு ஏன் தயங்கறீங்கண்ணே. நடிச்சிருவோம்" என்று சிவாஜி சொல்ல, இருவரும் கைகுலுக்கிக் கொண்டார்கள். 'பத்மினி பிக்சர்ஸ்' எனும் பேனரில் சொந்தமாகப் படங்ளை எடுக்கத் தொடங்கினார், பந்துலு. 'தங்கமலை ரகசியம்' உருவானது. 1957இல் வெளியான இந்தப் படம், மிகப்பெரிய வெற்றியைப் பெற்றது. அடுத்த வருடம் மீண்டும் இருவரும் இணைந்து 'சபாஷ் மீனா' தந்தனர். படம் சக்கைப்போடு போட்டது. இதில் சந்திரபாபுவுக்கு இரட்டை வேடம். வயிறுவலிக்கச் சிரிக்கச் செய்திருப்பார், பந்துலு.

இதற்கு அடுத்த வருடமும் சிவாஜி கால்ஷீட் கொடுத்தார். தமிழின் முதல் கேவா கலர் படமாக மாடர்ன் தியேட்டர்ஸ் தயாரிக்க, எம்.ஜி.ஆர். நடிப்பில் 'அலிபாபாவும் 40 திருடர்களும்' வெளியாகியிருந்தது. தமிழின் முதல் டெக்னிக் கலர் படமாக சிவாஜியை வைத்து பந்துலு உருவாக்கிய. படம்தான்,'வீரபாண்டிய கட்டபொம்மன்'. இன்றைக்கும் நம் கண்முன்னே கட்டபொம்மன் என்றால் நினைவுக்கு வருபவர் நடிகர்திலகம்தான்.

சிவாஜியை ரசித்து ரசித்து இயக்கினார், பந்துலு. 1960இல் 'குழந்தைகள் கண்ட குடியரசு' என்ற படத்தை இயக்கினார். இதிலும் சிவாஜி நடித்தார். ஆக, வருடத்துக்குப் பல படங்களில் சிவாஜி நடித்தார். வருடம் தவறாமல், பந்துலுவுடன் கைகோக்கவும் செய்தார். 1961ஆம் ஆண்டிலும் சிவாஜியும் பந்துலுவும் இணைந்தார்கள். ''என்னை கட்டபொம்மனாக்கினீங்க. இப்போ என்னை என்ன செய்றதா உத்தேசம்?'' என்று சிவாஜி உற்சாகத்துடன் கேட்டார். "உங்களைவ.உ.சி.யாக்கப் போறேன்" என்றார், பந்துலு. பதறிப்போனார் சிவாஜி. "அவர் 'கப்பலோட்டிய தமிழன்'என்ன பந்துலுண்ணே, விளையாடுறீங்க? கட்டபொம்மனைப் பாத்தவங்க யாருமே இல்லை. இப்போ. நாம எப்படி வேணாலும் நடிக்கலாம். வ.உ.சிதம்பரனாரைப் பாத்தவங்க, அவரோட குடும்பத்தார்னு இருக்காங்களே. தப்பா யிடப்போவுது" என்றார், சிவாஜி. "உங்களால முடியும். சும்மா குழந்தை மாதிரி அடம்பண்ணாதீங்க" என்று பந்துலு சொல்லி அவரை ஒப்புக்கொள்ளவைத்தார். 'வீரபாண்டிய கட்டபொம்மன்' வெளிநாடு வரை சிவாஜியின் நடிப்பாற்றலைக் கொண்டுசேர்த்தது. கெய்ரோ விழாவில் சிவாஜிக்கு மரியாதைகள் செய்யப்பட்டு பாராட்டப்பட்டன. 'கப்பலோட்டிய தமிழன்' வேறொருவிதமாக சிவாஜிக்குப் புகழ்சேர்த்தது. அதில் சிங்கம்போல் கர்ஜித்தவர், இங்கே சாந்தசொரூபியாக, அமைதியே உருவானவராக, தன் உடல்மொழியையே மாற்றினார். பல இடங்களில் சிவாஜியின் நடிப்பைப் பார்த்துக் கண்ணீர்விட்டு, ஓடிவந்து சிவாஜியைத்

தழுவிக்கொண்டாராம்,பந்துலு. படத்தில் சிவாஜியைப் பார்த்த வ.உ.சி.யின் குடும்பத்தார், ‘அப்படியே அப்பாவைப் பாக்கறமாதிரியே இருந்துச்சு’ என்று காலில் விழுந்து சிவாஜியை வணங்கினார்களாம்.

1961இல், வெளியான ‘கப்பலோட்டிய தமிழன்’ மக்களிடையே பெரிய வரவேற்பைப் பெறவில்லை. படம் படுதோல்வி. இதனை ஈடுகட்ட, உடனடியாக பந்துலுவை அழைத்து கால்ஷீட் கொடுத்தார்,சிவாஜி. இம்முறைமூன்றுசிவாஜி நடிக்க, நகைச்சுவைப் படமாக உருவானது.’பலே பாண்டியா’. படம் ஓரளவு வெற்றிபெற்று பந்துலுவைக் காப்பாற்றியது. இதனிடையே தொடர்ந்துமலையாளம், தெலுங்கு எனப் பல மொழிகளில் படங்களை இயக்கி, அங்கேயும் சிறந்த இயக்குனர் எனப் பெயர்பெற்று, தென்னிந்தியாவின் புகழ்மிக்க இயக்குனர்களில்ஒருவராகத் திகழ்ந்தார். கன்னடத்தில்’சின்னத கொம்பே’ என்ற படம் எடுக்க முனைந்தபோது, 15 வயது விதவைப் பாத்திரத்துக்கு ஒரு அழகியமுகம் தேடிக்கொண்டிருந்தார். அவர் தேடிக்கண்டுபிடித்த அந்த முகம், பிற்பாடு தமிழர்கள் வரலாற்றில் மறக்கமுடியாத முகமாகிப்போனது. ஆம்,பிற்பாடு தமிழக முதல்வராக ஐந்துமுறை ஆட்சிசெய்த ’செல்வி’. என்றும் ’அம்மா’ என்றும் அழைக்கப்பட்ட ஜெ.ஜெயலலிதா அவர்களின் முகம்தான், அது. ’சின்னத கொம்பே’ மூலம் அறிமுகமாகி,பிற்பாடு ஸ்ரீதரின் ’வெண்ணிற ஆடை’மூலம் தமிழுக்கும் அறிமுகமானார். என்னதான், இதரமொழிப் படங்கள் அவருக்குவெற்றியைத் தந்தாலும் சிவாஜி எனும் மகத்தான நடிகரை வைத்துக்கொண்டுவீணடிக்கிறோமே என்ற எண்ணம் அவருக்குள் ஆழமாக உறுத்திக் கொண்டிருந்தது. அந்தக்கணத்தில்,’கர்ணன்’ அவர் மனதில் தோன்றி அவரை ஆக்கிரமித்தது. இம்முறை, பந்துலு வண்ணப்படம்எடுப்பது என முடிவுசெய்தார். ’கர்ணன்’ எனும் காவியம் உருவானது. பிரமாண்ட பொருட்செலவில், பந்துலு பத்மினி பிக்சர்ஸ் சார்பில்துணிந்து எடுத்தார். ’கர்ணன்’ படத்தின் செட் டிசைன் மற்றும் உடைகள் மற்றும் போர்க்களக்காட்சிகள் ஆகியவை இன்றளவும் பேசப்பட்டு வருகின்றன. கம்யூட்டர் விஎஃப் எக்ஸ்போன்ற தொழில் நுட்பங்கள் இல்லாத அந்தக் காலத்திலேயே, தந்திரக்காட்சிகள் பிரமிப்பூட்டும்வண்ணம் படைக்கப்பட்டன. ஆனால் காலம் கருணையற்றது. 1964, ஜனவரியில்வெளியான கர்ணன் படுதோல்வியடைந்தது. அதே ஜனவரி மாதம் வெளியான, எம்.ஜி.ஆரின் ’வேட்டைக்காரன்’ பெரிய பொருட்செலவில்லாமல் எடுக்கப்பட்டகறுப்பு வெள்ளைப் படம்வெற்றிபெற்றது. இதை, பந்துலுவால் ஜீரணிக்க முடியவில்லை. தோல்வி என்றால் இது, சாதாரண தோல்வி

அல்ல.மக்கள்மீது வைத்த நம்பிக்கையின்தோல்வி. அவர் நிலைகுலைந்தார். பொருளாதாரரீதியாக அவருக்கு இது பேரிழப்புவேறு. பத்மினி பிக்சர்ஸை உடனே நிலைநிறுத் தியாக வேண்டும்.இல்லாவிட்டால் கடன்காரர்க ளுக்குச்சொல்லிமாளாது. இப்படியான இக்கட்டான சூழலில்,திரும்பவும்சிவாஜியிடம்கால்ஷீட் கேட்பது என முடிவுசெய்தார். சிவாஜியும் கொடுத்தார். ஆனால் இம்முறை. இருவருக்கும் ஒத்துவரவில்லை. நட்புக்குப் பேர்போன கதையான'கர்ணன்' படத்தின் தோல்விபிரிக்கமுடியாத நண்பர்களாக இருந்த பந்துலுசிவாஜி நட்பை பிளவுறச்செய்தது. இவர்களின் சண்டை 'முரடன் முத்து'வையும் தோல்வியடையச் செய்தது. இந்தத் தொடர் தோல்விகள்,இருவரையும் பாதித்தது. 'காராக்கிரஹம்' என்பார்களே, அதுபோல ஒருநிலை பந்துலுவுக்கு. சிவாஜிக்கு கவலையில்லை. 'புதியபறவை'யின் வெற்றி இன்னும் பத்து வருடத்துக்கு அவரைத் தாங்கும். ஆனால் பந்துலுவின் நிலை? 'முரடன் முத்து'வின் தோல்வியால் இனி,சிவாஜி இல்லை என்றாகிவிட்டது. "அவ்ளோதான் சார், டைம் சரியில்லை.இனி, சிவாஜியே கால்ஷீட் கொடுக்க நினைத்தாலும் சுற்றியுள்ளவர்கள் சம்மதிக்கமாட்டார்கள். வேறு யாருடனாவதுசேருங்கள்" எனப் பலரும் அட்வைஸ் செய்தனர். யாருடன் சேர்வது என்று யோசித்தபடியே, பந்துலு மனம் வெதும்பி காரில் பயணித்தார். இப்போதிருக்கும் கடனிலிருந்து தப்பிக்க ஒரே ஒருவரின், ஒரே ஒரு வார்த்தையால் மட்டுமே முடியும். வழியெங்கும்'படகோட்டி' வெற்றிப்பட போஸ்டர்கள். அதில் எம்.ஜி.ஆர்.சிரித்தபடி நம்பிக்கையூட்டினார்.

உண்மையில்அப்போது கோடம்பாக்கம்,இரண்டாகப் பிரிந்து இருந்தது. சிவாஜி எம்.ஜி.ஆர். என்ற இருபெரும் ஆளுமைகள். இருவரையும் சார்ந்து இரண்டுவித தயாரிப்பாளர்கள், இயக்குனர்கள், நடிகர்கள், தொழில்நுட்பக் கலைஞர்கள் எனப் பிரிந்திருந்தனர். இருவருக்குமே அந்த ஆண்டில்,ஏட்டிக்குப்போட்டியாகஏழு படங்கள் வெளியாகி, வெற்றி தோல்விகளுடன் சமபலத்தில் இருந்தனர். சிவாஜிக்கு, 'கர்ணன்',',முரடன் முத்து' என பந்துலுவின் இரண்டு படங்களும்தோல்வி என்றாலும்'புதிய பறவை','கைகொடுத்த தெய்வம்','நவராத்திரி' போன்ற பங்கள் வெற்றிபெற்றன. அதேபோல, எம்.ஜி.ஆருக்கு'வேட்டைக்காரன்', 'படகோட்டி',',பணக்காரக் குடும்பம்' போன்ற படங்கள் மிகப்பெரிய வெற்றிபெற்றாலும் 'என் கடமை', 'தொழிலாளி' போன்ற படங்கள்தோல்வியைத் தழுவின. இதனால் அடுத்த ஆண்டில்இருவரும் பிரமாண்ட வெற்றியைத்தந்தே ஆகவேண்டிய கட்டாயத்தில் இருந்தனர்.

அதனால்தான் எம்.ஜி.ஆர்., பந்துலுவிடமிருந்து வந்த அழைப்பை உடனே ஏற்றார்.என்னதான், கறுப்புவெள்ளை சமூகப் படங்களில் வெற்றிபெற்றாலும் சிவாஜியின் 'கட்டபொம்மன்','கர்ணன்' போன்றபடங்களுக்கு இருக்கும் மரியாதை, தன் படங்களுக்கு இல்லையே என்ற மனக்குறை, அவரை வெகுநாட்களாகவே உறுத்தியிருக்க வேண்டும். மறுநாள், ராமாவரம்தோட்டத்தின் வாசலில் பந்துலுவின் கார் நின்றது. தகவல் தெரிந்து கோடம்பாக்கமே அதிர்ந்தது. இந்தச் செய்தியைக் கேட்டு முதலில் யாரும் நம்பவில்லை. "பந்துலுவும் எம்.ஜி.ஆருமா?, எம்.ஜி.ஆர். ஒத்துக்கொண்டாரா?" என்று பலரும் பேசிக் கொண்டனர். அதேசமயம்பலரும்,சிவாஜியைச் சந்தித்து நட்பை மீண்டும் உருவாக்க முனைந்தனர். ஆனால் சிவாஜிக்குத் தெரியும், 'பந்துலுவின் நிலைமை சரியில்லை. அவர் அண்ணனோடு ஒரு படம்செய்து மீண்டு வரட்டும்' என முடிவுசெய்தார். எம்.ஜி.ஆர். ஒரு வார்த்தையும் பேசவில்லை.கதை எதையும் கேட்க வில்லை.பத்மினிபிக்சர்ஸில், அடுத்த ஆண்டு ஒரு படம் நடிக்கவேண்டும். மற்ற அனைத்தையும் வீரப்பாவுடன் பேசி முடிவுசெய்துகொள்ளுங்கள் எனச்சொல்லிவிட்டார். அந்த ஒரு வார்த்தை, பந்துலுவின் அனைத்துப்பிரச்சனைகளுக்கும் முற்றுப் புள்ளிவைத்து 'ஆயிரத்தில் ஒருவன்' படத்துக்கும், ஜெயலலிதா எம்.ஜி.ஆர். சந்திப்பின்வழிதமிழ்நட்டின் எதிர்கால அரசியலுக்கும் துவக்கப்புள்ளியாக அமைந்தது. தொடர்ந்து 'நாடோடி', 'ரகசிய போலீஸ் 115', 'தேடிவந்த மாப்பிள்ளை' என்று வரிசையாக எம்.ஜி.ஆரை வைத்து இயக்கிக்கொண்டிருந்தார், பந்துலு. நடுவே, 'நம்மவீட்டு மகாலட்சுமி', 'எங்க பாப்பா' என்றெல்லாம் மற்றவர்களை வைத்துப் படங்களை இயக்கினார். 'கங்கா கௌரி', 'ஸ்கூல் மாஸ்டர்' ஆகிய படங்களையும் இயக்கினார். எம்.ஜி.ஆரின் கடைசிப்படம் 'மதுரையை மீட்ட சுந்தரபாண்டியன்'. இதுவே, பந்துலுவின் கடைசிப் படமாகவும் அமைந்தது. படம் எடுத்துக்கொண்டிருக்கும்போதே பாதியிலேயே உடல்நலமின்றி காலமானார், பந்துலு. மீதிப்படத்தை எம்.ஜி.ஆரே இயக்கினார். தமிழிலும் கன்னடத்திலும் பல படங்களில் நடித்து, தயாரித்து, இயக்கிய பி.ஆர்.பந்துலு, படங்களைக் காவியமாக்கியவர் என்று கன்னடத் திரையுலகம் கொண்டாடியது. இவரின் நூற்றாண்டை மிகப்பெரிய அளவில் அந்த அரசு கொண்டாடி மரியாதை செய்தது. இவரின் மகள், பி.ஆர்.விஜயலட்சுமி.தமிழின் முதல் பெண் ஒளிப்பதிவாளர் எனும் பெருமைக்கு உரியவர் ஆவார்.

# சக்தி கிருஷ்ணசாமி

தமிழ்த் திரைப்பட உலகில்கதை, வசனம் மூலமாகப் புகழ்பெற்றஎழுத்தாளர்கள்இளங்கோவன், பேரறிஞர் அண்ணா, கலைஞர் கருணாநிதி,திருவாரூர் தங்கராசு ஆகியோர் வரிசையில் சாதனைசெய்தவர், சக்தி கிருஷ்ணசாமி.

‘வீரபாண்டிய கட்டபொம்மன்’ படத்திற்குத் திரைக்கதை, வசனம் எழுதிய சக்தி கிருஷ்ணசாமி, 1913ஆம் ஆண்டு மார்ச் மாதம் 11ஆம் தேதி அன்று கலியபெருமாள் வேதவல்லி தம்பதியின் மகனாகப் பிறந்து, தஞ்சை மண்ணுக்குப் பெருமை சேர்த்தார். இவரது தந்தை கலியபெருமாள், நவாப் ராஜமாணிக்கம் பிள்ளை அவர்களின் உறவினர் எனும் காரணத்தினால், தன் மகனை அவரது கம்பெனியில் சேர்த்து இயல், இசை, நாடகம் சம்பந்தமான சகல கலைகளையும் கற்றுக்கொள்ளும்படி அறிவுறுத்தினார்.

கிருஷ்ணசாமியும் குறுகிய காலத்திற்குள் நாடகம் சம்பந்தமான சகல சூட்சுமங்களையும் கற்றதோடு கதை, வசனம் எழுதுவதில் மிகப்பெரிய ஆளுமையாகத் திகழ்ந்தார். ‘பக்த ராமதாஸ்’ எனும் நாடகத்தில் ராஜமாணிக்கம் அவர்கள் நவாப்பாக நடித்ததால், நவாப் ராஜமாணிக்கம் என்று புகழ்பெற்றார். ஆனாலும் அவரை ‘வாத்தியார்’ என்றே எல்லோரும் அழைப்பது வழக்கமாக இருந்தது. அதனால் ‘வாத்தியார் கம்பெனி’ என்ற பெயரே நிரந்தரமானது. அங்குதான் புகழ்பெற்ற எம்.என்.நம்பியார், சி.வி.கூஷி.ரமணன், ரி.கூஷி.சீனிவாஸன், ழி.ழி.கண்ணப்பா,

ஜி.ரி.மாரியப்பன், கல்யாணம் ஆகியோர் நடிகர்களாகப் பல ஆண்டுகள் தமது நடிப்பு, பாட்டுத் திறமைகளால் கோலோச்சிய மாபெரும் கலைஞர்கள் ஆனார்கள்.

ஜி.ரி.கிருஷ்ணசாமி அவர்கள், அங்கிருந்து விலகி வெளியே வந்தபிறகு, சக்தி நாடக சபா எனும் பெயரில் ஒரு நாடகக் கம்பெனியைத் தொடங்கினார். அதற்கு தேசியக் கவிஞர் எஸ்.டி.சுந்தரம் அவர்களைச் சந்தித்து, தனது நாடகக் குழுவிற்காக ஒரு நாடகம் எழுதித் தரவேண்டும் என்று கேட்டுக்கொண்டார்.

மகாத்மா காந்தி பெற்றுத்தந்த சுதந்திரத்தின் பெருமைகளை மிகவும் நன்கறிந்தவர், எஸ்.டி.சுந்தரம். தேசப்பற்று உடைய கதைகளை எழுதி, அதற்கு வசனமும்பாடலும் அவரேதான் எழுதுவார். அதுமாதிரியான ஒரு நாடகத்தை, சக்தி நாடக சபா முதலாளி ஆகிய சக்தி கிருஷ்ணசாமி அவர்களுக்கு வழங்கினார்.

அந்த நாடகம்தான் 'கவியின் கனவு'.

குணச்சித்திர நடிகர் எஸ்.வி.சுப்பையா 'கவி'யாக பிரதான பாத்திரத்தில் நடிக்க, எம்.என்.நம்பியார்வில்லன் ராஜகுருவாகவும், எஸ்.ஏ.கண்ணன் 'கார்மேகம்'எனும் நகைச்சுவைப் பாத்திரத்திலும், 'கனிமொழி' எனும் கதாநாயகி வேடத்தில் ஜி.மணி என்பவரும் நடிக்க, அந்த நாடகம் 1948ஆம் ஆண்டு நாகப்பட்டினத்தில் அரங்கேறியது.

அதுதான், சக்தி நாடக சபா ஸ்தாபனத்திற்கு முதல் நாடகம். அது மிகப்பெரிய வெற்றியைப் பெற்றது. நாகப்பட்டினமே அந்த நாடகத்தால் விழாக்கோலம் பூண்டது. நான்கு திசைகளிலும் இருந்து நாடகம் பார்க்கவந்த மக்கள் கூட்டம், மகாமகம்போல் காட்சியளித்தது. அதுசமயம், ஒரு சிரமமும் ஏற்பட்டது. நாடகம் பார்க்கவந்த மக்கள், திரும்பி அவரவர் ஊர்களுக்குப் போகமுடியாமல் போக்குவரத்து ஸ்தம்பித்து நின்றது. நாடகம் பார்க்கவந்த மக்கள் படும் சிரமத்தைப் பார்த்து மனம் கலங்கிய நாகப்பட்டினத்தைச் சார்ந்த ஒரு பட்டதாரி இளைஞன், 'நாடகம் பார்க்கவரும் மக்களின் நலனுக்காக அவரவர் ஊருக்கு எந்தச் சிரமமும் இல்லாமல் திரும்பிப்போக, மத்திய அரசாங்கம்

ஒரு ரயிலை நாகப்பட்டினத்திற்குவிட ஏற்பாடு செய்தால் மக்கள் மகிழ்ச்சியடைவார்கள். ரயில்வே டிபார்ட்மெண்டிற்கு அது பெருமை ஏற்படுத்தும்' என்று எழுதி, மத்திய அரசாங்கத்திற்கு அந்த லெட்டரை அனுப்பி வைத்தார்.

அதைப் பரிசீலித்த மத்திய அரசாங்கம், அவரது கோரிக்கையை ஏற்று ஒரு ஸ்பெஷல் ரயிலை விடத் தொடங்கியது. அந்த ரயிலுக்கு 'கவியின் கனவு' ஸ்பெஷல் என்று பெயரும் சூட்டப்பட்டது. இது, நாடக உலகின் கலைஞர்கள் அனைவருக்கும் ஒரு கௌரவமாகவும் இருந்தது.

'கவியின் கனவு' நாடகத்தை, அப்போதையநாடகக் கம்பெனிகள் எல்லாமே நடத்தியது என்பது நாடக வரலாறு. சக்தி கிருஷ்ணசாமி அவர்கள், தன் சக்தி நாடக சபாவிற்காக பிற்காலத்தில் அவரே எழுதிய 'தோழன்', 'என் தங்கை', 'நூர்ஜஹான்' போன்ற அனைத்து நாடகங்களுமே பெரும் வெற்றியைப் பெற்றன. நூர்ஜஹான் நாடகத்தில், நூர்ஜஹான் ஆக பெண்வேடம் ஏற்று நடித்தவரே,நடிகர்திலகம்தான். ஷி.க்ஷி.சுப்பையா இல்லாத சமயத்தில், அவர்தான் 'கவியின் கனவு' நாடகத்தில் கவியாக நடித்தார்.சக்தி நாடக சபா, சிவாஜி அவர்களுக்கு மிகப்பெரிய அங்கீகாரத்தைப் பெற்றுத் தந்த ஸ்தாபனம்.

கெய்ரோ பட விழாவில், கட்டபொம்மன் சிறந்த படமாகவும், சிறந்த நடிகராக நடிகர் திலகமும் தேர்ந்தெடுக்கப்பட்டார்கள் என்பது செய்தி. இதை அங்கு ஒலிபெருக்கிமூலம் தெரிவிக்கப்பட்டபோது, பத்மினி

அவர்கள் ஓடிவந்து சிவாஜிக்குச் செய்தியைச் சொல்லி வாழ்த்துத் தெரிவித்தாராம்.

வீரபாண்டிய கட்டபொம்மன் நாடகத்தை சிவாஜி, தன்னுடைய சிவாஜி நாடக மன்றம் சார்பாகவும் நடத்தி வெற்றிகண்டவர்.எல்லா நாடகங்களுக்குமே இயக்கம் ஷி.கி.கண்ணன்தான்.

சக்தி கிருஷ்ணசாமி எழுதிய திரைப்படங்கள் 'ஆளுக்கு ஒரு வீடு', 'அம்பிகாபதி', 'குங்குமம்', எம்.ஜி.ஆர். நடித்த 'பெரிய இடத்துப் பெண்', 'எங்க வீட்டுப் பிள்ளை', 'படகோட்டி', 'பணக்காரக் குடும்பம்' போன்றவையாகும். நர்கீஸ் நடித்து இந்தியில் வெளிவந்த 'மதர் இந்தியா' படத்தை, என்.வி.ஆர். பிக்சர்ஸ் 'புண்ணிய பூமி' என்ற பெயரில் நடிகர் திலகம், வாணிஸ்ரீ நடிக்கத்தயாரான படத்திற்கும் உரையாடல் எழுதிய பெருமைக்குரியவர்,சக்தி கிருஷ்ணசாமி அவர்கள்தான்.

இவ்வளவு புகழுக்கும் பெருமைக்கும் உரிய மாமனிதர், சக்தி கிருஷ்ணசாமி.அவர்களின்துணைவியார் சுகுணாவும் ஒரு நடிகை என்பது குறிப்பிடத்தக்கது. இந்த சக்தி நாடக சபாவில்தான் நகைச்சுவை நடிகர் கி.வீரப்பனும், ஷி.ஸி.தசரதனும் பிரதான பாத்திரத்தில் நடித்துக் கொண்டிருந்தார்கள்.

நடிப்பிற்கு இலக்கணம் நடிகர்திலகம் சிவாஜிகணேசன் என்று சொல்கிறோம்.அதுபோல் கதை, திரைக்கதை, வசனத்திற்கு சக்தி கிருஷ்ணசாமி ஒரு இலக்கணம் என்று குறிப்பிட்டு, ஆவணப்படுத்துவதே கலைமகளின் ஆசியை அதிகம்பெற்ற சக்தி கிருஷ்ணசாமி அவர்களுக்கு என்போன்ற நடிகர்கள் செலுத்தும் காணிக்கை.

'கர்ணன்' படத்திற்கும் இவர்தான் உரையாடல். 'எடுக்கவோ கோர்க்கவோ' என்ற உன்னதமான வசனங்களை எல்லாம் எழுத சக்தி கிருஷ்ணசாமி அவர்களுக்கு மட்டுமே சாத்தியம். எல்லாவற்றிற்கும் சிகரமாக அமைந்தது இவர் எழுதிய, 'வீரபாண்டிய கட்டபொம்மன்' திரைப்படம். 'தேன்கூடு'நாடகத்திற்கு மட்டும் கதை, வசனம் டைரக்ஷன் திரைக்கதை மன்னன்,ஜி.பாலசுப்ரமணியம். சக்தி கிருஷ்ணசாமி 'பயங்கிரி' என்ற ஒரு நாடகத்தை மட்டுமல்லாமல்; 'தோழன்', 'என் தங்கை' ஆகிய நாடகங்களையும் எழுதியுள்ளார். இது எல்லாமே, சக்தி நாடக சபாவில் வெற்றிபெற்ற நாடகங்கள். சக்தி கிருஷ்ணசாமி 811198 இல் மறைந்தார்.

# சுப்பாராவ்

**த**மிழ் சினிமா ஐம்பதுகளின் துவக்கத்தில் வசனத்துக்கும் காட்சிக்கும் முக்கியத்துவம் கொடுத்தது போல பிற்பாடு ஒளிப்பதிவுக்கும் காட்சியமைப்பு அரங்க அமைப்புகளுக்கும் போன்றவற்றுக்கும் முக்கியத்துவம் கொடுக்கத்துவங்கியது ஏற்கனவே எஸ் எஸ் வாசன் சந்திரலேகா, ஔவையார் போன்ற படங்களில் இதை முயற்சித்திருந்தாலும் பிற்பாடு அலிபாபாவும் 40 திருடர்களும் வீரபாண்டிய கட்டபொம்மன் போன்ற வண்ணப் படங்களில் ஒரு அலையாகவே தொடர்ந்தது.

W.R.சுப்பாராவ். தமிழ்நாட்டின் மதுரை மாவட்டத்தில் உள்ள ஸ்ரீவில்லிபுத்தூர் அருகே உள்ள வத்திராயிருப்பு என்னும் சிறு கிராமத்தில் 1911 அக்டோபர் 30 ஆம் தேதி பிறந்தார். சுப்பாராவின் முன்னோர்கள் மைசூரு மாநிலத் திலிருந்து தமிழ்நாட்டுக்கு குடிபெயர்ந்தவர்கள், சிலர் தற்போது பெங்களூரில் வசிக்கிறார்கள். சுப்பாராவும் பெங்களூருக்கு அடிக்கடி சென்று வருவார்.

அவரின் கல்வி 9 ஆம் வகுப்பு வரைதான். பள்ளியிலேயே அவர் ஓவியங்கல் வரைவதில் ஆர்வம் கொண்டிருந்தார். தொடர்ந்து ஓவிய ஆசிரியராக சிவகங்கை நகரில் பணியைத் தொடங்கினார்.

அவருடைய மூத்த சகோதரர். வெணுகோபாலராவ் அவர்கள் சேலம் நகரில் பெட்ரோல் பங்கில் மேலாளராகப் பணியாற்றிக் கொண்டிருந்தபோது, சுப்பாராவும் சேலத்திற்கு மாறி வந்தார். அப்போதைய காலத்தில்

சுப்பாராவுக்கு வேலை கிடைக்காமல் இருந்த போது, அவருடைய சகோதரர் அவரை முழுவதும் ஆதரித்தார்.

மாடர்ன் தியேட்டர்ஸ் முதலாளி . சுந்தரம் அவர்களிடம் வேணுகோபாலராவ் தம்பிக்காக வேலை கேட்க சுப்பாராவுக்கு ஸ்டூடியோவில் பயிற்சியாளர் வேலை கிடைத்தது. தொடர்ந்து சுப்பாராவுக்கு ஒளிப்பதிவில் ஆர்வம் உண்டானது

1942ல் ஒளிப்பதிவாளராக சில படங்கலில் அறிமுகம் ஆனாலும் எம் ஜி ஆர் நாயக்னாக நடித்த ராஜகுமாரிதான் அவருக்கு பெயர் வாங்கித்தந்தது . தொடர்ந்து மர்ம்யோகி படத்தில் இடம் பெற்ற

தந்திரக்காட்சிகள் மூலம் சுப்பாராவ் பெயர் நிலைத்து நினறது . அதன்பிறகு தொடர்ந்து அலைபாபா நாற்பது திருடர்கள் மூலம் தமிழின் முதல் வண்ணப் படத்துக்கு ஒளிப்பதிவு செய்த பெருமையும் பெற்றார் . இது கோவா கலரில் ஒளிப்பதிவு செய்யப்பட்டது. அடுத்து அவர் போர்காட்சிகள் நிறைந்த வீரபாண்டிய கட்டபொம்மன் பட்மும் வண்ணப் படமாக் அமைந்து ஆவரது திறமையை கெரோ வரை உலகம் முழுக்க வெளிச்சம் போட்டுக்காட்டியது, மேற்சொன்ன படங்கள் மட்டும் அல்லாமல் இதற்கு முன்பே ராஜ குமாரி , மர்மயோகி போன்ற படங்களிலும் மேலும் தொடர்ந்து அறுபதிகளில் கப்பலோட்டிய தமிழன் ,தங்க மலை ரகசியம், நவராத்திரி ராஜராஜ சோழன் , காரைக்கால் அம்மையார் என வரலாற்றுப் பின்புலம் கொண்ட ஸ்பெஷல் எஃபெக்ட்ஸ் கொண்ட பல முக்கிய படங்களுக்கு ஒளிப்பதிவு செய்து தமிழ் சினிமாவுக்கு பெருமையும் புகழும் சேர்த்து அழுத்தமான தடம் பதித்த்வர்

இவர் பற்றியும் இவரோடு பயணித்த தன் பால்ய நினைவுகளையும் ஓவியர் ட்ராட்ஸ்கி மருது அவர்கள் ஒரு கட்டுரையாக தமிழ் ஸ்டூடியோ இணைய இதழில் எழுதியிருந்தார் அதிலிருந்து சில பகுதிகள்

ஆரம்ப கால தமிழ் சினிமாவின் மிக முக்கியமான கலைஞர். பணிகளை சிறப்பாக செய்தவர். தமிழ் சினிமாவின் மிக முக்கியமான வரலாற்று படங்களில் ஒளிப்பதிவாளராக பணியாற்றியவர். பக்தி படங்கள் உட்பட பல படங்களில் பணி புரிந்தவர். கருப்பு வெள்ளை படங்களிலும் special effects செய்துள்ளார். என் தாத்தாவின் எதிர்காலம் படத்திற்கு கீ.ஸி.சுப்பாராவ் ஒளிப்பதிவாளராக பணியாற்றினார்.

எனது தாத்தா மூலம் முதன் முதலாக அவரை சந்திக்கும் வாய்ப்பு எனக்கு கிடைத்தது. கோபாலப்புரத்தில், முன்னாள் முதல்வர் கலைஞர் அவர்கள் வீட்டிலிருந்து மூன்று நான்கு வீடுகள் தள்ளி இருந்தது அவரின் வீடு. *69* அல்லது *70*இல் அவரை முதன் முதலாக சந்தித்தேன். நானும் தாத்தாவும் அவருடைய வீட்டுக்கு சென்றோம். வீட்டின் படி ஏறிய உடனே , கூடத்தில் அவர் பாய்ல் படுத்துக்கொண்டிருப்பதை பார்க்க முடிந்தது. இருவரையும் வரவேற்று அமரச்சொன்னார். இருவரும் பாய்ல் அமர்ந்தோம். தாத்தாவிடம் யார் இவர் என்று என்னை குறித்து கேட்டார். என் பேரன் என்றார். ஆர்ட்டிஸ்ட், ஓவியக் கல்லூரியில் சேர இருக்கிறான் என்று சொன்னார். கீ.ஸி.சுப்பாராவ் அவர்கள் உடனே, தம்பி நானும் ஆர்ட்டிஸ்ட் தான் என்று சொன்னார். உட்கார்ந்திருந்தவர்

எழுந்து அவர் வரைந்த படம் ஒன்றை காண்பித்தார். வீட்டிலிருந்து வெளியே செல்லும் போது, வாசல் கதவிற்கு நேர் மேலாக அந்த படம் இருந்தது. தனது அண்ணன் படம், தான் வரைந்தது என சொன்னார். என்னால் மறக்க இயலாத நிகழ்வு அது. பதினாறு வயது கூட இல்லாத என்னிடம் நானும் ஆர்ட்டிஸ்ட் தான் என்று சொல்லி தொடர்ந்து உரையாடினார். என்னை வளர்த்து பெரிய ஆளாக்கி கொண்டு வந்தது என் அண்ணன் தான், நானே வரைந்த அவரின் படமிது என்றார்.

திரைப்படத்தில் எப்படி இயங்குகிறார் என்று அவருடனே இருந்து பார்த்து தெரிந்துக்கொண்டேன். அவருக்கு உதவியாக அவரின் அண்ணன் மகன் கீ.ஸி.சந்திரன் உதவி ஒளிப்பதிவாளராக இருந்தார். இளம் வயதில் அண்ணன் இறந்ததால், அவர் மகனை தன் மகனாக வளர்த்து வந்தார். "எதிர் காலம்" திரைப்படத்திற்கு மதுரை செட்டை ஸ்டுடியோவில் போட வேண்டியதாக இருந்தது. கீ.ஸி.சந்திரன், அதற்கான காட்சிகளெல்லாம் படம் பிடிக்க மதுரை வந்திருந்தார். அவருடன் ஒரு சிறு குழு வேனில் பயணித்து மதுரையின் பல இடங்களுக்கு சென்று புகைப்படம் எடுத்தார்கள். அவர்களுடன் நானும் அந்த வேனில் சென்றிருந்தேன். Lens cap`ஐ கழட்டி என்னிடம் கொடுப்பார்கள். அதை வைத்துக் கொண்டு நான் நிற்பேன். அன்று கீ.ஸி.சந்திரன் உடன் பணி புரிந்து, 3540 ஆண்டுகளுக்கு பிறகு அவர் ஒளிப்பதிவாளராக பணியாற்றும் படத்தில் ஸ்பெஷல் எஃபெக்ட்ஸ் சார்ந்த வேலையை அவருடன் சேர்ந்து செய்யும் வாய்ப்பு எனக்கு கிடைத்தது என்பதையும் இங்கு மகிழ்ச்சியாக குறிப்பிட விரும்புகிறேன். கீ.ஸி.சந்திரன் மூலம் கீ.ஸி.சுப்பாராவ் வாழ்வில் நடந்த பலவற்றை தெரிந்துக்கொண்டேன். சினிமாவில் ஸ்பெஷல் எஃபெக்ட்ஸ் செய்வதில் 19351955 வரை தமிழ் சினிமா அவரை நம்பியே பெருமளவு இருந்தது. அந்த காலத்தில் ஸ்பெஷல் எஃபெக்ட்ஸ் காக optical printer உபயோகித்தார்கள். brochure`ஐ வைத்துக் கொண்டு உள்ளூர் Lathe`இல் அவரே ஒரு பெரிய optical printer`ஐ வடிவமைத்தார். அவர் வடிவமைத்த அந்த இயந்திரம் அவர் இறந்த பின்பும் அவரின் குடும்பத்திற்க்கு 30 வருடங்களுக்கு மேல் உதவியது. Rao effects என்று கீ.ஸி.சந்திரன் அந்த நிறுவனத்தை நடத்தினார். அந்த optical printer`ஐ வைத்து பல திரைப்படங்களுக்கு title,optical effects மற்ற ஸ்பெஷல் எஃபெக்ட்ஸ் செய்து கொடுத்திருக்கிறார்கள்.

கீ.ஸி.சுப்பாராவ் அன்றைய தினத்தின் திரைப்பட ஒளிப்பதிவு வேலைகள் முடித்த பின், இரவு ஒன்று அல்லது இரண்டு மணியானாலும்

லேத்துக்காரரை?? சந்தித்து optical printer உருவாக்கம் குறித்து விசாரித்துவிட்டு தான் வீட்டுக்கு செல்வாராம். அப்படி பார்த்து கவனித்து செய்தது அந்த இயந்திரம். கீ.ஸி.சந்திரனும் அவருடன் பணிபுரிந்ததால் அவரையும் அந்த நேரத்தில் கூட்டிச் செல்வாராம். எனக்கு அப்போது சிறிய வயது, தூக்கமாக வரும் என என்னிடம் கூறினார் கீ.ஸி.சந்திரன். கீ.ஸி.சுப்பாராவ் அவர்களும் லேத்துக்காரரும் சில நாட்கள் விடிய விடிய பேசிக்கொண்டிருப்பார்கள். அந்த optical printer தமிழ் சினிமாவுக்கு பெரும் சேவை செய்ததுள்ளது. அந்த optical printer அவர்களிடம் இப்போது இல்லை. அதை அவர்கள் விற்று விட்டார்கள். 40 வருடங்களுக்கு பிறகு என்னுடைய வேலைக்காக Rao effects`க்கு சென்ற போது அதே பழைய optical printer அங்கு இருந்தது. நான் சிறு வயதில் பார்த்த அந்த ஓவியமும் அங்கு இருந்தது. கீ.ஸி.சுப்பாராவ் அவர்களால் வரையப்பட்ட அவர் அண்ணனின் ஓவியம். அதைப் பார்த்தவுடன் மிகவும் உணர்ச்சிவசப்பட்டேன். அந்த பழைய ஞாபகம் வந்தது. என்னை பார்த்தவுடன் தம்பி நானும் ஆர்ட்டிஸ்ட் தான் என்று சொன்னது நினைவுக்கு வந்தது. இதை கீ.ஸி.சந்திரன் அவர்களுடனும் பகிர்ந்துக் கொண்டேன்.

கீ.ஸி.சுப்பாராவ் அவர்களின் உறவினர் என்னிடம், சுப்பாராவ் வத்தலக்குண்டுவில் இருந்து வந்தார் என்று, சொன்னதாக எனக்கு நினைவு. புகைப்படக் கலையில் ஆர்வமிருந்ததால், ஒளிப்பதிவு துறையில் நுழைந்தார் என்று அவர் சொன்னார். அவரிடம் கீ.ஸி.சுப்பாரவ் குறித்து இன்னும் நிறைய கேட்பேன். அவர் எதுக்கு சார் இதெல்லாம் என்று விட்டுவிடுவார். நான், இல்லை நீங்க சொல்லுங்க, பிற்கால சினிமா மாணவர்களுக்கு இது உதவும் என்று கூறினேன்.

கீ.ஸி.சுப்பாராவ் அவர்கள் நகைச்சுவையுணர்வுடன் அருமையாக கருத்து (கமெண்ட்) சொல்பவர். தெளிவான தீர்க்கமான பார்வையுடன் கருத்து கூறுபவர். பகடியுடன் பேசுபவர். நான் சிறுவனாக இருக்கும் போது அவர் கமெண்ட் அடிப்பதை இரசித்து கேட்டதுண்டு. ஒரு முறை கீ.ஸி.சுப்பாராவ் அவரின் உறவினரை பார்க்க காஞ்சிபுரம் செல்ல இருந்தார். என்னுடைய தாத்தா நானும் வரேன், காஞ்சிபுரம் கோவிலையும் அப்புடியே பார்த்துட்டு வந்துவிடலாம் என்றார். நானும் அவர்களுடன் சென்றேன். எனக்கு அப்போது 16 அல்லது 17 வயது இருக்கும். தாத்தாவின் standard 21 காரில் அனைவரும் சென்றோம். ஓட்டுனரின் இருக்கை அருகில் கீ.ஸி.சுப்பாராவ் அமர்ந்திருந்தார். நானும் தாத்தாவும்

பின்னால் இருக்கும் இருக்கையில் அமர்ந்திருந்தோம். இருவரும் பேசிக்கொண்டிருந்தார்கள். அப்போது எம்.ஜி.ஆர் இயேசு நாதராக நடிக்கவிருப்பதாக விளம்பரங்கள் பத்திரிக்கையில் வந்திருந்த நேரமது. பொதுவாகவே சுப்பாராவ் கடுமையாக கமெண்ட் அடிப்பவர். தாத்தா சுப்பாரவ் அவர்களிடம், என்ன எம்.ஜி.ஆர் இயேசுநாதராக நடிக்க போறாரமே என்று அந்த செய்தியை பற்றி பேசினார். அன்று W.R.சுப்பாராவ் சொன்ன கமென்ட் இன்றும் எனக்கு மறக்காமல் இருக்கிறது. அவர் அனைவரையும் ஏக வசனத்தில், அவன் இவன் என்று தான் பேசுவார். பொம்மை பத்திரிக்கையில் முழு படம் போட்டு விளம்பரம் அப்போது தான் வந்திருந்தது. அந்த படத்தின் இயக்குனர் ஜோசம் தலியத். கதை வசனம் கலைஞர் கருணாநிதி. இயேசு நாதராக நடிப்பது எம்.ஜி,ஆர். அவர் சொன்னதை அவர் கூறிய விதத்திலே சொல்லுகிறேன், “ஜோசப் தலியத் நான் எடுக்குறது தான் படம்னு சொல்வான், இவன் நான் நடிக்குறது தான் நடிப்புன்பான், இவன் நான் எழுதுறதுதான் வசனம்ன்பான். மூனுபேரும் ஒன்னா சேரா மாட்டாங்க. இந்த படம் வராது. இந்த படம் வந்தா நான் கேமராவை பிடிக்குறதை விட்டுறேன்” என்றார். உண்மையிலே இந்த படம் வெளி வரவில்லை.

அவர் இறந்த பிறகு, பிற்காலத்தில் பல பழைய படங்களை பார்க்க வாய்ப்பு ஏற்ப்பட்டது. பல படங்களில் effects`க்கு இவரது பெயர் பார்க்க முடிந்தது. சாவித்ரி கரடியாக மாறுவது உள்ளிட்ட பல special effects`ஐ சிறப்பாக செய்திருப்பார். அவரின் தேடல், அவரின் பங்களிப்பு இவையாவும் பதிவு செய்யப்படவில்லை. இவரை போலவே தமிழ் சினிமாவில் இந்த துறையில் ஐந்தாறு பேர் மிக முக்கியமானவர்கள். பெரிய திரையை திறந்து அந்த optical printer`ஐ பார்த்தது ஒரு science fiction' படத்தில் வரும் ரோபா போலவே இருந்தது. ஆரம்ப கால இயந்திரம் அது, ஆனாலும் 40 ஆண்டுகள் பயனளித்தது. அவருடைய யோசனையும் தரிசனத்தையும் நினைத்து உருகுவதுண்டு.

# ஓ.ஏ.கே.தேவர்

ஓ ஒத்தப்பட்டி ஐயத் தேவர் மகன் கருப்புத் தேவர் என்பது தான் ஓ.ஏ.கே தேவரின் முழுப்பெயர் இவர் மதுரை மாவட்டம், உசிலம்பட்டி அருகில் உள்ள ஒத்தப்பட்டி கிராமத்தைச் சேர்ந்தவர்.17வயதில் இராணுவத்தில் தந்தையின் வற்புறுத்தலால் இணைந்தார், நான்கு ஆண்டுகள் ராணுவச் சேவையை முடிந்திருந்த நிலையில் தந்தையார் இறப்புக்கு ஊருக்கு வந்தவர் மீண்டும் வேலைக்குப் போகவில்லை இவருக்கு இருந்த நடிப்பாசையின் காரணமாக ‘சக்தி நாடக சபா’வில் இணைந்தார். இந்த சக்தி நாடக சபாவில்தான் பின்னாளில் திரையில் பிரபலமான சிவாஜி கணேசன், எம். என். நம்பியார், எஸ். வி. சுப்பையா, கவிஞர் பட்டுக்கோட்டை கல்யாணசுந்தரம் ஆகியோர் நடிகர்களாக இருந்தனர். பட்டுக்கோட்டை கல்யாணசுந்தரம் ஓ.ஏ.கே. தேவரின் நெருங்கிய நண்பரானார்

சக்தி நாடக சபாவின் நாடகங்கள் ஒவ்வொன்றாகத் திரைப்படமானதும், அதன் நடிகர்கள் சினிமாவில் நுழைய ஆரம்பித்தனர். ஆனால் கருப்ப தேவர்க்கு வாய்ப்புகள் கிடைக்கவில்லை. வாய்ப்பு தேடி சென்னை சென்றவர் என்.எஸ். கிருஷ்ணனைச் சந்திக்கும் வாய்ப்பு கிட்டியது. தேவரின் வாட்டசாட்டமான உடல்வாகையும் தமிழ் உச்சரிப்பையும் கண்ட கலைவாணர், அவரை சேலம் மார்டன் தியேட்டர்ஸ் ஸ்டுடியோவில் மாதம் 10 ரூபாய் சம்பளத்துக்கு கம்பெனி நடிகராகச் சேர்த்துவிட்டார். அங்கே துணை நடிகராக இருந்தவருக்கு உருப்படியான வேடங்கள் எதுவும் அமையாததால் மார்டன் தியேட்டரை

விட்டு விலகி, மீண்டும் சென்னை வந்தார். அங்கே தேவருக்கு கலைவாணர், படத்தொகுப்பாளர் ஆர்.எஸ். மணி தயாரித்து இயக்கிய 'மாமன் மகள்'(1950) படத்தில் நடிக்கும் வாய்ப்பை பெற்றுக் கொடுத்தார். அப்படத்தில் வீராசாமி என்ற அடியாளாக நடித்தார். கலைவாணரின் பரிந்துரையின் காரணமாக 'மதுரை வீரன்' படத்தில் திருமலை நாயக்கர் மன்னன் வேடம் தேவருக்கு கிடைத்தது. மதுரை வீரனின் பெரிய வெற்றி தேவரைப் பிரபலப்படுத்தியது. 'மாமன் மகள்' படத்தில் அடியாள் கேரக்டர். மிரட்டியெடுத்தார். பின்னர், எம்ஜிஆருடன் '

இதைத் தொடர்ந்து ஓ.ஏ.கே.தேவருக்கு ஏறுமுகம்தான். வித்தியாசமான படங்களாகவே அமைந்தன. 'வீரபாண்டிய கட்டபொம்மன்' படத்தில் ஊமைத்துரையாக நடித்தார். அப்படம் சிவாஜிக்கும் ஜெமினிக்கும் ஜாவர் சீதாராமனுக்கு மட்டுமின்றி இவருக்கும் புகழைத் தேடித்தந்தது.

தொடர்ந்து வில்லனாக பல படங்களில் நடித்துப் புகழ்பெற்றார். எம்ஜிஆருடன் 'ராஜா தேசிங்கு', 'ராமன் தேடிய சீதை', சிவாஜியுடன் 'உத்தமபுத்திரன்', 'குறவஞ்சி', 'கப்பலோட்டிய தமிழன்', 'படித்தால் மட்டும் போதுமா', 'தங்கச்சுரங்கம்', 'திருவிளையாடல்', 'அன்னை இல்லம்', 'கல்யாணியின் கணவன்' முதலான ஏராளமான படங்களில் நடித்தார்.

மார்டன் தியேட்டரில் பணியாற்றும்போதே கலைஞர் கருணாநிதியுடன் தோழமை கொண்டிருந்தார் கலைஞர் கதை, வசனம் எழுதி வெற்றிபெற்ற 'குறவஞ்சி', 'பூம்புகார்' உள்ளிட்ட பெரும்பாலான படங்களில் ஓ.ஏ.கே. தேவர் நடித்தார். 1972 ல் தனது 48வது வயதில் மறைந்த ஓ.ஏ.கே. தேவர், கடைசி வரை திமுக மேடைகளில் பிரச்சார நட்சத்திரமாகவும் விளங்கினார்.

# சிவகங்கைச் சீமை

**ரா**மநாதபுரத்தில் இருந்து தனியாகப் பிரிக்கப்பட்ட சிவகங்கையை முத்துவடுகநாதர் ஆட்சி செய்தார். அவரது மறைவுக்குப்பின், ஆற்காடு நவாப் ஆக்கிரப்பை எதிர்த்து வேலுநாச்சியார் போர்புரிந்தார். அவரால் நியமிக்கப்பட்டவர்களே பெரிய மருது மற்றும் சின்ன மருது ஆவர். இவர்களது ஆட்சியை எதிர்க்கும் கவுரி வல்லப உடையணனை படமாத்தூர், மல்லாக்கோட்டை உள்ளிட்ட ஊரில் உள்ளவர்கள் ஏற்றுக்கொண்டனர். அரசுரிமை எங்களுக்கே வேண்டும் என்று கிழக்கிந்தியக் கம்பெனியின் வெல்ஷ் துரையை அவரது தரப்பு நாடியது. மருது பாண்டியர்களுடனான இணக்கமான உறவை இழக்கவிரும்பாத வெல்ஷ் மறுப்புத் தெரிவிக்க, சிவகங்கையில் திட்டமிட்டுக் குழப்பத்தை உருவாக்குகின்றனர், உடையணனின் ஆட்கள். நாட்டு மக்களின் நிலைமை பாழ்பட்டுவிடக் கூடாது என்று விரும்பும் பெரிய மருது, அதற்கு இடையூறாக இருக்கும் எந்தவொன்றினாலும் ஆட்சி கவிழக்கூடாது என்று நினைக்கிறார். பாளையங்கோட்டை சிறையில் இருந்து உதவிகேட்டு ஆள் அனுப்பும் ஊமைத்துரையின் கோரிக்கையை ஏற்க மறுக்கிறார். அதையும் மீறி ஊமைத்துரைக்கு சின்னமருது அடைக்கலம் தர, அவரை ஒப்படைக்கவேண்டுமென்று வெல்ஷ் பிடிவாதம் காட்ட, நம்பிவந்தவரைக் காட்டிக் கொடுப்பது சரியல்ல என்று பெரிய மருது எதிர்ப்புத் தெரிவிக்க, வேறுவழியின்றி இரு தரப்புக்கும் போர் மூள்கிறது.

போரின் முடிவில் மருதிருவர் தோற்க, வெள்ளையர் வெற்றி பெறுகின்றனர்.

இப்படத்தின் கதை, வசனம் எழுதித் தயாரித்தவர், கண்ணதாசன். இதன் திரையமைப்பு சிவகங்கைச் சரித்திரக் கும்மியும் அம்மானையும், திருநெல்வேலி மற்றும் இராமனாதபுரம் மானுவல், மேஜர் வெல்ஷின் நாட்குறிப்பு, மெட்ராஸ் ராணுவ வரலாறு, கால்டு வெல்லின் திருநெல்வேலி வரலாறு, மருதிருவர் ஆகிய நூல்களை ஆதாரமாகக் கொண்டது என்று, அவர் டைட்டிலில் குறிப்பிட்டிருக்கிறார்.

இரண்டும் ஒரேசமயத்தில் வெளியானதால், ‘வீரபாண்டிய கட்டபொம்மன்’ பெற்ற வெற்றி அளவுக்,கு ’சிவகங்கைச் சீமை’ மக்களிடம் வரவேற்பைப் பெறவில்லை. ‘வீரபாண்டிய கட்டபொம்மன்’ திரைப்படம் வெளியாகிச் சில மாதங்கள் கழித்து ‘சிவகங்கைச் சீமை’ வந்திருந்தால், மருதுபாண்டியர் பக்கமிருக்கும் நியாய தர்மங்கள் மக்களுக்குச் சரிவரப் புரிந்திருக்கும் என்று ஒருபேட்டியில் தெரிவித்தார், கண்ணதாசன். ‘வீரபாண்டிய கட்டபொம்ம’னில் வணிகத் திரைப்படத்துக்கான அம்சங்கள் மிகுந்திருந்ததும், ’சிவகங்கைச் சீமை’யில் அதன் அளவு மிகக்குறைவாக இருந்ததும் தோல்விக்கான காரணமாகச் சொல்லப்படுவதுண்டு.

# கண்ணதாசன்

**த**மிழ் சினிமாவின் வரலாற்றில், பொன்னெழுத்துகளால் தங்களை அழுத்தமாய்ப் பதிவுசெய்துகொண்ட பாடலாசிரியர்களுள், இன்றளவும் முதன்மையானவர், கவியரசர் கண்ணதாசன் என்பதை யாரும் மறுக்கமுடியாது.

'மதுரை வீரன்' படத்துக்கு கதை, வசனம் எழுதிய கண்ணதாசன், துவக்கக் காலத்தில், சென்னைக்கு வந்து சினிமாவுக்கு நடிக்க வாய்ப்புக் கேட்டு அலைந்தவர் என்பது பலரும் அறியாதது. பின்பு பத்திரிகையாளனாகவும், கவிஞராகவும், கதை, வசனகர்த்தாவாகவும் அறிமுகமானவர் இறுதியாக, பாடல்தான் தன் துறை என்று தேர்வுசெய்து, பின் அமரத்துவம்வாய்ந்த பாடல்களை எழுதி, காலத்தில் அழியாப்புகழைப் பெற்றார். சிவகங்கை மாவட்டம், காரைக்குடிக்கு அருகில் உள்ள சிறுகூடல்பட்டி என்ற கிராமத்தில் பிறந்தவர், கண்ணதாசன். இவரது இயற்பெயர் முத்தையா. அப்பா பெயர், சாத்தப்ப செட்டியார். அம்மா பெயர், விசாலாட்சி. உடன் பிறந்தவர்கள், ஆறு சகோதரிகள், மூன்று சகோதரர்கள்.

செட்டிநாட்டில், நிறையக் குழந்தைகளைப்பெற்ற தம்பதி, குழந்தைகள் இல்லாத தம்பதிக்கு தம் பிள்ளையை சுவீகாரம் கொடுக்கும் நடைமுறை இருக்கிறது. கண்ணதாசனும் அவ்விதம் காரைக்குடியைச் சேர்ந்த பழனியப்ப செட்டியார் சிகப்பி ஆச்சி தம்பதிக்கு சுவீகாரம் தரப்பட்டார். சுவீகாரம் சென்ற வீட்டில் அவருக்கு வைக்கப்பட்ட பெயர், நாராயணன். கண்ணதாசன் எட்டாம் வகுப்பு வரைதான் படித்துள்ளார்.

அஜயன் பாலா

432 தமிழ் சினிமா வரலாறு பாகம் 2 (வசன யுகம்)

சிறுவயதிலேயே எழுத்தின்மீது தீராத ஆர்வம். சிறுசிறு புத்தகங்கள் வாசிக்கக் கிடைத்தன. பத்திரிகைகளில் கதை எழுதவேண்டும் என்பது அவரது கனவு. 16 வயதில், வீட்டுக்குத் தெரியாமல் சென்னைக்குக் கிளம்பிவந்தார்,கண்ணதாசன். 'சந்திரசேகரன்' என்று புனைப்பெயர் சூடிக்கொண்டு திரைப்படங்களில் நடிக்க வாய்ப்புத் தேடினார். ஆனால், சென்னை அவருக்கு பல கொடுமையான அனுபவங்களைத் தந்தது.ஒரு நிறுவனத்தில் உதவியாளராக வேலை கிடைத்தது. அந்நிறுவனத்தில் பணியாற்றிக்கொண்டே கதைகள் எழுதத் தொடங்கினார்.'கிரகலட்சுமி' என்ற பத்திரிகையில் 'நிலவொளியிலே' என்ற அவரது முதல் கதை வெளிவந்தது. முதல் கதையை அச்சில் கண்ட உத்வேகத்தில், இன்னும் தீவிரமாக எழுதத் தொடங்கினார்.

ஒரு நண்பரின் பரிந்துரையோடு, புதுக்கோட்டையில் இருந்து வெளிவந்த 'திருமகள்' என்ற பத்திரிகையில், பிழைதிருத்துனர் வேலை கேட்டார். நேர்காணலில், பத்திரிகையின் அதிபர், உங்கள் பெயரென்ன? என்று கேட்டார். அப்போது அந்த நொடியில் அவர், தன் பெயரை 'கண்ணதாசன்'என்று பதில் சொன்னார். முத்தையா, கண்ணதாசனாக மாறியது அந்தத் தருணத்தில்தான்.

அஜயன் பாலா

கண்ணதாசனின் திறமையால், ஒருநாள் இதழுக்குத் தலையங்கம் எழுதச் சொன்னார். இந்தியத் தேசிய ராணுவம்பற்றி கண்ணதாசன் எழுதிய தலையங்கம், பத்திரிகை அதிபரை பெரிதும் கவர்ந்தது. உடனடியாக பத்திரிகையின் ஆசிரியராகப் பணியமர்த்தப்பட்டார். அப்போது அவருக்கு வயது 17.

பிறகு 'திரை ஒலி', 'சண்டமாருதம்', 'தென்றல்', 'தென்றல் திரை' உள்ளிட்ட பத்திரிகைகளில் பணியாற்றினார்.

சேலம் மாடர்ன் தியேட்டர்ஸ் நடத்திக்கொண்டிருந்த 'சண்டமாருதம்' என்ற பத்திரிகையில் ஆசிரியராகப் பணியாற்றச் சென்றபோது ஒருநாள், சேலத்தில் நாவலர் நெடுஞ்செழியன் கலந்துகொண்ட பொதுக்கூட்டத்தைநின்று கேட்டார். நாவலர் பேசிய பேச்சு அவரைப் பெரிதும் கவர்ந்தது.அதன்பின்நாவலர் நெடுஞ்செழியன் எழுதி, ஒரு பத்திரிகையில் வெளிவந்திருந்த கட்டுரையைக் கண்ட கண்ணதாசன்,அதை 'சண்டமாருதம்' பத்திரிகையில் மறுபிரசுரம் செய்ய விரும்பினார்.

'சண்டமாருதம்' பத்திரிகையின் நிர்வாகியாக இருந்தவருக்கு, நாவலரின் அந்தக் கட்டுரையை 'சண்டமாருதம்' பத்திரிகையில் பிரசுரிப்பதில் உடன்பாடில்லை. ஆகவே, அந்தக் கட்டுரையைப் பிரசுரிக்கக்கூடாது என்றார். பத்திரிகையின் ஆசிரியராக இருந்த கண்ணதாசனுக்கு, தனது உரிமையில் தேவையில்லாமல் அந்த நிர்வாகிமூக்கை நுழைப்பதாகத் தோன்றியது. ஆகவே, அதற்குமேலும் அந்தப் பத்திரிகையில் நீடிக்கவிரும்பாத அவர், உடனடியாக ஒரு ராஜினாமா கடிதத்தை எழுதி, மாடர்ன் தியேட்டர்ஸ் உரிமையாளரான டி.ஆர்.சுந்தரத்தின் மேஜைமீது வைத்தார்.

ராஜினாமா கடிதம் தரப்பட்டால், உடனே அதை வாங்கிக்கொண்டு கணக்கைத் தீர்த்து அனுப்பச்சொல்வதுதான் டி.ஆர்.சுந்தரத்தின் வழக்கம். ஆனால் கண்ணதாசன் விஷயத்தில் டி.ஆர்.சுந்தரம் அப்படி நடந்துகொள்ளவில்லை. என்ன காரணத்தாலோ, முதல் சந்திப்பிலேயே கண்ணதாசனை அவருக்கு மிகவும் பிடித்துப்போனது. அதனால்தான் ராஜினாமா கடிதம் கொடுத்தஅவரை கணக்குத் தீர்த்து அனுப்பாமல், தன்னைச் சந்திக்கவரும்படி அவருக்குச்சொல்லியனுப்பினார், அவர். ”உனக்குப் பத்திரிகை வாழ்க்கை பிடிக்கவில்லை என்றால் விடு. பத்திரிகையை மூடிவிடுவோம். நீ, நமது சினிமா கதை இலாகாவிலே சேர்ந்துவிடுஞ்” என்றார், டி.ஆர்.எஸ்.

அவர், அப்படிச் சொன்னதைக் கேட்டதும் கண்ணதாசன் அடைந்த நிம்மதிக்கு அளவேயில்லை. மகிழ்ச்சியோடு அந்தப் பணியை ஏற்றுக்கொண்டார். உடனடியாக 'சண்டமாருதம்' பத்திரிகை நிறுத்தப்பட்டது. கண்ணதாசன் கதை இலாகாவில் சேர்ந்தார். அவரது சம்பளமும் முப்பது ரூபாய் உயர்ந்தது.

மாடர்ன் தியேட்டர்ஸுக்காக கண்ணதாசன், பல திரைக்கதைகளை எழுதிக் கொடுத்தார். ஆனாலும் டி.ஆர்.சுந்தரம் அவர்களுக்கு அதில் திருப்தியில்லை. கண்ணதாசனுக்கு ஒருகட்டத்தில் வெறுப்பும் சலிப்பும் அதிகமாக இருந்தது. இக்காலத்தில், அவருக்கு ஆறுதல் வார்த்தைகள்கூறி சமாதானப்படுத்தியவர், எம்.ஜி.சக்ரபாணி. மாடர்ன் தியேட்டர்ஸில் நிரந்தர நடிகராக இருந்த அவர், அப்போது கோயம்புத்தூர் லாட்ஜ் என்ற உணவு விடுதியில் தங்கியிருந்தார். அவரோடு இரவு வெகுநேரம் வரை பேசிக்கொண்டிருப்பது கண்ணதாசனின் வழக்கம். அப்படி, அவரோடு பேசிக்கொண்டிருந்தபோதுதான் கருணாநிதி என்ற பெயர் கண்ணதாசனுக்கு அறிமுகமாயிற்று. கருணாநிதியின் வசனம் எழுதும் ஆற்றல்பற்றி அடிக்கடி கண்ணதாசனிடம் சொல்வார், சக்ரபாணி.

கருணாநிதி வசனம் எழுதிய 'அபிமன்யு' படம், சேலத்தில் உள்ள அம்பிகா தியேட்டரில் வெளியானபோது, அந்தப் படத்தைப் பார்க்க கண்ணதாசனை அழைத்துச் சென்றவர், சக்ரபாணிதான். அந்தப் படத்தில், கலைஞர் கருணாநிதி எழுதியிருந்த வசனங்களைக் கேட்டு மிரண்டுபோனார், கண்ணதாசன். தொடர்ந்து ஆறு நாட்கள், அந்தப் படத்தைப் பார்த்தார், கண்ணதாசன். அதற்கு முன்னரும் சரி... பின்னரும் சரி... கண்ணதாசன் அப்படி எந்தத் திரைப்படத்தையும் திரும்பத்திரும்ப பார்த்ததேயில்லை. கருணாநிதியின் வசனங்கள்மீது அவருக்கு ஏற்பட்ட காதல் காரணமாக நாளடைவில் 'கருணாநிதி' என்ற பெயரையே காதலிக்கத் தொடங்கினார், கண்ணதாசன். அதைத்தொடர்ந்து, கருணாநிதியை எப்படியாவது சந்திக்க வேண்டும், அவரோடு பேசவேண்டும் என்ற ஆவல் அவருக்குப் பிறந்தது. அவருடைய அந்த ஆசை நிறைவேறுகின்ற சூழல் 'மந்திரிகுமாரி' நாடகம் மூலம் வந்தது. பலநாட்கள் கும்பகோணத்தில் நடத்தப்பட்ட அந்த நாடகத்தைப் பற்றி கவிஞர் கா.மு.ஷெரீப், மாடர்ன் தியேட்டர்ஸ் அதிபரான டி.ஆர்.சுந்தரத்திடம் கூற, டி.ஆர்.சுந்தரம், இயக்குநர் எல்லிஸ் ஆர்.டங்கன் ஆகிய இருவரும் கும்பகோணம் சென்று அந்த நாடகத்தைப் பார்த்தனர். நாடகம் அவர்கள் இருவருக்குமே மிகவும் பிடித்திருந்தது.

அஜயன் பாலா 435

அதைத்தொடர்ந்து, கலைஞரைச் சந்தித்து அந்த நாடகத்தைப் படமாக்கும்உரிமைகளை வாங்கிவருவதற்காக கா.மு.ஷெரீப்பை திருவாரூருக்கு அனுப்பிவைத்தார், டி.ஆர்.எஸ். மாடர்ன் தியேட்டர்ஸில் பணியாற்றவந்த கலைஞரை,கோயம்புத்தூர் லாட்ஜில்தான் முதன்முதலில் சந்தித்தார், கண்ணதாசன். எம்.ஜி.சக்ரபாணி,கலைஞரை அவருக்கு அறிமுகம் செய்துவைத்தபோது, தனது காதலியைப் பார்ப்பதுபோல ஒரு பரவசத்துடன் அவரைப் பார்த்தார், கண்ணதாசன். அந்த முதல் சந்திப்பு அனுபவம்குறித்து தனது 'நெஞ்சுக்கு நீதி' புத்தகத்தின் முதல் பாகத்தில் கலைஞர் கருணாநிதி பதிவுசெய்துள்ளார்.

"எம்.ஜி.சக்ரபாணியும், கா.மு.ஷெரீப்பும் ஒருநாள், அங்கே ஒரு நண்பரை எனக்கு அறிமுகப்படுத்தினார்கள். வளர்ந்த உருவம், நெற்றி முழுவதும் திருநீற்றுப் பூச்சு. அவரைப் பார்த்வுடனேயே, அவர் முகத்தில் 'இவர் எதைப்பற்றியும் கவலைப்படாதவர்' என்று கொட்டை எழுத்தில் எழுதியிருந்ததை நான் புரிந்துகொண்டேன். அந்த நண்பர்தான், மிகுந்த கவித்திறன் பெற்றவராக விளங்கும் கண்ணதாசன்" என்று, அந்த நூலில் குறிப்பிட்டிருக்கிறார், கலைஞர். அப்படிப்பட்டநண்பர்கள் ஒருகட்டத்தில் பிரியநேர்ந்தது, காலத்தின் கதிஎன்றுதான் கூறமுடியும்.

# இசை மேதைகள்

# கே.வி.மகாதேவன்

தமிழ்சினிமாவில் ஒவ்வொரு காலகட்டத்திலும் ஒவ்வொரு இசையமைப்பாளர்கள் ஆட்சி செய்வார்கள். அதன்வழி, ஒருகாலகட்டத்தின் ரசனையும் கால மாற்றத்தில் பண்பாட்டில்உண்டான மாற்றத்தையும் நம்மால் ஊகிக்கமுடியும். நாற்பதுகளில்,சினிமாவில்சப்தம் அறிமுகமான பொழுதில், அப்போது இசையென்றால் அது கர்நாடக சங்கீதமாக மட்டுமே இருந்தது.அதில் பாடகர்களே பிரதானம், இசையெல்லாம் வெறும் சப்தம்தான். அதனால் இசையமைப்பாளர் யாரென்றுகூட தெரியாது. ஆனால் பாடகர் தியாகராஜ பாகவதரா, எம்.எஸ்..சுப்புலட்சுமியா என்று மட்டுமே மக்கள் பார்த்தார்கள்

ஆனால்ஐம்பதுகளின் துவக்கத்தில், சுதந்திரம் உண்டாக்கிய எழுச்சி மற்றும் புதிய சமூகச் சிந்தனைகளின் வரவு,ஒலிப்பதிவில் உண்டான தொழில் நுட்பப்புரட்சி ஆகியவை கர்நாடக சங்கீதத்திலிருந்து சினிமா இசைக்கு விடுத்லை உண்டாக புதிய புதியமேற்கத்திய இசைக் கருவிகளுடன் விஸ்வநாதன்ராமமூர்த்தி கூட்டணி ஐம்பதுகளின் பிற்பகுதியை ஆட்சிசெய்த காலம். ஆனாலும் செவ்வியல் இசை கேட்டு வளர்ந்த ஒரு சமூகத்தால், சட்டெனெ இதை ஏற்கமுடியவில்லை. இசை என்றால் ராகம், தாளம், ஜதி, ஸ்வரளி, எல்லாம் ஒரு ஒழுங்கில் இருக்கவேண்டாமா? என்ற ஒரு கேள்வி, இசை ரசிகர்களிடம் அதிகம் இருந்தது. அதேசமயம், அதுபாகவதர்கள் காலத்தில் இருந்ததுபோல வெறும் பாடகர்களின் ராக ஆலாபனையாக மட்டும் அல்லாமல்,நமது பாரம்பரிய இசைக்கருவிகளுக்கு

முக்கியத்துவம் தரும் வகையில் இரண்டும் கலந்தாற்போல இருக்கவேண்டும் என ஒரு கூட்டத்தினர் எதிர்பார்த்தனர்.

அப்போது, அவர்களை திருப்திப்படுத்தும் இசையமைப்பாளர் ஒருவர் உருவானார். அவரது படங்களில் வாத்தியக்கருவிகளில் ஒரு நேர்த்தியான இசையும், இசை சட்டகத்துக்குள் பொருந்தும் ராகமும் சுத்தமாக இருந்தது. அதேசமயம், பாடலின் பொருளுக்கேற்பராகமும் இசையும் வரிகளும் அமைந்திருந்தன. அப்படிப்பட்ட சினிமாபாடல்களில், செவ்வியல் இசையை நேர்த்தியாகக் கலந்து கொடுத்தவர்தான், கே.வி.மகாதேவன்.

நாகர்கோவில்அருகே கிருஷ்ணன்கோவில்தான் சொந்த ஊர். அப்பா வெங்கடாசல பாகவதர். அம்மா லட்சுமி அம்மாள். 1918ஆம் ஆண்டு பிறந்த மகாதேவனுக்கு, முறைப்படி சங்கீதம் கற்றுக்கொடுக்க அனுப்பிவைத்தார் அப்பா. அருகில் உள்ள பூதப்பாண்டி எனும் கிராமத்தில்அருணாசலக் கவிராயர் என்பவரிடம் சங்கீதம் பயின்றார். இவரின் கற்றறியும் வேகம் கண்டு, ''மகாதேவனுக்குள்ளே சரஸ்வதி இருக்கா. அவன் பெரியாளா வருவான் பாரேன்'' என்று அருணாசலக் கவிராயர், பார்ப்பவர்களிடம் சொல்லிப் பூரித்தார்.

ஒருமுறை,சிறுவனாக இருக்கும்போது, திருவாங்கூர் அரண்மனையில் மிகச் சிறப்பாக அவர் பாடியதைக் கேட்டு மகிழ்ந்த மகாராஜா, அவருக்கு ஒரு தங்கக்காசை அளித்தார். அதை,தன்னை ஊக்குவிக்கும் சக்தியாக எடுத்துக்கொண்டு, தன் திறமையை மேலும் மேலும் மெருகேற்றிக் கொண்டார், கே.வி.மகாதேவன்.

ஆரம்ப காலக்கட்டங்களில் நிரந்தரமான வேலை அமையாததால், ஓட்டல் ஒன்றில் சர்வராகப் பணியாற்றினார். நாடகத்தில் நடிப்பதற்கான முயற்சிகளை மேற்கொண்டார். கே.வி.மகாதேவன்,பின்'ஸ்ரீ பாலகாந்தர்வ கான சபா' எனும் பாய்ஸ் கம்பெனியில்சேர்ந்து நடிப்புப் பயிற்சி மேற்கொண்டார். பின் அங்கேயேநடிப்பு, பாட்டு, இசை எனப்பல பொறுப்புகளை ஏற்றுப் பணியாற்றினார்.தொடர்ந்து அப்போது, பலர் நாடகத்திலிருந்துசினிமாவுக்குச் சென்றுகொண்டிருந்த காலம். நாடக ஆசிரியர் சந்தானகிருஷ்ணன்மூலமாக, வேல் பிக்சர்ஸ்கமபெனியில் மாதச் சம்பளத்துக்குசில ஆண்டுகாலம்நடிகராகவும்சிறுசிறு வேடங்களில் நடித்துவந்தார். ஆனாலும் இசைதான் தன் வாழ்க்கை என்பதை உணர்ந்து இசையமைப்பாளர்டி.ஏ.கல்யாணம் அவர்களிடம் உதவியாளராகச் சேர்ந்தார். அவரது இசையமைப்பில்மாடர்ன் தியேட்டர்ஸ் தயாரித்த 'மனோன்மணி' படத்தில்உதவி இசையமைப்பாளராகப் பணிசெய்யும்போது,பி.யூ.சின்னப்பா அவர்கள்பாடிய, 'மோகனாங்க வதனி' என்ற பாடலுக்கு மகாதேவனே இசை அமைக்கக்கூடிய சூழல் உருவானது.கல்யாணத்தைத் தொடர்ந்துஇசையமைப்பாளர் எஸ்.வி.வெங்கட்ராமனிடம் உதவி இசையமைப்பாளராகப் பணியாற்றினார்.

1954 வரை கடினமான வருடங்கள்தான். "மனோன்மணி' படத்திற்கு பிறகு இரண்டு வருடங்கள் எந்தப் படத்திற்கும் இசையமைக்க வாய்ப்பு

வரவில்லை. 1953இல் "மதனமோகினி', "ரோகினி', "நால்வர்' ஆகிய மூன்று படங்களுக்கு இசையமைத்தார். "மதனமோகினி' முதலில் வெளிவந்தது. மற்ற இரண்டு படங்களும் 1953ஆம் ஆண்டு நவம்பர் மாதம் வெளிவந்தது. 1954ஆம் ஆண்டில் கே.வி.மகாதேவன் "நல்லகாலம்', "மாங்கல்யம்', "கூண்டுக்கிளி' ஆகிய மூன்று திரைப்படங்களுக்கு இசையமைத்தார். 1955ஆம் ஆண்டில் இசையமைத்த 4 படங்களில், கே.சோமு இயக்கிய "டவுன் பஸ்' படம் கே.வி.மகாதேவனுக்கு திருப்புமுனையாக அமைந்தது. அதில் இடம்பெற்ற "சிட்டுக்குருவி சிட்டுக்குருவி சேதி தெரியுமா?' என்ற பாடல் பட்டிதொட்டிகளிலும் ஒலிக்க ஆரம்பித்தது. கே.வி.மகாதேவனுக்கு நாதஸ்வர இசை பிடிக்கும். படத்தில் புதுமை செய்யவேண்டும் என்ற எண்ணத்தில், "டவுன் பஸ்' படத்தில் நாமகிரிப்பேட்டை கிருஷ்ணனை நாதஸ்வரம் வாசிக்க வைத்திருப்பார்.

1956ஆம் ஆண்டு "தாய்க்குப் பின் தாரம்' என்ற படத்திற்கு இசையமைத்தார். கே.வி. மகாதேவன், முதன்முதலாக சாண்டோ எம்.எம்.சின்னப்ப தேவருடன் இப்படத்தில் இசைக்காக கூட்டணி சேர்ந்தார். பின்னர், தேவர் பிலிம்ஸ் தயாரித்து எம்.ஜி.ஆர் நடித்த அனைத்துப் படங்களுக்கும் மற்ற படங்களுக்கும் கே.வி. மகாதேவன்தான் இசையமைத்தார்.

1957க்குப்பின் கே.வி.மகாதேவன் இசையில் ஒரு மாற்றம். வெறும் கர்நாடக சங்கீதம் சினிமாவுக்கு செட் ஆகாது. அதில் மக்கள் இசையும் சேரவேண்டும் என்றசிந்தனை அவருக்கு இக்காலத்தில் உதித்திருக்க வேண்டும்.தன் செவ்வியல் பாணி இசையில் தெம்மாங்கு இசையும் சேர்த்து சில பரிசோதனைகள் செய்யநினைத்தார்.அத்றகேற்ப சில படங்களும்வரிசையாக வரத்துவங்கின.

1957ஆம் ஆண்டு வெளியான "மக்களைப்பெற்றமகராசி" படத்தில், 'மணப்பாறை மாடுகட்டி மாயவரம் ஏறு பூட்டிவயக்காட்டை உழுது போடு சின்ன பொன்னு' எனும் மருதகாசி எழுதிய பாடல், பட்டிதொட்டியெங்கும் ஹிட் ஆனது. இதே படத்தில் இடம்பெற்ற,'போறவளே போறவளே பொன்னுரங்கம்என்னைபுரிஞ் சுக்காம போறியே நீ' என்ற பாடலும், 'ஒன்று சேர்ந்த அன்பு மாறுமா' என்ற பாடலும், இன்று வரைக்கும் தமிழ் சினிமாவின் கிராமத்துப் பாடல்களாக மக்கள் மனதில் நீங்கா இடம்பிடித்துள்ளனஎன்றால்அது மிகையில்லை. இரண்டாவதாக வெளிவந்த படம் 'ராஜராஜன்'. இப்படத்தில் எம்.ஜி.ஆர் பத்மினி நடித்திருப்பார்கள். பாடல்களும்

கேட்கும்படியாக இருந்தன. மூன்றாவதாக வெளிவந்த படம் 'நீலமலைத் திருடன்'. இப்படத்தில் இடம்பெற்ற 'சத்தியமே லட்சியமாய் கொள்ளடா', 'கொஞ்சும் மொழிப் பெண்களுக்கு', 'உள்ளம் கொள்ளை போகுதே' ஆகிய மூன்று பாடல்களும் கே.வி.மகாதேவனை புகழின் உச்சிக்குக் கொண்டுசென்றன. நான்காவதாக வெளிவந்த படம், 'முதலாளி'. சமீபத்தில் மறைந்த தமிழ் சினிமாவின் மூத்த இயக்குநர் முக்தா வி. சீனிவாசன் இயக்கிய முதல் படம். இப்படத்தில் இடம்பெற்ற அனைத்துப் பாடல்களுமே கேட்கும்படியாக இருந்தன. படத்திற்கு மகுடம்சூடிய பாடல், 'ஏரிக்கரை மேலே போறவளே' என்ற பாடல்தான்.

1958ஆம் ஆண்டு, ஏறத்தாழ 11 தமிழ்ப் படங்களுக்கு இசையமைத்தார். இதில் 'சம்பூர்ண ராமாயணம்', 'நல்ல இடத்து சம்பந்தம்', 'தை பிறந்தால் வழி பிறக்கும்' ஆகிய படங்களில் இடம்பெற்ற பாடல்கள் கே.வி.மகாதேவனை இசையில் அடுத்தநிலைக்கு எடுத்துச் சென்றன.

'தை பிறந்தால் வழி பிறக்கும்' படத்திற்கு கதை, வசனம் எழுதித் தயாரித்து இயக்கியவர், ஏ.கே.வேலன். இவர், சென்னை சாலிகிராமத்தில் இருந்த அருணாசலம் ஸ்டுடியோவின் அதிபர். இப்படத்தில் பாடல்கள் அனைத்துமே சூப்பர்ஹிட். மறைந்த பாடகர் சீர்காழி கோவிந்தராஜன், 'அமுதும் தேனும் எதற்கு நீ அருகினில் இருக்கையிலே' என்று தொடங்கும் பாடலின் ஒலிப்பதிவன்று காலை, சீர்காழி கோவிந்தராஜனுக்குக் காய்ச்சல், எனவே கே.வி.மகாதேவனை தொலைபேசியில் தொடர்புகொண்டு, "காய்ச்சலாக இருப்பதால் தன்னால் இன்று பாடமுடியாது' என்று சொல்ல, அதற்கு கே.வி. மகாதேவன், 'கோவிந்து சரீரம்தானே (உட ம்பு) சரியில்ல, சாரீரம் (குரல்) நல்லாத்தானே இருக்கு, அதனால, நீ வந்து பாடிட்டு போ, அப்புறம் இரண்டு தம்பூரா வாசிப்பவர்களையும் கூட கூட்டி வா!' என்று மறுமுனையில் சொல்ல, சீர்காழி கோவிந்தராஜன் எவ்வித மறுப்பும் சொல்லாமல் காய்ச்சலோடு, இரண்டு தம்பூரா வாசிப்பவர்களையும் பாடல் ஒலிப்பதிவிற்காகக் கூட்டிச்சென்றார். ஒலிப்பதிவுக் கூடத்தில் பார்த்த காட்சியினால் சீர்காழி கோவிந்தராஜனுக்கு காய்ச்சலும் கவலையும் தொற்றிக்கொண்டது. எனென்றால், ஒலிப்பதிவுக் கூடத்தில் ஏற்கெனவே இரண்டு தம்பூரா வாசிப்பவர்கள் இருந்தனர். எனவே, "நான் கூட்டிவந்த இருவருக்கும் பணத்தைக் கொடுத்து அனுப்பிவிடவா?' என்று கேட்க, அதற்கு கே.வி.எம்.மோ, சீர்காழியைப் பார்த்து கண் சிமிட்டிவிட்டு, "அதெல்லாம் ஒண்ணும் அனுப்ப வேண்டாம், அவர்களும் வாசிக்கட்டும்" என்று சொல்லி, சீர்காழியை உட்காரவைத்து அவருக்கு இருபுறமும் இரண்டு,

இரண்டு தம்புராக்களை வாசிக்கச் சொல்லி சீர்காழி கோவிந்தராஜனை பாடச்சொல்லி ஒலிப்பதிவு செய்தார். “அமுதும் தேனும்‘ பாடலை. காய்ச்சலோடு பாடினாலும், தனது கம்பீரக்குரலில் பாடியதால் இன்றளவும் கேட்கும்படியாக உள்ளது.

60களின் தொடக்கத்திலிருந்து 70களின் தொடக்கம் வரை பல சமூகப் படங்களுக்கும் புராணப் படங்களுக்கும் இசையமைத்தார்.

விருதுகள்

’கந்தன் கருணை’ மற்றும் ’சங்கராபரணம்‘ படத்தில் இசையமைத்ததற்காக சிறந்த இசையமைப்பாளருக்கான தேசிய விருது இருமுறையும் தமிழக அரசின் கலைமாமணி விருதையும் பெற்றுள்ளார்.

சிறப்புகள்

எல்.ஆர்.ஈஸ்வரியை தனிப்பாடல் பாடவைத்தவர். ஜெயலலிதாவை தன்னுடைய இசையமைப்பில் பாடவைத்தவர். நாதஸ்வர வித்வான்களான காலஞ்சென்ற நாமகிரிப்பேட்டை கிருஷ்ணன் மற்றும் மதுரை எம்.பி.என்.சேதுராமன் மற்றும் பொன்னுசாமியையும் தன் இசையமைப்பில் வாசிக்க வைத்தார்.

’திருவிளையாடல்’, ’தில்லானா மோகனாம்பாள்’, ’சரஸ்வதி சபதம்’, ’கந்தன் கருணை’, ’அடிமைப் பெண்’ உள்ளிட்ட பல படங்களுக்கு இசையமைத்துள்ளார், கே.வி.மகாதேவன். இவர், தன் வாழ்நாளில் 218 தமிழ்ப்படங்களுக்கு இசையமைத்தார். கே.வி.மகாதேவனின், ‘உன்னைக்காணாத கண்ணும் கண்ணல்ல’ என்று உருகவைப்பார். ’இரவினில் ஆட்டம் பகலினில் தூக்கம்’, ’நதி எங்கே போகிறது கடலைத்தேடி’, ’பறவைகள் பலவிதம்’, ’கண்ணெதிரே தோன்றினாள் கனிமுகத்தைக் காட்டினாள்’ என்று ஒவ்வொருவிதமாக, பாடல்களைக் கொடுத்த கே.வி.மகாதேவன், பாட்டுக்குத்தான் மெட்டு என்பதில் உறுதியாக இருந்தார்.

வாலி பாடலுக்கு நோ சொன்ன எம்.எஸ்.வி. பின்னர் அந்தப் பாடலை ஹிட் பாடலாக்கிய கே.வி.மகாதேவன் குறித்து வாலி ஒரு மேடையில் கூறிருப்பார். அதில், கே.வி.மகாதேவன் இசையில், வாலி எழுதிய வரிகளில், றி.சுசீலா மற்றும் ஜி.வி.சௌந்தரராஜன் இருவரும் இணைந்து பாடிய அற்புதமான பாடல். ’அரச கட்டளை’ படத்தில் இடம்பெற்ற

'புத்தம் புதிய புத்தகமே' பாடல்.

இப்பாடாலை எம்.எஸ்.வி. அவர்கள் வேண்டாம் என்று சொல்லிவிட்டாராம். பி.ஆர்.பந்துலு படம் அது. அதில் எம்.ஜி.ஆர். நாயகன். எம்.எஸ்.விஸ்வநாதன் அவர்கள் இப்படத்தில் இசையமைக்கிறார். எம்.ஜி.ஆருக்கு ஒரு டூயட் பாடல் கேட்டார்கள். நானும் 'புத்தம்புதிய புத்தகமே உன்னைப்புரட்டிப் பார்க்கும் புலவன் நான்' என அழகிய தமிழில், எம்.ஜி.ஆருக்கு ஏற்றாற்போல் பாடல் எழுதிக் கொடுத்தேன்.

ஆனால் எம்.எஸ்.வி. அவர்கள், இப்பாடல் வரிகள் எல்லாம் நீளமாக இருக்கிறது, வேற எழுதிக் கொடுங்கள்' எனச் சொல்லிவிட்டார். நானும் 'சரி' எனச் சொல்லிவிட்டேன். அன்றைக்கு மாலை 'அரசகட்டளை' படத்திற்கு கே.வி.மகாதேவன் உடன் கம்போசிங் இருந்தது. இந்தப் படத்திலும் எம்.ஜி.ஆர்.தான் நாயகன். இப்படத்திற்கு ஒரு டூயட் பாடல் கேட்டார்கள். நான் இந்தப் பாடலைக் கொடுத்தேன். இதற்கு கே.வி.மகாதேவன், அற்புதமாக டூயட் போட்டு இப்பாடலை ஹிட் ஆக்கிவிட்டார்" எனக் கூறியிருப்பார். இதுபோல பல மேஜிக் செய்து அசத்தியிருப்பார், கே.வி.மகாதேவன்.

இவர், சிறந்த இசையமைப்பாளருக்கான முதல் தேசிய விருதை 'கந்தன் கருணை' படத்திற்காகப் பெற்றார். ஆந்திரப்பிரதேச அரசின் நந்தி விருதையும், தமிழ்நாடு அரசின் திரைப்பட விருதையும், ஃபிலிம்பேர் உள்ளிட்ட பல விருதைகளை வென்றுள்ளார். சென்னையில் 2001ஆம் ஆண்டு ஜூன் 21ஆம் தேதி, தன் 83 வயதில் காலமானார்.

# ‘விஸ்வநாதன்-ராமமூர்த்தி’

தமிழ்நாட்டில் இரண்டு ஆண்கள் நட்போடு இணைபிரியாதவர்களாக இருந்தால்,”என்ன,விஸ்வநாதன் ராமமூர்த்தின்னு நெனப்போ” என எம்.ஜி.ஆர்., சிவாஜி காலத்தில் இளைஞர்களிடையே ஒரு பேச்சு உண்டு. அந்தளவுக்கு, தங்கள் சினிமா இசையின் மூலமும் பாடல்கள் மூலமும் சமூகத்தில் தாக்கத்தை உருவாக்கிய இரட்டையர்கள். துவக்க காலத்தில் இவர்களும், கர்நாடக சங்கீத பாணியில் ஆர்மோனியமும் தபேலாக்களும் என மாட்டு வண்டியாய்உருட்டிக்கொண்டிருந்தாலும் போகப்போக சினிமா பாட்டுக்குள் பியானோ,செலோ,டபுள் பேங்கோஸ், கிதார் எனப் புதிய கருவிகளைக் கலந்து, தமிழ் சினிமாவுக்குள் ஒரு நவீனத்தைப் புகுத்தினார்கள்.

. இந்த இருவர் சேர்ந்துஉருவாக்கிய பாடல்கள்தான், 60 வயதுக்கு மேற்பட்ட பலரது வாழ்க்கையின் நினைவலைகளைத் தாங்கிநிற்கும் பொக்கிஷங்கள். வானொலி பரவலாகதமிழர்களின் வாழ்வோடு கலந்த அறுபது, எழுபதுகளை இந்த இருவர்தான் ஆட்சி செய்தனர். அதிலும் கவியரசர் கண்ணதாசன் அவர்களுடன் இவர்கள் உருவாக்கிய பாடல்கள் அனைத்தும்தமிழர்களின் வாழ்க்கைத்தடம் என்றால் மிகையில்லை.

1953இல் வெளிவந்த ‘ஜெனோவா’ படத்துக்கு, முதன்முதலாக தனியாகஇசையமைத்த எம்.எஸ். விஸ்வநாதன், பிற்பாடு ராமமூர்த்தியுடன் இணைந்து 700 படங்களில் இசை அமைத்துள்ளார். இவர்கள் இருவரும் ஒன்றாகச் சேர்ந்தது ஒரு கதை என்றால், பிரிந்து

தனித்தனியாகஇசையமைக்கத் துவங்கியதும் இன்னொரு கதை. இப்போது, முதலில் சேர்ந்த கதையும் அதற்குமுன்பாக விஸ்வநாதன் அவர்களின் முன்கதைச் சுருக்கம்.

மனயங்கத் சுப்ரமணியன் விஸ்வநாதன் என்றஎம்.எஸ்.விஸ்வநாதன்,1928 ஜூன் 24 ஆம் தேதி, கேரள மாநிலம் பாலக்காட்டில் பிறந்தவர். பெற்றோர்சுப்பிரமணியன் நாராயணி குட்டி.சிறுவயதில் இசையின்மீது நாட்டம் மிகுந்து, நீலகண்ட பாகவதரிடம் நான்கு வருடம் இசையைக் கற்ற விஸ்வநாதன், தொடர்ந்து இசையமைப்பாளராகும் கனவோடு சென்னையில்ஜூபிடர் பிக்சர்ஸில் மாதம் மூன்று ரூபாய்க்கு ஆஃபீஸ் பாயாக வேலையில் சேர்ந்தார். அப்போது அங்குவரும் இசையமைப்பளர்கள், பாடகர்கள் அனைவருக்கும் காபி வாங்கிக்கொடுக்கும் பணியைச் செய்துகொண்டேதொழிலைப் படித்துக்கொண்டதன்மூலம் இசையமைப்பாளராக ஆகவேண்டும் என்ற எண்ணம் அவருக்கு உருவானது.இதனிடையே, அங்குவந்த நடிகர் பாலையாவுடன்அறிமுகம் ஆகி, அவர் அழைப்பின்பேரில் அவரது நாடகக் குழுவில் நடிகராகச் சேர்ந்தவர் பின் அத்தொழில் தனக்குச் சரிப்பட்டு வராது என முடிவுசெய்து மீண்டும் அப்போது கோவையில் இயங்கியஜூபிடர் பிக்சர்ஸில் இசை உதவியளராகப் பணியில் சேர்ந்தார்.

இக்காலத்தில்,அவர் வாழ்க்கையில் ஒரு முக்கியச் சம்பவம் நிகழ்ந்தது. அக்காலத்தில்,ஜூபிடர் ஸ்டூடியோவுக்கு அன்று, புகழ்பெற்று விளங்கிய எஸ்.எம்.சுப்பையா நாயுடு, சி.ஆர்.சுப்புராமன். டி.ஜி லிங்கப்பா மற்றும் டி.ஆர்.பாப்பா ஆகியோர் இசையமைப்பளராக பணி புரிந்த்னர் அவர்கள் அனைவருக்கும் ஒலிப்பதிவின் போது எடுப்டி ஆளாகப் பணி செய்துகொண்டிருந்தார் விஸ்வநாதன் . அப்போது ஜூபிடர் பிக்சர்ஸில்'வீரஅபிமன்யூ' என்ற படம் தயாராகி, அதற்கான பாடல்கள் உருவாக்கும் பணி நடைபெற்றது. படத்தின் முக்கியமான காட்சிக்கான பாடல் சரியாக அமையவில்லை. இசையமைப்பாளரான எஸ்.எம்.சுப்பையாநாயுடு எவ்வளவோ ட்யூன் போட்டுக் காண்பிக்க எதுவும் செட் ஆகவில்லை.போராடிப் பார்த்து பின் வெறுத்துப்போய், எல்லோருக்கும் சிறிது ஓய்வுகொடுத்துவிட்டு, சுப்பையா நயுடு வெளியே சென்றுவிட்டார். அப்போது யாருமில்லாத சூழலில், இருபதே வயதான எம்.எஸ்.விஸ்வநாதன் 'புது வசந்தமாமே வாழ்விலே' என்ற பாடலை ஆர்மோனியம்மூலம் வாசிக்கத் துவங்க, அப்போது அவரோடு அங்கிருந்த ஜி.கே.வெங்கடெஷ்ஆகியோர்'அருமைஞ் அருமைஞ்' எனச் சொல்லி,

உற்சாகத்தோடு அவர்களும் கருவிகளை எடுத்து இசையமைக்க, அட்டகாசமாக பாட்டுஉருவானது. அந்தநேரம் பார்த்து, வெளியே சென்றிருந்த எஸ்.எம்.சுப்பையாநாயுடு அங்கு வந்துவிட,அனைவரும் பயத்தில் அப்படியே இசையமைப்பதை நிறுத்திவிட்டனர். அவர்கள் முகத்தைப் பார்த்த உடனேஏதோ கள்ளத்தனம் என யூகித்து, அவர்களிடம்’என்ன விஷயம்ஞ்; என நாயுடு அவர்கள்கேட்டு மிரட்ட, அப்போது ஜி.கே.வெங்கடேஷ்,எம்.எஸ்.விஸ்வநாதன் அந்தப் பாட்டுக்கு ட்யூன் போட்டு முழுப் பாடலையும் உருவாக்கியதைக் கூற உடனே எஸ்.எம்.சுப்பையாநாயுடுஅந்தப் பாடலைப் பாடச்சொல்லி கேட்ட நாயுடுஅவர்கள், சட்டென எம்.எஸ்.வி.யை கட்டியணைத்துக்கொண்டார். கண்களில் நெகிழ்ச்சி. உடலில் படபடப்பு.பின் பதட்டத்துடன்”உன் பாட்டு பிரமாதம் பிரமாதம்.நான் இதையே பயன்படுத்திக் கொள்கிறேன்” என்றவர், பின் ரகசியமாக ”ஒரே ஒரு விஷயம், இந்த ட்யூனைநீதான் போட்டாய் எனயாரிடமும் சொல்லக்கூடாது” எனச்சொல்லிவிட்டார். அப்போதைக்குஎம்.எஸ்.வி. குருவின் சொல்லைக்கேட்டுஅமைதியாக இருந்துவிட்டாலும்அடுத்தநாள் அந்தப் பாடல் இசைக்கூடத்தில்

உருவாகும்போதும் படம் வெளியாகி வெற்றிபெற்றபோதும் அவரால் அதைத் தாங்கிக்கொள்ளவே முடியவில்லை.மனம்கூவியது 'என் பாட்டு, என் பாட்டு' என. ஆனால் ஊமைகண்ட கனவுபோல தன் உணர்வுகளைத் தனக்குள் புதைத்துக்கொண்டார்.தன் குருவின்மேல் கொஞ்சம் வெறுப்புத் தோன்ற, 'ஒருநாள், அவருக்கு தான் யார் எனக் காட்டுவேன்' என்றும்'காலம் ஒருநாள் கைகொடுக்கும், அதுவரை பொறுத்து இரு' எனவும்தனக்குள்ளாகப் பாடி சமாதானம் செய்துகொண்டார்.

ஆனால் நடந்ததோ வேறு.காலம் குருவுக்குப் பாடம் புகட்டவில்லை, சிஷ்யனுக்குத்தான் புகட்டியது. ஆம். உலகப்போர் நிமித்தமாககுண்டு போடுவார்கள் எனப் பயந்து, சென்னையிலிருந்து சிலகாலம் கோவைக்கு வந்துபணிசெய்தஜுபிடர் பிக்சர்ஸ்,இப்போது போர் முடிந்துஇந்தியவிடுதலைக்குப்பின் கோவை அலுவலகத்தை காலி செய்துகொண்டு மீண்டும் சென்னைக்கு இடமாற்றம் செய்ய முடிவுசெய்தது. அப்போதுஇன்னும் சிலருடன் எம்.எஸ்.வி.யையும் அழைத்து'உங்களுக்கு இனி வேலை இல்லை' எனச் சொல்லிவிட்டனர். அப்போதுசுப்பையாநாயுடு ஜூபிடர்மொய்தீன் அவர்களிடம்"இவனை அனுப்பாதீர்கள். இவன், வருங்காலத்தில் மிகப்பெரிய இசையமைப்பாளராக வரப்போகிறவன். ஆமாம். 'வீரஅபிமன்யூ' படத்தில்'புது வசந்தமாமே வாழ்விலே' என்ற பாடலைப் போட்டது நான் இல்லை, இவன்தான்" என, நடந்த உண்மையைக்கூற, அருகில் நின்ற எம்.எஸ்.விக்கு மனம் பொங்கிவிட்டது."சே, இவரையா அப்படி நினைத்தோம்!"என, தன் மனதில் இருந்த தவறான எண்ணங்களையெல்லாம் கண்ணீராய் வெளியேற்றியபடி நெகிழ்ந்து நின்றார்.

இதன் விளைவாகத்தான் பிற்பாடு அவர், மிகப்பெரிய இசையமைப்பாளராக ஆனதும்தன்னுடைய குரு, எஸ்.எம்.சுப்பையா நாயுடுவை கடைசிவரை போற்றிப் பாதுகாத்தார். அவர் மறைவுக்குப்பிறகு அவரது மனைவியைத் தாய்போல் கருதி, அவரது கடைசிக்காலம்வரை தன் வீட்டிலேயே வைத்திருந்து இறுதிக் கடமையைச் செய்தார்.

அன்று கோவையிலிருந்து ஜூபிடர் பிக்ஸர்ஸுடன் சென்னைக்கு வந்தபின் தொடர்ந்து பலருடன் பணியாற்றினார். அப்போது அன்று புகழ் உச்சியிலிருந்த சி.ஆர்.சுப்புராமன் அவர்களிடம் பணி யிலிருந்தபோதுதான் அவருக்குச்சீனியராக இருந்த ராமமூர்த்தி என்பவரிடம் ஒரு தம்பிபோல நெருங்கிப் பழகும் வாய்ப்புக் கிட்டியது. இச்சூழலில் எம்.ஜி.ஆர். நடித்த'ஜெனோவா' படத்துக்குஇசையமைக்க

இவருக்கு முதல் வாய்ப்பு வந்தது. ஆனால் வயதில் சிறியவராகஇருந்த எம்.எஸ்.விஸ்வநாதன் மீது எம்.ஜி.ஆருக்கு நம்பிக்கை வரவில்லை. "பாடல்கள் நன்றாக வரவேண்டும், இவரை மாற்றுங்கள்" எனத் தயாரிப்பாளருக்குச் சொல்ல, அவர்களோ மறுத்துவிட்டனர். இச்சூழலில்தான் ஒருநாள், அவரது குருவான சி.ஆர்.சுப்புராமன் திடீரென இறந்தசெய்தி வந்தது. அப்போது அவர், சாவித்திரி அறிமுகமான 'தேவதாஸ்' எனும் படத்துக்குப்பாடல் உருவாகும் பணி நடந்துகொண்டிருந்தது. மட்டுமல்லாமல் 'சண்டிராணி','மருமகள்' எனப் பல படங்களின் பணிகள் முடியாமல் காத்திருந்தன. இப்போது அந்தப் படங்களின் தயாரிப்பாளர்கள் விஸ்வநாதனை அணுக அவரோ, தன்னைவிடமூத்த உதவியாளரான ராமமூர்த்தி அவர்கள் இசையமைக்கட்டும், நான் உதவுகிறேன்" எனச் சொன்னார்.. ஆனால் தயாரிப்பாளர்கள் இதை ஏற்கவில்லை. விஸ்வநாதன் இசைக்கோர்ப்பில் வல்லவர் என அவர்கள் உணர்ந்திருந்ததுதான் அதற்குக் காரணம். இதன் காரணமாகத்தான் இருவரும் சேர்ந்து குருவின் பட வேலைகளை முடித்துக்கொடுக்க முடிவுசெய்தனர்.

'தேவதாஸ்' பட வேலை முடிந்து பாடல்கள் எல்லாம் அட்டகாசமாக உருவானபின், டைட்டிலில் யார் பெயரை முன்னால் போடுவது என்பதில் பிரச்சனை வர, இருவரும் அப்போதுஎன்.எஸ்.கிருஷ்ணன் அவர்களை நன்றாக அறிந்திருந்த காரணத்தால் அவர்களை அணுகினர். அவர்தான்,'விஸ்வநாதன்வயதில் இளையவர் என்பதால் மூத்தவர் ராமமூர்த்தி அவரைப் பின்னால் இருந்து தாங்கட்டும்' என்ற பொருள் வரும்படி, விஸ்வநாதன்ராமமூர்த்தி எனயாருக்கும் வலிக்காமல் நூதனமாக ஒரு முடிவைச்சொல்லி இருவரையும் சம்மதிக்கவைத்தார். கூடவே அவர்களுக்கு 'பணம்' என்ற படத்திற்கு இசையமைப்பதற்கான வாய்ப்பையும் வழங்கினார். பாடல்கள் வெளியாகி இருவரும் வெற்றிப்பட இசையமைப்பாளர்களாக உருவாயினர். தொடர்ந்து 'ரத்தக்கண்ணீர்' படத்திற்கான பின்னணி இசை எனத் துவங்கி, இந்தக் கூட்டணி 1952 முதல் 1965 வரை 100க்கும் மேற்பட்ட படங்களுக்கு இசையமைத்து புகழ் உச்சிக்குச் சென்றது.

1963ஆம் ஆண்டு, விஸ்வநாதன் மற்றும் ராமமூர்த்தி இருவருக்கும் மெல்லிசை மன்னர் என்ற பட்டம் வழங்கப்பட்டது. 1965இல் இருவரும் பிரிந்தனர். அதன்பின் அவர்கள் தனிப்பட்ட இசையமைப்பாளர்களாகத் தங்களின் பாதையைத் தேர்ந்தெடுத்தனர். பி.சுசீலா, தனது முதல் தேசிய விருதை 1969ஆம் ஆண்டு 'உயர்ந்த மனிதன்' படத்தில் 'பால் போலவே'

என்ற பாடலுக்காகப் பெற்றார். விஸ்வநாதன் அதைத் தொடர்ந்து இசை அமைப்பாளராக தனிப்பட்ட பயணத்தைத் தொடங்கி 500க்கும் மேற்பட்ட படங்களுக்கு இசையமைப்பாளராகப் பணிபுரிந்தார்.'புதிய பறவை' படத்தில் வரும் 'எங்கே நிம்மதி' பாடலுக்கு அதிகபட்சம் 300 இசைக் கருவிகளையும், 'பாகப்பிரிவினை' படத்தில் வரும் 'தாழையாம் பூ முடிச்சு' பாடலுக்கு 3 இசைக்கருவிகளையும் பயன்படுத்தியவர். பியானோ, ஆர்மோனியம், கீ போர்டு அற்புதமாக வாசிப்பார்.

தமிழர் என்றசொல் பூமியில் உள்ளவரை, அவர்பெயர்நிலைக்கும்படியாக, மனோன்மணியம் சுந்தரனார் எழுதிய தமிழ்த்தாய் வாழ்த்து'நீராரும் கடலுடுத்த'என்ற பாடலுக்கு,மோகன ராகத்தில் இசை அமைப்பு செய்த பெருமை, இவருக்கு உண்டு. இதைப் படிக்கும்போதுகூட ஏதோ ஒரு பள்ளியில் அல்லது நிகழ்வில் இப் பாடல் ஒலித்துக்கொண்டுதான் இருக்கும்.

கர்நாடக இசை மேதைகள் எம்.எல்.வசந்தகுமாரி, பாலமுரளி கிருஷ்ணா போன்றவர்களை தன் இசையில் பாடவைத்துள்ளார். இந்தியா பாகிஸ்தான் போரின் முடிவில் 1965இல், போர் முனைக்குத் தன் குழுவினரோடு சென்று ஆர்மோனியத்தைக் கழுத்தில் மாட்டிக்கொண்டு, காயமுற்ற படை வீரர்களுக்காகப் பாடியவர். 1995ஆம் ஆண்டு, 29 ஆண்டுகளுக்குப் பிறகு, 'எங்கிருந்தோ வந்தான்' என்ற படத்திற்காக மீண்டும் இணைந்தனர்.

இளையராஜா, ஏ.ஆர்.ரஹ்மான், கங்கை அமரன், தேவா, யுவன்ஷங்கர் ராஜா, ஜி.வி.பிரகாஷ் எனப் பெரும்பாலான முன்னணி இசையமைப்பாளர்கள் இசையிலும் பாடியிருக்கிறார், எம்.எஸ்.வி. இப்படி தலைமுறைகள் தாண்டியும் அவரின் குரல் சாதனை படைத்தது.. இத்தனை சாதனைகள் செய்தும்சிவாஜி, சாவித்திரிபோல இவருக்கும் தேசியவிருது கொடுக்கப்படாத பெருமையை இந்திய அரசு தக்கவைத்துக்கொள்கிறது.

# பாடலாசிரியர்கள்

# உடுமலை நாராயணகவி

**த**மிழ்த் திரையுலகின் ஐம்பதுகளில், மும்மூர்த்திகளாக விளங்கிய நட்சத்திரங்கள் எம்.ஜி.ராமச்சந்திரன், மு.கருணாநிதி மற்றும் சிவாஜிகணேசன் ஆகியோருக்கு குருவாகவும் வழிகாட்டியாகவும் இருந்தவர், கலைவாணர் என்.எஸ்.கிருஷ்ணன். அந்த என்.எஸ்.கிருஷ்ணன் அவர்களுக்கே குருவாகஇருந்தவர்தான், உடுமலை நாராயணகவி. இவர், மொத்தமாக எழுதிய பாடல்களின் எண்ணிக்கை பத்தாயிரம் என விக்கிப்பீடியா சொல்கிறது. அது உண்மையென்றால், தமிழில் அதிகப் பாடல்கள் எழுதிய பாடலாசிரியர் என்ற பெருமையை இவருக்குக் கொடுத்துவிடலாம்.

1899ஆம் ஆண்டில், திருப்பூர் மாவட்டத்தில் உடுமலைப்பேட்டை வட்டத்தில் உள்ள பூவிளைவாடி எனும் பூளவாடிசிற்றூரில், கிருஷ்ணசாமி முத்தம்மாள் இணையருக்கு மகனாகப் பிறந்தார். இவருக்குப் பெற்றோர் இட்ட பெயர் நாராயணசாமி என்பதாகும்.

இளம்வயதிலேயே தன் தாய் தந்தையரை இழந்த நாராயணசாமி, தனது சகோதரர் தனுஷ்கோடியின் ஆதரவில் வாழ்ந்தார். சுற்றுப்புறக் கிராமத்திற்கு தீப்பெட்டிகளை தலையில் சுமந்து விற்று அதன்மூலம் ஒரு நாளைக்குக்கிடைத்த 25 பைசா வருமானத்தின்மூலம் நான்காம் வகுப்பு வரை படித்தார். அத்தோடு கிராமியக் கலைகளான புரவியாட்டம், சிக்குமேளம், தம்பட்டம்,

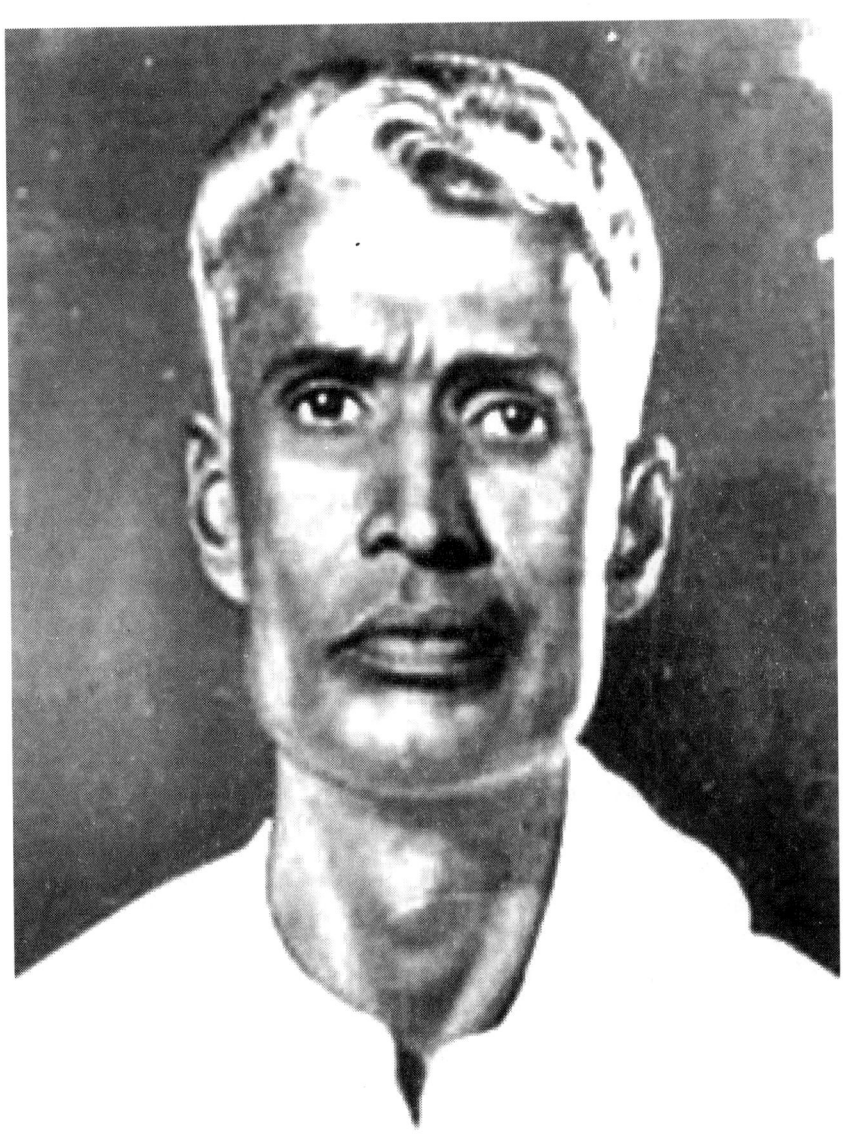

உடுக்கடிப்பாட்டு, ஒயில்கும்மிபோன்ற கொங்கு மண்ணின் கலைகளை மிகுந்த ஆர்வத்துடன் பயின்றார். காங்கிரஸ் இயக்கம்மீது பற்றுக்கொண்ட நாராயணசாமி அவர்கள், தன் சொந்த ஊரில் கதர்க்கடை தொடங்கினார். அதில் நஷ்டம் ஏற்பட்டு கடன்தொல்லை அதிகமானது. கடன்களை அடைக்கும் வரை ஊர் திரும்பமாட்டேன் என்று உறுதியேற்றார். கையில் இருந்த நூறு ரூபாயோடு, மதுரை சங்கரதாஸ் சுவாமிகளிடம் சென்றார்.

அவரிடம் யாப்பிலக்கணம் பயின்றார். நாடக சபாக்கள் நிறைந்த மதுரை மாநகரம், பணம் சம்பாதிக்க இவருக்கு உதவியது. பல நாடகங்களுக்கு வசனங்கள், பாடல்கள் எழுதினார். அதேசமயத்தில், தேசத்தில் சுதந்திர வேள்வித்தீ கொழுந்துவிட்டு எரியத் தொடங்கியது. அப்போது, தன் பங்கான ஏராளமான தேசிய உணர்வுப் பாடல்களை எழுதி அன்றைய மேடைகள்தோறும் முழங்கவைத்தார்.

தொடர்ந்து இவர் மதுரையில் வாழ்ந்தபோது, அங்கு முகாமிட்டிருந்த டி.கே.எஸ். நாடகக் குழுவினரோடு ஏற்பட்ட தொடர்பால் என்.எஸ். கிருஷ்ணனுடன் நெருங்கிய தொடர்பு ஏற்பட்டது. கலைவாணர் தொடர்பால் பெரியார், அண்ணா, கலைஞர், பாவேந்தர், முதலிய திராவிட இயக்கத் தலைவர்களின் நட்புக் கிடைத்தது, இவருக்கு. அதனால் திராவிடர் இயக்கப்படும் பகுத்தறிவுப்பார்வையும் உடுமலை நாராயணகவிக்குக்கிடைத்தது.

இயக்குனர் ஏ.நாராயணன், உடுமலை நாராயணகவியை கிராமபோன் கம்பெனிக்குப் பாட்டு எழுதித்தர வருமாறு சென்னைக்கு அழைத்தார். அதன்மூலம்திரைப்படப் பாடல் உலகிலும் உடுமலை நாராயணகவி தன் முதல் அடியெடுத்து வைத்தார்.

1933ஆம் ஆண்டு, முதல் பாடல் எழுதத் தொடங்கினார். உடுமலை நாராயணகவி முதன்முதலாக பாடல் எழுதிய திரைப்படம் 'சந்திரமோகன்' அல்லது 'சமூகத் தொண்டு' ஆகும். பெயரை நாராயணகவி என மாற்றிக்கொண்டார். சமுதாயச் சீர்திருத்தக் கருத்துகள் நிறைந்த பாடல்களை எழுதினார்.

அக்காலத்தில், புகழ்பெற்ற கவிஞரான பாபநாசம் சிவன் அவர்கள் அளவுக்கு இவருக்கு வாய்ப்புக் கிட்டவில்லை. ஆனாலும் இவரது விடாப்பிடியான முயற்சி, இவருக்கு காலப்போக்கில் புகழ் வெளிச்சத்தை ஈட்டித்தரும் பல அரிய பாடல்களை உருவாக்கி தந்தது. குறிப்பாக, திராவிட சினிமா அலை அண்ணாவின் 'வேலைக்காரி','ஓர் இரவு' முதல் துவங்கியபோது இவரும் புகழ்பெற ஆரம்பித்தார். திராவிட இயக்க சினிமாவின் மகத்தான பாடல் ஆசிரியர்களாக பிற்பாடு அறியப்பட்ட பட்டுக்கோட்டைகல்யாணசுந்தரம், கண்ணதாசன் ஆகியோருக்கு முன்னோடி இவர் எனலாம்.அந்தக் காலக்கட்டத்தில் முன்னணி பாடல் ஆசிரியராகத் திகழ்ந்தவர், 'கவிராயர்' என்று அன்போடும் மரியாதையோடும் அழைக்கப்பட்டார். 'வேலைக்காரி', 'ஓர் இரவு',

'நல்லதம்பி', 'மனோகரா', 'பராசக்தி', 'தூக்குத் தூக்கி', 'தேவதாஸ்' உள்ளிட்ட ஏராளமான படங்களில் அமரகீதங்களைப் படைத்துள்ளார்.

'பராசக்தி'யில் இவர் எழுதிய,'கா கா காஞ்' என்ற பாடல், இவருக்கு மிகப்பெரிய புகழைப் பெற்றுதந்தது. அதுபோல 1954இல்,' ரத்தக்கண்ணீர்' படத்தில் இவர் எழுதிய'குற்றம் புரிந்தவன் வாழ்க்கையில் நிம்மதி கொள்வதென்பதேது' ஆகிய பாடலும் இவர் பெயரை பட்டி தொட்டியெங்கும் பரவ வைத்தது.

'முதல் தேதி' படத்தில், 'ஒண்ணுலேருந்து இருபது வரைக்கும் கொண்டாட்டம்'ஆகியவை, இவர் பாடல்களில் குறிப்பிடத்தக்கவை. 1956ஆம் ஆண்டு வெளியான 'மதுரை வீரன்' படத்தில், உழைப்பவர்களுக்கு எனப் பாடிய 'சும்மா இருந்தா சோத்துக்கு நஷ்டம்; சோம்பல் வளர்ந்தா ஏற்படும் கஷ்டம்' போன்ற பாடல்கள், தமிழ் மக்கள் மத்தியில் நல்ல வரவேற்பைப் பெற்றன. பிற்பாடு 1967இல் வெளியான எம்.ஜி.ஆர் நடித்த 'விவசாயி' படத்தில் 'நல்ல, நல்ல நிலம் பார்த்து நாளும் விதை விதைக்கணும்' எனத் தொடர்ந்து திரையுலகில் நெடுங்காலம் தன் உயர்ந்த கருத்துகள் மற்றும் சீரிய சிந்தனைப்புலம் கொண்ட பாடல்களை எழுதி நிலைத்து,'வேலைக்காரி','ஓர் இரவு','ராஜகுமாரி', 'நல்லதம்பி', 'பராசக்தி', 'மனோகரா', 'பிரபாவதி', 'காவேரி', 'சொர்க்கவாசல்', 'தூக்குத்தூக்கி', 'தெய்வப்பிறவி', 'மாங்கல்ய பாக்கியம்', 'சித்தி', 'எங்கள் வீட்டு மகாலட்சுமி', 'ரத்தக்கண்ணீர்', 'ஆதிபராசக்தி', 'தேவதாஸ்', 'விவசாயி' எனத் தொடர்ந்து, பல வெற்றிப் படங்களின் பாடல்களை எழுதிப்புகழ்பெற்றார். 23.5.1981ஆம் ஆண்டு, இந்த உலக வாழ்க்கையை விட்டு உயிர்துறந்தார்.

இந்திய அரசு, உடுமலை நாராயணகவி நினைவைப் போற்றும்வகையில்,31.12.2008 இல் இந்திய அஞ்சல் துறை, அவர் நினைவாக'அஞ்சல்தலை'வெளியிட்டது. தமிழ்நாடு அரசு, இவர் வாழ்ந்த கோயமுத்தூர் மாவட்டம் (தற்போது திருப்பூர் மாவட்டம்), உடுமலைப் பேட்டையில் உடுமலை நாராயணகவி நினைவைப் போற்றும்வகை யில்'மணிமண்டபம்'அமைத்துள்ளது. இங்கு உடுமலை நாராயணகவியின் மார்பளவுச் சிலை அமைக்கப்பட்டுள்ளது. மேலும் அவரது வாழ்க்கை வரலாறு தொடர்பான புகைப்படங்கள் கண்காட்சியாக வைக்கப் பட்டுள்ளன.

# மருதகாசி

“மணப்பாறை மாடுகட்டி மாயவரம் ஏருபூட்டி”, “ஏர்முனைக்கு நேர் இங்கு எதுவுமே இல்லே”, “மாட்டுக்கார வேலா உன் மாட்ட கொஞ்சம் பாத்துக்கடா

தமிழ் நிலத்தின் விவசாய குடிகளின் பாடுகளைக் கூறும் இது போன்ற பால்கள் காலத்தால் அழியாதவை . இவற்றை யெல்லாம் எழுதியவர் என அறிமுகப்படுத்துவதை விட பழிய பாடல்கலில் பிரபலமான இந்த பாடலைச்சொன்னால் எல்லோருக்கும் அட இந்த பாட்டா என அனைவருமே ஆச்சர்ய்ப்படுவர் . அந்த பாடல் ”வாராய் நீ வாராய் .. போகுமிடம் வெகு துரமில்லை நீ வாராய் “ காரணம் இன்றும் இந்த பாடல் தமிழ் சினிமாவின் பழமைகளை உடைத்தெறிந்த நவீன பெண்ணின் புதிய முகத்தை அக்காலத்திலியே சித்தரித்த விதத்துக்ககவும் கொண்டாடப் படுகிறது . அத்தகைய அருமையான படலை எழுதியவர்தான் மருதகாசி.

பட்டிக்கோட்டையாருக்கு முன்பாக எளிய சொற்களில் தமிழர் வாழ்வைச் சொன்ன பாடலாசிரியர்.

அரியலூர் மாவட்டம் மேலக்குடிகாடு கிராமத்தில் பிறந்த மருதகாசி அவர்களின் தந்தை பெயர் அய்யம் பெருமாள் தாயார் மிளகாயி அம்மாள். உள்ளூரில் தொடக்கக் கல்வி பயின்றபின், ஆறாம் வகுப்பில் இருந்து எட்டாம் வகுப்பு வரை கும்பகோணம் பாணாதுறை உயர்நிலைப் பள்ளியில் பயின்றார்.கும்பகோணம் அரசுக்

கல்லூரியில் சேர்ந்து, உயர் கல்வி கற்றார். மருதகாசி, சிறு வயதிலேயே கவிதை எழுதும் ஆற்றலைப் பெற்றிருந்தார். கல்லூரிப் படிப்புக்குப் பிறகு, குடந்தையில் "தேவி நாடக சபை"யின் நாடகங்களுக்குப் பாடல்கள் எழுதி வந்தார். மு. கருணாநிதி அவர்கள் எழுதிய மந்திரி குமாரி போன்ற நாடகங்களுக்குப் பாடல் எழுதினார். கவிஞர் கா. மு. ஷெரீபின் நாடகக் குழுவுடன் இணைந்து பணியாற்றினார். இக்குழுவில் இசையமைத்த திருச்சி லோகநாதனின் மெட்டுகளுக்கும் பாடல்கள் எழுதிவந்தார். பாபநாசம் சிவனின் சகோதரரும், பாடலாசிரியருமான இராஜ கோபாலய்யரிடம் உதவியாளராக இருந்தார்.

தலைசிறந்த இசையமைப்பாளர் ஜி.ராமநாதன் "மாடர்ன் தியேட்டர்ஸ்' படத்துக்காக ஒலிப்பதிவுக் கூடத்தில் இருந்தபோது அவர் முன்னால் திருச்சி லோகநாதன், மருதகாசியின் நாடகப் பாடலைப் பாடிக் காட்டினார். அருகிலிருந்த இயக்குநர் டி.ஆர்.சுந்தரம், மருதகாசியின் பாடலின் உட்கருத்தால் கவரப்பட்டு உடனே அவரை அழைத்து முதல் வாய்ப்பை வழங்கினார்.

*1949*இல் வெளிவந்த "மாயாவதி' படத்தின் மூலம் திரைப்பாடலாசிரியராக அறிமுகமானார் மருதகாசி. ""பெண் எனும் மாயப் பேயாம்... பொய் மாதரை என் மனம் நாடுமோ'' (மாயாவதி) என்று தொடங்கும் பாடல்தான் மருதகாசியின் முதல் பாடல். அந்தப் படத்தில் தொடங்கி சுமார் இருநூற்று ஐம்பது படங்களுக்கு மேல் பாடல்களை எழுதிக் குவித்தார். இவர் எழுதிய மொத்தப் பாடல்களின் எண்ணிக்கை நாலா யிரத்தையும் தாண்டும்.

மெட்டுக்கு விரைந்து பாடல் எழுதும் ஆற்றல் பெற்றவர் மருதகாசி. உடுமலை நாராயண கவிக்கு மெட்டுக்கு எழுதுவது சிரமமாக இருந்ததால், இந்திப் பாடல்களின் தமிழ்மொழி மாற்றத்துக்கு மருதகாசியை சிபாரிசு

செய்தார். பின்னர், மாடர்ன் தியேட்டர்ஸின் ஆஸ்தான கவிஞராகவும் ஆனார். 1950 இல் வெளிவந்த பொன்முடி படப் பாடல்கள் இவருக்குப் பெரும் புகழைத் தேடித்தந்தன. தொடர்ந்து கருணாநிதியின் மந்திரி குமாரி படத்திற்கு மருதகாசி எழுதிய பாடல்கள் அனைத்தும் புகழ் பெற்றன. குறிப்பாக "வாராய்ஞ் நீ வாராய்! போகும் இடம் வெகு தூரமில்லை!" என்ற முடிவுநிலைப் பாடலும், "உலவும் தென்றல் காற்றினிலே" என்ற பாடலும் நன்றாக அமைந்தன. இவற்றைப் பாடியவர்கள் திருச்சி லோகநாதன், ஜிக்கி ஆகியோர். சுரதாவின் கதை வசனத்திலும், எப். நாகூர் இயக்கத்திலும் உருவாகி வந்த பாகவதரின் அமரகவி படத்துக்கு பாடல்கள் எழுதினார் மருதகாசி. தொடர்ந்து அவர் எழுதிய சிவாஜியின் தூக்குத் தூக்கி படப்பாடல்கள் பெரும் வரவேற்பைப் பெற்றன.

கவிஞர் வாலி வாய்ப்புத் தேடிய காலத்தில், "நல்லவன் வாழ்வான்' படத்துக்காக "சிரிக்கின்றாள் இன்று சிரிக்கின்றாள்' என்ற பாடலை எழுதினார். இயற்கைத் தடைகளால் அந்தப் பாடலின் ஒலிப்பதிவு தள்ளிப்போய்க்கொண்டே இருந்தது. புதுப்பாடலாசிரியர் வாலி எழுதியதால், சகுனம் சரியில்லை; எனவே, பழம்பெரும் பாடலாசிரியர் மருதகாசியை வைத்து எழுத முடிவெடுத்தனர். மாற்றுப் பாடல் எழுத வந்த மருதகாசி, முதலில் வாலி எழுதிய பாடலைக்கேட்டு வாங்கிப் படித்துப் பார்த்தார்.

"புதுக்கவிஞர் வாலி மிகச் சிறப்பாக எழுதியிருக்கிறார். இதையே பயன்படுத்திக் கொள்ளுங்கள்" என்று கூறிவிட்டாராம். வளர்ந்து வரும் கவிஞரான தன்னைத் தாய்போல் ஆதரித்த மருதகாசியின் சககவி நேசத்தை மனம் நெகிழ்ந்து கவிஞர் வாலி தனது "நானும் இந்த நூற்றாண்டும்' என்ற நூலில் குறிப்பிட்டுள்ளார்

. ஜி.ராமநாதன், கே.வி.மகாதேவன், எஸ்.தட்சிணாமூர்த்தி, விஸ்வநாதன் ராமமூர்த்தி ஆகிய அனைத்து இசை அமைப்பாளர்களின் படங்களுக்கும் மருதகாசி பாடல்கள் எழுதியுள்ளார்.

1960களிலிருந்து கண்ணதாசனுக்கே வாய்ப்புகள் வழங்கப்பட்டதால், மருதகாசி பின்னுக்குத் தள்ளப்பட்டார். ஒருசில படங்களைத் தயாரித்து பண நஷ்டத்துக்கும், மனக் கஷ்டத்துக்கும் ஆளானார். அதனால் சொந்த ஊருக்கே திரும்பிச் சென்றவர்,

சொந்த ஊருக்கே திரும்பிச் சென்ற மருதகாசி மக்கள் திலகம் எம்.ஜி.ஆரால் அழைக்கப்பட்டு மீண்டும் சினிமாவில் மறுபிரவேசம் செய்தார். கே.எஸ்.ஜி., தேவர் படங்களுக்கு மட்டும் பாடல்கள் எழுதும் வாய்ப்பு அவருக்குக் கிடைத்தது.

தேவரின் தாய்க்குப்பின் தாரம் படத்துக்கு எம்.ஜி.ஆருக்கு புரட்சி கரமான கருத்துக்களுடன் மனுஷனை மனுஷன் சாப்பிடுறாண்டா தம்பிப்பயலே என்ற பாடலை எழுதினார்.

தேவர் பிலிம்ஸின் “விவசாயி' படத்தின் அத்தனை பாடல்களையும் இவரைக் கொண்டு எழுத வைத்தவர் எம்.ஜி.ஆர். “கடவுளென்னும் முதலாளி கண்டெடுத்த தொழிலாளி விவசாயி', “இப்படித்தான் இருக்கவேணும் பொம்பளை' போன்ற “விவசாயி' திரைப்படத்தின் பாடல்கள் இன்றும் கருத்துச் செறிவும், சமுதாயக் கண்ணோட்டமும் உடையதாகப் பாராட்டப்படுபவை. தேவர் பிலிம்ஸ் படங்களில் மருதகாசிக்கு நிச்சயமாக ஒரு பாடல் இருக்கும்.

இளைய தலைமுறையினர் படங்களுக்கும் பாடல்கள் எழுதினார். அதில் முக்கியமானது, தேவர் தயாரிப்பில் ரஜினிகாந்த் நடித்த தாய் மீது சத்தியம் படத்தின் மருதகாசி பாடல்கள் அரசுடைமை.

டி.எம்.சௌந்தரராஜனை சினிமாவுக்குக் கொண்டுவந்த பெருமை மருதகாசியையே சேரும். மருதகாசியின் திரை இசைப் பாடல்களையும் புத்தகங்களையும், மே 2007 இல் தமிழக அரசு அரசுடைமை ஆக்கியது. கவிஞரின் வாரிசுகள் 9 பேருக்கும், ரூ.5 இலட்சத்தை, அன்றைய முதல்வர் கருணாநிதி வழங்கினார்.

மனதை விட்டு மறையாத பாடல்கள்:

''மணப்பாறை மாடு கட்டி மாயவரம் ஏறு பூட்டி வயக்காட்டை உழுதுபோடு சின்னக் கண்ணு''

''வாராய் நீ வாராய் போகுமிடம் வெகு தூரமில்லை நீ வாராய்''

''மாசில்லா உண்ணைக் காதலே''

''சத்தியமே லட்சியமாய் கொள்ளடா...

தலை நிமிர்ந்து உனை உணர்ந்து செல்லடா''

''சமரசம் உலாவும் இடமே நம் வாழ்வில் காணா சமரசம் உலாவும் இடமே''

"ஏர்முனைக்கு நேர் இங்கு எதுவுமே இல்லை"

"கடவுள் என்னும் முதலாளி கண்டெடுத்த தொழிலாளி விவசாயி, விவசாயி"

ஆளை ஆளைப் பார்க்கிறார்

சிரிப்பு... இதன் சிறப்பைச் சீர்தூக்கிப் பார்ப்பதே நம் பொறுப்பு

கண் வழி புகுந்து கருத்தினில் கலந்த

ஆனாக்க அந்த மடம்ஞ்

கோடி கோடி இன்பம் பெறவே

ஏர்முனைக்கு நேர் இங்கு எதுவுமே இல்லே

கடவுள் என்னும் முதலாளி

வருவேன் நான் உனது மாளிகையின் வாசலுக்கே

முல்லை மலர் மேலே மொய்க்கும் வண்டு போல

காவியமா? நெஞ்சின் ஓவியமா?

இப்படி திரைப்பட உலகில் 4000 பாடல்களுக்கு மேல் எழுதியவர். கால் நூற்றாண்டுகளாக புகழ்பெற்ற திரையுலக சகாப்தக் கவிஞரும் இவரே. திரைப்பட பாடலாசிரியர்களின் வரலாற்றில், கண்ணதாசனுக்கு முன்பே அதிகப் பாடல்களை எழுதி சாதனை படைத்த முதல் கவிஞர் என்ற புகழுக்கும் உரியவர் மருதகாசி

1949-ல் 'மாயாவதி' என்ற படத்தில் தொடங்கி 1983-ல் 'தூங்காத கண்ணின்று ஒன்று' திரைப்படம் வரை தொடர்ந்த கவிஞரின் திரையுலக சகாப்தம் 29.11.1989 இல் நின்றது

# கவிகா.மு.ஷெரீப்

இலங்கை, யாழ்ப்பாணம் மாவட்டத்திலுள்ள சுன்னாகம் என்னும் ஊரைச் சேர்ந்த இளைஞர் ஒருவர், பெற்ற தன் தாயைக் கவனிக்காமல் புறக்கணித்து வாழ்ந்து வந்த சூழ்நிலையில் ஒருநாள், தேநீர்க்கடை ஒன்றில் தேநீர் அருந்திக்கொண்டிருந்தபோது கவியின் 'அன்னையைப் போல் ஒரு தெய்வமில்லை, அவர் அடி தொழ மறுப்பவர் மனிதரில்லை, மண்ணில் மனிதரில்லை' என்ற பாடலை அங்கு ஒலிக்கக் கேட்டு, அதன்காரணமாக மனம் திருந்தி, தாயைப் போற்ற ஆரம்பித்தாராம். இந்தச் சம்பவத்தை 'அறுபது ஆண்டுகாலத் திரைப்படப் பாடல்கள்' என்ற தனது நூலில் குறிப்பிடுகின்றார் அதன் ஆசிரியர், சிலோன் விஜயேந்திரன்.

அரிதினும் இனிதான தமிழ்க்காதலர். தமிழுக்கும் தமிழர்க்கும் ஊறு என்றால் பொங்கி எழும் சிங்கக்கவி எனப் பெயர்பெற்றவர்.இஸ்லாமியர் என்றபோதும் புலால் உணவை மறுத்து சைவராகவே வாழ்ந்தவர்.வழக்கமாக, எதற்கும் எவருக்கும் கவலைப்படாத ஜெயகாந்தன், கா.மு.ஷெரீப்பை சந்திக்கும்போது அவர்மீதுள்ள மரியாதையால் புகைக்க மறுத்து அதை நண்பர்களிடமும் சொல்லிப் பெருமைப்பட்டவர்.

கவி கா.மு.ஷெரீப் கவிஞர், எழுத்தாளர், பத்திரிகையாளர், பதிப்பக உரிமையாளர், அரசியல்வாதி, ஆன்மிகவாதி எனப் பன்முகத்தன்மை கொண்டவர். மட்டுமல்லாமல் எம்.ஜி.ஆர்.,கருணாநிதி இரண்டு முதல்வர்களுக்கு, முதல்

வாசல் அமைத்துக்கொடுத்த 'மந்திரிகுமாரி'யின் வெற்றியில் முக்கியப்பங்களிப்பு செய்தவர்தான், கவி. க.மு.ஷெரீப். இன்னும் சொல்லப் போனால்,அந்தப் படம்உருவாக முக்கியக் காரணியாக இருந்தவர் என்று கூடச் சொல்லலாம்.

சினிமாவுக்கு வருவதற்குமுன், திருவாரூரில் நாடகம்போடுவதில் முனைப்பாக இருந்தார், கருணாநிதி. அப்படித்தான் 'குண்டலகேசி' காப்பியத்தை அடிப்படையாகக் கொண்டு 'மந்திரிகுமாரி' என்ற நாடகத்தை எழுதினார். கும்பகோணத்திலே அரங்கேற்றப்பட்ட அந்த நாடகம், ரசிகர்கள் மத்தியில் மிகச்சிறந்த வரவேற்பைப் பெற்றது. தொடர்ந்து பலநாட்கள் கும்பகோணத்தில் நடத்தப்பட்ட அந்த நாடகத்தைப் பற்றி கவிஞர் கா.மு.ஷெரீப், மாடர்ன் தியேட்டர்ஸ் அதிபரான டி.ஆர்.சுந்தரத்திடம் கூற,டி.ஆர்.சுந்தரம், இயக்குனர் எல்லிஸ். ஆர்டங்கன் ஆகிய இருவரும் கும்பகோணம் சென்று அந்த நாடகத்தைப் பார்த்தனர். நாடகம் அவர்கள் இருவருக்குமே மிகவும் பிடித்திருந்தது. அதைத்தொடர்ந்து, கலைஞரைச்சந்தித்து, அந்த நாடகத்தைப் படமாக்கும் உரிமைகளை வாங்கிவருவதற்காக கா.மு.ஷெரீப்பை திருவாரூருக்கு அனுப்பிவைத்தார், டி.ஆர்.சுந்தரம். இக்காலத்தில்,ஜூபிடரில்கலைஞர் 'ராஜகுமாரி' படத்தில் பணிசெய்து வெளியீட்டுக்காகக்காத்திருந்தார். 'ராஜகுமாரி'யில் அவருக்கு உரித்தான வசனம் எனும் முழுமையான தகுதிஅட்டை கிடைக்கவில்லை. இச்சூழலில்தான் 'மந்திரிகுமாரி' கதைக்காககா.மு.ஷெரீப்மூலம் முழுமையான கதை, வசனம் என்ற தகுதி அவருக்குக்கிடைத்தது. அப்படியாக, கா.மு.ஷெரீப் அவர்கள் செய்த இந்தக்காரியத்தால்மீண்டும் எம்.ஜி.ஆர்.,கருணாநிதி ஆகியோரின் வாழ்க்கையில்முக்கியத் திருப்பம் உண்டானது என்பது அறியப்படாத வரலாறு

*11.08.1914* அன்று, கீழத்தஞ்சை மாவட்டம் அபிவிருத்தீஸ்வரம் என்ற கிராமத்தில், காதர்ஷா இராவுத்தர்பாத்துமா அம்மா தம்பதியினருக்கு மகனாகப் பிறந்தார், ஷெரீப். அவர் முறையாகப் பள்ளிக்கூடம் சென்று

பயின்றவரல்ல. 5 வயது முதல் 14 வயதுவரை சொந்தமாகவே ஆசிரியர் ஒருவரிடம் தமிழ் கற்றார். தந்தையாரின் தூண்டுதல் காரணமாகத் தமிழ் இலக்கணத்தையும் இலக்கியங்களையும் கற்றார். இளமையிலேயே அவர் கவிதை இயற்றும் திறன்பெற்றிருந்தார்.

அவரது முதல் கவிதை, 1933ஆம் ஆண்டு பெரியாரின் 'குடியரசு' நாளிதழில் வெளிவந்தது. அக்கவிதை பெரியாரைப் போற்றி எழுதப்பட்ட கவிதை. ஆரம்பகாலத்தில் பல சிறுகதைகளை எழுதியுள்ளார். இவரது சிறுகதைகள் ஆனந்தவிகடனில் வெளிவந்துள்ளன. 'காதல் வேண்டாம்', 'காதலும் கடமையும்', 'கனகாம்பரம்' ஆகியன இவரது சிறுகதைத் தொகுப்புகளாகும். 'நல்ல மனைவி', 'விதியை வெல்வோம்', 'தஞ்சை இளவரசி' ஆகிய புதினங்களையும் எழுதியுள்ளார். 1934ஆம் ஆண்டில் கவிஞர், மண வாழ்க்கையைக் கண்டார். அவரின் மனைவி முகம்மது பீவி அவர்கள், உடல்நலக்குறைவால் சிலஆண்டுகளிலேயே மரணித்துப் போய்விட்டார். மனைவியின் பிரிவில் சிலகாலம் கழித்த கவிஞர், 1940ஆம் ஆண்டில், ஜமீலா பீவி என்பவரை இரண்டாவதாகத் திருமணம் செய்துகொண்டார். ஒன்பது ஆண்களும், இரண்டு பெண்களும் எனப்பதினோரு பிள்ளைகளுக்குத் தந்தையாக விளங்கிய கவிஞர், பன்னிரண்டாவதாக ஒரு வளர்ப்பு மகளையும் எடுத்து வளர்த்தினார்.

இவள் வேறுயாருமல்ல, கவிஞருடைய நண்பரின் மகள்தான். இந்த நண்பர், ஒரு பிராமணச் சமூகத்தைச் சார்ந்தவர். கவிஞரின் முதல் கவிதைத் தொகுப்பு, 1946ஆம் ஆண்டில் வெளியானது. இது 'ஒளி' எனும் தலைப்பைப் பெற்று, ஒளிவீசியதை தமிழ் இலக்கிய உலகம் என்றைக்கும் மறந்துபோய்விட முடியாது. இந்தக் கவிதைத் தொகுப்பிலும், கவிஞரின் விடுதலை வேட்கையை நம்மால் காணமுடியும். இதில் இடம்பெற்றுள்ள பல கவிதைகள், விடுதலை கீதங்களாக ஒலித்துக் கொண்டுள்ளன. பாட்டில் புரட்சிசெய்த பாரதியைப் போற்றும் நம் தமிழ் மக்கள், கவிஞரின் சுந்திர கீதங்களை சுவாசிக்க மறந்துபோய்விட்டனர்.

தத்துவப் பாடலாசிரியர் என அறியப்படுகிற கண்ணதாசனுக்கெல்லாம் மூத்தவரும், வழிகாட்டியுமாக விளங்கியிருக்கிறார், கவிஞர் அவர்கள். இதனை கண்ணதாசனின் ஒரு கூற்றிலிருந்தே நம்மால் அறியமுடிகிறது.

"அவர் அடக்கத்தின் உறைவிடம். இன்று கவிதை எழுதும் அனைவருக்கும் மூத்தவர் ஷெரீப். நான் எழுதத் தொடங்கிய காலத்திலேயே, அவரின் கவிதைத் தொகுதி வெளிவந்துவிட்டது. 'ஒளி'

எனும் தலைப்புடைய அந்தத் தொகுதியை, நான் சுவைத்திருக்கிறேன்" என்கிறது, கவியரசர் கண்ணதாசனின், கா.மு.ஷெரீப் அவர்களைப் பற்றிய கூற்று.

இதனைத் தொடர்ந்து, கவிஞர் கா.மு.ஷெரீப் அவர்கள், நூற்றுக்கும் மேற்பட்ட திரைப்பாடல்களை இயற்றியுள்ளார். அப்படி அவர் இயற்றி, காலத்தால் இன்றளவும் தனித்துவத்தோடு விளங்கும் பாடல்களில் சில:

'சிட்டுக்குருவி சிட்டுக்குருவி செய்தி தெரியுமா?','பொன்னான வாழ்வு மண்ணாகிப் போகுமா?', 'வாழ்ந்தாலும் ஏசும், தாழ்ந்தாலும் ஏசும் வையகம் இதுதானடா', 'பணம் பந்தியிலே குணம் குப்பையிலே', 'அன்னையைப் போல்ஒரு தெய்வமில்லை', 'ஒன்றுசேர்ந்த அன்பு மாறுமா? உண்மைக் காதல் மாறிப்போகுமா?', 'பூவா மரமும் பூத்தது பொன்னும், மணியும் விளைந்தது','வானில் முழு மதியைக் கண்டேன். வனத்தில் ஒரு பெண்ணைக் கண்டேன்', 'நான் பெற்ற செல்வம் நலமான செல்வம்', 'உலவும் தென்றல் காற்றினிலே', 'வாராய் நீ வாராய்' போன்ற பாடல்களைக் குறிப்பிடலாம்.

'அலிபாபாவும் 40 திருடர்களும்' எனும் படத்தில் இடம்பெற்ற, 'மாசிலா உண்மைக் காதலே' எனும் பாடலுக்குப் பல்லவியை அமைத்துக் கொடுத்தவர், கவி அவர்களே. இந்தப் பாட்டின் சரணத்தை, மாடர்ன் தியேட்டர்ஸ் அதிபர் டி.ஆர்.சுந்தரம் அவர்கள் அமைத்திருக்கிறார். இதுபோக, சில பாடல்களில் மருதகாசி அவர்களோடு சேர்ந்தும் வரிகளை எழுதிக் கொடுத்திருக்கிறார்,கவிஞர் அவர்கள்.

திரைத்துறையில் இருந்தும் வறுமை நீங்காத கவிஞர், திரைத்துறையில் இருந்து திடீரென வெளியேறினார். இனிமேல் சினிமாவில் பாடல் எழுதப்போவதில்லை என அறிவிப்புச் செய்தார். இதனைச் சொல்லுகிறபோது அவர், புகழின் உச்சியில் இருந்திருக்கிறார்.

சினிமா உலகில் சுற்றியடித்துக் கொண்டிருந்தபோதே கவிஞர், தீவிர அரசியலிலும் ஈடுபட்டிருந்தார்.

ஆங்கில மொழித் திணிப்பிற்கு எதிரான போராட்டங்களிலும், இந்தி எதிர்ப்புப்போராட்டங்களிலும், தமிழரசுக் கழகத்தின் முன்னணித் தலைவராய் இருந்து சுழன்றிருக்கிறார், கவி கா.மு.ஷெரீப் அவர்கள்.

சென்னையை, ஆந்திராவிலிருந்து மீட்டெடுத்த போராட்டமாகட்டும், கன்னியாகுமரியை கேரளத்திடமிருந்து காப்பாற்றிய போராட்டமாகட்டும்,

திருத்தணியை தமிழகத்திற்குத் திருப்பிய போராட்டமாகட்டுமென, எல்லை மீட்புப் போராட்டங்களில் வீரியத்தோடு போராடியும் சிறைகளைக் கண்டவராகவும் இருந்திருக்கிறார், கவிஞர்.

தை மாதப் பிறப்பன்று பொங்கல் விழா கொண்டாடப்பட வேண்டும் என்கிற கோரிக்கையில் வென்றுகாட்டினார்கள்,தமிழரசுக் கழகத்தினர். இந்தக் கோரிக்கைக்காகவும், கவிஞர் பலவாறு ம.பொ.சி. அவர்களோடு தோள்நின்று உழைத்திருக்கிறார். இதேபோல, 'மெட்ராஸ்'என்ற ஆங்கிலப் பெயரைத் தமிழில் மாற்றவேண்டும் என்று தமிழரசுக் கழகம் தீர்மானம் போட்டது. இந்தத் தீர்மானத்தை நிறைவேற்ற முற்றுகைப் போராட்டங்களை நடத்தியது. இந்த முற்றுகைப் போராட்டத்தில், ம. பொ.சி கலந்துகொள்ளவில்லை. வழக்கமாக, ம.பொ.சி.ஸ்தானத்தில் கவிஞர்தான் அதிகமாகத் தலைமைவகிப்பார். அப்படி, இந்தப் போராட்டத்திலும் கவிஞரே தலைமைவகித்து, தொண்டர்களை தினந்தோறும் சரியாக அணிவகுத்துக்கொண்டு போராடினார். அப்படிப் போராடி, இதிலும் சிறைகளைக் கண்டார், கவிஞர். இந்தியா சுதந்திரம் அடைந்ததற்குப் பிறகு, விடுதலைப் போராட்ட வீரர்களுக்கு 'தியாகி பென்ஷன்' கொடுக்கப்பட்டது. அப்படி, இது கவிஞருக்கும் அறிவிக்கப்பட்டபோது, கவிஞர் அதனை ஏற்காமல் நிராகரித்துவிட்டார். இதேபோல, கவிஞரின் கவித்துவத்தைக் குறித்து,"தம்பி ஷெரீப், கவிஞன் என்று கண்டுகொண்டேன். அவருடைய பாக்களைப் படித்து, அதனின்றும் இன்பத்தைக் கங்கு, கரையின்றி அனுபவிப்பீர்களாக." என்று 1946ஆம் ஆண்டில் பாராட்டியுள்ளார், அறிஞர் வ.ரா அவர்கள்.

"கலைமாமணி விருதுபெற்ற கவிஞர். அருந்தமிழ் இலக்கியங்கள் இலக்கணங்கள் அனைத்தையும் பாங்குறக் கற்றுத் தெளிந்தவர்கள்" என்று போற்றுகிறார், சிலம்பொலி செல்லப்பனார் அவர்கள்.

இப்படிப் பலராலும் பற்பல பாராட்டுகளைப் பெற்றிருக்கிறார் கவிஞர். அரசு இவருக்கு 'கலைமாமணி' விருது வழங்கி கௌரவித்துள்ளது.

இத்தனை சாதனைகளுக்குச் சொந்தக்காரரான கவிஞர், 07.07.1994ஆம் ஆண்டில், சென்னை மாநகரில், தனது இறுதிநாளைக் கண்டார். தமிழ் மொழியின், தமிழ்நாட்டின் அடையாளங்களுள் ஒருவரான கவிஞர், அன்றைய தினத்தில் காலமாகிப்போனார். தமிழினத்தின், தமிழ் தேசியத்தின் ஒப்பற்ற ஓர் விடுதலைக் குரல் அன்று ஓய்ந்துபோனது.

## கு.மா.பாலசுப்ரமணியம்

**1920**இல் திருவாரூர் அருகேயுள்ள வேளூக்குடியில் மாரிமுத்து, கோவிந்தம்மாள் ஆகியோருக்குப் பிறந்தார். நான்கு வயதில் தந்தையை இழந்தார். இவரது தாயார் தேவாரம், திருவாசகம், பக்திப் பனுவல்களை இசைக்கக் கூடியவராக இருந்தார். தாய் பாடிய பாடல்கள்தான் தனது தமிழார்வத்தையும், இசை வேட்கையையும் தூண்டியதாக கு.மா.பா பேட்டிகளில் குறிப்பிட்டுள்ளார். வறுமையின் காரணமாக இவரது தாயாரால் ஆறாம் வகுப்புக்குமேல் படிக்க வைக்க இயலவில்லை. இதன்பிறகு வேளாண் தொழிலாளராகவும், மளிகைக் கடையில் பொட்டலம் மடிக்கும் வேலை, துணிக்கடை போன்றவற்றில் வேலை செய்தார். பொட்டலம் மடிக்கும் வேலையின்போது ஓய்வு நேரத்தில் பழைய புத்தகங்களைப் படித்துவந்தார். இதனால் எழுத்தின் மீது ஆர்வம் ஏற்பட்டு சிறுகதைகளை எழுதத் துவங்கினார். எழுத்தாளர்கள் கா. மு. ஷெரீப், மேதாவி என்னும் கோ. த. சண்முகசுந்தரம் ஆகியோர் இவரின் சொந்த ஊரைச் சேர்ந்த இளமைக்கால நண்பர்கள். இவர் ஜெயலட்சுமிய 1947 ல் திருமணம் செய்து, ஐந்து ஆண் மக்களையும், இரண்டு பெண் மக்களையும் பெற்றார். இவரது இளைய மகன் கு. மா. பா. கபிலன் ஆவார்.

சி. பா. ஆதித்தனார் மதுரையில் இருந்து வெளியிட்ட தமிழன் இதழின் துணை ஆசிரியராக இணைந்தார். பின்னர் கோவையில் திருமகள் இதழில் பணியாற்றினார். 1945 இல் கொழும்பில் இருந்து வெளிவந்த வீரகேசரி நாளிதழில் துணை ஆசிரியராக இணைந்தார். இந்திய

விடுதலைக்குப்பிறகு 1947 இல் நாடு திரும்பியவர் தமிழன் குரல் என்ற மாதம் இருமுறை இதழை நடத்தி இழப்பை சந்தித்ததால் அதனை விற்றுவிட்டு, சென்னை வந்து ம.பொ.சியின் தமிழ் முரசு இதழில் நுணை ஆசிரியராக இணைந்தார். அக்காலக்கட்டத்தில் சிந்தாதிரிப்பேட்டையில் தமிழாசிரியராக இருந்த திருவேங்கடம் என்பவர் இவரின் எழுத்தாற்றலைக் கண்டு இவருக்கு மரபுக் கவிதைகளை எழுத கற்றுக் கொடுத்தார். இதன் பிறகு 1949 ஆம் ஆண்டில் பாரதிதாசன் தலைமையில் கோவையில் நடந்த கவியரங்கில் தன் 28 ஆம் வயதில் கலந்துகொண்டார்.

சிலம்புச்செல்வர் ம.பொ.சி.யின் தமிழரசுக் கழகத்தில் அரசியல் பணியாற்றியவர். அக்கழகத்தின் பொதுச்செயலாளராகவும் பணியாற்றியுள்ளார். 1974 முதல் 1980 வரை தமிழக சட்டசபை மேலவை உறுப்பினராகவும் இருந்துள்ளார். பாரதிதாசன் மீது தீவிர அபிமானம் கொண்டிருந்தவர்.

ஏவிஎம் நிறுவனத்தின் கதை இலாகாவில் மாத ஊதியத்தில் இணைந்தார். அவர்களின் ஓர் இரவு படத்தின் உதவி இயக்குநராக ஆக்கப்பட்டார். அண்ணாதுரை எழுதிய வசனங்களை படி எடுத்தல் இவரது பணி. படி எடுக்கும்போது தன்னார்வத்துடன் ஒரு காட்சிக்கு இவர் ஒரு பாடலை எழுதினார். அந்தப்பாடல் படக்குழுவுக்கு பிடித்து விட்டதால் அது பாடல் பதிவு பெற்று, அதே படத்தில் மேலும் இரண்டு பாடல்கள் எழுத வாய்யப்பு கிடைத்தது. அதன்பிறகு பல படங்களுக்கு பாடல்களை எழுதினார்.

1962 ஆம் ஆண்டில் கொஞ்சும் சலங்கை மற்றும் 1966 இல் மகாகவி காளிதாஸ் திரைப்படங்களுக்கான திரைக்கதை, வசனங்கள் மற்றும் பாடல்களை எழுதினார். மேலும் 1953 இல் பொன்னி , 1962 இல் மடாதிபதி மகள் போன்ற திரைப்படங்களுக்கு வசனம் மற்றும் பாடல்கள் எழுதினார். ஓர் இரவு (1951), கோமதியின் காதலன் (1955) திரைப்படங்களில் உதவி இயக்குனராகவும் வேலைக்காரன் (1952)

*திரைப்படத்திற்கு கதை மற்றும் பாடல்களையும் எழுதினார்.[3]*

**யாரடீ நீ மோகினி (உத்தம புத்திரன், 1958)**

*சின்னையா என்றழைத்த (தங்கமலை ரகசியம் படத்துக்காக நேரிசை வெண்பாவாக இயற்றினார்)*

**சித்திரம் பேசுதடி (சபாஷ் மீனா)**

**காணா இன்பம் கனிந்த்தேனோ**

**குங்குமப் பூவே கொஞ்சு புறாவே (மரகதம்)**

**அன்பே என் ஆராவமுதே வாராய்**

*குங்குமப்பூவே கொஞ்சும் புறாவே (மரகதம் படத்தில் இடம்பெற்று நடிகர் சந்திரபாபுவின் புகழை உச்சத்திற்கு கொண்டு சென்ற பாடல்)*

**அமுதைப் பொழியும் நிலவே (தங்கமலை ரகசியம்)**

**மாசிலா நிலவே நம் காதலை (அம்பிகாபதி)**

**நெஞ்சினிலே நினைவு முகம் (சித்ராங்கி)**

**சிரிக்கத் தெரியுமா (குழந்தைகள் கண்ட குடியரசு, 1960)**

**கனவின் மாயா லோகத்திலே நாம் கலந்தே (அன்னையின் ஆணை)**

**எந்தன் உள்ளம் துள்ளி விளையாடுவதும் ஏனோ (கணவனே கண்கண்ட தெய்வம்)**

*வீரபாண்டிய கட்டபொம்மன் திரைப்படத்தில் இடம்பெற்ற அனைத்து பாடல்களையும் இயற்றினார்.*

# குணச்சித்திரம்

# எம். ஜி.சக்ரபாணி

எம்.ஜிஆரின் அண்ணன் என்ற அடையாளமே இவரது பலம் பலவீனம். தனிப்படட முறையில் இவர் எப்படிப்ப்ட்ட ஒரு சிறந்த நடிகர் என்பதற்கு 1952ல் வெளியான என் தங்கை மற்றும் 1956ல் வெளியான அலிபாபவும் நாற்பது திருடர்களும் இந்த இரண்டு படங்களும் போதும் . இரண்டிலுமே பணத்தாசை பிடித்தவ்ராக நடித்திருப்பார் . என் தங்கை படத்தில் எம்.ஜி.ஆரின் சொத்தை அபகரிக்க நினைக்கும் சித்தப்பா வேடம் என்றால் அலிபாபாவில் பணத்தாசை பிடித்த எம் ஜிஆரின் அண்ணன் வேடம் . தமிழ் சினிமாவில் அலிபாபாவை மறந்தாலும் அண்ணன் காசிம்மை யாரும் மறக்க முடியாது . அதுவும் குகையில் மாட்டிக்கொண்டு திறக்கு மந்திரத்தை மறந்து விட்டு உடம்பு முழுக்க வாரிக்கட்டிய நகைகளுடன் பயத்தில் நடுநடுங்கி அவர் புலம்பும் இடம் தமிழ் சினிமாவின் மறக்க முடியாத காட்சி . பேராசை பெரு நஷ்டம் என எளிய மனிதனுக்கு இந்த காட்சியை விடவும் ஒரு காட்சி நேரடியாக சொல்லி விட முடியாது . இப்படியாக அலட்டிக்கொள்ளாமல் . பாத்திரத்துக்கு ஏற்ற நடிப்பை உணர்ச்சியை பாவத்தை துல்லியமாக நடித்திருப்பார். என் தங்கையில் நெற்றியைச்சுருக்கி கண்களை இடுக்கி கண்ணாடி வழியாக அவர் பர்க்கும் அந்த பாரவையில் மொத்த பாத்திரமும் படத்தில் என்ன சொல்ல வேண்டுமோ அதைச் சொலலி விடும். ஆங்கிலத்தில் கேஜ் ( "ரீணீக்ஷமீ") என்பார்கள் . மெதட் ஆக்டிங்கில் இது முக்கிய்மான பாடம். அதவாது ஒட்டு மொத்த பாத்திரமும் சொல்ல

வரும் குணச்சித்திரத்தை உடல் மொழியால் சற்றொரு நிமிடம் அசையா தோற்றத்தில் வெளிப்படுத்தி காண்பிப்பது. அதற்கு முழு பாத்திரத்தையும் ஆழமாக மனதில் வாங்கி அசை போட்டு உருவாக்க வேண்டும் . சக்ரபாணி அவர்களின் பழுத்த நாடக அனுபவம் தான் அவருடைய இந்த சிறந்த வெளிப்பாட்டுக்கு காரணம்

எம் ஜி ஆருக்கு முன் ஆறு வயது மூத்தவராக பிறந்த காரணத்தால் சிறு வயதிலிருந்தே ஒரு தந்தைக்கான பொறுப்புணர்ச்சியுடன் எம்.ஜி.ஆரை கட்டிக் காத்தார். அதிலும் குறிப்பாக சிறுவயதில் பாய்ஸ்

கம்பெனி காலத்தில் தம்பியை அவர் கண்ணும் கருத்துமாக காத்து பின்னாளில் அவர் ஆளுமையாக் உருவாக எல்லா உதவிகளும் செய்தார்

துவக்கத்தில் பல நாடகங்களில் நடித்த அனுபவத்துடன் சினிமாவிலும் நடிக்கத் துவங்கினார். 1936ஈ வெளியான இரு சகோதரர்கள் முதல் படம் . எம்.ஜி.ஆருக்கு அண்ணனாக, வில்லனாக, தந்தையாக என பல்வேறு கதாபாத்திரங்களில் இவர் நடித்துள்ளார். அவருடன் மட்டுமே 19 படங்களில் இவர் நடித்துள்ளார். மொத்தமாக 60 படங்களுக்கும் அதிகமாக நடித்துள்ளார் .

எம்.ஜி.ஆரின் திரை வாழ்க்கை மட்டுமல்லாது சினிமா வாழ்க்கைக்கும் பெருந்துணையாக எம்.ஜி.சக்கரபாணி இருந்துள்ளார். எம்.ஜி.ஆரை வைத்து அரச கட்டளை ( 1957 )என்ற திரைப்படத்தை இயக்கியது இவர்தான். எம்.ஜி.ஆரின் திரை வாழ்க்கையில் மிகப்பெரிய வெற்றி பெற்ற திரைப்படம் உலகம் சுற்றும் வாலிபன்.அந்த திரைப்படத்தை எம்ஜிஆர் தயாரிக்க சொல்லி ஆலோசனை கொடுத்தது எம்.ஜி.சக்கரபாணி தான். பிறந்ததிலிருந்து ஒன்றாக பயணித்த அண்ணன் உடல்நிலை மோசம் அடைந்ததை கேள்விப்பட்ட எம்ஜிஆர் மனைவியோடு மருத்துவமனைக்கு சென்றுள்ளார்.

அவர் கண் முன்னே அண்ணன் உயிர் பிரிந்ததைக் கண்டு எம்ஜிஆர் கண்ணீர் விட்டு கதறி அழுதார். தன் அண்ணனின் திடீர் மறைவை ஏற்றுக் கொள்ள முடியாத எம் ஜி ஆர் தன்னுடைய பலம் அத்தனையும் திடீரென காணாமல் போனது போல் உணர்ந்துள்ளார்.

. எம்.ஜி சக்கரபாணி 19 87ம் ஆம் ஆண்டு மறைந்தார். இவர் மறைந்த போது எம் .ஜி,.ஆர் தன் பலமே போய்விட்டது என்றார். ஒருவகையில் அது உண்மை என்பதை பலரும் உணரும் வகையில் அடுத்த ஆண்டே எம். ஜி,ஆரும் அண்ணன் வழியில் இயற்கை அடைந்தார் ..

இப்படி சகோதரர்கள் ஒற்றுமையாக அடுத்தடுத்த ஆண்டில் இறப்பது உலகப்புகழ்பெற்ற ஓவியர் வான்கா வாழ்வில் நடந்தது. அவரைக் காப்பாற்றிய அவரது தம்பி தியோ அண்ணன் இறந்த அடுத்த் ஆண்டே அவரது நினைவால் உயிர் துறந்தான் . ஆனால் எம்.ஜி.ஆர் மரணம் அப்படியாக கருத முடியாவிட்டாலும் அவர்களது சகோதரபாசத்துக்கு சற்றும் குறையாத பசாம் கொண்டது என்பதில் ஐயமில்லை.

## டி.எஸ்.பாலையா

**மு**ப்பதுகளில், பாய்ஸ் கம்பெனி நாடகங்களில்நடிக்கத்துவங்கிநாற்பதுகளில்,ஐம்பதுகளில், அறுபதுகளில்என நான்குதலைமுறைகள்தொடர்ந்துபயணித்தசினிமாக் கலைஞர் என்ற பெருமைமிக்க நடிகர், பாலையா. அந்தளவுக்கு தன்தனித்தன்மையான நடிப்பால் அனைவரையும் கவர்ந்தவர்.

இன்றைய தலைமுறையினருக்கு, அவர் 'காதலிக்க நேரமில்லை'படத்தின் ஓஹோ புரொடக்ஷன்ஸ்சார்பாக நாகேஷ் கதை சொல்லும் காட்சியில், கதைகேட்கும் அப்பாவாக நடித்தவர் என்றால்,பாலையாவை எளிதில் ஊகிக்கமுடியும். தமிழின் முதல் பேசும்படமான 'சதி லீலாவதி'யில் நடித்தவர் என்ற பெருமைமிக்க கலைஞர், பாலையா.

டி.எஸ்.பாலையா,1914ஆம் ஆண்டு ஆகஸ்ட் 23 அன்று திருநெல்வேலியில் பிறந்தார்.தந்தை சுப்பிரமணியபிள்ளை. சிறுவயதில் பள்ளிப்படிப்பில் நாட்டமில்லாமல்போக ஒருநாள், பெற்றோரிடம் சொல்லிக்கொள்ளாது வீட்டிலிருந்து வெளியேறி, சர்க்கஸ் கூடாரத்தில் வேலைக்குச் சேர்ந்தார். அந்த வேலை பிடிக்காது, சாப்பாட்டுக் கடையில் மேசை துடைக்கும் பணிக்கு மாறினார். அப்போது அங்கு சாப்பிடவந்த ஒருவர், உள்ளூர் கசாப்புக்கடை சாய்பு என்பவர், நாடகக் கம்பெனி ஒன்றைத் தொடங்கவிருக்கிறார் எனக்கூற,சிறுவயது முதலே நடிப்பில் மிகுந்த ஆர்வம்கொண்ட டி.எஸ்.பாலையா உடனே சாய்புவிடம்

சேர்ந்தார். ஆனால் அவரோ, நாடகக்குழு தொடங்குவதைப் பற்றிய யோசனை எதுவுமில்லாமல் இருந்தார். அதேசமயம்,ஜெகந்நாத ஐயர் நடத்திவந்த 'மதுரை ஒரிஜினல் பாய்ஸ்' கம்பெனியிலிருந்து பிரிந்துவந்த நடிகர்கள் ஒன்றிணைந்து 'பாலமோஹன சங்கீத சபா' என்ற நாடகக் குழுவைத் தொடங்கியிருந்தார்கள். அக்குழுவில் சேரும்போது டி.எஸ். பாலையாவுக்குப் பதினைந்து வயது.

பல நாடகக் கம்பெனிகளில் சேர்ந்து, பல்வேறு வேடங்களில் சிறந்த நடிப்பை வெளிப்படுத்தினார்.'பதிபக்தி' எனும் நாடகம்தான் டி.எஸ். பாலையா திரையுலகிற்குள் நுழையக் காரணமாக இருந்தது.

கோவையைச் சேர்ந்த ஏ.என்.மருதாசலம் செட்டியார், தன்னுடன் மூன்று நண்பர்களுடன் சேர்ந்து 'மனோரமா பிலிம்ஸ்' என்ற படக்கம்பெனியைத் தொடங்கினார்.எல்லீஸ் ஆர்.டங்கன் இயக்கத்தில், எஸ்.எஸ்.வாஸன் எழுதிய 'சதிலீலாவதி' என்ற கதையைப் படமாக்க முன்வந்தனர். இந்தப் படத்தில் வில்லன் பாத்திரமும், 'பதிபக்தி' நாடகத்தில் டி.எஸ்.பாலையா நடித்த பாத்திரமும் ஒற்றுமையாக இருக்கும் என்றெண்ணினார், இப்படத்தின் வசனகர்த்தா கந்தசாமி முதலியார்,. இவர்,இதற்குமுன்பே பாலமோஹன சங்கீத சபாவில் நடிகர்களுக்குப் பயிற்சியளிக்கும் வாத்தியாராகப் பணிபுரிந்தவர் என்பதால், டி.எஸ். பாலையா சரியாக இருப்பார் எனப்பரிந்துரைக்க, 1936இல் வெளிவந்த இப்படத்தின்மூலம் வில்லனாகத்திரையுலகில் அறிமுகமானார்.படம் வெற்றிகரமாக ஓடியது.

'சதிலீலாவதி'க்குப் பிறகு, பாலையா நடித்த படம் 'இரு சகோதரர்கள்'.இந்தப்படத்தையும் எல்லிஸ் ஆர்.டங்கனே இயக்கினார். முதல் பத்துப் படங்களில் வில்லனாக நடிக்க மட்டுமே வாய்ப்பு வந்தது. அதில் மிகவும் திருப்புமுனையாக இருந்த படம், 1937ஆம் ஆண்டு,வெளியான 'அம்பிகாபதி'.அதில் இருவரும் கத்திச்சண்டை போடும் காட்சி, ரசிகர்களிடம் பலத்த வரவேற்புப் பெற்றது.எல்லிஸ் ஆர்.டங்கன் இயக்கிய இப்படம், மாபெரும் வெற்றிப்படமாக அமைந்தது.

1946ஆம் ஆண்டு,மாடர்ன் தியேட்டர்ஸ் தயாரித்த 'சித்ரா' மற்றும் 1947ஆம் ஆண்டு வெளியான 'செண்பகவல்லி' போன்ற திரைப்படங்களில் கதாநாயகனாக நடித்தாலும் மீண்டும் வில்லன், நகைச்சுவை போன்ற பாத்திரங்களிலே தொடர்ந்து நடித்தார்.

எம்.ஜி.ஆர்.நாயகனாக அறிமுகமான 'ராஜகுமாரி' படத்தில் வில்லன் வேடத்தில் நடித்தார்.அதில் இருவருக்கும் நடைபெறும் கத்திச்சண்டை படத்தின் சிறப்பு அம்சமாக விளங்கியது.பின், ஜூபிடர் தயாரிப்பில் டி.எஸ்.பாலையா எம்.ஜி.ஆர்.இரண்டுபேரும் கதாநாயகர்களாக நடித்து 1948ஆம் ஆண்டு 'மோகினி' என்ற திரைப்படம் வெளியானது. பாலையாவின் ஜோடி,மாதுரிதேவி.

திரைப்படங்களில் நடித்துக் கொண்டிருந்தாலும் சொந்தமாக நாடகக்குழு ஒன்றை நடத்திவந்தார்.ஒருமுறை, சேலத்தில் ராமாயணம் நாடகத்தை நடத்தினார்.அந்தக் குழுவில் ஏ.பி.நாகராஜன், தஞ்சை ராமையாதாஸ் உட்பட பல சிறுவர்கள் நடித்தனர். ஒருகாட்சியில், சிறுவன் ஒருவன் மேடையில் அவனையறியாது சிறிய தவறு செய்துவிட, டி.எஸ்.பாலையா கோபப்பட்டு அவனை பலமாக அடித்துவிட்டார், சிறுவனுக்கு மூக்கிலிருந்து ரத்தம் வழிந்தது. அச்சிறுவன்தான், பின்னாளில் புகழ்பெற்ற இசையமைப்பாளரான எம்.எஸ்.விஸ்வநாதன்.

எல்லீஸ் ஆர்.டங்கன், முதல்முறையாக இயக்கிய 'சதி லீலாவதி'(1936).அந்தப் படத்தில், தனக்கு மிகவும் பிடித்த மாணவன் பாலையாவுக்கு வாய்ப்பு வாங்கிக் கொடுத்தார்.அறிமுகப் படத்திலேயே வில்லன் வேடம் என்பதுதான் பாலையா திரை வாழ்க்கையில் ஆச்சரியமான தொடக்கம்.

எம்.ஜி.ஆர்.சுயசரிதையில் 'சதிலீலாவதி' எம்.ஜி.ஆருக்கு மட்டும் முதல் படம் என்று நினைத்துவிடாதீர்கள்.அந்தப் படத்தின் கதாநாயகன் எம்.கே.ராதா,என்.எஸ்.கிருஷ்ணன்,டி.எஸ்.பாலையா, கே.ஏ.தங்கவேலு ஆகியோருக்கும்கூட முதல் படம் 'சதிலீலாவதி'தான்.அந்தப் படத்தில் ஒல்லியான வில்லனாக டி.எஸ்.பாலையா வருவார்.

பி.யூ.சின்னப்பா நடித்த 'ஆரியமாலா' (1941), 'ஜகதலப்பிரதாபன்' (1944) போன்ற படங்களிலும் வில்லனாக நடித்தார், பாலையா.'மீரா' படத்தில் பாலையாவுடன் வரும் தாடிவைத்த இளைஞர்தான் எம்.ஜி.ஆர். ஒருபடத்தில், எம்.ஜி.ஆருக்கு ஒரு நல்லபாத்திரம் கிடைத்து கல்கத்தாவுக்குப் படப்பிடிப்புக்காகப் போனபோது, பாலையா அங்கு வந்தாராம்.எம்.ஜி.ஆருக்கு ஒதுக்கப்பட்ட அந்தப் பாத்திரம் பாலையாவுக்குப் போய்விட்டது.எம்.ஜி.ஆருக்கு சின்ன கதாபாத்திரம் கிடைத்தது.'அந்த ரோலை அன்று பாலையா செய்தமாதிரி என்னால் நிச்சயமாகச் செய்திருக்க முடியாது' என்று 'நான் ஏன் பிறந்தேன்?' என்ற

தன் சுயசரிதையில் எழுதினார், எம்.ஜி.ஆர்.குணச்சித்திர நடிப்பிலும் ரங்காராவ்போல உச்சத்தைத் தொட்டவர், பாலையா.'பாகப்பிரிவினை' (1959) படத்தில் பாகப்பிரிவினை செய்யும் காட்சியில் பாலையா, வாயில் துண்டை வைத்துக்கொண்டிருக்கும் தன் தம்பி எஸ்.வி.சுப்பையாவிடம் தாய், தந்தையர் போட்டோவைக் காட்டிப் பேசும் நடிப்பில் தியேட்டரில் அழாதவர்கள் இருக்கமுடியாது.

1954ஆம் ஆண்டு வரை வில்லனாகவே நடித்துவந்த பாலையா, 'தூக்குத்தூக்கி'திரைப்படத்தில், சிவாஜிகணேசன் மனைவியின் கள்ளக்காதலன் பாத்திரத்தில்,வில்லத்தனம் கலந்து நகைச்சுவையை வெளிப்படுத்தினார். அதில் சேட்டு கதாபத்திரத்தில் வசனம் பேசி அனைவரையும் சிரிக்கவைத்தார்.தமிழ்ப் படங்களில் 'சேட் பாஷை' பேசும் அனைத்துக்கதாபாத்திரங்களுக்கும் இவர்தான் முன்னோடி.

1956ஆம் ஆண்டு மட்டும் பதினொறு படங்களில் நடித்தார்.பின் 'தில்லானா மோகனாம்பாள்', 'பாமா விஜயம்' போன்ற படங்களில் சிறப்பாற்றலை வெளிப்படுத்தினாலும் 'காதலிக்க நேரமில்லை' படம்தான் அனைத்திற்கும் சிகரமாக விளங்கியது.

இப்படியான அளப்பரிய பன்முக நடிப்பாற்றல் கொண்டிருந்தாலும் இவர்மீது விமர்சனங்களும் இருக்கின்றன.அவை மதியஉணவுக்குப் பின் தூக்கம் அத்தியாவசியமாக பின்பற்றிவந்தார்.அதன்காரணமாக, பிற்பகல் எடுக்கும் காட்சிகளுக்கு சரிவரப் பங்கேற்கமாட்டார். 'முற்பகலிலே எடுத்துவிடுங்கள்'எனப் படக்குழுவிடம் கூறுவார்.இன்னொன்று, குதிரைப்பந்தயம்.குதிரைப்பந்தயம் அன்று கால்ஷீட் கொடுக்கமாட்டார். அப்படியே கொடுத்தாலும் படப்பிடிப்பிற்குச் சரியாக வரமாட்டார்.

இவருக்கு மூன்று மனைவிகள், எட்டு மகன்கள், ஏழு மகள்கள்.அதில் ஒரு மகன்தான் ஜூனியர் பாலையா என்ற பெயரில், அவரது பாணியைப் பின்பற்றி நடித்தார். மகள்களில் ஒருவரான மனோகரி 'மனோசித்ரா' எனும் பெயர்மாற்றம்மூலம் சில திரைப்படங்களிலும் தொலைக்காட்சித்தொடர்களிலும் நடித்தார்.

ஏறக்குறைய இருநூறு படங்களில் பல்வேறு பாத்திரங்களில் நடித்த டி.எஸ்.பாலையா எனும் பன்முகக் கலைஞன், 21.12.1972 அன்று இந்த உலகைவிட்டு மறைந்தார்.

## எஸ்.வி.ரங்காராவ்

**சா**மர்லா வெங்கட ரங்காராவ் என்பது இவரது முழுப்பெயர்.தந்தை, கலால் துறை ஆய்வாளராக ஆந்திராவில் பணிபுரிந்தவர்.பள்ளிப்படிப்பு முடிந்தபிறகு, மெட்ராஸ் பிரசிடென்சி கல்லூரியில் பி.எஸ்சி., பட்டம் பெற்றார்.சிறுவயது முதலே நாடகங்களில் ஆர்வம் கொண்டிருந்ததால் தீயணைப்புத் துறையில் கிடைத்த வேலையைப் புறக்கணித்தார்.சினிமா வாய்ப்புத் தேட வேண்டும் என்பதற்காக சென்னையிலேயே தங்கிவிட முடிவுசெய்தார்.காக்கிநாடாவில் உள்ள யங்மேன்ஸ் ஹேப்பி கிளப்பில் சேர்ந்து தெலுங்கு மொழி, வசன உச்சரிப்பு, குச்சுபிடி நடனம், நாட்டியம், நாடக நடிப்பையும் கற்றுக் கொண்டார். சினிமா வாய்ப்புத் தேடி அலைந்த இவர், முதன்முதலாக 1946இல் ‘விருதினி’ என்ற தெலுங்குப் படத்தில் நடித்தார்.ஆனால் படம் ஓடவில்லை.தொடர்ந்து வாய்ப்பும் கிடைக்கவில்லை.வேறுவழியில்லாமல் டாடா நிறுவனத்தில் வேலைக்குச் சேர்ந்தார்.

1949ஆம் ஆண்டு, ’மன தேசம்’என்ற தெலுங்குப் படத்தில் சிறுவேடத்தில் அறிமுகமானார். 1951இல் வெளியான ’பாதாள பைரவி’ தமிழ், தெலுங்கு என இரு மொழியிலும்மிகப்பெரிய வெற்றிப்படமாக அமைந்தது. இதில்மந்திரவாதியாகநடித்தபிறகுஇவர் புகழ்பெற்றநடிகராக ஆனார். ஐம்பதுகளில் தெலுங்கு மொழிமாற்றப் படங்கள்மூலம் தமிழுக்கு அறிமுகமான இவர்,’மாயாபஜார்’ படத்தில் கடோத்கஜனாக ’கல்யாண சமையல் சாதம்’ என்ற பாடலுக்கு, அவரது உருட்டும் விழிகளும் திரண்ட

தோள்களும்கூட அபாரமான நடிப்பை வெளிப்படுத்தியிருக்கும். பி.ஆர்.பந்துலு இயக்கத்தில்,சிவாஜி நடிப்பில் உருவான'சபாஷ் மீனா' இவருக்கு இன்னொரு சிறந்த படமாக அமைந்தது. மிகவும் உணர்ச்சிகரமான ஆனால் எல்லைமீறாத நடிப்பை வெளிப்படுத்துவது, இவரது தனிச்சிறப்பு.இறுதிவரை, இவரது மார்க்கெட் குறையவே யில்லை..25 ஆண்டுகளுக்கும் மேலாக, 160க்கும் மேற்பட்ட திரைப்படங்களில் நடித்துள்ளார்.அதுமட்டுமல்லாமல் ஆங்கில மேடை

நாடகங்களிலும் நடித்துள்ளார். ஒரு காட்சியில், எந்த நடிகருடன் நடித்தாலும் இவரது ஆளுமை தனித்துவமாகப் பளிச்சிடும். கம்பீரமும் ஆஜானுபாகுவான தோற்றமும் குரலும் அபார நடிப்பாற்றலும்கொண்ட இவர், அப்பா வேடத்துக்கே தனி கவுரவத்தை ஏற்படுத்தியவர். தெலுங்கை தாய்மொழியாகக் கொண்ட இவரது தமிழ் உச்சரிப்பும் வசனம் பேசும் பாணியும் தனித்துவமானது.வீரம், சாகசம், குணசித்திரம், நகைச்சுவை, வில்லத்தனம், பயம், வெகுளித்தனம், கோபம் என இவர் வெளிப்படுத்தாத பாவங்களோ, ஏற்று நடிக்காத பாத்திரங்களோ இல்லை

என்றபோதும் இவர், அறுபதுகளில்தான் காலத்தால் அழிக்கமுடியாத பல நல்ல பத்திரங்களை ஏற்று நடித்து, சிறந்த குணச்சித்திர நடிகராக தன்னை நிலைநிறுத்திக்கொண்டார். அறுபதுகளின் 'கதையுகம்' காலத்தில்ஸ்ரீதர்,பீம்சிங்,கே..எஸ்.கோபாலகிருஷ்ணன்போன்ற இயக்குனர்கள், நல்ல கதையம்சம் கொண்ட படங்கள் இயக்கியபோது இவர், தன் நடிப்பால் ரசிகர்கள் மத்தியில் உயந்த இடத்தைப் பெற்றார். அப்பாவாக பல படங்களில் நடித்தாலும்சிவாஜிக்கு அப்பாவாக 'படிக்காத மேதை'யிலும்,சாவித்திரியின் அப்பாவாக 'கை கொடுத்த தெய்வம்'படத்திலும் இவரது நடிப்புசிவாஜி,சாவித்திரி என்ற இரண்டு நடிப்பு மேதைகளுக்குமே சவால்விடும்வகையில் அமைந்தது என்றால் அது மிகையில்லை. சிறந்த நடிகருக்கான பல்வேறு தேசிய விருதுகள், ஜகார்தாவில் நடைபெற்ற மூன்றாவது இந்தோனேசியன் திரைப்பட விழாவில் சிறந்த நடிகருக்கான விருது உள்ளிட்ட பல சர்வதேச விருதுகள், மாநில விருதுகள், ஃபிலிம்ஃபேர் விருதுகள் பெற்றுள்ளார். உலகின் தலைசிறந்த நடிகர்களில் ஒருவர் எனப் போற்றப்பட்டார். தன் *25* ஆண்டுகாலத் திரை வாழ்க்கையில் *53* தமிழ்ப்படங்கள், *109* தெலுங்குப் படங்கள் என *163* படங்களில் நடித்துள்ளார்.*??????????* □லீ□□ஜீ□*://* □ணீ.ஷ்வீளீவீஜீமீபீவீணீ.ஷீக்ஷீரீ/ஷ்வீளீவீ/%ணி0%கிணி%87%ணி0%கிணி%கி8%ணி0%கிதி%8ஞ்%ணி0%கிணி%கி4%ணி0%கிணி%ஙிதி%ணி0%கிணி%கிதி_%ணி0%கிணி%85%ணி0%கிணி%ஙி0%ணி0%கிணி%9கி%ணி0%கிதி%81□,எஸ்.வி.ரங்காராவை கௌரவப்படுத்தும்விதத்தில் அவரது*???????????* □லீ□□ஜீ□*://*□ணீ.ஷ்வீளீவீஜீமீபீவீணீ.ஷீக்ஷீரீ/ஷ்வீளீவீ/%ணி0%கிணி%85%ணி0%கிணி%9ணி%ணி0%கிதி%8ஞ்%ணி0%கிணி%9கி%ணி0%கிணி%ஙி2%ணி0%கிதி%8ஞ்_%ணி0%கிணி%கி4%ணி0%கிணி%ஙி2%ணி0%கிதி%88□ *2013*இல்வெளியிட்டது

## எஸ்.வி.சுப்பையா

1964ஆம் ஆண்டு, சென்னையில் 'கலைக்கோயில்' என்ற படத்தின் படப்பிடிப்பு.இயக்குனர் அன்றைய 'இளைஞர்களின் இதயத்துடிப்பு' எனப் பெயர்பெற்ற புதுமை இயக்குனர்,ஸ்ரீதர்.படப்பிடிப்புக்கு எல்லாம் ரெடி. ஆனால் முக்கியமான நடிகரான எஸ்.வி.ரங்காராவ் மட்டும் இன்னும் வரவில்லை. அப்போது மொபைல் கிடையாது அல்லவா.சொன்னால், சொன்ன நேரத்துக்கு ஆர்டிஸ்ட் வந்தாக வேண்டும்.எப்போதும் 'டான்' எனச்சரியான நேரத்துக்கு வந்துவிடும் ரங்காராவ் அன்று வரவில்லை. இப்போது ஸ்ரீதர், அடுத்து என்ன முடிவெடுக்கப் போகிறார் என ஆவலுடன் அனைவரும்,செட்டில் கையைப்பிசைந்தபடி, டென்ஷனில் சிகரெட்பிடிக்கும் ஸ்ரீதரையே பார்க்கின்றனர்.வேறுபாத்திரம் என்றால் மாற்று உண்டு. ஆனால் எஸ்.வி.ரங்காராவுக்கு மாற்றே இல்லை.அதுதான் பிரச்சனை. மணி ரெண்டுக்கு எஸ்,வி.ரங்காராவின் கார் ஸ்டூடியோவுக்குள் நுழைந்தது. காரைவிட்டு இறங்கியதும் அவசரமாக ஸ்ரீதரைப் பார்க்க ரங்காராவ் செட்டுக்குள் நுழைய,அங்கே படப்பிடிப்பு கனஜோராக நடந்து கொண்டிருக்கிறது. எஸ்.வி.ரங்காராவ் முகத்தில் ஈ ஆடவில்லை.இப்போது, தன் பாத்திரத்தில் நடிக்கும் நடிகரைப்பார்க்கிறார். அவர் முகத்தில் மலர்ச்சி.ஷாட் முடிந்ததும் ஸ்ரீதரிடம் செல்கிறார். 'குட் சாய்ஸ்' என அவரிடம் தட்டிக்கொடுத்துவிட்டுப் புறப்படுகிறார்.ஆம், அன்று எஸ்.வி.க்கு மாற்றாக ஸ்ரீதர் தேர்வுசெய்த இன்னொரு எஸ்.வி.தான், குணச்சித்திரத்துக்குப் பேர்போன எஸ்.வி.சுப்பையா.

செங்கோட்டை திருவிதாங்கூர் சமஸ்தான மன்னரான, ஸ்ரீ மூலம் திருநாள் ராமவர்மா க்ஷிமி (18851924) அவர்கள் ஆட்சிபுரிந்துகொண்டிருந்த காலக்கட்டத்தில், செங்கோட்டையில் மரத்தச்சராக வேலை செய்துகொண்டிருந்த வெள்ளையன் ஆச்சாரி மற்றும் ராஜவடிவு தம்பதியரின் மூன்று குழந்தைகளில் இரண்டாவது குழந்தையாக, அக்டோபர் 20, 1920இல் பிறந்தவர், ஷி.க்ஷி.சுப்பையா என்று அழைக்கப்படும், செங்கோட்டை வெள்ளையன் ஆச்சாரி சுப்பையா. ஷி.க்ஷி.சுப்பையா அவர்கள், தன்னுடைய ஆரம்ப பள்ளிப்படிப்பை செங்கோட்டையில் பயின்றார்.அவருடைய குடும்பச்சூழல் மற்றும் நடிப்பின்மீதிருந்த ஆர்வத்தின் காரணமாக, ஐந்தாம் வகுப்போடு பள்ளிப்படிப்பை நிறுத்திக்கொள்ளும் சூழ்நிலைக்கு உள்ளானார்.

சிறுவயதிலேயே சினிமாவில் ஆர்வம்.நடிப்பதில் தீராப்பசி. அப்போதெல்லாம் சினிமாவுக்கான வழி நாடகம்தான்.டி.கே.எஸ்.நாடக சபாவில் சேர்ந்து நாடகங்களில் நடித்தார்.'சக்தி' ஜி.ரி.கிருஷ்ணசாமி அவர்களால் (1945இல்) தொடங்கப்பட்ட சக்தி நாடக சபாவில் இணைந்தார்.சக்தி நாடக சபாவினரால் 1945இல் அரங்கேற்றப்பட்ட 'கவியின் கனவு' எனும் நாடகத்தில் 'மகாகவி ஆனந்தர்' எனும் கதாப்பாத்திரத்தில் நடித்தார்.நாடகாசிரியர் ஷி.ஞி.சுந்தரம் அவர்களால் எழுதப்பட்ட 'கவியின் கனவு' நாடகமானது சுமார் 1500 தடவைக்கும்மேல் நடத்தப்பட்டது.இந்நாடகத்தில் நடித்ததின்மூலம் இவர், சிவாஜிகணேசன் மற்றும் வி.ழி.நம்பியார் ஆகியோர் புகழ்பெற்றார்கள்.

நாடகத்துறையின்மூலம் பெற்ற புகழ் மற்றும் அனுபவத்தை அடிப்படையாகக் கொண்டு திரைப்படத்தில் நடிக்க வாய்ப்புத் தேடினார். அச்சமயத்தில், இயக்குனர் றி.புல்லையா அவர்கள், 1946ஆம் ஆண்டு இயக்கிய 'விஜயலக்ஷ்மி'எனும் படத்தில், ஒரு சிறுவேடத்தில் நடிக்க ஷி.க்ஷி.சுப்பையா அவர்களுக்கு வாய்ப்பு வழங்கினார். 'பிரகதி பிக்சர்ஸ்' தயாரிப்பில் 8111946இல் வெளியான 'விஜயலக்ஷ்மி' என்ற இத்திரைப்படமே ஷி.க்ஷி.சுப்பையா அவர்களுடைய திரைப்பயணத்தில் முதல் படமாக அமைந்தது. இதனைத் தொடர்ந்து, 1947இல் வெளியான 'ஏகம்பவாணன்' எனும் திரைப்படத்தில் சிறுவேடத்திலும் 'கஞ்சன்'என்ற திரைப்படத்தில் 'கஞ்சன் கந்தசாமி' எனும் முக்கியக் கதாபாத்திரத்திலும் நடித்தார்.

தொடர்ந்து, இவர் நடித்த'ரோஜலு மாராயி' என்ற தெலுங்குப்படம் மிகப்பெரிய வெற்றியைப் பெற்றது.இந்தப் படத்தில் ஜெமினிகணேசன், அஞ்சலிதேவி நடிக்க, 'காலம் மாறிப்போச்சு' என்ற பெயரில் வெளியானது. இதில் குணச்சித்திர கேரக்டரில் மிகச்சிறந்த நடிப்பை வெளிப்படுத்தினார். இதன்பிறகுதான், உணர்ச்சிகரமான கதாபாத்திரம் என்றால் எஸ்.வி.சுப்பையாவின் ஞாபகம்தான் வந்தது.

சிவாஜியுடன் 'மங்கையர் திலகம்' படத்தில் நடித்தார்.'நானே ராஜா' படத்தில் நடித்தார்.'ரம்பையின் காதல்' படமும் 'சௌபாக்கியவதி' படமும் இவருக்கு மிகப்பெரிய அந்தஸ்தையும் புகழையும் கொடுத்தன.1946இல் தொடங்கி 1979 வரைமொத்தமாக 33 ஆண்டு திரைப்பட வாழ்வில் 72 திரைப்படங்களில் நடித்திருந்தார்.

நாடகத்துறையிலிருந்துவந்திருந்தாலும்தன்னுடைய நாடகத் தன்மையற்ற வெகுஇயல்பான நடிப்பின்மூலம் மக்களுடைய கவனத்தை ஈர்த்தார்.பி.ஆர்.பந்துலு இயக்கத்தில், வ.உ.சிதம்பரமாக சிவாஜி நடித்த 'கப்பலோட்டிய தமிழன்' திரைப்படத்தை மறக்கவே முடியாது.இதில், மகாகவி பாரதியாராக நடித்திருந்தார்.அதற்குமுன்பும் பின்னரும் பாரதியாராக பலர் நடித்திருந்தாலும், பாரதியார் என்றால் சுப்பையாதான் நினைவுக்கு வருவார். இப்படத்தில்,மகாகவி பாரதியார் பாத்திரத்தில் தத்ரூபமாக நடித்ததைக் கண்டுவியந்த பாரதிதாசன் அவர்கள், ஷி.க்ஷி.சுப்பையாவின் நடிப்பில் பாரதி திரைப்படத்தை எடுக்க, மார்ச் 1964இல் முயற்சித்தார். ஆனால் அதற்கு அடுத்த மாதமே பாரதிதாசன் இறக்கநேரிட்டதால் அவருடைய எண்ணம் ஈடேறவில்லை.ஜெயகாந்தன் கதையில் ஈர்க்கப்பட்டு, சொந்தப்படம் எடுத்தார்,எஸ்.வி.சுப்பையா. சிவக்குமார் நடித்த இந்தப் படத்தில், சுப்பையா கேட்டுக் கொண்டதற்ககிணங்க, சிவாஜி மூன்று நாட்கள் நடித்துக்கொடுத்தார். அது கெளரவ வேடம்.

நடிகர் சிவக்குமார் அவர்கள், எஸ்.வி.சுப்பையா குறித்து ஒரு கட்டுரையில் இப்படிக் குறிப்பிடுகிறார்:

"அப்பா, அண்ணன், தம்பி, பரம ஏழை, பணக்காரர், பாமரர், படித்த அதிகாரி, கிராமவாசி, நகரத்தின் நடுத்தரக் குடும்பத்தில் சிக்கி நசுங்கும் மனிதர், காவலர், கவிஞன் தொடங்கி, வஞ்சகத்தை நெஞ்சுக்குள் வளர்த்து கருவறுக்கும் வில்லன்வரை, தான் ஏற்ற வேடங்கள் அத்தனைக்கும் குன்றாத ஒளிபாய்ச்சிய குணச்சித்திர சகாப்தம், அண்ணன் எஸ்.வி.எஸ்." என்றும்; "எஸ்.வி.சுப்பையா வெறும் அப்பா நடிகரல்ல; 'அடேங்கப்பா..!' என்று வியக்கவைத்த குணச்சித்திரங்களின் பீஷ்மர்.பேச்சு மொழியோ, செந்தமிழோ, இவர் தமிழை உச்சரிக்கும் அழகைப் பார்த்து, பிறமொழி நட்சத்திரங்கள் வியந்துநிற்பார்கள்" என்றும் புகழாரம் சூட்டியுள்ளார்.

"எஸ்.வி.சுப்பையா அண்ணன் நடிகர், தயாரிப்பாளர், மிகவும் வித்தியாசமானவர். 'திடும்' என்று படப்பிடிப்புச் சமயத்தில் எல்லோரும் சாப்பிட்ட அத்தனை எச்சில் இலைகளையும் கண்மூடித்திறப்பதற்குள் எடுத்துப்போய் குப்பைத்தொட்டியில் போட்டுவிடுவார். ஏன் என்று கேட்டால், 'தான்' என்ற அகந்தை ஒழிய இப்படிச் செய்வதாகச் சொல்வார்".

பாரதியாகவும், அபிராமப் பட்டராகவும் திரையில் வாழ்ந்த அவர்,ஜெயகாந்தனின் ‘கைவிலங்கு’நாவலை, தனது முதல் படமாகத் தயாரித்தார். நானும் லட்சுமியும் இணைந்து நடித்த 2வது படத்தில், சிவாஜி அவர்கள் சாமுண்டி கிராமணி என்ற கள் இறக்கும் தொழிலாளியாக 3 நாட்கள் கௌரவவேடத்தில் நடித்துக் கொடுத்தார். அந்த வேடம், படத்தின் முதுகெலும்பாக அமைந்துவிட்டது. வெள்ளிப்பெட்டியில் ஒரு தொகை வைத்து சிவாஜியிடம் நீட்டினார், எஸ்.வி.எஸ்.’காசு வேண்டாம்’ என்று சிவாஜி மறுத்துவிட்டார். உணர்ச்சிவசப்பட்டவர்,’அடுத்த பிறவியில் நாயாகப் பிறந்து சிவாஜிக்கு நன்றிக்கடன் கழிப்பேன்’ என்று பேட்டியளித்தார்.

காடாத்துணியில் தைத்த அரை டிராயருடன், திருப்பதிக்கு நடந்தே சென்று ஏழுமலையானிடம் சண்டைபோட்டுத் திரும்புவார். நடிப்புத்தொழிலை விட்டுக்கொஞ்சகாலம் ரெட்ஹில்ஸை அடுத்த கரனோடையில் நிலம் வாங்கி,கலப்பை பிடித்து உழுது விவசாயம் செய்தார். திடுமென ஒருநாள்,மாரடைப்பால் புறப்பட்டுப் போய்விட்டார். சவக்குழிக்குள் சடலத்தை வைத்து மண்ணைத் தள்ளியபோது ‘அப்பா மூஞ்சிமேல மண்ணைப் போடாதீங்க. அவருக்கு மூச்சு முட்டும்‘ என்று, அவரின் 6 வயது மகன் சரவணன் அழுதது இன்னும் கண்ணுக்குள் நிற்கிறது” என்று உணர்ச்சி பொங்கிடத் தெரிவித்தார்,சிவகுமார்.

இவர் படத்தில் நடிக்க, நடிகைகளுக்கும் அச்சம் உண்டாகும்.காரணம், சரியாக நடிக்காவிட்டால் கோபத்தில் அடித்துவிடுவார். ’கண்கண்ட தெய்வம்’ என்ற திரைப்படத்தில், இவருடன் பத்மினி சேர்ந்து நடித்தபோதுவசனம்கொஞ்சம் சரியாகப் பேசவராததால் அவரை ஓங்கி அடித்துவிட்டதாகவும் சொல்லப்படுறது.சரோஜாதேவிக்கும் இதுபோல ஒரு அனுபவம் உண்டு என தமிழ் விக்கிபீடியா தகவல்சொல்கிறது. ஆனால் எந்தளவு அது உண்மை எனத்தெரியவில்லை. ஆனால் சுயமரியாதை இழக்கநேரும் சந்தர்ப்பத்தில்,இவர் கோபப்பட்டு பல பிரச்சனைகளைச் சந்தித்திருக்கிறார்.ஜிரிஷி நாடகக் குழுவில் ஷி.க்ஷி.சுப்பையா ’ஜுனியர்’ நடிகராக (1939) இருந்த சமயம். இவருடன் நடித்த ’சீனியர்’ நடிகர்களான, நடிப்பிசைப் புலவர் ரி.ஸி.ராமசாமி மற்றும் நடிகர்’திக்ஷீவீமீஸீபீ’ராமசாமி ஆகியோரால் மனோரீதியிலான துன்புறுத்துதலுக்கு உள்ளானார். தொடர்ச்சியான துன்புறுத்தலைத் தாங்கிக்கொள்ளமுடியாத ஷி.க்ஷி.சுப்பையா அவர்கள், இரண்டு ராமசாமிகளையும் தகாத வார்த்தைகளால் திட்டிவிட்டார்.

இந்தப்பிரச்சனை ஜிரிஷி நாடகக் குழுவின் முக்கியஸ்தரான ஜி.ரி.சங்கரன் அவர்களுக்குத் தெரியவந்ததன் விளைவாக, ஷி.க்ஷி.சுப்பையா அவர்களை விசாரித்தார், அதற்கு ஷி.க்ஷி.சுப்பையா கொடுத்த தோரணையான பதிலால் ஆத்திரமுற்று, ஷி.க்ஷி.சுப்பையாவை கடுமையாக அடித்துவிட்டார், ஜி.ரி.சங்கரன். தன்னுடைய சுயமரியாதைக்கு குறைவு ஏற்பட்டதைச் சிறிதும் தாங்கிக்கொள்ள இயலாத ஷி.க்ஷி.சுப்பையா அவர்கள், அன்று இரவு நடந்த நாடகத்தில் நடிக்க மறுத்து, ஜி.ரி.சங்கரன் அவர்களின் சகோதரரான ஜி.ரி.சண்முகம் அவர்களிடம் கூறிவிட்டு (1945இல்) செங்கோட்டைக்குத் திரும்பினார். அதன்பின் ஜிரிஷி நாடகக் குழுவில் மீண்டும் இணையவே இல்லை.ஆனால் பின்னாட்களில் இந்தப்பகையை மறந்து, நடிப்பிசைப் புலவர் ரி.ஸி.ராமசாமியோடு இணைந்து 'சுகம் எங்கே!'(1954) எனும் திரைப்படத்தில் நடித்தார்.

இலக்கியவாதியான கோவி.மணிசேகரன் அவர்கள் ஷி.க்ஷி.சுப்பையாவை முக்கியக் கதாபாத்திரமாக வைத்து, தன்னுடைய 'மனோரஞ்சிதம்' நாவலை திரைப்படமாக இயக்கிக்கொண்டிருந்தார். ஒருநாள் அப்படப்பிடிப்பு நடந்துகொண்டிருக்கும் வேளையில், இயக்குனர் கோவி.மணிசேகரன் ஒரு காட்சியை நேர்த்தியாக எடுக்கும்பொருட்டு மீண்டும் மீண்டும் பலஷாட்கள் போய்க்கொண்டிருந்தார். மதிய உணவுவேளையையும் தாண்டி படப்பிடிப்பு நீடித்ததால் ஷி.க்ஷி.சுப்பையா அவர்கள், பசியின் காரணமாக உணவு இடைவேளை விடும்படி இயக்குனரை வேண்டினார்.ஆனால் இயக்குனரோ, இக்காட்சியை எடுத்து முடித்ததும் உணவருந்தச் செல்லுமாறு தயவாய் வேண்டினார். ஏற்கெனவே பசியில் இருந்த ஷி.க்ஷி.சுப்பையா அவர்கள், கோபத்தில் "பிரேக்" என்று உரக்கக் கூறினார்.இயக்குனர் இடவேண்டிய கட்டளையை (பிரேக்) ஒரு நடிகர் இட்டதை, ஒரு உரிமைப் பிரச்சனையாகக் கருதிய கோவி.மணிசேகரன் அவர்கள், ஆத்திரத்தில் ஷி.க்ஷி.சுப்பையா அவர்களை "கெட் அவுட்" என்று கூறிவிட்டார்.தன்னுடைய சுயமரியாதைக்கு இழுக்குநேர்ந்ததைத் தாங்கிக்கொள்ள இயலாத ஷி.க்ஷி.சுப்பையா அவர்கள் கோபத்தோடு படப்பிடிப்புத்தளத்தைவிட்டுச் சென்றுவிட்டார். இப்பிரச்சனையை கோவி.மணிசேகரன் இயக்குனர் சங்கத்திலும், ஷி.க்ஷி.சுப்பையா நடிகர் சங்கத்திலும் முறையிட்டனர். அப்போதைய நடிகர் சங்கத் தலைவராக இருந்த சிவாஜி அவர்கள், ஷி.க்ஷி.சுப்பையாவை அழைத்து 'மனோரஞ்சிதம்'திரைப்படத்தில் நடித்துக்கொடுக்குமாறு வேண்டினார். கோவி.மணிசேகரன் அவர்களும் ஷி.க்ஷி.சுப்பையா அவர்களிடம் வேண்டினார்.ஆனால் யாருடைய சமாதானத்தையும்

ஏற்காத ஷி.கூஷி.சுப்பையா அவர்கள், படத்தில் நடிக்க தான்பெற்ற முன்பணத்தைத் தயாரிப்பாளரிடமே திருப்பிக் கொடுத்துவிட்டு படத் திலிருந்து முழுவதுமாக விலகினார். பின்னர் 'மனோரஞ் சிதம்'திரைப்படத்தில் ஷி.கூஷி.சுப்பையாவுக்குப் பதிலாக சிவாஜியின் வேண்டுதலின்பேரில் அப்போதைய நடிகர் சங்கச் செயலாளரானமேஜர் சுந்தரராஜன் அவர்கள் பணம் எதுவும் பெற்றுக்கொள்ளாமல் நடித்துக் கொடுத்தார். இரவு ஒன்பது மணிக்குமேல் படப்பிடிப்பில் கலந்துகொள்வதில்லை எனும் கொள்கையையும் வைத்திருந்தார், ஷி.கூஷி.சுப்பையா.

ஷி.கூஷி.சுப்பையா அவர்கள், 1969இல் அம்பாள் புரொடக்சன் எனும் பெயரில் சொந்தமாக திரைப்படத் தயாரிப்பு நிறுவனத்தைத் தொடங்கினார். இத்தயாரிப்பு நிறுவனமானது, ஜெயகாந்தனுடைய 'கைவிலங்கு' எனும் நாவலை 'காவல் தெய்வம்' எனும் பெயரில் திரைப்படமாகத் தயாரித்து,உழைப்பாளர் தினமான மே 1, 1969இல் வெளியிட்டது. ரி.விஜயன் அவர்களால் இயக்கப்பட்ட இத்திரைப்படத்தில், ராகவன் எனும் சிறைஅதிகாரி கதாபாத்திரத்தில் ஷி.கூஷி.சுப்பையாவினுடைய பண்பட்ட நடிப்பானது வெளிப்பட்டிருக்கும். ஷி.கூஷி.சுப்பையாமீது கொண்ட உன்னத நட்பின் காரணமாக சிவாஜி அவர்கள், இத்திரைப்படத்தில் 'சாமுண்டி' எனும் கதாபாத்திரத்தில் பணம் எதுவும் பெற்றுக்கொள்ளாமலேயே நடித்துக் கொடுத்தார்.

1979இல், ஜெயகாந்தன் அவர்களின் 'பிரம்மோபதேசம்' எனும் சிறுகதையை 'குருவே தெய்வம்' எனும்பெயரில், அம்பாள் புரொடக்ஷன்மூலம் தானே தயாரித்து, இயக்கி, நடித்துக்கொண்டிருந்தார். படம், ஆயிரம் அடியைக் கடந்தநிலையில், 29011980இல் மாரடைப்பின் காரணமாக காலமானார்.அவருடைய பூதஉடலானது திரைத்துறைப் பிரபலங்கள் மற்றும் பொதுமக்கள் அஞ்சலிக்குப்பின் சகலமாரியாதையுடன், கரனோடையில் உள்ள அவருடைய நிலத்தில் நல்லடக்கம் செய்யப்பட்டது.

# எம்.என்.நம்பியார்

**மா**ஞ்சேரி நாராயணன் நம்பியார் அல்லது சுருக்கமாக எம்.என்.நம்பியார் (மார்ச் 7, 1919 நவம்பர் 19, 2008) தமிழ்த் திரையுலகின் பழம்பெரும் நடிகர் ஆவார்.ஏறக்குறைய 60 ஆண்டுகளுக்குமேல் தமிழ்த் திரையுலகின் தலைசிறந்த நடிகர்களுள் ஒருவராக இருந்தார். குணச்சித்திரம் மற்றும் எதிர்நாயகனாக (வில்லன்) எண்ணற்ற திரைப்படங்களில் நடித்தார்.

கேரள மாநிலம், பிரிட்டிஷ் இந்தியாவின் மலபார் மாவட்டம், தற்போதைய கண்ணூர் மாவட்டம், சிரக்கல் வட்டத்தில் பெருவமூர் என்ற ஊரில் கேளு நம்பியார் என்பவருக்குக் கடைசிக் குழந்தையாகப் பிறந்தார், நம்பியார். இவருக்கு ஒரு தமையனாரும் ஒரு தமக்கையாரும் உள்ளனர். நம்பியாரின் எட்டாவது வயதில் தந்தை இறக்கவே, தமையனார் வசித்துவந்த உதகமண்டலத்துக்குக் குடிபெயர்ந்து அங்குள்ள நகராட்சி உயர்பள்ளியில் மூன்றாம் பாரம் வரை படித்தார்.

தொடர்ந்து படிக்க அவரது பொருளாதாரம் இடம் கொடாமையால், தனது 13 வயதிலேயே சென்னை நவாப் ராசமாணிக்கம் நாடகக் குழுவில் சேர்ந்து சேலம், மைசூர் எனச் சுற்றினார். ஆனாலும் நாடகங்களில் நடிக்க சந்தர்ப்பம் வரவில்லை. நாடகக் கம்பெனியின் சமைய லறையில் உதவியாளராகவே இருந்தார். வேடம் போட்டால்தான் சம்பளம். இலவச சாப்பாடும், படுக்க இடமும் கிடைத்தது.

நவாப் கம்பெனியின் 'ராம்தாஸ்' என்ற நாடகத்தை 1935ஆம் ஆண்டு 'பக்த ராம்தாசு' என்ற பெயரில் திரைப்படமாக எடுத்தார்கள். இதன் படப்பிடிப்புக்காக பம்பாய் சென்றார்கள். நம்பியாரும் கூடவே சென்றார். இப்படத்தில் அக்கண்ணா, மாதண்ணா என்ற நகைச்சுவை வேடங்களில் மாதண்ணா வேடத்தில் நம்பியார் நடித்தார். இதுவே, இவர் நடித்த முதல் திரைப்படமாகும். அக்கண்ணாவாக டி.கே.சம்பங்கி நடித்தார். இப்படத்தில் நடித்ததற்காக, நம்பியாருக்கு நாற்பது ரூபாய் கொடுக்கப்பட்டது.

பல இடங்களிலும் சுற்றிவிட்டு தஞ்சாவூர் வந்தது, நவாபின் நாடகக் குழு. தஞ்சையில் நடந்த 'ஏசுநாதர்', 'ராஜாம்பாள்' போன்ற நாடகங்களில் சிறிய வேடங்களில் நடித்தார். அப்போது அவருக்குக் கொடுக்கப்பட்ட மாதச் சம்பளம் மூன்று ரூபாய். அவ்வேளையில் 'கிருஷ்ணலீலா' நாடகத்தில் நடித்துவந்த கே.சாரங்கபாணிக்கு, கையில் ஏதோ கோளாறு

ஏற்படவே சாரங்கபாணியின் வேடங்கள் அனைத்து நம்பியாருக்குக் கிடைத்தன. 1939இல் இருந்து பெரிய நடிகர்கள் வாங்கக்கூடிய பதினைந்து ரூபாய் சம்பளம் வாங்கினார்.

1944இல், நவாப்பின் குழுவிலிருந்து விலகி டி.கே.கிருஷ்ணசாமியின் நாடகக் குழுவில் சேர்ந்து எஸ்.டி.சுந்தரம் எழுதிய 'கவியின் கனவு' நாடகத்தில் ராஜகுருவாக நடித்தார், நம்பியார். இந்நாடகத்தில் நடித்ததன்மூலம் நம்பியாரும் எஸ்.வி.சுப்பையாவும் பெரும் புகழடைந்தனர்.

இதனையடுத்து, ஜுபிடர் பிக்சர்ஸின் நான்கு படங்களுக்கு நம்பியார் ஒப்பந்தம் செய்யப்பட்டார். 'வித்யாபதி' (1946), 'ராஜகுமாரி' ஆகியவற்றில் நகைச்சுவை வேடங்களில் நடித்தார். 'கஞ்சன்' (1947) என்ற படத்தில் கதாநாயகன் வேடம் கிடைத்தது. அதைத்தொடர்ந்து 'அபிமன்யு', 'மோகினி' போன்ற படங்களிலும் நடித்தார். அறிஞர் அண்ணாவின் 'வேலைக்காரி' படத்தில் கதாநாயகன் மூர்த்தியாக நடித்துப் பெயர்பெற்றார். 'கல்யாணி' (1952), 'கவிதா' (1962) ஆகியவற்றிலும் கதாநாயகனாக நடித்திருந்தார்.

அதன்பின்னர் அவர், பல படங்களில் வில்லன் பாத்திரங்களில் நடித்துப் புகழ்பெற்றார். எம்.ஜி.ஆர், சிவாஜிகணேசன் இருவர் படங்களிலுமே நிரந்தர வில்லன் நடிகராக இடம்பெற்றிருந்தவர், நம்பியார். எம்.ஜி.இராமச்சந்திரனின் மிக நெருங்கிய நண்பராகவும் திகழ்ந்தார்.

தமிழ் தவிர, 'ஜங்கிள்' என்ற ஆங்கிலப் படத்திலும், 'கணவனே கண்கண்ட தெய்வம்' படத்தின் இந்திப் பதிப்பிலும் நடித்துள்ள நம்பியார்,1000 படங்களுக்குமேல் நடித்தவர். தனது 'நம்பியார் நாடக மன்றம்' மூலம் இரு நாடகங்களை பலமுறை அரங்கேற்றியுள்ளார்.

'திகம்பர சாமியார்' படத்தில் நம்பியாரின் நடிப்பு, அசத்தல். அற்புதம். அபாரம். படத்தில், செவிட்டு மந்திரவாதி, வெற்றிலை வியாபாரி, நாகஸ்வர வித்வான், இஸ்லாமியர், போஸ்ட்மேன் உட்பட 11 வேடங்களில் நடித்துப் பிரமிப்பூட்டினார், நம்பியார்.

# நகைச்சுவை

## வி.கே.ராமசாமி

**த**மிழ் சினிமாவில், சிவாஜிக்குமுன்பே 1947இல் நடிக்கத் துவங்கி ஐம்பது ஆண்டுகாலம்தொடர்ந்து எம்.ஜி.ஆர்., சிவாஜி ஆகியோருடன் நடித்து புகழ்பெற்றவர். விருதுநகர் கந்தன் ராமசாமி1929ஆம் ஆண்டு விருதுநகரில் பிறந்தார். தனது தந்தையின் கட்டளைப்படி பள்ளிப் படிப்பில் கவனம் செலுத்தினார். ஆனால்,கலை, அவர் அண்ணன் ரூபத்தில் அவர் காலைக் கட்டிக்கொண்டது.

தனதுஅண்ணன் மாரியப்பன், அப்போது பொன்னுசாமிப் பிள்ளை நாடகக் குழுவில் நடித்துக் கொண்டிருந்தார். இதன்காரணமாக, ராமசாமிக்கும் நடிக்கும் ஆசைவந்துவிட்டது. இதனால் வீட்டைவிட்டு ஓடிப்போய் நாடகக்குழுவில் சேர்ந்தார். ஆனால் அவர் அப்பா, அவரை அங்கிருந்து கூட்டிச்சென்று அவரதுஎண்ணெய் வியாபாரத்தைப் பார்த்துக்கொள்ளச் சொல்லி நிர்பந்தப்படுத்துவார். ஆனால் மறுமுறை வாய்ப்புக் கிடைக்கும்போது ராமசாமி, டிமிக்கி கொடுத்துவிட்டு ஓடிச்சென்று நாடகக்குழுவில் சேர்வதும் பின், அவர் அப்பா தேடி ஓடிவந்து திரும்ப எண்ணெய்க் கடைக்குள் கொண்டுபோய்விடுவதும்வழக்கமானது. ஒருகட்டத்தில், அவரது விடாமுயற்சிக்கு வெற்றிகிட்டியது. அவரது அப்பாவும் 'இவனை, இனி திருத்தமுடியாது' என விட்டுவிட்டார்.

பின்சிலகாலத்திற்குப் பிறகு என்.எஸ்.கே. அவர்களின் நாடகக்குழுவில் சேர்ந்தார். துவக்கத்தில் சிறுசிறு

அஜயன் பாலா

வேடங்களில் நடித்து வந்தார். ப.நீலகண்டன் எழுதிய 'நாம் இருவர்' என்ற நாடகத்தில் வி.கே.ராமசாமி,'பிளாக் மார்க்கெட் சண்முகம் பிள்ளை' என்ற 60 வயதுக் கிழவனாக நடித்தார். அப்போது அவருக்கு வயது 19. ஆனால் அவரின் நடிப்பு, அந்த நாடகத்தில் அனைவரையும் மெய்சிலிர்க்க வைத்தது. இந்த நாடகத்தைப் பார்க்க ஏவி.மெய்யப்பச் செட்டியார் சில இயக்குனர்களுடன் வருகிறார் என்ற தகவல், அந்த நாடகக்கம்பெனிக்கு வர உடனே, அந்த நாடகத்தில் நடித்த மற்ற கதாபாத்திரங்களில் நடித்த கலைஞர்கள்,'மெய்யப்பச்செட்டியார்முன் நன்றாக நடித்தால் படங்களில் நடிக்க வாய்ப்புக் கிடைக்கும்' எனக் கருதி தயாராகிவந்தனர்.

முதல் படம்

'நாம் இருவர்' நாடகத்தைப் படமாக்க விரும்பிய மெய்யப்பச் செட்டியார்,'அந்த முதியவர் கதாபாத்திரத்திற்கு வி.கே.ராமசாமிதான் நடிக்கவேண்டும்' எனக்கூறி, அவரை அழைத்துக் கொண்டார். இதுதான், வி.கே.ராமசாமி சினிமாவில் அடியெடுத்து வைக்கும் முதல் படிக்கல். 'நாம் இருவர்' படத்தில் நடிக்கும்போது ராமசாமிக்கு 21 வயது. ஆனால் 60 வயதுக் கிழவனாக நடித்து அனைவரையும் வாயடைக்க வைத்திருப்பார். அதிலிருந்து வி.கே.ராமசாமி நடித்த கதாபாத்திரங்கள் அனைத்தும் முதியவர் தோற்றமாகவே இருந்தது.

இதுபற்றி அவர் பத்திரிகையில் பேட்டி கொடுக்கும்போது,

"நாம் இருவர்' கிக்ஷிவி சார்பில் படம் ஆக்கப்பட்டது. கதாநாயகனாக டி.ஆர்.மகாலிங்கம் நடித்தார். எனக்கு, 60 வயது வியாபாரியின் கதாபாத்திரம் கொடுக்கப்பட்டது. அந்தநேரத்தில்,எனக்கு வெறும் 18 வயதுதான். ஆனால் நம்பிக்கையுடன் அந்த வேடத்தை ஏற்றேன். நான் முதியவனாக சினிமாவில் நுழைந்தேன். அந்த படம் ஹிட்டானது, எனது பெயரும் பிரபலமானது. இந்தப் படத்திற்குப் பிறகு எனக்கு வாய்ப்புகள் கிடைக்கவில்லை. எனவே, பல வருடங்கள் போராடினேன். என் நேரம், 'நல்லதம்பி', 'கிருஷ்ண பக்தி', 'லைலா மஜ்னு', 'திகம்பர சாமியார்', 'சர்வதிகாரி' போன்ற படங்களால் வந்தது. 'சிங்காரி' என்ற படத்தில், நான் தொடர்ந்து 'அதாகப்பட்டது' என்ற வார்த்தையைப் பயன்படுத்தினேன். அது, அக்கால இளைஞர்களிடையே பிரபலமாகிவிட்டது. அதேபோல,'டேய், அறிவுகெட்ட முண்டம்'என்று,ஒரு படத்தில் தற்செயலாகப் பயன்படுத்தினேன். ஆனால் அது

பிரபலமாகிவிட பிறகு எல்லாப்படங்களிலும் அதைப்பேசச் சொன்னார்கள்" என்று கூறியுள்ளார்.

எம்.ஜி.ஆர்., சிவாஜி காலம் துவங்கி கமல், ரஜினி, விஜய், அஜீத் வரை காமெடியனாகத் தொடர்ந்து 1500 படங்களுக்கும் அதிகமாக நடித்த வி.கேராமசாமி அவர்களின் கடைசிப் படம், 2002இல் வெளியான 'டும் டும் டும்'.

நடிகராக மட்டுமல்லாமல் 15 படங்களுக்கு மேல் தயாரித்திருக்கிறார். அதனால் அவர் பெருநஷ்டம் அடைந்தநிலையில், இதுகுறித்து அவர் ஒரு பேட்டியில் "நான் சினிமாவில் சம்பாதித்த பணத்தை சினிமாவில்தான் இழந்தேன். இதுகுறித்து எனக்குமகிழ்ச்சியே" எனக் கூறியிருக்கிறார்.

மேலும்'தன் வாழ்நாள் பெருமையெல்லாம், சிறுவயதில்நானும் ஒரு போராட்டக்காரனாக, அக்காலத்தில் நடந்த விடுதலைக்கான ஊர்வலங்களில் கலந்துகொண்டிருக்கிறேன்' என்றவர், இது குறித்துப் பேசும்போது,

"நான் ஒரு கடுமையான தேசபக்தன். மகாத்மா காந்தி மற்றும் காமராஜர்மேல் எனக்கு பெரிய மரியாதை உண்டு. விருதுநகரில், நான் சிறியவனாக இருந்தபோது, காமராஜின் வார்த்தைகளை ஏற்று, நாடு முழுவதும் கொடிகள் ஏந்தி, பிரிட்டிஷார்களை எதிர்த்துக் கோஷங்கள் எழுப்புவோம். சுதந்திர தினத்தன்று, எனது நண்பர்கள் என்.எஸ்.கே., டி.கே.ராமச்சந்திரன், சி.எஸ்.பாண்டியன், 'கரிக்கோல்' ராஜ் ஆகியோருடன், சென்னையின் வீதிகளில் மக்கள் வெற்றி கொண்டாடுவதைப் பார்த்தோம். அந்த நாளில் நாங்கள் அனைவரும் மிகவும் மகிழ்ச்சியாக இருந்தோம்" என்று வி.கே.ஆர். மிகுந்த மகிழ்ச்சியுடன் சொன்னார்.

வி.கே.ஆர்., 1,600க்கும் மேற்பட்ட படங்களில் நடித்துள்ளார். அவரது மனைவி ரமணி அம்மாளும் ஒரு கலைஞர்தான். அவர், நாடகங்களிலும் படங்களிலும் நடித்திருக்கிறார். வி.கே.ஆருக்கு நான்கு மகன்களும் மூன்று மகள்களும் இருந்தனர்.

2002 டிசம்பர் 24ஆம் நாள், தன் 74ஆம்வயதில் உலக வாழ்விலிருந்து நீங்கினார்.

# P.D.சம்பந்தம்

**1954**இல் வெளியாகி, இன்றுவரை முன்வரிசை கிரைம் திரில்லர் தமிழ் படங்களில் ஒன்றான 'அந்த நாள்' படத்தின் துவக்கக் காட்சியில், துப்பாக்கி வெடிச்சத்தம் கேட்டவுடன், ஒரு குள்ள உருவம் முட்டைக்கண்ணுடன் பேந்தப்பேந்த விழித்தபடி காவல் நிலையம் நோக்கி ஓடிவருவதைப் பார்த்திருப்பீர்கள். படம்முழுக்க வரும் சின்னையாபிள்ளை எனும் அந்தக் கதாபத்திரத்தில் நடித்த்வர்தான், பி.டி.சம்பந்தம். ஐம்பது அறுபதுகளில் வந்த பெரும்பாலான படங்களில் சிறுசிறு பாத்திரத்தில் வந்தாலும், அனைவர் மனதிலும் சட்டென பதியும் அளவுக்கு இவர், அந்தப் பாத்திரத்துக்கு நியாயம் செய்து நினைவில் பதிந்துவிடுவார். 'தில்லானா மோகனாம்பாள்' படத்தில், அதற்குமுன் 'திருவிளையாட'லில் கூஜாவாக நடிப்பார். 'ஓடுங்கடா...' என்றால், பதறி ஓடும் குள்ளர்களில் ஒருவராக நடிப்பார்.

1899இல், புதுக்கோட்டையில் பிறந்த பி.டி.சம்பந்தம், சிறுவயதிலேயே நாடகத்தின்மீதுள்ள ஈடுபாட்டால், மதுரை ஜெகன்னாத ஐயர் நடத்திவந்த மீனலோசனி சபாவில் சேர்ந்து நடிப்பில் பயிற்சி எடுத்துக்கொண்டார். பிற்பாடு, பம்மல் சம்மந்த முதலியார் அவர்களின் குழுவில் சேர்ந்து நாளடைவில் குழுவில் உள்ள நடிகர்களுக்கு வசன உச்சரிப்பு சொல்லிக்கொடுப்பவராக மாறினார். இவர், நாடக உலகில் சிவாஜியை ஆட்டிவைத்தவர். எல்லா நடிகர்களுக்கும் இவர்தான் வாத்தியார். ஆயிரத்து தொள்ளாயிரத்து முப்பது, நாற்பது, ஐம்பது, அறுபதுகளில் திரையில் பிரபலமான பல நடிகர்களுக்கும், நாடக உலகில் இவர்தான் வாத்தியார்.

இவ்வளவு ஏன், கலைவாணர் என்.எஸ்.கிருஷ்ணன், இவரின் காலைத் தொட்டு வணங்குவார். ரொம்பக் கண்டிப்பானவர். கட்டுப்பாடு விஷயத்தில் கறாரானவர். கையில் பிரம்பு வைத்திருப்பார். அவரிடம் அடி வாங்காத பிரபலங்களே கிடையாது. 'ரத்னாவளி' நாடகத்தில் பப்பரவாயன், 'மனோகரா'வில் வசந்தன், சபாபதி நாடகங்களில், சாதாரணமாக வேலைக்கார சபாபதி முதலிய பாகங்களில் ரணகளப் படுத்துவாராம். ஏறக்குறைய, தன் ஐம்பதாவது வயதில் ஏவிஎம்மின் 'வாழ்க்கை' படத்தின்மூலம் சினிமாவில் நடிக்கத் துவங்கிய பி.டி.சம்பந்தம் தொடர்ந்து ஏவிஎம்மின் 'பெண்','அந்த நாள்' என பல வெற்றிப்படங்களில் பங்கேற்று, சிறந்த நடிகராக நிலைநிறுத்திக் கொண்டார். 'ஆடிப்பெருக்கு' அறுபதுகளின் துவக்கம். ஜெமினி, சரோஜாதேவி நடித்த இந்தப் படத்தில், சந்திரபாபு பெண் வேடமிட்டு வரும்போது அவரை சைட் அடிப்பார். 'அதே கண்கள்' படத்தில் பெண் வேடமிட்டு வரும் நாகேஷை விரட்டி, விரட்டி சைட் நொறுக்குவார். நாகேஷ் "ஆழாக்குமாதிரி இருக்கிறான். அலையிறான்" என்று சலித்துபோவார். 'குமுதம்' படத்தில் வி.ஸி.ராதா இவரை அவமானப்படுத்தும்போது, சம்பந்தம் பரிதாபமாக "டேஞ் நான் உங்கப்பாடா" என்பார்.

இவருடைய முக்கியமான நற்குணம் என்னவென்றால், தன் உடல்நலத்தை எப்பொழுதும் ஜாக்கிரதையாக பார்த்துக் கொண்டிருப்பார். திரைத்துறையில் சம்பாதித்தத கட்டிக் காத்துக்கொண்ட புத்திசாலி நடிகர்களுள் இவரும் ஒருவர். 1982ஆம் ஆண்டு, இந்த உலக வாழ்க்கையைவிட்டு நீங்கினார்

# A.கருணாநிதி

**த**மிழ் சினிமா வரலாற்றில், சந்திரபாபு வருகைக்குமுன் மிக வித்தியாசமான நகைச்சுவை நடிகராக பல படங்களில் தோன்றியவர், ஏ.கருணாநிதி. சார்லி சாப்ளின் மீசையோடு முட்டைக்கண்ணை உருட்டியபடி அரங்குகளில் அவர் வந்தாலே சிரிப்பலையைத் தோன்றச்செய்தவர். 1923இல் திருவாரூரில் பிறந்த வர். இவருக்கு, ஏ.சுவாராஜையம் என்ற மனைவியும் மூன்று மகள்களும் ஒரு மகனும் ஐந்து பேரக் குழந்தைகளும் உள்ளனர்.

1948ஆம் ஆண்டில், மாடர்ன் தியேட்டர்ஸ் தயாரித்து வெளிவந்த 'ஆதித்தன் கனவு' என்ற படத்தில் இவர் அறிமுகமானார். இதைத் தொடர்ந்து 'திகம்பர சாமியார்', 'பொன்முடி', 'தேவகி', 'கல்யாணி', 'வளையாபதி' என மாடர்ன் தியேட்டர்ஸ் படங்களில் நடித்துப் புகழ்பெற்றார்.

குழந்தைத்தனமான காமெடியன்! விடைத்த மூக்கு, அவரது காமெடிக்கு மிகவும் கைகொடுத்தது. 'கதாநாயகி' படத்தில், பெண் வேடமிட்டு அவர் சொல்லும் "நாங்கல்லாம் ரொம்ப கௌரவமான குடும்பத்தைச் சேர்ந்த பொம்பளைங்க" என்ற வசனத்தைக் கேட்கும்போதே நம்மால் சிரிப்பை அடக்கமுடியாது. மலைக்கள்ளன்

'பாலும் பழமும்' படத்தில், எம்ஜியார் வி.என்.ஜானகி திருமணம்பற்றி அரசியல் பேசியவர். "ஜானகிக்காக, ராமச்சந்திரன் வில்லை ஒடைக்கலயா?", என மனோரமாவிடம் காதல் பேசிவிட்டு "வரட்டுமா" என்று வீட்டின் மேலே பார்ப்பார். மனோரமா "ஓடு புதுசா இப்பத்தான் மேலே போட்டுருக்கு. வாசல்வழியா போ' என்பார்.

'மதராஸ் டு பாண்டிச்சேரி' படத்தில், கண்டக்டர் நாகேஷ் உடன் சேர்ந்து டிரைவர் ஏ.கருணாநிதி அடிக்கும் லூட்டிஞ் 'அதே கண்கள்' படத்தில். மலையாளி சமையல்காரராக "யாரு செத்துபோயி" என்று திகிலுடன் கேட்பார்.

'ஆதி பராசக்தி' படத்தில், ஒ.ஏ.கே.தேவரும் ஏ.கருணாநிதியும் அசுரர்கள். தேவர்களை சிறைப்பிடித்துவிடுவார்கள். தேவகன்னிகைகளைப் பார்வையிடும்போது, தேவர் ஜொள்ளுவிட்டுச் சொல்வார்: "தம்பி! இந்த தேவகன்னிகைகளைப் பார்த்தவுடன் தேவப்பயல்கள்மீது இரக்கம் வருகிறது". உடனே ஏ.கருணாநிதி அழுத்தமாகச் சொல்வார்: "இயற்கை! இயற்கை!".

முத்துலக்ஷ்மியுடன் ஜோடியாக இணைந்து நிறையப் படங்கள் நடித்தவர்.

'தில்லானா மோகனாம்பாள்' திரைப்படத்தில் கதைநாயகன் சண்முகசுந்தரத்தின் குழுவில் ஒத்து வாசிப்பவராக நடித்தார். 1960ஆம் ஆண்டுகளில், டி.பி.முத்துலட்சுமியுடன் இணைந்து நகைச்சுவைப் பாத்திரங்களில் நடித்துள்ளார். 'வீரபாண்டிய கட்டபொம்மன்' திரைப்படத்தில் "மாட்டுவண்டிய பூட்டிக்கிட்டு மாமனையும் சேத்துக்கிட்டு" என்னும் பாடலில், டி.வி.ரத்னத்தின் பெண்குரலுக்கு வாயசைத்து நடித்திருந்தார். ஏ.கருணாநிதி, மிகச்சிறந்த சமையற்கலை நிபுணர். நடித்துக்கொண்டிருந்த காலத்திலேயே சென்னை தியாகராய நகரில், 'மாமியா உணவகம்' என்ற பெயரில், அசைவ உணவகம் நடத்திவந்தார். இங்கிருந்து வெளிநாடுகளுக்கு ஏற்றுமதி செய்யும் அளவுக்கு அவரது உணவகம் பெயர்பெற்றிருந்தது. பறவைகளைப் பற்றி ஆய்வுசெய்திருக்கிறார். 1981இல் தன், 58ஆவது வயதில் எலும்புருக்கி நோயால் இறந்தார்.

# கே.ஏ.தங்கவேலு

புதுச்சேரி மாநிலம், காரைக்கால்தான் தங்கவேலுவின் சொந்த ஊர். பத்துவயது முதல் நாடகங்களில் நடிக்கத் தொடங்கிய தங்கவேலு, 20 வயதில் 'யதார்த்தம்' பொன்னு சாமி நாடகக்குழுவில், பிரபலமான நகைச்சுவை நடிகராக மாறினார். அப்போது, கலைவாணர் என்.எஸ்.கிருஷ்ணன் புதிதாகத் தொடங்கிய தனது நாடகக்குழுவுக்குத் தன் நண்பரான தங்கவேலுவை இழுத்துக்கொண்டார். என்.எஸ். கிருஷ்ணனும் தங்கவேலுவும், கந்தசாமி முதலியாரின் நாடகக்குழுவில் அண்ணன், தம்பியாகப் பழகியவர்கள்.

தங்கவேலு, 20 வயதில் மிகவும் ஒல்லியாக இருப்பார். அதனால் தனக்கு வசதியாக இருக்குமென்று கருதி, வயதான வேடங்களையே ஏற்று நடித்தார். 'பணம்', 'திரும்பிப்பார்', 'இல்லற ஜோதி', 'சுகம் எங்கே' உள்பட பல படங்களில், 60 வயது வேடங்களில் நடித்தார். சிங்காரி' என்ற படத்தில் 'டணால்... டணால்...' என்று அடிக்கடி வசனம் பேசியதால், தங்கவேலுவின் பெயருக்கு முன்னால் 'டணால்' என்ற வார்த்தை ஒட்டிக்கொண்டது. அலிபாபாவும் 40 திருடர்களும் படத்தில் எம்.ஜி.ஆர் அவர்களோடு ந்கைச்சுவை பாத்திரத்தில் நடித்து பலரது கவனத்தையும் கவர்ந்தார் .

தொடர்ந்து எம்.ஜி.ஆரோடு எண்ணற்ற திரைப்படங்களில் நடித்தவர் என்பதை பலரும் அறிவார்கள். ஆனால், எம்.ஜி.ஆருக்கும், தங்கவேலுவுக்கும் இடையே பல ஒற்றுமைகள் உண்டு எம்.ஜி.ஆர்., அறிமுகமான 'சதி லீலாவதி' படத்தில்தான் தங்கவேலுவும் அறிமுகமானார். எம்.ஜி.ஆருக்கு திரைப்பட வாய்ப்பைப் பெற்றுத்தந்த எம்.கே.ராதாதான், தங்கவேலுவிற்கும் சினிமா வாய்ப்பைப் பெற்றுத்தந்தார். எம்.ஜி.ஆருக்கு இரண்டு நாட்கள் மூத்தவர் அவர்.

எம்.ஜி.ஆர்., பிறந்த அதே 1917ஆம் ஆண்டில், அவர் பிறந்த அதே ஜனவரி மாதத்தில் பிறந்தவர்தான், கே.ஏ.தங்கவேலு. எம்.ஜி.ஆர். பிறந்தது ஜனவரி 17ஆம் தேதி. கே.ஏ.தங்கவேலு பிறந்தது ஜனவரி 15ஆம் தேதி.

கலைவாணர் என்.எஸ்.கிருஷ்ணன்தான், தங்கவேலுவிற்கு 'பணம்' படத்தில் நடிக்கும் வாய்ப்பை வழங்கியவர். தங்கவேலுவின் திறமைமீது அவருக்கு அப்படி ஒரு அபார நம்பிக்கை இருந்தது. 'பணம்' படத்திலே நடிக்க ஒப்பந்தமானபோது, தங்கவேலுவின் வாழ்க்கையில் மறக்கமுடியாத ஒரு சம்பவம் நடந்தது.

அந்தப் படத்தில் நடிப்பதற்காக, ஆயிரம் ரூபாயை தங்கவேலுவிற்கு முன்பணமாகக் கொடுத்தார், கலைவாணர். அந்தப் பணத்தை எடுத்துக்கொண்டு வீட்டிற்குப்போன தங்கவேலு, 'பணம்' படத்திலே நடிப்பதற்கு தன்னை கலைவாணர் என்.எஸ்.கிருஷ்ணன் ஒப்பந்தம் செய்திருப்பதாகவும் படத்தில் நடிக்க சம்பளமாக ஆயிரம் ரூபாயை கொடுத்ததாகவும் சொன்னபோது, தங்கவேலுவின் பெரியப்பா மகிழ்ச்சி அடைவதற்குப் பதிலாக, தங்கவேலுவைப் பார்த்து உரத்தகுரலில் சத்தம்போட ஆரம்பித்தார். கலைவாணர் வீட்டிலிருந்து அவருக்குத் தெரியாமல் அந்தப் பணத்தை தங்கவேலு எடுத்துக்கொண்டு

வந்துவிட்டதாக அவரது பெரியப்பா எண்ணியதே அதற்குக் காரணம். அவர், அப்படி சந்தேகப்பட்டதிலும் தவறு இல்லை என்றுதான் சொல்ல வேண்டும். ஏனெனில் அப்போது தங்கவேலு, நாடகங்களில் நடிக்க ஒரு மாதத்திற்கு வாங்கிக்கொண்டிருந்த சம்பளம் வெறும் 10 ரூபாய்தான். அப்படி இருக்கும்போது, படத்தில் நடிக்க அவருக்கு ஆயிரம் ரூபாய் கொடுத்தார்கள் என்று சொன்னால் யார் நம்புவார்கள்?

"ஏன்தான் உன் புத்தி இப்படிப் போகுதோ தெரியவில்லையே. அவர் வீட்டிலேயே உனக்குச் சோறுபோட்டு அவரோட புள்ளைமாதிரி இல்லே கலைவாணர் உன்னை வளர்த்தார். அன்னமிட்ட வீட்டிலேயே கன்னம் இடலாமா? அவர் வீட்டிலேயே இப்படி பணத்தைத் திருடிவிட்டு வந்திருக்கிறாயே?" என்று சொல்லியபடி, கலைவாணரை அடிக்க ஆரம்பித்த அவர், தங்கவேலு சொன்ன எந்த விளக்கத்தையும் கேட்கத் தயாராக இல்லை. வேறுவழியின்றி தனது பெரியப்பாவை நேராக கலைவாணர் வீட்டுக்கு அழைத்துச் சென்றார், தங்கவேலு. அங்கு போனபிறகு "ஏதோ தெரியாம தப்பு பண்ணிட்டான். இனிமேல் அப்படி எல்லாம் நடக்காமல் நான் பார்த்துக்கொள்கிறேன்" என்று அவர் சொல்ல,ஞ் கலைவாணருக்கு ஒன்றுமே புரியவில்லை. அதற்குப்பிறகு தங்கவேலு நடந்த சம்பவத்தைப் பற்றி கலைவாணருக்கு விளக்கமாகச் சொல்ல "இதுக்காகவா தம்பியை தேவையில்லாம போட்டு அடிச்சிட்டீங்க" என்று சொன்ன கலைவாணர், "அந்தப் பணம் என்னுடைய படத்தில் நடிப்பதற்காக நான் கொடுத்த முன்பணம்தான்ஞ்" என்று சொன்னவுடன்தான் அவரது பெரியப்பா சமாதானம் அடைந்தாராம். காமெடி நடிகர்களால் கதாநாயகனாகவும் நடிக்கமுடியும் என்று நாகேஷ் தொடங்கி கவுண்டமணி, விவேக், சந்தானம், கருணாஸ், என்று பலபேர் இன்று நிரூபித்திருக்கிறார்கள் என்றால் அதற்கு வித்திட்ட பெருமை தங்கவேலுவையே சேரும். பானுமதியுடன் 'ரம்பையின் காதல்' படத்தில் நாயகனாக நடித்தார், தங்கவேலு. தங்கவேலுவுடன் படங்களில் மட்டுமின்றி, வாழ்க்கையிலும் ஜோடியான எம்.சரோஜாவுடன் தங்கவேலு நடித்த படங்களில் மறக்கமுடியாத படம், ஸ்ரீதரின் இயக்கத்தில் உருவான 'கல்யாணப் பரிசு.' அந்தப் படத்திலே 'தான்தான் எழுத்தாளர் பைரவன்' என்று, தனது மனைவியான சரோஜாவிடம் பொய் சொல்லிவிட்டு ஒரு பாராட்டு விழாக் கூட்டத்தில் கலந்துகொண்டுவிட்டு தங்கவேலு வீடு திரும்பும் காட்சியை திரையில் பார்க்கும் எவராலும் சிரிப்பை அடக்கமுடியாது.

# கானக்குயில்கள்

# சி.எஸ்.ஜெயராமன்

**1933** ஆம் ஆண்டு, கிட்டப்பா திடீரென்று மரணமடைந்தார். அதன்விளைவாக, கிட்டப்பாவின் பாணியில் இரு நடிகர்கள் பாடிவந்தனர். அவர்கள் டி.ஆர்.மகாலிங்கம் மற்றும் வி.ஏ.செல்லப்பா. இதில் சி.எஸ்.ஜெயராமன் பாணிவேறு என்றாலும் அச்சமயத்தில், அவரும் கிட்டப்பாவுடன் இணைத்துப்பேசப்பட்டார். அவரது முழுப்பெயர் சிதம்பரம் சுந்தரம்பிள்ளை ஜெயராமன்.

1917ஆம் ஆண்டு, தை மாதம் 6ஆம் நாள், கோயில் நகரமான சிதம்பரத்தில்பிறந்தார். இவரது தந்தையார் சுந்தரம்பிள்ளை, பிரபலமான கர்நாடக இசை வாய்ப்பாட்டுக் கலைஞர். இவர், தி.மு.க. தலைவரும் முன்னாள் தமிழ்நாடு முதலமைச்சருமான மு.கருணாநிதியின் முதல் மனைவியான பத்மாவதியின் அண்ணனும், மு.க.முத்துவின் தாய்மாமனும் ஆவார். தொடக்கத்தில், கருணாநிதி ஒரு திரைக்கதை எழுத்தாளராக சினிமாவில் அறிமுகமாவதற்குக்காரணமாக இருந்தவர், ஜெயராமன்.

கர்நாடக சங்கீத மும்மூர்த்திகளில் முக்கியமான பாடகரான முத்துஸ்வாமிதீட்சிதரின் உருப்படிகளை, அவருடைய சீடர் பரம்பரையில் வந்த ஒருவரிடம் கற்றுத்தேர்ந்தவர், ஜெயராமனின் தந்தை சுந்தரம் பிள்ளையின் மூன்று ஆண் மக்களில், கடைசிமகன் ஜெயராமன். சிறுவயதிலேயே இசையின் மீது ஆர்வம்கொண்ட ஜெயராமனைக் கண்டு, தன்னுடைய

மகனுக்கு இசையைக் கற்றுத்தந்தார். ஜெயராமன் 'சிதம்பரத்துச் சிங்கக்குட்டி' என்ற பெயராலும் அழைக்கப்பட்டார்.

ஜெயராமன், மதுரை பாலவினோத சங்கீத சபாவில் சேர்ந்து நடித்துக் கொண்டிருந்தார். ஒருமுறை, விருத்தாசலத்தில் நாடகக்குழு முகாமிட்டு நாடகம் நடத்தும்போது, மிகப்பெரிய அசம்பாவிதம் ஒன்று அரங்கேறியது. அச்சம்பவம்தான் ஜெயராமனை திரைப்பட உலகை நோக்கி நகரச் செய்தது. 1932ஆம் ஆண்டு, மணிமுத்தாறின் கரையில் நாடகக் கொட்டகை அமைத்திருந்தனர். அது, பருவமழைக்காலம். திடீரென்று ஏற்பட்ட புயல் வெள்ளத்தில் ஆறு கரைபுரண்டு ஓட, நாடகக் கம்பெனியின் சகல சாமான்களும் வெள்ளத்தில் அடித்துச் சென்றது. அதன்பிறகு நாடகக் கம்பெனி, அந்தத் துயரிலிருந்து மீளவேயில்லை. இக்கட்டான அந்தச்சமயத்தில் ஜெயராமனுக்கு முதல் படவாய்ப்பு வர, உடனடியாக கல்கத்தா புறப்பட்டுச்சென்று, 'கிருஷ்ண லீலா' (1934) எனும் திரைப்படத்தில், கண்ணன் வேடம் ஏற்று திரைப்பிரவேசம் எடுத்தார். இது, 60 பாடல்களைக்கொண்ட திரைப்படம்.

காவியமா, ஓவியமா? வெண்ணிலவா? சங்கீத சௌபாக்கியமா? பாசவலையா? காக்கா, பாட்டா? சொல்லுக்குள் இருக்கும் சுகங்களை ஏற்ற இறக்கத்தோடு பாடும் திறமைவாய்ந்தவர், ஜெயராமன்.

ஏஞ்சலின் கம்பெனி 'பக்த துருவா' (1935) எனும் திரைப்படத்தில், ஜெயராமனை 'கிட்டப்பா அவதாரம்' என்ற அடைமொழியுடன் அறிவித்தது. 52 அரும்பெரும் பாடல்கள்கொண்ட அத்திரைப்படத்தில், 16 பாடல்கள் ஜெயராமனால் பாடப்பட்டது.

1935ஆம் ஆண்டு, 'நல்லதங்காள்' திரைப்படம் வெளியானபோது, 'கிட்டப்பா அவதாரம்', 'சங்கீதச் சிங்கக்குட்டி', சி.எஸ்.ஜெயராமனின் கானமழை என்னும் கர்ணாம்ருதப் பாடல்களால் களிப்படைவீர்' என்று விளம்பரப்படுத்தப்பட்டது.

'மணமகள்' (1951), 'வேலைக்காரன்' (1951) போன்ற படங்களில் சில பாடல்களைப் பாடினார்.அதன்பின் தயாரிப்பாளர்களிடம், என் மைத்துனர் நன்றாக வசனம் எழுதுவார் என்று திரையுலகில் அறிமுகம் செய்துவைத்தவர்தான், கலைஞர் கருணாநிதி.அவருடைய வசனத்தில் வெளிவந்த 'பராசக்தி' (1952) திரைப்படம்தான், சி.எஸ்.ஜெயராமனை பின்னணிப் பாடகராக அடையாளம் காட்டியது.

சி.எஸ்.ஜெயராமன் பின்னணி பாடிய முதல் படமே தனக்கு வெற்றி அடைந்ததால், 'தூக்குத்தூக்கி' திரைப்படத்தில் டி.எம்.எஸ்.அவர்களை இசையமைப்பாளர் பாடவைத்தபோது, "ஜெயராம பிள்ளையை பாடச் சொல்லாமல்... யார் யாரையோ எனக்குப் பாடவைக்கிறார்கள்" என்று சிவாஜிகணேசன் கூறினார்.

சிவாஜிக்குப் பொருத்தமான குரல் டி.எம்.எஸ்.தான் என்று ஊர்ஜிதம் ஆனபின்பும் 'புதையல்', 'தங்கப்பதுமை', 'தெய்வப்பிறவி' போன்ற படங்களில் நடிகர்திலகத்திற்கு வெற்றிகரமாகக் குரல் கொடுத்துக்கொண்டிருந்தார்,ஜெயராமன்.

சமூகப்பிரக்ஞை பாடல்களில், ஜெயராமனின் குரல் சித்தர்களை ஞாபகப்படுத்தியது.அதனால் 'இசைச்சித்தர்' என்றும் திரைஇசை உலகில் புகழ்ந்தனர்.அண்ணாவும், கருணாநிதியும் ஜெயராமன் இசைக்கு மிகப்பெரிய ரசிகர்கள்.இசையால் இதயங்களை வசமாக்கும் வித்தையை அறிந்தவர் என்றும் ஜெயராமனைப் புகழ்வார்கள்.

'கிருஷ்ண லீலா' மற்றும் 'பக்த துருவன்' திரைப்படங்களில் முக்கியக்கதாபாத்திரத்தில் நடித்ததோடு, 'விஜயகுமாரி' (1950), 'நாம்' (1953), 'ரத்தக்கண்ணீர்' ஆகிய திரைப்படங்களுக்கு இசையமைப்பாளராகவும் பணியாற்றினார்.

பிற்பாடு, பால மீனரஞ்சினி சங்கீத சபா, மதுரை பால வினோத சங்கீத சபா, மதுரை தேவி பாலவினோத சங்கீத சபாக்களில் பணிபுரிந்தார். தமிழ்நாடு அரசு இசைக்கல்லூரியில் 196769, 198184 ஆகிய ஆண்டுகளில் இயக்குனராகவும் பொறுப்பில் இருந்துள்ளார்.

# பி.லீலா

தமிழ் சினிமா மறந்த உன்னதக் கலைஞர், பி லீலா.

இளையராஜா காலத்தில் எஸ்.பி.பாலசுப்ரமணியம்□ ஜானகி, எம்.எஸ்.விஸ்வநாதன் காலத்தில் டி.எம். சவுந்தர்ராஜன்□பி.சுசீலாபோல அவர்களுக்குமுன் ஏ.எம். ராஜா□ஜிக்கி போல இவர்களுக்கும் முன்பு புகழ்பெற்ற ஜோடியாக அறியப்பட்டவர்கள். கண்டசாலா□பி.லீலா.

தமிழ் சினிமாவில் புகழ்பெற்ற முதல் பின்னணிப் பாடகி என்றால் பி.லீலாதான். 1938ஆம் ஆண்டு, தமிழ் சினிமாவில் பின்னணிப் பாடல் முறையை 'நந்தகுமார்' படத்தின்மூலம் ஏவி.மெய்யப்ப செட்டியார் அறிமுகப்படுத்தினார். அதனைத் தொடர்ந்து பல பாடகர்கள் அறிமுகமானாலும் அவர்களில் நடிகரல்லாமல் பின்னணிப் பாடல்மூலம் நட்சத்திரமாகப் புகழ்பெற்ற முதல் பெண்பாடகி, பி.லீலாதான்.

கேரள மாநிலம், பாலக்காடு அருகில் சித்தூர் என்ற ஊரில், வி.கே.குஞ்சன்மேனன்லட்சுமி அம்மாவுக்கு மூன்றாவது கடைசி மகளாக பிறந்தார், பி.லீலா. சாரதா, பானுமதி என்ற இரு சகே□தரிகள். அப்பா மேனன் ராமவர்மா பள்ளியில் ஆசிரியராக பணிபுரிந்து வந்தார். லீலாவுக்கு மணிபாகவதர் என்பவர் முதல் குருவாக இருந்து முறையான இசைப்பயிற்சி அளித்தார். பின்னர் பத்தமடை கிருஷ்ணா அய்யர், ராமபாகவதர், செம்பை வைத்தியநாத பாகவதர் எனப் பல மேதைகளிடம் பயின்று, தனது இசைத்திறமையை வளர்த்துக் கொண்டார்.

*12 வயதில் ஆந்திர மகளிர் சபையில் கச்சேரிசெய்த லீலா, துர்காபாய் தேஷ்முக் அவர்களிடம் பாராட்டையும் பரிசையும் பெற்றார். பின்னர் தென்னிந்தியா முழுக்க பல கச்சேரிகளை நடத்தினார். 1948ஆம் ஆண்டு தமிழ் 'கங்கணம்' படத்தின்மூலம் பின்னணிப் பாடகியாக அறிமுகமானவர், லீலா. ஸ்ரீவரலட்சுமி எனத் தெ□டங்கும் அந்த முதல் பாடலை அவர் பாடியபே□து அவருக்கு வயது 13. சி.எச்.பத்மநாபசாஸ்திரி இப்படத்திற்கு இசையமைத்திருந்தார். அந்தப் படத்தில், கதாநாயகிக்கான அனைத்துப் பாடல்களையும் பாடினார். 'கங்கணம்' படத்தில் அறிமுகமானபிறகு , தொடர்ந்து அதே ஆண்டில், மலையாளத் திரைப்படமான 'நிர்மலா'வுக்காக 'பாதுகா பூங்குயிலே' என்ற பாடலைப் பாடினார்.*

இத்னைத்தொடர்ந்து தமிழ், மலையாளம், தெலுங்கு என அனைத்து மொழிகளிலும் பாட ஆரம்பித்தார் இக்காலத்தில் அறிமுகமான கண்டசாலா அவர்களுடன் இணைந்து பல பாடல்களைப் பாடினார். அதில் புகழ்பெற்ற பாடல்கள் என்றால் ‘தை பொறந்தா வழி பொறக்கும்’ (தை பொறந்தா வழி பொறக்கும்), 'நெஞ்சில் குடியிருக்கும் அன்பருக்கு

நான் இருக்கும்' (இரும்புத்திரை), 'கண்ணும் கண்ணும் கலந்து சொந்தம் கொண்டாடுதே', 'ராஜா மகள் ரோஜா மலர் நான் ராஜா மகள்' (வஞ்சிக்கோட்டை வாலிபன்), 'வாராயோ வெண்ணிலாவே... கேளாயோ எங்கள் கதையே...' (மிஸ்ஸியம்மா), 'காத்திருப்பான் கமலக்கண்ணன்' (உத்தமபுத்திரன்) தங்கப்பதுமை படப் பாடலான 'வாய் திறந்து சொல்லம்மா' ஆகியவை குறிப்பிடத்தக்கன.

இந்தப் பாடலைப் பாடும்போது, இரண்டுமுறை மயக்கம் போட்டு விழுந்துவிட்டார் என்பார்கள். அதுபோல, தமிழ் சினிமாவின் மிக நீண்ட பாடலான 'ஜகம் புகழும் புண்ணிய கதை ராமனின் கதையே' பாடலைப் பாடியவரும் இவர்தான்.

தனக்குக் கிடைத்த பாடல் வாய்ப்புகளைப் பிற பாடகிக்கு அளித்த அவரின் பரந்த உள்ளத்தையும் பாராட்டினோம். 'கொஞ்சும் சலங்கை' படத்தில் 'சிங்கார வேலனே' பாடலை ஜானகிக்கு பரிந்துரைத்தவர் லீலாவே. அதேபோல சின்னஞ்சிறு பெண்ணாக இருந்த ஜிக்கியை பாடவைக்க பலரும் தயங்கியபோது, மந்திரிகுமாரியில் 'வாராய் நீ வாராய்...', 'உலவும் தென்றல் காற்றினிலே...' ஆகிய பாடல்களைப் பாட பரிந்துரைத்தவரும் இவரே என்கிறார்கள் திரைத்துறையினர். இறுதியாக, 1991ஆம் ஆண்டு வெளியான 'கற்பூர முல்லை' படத்தில் இளையராஜா இசையில் 'ஸ்ரீசிவசுத பதகமல...' என்ற கடினமான முருகன் பாடலைப் பாடிக் கொடுத்தார். அத்தோடு சினிமா உலகம் அவரை மறந்துபோனது. இவர் கடைசிவரை திருமணம் செய்துகொள்ளவில்லை. தனது சகோதரி குடும்பத்தினருடன் வாழ்ந்துவந்தார். 'ஞானகோகிலம்', 'ஞானமணி', 'கலாரத்னம்', 'கானவர்சினி' எனப் பல விருதுகளால் கௌரவிக்கப்பட்டார், பி.லீலா. தமிழக அரசின் 'கலைமாமணி' உள்ளிட்ட பல விருதுகள் பெற்றார். கேரள, தெலுங்கு திரை உலகமும் பல விருதுகளை அளித்து இவரை கௌரவித்தன.

2005 அக்டோபர் 31ஆம் தேதி, சென்னையில் அவர் வசித்துவந்த டிபன்ஸ் காலனியில், தன் 72ஆம் வயதில் இயற்கை எய்தினார். இவர் இறந்தபின்னர் மத்திய அரசு, 2006ஆம் ஆண்டு 'பத்மபூஷன்' விருதை அளித்தது.

# கண்டசாலா

**30** வருடங்களுக்குமுன்பு, ரேடியோவே கதியெனக் கிடக்கும் வானொலி நேயராக இருந்தால், இவரை கண்டிப்பாகத் தெரியாமல் இருக்காது.சென்னை, திருச்சி என தமிழக வானொலி நிலையங்களில் பழைய பாடல்கள் ஒலிபரப்பாகும்போது இந்தப் பெயரும் நிச்சயம் ஒலிக்கும்.

1950களில், இந்தியத் திரையுலகில் கண்டசாலா மிகவும் பிரபலம். இவர்,பின்னணிப் பாடகர் கம் இசையமைப்பாளர். ஆந்திர மாநிலம் கிருஷ்ணா மாவட்டத்தில் பிறந்த கண்டசாலா, தெலுங்குத் திரையுலகில் இசையமைப் பாளராகவும் பாடகராகவும் கோலோச்சியவர்.சங்கீதத்தில் முறைப்படி தேர்ந்தவர்.

தெலுங்கில் இவர் இசையமைப்பாளராக அறிமுகமான 'மன தேசம்' படம்தான்,ஆந்திர முன்னாள் முதல்வரும் நடிகருமான என்.டி.ஆருக்கும் முதல் படம். தமிழில், சுமார் 20 படங்களுக்கு இசையமைத்திருக்கிறார்.திரைஇசைத் திலகம் கே.வி.மகாதேவன் இவரிடம் உதவியாளராக இருந்தவர்.'மாயாபஜார்', 'பாதாள பைரவி', 'கள்வனின் காதலி', 'கல்யாணம் பண்ணிப்பார்...' இதெல்லாம் கண்டசாலா இசையமைத்தவற்றில் குறிப்பிடத்தக்க தமிழ்ப் படங்கள். இன்றளவும் ரசிகர்களை ஈர்க்கும் 'கல்யாண சமையல் சாதம், காய்கறிகளும் பிரமாதம்...' பாடலுக்கு இசை, கண்டசாலாதான்.

ஆனால் பின்னணிப் பாடகராகத்தான் கண்டசாலாவை தமிழ் சினிமா அறியும்.1950 துவங்கி 1960கள் வரை

ஏராளமான பாடல்களைப் பாடியிருக்கிறார்.ஏ.எம்.ராஜா, பி.பி.ஸ்ரீநிவாஸ் கலந்த ஒரு குரல் இவருக்கு.இவரது வசீகரக் குரலுக்காக ‘கான கந்தர்வன்’ பட்டம் பெற்றிருக்கிறார்.தமிழ், தெலுங்கு, கன்னடம், மலையாளம், துளு எனத் திராவிட மொழிகள் அனைத்திலும், இந்தியிலும் பாடியிருக்கிறார். பி.பி.ஸ்ரீநிவாஸ், சுசீலா, எஸ்.பி.பி போன்ற பிரபலங்களுக்கு ஆதர்ச குரு.

’உலகே மாயம் வாழ்வே மாயம் உலகில் நாம் காணும் சுகமே மாயம்...’
’முத்துக்கு முத்தாக சொத்துக்கு சொத்தாக அண்ணன் தம்பி பிறந்து வந்தோம் கண்ணுக்கு கண்ணாக...’

’உல்லாச உலகம் உனக்கே சொந்தம் செய்யடா செய்யடா செய்யடா சல்சா செய்யடா...’

’ஆகாய வீதியில் அழகான வெண்ணிலா...’

’அமைதியில்லா தென் மனமே’

இதுபோன்ற பல ஹிட் பாடல்கள் கண்டசாலா பாடியவைதான்.1960களில் திரைப்படப் பாடல்களின் இசைத்தட்டுகளை (ரிக்கார்டுகள்) பெரும்பாலும் பிரபல இசை நிறுவனமான ஹெச்எம்விதான் வெளியிடும்.அந்த நிறுவனத்தின் ஆஸ்தான பாடகராக இருந்தவர், கண்டசாலா.ஹெச்எம்விக்காக தனி இசை ஆல்பங்களையும் செய்திருக்கிறார்.திருப்பதி கோயிலின் ஆஸ்தான பாடகராகவும் இருந்தவர்.பகவத்கீதை பற்றி கண்டசாலா பண்ணிய ஆல்பம் திருப்பதி கோயிலில் ஒலிப்பது வழக்கம். ‘ஜகதேசா வீருணி கதா’ என்ற தெலுங்குப் படத்தின், சுமார் 7 நிமிடப் பாடலான “சிவசங்கரி சிவாநந்த லஹரி...” என்ற மிகப் பிரபலமான இந்துஸ்தானி மற்றும் கர்நாடக இசை கலந்த சவாலான பாடலை ஒரே டேக்கில் பாடியவர், கண்டசாலா. புராண, இதிகாச, பாகவதர் டைப் படங்களிலிருந்து, குடும்பக் கதைகளுடன் துவங்கிய ஜனரஞ்சக சினிமாவின் மூத்த பின்னணிப் பாடகர் என்று இவரைச் சொல்லலாம்.

## A.M.ராஜா ஜிக்கி

**த**மிழ் சினிமாவில், முதன்முதலாக காதலித்துக் கரம்பிடித்து இணைந்த இசை ஜோடிகள் என்ற பெருமையோடு, கடைசிவரை பிரியாமல், ஒருவருக்கொருவர் புகழை விட்டுக்கொடுக்காமல் வாழ்ந்து மறைந்து, இன்றும் தங்கள் பாடல்கள்மூலம் நம்மனதில் அழியாப்புகழை அடைந்தகாதலர்கள் ஏ.எம்.ராஜாஜிக்கி. சினிமாவில் மட்டுமல்லாமல், வாழ்விலும் வெற்றிபெற்று, இன்றைய இளைய தலைமுறையினருக்கு எப்படி வாழவேண்டும் எனக்கற்றுக்கொடுக்கும் இசைக்குயில்கள்தான், ஏ.எம்.ராஜா - ஜிக்கி. இவர்கள் பாடிய பாடல்கள், காலத்தால் அழியாமல் காற்றோடு கலந்துவிட்டவை. இந்தப் பாடல்களை கண்ணை மூடிக் கேட்கும்போது அவைநம்மை சுவிட்சர்லாந்துக்குப் பயணிப்பதுபோல மனதுக்குசுகமும் இதமும்தரக்கூடியவை.

"வாராயோ வெண்ணிலாவே..."

"வாடிக்கை மறந்தது ஏனோ..."

"பாட்டுப் பாடவா பார்த்துப் பேச வா..."

"ஓகோ எந்தன் பேபி..."

இந்த வரிகளைப் படிக்கும்போதே, அந்தப் பாடல்களும் அதன்வழி மனதில் இனிமையும் ஏகாந்தமும் கூடுகிறது என்றால், அதுதான் ஏ.எம்.ராஜா- ஜிக்கி இசை ஜோடியின் தனித்தன்மை.

## ஏ.எம்.ராஜா

சினிமா இசையைப் பொறுத்தவரை, பாடகர்களில் வெண்கலக்குரல் மென்கலக்குரல் என்ற இரண்டுவிதப் போக்கு உண்டு.நாடகக் கம்பெனியில் ஒன் அண்ட் ஒன்லி வெண்கலக்குரல் மட்டும்தான் எடுபடும். எத்தனை கட்டை வரை போகிறார் என்பதைப் பொறுத்துபுகழ் டெசிபலும் ஏறும் இறங்கும்.கிட்டப்பா, தியாகராஜ பாகவதர்,பி.யூ.சின்னப்பா ஆகியோர் வெற்றிபெறக் காரணமும் சுத்தமான குரல்வளம்தான்.இதனைத்தான் வெண்கலக்குரல் என்பார்கள். ஆனால் சினிமா பேசத்துவங்கிய பின், படிப்படியாக 'கணீர்' குரல் போய் பாவமும் உணர்ச்சியும் பாடகனுக்குவேண்டிய அவசியம் ஏற்பட்டது. அந்தக் காலத்தில் காதல் பாடல்கூட, சத்தம் போட்டு ஊரைக்கூட்டிசாஸ்திரிய சங்கீதத்தில் 'மன்மத லீலையை வென்றார் உண்டோ' எனச் சத்தம் போட்டுப்பாடினர். ஆனால் ஐம்பதுகளில் இந்தநிலை மாறியது.

புராண, இதிகாச சினிமாக்கள் மூட்டை கட்டப்பட்டு திராவிட இயக்க எழுச்சிக்குப்பின்சமூக சினிமாக்கள் வந்தன.கூடவே,கணீர் குரல்களுக்கு மவுசு போய், இயல்பானகுரல்களுக்கு மவுசு வந்தது. மென்மையானஉணர்வுகள்,ஆசைகள், ஏக்கங்கள்,தாபங்கள்,மோகங்களும் பாட்டாகப் பாடவேண்டிய தேவை, நாயகனுக்கும் நாயகிக்கும் உண்டானது. அப்போது உருவான பாடகர்தான் ஏ.எம்.ராஜா. அவர் குரலின் மென்மையில் ஒரு எதார்த்தமும் நெருக்கமும் இருந்தது.அவருக்கு அன்றுகிடைத்த வரவேற்பில் சினிமாஇசையின் ஏகபோக ராஜாவாகத் திகழ்ந்தார்.'அன்னக்கிளி' படம் வருவதற்கு முன் சினிமா இசையில், ராஜா என்றாலே ஏ.எம்.ராஜாதான். 1975இல் 'அன்னக்கிளி' படம் உருவாகும்போது, இன்னொரு ராஜா வந்தால் குழப்பமாக இருக்கும் என்று பஞ்சு அருணாசலம்தான் 'ராஜா' என்ற பெயருடன் அறிமுகமாகவிருந்த இசைஞானி அவர்களுக்கு 'இளையராஜா'என்ற பெயர் சூட்டினார். அந்தளவுக்கு புகழ் உச்சியில் இருந்தார், ஏ.எம்.ராஜா.

'ஏமல மன்மதராஜு ராஜா'. சுருக்கமாக, ஏ.எம்.ராஜா. ஆந்திர மாநிலம், சித்தூர் அருகேராமச்சந்திரபுரத்தில்மன்மதராஜு லட்சமம்மா ஆகியோருக்கு 1929இல் மகனாகப் பிறந்தார்.மூன்றுவயதில் தந்தையை இழந்த ராஜாவின் குடும்பம் ரேணுகாபுரத்துக்குச் சென்று குடியேறியது. அங்கேயே உயர்நிலைப்பள்ளிவரை படித்த ராஜா, 1961இல் இண்டர்மீடியட் படிப்புக்காக வேலூரில் இருக்கும் ஊரிஸ் கல்லூரியில் படித்தார்.

சென்னைபச்சையப்பா கல்லூரியில் பி.ஏ., (இளங்கலை) முடித்தார். இசையார்வம்கொண்ட ஏ.எம்.ராஜா, கர்னாடக இசையிலும் மேற்கத்திய இசையிலும் தேர்ந்த பயிற்சி பெற்றிருந்தார்.

சிறுவயதிலேயே டெண்ட் கொட்டகைகள் பின்னால் போய் நின்று, தினமும் அந்தப் படத்தின் பாடல்களைக் கேட்டு அதுபோலவே பாடிப் பயிற்சிசெய்து வீட்டுக்கு வந்து பாடுவார். அவரது பாடும் திறமையைக் கண்டு அவரது தாயாரும், சகோதரியும் சிறுவயதிலேயே ஊக்குவித்து வர, சினிமாவில் பாடவும் நடிக்கவும் ஆர்வம் உண்டானது.

கல்லூரியிலேயே புகழ்பெற்ற பாடகராக விளங்கி, பல போட்டிகளில் வென்றார். அவரை அடையாளம்கண்ட எச்.எம்.வி நிறுவனம், கே.வி.மகாதேவன் உதவியுடன் இரண்டு தெலுங்கு மெல்லிசைப் பாடல்களைப்பதிவுசெய்து ஒலிபரப்பியது.

இதேநேரம், 'சம்சாரம்' (1951)என்ற தெலுங்குப் படத் தயாரிப்பில் இருந்த ஜெமினி எஸ்.எஸ்.வாஸன் அவர்கள், அந்தப் படத்தின் துவக்கப் பாடலைப் பாடியகண்டசாலாவின் குரலால் திருப்தியில்லாமல்கையைப் பிசைந்தார். அந்தச்சமயம், ரேடியோவில் ஒலிபரப்பாகியது, ஏ.எம்.ராஜா பாடிய பாடல்.உடனே,வாஸன் முடிவை மாற்றினார்.கார் போனது.தமிழ் சினிமாவுக்கு புதியராஜாவுடன் திரும்பியது.அதன்வழி, தமிழுக்குப் புதிய பாடகர் உதயமானார்.எஸ்.எஸ்.வாஸனுக்கு 'சம்சாரம்' பெரிய ஹிட் ஆக, அடுத்தடுத்து அவர் அதை மொழிமாற்றம் செய்து இந்தியிலும் ஏ.எம். ராஜாவையே பாடவைத்தார். ஆக, ஒரு மோதிரக்குட்டு மூலம் துவங்கப்பட்ட ஏ.எம்.ராஜா அவர்களின் முன்காலம், சிவப்புக்கம்பளம் விரித்து சிம்மாசனம் நோக்கி அழைத்துச் சென்றது.1951இல் எம்.ஜி.ஆர். மாதுரி நடிக்க 'குமாரி' என்ற தலைப்பில் புதிய படம் உருவாக்கப்பட, அதற்கு இசையமைப்பாளராககே.வி.மகாதேவன்ஒப்பந்தமானார்.அவர், ஏ.எம்.ராஜாவை'அழியாத காதல் வாழ்வில்...' என்ற பாடலைப் பாடும்படி அழைத்தார். இந்தப் படத்தில், அவரோடு ஒரு பெண் பாடகி ஜோடியாகப் பாடவந்தார்.அவர் பாட மட்டும் வரவில்லை, தன்

வாழ்க்கையில் பங்கெடுக்கவும் வந்தார் என்பது ராஜாவுக்கு அன்று தெரியாது. அதுவரை சினிமாவில்கர்நாடக இசைப் பாடல்களாகக் கேட்டுவந்த ரசிகர்களுக்கு, ஏ.எம்.ராஜாவின் குரல் புதிய அனுபவத்தைக் கொடுக்க, அனைவருக்கும் பிடித்துப்போனது.தொடர்ந்து அவர்கள் இருவரும் பாடிய பாடல்கள் மிகப்பெரிய வரவேற்பைக் கொடுக்க, காதலும் கிளைத்தது.இருவரும் டூயட்டை சினிமாவுக்காகப் பாடாமல் தங்களுக்காகவும் பாடத்துவங்கினர்.

ஒருகட்டத்தில், திருமணமும் செய்துகொண்டு வாழ்வில் இணைந்தனர். இவர்கள் திருமணம் குறித்துபிரபல பத்திரிகையில் வந்த செய்தியில்,'ராஜா ஜிக்கி கல்யாணம்'என்பதற்குப் பதிலாக,'ராஜாஜிக்கி கல்யாணம்' எனஇடைவெளியில்லாமல் அச்சானதால், பலரும் மூதறிஞர் ராஜாஜி அவர்களுக்குக்கல்யாணம் எனத் தவறாகமக்கள் மத்தியில் பரபரப்பு நிலவியதாம்.

திருமணம், ஏ.எம்.ராஜா - ஜிக்கி இருவருக்கும் ஒரேசமயத்தில் வாழ்க்கைக்கும் தொழிலுக்கும்வெற்றிப்பாதையாக அமைந்தது.

பிற்பாடு நடிகர் மோகன் அவர்களுக்கு எஸ்.எஸ்.சுரேந்தர் குரல் எப்படி பிரிக்கமுடியாமல் போனதோ அதுபோல, ஏ.எம்.ராஜாவின் குரல் அப்போது இளம்நடிகராக வளர்ந்த ஜெமினிகணேசனுக்குமிகவும் பொருந்திப்போனது. அதுவும் 'மிஸ்ஸியம்மா' படத்தில் ஜெமினிக்காக இவர்பாடிய அனைத்துப் பாடல்களும் மிகப்பெரிய வெற்றி.

'வாராயோ வெண்ணிலாவே'மற்றும்'பிருந்தாவனமும் நந்தகுமாரனும்' போன்ற பாடல்கள், இன்றும் பலருக்குள் இரவில் தாலாட்டாகத் தூங்கவைக்கிறது என்றால் மிகையில்லை.

1959இல்வெளிவந்த 'கல்யாணப்பரிசு' இயக்குநர் ஸ்ரீதரின் முதல் படம். தமிழில் இசையமைப்பாளராக ஏ.எம்.ராஜாவுக்கும் அதுவே முதல் படம்.'வாடிக்கை மறந்தது ஏனோ' போன்ற காதல் பாடல்கள், 'காதலிலே தோல்வியுற்றால்' போன்ற துயரப்பாடல்கள் பெரும் வரவேற்பினைப் பெற்றன. இதைத் தொடர்ந்து, 'தேன்நிலவு', 'விடிவெள்ளி'போன்ற ஸ்ரீதரின் படங்களுக்கும்,'ஆடிப்பெருக்கு'போன்ற பல்வேறு படங்களுக்கும் இசையமைத்தார். 'ஆடிப்பெருக்கு' திரைப்படத்தில், பி.சுசீலா பாடிய 'காவேரி ஓரம் கவிசொன்ன காதல்' என்ற பாடல் புகழ்பெற்ற ஒன்றாகும்.

மேலை இசையின் சாயல்கொண்ட 'ஆடாத மனமும் ஆடுதே,'

பாட்டுப் பாடவா பார்த்துப் பேச வா', 'ஓகோ எந்தன் பேபி' போன்ற பாடல்களிலும்கூட ஒரு இனிமையான மென்மையைச் சேர்ப்பது அவரது குரல். 'மைனர் லைஃப் ரொம்ப ஜாலி'போன்ற பாடல்களையும் அவர், தன் பாணியில் பாடினார். முறையான கர்நாடக இசைப்பயிற்சி உள்ளவரென்பதால் ஏ.எம்.ராஜா மரபானமுறையில் கர்நாடக ராகங்களுக்குள் அமைக்கப்பட்ட பாடல்களைக்கூட எந்தவிதமான முயற்சியும் தெரியாமல் ஸ்ருதிதெளிவுடன் இயல்பாகப் பாடினார். 'மீண்ட சொர்க்கம்' படத்தில் வரும் 'கலையே என் வாழ்க்கையின்' வாகீச்வரி ராகத்தில் அமைந்த பாடல்.'தேன்நிலவு'படத்தில் வரும் 'காலையும் நீயே' ஹம்சத்வனி ராகத்தில் அமைந்தது.

அதே இயல்புமாறாத துல்லியத்துடன், வேகமான தாளம்கொண்ட 'வாடிக்கை மறந்ததும் ஏனோ', 'கண்மூடும் வேளையிலும்' போன்ற பாடல்களையும் அவர் பாடியிருக்கிறார். மெல்லிய நடைகொண்ட 'நிலவும் மலரும்', 'இதய வானின் உதய நிலவே', 'கண்ணாலே நான் கண்ட கணமே'போன்றவைஅவரது குரலின் அழகை முழுக்கக் காட்டுபவை. தன்உணர்ச்சிகளை மென்மையாக பாடல்களில் ஏற்றுவதன்மூலம் ஏ.எம். ராஜா மெட்டுக்கு அப்பால் சென்று பாடல்களுக்கு அளிக்கும் ஒரு தனித்துவம் உண்டு. 'மாசிலா உண்மைக்காதலே' (அலிபாபாவும் நாற்பது திருடர்களும்), 'கண்களின் வார்த்தைகள் புரியாதோ' (களத்தூர் கண்ணம்மா) போன்ற பாடல்களை உதாரணமாகக் காட்டலாம்.

பி.பி.ஸ்ரீனிவாஸ் அறிமுகமாகி, ஜெமினிகணேசனுக்காக பாடத்துவங்கும் வரையிலும், ஜெமினியின் பாடல் குரலாகவே விளங்கியவர், ஏ.எம். ராஜா. ஜெமினிகணேசனுக்காக அவர் பாடிய படங்களில், 'கல்யாணப்பரிசு', 'மிஸ்ஸியம்மா', 'மனம்போல மாங்கல்யம்', 'பூலோக ரம்பை', 'ஆடிப்பெருக்கு' ஆகியவை புகழ்பெற்றவை. ஏ.எம்.ராஜாவும் ஜிக்கியும்தான், மும்பைக்குச்சென்று இந்திப் படத்துக்காகப் பாடிய முதல் தென்னிந்தியப்பாடகர்கள்.சங்கர்ஜெய்கிஷன் இசையில் ராஜ்கபூரின் படத்துக்காக. இதேபடத்தின் தெலுங்கு, தமிழ் வடிவங்களுக்கான பாடல்களையும் அவர்கள் இருவரும்தான் பாடினர்.'பகுத் தின் ஹுயே' போன்ற படங்களுக்கும் அவர்கள் பாடினர்.ராஜாவின் பாடும் முறையில் இருந்த ஒரு பொதுஇந்திய இயல்புக்கு இது சான்றாகும். தமிழ்,தெலுங்கு,மலையாளம்என மூன்று தென்னிந்திய மொழிகளிலும் உச்சப்புகழுடன் இருந்த பாடகர், ஏ.எம்.ராஜா மட்டுமே. இசை விமர்சகர் ஷாஜி,ஏ.எம்.ராஜா குறித்து ஒரு கட்டுரையில்,இயக்குநர் ஸ்ரீதர்

ஒருமுறை நினைவுகூர்ந்ததாகக்கூறிசில சம்பவங்களைக் குறிப்பிடுகிறார்.

'தேன்நிலவு' படத்துக்கு இசையமைக்கும்போது ஏ.எம்.ராஜா அவரது மெட்டில் ஒரு சிறு ஒலிக்குறிப்பைக் கூட மாற்றுவதற்கு ஒப்புக் கொள்ள வில்லையாம் .கண்ணதாசனின் பல்லவி, இசையுடன் இசைவதற்கு ஒரு சிறியமாற்றம் தேவைப்பட்டது.ஏ.எம்.ராஜா பிடிவாதம் செய்யவே, கண்ணதாசனே பல்லவியை மாற்றிக் கொண்டார்.அவருடன் சேர்ந்து இயங்கிய பல இசைக்கலைஞர்கள், அவர் பாடல்களை அமைக்கும்போது விட்டுக்கொடுக்காத பிடிவாதம் கொண்டவர் என்பதைச்சொல்லியிருக்கிறார்கள்.

'தேன்நிலவு' படத்துக்கான பாடல்களை அமைக்கும்போது ஸ்ரீதருக்கும் ஏ.எம்.ராஜாவுக்கும் இடையே ஒரு பிரச்சினை ஏற்பட்டது. படத்துக்குப்பின்னணி இசையமைக்க ஏ.எம்.ராஜா மறுத்துவிட்டார். இந்தப் பிரச்சனை எம்.ஜி.ஆர்.வரை சென்று, அவர் கட்டாயப்படுத்தியதால் ஏ.எம்.ராஜா அதற்கு ஒப்புக்கொண்டார். அடுத்தபடமான 'நெஞ்சில் ஓர் ஆலய'த்துக்கு இசையமைக்க ஸ்ரீதர், ஏ.எம்.ராஜாவைக் கேட்டுக்கொண்டாலும் ஏ.எம்.ராஜா மறுத்துவிட்டார்.ஆகவே,அந்த வாய்ப்பு விஸ்வநாதன்ராமமூர்த்திக்குப் போயிற்று.மறக்கமுடியாத பாடல்களைக் கொடுத்த ஸ்ரீதர்ஏ.எம்.ராஜா கூட்டு அங்கே முடிந்தது.உண்மையில், என்ன நடந்தது என்பதெல்லாம் இன்றுவரை ஊகங்களே.

சாதனையாளர்களை மறப்பதிலும் புறக்கணிப்பதிலும் திரையுலகுக்கு, தனக்கேயுரிய வேடிக்கையான வழிகள் உண்டு.மேதைகள் புறக்கணிப்பின் இருளில் உழலும்போது, திரையுலகு அரைகுறையாளர்களைத் தூக்கிப்பிடிக்கிறது.திரையுலகத்தின் வணிக வேகத்தில் பலசமயம் மேதைகளுக்கு இடமிருப்பதில்லை.ஏ.எம்.ராஜா அவரது சாதனைகள் மறக்கப்பட்டு, திறமை புறக்கணிக்கப்பட்டபோது, தன்னை மெல்ல திரையுலகிலிருந்து விலக்கிக்கொண்டார். கூடவே ஜிக்கியையும் புகழின் உச்சியிலிருந்தபோதே திரையுலகிலிருந்து விலகச்செய்தார் என்பது, அவர்செய்த பெரும்பிழை என்று சிலர் கூறுகிறார்கள்.

நடுவே திரைவாழ்க்கையில் ஏ.எம்.ராஜாவுக்கு ஓர் இடைவெளி விழுந்தது.தன் மெல்லிசைக் கச்சேரிகள்மூலமாக அவர் வாழ்க்கையை நடத்தினார். பல வருடங்கள் கழித்து, எழுபதுகளின் தொடக்கத்தில் இசையமைப்பாளர் வி.குமார்,ஏ.எம்.ராஜாவைமீண்டும்பாடவைத்தார். 'ரங்கராட்டினம்' படத்துக்காக ஏ.எம்.ராஜா பாடிய 'முத்தாரமே உன் ஊடல் என்னவோ?','புகுந்தவீடு'படத்துக்காக ராஜா பாடிய 'செந்தாமரையே செந்தேனிதழே...'ஆகியன குறிப்பிடத்தக்கதாக அமைந்தன. இரு பாடல்களும் சங்கர்கணேஷ் இசையமைத்தவை1993இல், இளையராஜாவிஸ்வநாதன் இசையில் 'செந்தமிழ்ப்பாட்டு' படத்தில் 'வண்ணவண்ண மெட்டெடுத்து' வரை இந்தப் பயணம் நீண்டது. ஜிக்கி -ஏ.எம்.ராஜா தம்பதியருக்கு இரண்டு மகள்கள், நான்கு மகன்கள். ஏ.எம். ராஜா, தன் கடைசி நாள் வரை பாடகராக இயங்கிக்கொண்டிருந்தார். 1989, ஏப்ரல் 8ஆம் நாள்,கன்னியாகுமரிமாவட்டத்தில் கூட்டாலுமூடு என்ற ஊரில் உள்ள பகவதி கோயிலில் இசைநிகழ்ச்சி முடிந்து, தன் குழுவினருடன் தொடருந்தில் திரும்பிக்கொண்டிருந்தார். உதவியாளனாக வந்த ஒரு புதிய பையன் தொடருந்தைத் தவறவிட்டுவிட்டான் என்று எண்ணி கவலைகொண்டு, நாகர்கோயில்- நெல்லை நடுவே வள்ளியூர் என்ற ஊரில் புகையிரத நிலையத்தில் இறங்கித் தேடினார். ரயில் புறப்படவே ஓடிவந்து ஏறமுயன்றவர், கால்தவறி ரயிலின் அடியில் விழுந்து நசுங்கி உருக்குலைந்து இறந்தார்.

ஜிக்கி

ஜிக்கி, ஆந்திராவின் சந்திரகிரியைப் பூர்வீகமாகக்கொண்ட கஜபதி நாயுடுவுக்கும், சென்னையைச் சேர்ந்த ராஜகாந்தம்மாவுக்கும் பிறந்த ஒன்பது பிள்ளைகளில், மூத்தவர். இயற்பெயர் ஜி.கிருஷ்ணவேணி. இதுதான் ஜி.கி.என சுருங்கி பின் 'ஜிக்கி' ஆனது. ஜிக்கி, தனது 6ஆவது வயதிலேயே இசையார்வம் கொண்டிருந்தார். இவர், தனது 11 ஆவது வயதில், இவரது தாய்மாமன் சிட்டிபாபுவின் முயற்சியினால் இசையமைப்பாளர் எஸ்.வி.வெங்கட்ராமனின் இசையில்,'ஞானசௌந்தரி' திரைப்படத்தில்பாலஞானசௌந்தரி பாடுவதான பல்லவி'அருள்தாரும் தேவமாதாவே ஆதியே இன்ப ஜோதியே'என்ற பாடலைப் பாடினார். தொடர்ந்து 'பந்துலம்மா', 'தியாகையா', 'கொல்லபாமா', 'மனதேசம்' ஆகியதெலுங்குப் படங்களில் வாய்ப்புக் கிடைத்தது. இப்படங்களின் பாடல்களைக் கேட்ட இசையமைப்பாளர்ஜி.ராமநாதன், ஜிக்கியின் 13வது வயதில், 1950இல் மாடர்ன் தியேட்டர்ஸின் 'மந்திரிகுமாரி'திரைப்படத்தில் 'வாராய் நீ வாராய்', 'உலவும் தென்றல்

காற்றினிலே’முதலிய டூயட் பாடல்களை, திருச்சி லோகநாதனுடன் சேர்ந்து பாடவைத்தார். இப்படமும் பாடல்களும் பெற்ற வெற்றியானது *1950 1960* காலப்பகுதியில், ஜிக்கியின் பொற்காலத்தை உறுதிசெய்தது.

*1952*இல்,கே.வி.மகாதேவன்இசையமைத்த’குமாரி’படத்தில் தனது வருங்காலக் கணவரான ஏ.எம்.ராஜாவுடன் ஜிக்கி முதன்முதலில் பாடினார். ராஜாவுடன் இணைந்து ஜிக்கி நூற்றுக்கணக்கான காதல் பாடல்களும், சோகப்பாடல்களும் பாடியுள்ளார்.வடஇந்திய நடிகரான ராஜ்கபூரின் சொந்தத் தயாரிப்பான ’ஆஹ’ இந்திப்படத்தின் தமிழ்ப்பதிப்பு ’அவன்’ என்பதில் ஜிக்கி, ராஜாவுடன் சேர்ந்து பல இனிய பாடல்களைப் பாடினார்.மேலும் பல்வேறு பின்னணிப் பாடகர், பாடகிகளுடனும் ஜிக்கி பாடினார். இவர் பாடிய பாடல்கள் பத்தாயிரத்திற்கும் அதிகமானவை.தமிழ்த் திரைப்படங்களில் மாத்திரமன்றி, தெலுங்கு, கன்னடம், மலையாளம், இந்தி, சிங்களம் ஆகிய மொழிப்படங்களிலும் பாடியுள்ளார்.*1943*இல்’பந்தலம்மா’திரைப்படத்தில் நடிகையாகவும், பின்னணிப் பாடகியாகவும் அறிமுகமாகி *2002* வரை, கிட்டத்தட்ட அறுபது ஆண்டுகள் திரையுலகில் பாடியிருக்கிறார்.*2004*ஆம் ஆண்டு ஆகஸ்ட் மாதம்இயற்கை எய்தினார்.

# திருச்சி லோகநாதன்

**த**மிழ் சினிமா, எத்தனையோ பின்னணிப் பாடகர்களைக் கடந்து வந்துவிட்டது. ஆனால் இந்தத் திரைஇசைத் தேரை முதலில் வடம்பிடித்து இழுத்தவர், திருச்சி லோகநாதன் என்பது நம்மில் பலருக்கும் தெரியாது? அவரைத் தெரியாவிட்டால் என்ன? அவரது குரலை இந்தத் தமிழ் உலகம் மறக்கவில்லை. இன்றும் அவரது குரல் ஒவ்வொரு வீட்டு மணவறையிலும் மந்திரம்போல ஒலித்துக்கொண்டுதான் இருக்கிறது.

இப்படி அவர் பாடி, சாகாவரம் பெற்ற பாடல்தான் 'புருஷன் வீட்டில் வாழப்போகும் பெண்ணே.. தங்கச்சி கண்ணே.. சில புத்திமதிகள் சொல்லுறேன் கேளு முன்னே'. சுந்தரம் வாத்தியார் அவர்களின் வரிகளில், கடமை தவறாத அண்ணன், தனது தங்கைக்குத் தரும் அறிவுரைகள் அடங்கியதாக இந்தப் பாடல் வெளிப்பட்டது.

பிறகான காலங்களில் இந்தப் பாடலின் பெருமையை விளக்கி, திண்டுக்கல் லியோனி பட்டிமன்றம் நடத்துமளவுக்கு உயர்புகழை எட்டியது என்பதும் உண்மை. இந்தப் பாடலில் வெறும் அறிவுரை மட்டும் அடங்கியிருக்கிறது என அசட்டையாக நினைத்துவிட முடியாது. இதில் காலம்காலமாக கட்டிக்காப்பாற்றப்பட்டு வந்த தமிழர்களின் அறவுரைகளும் அடங்கியிருந்தது என்பதே உண்மை.

இன்றும் நம்மை திரும்பத்திரும்ப கேட்கவைக்கும் இந்தப் பாடலை திருச்சி லோகநாதன் பாடி, இன்றைக்கு 60 வருடங்கள் கடந்தோடி விட்டன. அதாவது, 1958ஆம்

ஆண்டு டி.எஸ்.துரைராஜ் இயக்கத்தில் வெளியான 'பானை பிடித்தவள் பாக்கியசாலி' படத்தில் இடம்பெற்ற இந்தப் பாடல், அன்றைக்கு பட்டிதொட்டி எங்கும் போய் முட்டியது. இதையும் மீறி ஒவ்வொரு திருமண வீட்டிலும் மங்கல இசையாக நின்று நிலைத்தது. இந்தப் பாடலை பாடியபோது திருச்சி லோகநாதனுக்கு 34 வயது.

அதாவது, 1924ஆம் ஆண்டு ஜூலை 24ஆம் நாள் பிறந்த திருச்சி லோகநாதன் தேர்ந்த இசைஞானம் பெற்றபிறகான காலங்களில் பாடியுள்ளார். இவரது முதல் திரைஇசைப் பிரவேசம் 1947இல் நடந்தது. தனது 23 வயதில் திரைஇசை உலகில் முதல் பின்னணிப் பாடகராக அவர் கால்பதித்தார். அன்றுமுதல் அவரது குரலைக் கேட்க மக்கள் தவம் கிடந்தனர்.

ஜூபிடர் பிக்சர்ஸ் தயாரிப்பில் வெளியான 'ராஜகுமாரி'தான் தமிழ் சினிமாவில் முதல் பின்னணிக் குரலைப் பயன்படுத்திய திரைப்படம். இந்தப் படத்தினை ஏ.எஸ்.ஏ.சாமி இயக்கியிருந்தார். கதை, திரைக்கதை, சினாரியோ அண்ட் டைரக்ஷன் என்று டைட்டிலுடன் இயக்குநர் பெயர் இடம்பெற்றிருந்தது.

முதல் பின்னணிக் குரலை, திரை இசைக்கு வழங்கியவர் திருச்சி லோகநாதன்தான் என்றால், திரையில் முதல் பின்னணிப் பாடலுக்கு வாயசைத்தவர் எம்.என்.நம்பியார். இந்தப் படத்தில் 'காசினிமேல் நாங்கள்' என்ற பாடலுக்கு நம்பியார்தான் வாயசைத்து நடித்திருந்தார். அவருக்கு லோகநாதன், தன் குரலை கடன் வழங்கியிருந்தார். எஸ்.எம்.சுப்பையா நாயுடு இசையில் வெளியான திரை இசை உலகில் ஒரு திருப்புமுனை.

அதுமட்டுமல்ல; இந்தப் படம் பல விஷயங்களை சரித்திரத்தில் பதியவைத்துள்ளது. இந்தப் படத்தின் உதவி ஆசிரியராக தன் திரைப்பயணத்தைத் தொடங்கியவர், மறைந்த முன்னாள் முதல்வர் மு.கருணாநிதி. ஆனால் திரைக்கதையை எழுதிய மு.கருணாநிதியின் பெயர் உரியமுறையில் குறிப்பிடப்படவில்லை என்ற சர்ச்சையையும் இந்தப் படம் அன்றைக்கு சம்பாதித்திருந்தது.

இப்படத்தின் டைட்டில் கார்டில் எம்.ஜி.ராமச்சந்திரர் என அறிமுகம் செய்யப்படும் நடிகர், பின்னாளில் தமிழ் சினிமாவில் அழியாப்புகழை ஈட்டி எம்.ஜி.ராமச்சந்திரன் ஆனார்.

'ராஜகுமாரி' மூலம் திரையுலகில் பின்னணிப் பாடகர் வாழ்க்கையைத் தொடங்கிய திருச்சி லோகநாதன், தனது இறுதிக்காலம் வரை கோவிந்தராஜுலு நாயுடு, வேதா, டி.ஜி.லிங்கப்பா, எஸ்.வி. வெங்கட்ராமன், விஸ்வநாதன்ராமமூர்த்தி, டி.ஆர்.ராமநாதன், தக்ஷிணாமூர்த்தி, கண்டசாலா, ஏ.எம்.ராஜா, ஜி. ராமநாதன் என்று ஏகப்பட்ட இசையமைப்பாளர்களின் இசையில் இடைவிடாமல் பாடினார். தமிழ், தெலுங்கு என இருமொழிகளில் உருண்டது, இவரது திரை இசைச் சக்கரம். மக்கள் லோகநாதன் என்றால் மயக்குமளவுக்கு தன் ஆளுமையைக் கூட்டினார், லோகநாதன்.

லோகநாதனின் ஒவ்வொரு பாடலில் ஒலித்தது வெறும் வார்த்தைகள் அல்ல; வாழ்வின் தத்துவமிக்க அனுபவங்கள். 'மந்திரிகுமாரி'யில் கவி கா.மு.ஷெரீப் அவர்களின் வரிகளில் வெளிப்பட்ட 'வாராய்ஞ் நீ வாராய்' பாடல் லோகநாதனுக்கு சாகாவரத்தை வாங்கித் தந்தது.

பொதுவாக, லோகநாதனின் பாடல் களம் நையாண்டித்தனம் நிரம்பியது. மேற்கொண்டு காதல் ரசம் தவழும் வரிகளையும், சோகம் பிழியும் வரிகளையும் அவர்பாடியுள்ளார். 'சின்னக்குட்டி நாத்தனா, சில்லறையை மாத்தினாஞ் குனங்குடி போற வண்டியில குடும்பத்தையே ஏத்தனா' பாடல் அதற்குச் சரியான சாட்சி.

'ஆரவல்லி' படத்தில், பட்டுக்கோட்டை கல்யாணசுந்தரத்தின் வரிகளில், ஜி.ராமநாதன் இசையில் வெளிப்பட்ட இந்தப் பாடல், அன்றைக்கு குத்துப்பாட்டு கலாச்சாரத்தில் கரைபுரளச் செய்தது. அதேபோலத்தான், 'கையில வாங்கினேன் பையில போடல காசு போன இடம் தெரியல' பாடலும். மாதக் கடைசியில் மனிதன் சந்திக்கும் பொருளாதாரச் சிக்கலை இப்பாடல் சிறப்பாக வெளிப்படுத்தியது.

'இரும்புத்திரை'யில் வெளியான இந்தப் பாடல், இன்று வரை ஒரு மாஸ்டர் பீஸ். 'நாலு வேலி நிலம்' படத்தில் கு.ம.பாலசுப்பிரமணியன்

வரிகளில், 'ஊரார் உறங்கையிலே.. உற்றாரும் உறங்கையிலே.. நல்ல பாம்பு வேடம் கொண்டு நான் வருவேன் சாமத்திலே' என்ற பாடலை இன்று மணிக்கணக்காக கேட்டாலும் மயக்கம் விட்டகலாது. கே.வி.மகாதேவனின் இசையில் இந்தப் பாடல் உருவானது. இப்படி 'ஆசையே அலைபோல','உலவும் தென்றல் காற்றினிலே' எனப் பட்டியல்கள் பல நீளும்.

அதிகம் ரசிகர்களை லோகநாதனுக்கு பெற்றுத்தந்த படம் 'மாயா பஜார்'. ரங்காராவ் நடிப்பில் உருவான 'கல்யாண சமையல் சாதம்' பாடலை இவர்தான் பாடிக் கொடுத்திருந்தார். இவரது குரலுக்கு ஏற்ப ரங்காராவின் அங்க அசைப்பு உச்சம்பெற்றிருந்தது.

லோகநாதனுடன் இணைந்து அதிகம் டூயட் பாடியவர்கள் இருவர். ஜிக்கியும் லீலாவும்தான் அவர்கள். இவர்களுடன் சேர்ந்து பாடினால், பாடல் சக்சஸ் எனக் கூறுமளவுக்கு ரசிகர்கள் மனதில் ஆழப்பதிந்தார், லோகநாதன். பி.சுசீலாவுடன் இவர் பாடிய 'அடிக்கிற கைதான் அணைக்கும்' பாடல் மயக்கத்தின் உச்சத்திற்குக் கொண்டுபோய்விடும். 'அடுத்தவீட்டுப் பெண்' படத்தில் 'கண்களும் கவி பாடுதே' பாடலை சீர்காழி கோவிந்தராஜனுடன் சேர்ந்து லோகநாதன் பாடியிருந்தார். சங்கீத சாம்ராஜ்யத்தில் தனி ஆவணம் என இந்தப் பாடலைச் சொல்லலாம்.

1955ஆம் ஆண்டு வெளியான 'நாஸ்திகன்' படத்தில், தேசப் பிரிவினை குறித்து இவர் பாடிய 'மாநிலம் மேல் மானிடரால் என்ன மாறுதல் பாரய்யா' என்ற பாடல், கேட்பவர் நெஞ்சம் உறைந்து போய்விடும். கூட்டம் கூட்டமாக மக்கள் மதங்களின் கோரத்தாண்டவத்தால் எப்படி அவதிக்குள்ளாகின்றனர் என காட்சிக்குக் காட்சி கண்ணீர் வடிக்கவைக்கும் இந்தப் பாடலை இளம் தலைமுறை அறிந்திருக்க வாய்ப்பேயில்லை.

லோகநாதனின் குரல், அதிகமும் சிவாஜிகணேசனுக்கும், எஸ்.எஸ். ராஜேந்திரனுக்கும் பொருந்திவருவதாக அன்றைய ரசிகர்கள் நம்பினர். அதில் உண்மையும் இருக்கவே செய்தது. 'கப்பலோட்டிய தமிழன்' படத்தில் பாரதியாரின் வரிகளில் உருவான 'என்று தணியும் இந்தச் சுதந்திர தாகம்' பாடலை லோகநாதனைவிட வேறுஎவராலும் அன்றைக்கு உயிர்கொடுத்திருக்க முடியாது எனப் பலரும் புகழ்ந்தது தனிக்கதை. இப்படி லோகநாதன் தொட்டது எல்லாம் துலங்கியது.

இப்படி, திரை இசைப் பின்னணி உலகம் இருக்கும் வரை அழியாத புகழை ஈட்டிய லோகநாதனின், தந்தை பெயர் சுப்பிரமணியன். இவர் ஒரு பொற்கொல்லர். காவிரிக் கரையையும் கர்நாடக இசையையும் பிரிக்கவே முடியாது. காவிரிக் கரையோரப் பகுதி சங்கீதம்பாய்ந்த மண் என்பார்கள். அந்த திருச்சி நதிக்கரையில் பிறந்த லோகநாதன், சிறுவயதிலேயே முறைப்படி பாரம்பரிய இசை பயின்றார். நடராஜன்தான் அவரது ஆசான்.

அதன்பிறகு, சுதந்திர தாகம் அவரை ஆட்கொண்டது. தேசிய உணர்ச்சி, இசைப்பயிற்சி, திரை இசை ஈர்ப்பு எனப் பலவழிகளில் லோகநாதனின் மனஉலகம் பயணிக்கத் தொடங்கியது. பிறகு நகைச்சுவை நடிகை சி.டி.ராஜகாந்தத்தின் மகள் ராஜலெட்சுமியை மணந்த இவருக்கு டி.எல்.மகாராஜன், தீபன் சக்ரவர்த்தி, தியாகராஜன் என மூன்று பிள்ளைகள். ‘பூங்கதவே தாழ் திறவாய்’ பாடலைப் பாடிய தீபன் சக்ரவர்த்தி இவரது மகன்தான்.

*The End*